AF818863

OOKS THRISSUR
D:1952
കറന്റ് ബുക്സ്
CURRENT BOOKS TH
ESTD:1952

രണ്ടാമൂഴം

ജ്ഞാനപീഠം ജേതാവ് എം.ടി.വാസുദേവൻനായരുടെ
വയലാർ അവാർഡ് ലഭിച്ച നോവൽ

Malayalam
Randamoozham
Novel By
M.T.Vasudevan Nair
1st Impression: December 1984
Reprinted: February 1985, April 1985, October 1985, July 1986, August 1987, July 1989, September 1991, April 1993, February 1996, September 1996, January 1998, May 1999, January 2002, April 2003, October 2003, July 2004, July 2005, February 2006, October 2006, May 2007, June 2007, January 2008 July 2008, August 2008, January 2009, June 2009, July 2009, November 2009, July 2010, June 2011, August 2011, December 2011,February 2012, July 2012, September 2012, November 2012, March 2013, June 2013, August 2013, November 2013, February 2014, August 2014, January 2015, August 2015, October 2015, May 2016, August 2016, January 2017, April 2017, May 2017, June 2017, October 2017, August 2018, February 2019, February 2020, July 2021, October 2021, May 2022, February 2023, July 2023, March 2024, July 2024, September 2024, December 2024, February 2025, June 2025
68th Impression: October 2025
69th Impression: April 2026
Cover Design: Shyam Sagar
Illustration: Namboodiri
Type Set: Current Books Thrissur
© Reserved
Printed at
Ebenezer Thrissur
Publishers
Current Books Thrissur-680 001 Keralam, India
e-mail: currentbooksthrissur@gmail.com
www.currentbooksonline.in
Distribution
CosmoBooks
Thrissur, Kochi, Kozhikode, Kottayam
e-mail: Cosmobooks@asianetindia.com
ISBN 978-81-226-1370-4

All rights reserved. This work may not be translated or copied in whole or in part without the written permission of the publisher, except for brief excerpts in connection with reviews or scholarly analysis.

3076 CBT 2026-35-5000

രണ്ടാമൂഴം

എം.ടി.വാസുദേവൻനായർ

ചിത്രങ്ങൾ

നമ്പൂതിരി

കറന്റ് ബുക്സ് തൃശൂർ

എം.ടി.വാസുദേവൻനായർ
(1933–2024)

പൊന്നാനി താലൂക്കിൽ കൂടല്ലൂരിൽ 1933 ജൂലായ് 15ന് ജനനം.

അച്ഛൻ: ടി.നാരായണൻനായർ, അമ്മ: അമ്മാളുഅമ്മ. കുമരനെല്ലൂർ ഹൈസ്കൂളിൽ പ്രാഥമിക വിദ്യാഭ്യാസം. പാലക്കാട് വിക്ടോറിയ കോളേജിൽ നിന്ന് 1953-ൽ ബി.എസ്‌സി (കെമിസ്ട്രി) ബിരുദം. അദ്ധ്യാപകൻ, പത്രാധിപർ, കഥാകൃത്ത്, നോവലിസ്റ്റ്, തിരക്കഥാകൃത്ത്, സിനിമാസംവിധായകൻ എന്നീ നിലകളിൽ പ്രശസ്തനായി. മുറപ്പെണ്ണ് എന്ന സിനിമയ്ക്ക് ആദ്യതിരക്കഥ എഴുതി. നിർമ്മാല്യം, കടവ്, ഒരു വടക്കൻ വീരഗാഥ, സദയം, പരിണയം തുടങ്ങിയ ചലച്ചിത്രങ്ങൾക്ക് ദേശീയ അവാർഡും, ഓളവും തീരവും, ബന്ധനം, ഓപ്പോൾ, ആരൂഢം, വളർത്തുമൃഗങ്ങൾ, അനുബന്ധം, തൃഷ്ണ, ഇടവഴിയിലെ പൂച്ച മിണ്ടാപൂച്ച, അമൃതം ഗമയഃ, പെരുന്തച്ചൻ, സുകൃതം, ഒരു ചെറുപുഞ്ചിരി, തീർത്ഥാടനം എന്നിവയ്ക്ക് സംസ്ഥാന ബഹുമതികളും ലഭിച്ചു. തിരക്കഥയെഴുതി സംവിധാനം ചെയ്ത 'കടവ്' സിങ്കപ്പൂർ, ജപ്പാൻ എന്നിവിടങ്ങളിൽ നടന്ന ചലച്ചിത്രോത്സവങ്ങളിലും അവാർഡുകൾ നേടി. മലയാള സിനിമയ്ക്ക് നൽകിയ സംഭാവനകൾക്ക് പ്രേംനസീർ അവാർഡ് ലഭിച്ചിട്ടുണ്ട്. നല്ല സീരിയലിനുള്ള 1996 ലെ കേരള സംസ്ഥാന ടെലിവിഷൻ അവാർഡ് നാലുകെട്ടിന് ലഭിച്ചു. രണ്ടാമൂഴം വയലാർ അവാർഡും മുട്ടത്തുവർക്കി ഫൗണ്ടേഷൻ അവാർഡും നേടി. നാലുകെട്ട്, സ്വർഗ്ഗം തുറക്കുന്ന സമയം, ഗോപുരനടയിൽ എന്നീ കൃതികൾക്ക് കേരള സാഹിത്യ അക്കാദമി അവാർഡും കാലം എന്ന നോവലിന് കേന്ദ്ര സാഹിത്യ അക്കാദമി അവാർഡും വാനപ്രസ്ഥത്തിന് ഓടക്കുഴൽ അവാർഡും ലഭിച്ചിട്ടുണ്ട്. 1996-ൽ ജ്ഞാനപീഠം പുരസ്കാരത്തിനർഹനായി. കാലിക്കറ്റ് സർവ്വകലാശാലയും മഹാത്മാഗാന്ധി സർവ്വകലാശാലയും 1996-ൽ ഓണററി ഡി. ലിറ്റ് ബിരുദം നല്കി ആദരിച്ചു. 2005-ലെ പത്മഭൂഷൺ ലഭിച്ചു. 2005-ൽ കേരള സാഹിത്യ അക്കാദമിയുടെ വിശിഷ്ടാംഗത്വം ലഭിച്ചു. 2011-ൽ കേരള സർക്കാരിന്റെ എഴുത്തച്ഛൻ പുരസ്കാരത്തിന് അർഹനായി. 2013-ൽ കേന്ദ്ര സാഹിത്യ അക്കാദമി ഫെലോഷിപ്പ് നല്കി ആദരിച്ചു. മാതൃഭൂമി പീരിയോഡിക്കൽസ് പത്രാധിപർ, കേരള സാഹിത്യ അക്കാദമി പ്രസിഡന്റ്, കേന്ദ്ര സാഹിത്യ അക്കാദമി എക്സിക്യൂട്ടിവ് മെമ്പർ, തുഞ്ചൻ സ്മാരക സമിതി അദ്ധ്യക്ഷൻ എന്നീ സ്ഥാനങ്ങൾ വഹിച്ചിട്ടുണ്ട്. ഫിലിം ഫിനാൻസ് കോർപ്പറേഷൻ, നാഷണൽ ഫിലിം ഡവലപ്മെന്റ് കോർപ്പറേഷൻ, ഫിലിം സെൻസറിങ് കമ്മറ്റി എന്നിവയിൽ അംഗമായിരുന്നിട്ടുണ്ട്. 1998 ലെ ഇന്ത്യൻ പനോരമ ചെയർമാനായിരുന്നു. 2008-ൽ കൊൽക്കത്ത നേതാജി ഓപ്പൺ യൂണിവേഴ്സിറ്റി ഡി.ലിറ്റ് നൽകി ആദരിച്ചു. 2025 ൽ മരണാനന്തരബഹുമതിയായി പത്മവിഭൂഷൺ നൽകി ആദരിച്ചു.

പ്രധാനകൃതികൾ: മഞ്ഞ്, കാലം, നാലുകെട്ട്, അസുരവിത്ത്, വിലാപയാത്ര, പാതിരാവും പകൽവെളിച്ചവും, അറബിപ്പൊന്ന്, രണ്ടാമൂഴം, വാരാണസി (നോവലുകൾ). ഇരുട്ടിന്റെ ആത്മാവ്, ഓളവും തീരവും, കുട്ട്യേടത്തി, വാരിക്കുഴി, പതനം, ബന്ധനം, സ്വർഗ്ഗം തുറക്കുന്ന സമയം, നിന്റെ ഓർമ്മയ്ക്ക്, വാനപ്രസ്ഥം, എം.ടിയുടെ തിരഞ്ഞെടുത്ത കഥകൾ, ഡാർ എസ്. സലാം, രക്തം പുരണ്ട മൺതരികൾ, വെയിലും നിലാവും, കളിവീട്, വേദനയുടെ പൂക്കൾ, ഷെർലക്ക് (കഥകൾ). ഗോപുരനടയിൽ (നാടകം). കാഥികന്റെ കല, കാഥികന്റെ പണിപ്പുര, ഹെമിംഗ്‌വേ ഒരു മുഖവുര, കണ്ണാന്തളിപ്പൂക്കളുടെ കാലം (പ്രബന്ധങ്ങൾ). ആൾക്കൂട്ടത്തിൽ തനിയെ (യാത്രാവിവരണം). എം.ടി.യുടെ തിരക്കഥകൾ, പഞ്ചാഗ്നി, നഖക്ഷതങ്ങൾ, വൈശാലി, പെരുന്തച്ചൻ, ഒരു വടക്കൻ വീരഗാഥ, നഗരമേ നന്ദി, നിഴലാട്ടം, ഒരു ചെറുപുഞ്ചിരി, നീലത്താമര, പഴശ്ശിരാജ (തിരക്കഥകൾ). സ്നേഹാദരങ്ങളോടെ, അമ്മയ്ക്ക് (ഓർമ്മകൾ). ചിത്രത്തെരുവുകൾ (ചലച്ചിത്ര സ്മരണകൾ). ഇംഗ്ലീഷിലേക്കും ഇതരഭാഷകളിലേക്കും കൃതികൾ വിവർത്തനം ചെയ്യപ്പെട്ടിട്ടുണ്ട്.

2024 ഡിസംബർ 25ന് അന്തരിച്ചു.

പ്രസാധകക്കുറിപ്പ്

മലയാള നോവൽ സാഹിത്യ ചരിത്രത്തിൽ രണ്ടാമൂഴത്തിനുമാത്രം പ്രാപിക്കാൻ കഴിഞ്ഞ ഒരു ഉയരമുണ്ട്. ഇതിഹാസകഥാപാത്രങ്ങളുടെ മൗനത്തിന്റെ ഇടവേളകളെ വാക്കുകൾകൊണ്ട് തൊഴുതുണർത്തി, ഇതിഹാസകഥാപാത്രങ്ങളെ മണ്ണിൽ പദമൂന്നിനിൽക്കാൻ പ്രാപ്തരാക്കുകയെന്നിടത്താണ് ഇതു സംഭവിക്കുന്നത്. വ്യാസന്റെ തൂലിക ധർമ്മക്ലേശത്താൽ വിറകൊണ്ട ചില സന്ദർഭങ്ങൾക്ക്, വ്യാസപ്രതിഭയുടെ വെയിലും നിലാവും അനുഗ്രഹിച്ച തൂലികകൊണ്ടാണ് എം.ടി. അർത്ഥം നൽകിയത്. വ്യാസേതിഹാസത്തിൽ അജയ്യമായ ഒരു ശരീരപ്രത്യക്ഷത മാത്രമായി തോന്നിക്കുന്ന ഭീമസേനന്റെ ആത്മഗതങ്ങളാണ് ഈ നോവലിന്റെ രൂപവും ഭാവവും നിർണ്ണയിക്കുന്നത്. എല്ലാ വിജയങ്ങൾക്കും പിന്നിൽ ഭീമനുമാത്രം അവകാശപ്പെട്ട മിഴിനീരിന്റെ ഒരരുവിയുണ്ട്. ഭീമന്റെ ദുഃഖങ്ങൾ ഇതിഹാസത്തിലെ ജീവിതാരവങ്ങൾക്കിടയിൽ എത്രമാത്രം അനാഥമാണെന്ന് രണ്ടാമൂഴം വായിച്ചാലറിയാം. ഇതിഹാസത്തിൽ, തന്നിലേക്ക് നടക്കാൻ അധികമൊന്നും അവസരം ലഭിക്കാത്ത ഭീമന്റെ ഏകാന്ത വ്യഥകൾക്ക് എം.ടി. വാക്കുകൾ കണ്ടെത്തിയപ്പോഴാണ്, പരിചിതമായ പല നന്മകളും തിന്മകളായിരുന്നുവെന്നും നീതിയുടെ വേരുകൾ ശയിക്കുന്നത് അനീതിയുടെ ചതുപ്പിലാണെന്നും വായനക്കാർ അറിയുന്നത്. മഹാഭാരതകഥയ്ക്ക് ഒരു വികാരപക്ഷം അവതരിപ്പിക്കുകയാണ് എം.ടി. ചെയ്തത്. ഒരു എഴുത്തുകാരന്റെ തൂലിക മഹത്വം പ്രാപിക്കുന്ന അപൂർവ്വസന്ദർഭങ്ങളിലൊന്നാണ് ഈ നോവലിന്റെ രചന.

ഈ നോവലിനുവേണ്ടി നമ്പൂതിരി വരച്ച പുതിയ ചില ചിത്രങ്ങളടങ്ങിയ ഈ പതിപ്പ് ഞങ്ങൾ പ്രിയ വായനക്കാർക്ക് സമർപ്പിക്കുന്നു.

കറന്റ് ബുക്സ് തൃശൂർ

സൂതരേ, മാഗധരേ, അതുകൊണ്ട് കുരുവംശത്തിന്റെ ഗാഥകൾ നമുക്കിനിയും പാടാം. കുരുവിനെയും കുരുപുത്രൻ പ്രതീപനെയും വാഴ്ത്താം. പ്രതീപപുത്രൻ ശന്തനുവിനെ വാഴ്ത്താം. നമുക്ക് ഗംഗയെ വാഴ്ത്താം. പിറവിയും പ്രേമവും പാപവും മരണവും കണ്ട വിഷ്ണുപദോദ്ഭവയായ ഗംഗയെ വാഴ്ത്താം. ഗംഗയിൽ ശന്തനുവിനുണ്ടായ അതിവിഖ്യാതപുത്രൻ, വ്രതകാഠിന്യംകൊണ്ട് ദേവകളെക്കൂടി അമ്പരപ്പിച്ച മഹാപുരുഷൻ ഭീഷ്മരെ വാഴ്ത്താം. മത്സ്യഗന്ധിയിൽ ശന്തനുവിനു പിറന്ന വിചിത്രവീര്യനെ വാഴ്ത്താം. വിചിത്രവീര്യ ക്ഷേത്രങ്ങളിൽ 'കൃഷ്ണദ്വൈപായനനിയോഗത്തിൽ പിറന്ന ധൃതരാഷ്ട്രരെയും പാണ്ഡുവിനെയും വാഴ്ത്താം. കൃഷ്ണദ്വൈപായനവ്യാസൻ ദാസിക്കു കനിഞ്ഞേകിയ ധർമ്മതുല്യൻ വിദുരരെ വാഴ്ത്താം.

പിന്നെ നമുക്കു യുധിഷ്ഠിരനെ വാഴ്ത്താം.

ചന്ദ്രവംശത്തിലെ സംവരണന് സൂര്യപുത്രി തപതിയിലുണ്ടായ കുരുവിനെ നമുക്ക് വാഴ്ത്താം.

തോഴരേ, സൂര്യചന്ദ്രവംശമഹിമകൾ നമുക്കിനിയും പാടാം.

ഭാഗങ്ങൾ

1

യാത്ര

ഒന്ന്

കടലിന് കറുത്ത നിറമായിരുന്നു. ഒരു കൊട്ടാരവും ഒരു മഹാനഗരവും വിഴുങ്ങിക്കഴിഞ്ഞിട്ടും വിശപ്പടങ്ങാത്തപോലെ തിരകൾ തീരത്ത് തല തല്ലിക്കൊണ്ടലറി. അദ്ഭുതത്തോടെ, അവിശ്വാസത്തോടെ, അവർ പാറക്കെട്ടുകളുടെ മുകളിൽ താഴേക്കു നോക്കിക്കൊണ്ടു നിന്നു. അകലെ പഴയ കൊട്ടാരത്തിന്റെ ജയമണ്ഡപത്തിന്റെ മുകളിലാവണം, കുറച്ചു സ്ഥലത്തു ജലം നിശ്ചലമായിരുന്നു. ഉത്സവക്രീഡകൾ കഴിഞ്ഞ് കാലം വിശ്രമിക്കുന്ന കളിക്കളംപോലെ. അതിനു മുന്നിൽ ചൈത്യസ്തംഭത്തിന്റെ ചരിഞ്ഞ ശീർഷം ആകാശത്തിലേക്ക് ഉയർന്നുനിന്നു. താഴെ, നോക്കെത്താവുന്ന കരയോരത്തിലെല്ലാം പ്രാകാരങ്ങളുടെ നുറുങ്ങിയ കൽക്കെട്ടുകൾ. തിരകൾ എടുത്തെറിഞ്ഞപ്പോൾ തകരാതെ രക്ഷപ്പെട്ട ഒരൊറ്റത്തേര് മണലിൽ നുകം പൂഴ്ത്തിചരിഞ്ഞുകിടക്കുന്നു.

പ്രളയം വിഴുങ്ങുന്നതിനിടയ്ക്കു ചവച്ചു തുപ്പിയ ദ്വാരകയുടെ പഴയ പ്രൗഢിയുടെ അവശിഷ്ടങ്ങൾ, ആയിരം മൃഗങ്ങളെ മേധം ചെയ്ത ഏതോ യാഗത്തിലെ ബലിമണ്ഡപത്തിലെ ജീവൻ വെടിഞ്ഞ ശരീരങ്ങൾ പോലെ, തീരത്തിൽ നനഞ്ഞ മണലിൽ ചിതറിക്കിടക്കുന്നു.

യുധിഷ്ഠിരൻ ഇടറാൻ തുടങ്ങുന്ന മനസ്സിനെ ശാന്തമാവാൻ ശാസിച്ചു: ഓർമ്മിക്കുക, ആരംഭത്തിനെല്ലാം അവസാനമുണ്ട്.

മഹാപ്രസ്ഥാനത്തിനു മുമ്പ് പിതാമഹൻ കൃഷ്ണദ്വൈപായനൻ പറഞ്ഞതെല്ലാം, മനസ്സേ, ഓർമ്മിക്കുക!

ദുരന്തത്തിനു നേരത്തെ സാക്ഷിയാകേണ്ടിവന്ന അർജ്ജുനൻ കടൽക്കരയ്ക്കടുത്തു പോകാതെ മാറിനിന്നു.

ഭയന്നു വിറയ്ക്കുകയായിരുന്നു ദ്വാരക. രക്ഷകൻ എത്തിയ ആശ്വാസത്തോടെ ഗാണ്ഡീവിയെക്കണ്ട് സ്ത്രീകളടക്കം അവർ ചുറ്റും തിങ്ങിക്കൂടിനിന്നു. കറുത്ത ശരീരവും കറുത്ത വസ്ത്രങ്ങളുമായി വലിയ വെള്ളപ്പല്ലുകൾ കാട്ടി ചിരിച്ചുകൊണ്ടു കൊട്ടാരത്തിന്റെ ഇടനാഴികളിൽ ഇരുട്ടിൽ അലഞ്ഞു നടന്ന ഒരു സ്ത്രീരൂപത്തെ സ്വപ്നംകണ്ട് അന്തഃപുരം നടുങ്ങിയിരുന്നുവത്രെ. ദുശ്ശകുനങ്ങൾ നേരത്തെ കണ്ടുതുടങ്ങിയത് പ്രായംചെന്ന അമ്മമാർ പറഞ്ഞു. പകൽ ഇരുട്ടിന്റെ മാളങ്ങളിൽനിന്നു കുറുനരികൾ ഇരതേടിയിറങ്ങി, നഗരമദ്ധ്യത്തിൽനിന്നു നട്ടുച്ചയ്ക്ക് ഓരിവിളിച്ചു. ആപത്തിൽനിന്നു രക്ഷപ്പെടുത്താൻ വന്ന അർജ്ജുനനെക്കണ്ട് അവർ ആശ്വസിച്ചു. തന്റെ കൈവേഗത്തിലും ഗാണ്ഡീവത്തിന്റെ കരുത്തിലും വിശ്വാസമർപ്പിച്ചു ചുറ്റും നില്ക്കുന്ന അന്തഃപുരസ്ത്രീകൾ. എല്ലാം ഒരു ദുഃസ്വപ്നമാണെന്നു പറഞ്ഞ് സമാധാനിപ്പിക്കാൻ ശ്രമിച്ചത് പാഴ്വേലയായി. വനാന്തരത്തിൽവച്ചു ദസ്യുക്കൾ തന്റെ കൺമുന്നിൽവച്ച് അവരെ വാരിയെടുത്തു മറയുമ്പോൾ പഴയ വില്ലാളിവീരൻ സ്വന്തം ശക്തിക്ഷയമോർത്ത് അകമേ കരഞ്ഞു. കൃഷ്ണന്റെ അന്തഃപുരത്തിലെ സ്ത്രീകളുടെ നാണവും മാനവുമാണ് താൻ നോക്കിനില്ക്കെ കാട്ടുപൊന്തകൾക്കിടയിൽ ചീന്തിയെറിയപ്പെട്ടത്. അവരുടെ വിലാപങ്ങളുടെ അലയൊലി ഇപ്പോഴും മനസ്സിൽ അടങ്ങിയിട്ടില്ല. അപ്പോൾ, അകലെ ആളൊഴിഞ്ഞു പോയ നഗരത്തിന്റെ ആലംബവും ആവരണവുമില്ലാത്ത ശരീരത്തിൽ പ്രളയത്തിരകളുടെ പരുക്കൻ കൈകളും വിശപ്പടങ്ങാത്ത വായും ആക്രമണം തുടങ്ങിക്കഴിഞ്ഞിരുന്നു. യദുവംശത്തിന്റെ ചരിത്രം മായ്ച്ചുകളഞ്ഞ അഹങ്കാരത്തിന്റെ ചിരി തീരത്തലയ്ക്കുന്ന തിരകളിലിപ്പോഴും അർജ്ജുനൻ കേട്ടു.

മഹായുദ്ധം കഴിഞ്ഞ കുരുക്ഷേത്രത്തിന്റെ ശൂന്യതയിൽ കബന്ധങ്ങൾക്കിടയിലൂടെ, വരണ്ട ചോരപ്പുഴകളിലൂടെ, നടന്നപ്പോൾ ദുഃഖം തോന്നിയില്ല. യുദ്ധം ക്ഷത്രിയന്റെ ധർമ്മമാണ്. വിജയത്തിന്റെ മറുപുറത്ത് മരണവുമുണ്ട്. കർമ്മത്തിന്റെ ചതുരംഗക്കളത്തിലെ കരുനീക്കലിന്റെ ഭാഗമാണ് എല്ലാമെന്നു നിശ്ശബ്ദം ഓർമ്മിച്ചുകൊണ്ട് കൃഷ്ണൻ കൂടെ നടക്കുന്നുണ്ടായിരുന്നു അപ്പോൾ.

ഏതോ വ്യാധന്റെ അമ്പേറ്റു മരിച്ച കൃഷ്ണന് തന്റെ അന്ത്യത്തെപ്പറ്റി നേരത്തെ അറിയാമായിരുന്നോ? ആയുധബലവും ആത്മബലവുമുള്ള കൃഷ്ണന്? അർജ്ജുനൻ ഒരു നെടുവീർപ്പോടെ ഓർമ്മിച്ചു: നരനാരായണന്മാരിൽ നരൻ ഇപ്പോഴും ബാക്കി.

തിരിഞ്ഞുനോക്കരുതെന്നാണ് മഹാപ്രസ്ഥാനത്തിനിറങ്ങുമ്പോൾ ഉറപ്പിച്ചത്. വഴിക്കുമാത്രമല്ല, പിന്നിട്ട ജീവിതപഥങ്ങളിൽ എവിടേക്കും തിരിഞ്ഞുനോക്കരുത്. കടലലകളുടെ അവ്യക്തഘോഷം കേട്ട് അകന്നു മാറിനില്ക്കുന്ന അർജ്ജുനൻ വീണ്ടും സ്വയം ശാസിച്ചു: തിരിഞ്ഞു നോക്കരുത്.

ദ്രൗപദിയും സുഭദ്രയും ചിത്രാംഗദയും ഉലൂപിയും പേർപോലും ഓർമ്മിക്കാൻ കഴിയാത്ത അസംഖ്യം സ്ത്രീകളുമെല്ലാം ജീവിതത്തിൽ ആരുമാ

യിരുന്നില്ല. ബാല്യത്തിൽ ശാസ്ത്രം പഠിപ്പിച്ച ബ്രാഹ്മണർ പറയാറുള്ള തുപോലെ രേതസ്സ് ഹോമിക്കാൻ വേണ്ടി ജ്വലിപ്പിച്ച അഗ്നിജ്വാലകൾ മാത്രം. അല്ലെങ്കിൽ വില്ലാളിക്ക് വിജയമുഹൂർത്തത്തിൽ എടുത്തുകാട്ടാനുള്ള ആഭ രണങ്ങൾ മാത്രം.

പക്ഷേ, എല്ലാം വിഴുങ്ങി ചിറി നക്കി പുളയ്ക്കുന്ന ഈ കടലിന്റെ താഴ്വാ രത്തിൽ മാഞ്ഞുപോയ ചെറിയ രാജ്യവും വംശവും വളർത്തിയ ആ മനു ഷ്യൻ സ്നേഹം ചൊരിഞ്ഞു. സീമകളില്ലാത്ത സ്നേഹത്തിന്റെ വിശാല തയെപ്പറ്റി ആദ്യമായി ബോധം പകർന്നു: അവസാനമായും.

ഒരിക്കൽ, എന്റെ മകനേക്കാൾ എനിക്കു പ്രിയപ്പെട്ട ശിഷ്യൻ എന്ന് ജനാവലിയുടെ മുമ്പാകെവച്ചുപറഞ്ഞ് തന്നെ ചൂണ്ടിക്കാട്ടി അഭിമാന ത്തോടെ നിന്ന ഗുരുവിൽ എല്ലാ സ്നേഹവും കാണാൻ ശ്രമിച്ചു. കൗമാര ത്തിലെ സ്നേഹസങ്കല്പം. അർജ്ജുനൻ എന്ന ബാലനിൽ ആത്മവീര്യം വളർത്തേണ്ടത് അന്നു ദ്രോണാചാര്യന്റെ ആവശ്യമായിരുന്നു. പിന്നീട് ആവ ശ്യപ്പെട്ട ഗുരുദക്ഷിണയുടെ ഭാരം അത്ര വലുതായിരുന്നല്ലോ. മേയാൻ വിടുന്ന യാഗാശ്വത്തിനോടു തോന്നുന്ന വികാരവും സ്നേഹമാണ്.

ഒരു തേരാളിയുടെ തന്ത്രങ്ങളുണ്ടായിരുന്നില്ലെങ്കിൽ താൻ ലോകമറി യുന്ന ജേതാവാകില്ല. ഔദ്ധത്യംകൊണ്ടു ചെന്നുപെട്ട ആപൽസന്ധികളിൽ നിന്നെല്ലാം കുറ്റപ്പെടുത്താതെ രക്ഷപ്പെടുത്താനെത്തിയ ചങ്ങാതി. ആത്മ ഹത്യവരെ ഉറപ്പിച്ച ജീവിതസന്ധികൾ. അവസാനം ആവശ്യപ്പെട്ട ചെറിയ ദൗത്യംപോലും ചെയ്തുതീർക്കാനാവാതെ, അന്തഃപുര സ്ത്രീകളെ കിരാതർക്ക് അടിയറവച്ചു തോറ്റുനിന്ന വിജയന്റെ വീരഗാഥയുടെ ഭാഗ ങ്ങൾ ലോകമറിയാതിരിക്കട്ടെ! മഹാപ്രസ്ഥാനത്തിൽ ജീവിതത്തിന്റെ ഭാര മിറക്കി വിടപറയാമെന്നു തീരുമാനിച്ച ജ്യേഷ്ഠൻ യുധിഷ്ഠിരന്റെ ഔചി ത്യത്തിന് അർജ്ജുനൻ മനസാ നന്ദി പറഞ്ഞു.

ആപത്തുകളെപ്പറ്റി ഹസ്തിനപുരത്തിൽ നേരത്തെ വിവരം അറിഞ്ഞി രുന്നു. കേട്ട വാർത്തകൾ അന്തഃപുരത്തിൽ ചെന്ന് ആവർത്തിക്കുമ്പോൾ നാശം ഇത്ര ഭീകരമായിരിക്കുമെന്നു സഹദേവൻ കരുതിയില്ല. അയാൾ നകുലനെ നോക്കി. കടലിൽ ഒരു പ്രത്യേകബിന്ദുവിൽ നോക്കിനില്ക്കുക യാണ് നകുലൻ. വർഷങ്ങൾ ഇപ്പോഴും നകുലന്റെ ശരീരത്തെ ബാധിച്ചി ട്ടില്ല എന്നു സഹദേവൻ ഓർമ്മിച്ചു. ഏതോ വിനാഴികയുടെ ഒരംശം കൊണ്ടുമാത്രം ജ്യേഷ്ഠനായ നകുലന്റെ മുഖത്ത് ഇപ്പോഴും യുവത്വത്തിന്റെ ചൈതന്യമുണ്ട്. മരവുരിയുടുത്തു നില്ക്കുമ്പോഴും തേജസ്സുറ്റ രൂപം. കിളി വാതിലുകൾക്കു പിന്നിൽനിന്ന് അന്തഃപുരസുന്ദരിമാരുടെ കണ്ണുകൾ തന്നെ ശ്രദ്ധിക്കുന്നു എന്നു കരുതിയാണല്ലോ നകുലൻ എപ്പോഴും നില്ക്കുകയും നടക്കുകയും സംസാരിക്കുകയും പതിവ്. അരക്കെട്ടിൽ ചുരുട്ടിയ വലതു മുഷ്ടിയൂന്നി തലയല്പം പിന്നിലേക്ക് ചായ്ച്ചുനില്ക്കുന്ന സ്വഭാവം ഇപ്പോഴും അയാൾക്ക് ഉപേക്ഷിക്കാനാവില്ല.

നകുലന്റെ കണ്ണുകൾ, ശ്രദ്ധാപൂർവ്വം തിരയുന്ന കടലിലെ വിദൂര സ്ഥല

ത്തിനുനേരെ സഹദേവൻ നോക്കി. ചൈത്യസ്തംഭത്തിന്റെ ഉയർന്നുകണ്ടിരുന്ന ശീർഷം ഇപ്പോൾ കുറേക്കൂടി താണിരിക്കുന്നു. താഴുകയാണ്. ഇനി എത്ര മാത്രകളിൽ അതു മുഴുവൻ കാണാതാകുമെന്നു വേണമെങ്കിൽ തനിക്കു കണക്കുകൂട്ടിപ്പറയാം. മനസ്സിന്റെ അഭ്യാസങ്ങൾ എന്നും തനിക്കൊരു വിനോദമായിരുന്നു. ആരെയും ഇനി അമ്പരപ്പിച്ചു രസിക്കേണ്ടതില്ല, സഹദേവൻ ഓർമ്മിച്ചു. മഹാപ്രസ്ഥാനം ആരംഭിച്ചുകഴിഞ്ഞു. അവസാനം സ്തംഭം പൂർണ്ണമായും കടലിൽ താണപ്പോൾ ഭീമൻ വെറും കൗതുകംകൊണ്ടു വിടർന്ന മന്ദഹാസമൊതുക്കി, യുധിഷ്ഠിരനെ നോക്കി. അദ്ദേഹം കണ്ണടച്ചു ശിരസ്സു കുനിച്ച് നില്ക്കുകയായിരുന്നു. ജ്യേഷ്ഠന്റെ പിന്നിലായി തലകുനിച്ചു നില്ക്കുന്ന ദ്രൗപദിയോടു പറയാൻ ഒരു കാര്യം ഓർമ്മിച്ചിരുന്നു. കടൽക്കരയിൽ ചിതറിക്കിടക്കുന്ന നഗരാവശിഷ്ടങ്ങൾക്കിടയിൽ, മണലിൽ പൂഴ്ന്ന ഒറ്റത്തേരിനും തകർന്ന ഒരു സിംഹസ്തംഭത്തിനുമിടയ്ക്ക്, ഗതിമുട്ടിക്കിടന്ന ഒരു നീർച്ചാലിൽ, വാടിയ പൂമാലകൾ! അവയ്ക്കിടയിൽ സൂര്യപ്രകാശത്തിൽ ഏതോ ഒരലങ്കാരത്തിൽ പതിച്ച വലിയ പത്മരാഗക്കല്ല് തീക്കണ്ണുപോലെ തിളങ്ങുന്നതു കണ്ടു.

ഇല്ല, ദ്രൗപദി ഒന്നും കാണുന്നില്ല. സ്വന്തം കാൽക്കീഴിൽ മാത്രം നോക്കി നില്ക്കുന്ന ദ്രൗപദി ദ്വാരകയുടെ അന്ത്യം കാണാതിരിക്കാൻ ശ്രദ്ധിക്കുകയായിരുന്നു. മനസ്സ് വിദൂരഭൂമികളിൽ മേയാൻ വിട്ട് നിശ്ചലമായി നില്ക്കുന്നത് എന്നും ദ്രൗപദിയുടെ പതിവായിരുന്നു എന്ന് ഭീമൻ ഓർമ്മിച്ചു.

ദ്വാരകയിൽ വിരുന്നുകാരനും വിദ്യാർത്ഥിയുമായി കഴിഞ്ഞ കുറച്ചു നാളുകൾ ഭീമൻ ഓർത്തുപോയി. അമ്മാവന്റെ സ്ഥലത്തെത്തിയ ആഘോഷമൊന്നും അന്ന് അനുഭവപ്പെട്ടില്ല. പ്രായംകൊണ്ടുള്ള അകൽച്ച ബലരാമന്റെ പെരുമാറ്റത്തിലുമുണ്ടായിരുന്നു. വിളിക്കാൻ ദൂതൻ വരുമ്പോൾ സമയം നഷ്ടപ്പെടുത്തേണ്ട എന്നു കരുതി നേരത്തെ എഴുന്നേറ്റ്, ആഭരണങ്ങൾ അഴിച്ചു വെച്ച്, മുടി നെറുകയിൽ കെട്ടി, ഉത്തരീയംകൊണ്ട് അരമുറുക്കി, ദേഹത്ത് പന്നിക്കൊഴുപ്പ് പുരട്ടി തയ്യാറായി നില്ക്കും. ഗദായുദ്ധത്തിൽ ദുര്യോധനന് കൊടുത്ത സ്വകാര്യപാഠങ്ങൾ തനിക്കും ഗുരു തരുമോ എന്ന ഉല്ക്കണ്ഠയായിരുന്നു എപ്പോഴും. ഉദയമുഹൂർത്തങ്ങളിൽ, പലപ്പോഴും അദ്ദേഹം പഠിപ്പിക്കാൻ വിളിച്ചുവരുത്തിയ കാര്യംതന്നെ മറക്കുന്നു എന്നു തോന്നി. സായാഹ്നത്തിൽ മദ്യലഹരിയുടെ ആലസ്യത്തിൽ അദ്ദേഹം സംസാരിക്കുന്നതൊക്കെ കേട്ടുകൊണ്ട് കാൽക്കീഴിൽ ശ്രദ്ധയോടെ ഇരുന്നു. എപ്പോഴാണ്, ശുകാചാര്യൻ മുമ്പു പറഞ്ഞ, ബലരാമനു മാത്രമറിയുന്ന അടവുകളുടെ രഹസ്യം പറയാൻ തുടങ്ങുന്നത്? ദുര്യോധനനിൽ തോന്നിയ താൽപര്യം തന്നിലുണ്ടാവാൻ എന്തു ചെയ്യണം, എന്തു പറയണം എന്നാലോചിച്ച് രാത്രികളിൽ അസ്വസ്ഥനായി.

പുതുതായി താനൊന്നും നേടിയിട്ടില്ല എന്ന നിരാശ യാത്ര പറയുമ്പോൾ പുറത്തുകാട്ടാതിരിക്കാൻ ശ്രദ്ധിച്ചു.

അന്ന് കൃഷ്ണൻ പുറത്തെവിടെയൊ ആയിരുന്നു. മാതുലൻ വസുദേ

വരുമായി രണ്ടു തവണയേ കണ്ടുള്ളു. ചെന്നപ്പോഴും ഇരുപത്തിരണ്ടാം നാൾ യാത്ര പറയുമ്പോഴും.

ദ്വാരകയുടെ സമ്പത്സമൃദ്ധി കണ്ടപ്പോൾ ഉണ്ടായ അമ്പരപ്പു മാത്രം ഒരോർമ്മയായി കുറച്ചുകാലം മനസ്സിൽ അവശേഷിച്ചു.

യുധിഷ്ഠിരൻ നടന്നുതുടങ്ങിയിരുന്നു. തന്റെ ഊഴമാണ് അടുത്തത്. ഭീമൻ നടന്നു. ദുഃഖം മറച്ചുപിടിച്ചു നില്ക്കുന്ന അർജ്ജുനനെ കടന്ന് പാറക്കെട്ടുകളിറങ്ങി വീണ്ടും സമുദ്രതീരത്തിലേക്കിറങ്ങി. അകലെയെത്തിയിരിക്കുന്നു യുധിഷ്ഠിരൻ. തനിക്കു പിന്നിൽ മറ്റുള്ളവരും യാത്ര തുടർന്നിരിക്കും. തൊട്ടുപിന്നിൽ അർജ്ജുനൻ, അയാളുടെ പിന്നിൽ നകുലൻ. അവസാനം നടക്കേണ്ട ദ്രൗപദിയുടെ മുമ്പിലായി നകുലന്റെ പിന്നാലെ സഹദേവൻ.

പകലുകളുടെ പാഠഭേദങ്ങളില്ലാത്ത രാത്രികൾ. യോജനകൾ പിന്നിടുമ്പോൾ, വഴിക്കു മുമ്പു വനവാസകാലത്ത് തീർത്ഥാടകരായി നടന്ന ഭൂഭാഗങ്ങളിൽ ചിലത് സമീപത്താണെന്നു തോന്നലുണ്ടായി. അരുത്, പണ്ട് ആചാര്യന്മാരും യാത്രയുടെ ആരംഭത്തിൽ ജ്യേഷ്ഠൻ യുധിഷ്ഠിരനും പറഞ്ഞതുപോലെ, യോഗം തേടുന്ന മനസ്സിന്റെ പ്രവർത്തനം ഇങ്ങനെയാവരുത്.

–നമുക്കിനി ഭൂതകാലമില്ല.

–ഓർമ്മകളും പ്രതീക്ഷകളും മായ്ച്ചുകളഞ്ഞാൽ മനസ്സ് അചഞ്ചലമാകുന്നു, സ്ഫടികശുദ്ധമാകുന്നു.

ഈ വഴിക്കെവിടെയോ ആയിരുന്നില്ലേ സിരാതീർത്ഥം?

കാണുന്നുവെങ്കിലും കാണാതെ നടക്കണമെന്നാണ് നിയമം.

ഹിമവൽശൃംഗങ്ങൾ അകലെ തെളിഞ്ഞപ്പോൾ യുധിഷ്ഠിരന്റെ കാൽവെയ്പുകൾക്ക് വേഗം കൂടിയെന്നു തോന്നി. പിന്നിലെ കാലൊച്ചകളും കിതപ്പുകളും ചെവിയോർത്തുകൊണ്ട് വേഗം കൂട്ടാതെ ഭീമൻ നടന്നു.

ഹിമവാന്റെ ചെരുവ്. ഇളംപ്രായത്തിൽ തന്നെ താലോലിച്ച ശതശൃംഗം ഏതു ഭാഗത്താണ്? പേരു വിളിച്ച് ഉപനയനം നടത്തിയ ഋഷിമാരുടെ തപോവനങ്ങൾ ഇപ്പോഴും അവിടെയുണ്ടോ? അന്ത്യയാത്രയ്ക്കുപോകുന്ന ഭീമസേനനെ, ഈ പാണ്ഡവരെ, അകലെനിന്നു കാണുന്നുണ്ടോ ശതശൃംഗമേ, ഞങ്ങളുടെ വളർത്തമ്മേ!

തിളങ്ങുന്ന ഹിമവാന്റെ പടിഞ്ഞാറൻചെരുവിൽ ഗംഗയുടെ തീരത്തെ ഒരു കാടിനെപ്പറ്റി വീണ്ടും ഭീമൻ ഓർമ്മിച്ചു. വരണ്ടുകിടക്കുന്ന കാട്. പോയ വർഷക്കാലത്തു വീണ പൂങ്കുലകളുടെ ഗന്ധം വിടാത്ത മധൂകമരച്ചുവടുകൾ. കാട്ടാടുകൾ കന്മദം നക്കുന്ന പാറക്കൂട്ടങ്ങളുടെ താഴ്വാരങ്ങൾ. പൂത്ത കുടകപ്പാലകളുടെ ഗന്ധം ചുമന്ന് ഓടിക്കളിക്കുന്ന കറുത്ത സുന്ദരിയുടെ കണ്ണുകളിലെ തിളക്കം. യൗവനത്തിന്റെ ഉത്സവത്തിമർപ്പുകണ്ട് നിശ്ശബ്ദം ആർത്തു വിളിച്ച് നാണിച്ചുകിടന്ന തണൽപ്പാടുകൾ. തന്റെ നഗ്നമായ പൗരുഷം നോക്കി പാതി കണ്ണുപൊത്തി ചിരിച്ചു നിന്ന ആ പേരറിയാക്കാടുകൾ എവിടെ? എവിടെ?

പിന്നീടവർ നിമ്നോന്നതങ്ങൾ കടന്ന് മറുപുറമെത്തിയപ്പോൾ, മുന്നിൽ മുൾച്ചെടികൾമാത്രം വളരുന്ന നോക്കെത്താത്ത ഒരു മരുപ്പറമ്പായിരുന്നു. യാത്ര തുടരുകതന്നെ വേണം. അകലെയുള്ള മേരുവും മറികടന്നാൽ ഈ മഹായാത്ര അവസാനിപ്പിക്കുന്നു. പിന്നെ യോഗനിദ്രയിൽ ശാന്തമായി എല്ലാം അവസാനിക്കുന്നു. ഒരു തേങ്ങലും അടക്കിയ വിലാപവും കേട്ട് ഭീമൻ നിന്നു. ആ ശബ്ദം അയാൾക്ക് ഏതു കോലാഹലത്തിനിടയ്ക്കും തിരിച്ചറിയാം.

മുന്നിൽ പോകുന്ന യുധിഷ്ഠിരന് കേൾക്കാവുന്നത്ര ഉച്ചത്തിൽ ഭീമൻ വിളിച്ചു പറഞ്ഞു: 'നില്ക്കൂ, ജ്യേഷ്ഠാ, ദ്രൗപദി വീണുപോയി.'

യുധിഷ്ഠിരൻ കാൽവയ്പുകളുടെ വേഗം കുറയ്ക്കാതെ, പിൻതിരിഞ്ഞു നോക്കാതെ, പറഞ്ഞു: 'അദ്ഭുതമില്ല. ഉടലോടെ ദേവപദത്തിലെത്താനുള്ള ആത്മവീര്യം അവൾ പണ്ടേ നഷ്ടപ്പെടുത്തി.'

ഭീമൻ അമ്പരന്നു, യുധിഷ്ഠിരൻ ശ്രേഷ്ഠപത്നിയെപ്പറ്റിയാണോ ഈ പറയുന്നത്?

കാറ്റിൽ ഒഴുകിയെത്തിയ യുധിഷ്ഠിരന്റെ വാക്കുകൾ വ്യക്തമായി കേട്ടു: 'അവൾ അർജ്ജുനനെ മാത്രമേ സ്നേഹിച്ചിരുന്നുള്ളു. രാജസൂയത്തിൽ എന്റെയരികെ ഇരിക്കുമ്പോഴും അവളുടെ കണ്ണുകൾ അർജ്ജുനനിലായിരുന്നു. യാത്ര തുടരൂ, വീഴുന്നവർക്കുവേണ്ടി കാത്തുനില്ക്കാതെ യാത്ര തുടരൂ!'

യുധിഷ്ഠിരൻ നടക്കുകയാണ്.

കാൽവെയ്പുകൾ പിന്നിൽ അടുത്തെത്തി. അർജ്ജുനൻ മഹാമേരുവിന്റെ ശൃംഗത്തിൽ നോക്കിക്കൊണ്ട് വഴിമുടക്കി നില്ക്കുന്ന തന്നെ തൊടാതെ വലംവച്ചു കടന്നു നടക്കുമ്പോൾ ഭീമൻ പറഞ്ഞു:

'ദ്രൗപദി വീണുപോയി.'

അർജ്ജുനൻ കേട്ടില്ല. മുൾച്ചെടികളെ വിറപ്പിച്ചുകൊണ്ടു വീശുന്ന കാറ്റിൽ തന്റെ തളർന്ന ശബ്ദം കേൾക്കാതെ പോയതാണോ? ഭീമൻ സംശയിച്ചു. വീണ്ടും പറയാൻ വാക്കുകൾ പുറത്തുവന്നില്ല. പിന്നെ ആയാസംകൊണ്ടു വിയർത്ത്, ഉരുകിയ സ്വർണ്ണംപോലെ തിളങ്ങുന്ന നകുലന്റെ സുന്ദരരൂപം ഇടതുവശത്തുകൂടെ കടന്നുപോകുമ്പോൾ പിറുപിറുക്കുന്നതു കേട്ടു:

'ആർക്കുവേണ്ടിയും കാത്തുനില്ക്കാൻ സമയമില്ല.'

ഇളയവൻ, തനിക്ക് എന്നും കുട്ടിയായി തോന്നാറുള്ള ഏറ്റവും ഇളയ മാദ്രീകുമാരൻ, സഹദേവൻ, വീണുകിടന്ന ദ്രൗപദിയേയും വാരിയെടുത്ത് തന്നെ കടന്നുപോകുന്ന നിമിഷവും കാത്ത് ഭീമൻ നിന്നു. പിന്നിൽ വീണ ദ്രൗപദിയെ വിട്ട് സഹദേവൻ തനിച്ചു വരില്ല. ദ്രൗപദി അഞ്ചാമൂഴം നൽകിയ ഭാര്യ മാത്രമായിരുന്നില്ല സഹദേവന്. അമ്മയുടെ വാത്സല്യംകൂടി കോരിച്ചൊരിഞ്ഞവളാണ്.

അവസാനം സഹദേവൻ ഏകനായി ഇടവും വലവും നോക്കാതെ മുമ്പേ

പോയവരുടെ കാലടികളിൽ മാത്രം കണ്ണുകളുറപ്പിച്ച്, ധ്യാനത്തിന്റെ വിറയാർന്ന ചുണ്ടുകളോടെ കടന്നുപോയപ്പോൾ ഭീമസേനൻ മഹാപ്രസ്ഥാനത്തിന്റെ നിയമം മറന്നു. അയാൾ തിരിഞ്ഞുനിന്നു. എല്ലാ നിയമങ്ങളും ശാസ്ത്രങ്ങളും വിസ്മരിച്ച ഒരു നിമിഷത്തിൽ, അദൃശ്യശക്തികൊണ്ട് ആവാഹിച്ചുനിൽക്കുന്ന മേരുവിന്റെ ശൃംഗങ്ങൾ അയാളുടെ പിന്നിലായി.

നടന്ന വഴിയിലൂടെ വീണ്ടും ഭീമൻ തളർന്ന കാലുകൾ വലിച്ച് തിരിച്ചു നടന്നു.

മുൾച്ചെടികൾക്കിടയിൽ, വരണ്ട മണ്ണിൽ കുഴഞ്ഞുവീണുകിടക്കുന്ന ദ്രൗപദിയുടെ സമീപം ഭീമൻ നിന്നു. നനുത്ത ശ്വാസത്തിൽ ഭൂമിയെ ചുംബിച്ചുകൊണ്ടു കിടക്കുന്ന അവളുടെ തോളെല്ലുകൾ ചലിച്ചു. മുട്ടുകുത്തി അവളുടെ സമീപം ഇരുന്നു. ചുമലിൽ തൊടാൻ ആഞ്ഞ കൈ പിൻവലിച്ച് ഭീമൻ വിളിച്ചു: 'ദ്രൗപദി!'

തളർന്നു വീണ ദ്രൗപദി ഇളകി. പിന്നെ പ്രയാസപ്പെട്ട് എഴുന്നേറ്റിരുന്നു. ഒന്നും കാണാത്തപോലെ ചുറ്റും ഉഴറിനടന്ന കണ്ണുകൾ തെളിയുന്നത് ഭീമൻ ആശ്വാസത്തോടെ കണ്ടു.

അതിൽ പ്രതിഫലിച്ചത് നിരാശയായിരുന്നുവെന്ന് ഭീമനു തോന്നി. യുധിഷ്ഠിരനും അർജ്ജുനനും കാത്തുനിന്നില്ല. ആരും കാത്തുനിന്നില്ല.

അയാൾ വീണ്ടും പറഞ്ഞു:

'ഇവിടെ ഞാനുണ്ട്.'

കണ്ണുകൾ കാഠിന്യം പൂണ്ടു. പിന്നെ ആർദ്രങ്ങളായി.

അവൾ പോയവർക്കു പിമ്പേ, മരുപ്പറമ്പിലെ ശൂന്യതയിലേക്ക് മിഴികളയച്ചു. ആരുമില്ല. ശാന്തിതേടിപ്പോകുന്നവരുടെ കാല്പാടുകൾകൂടി കാറ്റു തുടച്ചുമാറ്റി.

എങ്ങനെ പരിചരിക്കണമെന്നറിയാതെ അമ്പരന്നിരിക്കുന്ന ഭീമന്റെ മുഖത്തേക്ക് അവൾ നോക്കി. അവിടെ നിശ്ശബ്ദമായ ചോദ്യങ്ങൾ തിക്കിത്തിരക്കുന്നത് ഭീമൻ കണ്ടു.

ചുണ്ടുകൾ ഇളകി. പ്രയാസപ്പെട്ടു പറഞ്ഞ ആ വാക്കു വ്യക്തമായില്ല. നന്ദിയാണോ പ്രാർത്ഥനയാണോ ക്ഷമാപണമാണോ എന്നറിയാൻ ഭീമൻ വെമ്പി. അതോ, പോയവർക്കൊരു ശാപമാണോ?

ഇനിയും ചുണ്ടുകൾ ഇളകുന്നതും നോക്കി ഭീമൻ കാത്തിരുന്നു.

മനസ്സിൽ പ്രാർത്ഥന വിടർന്നു: പറയൂ, അവസാനമായി എന്തെങ്കിലും പറയൂ. ഒരിക്കൽക്കൂടി.

വീണ്ടും ആകെത്തളർന്ന ദ്രൗപദിയുടെ ശിരസ്സു ചാഞ്ഞു.

അകലെ മുന്നിലെവിടെയോ, യുധിഷ്ഠിരനെ സ്വീകരിക്കാൻ വരുന്ന സ്വർഗ്ഗത്തേരിന്റെ ചക്രങ്ങളുടെ ശബ്ദം കേൾക്കുന്നുണ്ടോ? അകലെ, അകലെയെവിടെയോ നിന്ന്?

കേൾക്കുന്നത് വളരെ പിന്നിലെങ്ങോ ആണ്. പിന്നിട്ട രാജാങ്കണങ്ങ

ളിൽ നിന്ന്, വനവീഥികളിൽനിന്ന്, രണഭൂമിയിൽനിന്ന്....

ഭീമൻ വിഷാദത്തോടെ അവൾ കണ്ണുതുറക്കുന്നത് കാത്ത്, അവളെത്തന്നെ നോക്കിയിരുന്നു.

പിന്നെ മന്ദഹസിച്ചു.

2

കൊടുങ്കാറ്റിന്റെ മർമ്മരം

ഒന്ന്

ശതശൃംഗത്തിൽനിന്ന് ഹസ്തിനപുരത്തിലേക്കുള്ള യാത്ര, എനിക്ക് അവ്യക്തമാണ്. കാഴ്ചകൾ കാണണമെന്നു കരുതിയാണ് തേരിൽ കയറിയത്. ഉറക്കമായിരുന്നു കൂടുതലും. വഴിത്താവളങ്ങളിലെത്തുമ്പോൾ ഉണരും, പിന്നെയും ഉറങ്ങും.

രാജധാനിയുടെ കോട്ടവാതിലിനു പുറത്തു കാത്തുനില്ക്കുമ്പോൾ അകലെയുള്ള സൗധങ്ങൾ കാണാമായിരുന്നു. വാതിലിന്നിരുവശവും സിംഹപ്രതിമകൾക്കു താഴെ അരയിൽ വാളും വലംകൈയിൽ നീണ്ട കുന്തങ്ങളുമായി നാലു കാവൽക്കാർ നിന്നു. അവരുടെ ചുവന്ന ശിരോവസ്ത്രത്തിനു മുകളിൽ വെയിലത്തു കുന്തമുനകൾ തിളങ്ങി.

വാതിലിനു പുറത്തു ധ്വജസ്തംഭത്തിനിരുവശത്തുമായി കെട്ടിത്തൂക്കിയ കൂറ്റൻ പെരുമ്പറകളാണ് എന്നെ അത്ഭുതപ്പെടുത്തിയത്. എന്തോ സംശയം ചോദിക്കാൻ തിരിഞ്ഞപ്പോഴാണ് അമ്മയുടെ അമ്പരപ്പ് ഞാൻ ശ്രദ്ധിച്ചത്. സഹദേവനെ ഒക്കത്തുവെച്ച്, നകുലനെ കാൽമുട്ടിൽ ചേർത്തു പിടിച്ചു നില്ക്കുന്ന അമ്മയുടെ മുഖം കണ്ടപ്പോൾ അഞ്ചു വയസ്സുള്ള എന്റെ മനസ്സിൽ പെട്ടെന്ന് ഒരു തോന്നലുണ്ടായി: അമ്മ ഭയപ്പെട്ടാണ് നില്ക്കുന്നത്. സംശയങ്ങൾ ചോദിക്കാനുള്ള സമയമല്ല അതെന്നു വ്യക്തമായി.

ശതശൃംഗത്തിൽ നിന്നു കൂടെ വന്ന ഋഷിമാരിൽ വളരെ പ്രായം ചെന്ന ഒരാളുണ്ടായിരുന്നു. അദ്ദേഹം കൂടെ വന്ന മറ്റു ബ്രാഹ്മണരോടോപ്പം കാവല്ക്കാരുടെ അടുത്തുപോയി സംസാരിച്ചു. അദ്ദേഹം മാത്രം തിരിച്ചുവന്നപ്പോൾ അമ്മ അരിശം കലർന്ന സ്വരത്തിൽ ചോദിച്ചു:

'എത്ര നേരം കാത്തു നില്ക്കണം?'

വൃദ്ധനായ ഋഷി പറഞ്ഞു: 'രാജസഭയിലേക്കു ദൂതൻ പോയിട്ടുണ്ട്. പാണ്ഡു ഹസ്തിനപുരത്തിന്റെ രാജാവായിരുന്നു. അപ്പോൾ പാണ്ഡുപത്നിയേയും മക്കളേയും വിധിപ്രകാരംതന്നെ സ്വീകരിക്കണം.'

ജ്യേഷ്ഠൻ യുധിഷ്ഠിരൻ അമ്മയുടെ പിന്നിൽ ഒതുങ്ങിനിന്നു.

നാലുവയസ്സായ അർജ്ജുനൻ, നിർത്തിയിട്ട തേരുകൾക്കിടയിൽ ഓടിക്കളിക്കുന്നതിനിടയിൽ ഒരിക്കൽ അടുത്തുവന്ന് എന്നോടു ചോദിച്ചു:

'ഇതാണോ നമ്മുടെ രാജ്യം?'

ഞാൻ മറുപടി പറഞ്ഞില്ല.

യാത്ര പുറപ്പെടും മുമ്പ് ദാസിമാർ എല്ലാവരെയും ഒരുക്കുമ്പോൾ അമ്മ പറഞ്ഞിരുന്നു: 'നമ്മൾ രാജധാനിയിലേക്കു തിരിച്ചുപോകുന്നു.'

അകലെ വലിയ രാജധാനിയും സൗകര്യങ്ങളുമുണ്ടായിട്ടും ഞങ്ങൾ കാട്ടിൽ കൂടാരങ്ങൾ കെട്ടി കഴിഞ്ഞിരുന്നത് എന്തിനാണെന്ന് ഞാൻ ഇടയ്ക്ക് അത്ഭുതപ്പെട്ടിരുന്നു. കുരുവംശത്തിലെ രാജാക്കന്മാരുടെ നായാട്ടുകമ്പത്തെപ്പറ്റി ദാസിമാർ പറയാറുണ്ടായിരുന്നു. അശ്വമേധം കഴിച്ചു പ്രതാപത്തോടെ രാജ്യം ഭരിച്ചു കഴിയേണ്ട സമയത്ത് അച്ഛൻ അമ്മയേയും ചെറിയമ്മയേയും കൂട്ടി കാട്ടിൽ താമസമാക്കിയത് എന്തിനാണെന്നു പിന്നീട് പലപ്പോഴും സ്വയം ചോദിച്ചിട്ടുണ്ട്. ആറുകൊല്ലം നീണ്ടുനിന്ന നായാട്ടുകമ്പം എനിക്കു മനസ്സിലാക്കാൻ പ്രയാസമായിരുന്നു. മൃഗയാവിനോദത്തിനു പോകുന്ന രാജാക്കന്മാർ രാജ്ഞിമാരെ കൂടെ കൊണ്ടുപോകുന്ന പതിവില്ലല്ലോ.

ഹസ്തിനപുരത്തിലെ രാജകുമാരന്മാരാണ് ഞങ്ങളെന്നു കോട്ടവാതിൽക്കൽ കാത്തുനില്ക്കുമ്പോൾ എനിക്കറിയാമായിരുന്നു. അവിടെ വലിയച്ഛൻ ധൃതരാഷ്ട്രരും മക്കളുമുണ്ട്. മുത്തു പതിച്ച ആഭരണങ്ങളും സമ്മാനങ്ങളും കൊണ്ട് വലിയമ്മ ഗാന്ധാരി അയച്ച ദൂതന്മാർ കാട്ടിൽ വന്നിട്ടുണ്ട്. പിന്നെ പിതാമഹനെപ്പോലെ ഞങ്ങൾ വന്ദിക്കേണ്ട ഭീഷ്മാചാര്യനെപ്പറ്റിയും ധാരാളം കേട്ടിട്ടുണ്ട്. അച്ഛനെയും വലിയച്ഛനെയും വളർത്തി വലുതാക്കിയത് അദ്ദേഹമാണ്. മുത്തച്ഛൻ കൃഷ്ണദ്വൈപായനൻ എന്നും തപോവനങ്ങളിൽ ചുറ്റിത്തിരിയുകയായിരുന്നുവത്രെ.

ഞാൻ പിറന്നപ്പോൾത്തന്നെയാണ് വലിയമ്മയ്ക്കും ഉണ്ണി പിറന്നത്. കണ്ണു കാണാത്തതുകൊണ്ട് വലിയച്ഛൻ രാജ്യഭരണം നേരത്തേ എന്റെ അച്ഛനെ ഏല്പിച്ചിരുന്നില്ലെങ്കിൽ ആ ഉണ്ണിയാണ് യുവരാജാവാകേണ്ടത് എന്നു ദാസിമാർ തമ്മിൽത്തമ്മിൽ സ്വകാര്യം പറയുന്നതു ഞാൻ കേട്ടിട്ടുണ്ട്. ഇപ്പോൾ ഹസ്തിനപുരത്തിന്റെ അവകാശി ജ്യേഷ്ഠൻ യുധിഷ്ഠിരനാണ്. കാട്ടിൽ അച്ഛന്റെ ചിതയ്ക്കു തീവയ്പിച്ചത് ജ്യേഷ്ഠനെക്കൊണ്ടാണ്; പതിനേഴുദിവസം മുമ്പ്.

അമ്മയുടെ പിന്നിൽ പാതി മറഞ്ഞുനില്ക്കുന്ന ജ്യേഷ്ഠനെ ഞാൻ നോക്കി. ജ്യേഷ്ഠനും ഭയന്നുനില്ക്കുകയാണെന്നു തോന്നി. കളിയിൽ ഒന്നു

തൊട്ടാൽപ്പോലും ഉടനെ വേദനിച്ച് ബഹളംകൂട്ടുന്ന ഈ ജ്യേഷ്ഠനെപ്പറ്റി യാണോ സ്തുതിപാടാൻ വരുന്ന സൂതരും മാഗധരും അവരുടെ പാട്ടുക ളിൽ പറയുന്നത്? പതിന്നാലു രാജ്യങ്ങൾ കീഴടക്കി ചക്രവർത്തിപദം നേടു മെന്നാണ് പാട്ട്.

അപ്പോൾ ശംഖുകൾ ശബ്ദിച്ചു. അകത്തുനിന്നു ദുന്ദുഭികൾ മുഴങ്ങി.

കൊട്ടാരവാതിൽക്കൽ കാത്തുനില്ക്കുന്ന ഞങ്ങളെപ്പറ്റി കേട്ടറിഞ്ഞിട്ടാ വണം ആളുകൾ അവിടവിടെ കൂടിനില്ക്കാൻ തുടങ്ങിയിരുന്നു. കൂടുതലും സ്ത്രീകളാണ്. ആരൊക്കെയോ ഞങ്ങളെ ചൂണ്ടിക്കാട്ടി പിന്നിലുള്ളവർക്കു പറഞ്ഞുകൊടുക്കുന്നുണ്ട്. ആൾക്കൂട്ടം പെരുകിയപ്പോൾ മുമ്പിൽ നില്ക്കു ന്നവർ കുറേക്കൂടി ഞങ്ങളുടെ അടുത്തേക്ക് നീങ്ങിനിന്നു. അവരെ ശ്രദ്ധി ച്ചുകൊണ്ട് കൂട്ടംതെറ്റിനിന്ന അർജ്ജുനനെ അമ്മ പതുക്കെ ശാസിച്ച് അടുത്തു നിറുത്തി.

കാവൽക്കാർ ഇരുവശത്തേക്കും മാറിനിന്നപ്പോൾ അകമ്പടിക്കാരുടെ സംഘം പുറത്തുവന്നു. അവർക്കു പിന്നിലായി വറുന്നവരുടെ മുമ്പേ ധൃതി യിൽ നടന്നടുക്കുന്ന മനുഷ്യനെ ഞാൻ ശ്രദ്ധിച്ചു. മുകളിൽ കിരീടംപോലെ കെട്ടിവച്ച നരച്ച മുടി. വെളുത്ത താടി. നീണ്ട കാൽവെയ്പുകളോടെ അദ്ദേഹം വേഗത്തിൽ വളരെ മുമ്പിലെത്തിക്കഴിഞ്ഞു.

അമ്മ പറഞ്ഞു: 'നടക്കൂ, നടക്കൂ.'

സഹദേവനെ ഒക്കത്തുനിന്നിറക്കി, അമ്മ അദ്ദേഹത്തിന്റെ മുമ്പാകെ ശിര സ്സിനു മുകളിൽ കൈ ചേർത്തുനിന്നു വന്ദിച്ചു. പിന്നെ കാൽക്കൽ മുട്ടു കുത്തി.

അമ്മയുടെ ശിരസ്സിൽ തൊട്ട് അദ്ദേഹം പറഞ്ഞു: 'ഉണ്ണികളെല്ലാം വന്നല്ലോ, നന്നായി.'

അമ്മ ജ്യേഷ്ഠനെനോക്കി പറഞ്ഞു: 'പിതാമഹനെ നമസ്ക്കരിക്കൂ.'

ഊഴമനുസരിച്ച് ഞങ്ങൾ നമസ്ക്കരിച്ചു. നമസ്ക്കരിക്കാൻ അമ്മയുടെ നിർദ്ദേശങ്ങൾ കാത്തുനിന്ന നകുലനേയും സഹദേവനേയും അദ്ദേഹം ഒരു മിച്ചു വാരിയെടുത്തു.

അപ്പോഴേക്കും ചുറ്റും കാഴ്ചക്കാരായ സ്ത്രീപുരുഷന്മാരുടെ ബഹള മായി.

അമ്മയെ ആശ്ലേഷിച്ചുനിന്ന മുത്തശ്ശിമാരെ ഞാൻ ശ്രദ്ധിച്ചു. ഋഷിമാർ നിർദ്ദേശിച്ചതനുസരിച്ച് ഞങ്ങൾ ഓരോരുത്തരെയായി വന്ദിച്ചു.

അകന്നു മാറിനില്ക്കുന്ന ഒരാൾ എല്ലാം നോക്കി മന്ദഹസിക്കുകയായി രുന്നു. പിതാമഹന്റെ സംഘത്തിൽവന്നതാണ്. ഉത്തരീയമില്ല. ആഭരണങ്ങ ളില്ല. നെറ്റിയിലേക്കൂർന്നുവീണുകിടക്കുന്ന മുടിച്ചുരുളുകൾക്കിടയിലൂടെ എത്തിനോക്കുന്ന കണ്ണുകളിലും മന്ദഹാസമുണ്ടെന്നു തോന്നി. നീണ്ടു മെലിഞ്ഞ ശരീരം. ബ്രാഹ്മണനല്ല. പക്ഷേ, ക്ഷത്രിയന്റെ അലങ്കാരങ്ങളുമില്ല.

സ്ത്രീകളുടെ കൂട്ടത്തിൽനിന്നു പുറത്തുകടന്ന അമ്മ അപ്പോഴാണ്

അദ്ദേഹത്തെ ശ്രദ്ധിച്ചതെന്നു തോന്നി. ധൃതിയിൽ അദ്ദേഹത്തെ നമസ്ക രിച്ചപ്പോൾ അദ്ദേഹം മന്ദഹസിച്ചുകൊണ്ട് എന്തോ പറഞ്ഞത് ഞാൻ കേട്ടില്ല.

അമ്മയുടെ കണ്ണുകൾ ഞങ്ങളെ തിരയുകയായിരുന്നു.

'ഇളയച്ഛൻ വിദുരരെ നമസ്ക്കരിക്കൂ.'

എന്റെ പിന്നിൽനിന്ന് ആരോ യുധിഷ്ഠിരനെ മുന്നിലേക്ക് നീക്കി നിറുത്തി.

നമസ്ക്കരിച്ച യുധിഷ്ഠിരനെ കെട്ടിപ്പിടിച്ച് അദ്ദേഹം പറഞ്ഞു: 'മനസ്സിൽ സങ്കല്പിച്ചതിലേറെ തേജസ്വിയായിരിക്കുന്നു ഉണ്ണി.'

ഉപചാരം കഴിഞ്ഞപ്പോൾ എന്റെ ചുമലുകളിൽ പിടിച്ചു ലാളിച്ച് അദ്ദേഹം അടുത്തു നില്ക്കുന്നവരിലാരോടോ പറഞ്ഞു: 'ദുര്യോധനനേക്കാൾ വളർച്ച യുണ്ട് ഭീമന്!'

ആരൊക്കെയോ ആചാരപ്രകാരം ഞങ്ങളുടെ കാൽ കഴുകിച്ചു. അടു ത്തേക്ക് പിന്നെയും തിരക്കിക്കയറിയ ജനങ്ങളുടെ അടക്കിയ പിറുപിറുപ്പു പെരുകാൻ തുടങ്ങി.

ഭീഷ്മാചാര്യൻ വിദുരരെ വിളിച്ച് എന്തോ സംസാരിച്ചു. വിദുരർ ശത ശൃംഗത്തിൽനിന്ന് ഞങ്ങളുടെ കൂടെ വന്ന മഹർഷിമാരുടെ കൂട്ടത്തിലെ വൃദ്ധനോടു പറഞ്ഞു: 'പാണ്ഡുപുത്രരെ കാണാൻ വന്നവരാണ് ഈ ബ്രാഹ്മണരും പ്രഭുക്കളും കുടുംബങ്ങളും. അങ്ങ് പരിചയപ്പെടുത്തൂ.'

മഹർഷി ഞങ്ങളുടെ സമീപത്തേക്കു വന്നു. പിന്നെ കൂടിനില്ക്കുന്ന വരെ നോക്കി. കൊട്ടാരവാതിൽക്കലെത്തിയ രാജകീയസംഘവും ജന ങ്ങളും മഹർഷിയുടെ വാക്കുകൾ കേൾക്കാൻ നിശ്ശബ്ദരായി.

'കൗരവരുടെ ദയാദയനായ പാണ്ഡുമഹാരാജാവ് കാലം ചെയ്തു. അതു നിങ്ങൾക്കൊക്കെ അറിവുള്ളതാണല്ലോ.'

അദ്ദേഹം പിന്നെ നിറുത്തി.

വീണ്ടും സംസാരിക്കാൻ തുടങ്ങിയപ്പോൾ അദ്ദേഹത്തിന്റെ ശബ്ദം ഉയർന്നു: 'ശതശൃംഗാദ്രിയിൽ പാണ്ഡുവിന്റെ ധർമ്മദാരങ്ങളിൽ ദിവ്യാ നുഗ്രഹങ്ങൾകൊണ്ടുണ്ടായ വീരപുത്രന്മാർക്ക്, ഹസ്തിനപുരത്തിലെ പ്രമു ഖരേ, വരവേല്പു നല്കൂ!'

അദ്ദേഹം യുധിഷ്ഠിരനെ മുന്നിലേക്കു കൈപിടിച്ചു നിറുത്തി.

'ഇതാണ് കുന്തീപുത്രൻ യുധിഷ്ഠിരൻ. പാണ്ഡുവിന് ധർമ്മരാജന്റെ അനുഗ്രഹം കൊണ്ടുണ്ടായ സീമന്തപുത്രൻ. ധർമ്മപുത്രനെന്നു വിഖ്യാത നാവാൻ പോകുന്ന രാജകുമാരൻ.'

ജ്യേഷ്ഠൻ മന്ദഹസിച്ചു നിന്നു. ആവശ്യത്തിനു മാത്രം വേണ്ട വിനയം കാണിക്കുവാൻ ജ്യേഷ്ഠൻ എന്നും ശ്രദ്ധിച്ചിരുന്നു. ജനങ്ങളുടെ മുഴുവൻ കണ്ണുകളും ഞങ്ങളുടെ മേലുണ്ടാവും. അതുകൊണ്ട് രാജകുമാരന്മാരുടെ അന്തസ്സോടെ പെരുമാറണം എന്ന അമ്മയുടെ നിർദ്ദേശം ശരിക്കും പാലി ക്കുന്നുണ്ട് യുധിഷ്ഠിരൻ.

എന്നെ ആരോ മുന്നിലേയ്ക്ക് നീക്കി നിർത്തി:

'അഷ്ടദിക്കുകളിലൊന്നിന്റെ അധിപനായ വായുഭഗവാന്റെ അനുഗ്രഹം കൊണ്ടുണ്ടായ രണ്ടാം പാണ്ഡവൻ. മഹാബലവാനായിത്തീരാൻ പിറന്ന വനാണ്, ഈ ഭീമസേനൻ.'

വലിയച്ഛന്റെ മകൻ ദുര്യോധനൻ എന്ന ഉണ്ണി സ്ത്രീകളുടെ സംഘ ത്തിലെങ്ങാൻ ഉണ്ടെങ്കിൽ അയാളും അതു കേട്ടിരിക്കുമല്ലോ എന്നോർത്ത് ഞാൻ തലയുയർത്തിപ്പിടിച്ച് നോക്കി. ആളുകൾക്ക് വിശ്വാസമായില്ല. എന്നുണ്ടോ? അവരൊക്കെ ചിരിക്കുന്നു. മഹാബലനാവാൻ പിറന്ന വായു പുത്രനെ നോക്കി ചിരിക്കയാണോ?

മഹർഷി അർജ്ജുനനെ എടുത്ത് ഉയർത്തിപ്പിടിച്ചു. എന്നിട്ടു താഴെ വച്ചു പറഞ്ഞു: 'അർജ്ജുനൻ, മധ്യമപാണ്ഡവൻ. ദേവദേവനായ ഇന്ദ്രനിൽനി ന്നുണ്ടായ വീരകുമാരൻ. എല്ലാ വില്ലാളികളും ഇവനു കീഴടങ്ങേണ്ടി വരു മെന്ന് ജനിച്ചപ്പോൾ അശരീരികൾ ഘോഷിച്ചു.'

അമ്മയുടെ ഒക്കത്തും കൈയിലുമുള്ള നകുലസഹദേവന്മാരെ ചൂണ്ടി ക്കൊണ്ട് മഹർഷി പറഞ്ഞു: 'നകുലൻ, സഹദേവൻ. ഭർത്താവിന്റെ ചിത യിൽ വീണ് അനുയാത്ര സ്വയം വരിച്ച മാദ്രിരാജകുമാരിയുടെ ഇരട്ടപെറ്റ മക്കൾ. അശ്വനീദേവന്മാരുടെ അനുഗ്രഹംകൊണ്ടു പിറന്ന ഇവർ വളരു മ്പോൾ ബുദ്ധിയിലും സൗന്ദര്യത്തിലും ഇവർക്കു കിടനില്ക്കാൻ ഒരു രാജ കുമാരനും ഭൂമുഖത്തുണ്ടാവില്ല.'

ജനങ്ങളുടെ മുഖത്ത് ചിരി മാഞ്ഞുപോയിരുന്നു. സ്തബ്ധരായി നില്ക്കുന്ന അവർ കാട്ടിൽ നടന്ന മരണങ്ങളെപ്പറ്റി അപ്പോഴായിരിക്കും ആലോചിക്കാൻ തുടങ്ങിയത്. അച്ഛന്റെ ചിതയിൽ ചാടി മരിച്ച മാദ്രിച്ചെറി യമ്മയെപ്പറ്റി ആലോചിച്ചപ്പോൾ എനിക്കും വിഷമം തോന്നി. അത് ക്ഷത്രിയ സ്ത്രീകൾ മുമ്പും ചെയ്തിട്ടുള്ളതാണെന്ന് ദാസിമാർ ഞങ്ങളെ ആശ്വസി പ്പിച്ചു.

മഹർഷിമാരുടെ കൂട്ടത്തിൽനിന്ന് മറ്റൊരാൾ പറഞ്ഞു: 'സദ്വൃത്തിയിൽ വാനപ്രസ്ഥത്തിലിരുന്ന് പുത്രസമ്പത്ത് നേടി, കുരുവംശത്തെ വളർത്തിയ പാണ്ഡുമഹാരാജാവിന്റെയും മാദ്രിയുടെയും ശേഷക്രിയകൾക്കുവേണ്ടി ഒരുങ്ങുക! ദുഃഖാചരണം കഴിഞ്ഞ് എല്ലാ ബ്രാഹ്മണശ്രേഷ്ഠരും പ്രഭുക്കളും പുത്രസമ്പത്തു നൽകിയ ദേവതകൾക്കുവേണ്ടി ജപഹോമയാഗങ്ങൾ നട ത്തട്ടെ.....'

വിദുരർ അമ്മയോടു പറഞ്ഞു: 'വരൂ, സഭയിൽ രാജാവ് കാത്തിരിക്കുന്നു.'

മുത്തശ്ശിമാരുടെ കൂടെ അമ്മ അകത്തേക്കു നടന്നു. വിദുരരുടെ കൈത്ത ണ്ടയിൽ പിടിച്ച് യുധിഷ്ഠിരൻ പിറകെ. ഭീഷ്മപിതാമഹന്റെ പിന്നിലായി ഞാനും അർജ്ജുനനും നടന്നു. രാജധാനിയിലെ സ്ത്രീകൾ ഏറ്റുവാങ്ങിയ നകുലനും സഹദേവനും ഒക്കത്തിരുന്നു ചിരിച്ചു. ഹസ്തിനപുരത്തിൽ കണ്ടതൊക്കെ ചെറിയ കുട്ടികളായ അവർക്ക് അത്ഭുതമായിരുന്നു.

സഭാമണ്ഡപത്തിലേക്കു കയറുന്ന സ്ഥലത്ത് ഒറ്റയ്ക്ക് കറുത്ത വസ്ത്രം കൊണ്ടു തലചുറ്റിയിട്ട് മുഖമാകെ മറച്ച് ഒരു സ്ത്രീ കാത്തുനിന്നിരുന്നു. അമ്മ ഓടിച്ചെന്ന് അവരുടെ കാൽക്കൽ വീണു. എഴുന്നേല്പിച്ചു നിർത്തിയ ശേഷം അവർ പറഞ്ഞു: 'സ്വീകരിക്കാൻ പുറത്തു വരാത്തതിൽ ക്ഷമിക്കൂ. ഞാനൊരിക്കലും പുറത്തുവരാറില്ലെന്ന് അറിയാമല്ലോ.'

ഞങ്ങൾക്കു നിർദ്ദേശങ്ങൾ വേണ്ടിവന്നില്ല. എപ്പോഴും മുഖം മറച്ചു പുറത്തിറങ്ങാതെ നടക്കുന്ന വലിയമ്മ ഗാന്ധാരി. അവരുടെ ദൂതനാണ് ഞങ്ങൾക്കു സമ്മാനങ്ങൾ കൊണ്ടുവന്നു തന്നിരുന്നത്. കറുത്ത മൂടുപടത്തിനകത്തെ അവരുടെ മുഖം കാണാൻ ഞാൻ ആഗ്രഹിച്ചു. നീല ഞരമ്പുകൾ തെളിഞ്ഞുകാണുന്ന അവരുടെ നീണ്ടുമെലിഞ്ഞ കൈകളിൽ, നമസ്കരിച്ചു കഴിഞ്ഞ ഞങ്ങളോരോരുത്തരായി ഒതുങ്ങിനിന്നു. അവർ പതിഞ്ഞ ശബ്ദത്തിൽ പിറുപിറുക്കുന്നതുപോലെ ഓരോരുത്തരോടും പറഞ്ഞു: 'നന്നായി വരട്ടെ, നന്നായി വരട്ടെ.'

അമ്മ കണ്ണീർ തുടച്ചു.

അമ്മയുടെ ചുമലിൽ കൈവച്ചു വലിയമ്മ പറഞ്ഞു: 'നടക്കൂ, അദ്ദേഹം കാത്തിരിക്കുന്നു.'

അന്ധനായ വലിയച്ഛൻ. അദ്ദേഹം അന്ധനാണെന്നറിഞ്ഞപ്പോൾ മുതൽ മുഖം മൂടി, പുറത്തിറങ്ങാതെ കൊട്ടാരത്തിന്റെ അകത്തെക്കെട്ടിൽത്തന്നെ കഴിയാമെന്ന് ഉറപ്പിച്ച വലിയമ്മ.

അദ്ദേഹം സഭയിൽ തനിച്ചായിരുന്നു. ചിത്രപ്പണികൾ ചെയ്ത കൂറ്റൻ മരത്തൂണുകളുടെ മധ്യത്തിലെ ഒഴിഞ്ഞ സ്ഥലത്തിട്ട പര്യങ്കത്തിൽ അദ്ദേഹം നിറഞ്ഞിരിക്കുന്നു. ശിരോമണി നടുവിൽ തിളങ്ങുന്ന സ്വർണ്ണപ്പട്ടത്തിനു മുകളിൽ കാടുപിടിച്ചു വളർന്നുനില്ക്കുന്ന മുടി. കൃഷ്ണമണികളില്ലാത്ത കണ്ണുകൾ വെളുത്ത വൃത്തങ്ങൾപോലെ. കനത്ത താടിയെല്ലുകൾ എന്തോ ചവയ്ക്കുന്നതുപോലെ ഇളകിക്കൊണ്ടിരുന്നു. ഇടയ്ക്കു വൃത്താകാരമായി ചുറ്റുന്ന കണ്ണുകളിൽ നോക്കിയപ്പോൾ ഭയം തോന്നി. ഞാൻ കുറച്ചകലെ എത്തിയപ്പോൾ നിന്നു. അദ്ദേഹം എന്തോ ചവയ്ക്കുകയാണോ, അതോ സ്വയം പിറുപിറുക്കുകയാണോ?

അമ്മ പറഞ്ഞു: 'വിധവയായിത്തീർന്ന കുന്തിയാണ് ഞാൻ. ഞാനും എന്റെ മക്കളും അങ്ങയെ നമസ്ക്കരിക്കുന്നു.'

നമസ്ക്കരിച്ചപ്പോൾ അദ്ദേഹം എന്റെ ശിരസ്സിൽ കൈവച്ചു. പിന്നെ ആ കൈകൾക്കുള്ളിൽ തെല്ലിട നിന്നപ്പോൾ വലിയച്ഛന്റെ കൈത്തണ്ടയുടെ വലിപ്പത്തെപ്പറ്റിയാണ് ഞാൻ പെട്ടെന്ന് ഓർമ്മിച്ചത്.

വലിയച്ഛൻ പറഞ്ഞു: 'ഇവരഞ്ചുപേർകൂടി എനിക്കിനി മക്കളാണ്.'

അമ്മ അപ്പോഴും കണ്ണുതുടച്ചു.

ആ വലിയ ശരീരത്തിനു ചേർന്നതല്ല വലിയച്ഛന്റെ നേർത്ത ശബ്ദം എന്ന് എനിക്ക് തോന്നി.

കാട്ടിൽ സൂതർ പാടിക്കേട്ട പാട്ടുകളിലൊന്നിൽ വലിയച്ഛനെപ്പറ്റി പറ

ഞ്ഞിരുന്നു. പതിനായിരം മദിച്ച ആനകളെ ഒതുക്കാൻ കഴിയുന്ന ശക്തിയുള്ള രാജാവാണ് ധൃതരാഷ്ട്രർ. നകുലസഹദേവന്മാരെക്കൊണ്ട് അമ്മ നമസ്കരിപ്പിക്കുമ്പോൾ ഞാനദ്ദേഹത്തിന്റെ കണ്ണുകളിൽ നോക്കാതെ വലിയ കൈകളിലും മാറത്തും നോക്കി. നൂറിഴയുള്ള ദേവച്ഛന്ദഹാരം ആ വലിയ മാറത്ത് എത്ര ചെറുതായിട്ടാണു കിടക്കുന്നത്! പാട്ടുകാർ പറഞ്ഞതു ശരിതന്നെ. സാലവൃക്ഷത്തിന്റെ വലിപ്പമുണ്ട് ആ കൈകൾക്ക്! എല്ലാ രാജാക്കന്മാരെയും തോല്പിക്കാൻ കണ്ണുണ്ടായിരുന്നെങ്കിൽ, വലിയച്ഛന് വെറും കൈ മതി.

പാട്ടുണ്ടാക്കുന്ന സൂതരും മാഗധരും കുറച്ചു കൂട്ടിപ്പറയുമായിരിക്കും. ഒരു മദിച്ച ആനയുടെ കരുത്ത് ഏതായാലും ഈ വലിയച്ഛനുണ്ട് എന്നതുറപ്പ്.

അപ്പോൾ സഭാമണ്ഡപത്തിലേക്ക് കടന്നുവന്ന മൂന്ന് ഉണ്ണികളെ ഞാൻ ശ്രദ്ധിച്ചു. അവർ വലിയച്ഛനു പിന്നിലായി വന്നു നിന്നു. വലിയച്ഛന്റെ വലത്തായി പര്യങ്കത്തിന്റെ മൂലക്കെട്ടിലെ സ്വർണ്ണപോളയിൽ നഖംകൊണ്ടു വരച്ചു നില്ക്കുന്ന ഉണ്ണി എന്നെത്തന്നെയാണ് നോക്കുന്നത്. കാതിൽ കുണ്ഡലങ്ങൾ. കഴുത്തിൽ, അമ്പത്തിനാലിഴയുടെ രശ്മികലാപം ഒരു മാർച്ചട്ടപോലെ കിടന്നു. അതവന് അഭംഗിയാണെന്ന് ഞാൻ മനസ്സിൽ പറഞ്ഞു. ഒറ്റയിഴയുള്ള ഏകാവലി മാത്രമായിട്ടു നടക്കുന്നതുകൊണ്ട് എനിക്ക് അസൂയ തോന്നിയതുമാവാം.

ഭീഷ്മപിതാമഹൻ അപ്പോൾ ശതശൃംഗത്തിൽനിന്നു വന്നവരെ സമ്മാനങ്ങൾ കൊടുത്തയച്ചശേഷം, സഭയിലേക്കു വന്നു.

അദ്ദേഹം അകന്നു നിന്നു പരസ്പരം നോക്കുന്ന ഞങ്ങളെ കണ്ടു ചിരിച്ചു പറഞ്ഞു: 'ദുര്യോധനാ, ദുശ്ശാസനാ, വരൂ, നിങ്ങളെന്നും കൂടിക്കഴിയേണ്ടവരാണ്. ഉണ്ണീ ചിത്രസേനാ, വരൂ.'

അപ്പോൾ വലിയച്ഛൻ വിദുരരെ വിളിച്ചു സംസാരിക്കുകയായിരുന്നു: 'പാണ്ഡുവിനും മാദ്രിക്കും വേണ്ട പ്രേതകാര്യങ്ങളൊക്കെ ചെയ്യണം. ബ്രാഹ്മണർക്കു ദാനങ്ങൾ വേണ്ടപോലെ.'

കൂട്ടത്തിൽ ചെറിയ കുട്ടിയായ ചന്ദ്രസേനനാണ് ആദ്യം അടുത്തേക്ക് വന്നത്.

ഞാൻ പിറന്ന ദിവസംതന്നെ ഉണ്ടായതാണ് ദുര്യോധനൻ. പര്യങ്കത്തിനു പിന്നിൽ നിന്നു മാറാതെ അവൻ ഞങ്ങളെത്തന്നെ നോക്കിനില്ക്കുന്നു. ഞാൻ ചിരിക്കാൻ ശ്രമിച്ചു. അവനതു കണ്ടില്ല എന്നു നടിച്ചു.

അവന് എന്നേക്കാൾ വളർച്ചയുണ്ടെന്നു തോന്നി. ഞങ്ങൾക്കായി ഒരുക്കിയ കൊട്ടാരത്തിലേക്കു നടക്കുമ്പോൾ ഞാൻ വെറുതെ ചിരിച്ചു.

ജ്യേഷ്ഠൻ ശാസനയോടെ എന്നെ നോക്കി.

അതു കാണാത്ത ഭാവത്തിൽ ഞാൻ അർജ്ജുനനോടു പറഞ്ഞു: 'കണ്ടോ, വലിയച്ഛന്റെ മക്കൾ തലയിൽ പൂമാല ചൂടിയിരിക്കുന്നു!'

അതിലത്ര കാര്യമൊന്നുമില്ല എന്ന ഭാവത്തിൽ ജ്യേഷ്ഠൻ പറഞ്ഞു:

'മന്ദാ, രാജകുമാരന്മാർ പൂമാല മുടിയിൽ ചൂടും. കാട്ടിൽ ദാസിമാർ കുറ വായതുകൊണ്ട് നമ്മൾ മാല ചൂടിയിരുന്നില്ല എന്നേയുള്ളു.'

മന്ദൻ എന്നു വിളിച്ച സ്ഥിതിക്ക് മറ്റൊന്നുകൂടി പറയാൻ കരുതിയത് ഒതുക്കി. ഭീഷ്മപിതാമഹൻ വിളിച്ചപ്പോൾ എന്തു ചെയ്യണമെന്നറിയാൻ ദുശ്ശാസനൻ ജ്യേഷ്ഠനെ നോക്കിക്കൊണ്ടു നിന്നു. നൂറിഴയുള്ള ഹാരം ചുമ ക്കുന്നതു കഷ്ടമല്ലേ എന്നു ചോദിക്കണമെന്നുണ്ടായിരുന്നു. അനുജൻ ദുശ്ശാസനന്റെ കഴുത്തിലുള്ളത് പതിനാറിഴയുള്ള മാണവകമാണ്.

ശതശൃംഗത്തിൽവച്ച് ഒരിക്കൽ അച്ഛന്റെ ആഭരണങ്ങളെല്ലാം നിരത്തി വച്ച് അമ്മ പേരുകളും താരങ്ങളും പറഞ്ഞു ജ്യേഷ്ഠനെ പഠിപ്പിക്കുമ്പോൾ ഞാൻ കൗതുകത്തോടെ കേട്ടുനിന്നിട്ടുണ്ട്. വലുതാവുമ്പോൾ ഇരുപത്തേഴു വലിയ മുത്തുകളുള്ള ഒരു നക്ഷത്രഹാരം മാത്രമാണ് ഞാൻ അണിയാൻ പോകുന്നത് എന്നു സ്വകാര്യമായി നിശ്ചയിക്കുകയും ചെയ്തിരുന്നു. വലിയ ശരീരമുള്ള യോദ്ധാക്കൾക്കും ഗജവീരന്മാർക്കും ചേർന്നതാണത്രേ നക്ഷത്ര ഹാരം.

ദുര്യോധനൻ പകയോടെ നോക്കിനിന്നത് എന്തുകൊണ്ടാണ്? ഞാൻ ചിരിച്ചപ്പോഴും അവൻ ഗൗരവം വിട്ടില്ല.

ഞങ്ങൾക്കായി ഒഴിച്ചുവച്ച കൊട്ടാരത്തിൽ ഒരുക്കങ്ങൾ പൂർത്തിയാവു ന്നതേയുള്ളു. ദാസിമാരുടെ കൂട്ടത്തിൽ പ്രായംചെന്ന ഒരു സ്ത്രീ എന്റെ അടുത്തുവന്നു പറഞ്ഞു: 'ഒന്നടുത്തു കാണട്ടെ.'

ദാസിമാർ ഞങ്ങളെ ഓരോരുത്തരെയായി ലാളിച്ചു. അവർ കൂട്ടത്തിൽ കഥകൾ പറയുന്നുണ്ടായിരുന്നു. ഞാൻ കാട്ടിൽ പിറന്ന രാത്രിയിൽ ഇവിടെ ഹസ്തിനപുരത്തു കൊടുങ്കാറ്റുണ്ടായി. കഴുകനും കാലൻകോഴികളും കരഞ്ഞു. കൊട്ടാരവളപ്പിലേക്ക് ഇറങ്ങിവന്നു കുറുനരികൾ ഓളിയിട്ടു. കുലം മുടിക്കാൻ പിറന്നവനാണു ഞാനെന്ന് ആരൊക്കെയോ ഗ്രഹനിലകൾ നോക്കി പിന്നീടു പറഞ്ഞു.

അതു ദുര്യോധനനും ബാധകമാണെന്ന് വൃദ്ധ ഓർമ്മിപ്പിച്ചു.

പലരും കാണാൻ വന്നു. അധികവും കൊട്ടാരത്തിലെ പരിചാരകന്മാ രാണ്. എന്നെക്കാൾ ഒരു വയസ്സുള്ള യുധിഷ്ഠിരന്റെ മുമ്പിൽ അവർ തൊഴുതു നിന്നു. യുധിഷ്ഠിരൻ ഭാവിയിൽ രാജാവാകാൻ പോകുന്ന ആളാ ണല്ലോ. അതുകൊണ്ട് ആവശ്യത്തിനുമാത്രം മന്ദഹസിച്ച് ഉപചാരങ്ങൾ സ്വീകരിച്ച്, ഗൗരവത്തിലിരുന്നു.

നകുലസഹദേവന്മാർ അമ്മയുടെ കൂടെ അകത്തളത്തിലായിരുന്നു. വില്ലാ ളികളിൽ മുമ്പനാവാൻപോകുന്ന അർജ്ജുനനേയും കണ്ടു മടങ്ങുംമുമ്പ് പ്രസവിച്ച ഉടനെ കൈവിട്ടു താഴെ വീണപ്പോൾ മുറിവു പറ്റാതെ, പരി ക്കേൽക്കാതെ, പാറക്കെട്ടു തകർത്ത വിചിത്രശിശുവിന്റെ കാര്യം ഓർമ്മ വന്ന് എന്റെ അരികത്തും വന്നു. എല്ലാവരും അത്ഭുതത്തോടെ എന്നെ നോക്കി. അടുത്തു നിറുത്തി ലാളിക്കുന്ന ഭാവത്തിൽ ചിലർ എന്റെ ദേഹ ത്തിലമർത്തി ബലം പരിശോധിച്ചു.

എന്നെപ്പറ്റിയും കഥകൾ നേരത്തെ കൊട്ടാരത്തിലെത്തിയിട്ടുണ്ട് എന്ന റിഞ്ഞപ്പോൾ അത്ഭുതം തോന്നി. ഒരിക്കൽ അമ്മയുടെ കൈയിൽനിന്നു വീണുപോയി എന്നും ഭയന്നുകൊണ്ട് അമ്മ എടുത്തപ്പോൾ എനിക്കൊന്നും പറ്റാത്തതിൽ ആശ്വസിച്ചു എന്നും കാട്ടിൽവെച്ചു കേട്ടിരുന്നു.

ഞാൻ വീണപ്പോൾ എന്റെ കനംകൊണ്ട് പാറ ഉടഞ്ഞുപോയി എന്നായി ഇവിടെ എത്തിയപ്പോൾ കഥ.

ഞാൻ ലജ്ജ ഒതുക്കി. മറ്റു കുട്ടികളെ അപേക്ഷിച്ച് എന്റെ രൂപം അത്ര വ്യത്യസ്തമാണോ?

കൊട്ടാരത്തിലെ ആദ്യത്തെ രാത്രി. ഭക്ഷണം സമൃദ്ധമായിരുന്നു, വിഭ വങ്ങൾ നിരവധി. ഭക്ഷണം, ഇത്രയൊക്കെ രൂപങ്ങളിൽ, രുചികളിൽ, ഉണ്ടാ വാമെന്നത് എനിക്ക് ഒരു പുതിയ അറിവായിരുന്നു. കാട്ടിലാവുമ്പോൾ വിശ ന്നാൽ വയറുനിറയ്ക്കാൻ കിട്ടുന്നതെന്തും ഭക്ഷണമാണ്. ഒഴിഞ്ഞ തളിക യിൽ വീണ്ടും നിറയ്ക്കുമ്പോൾ വിളമ്പുന്നവർ ചിരിച്ചു. ഇതൊന്നും ഒരു രാജകുമാരനു യോജിച്ചതല്ല എന്ന മട്ടിൽ യുധിഷ്ഠിരൻ ശാസനയോടെ നോക്കുന്നതു ഞാൻ കണ്ടില്ലെന്നു നടിച്ചു.

രാത്രിയിൽ വൃദ്ധനായ ഒരു സൂതൻ വന്നിരുന്ന് പഴയ കഥകൾ പാടാൻ തുടങ്ങി. ശന്തനുമഹാരാജാവ് ഗംഗയെ കണ്ടു മോഹിച്ച കഥ തുടങ്ങിയ പ്പോൾ ജ്യേഷ്ഠൻ വേണ്ടെന്നു പറഞ്ഞു. പലവട്ടം കേട്ടതാണ്. അപ്പോൾ അയാൾ കദ്രുവിന്റെയും വിനതയുടെയും കഥ തുടങ്ങി.

ഉറക്കം വന്നുതുടങ്ങിയ ഞാൻ സ്ഥലംവിട്ടു. അച്ഛന്റെ മരണത്തെ പ്പറ്റിയാണ് കിടന്നപ്പോൾ ആലോചിച്ചത്. നാളെ ഞങ്ങളെല്ലാം ക്രിയ ചെയ്യേ ണ്ടതുണ്ട്. പക്ഷേ, ഋഷിമാർ പറഞ്ഞതനുസരിച്ചാണെങ്കിൽ, മരിച്ചത് എന്റെ അച്ഛനാണോ? മഹാബലനാവാൻപോകുന്ന ഞാൻ മനസാ വന്ദിക്കേണ്ട പിതാവ് കാറ്റിന്റെ ദേവനാണ്. അദ്ദേഹത്തിനു മരണമില്ല.

ഓർമ്മവച്ചമുതൽക്ക് പ്രാർത്ഥിക്കാൻ പഠിപ്പിച്ചത് മൂന്നു ശക്തികളെ യാണ്. ആയിരം കണ്ണുകളുള്ള ഇന്ദ്രനെ, ഏഴു ജ്വാലകളുള്ള അഗ്നിയെ, ബ്രഹ്മാവിന്റെ കോപത്തിന്റെ പ്രകാശമായി പിറന്ന രുദ്രനെ. അടുത്തു കിട ന്നുറങ്ങുന്ന അർജ്ജുനനെ ഞാൻ നോക്കി. അവന്റെ നിത്യപ്രാർത്ഥനകളി ലൊന്ന് സ്വന്തം പിതാവായ ഇന്ദ്രനിൽ എത്തുന്നുണ്ടായിരിക്കും.

കൊടുങ്കാറ്റുകളുടെ ദേവനായ എന്റെ പിതാവ് എന്നെ ഓർമ്മിക്കാ റുണ്ടോ?

ഉറക്കത്തിൽ ഞാനന്ന് ഒരു സ്വപ്നം കണ്ടു. മദം പൊട്ടിയ മഹാഗജം കൊമ്പിളക്കി എന്നെ ആക്രമിക്കാൻ കുതിച്ചടുക്കുന്നു. മരത്തിൽ കയറി രക്ഷപ്പെടാൻ നോക്കുമ്പോൾ വെണ്മഴുവേന്തിയ ഒരു കാവൽക്കാരൻ വഴി മുടക്കി മുമ്പിൽ നില്ക്കുന്നു.

ഞെട്ടിയുണർന്നപ്പോൾ അടുത്തിരുവശത്തുമായി ജ്യേഷ്ഠനും അർജ്ജു നനും ഉറങ്ങുന്നു.

വെണ്മഴുവായി മരത്തിനു കാവൽനിന്ന മുഖം എവിടെയോ കണ്ടപോലെ സംശയം തോന്നി. വലിയച്ഛന്റെ ഉണ്ണിയുടെ മുഖം പോലെ.

ഞാൻ അർദ്ധനിദ്രയിൽ വീണ്ടും കണ്ണടച്ചു. മനസ്സിൽ നിശ്ശബ്ദമായി പ്രാർത്ഥിച്ചു: 'കൊടുങ്കാറ്റുകളെ ചങ്ങലയ്ക്കിട്ടു നടക്കുന്ന ദേവാ, ഇവിടെ ഞാനുണ്ട്. അവിടുത്തെ മകനായ അഞ്ചുവയസ്സുള്ള ഒരുണ്ണി.'

രണ്ട്

എന്റെ പ്രാർത്ഥന, ഉള്ളുരുകിയ പ്രാർത്ഥന, പിതാവായ ദേവൻ ഒരിക്കൽ കേട്ടു.

വർഷങ്ങൾക്കുശേഷമാണതുണ്ടായത്.

ഹസ്തിനപുരത്തിലെ കൗമാരകാലം മുഴുവൻ തിരക്കേറിയ ദിവസങ്ങളായിരുന്നു.

ശംഖും മൃദംഗവും വീണയും വേണുവും ചേർന്നുണ്ടാകുന്ന സംഗീതം പുലരുന്നതിനുമുമ്പേ കേൾക്കാൻ തുടങ്ങുന്നു. ഉറക്കം വിട്ടു പോരാൻ മടിച്ചു പിന്നെയും കിടക്കും. കുറച്ചു കഴിയുമ്പോൾ ബ്രാഹ്മണരുടെ പുണ്യാഹഘോഷം. ഇടവിട്ടു ഭേരീനാദങ്ങൾ. അകലത്തെ പന്തികളിൽനിന്ന് അനുസരണം കുറഞ്ഞ ആനകളുടെ ഒറ്റപ്പെട്ട ചീറലുകൾ. കുതിരക്കുളമ്പടിയോടൊത്തു തേരുരുളുന്ന ശബ്ദം. അക്കാലത്ത് എനിക്കു തോന്നിയിരുന്നു. ഭൂലോകത്തിലേറ്റവും നല്ല സംഗീതം തേരുരുളുന്ന ശബ്ദമാണെന്ന്.

ഞങ്ങൾ അഞ്ചുപേരും തനിച്ചുറങ്ങാൻ തുടങ്ങിയിരുന്നു. ഓരോരുത്തർക്കും പരിചാരകന്മാരായി സൂതന്മാരുണ്ട്. സ്വന്തം ദാസിമാരായി ശൂദ്രസ്ത്രീകളുണ്ട്. രാവിലെ ഒരുങ്ങിക്കഴിഞ്ഞാൽ വേദപാഠശാലയിലെത്തണം. അവസാനം എത്തുന്നതു ഞാനായിരിക്കും. വലിയച്ഛന്റെ ഉണ്ണികൾക്കു വേറെ സ്ഥലത്തുവച്ചായിരുന്നു പാഠങ്ങൾ. വിദുരരുടെ മക്കളും ഞങ്ങളോടൊപ്പം പഠിക്കാനുണ്ടാവുമെന്ന് ആദ്യം കേട്ടിരുന്നു. അവർ വന്നില്ല. അവർ വരാത്തതെന്തെന്ന് അന്വേഷിക്കാൻ തുടങ്ങിയപ്പോൾ ജ്യേഷ്ഠൻ പറഞ്ഞു: 'വരുന്നില്ലെങ്കിൽ അത്രയും നല്ലത്. ശൂദ്രരാണ്.'

വാതിൽക്കൽ വന്നു നിന്നു നോക്കിപ്പോവാറുണ്ട് ഭീഷ്മപിതാമഹനും വിദുരരും. ഭീഷ്മപിതാമഹൻ വരുമ്പോൾമാത്രം ഗുരുനാഥൻ എഴുന്നേല്ക്കും, വന്ദിക്കും. തുടരാൻ ആംഗ്യംകാട്ടി അദ്ദേഹം ധൃതിയിൽ നടന്നുപോകും.

പിന്നെ ശുകാചാര്യൻ പാർക്കുന്ന വസതിയുടെ അങ്കണത്തിൽ ആയുധപരിചയം. അവിടെയും ഞങ്ങൾ തനിച്ചായിരുന്നു. ഒരു വർഷം കഴിഞ്ഞു കൃപാചാര്യൻ പഠിപ്പിക്കാൻ തുടങ്ങിയപ്പോൾ വലിയച്ഛന്റെ ഉണ്ണികൾക്കും ഞങ്ങൾക്കും ഒരുമിച്ചായി പരിശീലനം. മുതിർന്ന മൂന്നു ശിഷ്യന്മാർ അദ്ദേഹത്തെ സഹായിക്കാനുണ്ടാവും.

തേരും ആനയും കുതിരയും കാലാളും വെച്ചു ചതുഷ്പാദങ്ങളിൽ യുദ്ധം പഠിക്കേണ്ടവരാണു രാജകുമാരന്മാർ. ഒറ്റത്തേരിൽ ശത്രുക്കളെ ജയിക്കാൻ കഴിയുമ്പോഴേ രഥവീരനാവൂ. ഒറ്റത്തേരിൽ കാശിരാജ്യത്തു പോയി ഭീഷ്മാചാര്യൻ മുത്തശ്ശിമാരെ കൊണ്ടുപോരുമ്പോൾ നടത്തിയ യുദ്ധത്തിന്റെ വീരകഥകൾ സൂതരുടെ ഗാഥകളിലുണ്ട്.

ആയുധപാഠം കഴിഞ്ഞാൽ വീണ്ടും കുളിച്ചു ഭക്ഷണം. അതിനായി അകത്തളത്തിൽ പോകുന്നതിനുമുമ്പ് അമ്മയെ ചെന്നു കാണണം. ആ മന്ദിരത്തിൽ ഇപ്പോൾ അമ്മ മാത്രമേയുള്ളു. അതിന്റെ തെക്കേശാഖ ഒഴിഞ്ഞു കിടക്കുന്നു. അവിടെയായിരുന്നു മുത്തശ്ശിമാർ അംബികയും അംബാലികയും വലിയ മുത്തശ്ശി സത്യവതിയും. അച്ഛന്റെ സംസ്കാരം കഴിഞ്ഞദിവസം അവർ പിതാമഹൻ കൃഷ്ണദ്വൈപായനന്റെ കൂടെ വനവാസത്തിനിറങ്ങി. ശേഷിച്ചകാലം തപസ്സനുഷ്ഠിച്ചു ദേവപദം എന്ന വിശിഷ്ടസ്വർഗ്ഗത്തിലെത്താനാണ് അവർ പോയിരിക്കുന്നതെന്ന് കൊട്ടാരത്തിൽ അന്നൊക്കെ പറഞ്ഞു കേട്ടു.

പിന്നീടറിഞ്ഞു, ഹസ്തിനപുരത്തിൽ കലാപങ്ങളുണ്ടാവുമെന്നും അതു കാണാനിടവരാതെ നേരത്തെ സ്ഥലംവിടുകയാണു നല്ലതെന്നും ഉപദേശിക്കുകയാണ് അദ്ദേഹം ചെയ്തതത്രെ.

സംസ്കാരക്രിയകൾ ചെയ്യിക്കുന്ന ബ്രാഹ്മണരുടെ പൂജാവിധികൾ ശ്രദ്ധിച്ചുകൊണ്ട് അദ്ദേഹം അകലെ മാറിനിന്നു. അപ്പോഴാണ് ഞാനദ്ദേഹത്തെ ശരിക്കും കാണുന്നത്. ശതശൃംഗത്തിൽ ചിലപ്പോൾ രാത്രിയിൽ അദ്ദേഹം വന്നിരുന്നുവെന്നു കേട്ടിട്ടുണ്ട്. ചാരം പൂശിയിട്ടുണ്ട്, കറുത്തു മെലിഞ്ഞ ശരീരത്തിലാകെ. വാരിവലിച്ചു കെട്ടിയ ജടപിടിച്ച ശിരസ്സ്. കഴുത്തു കാണാത്തവിധം വളർന്ന മഞ്ഞ നിറത്തിലുള്ള താടി. അരയിൽ പരുക്കൻ മരവുരി. തിളങ്ങുന്ന ഇളം ചുവപ്പുനിറമുള്ള കണ്ണുകൾ. കർമ്മങ്ങൾ നടത്തുന്നതിനിടയ്ക്ക് ഞാനദ്ദേഹത്തെ നോക്കി. അദ്ദേഹത്തെപ്പറ്റി ഞങ്ങളെല്ലാം നേരത്തെ അറിഞ്ഞിരുന്നു. അദ്ദേഹത്തിനു മരണമില്ല. അദ്ദേഹത്തെപ്പോലെ വേദവും ശാസ്ത്രവും അറിയുന്നവർ ആരുമില്ല. അദ്ദേഹത്തിന്റെ രൂപം കണ്ടു ഭയന്നു കണ്ണടച്ചു പോയതുകൊണ്ടാണ് മുത്തശ്ശി അംബികയുടെ മകനായ വലിയച്ഛൻ അന്ധനായത്. ഭയന്നു വിളറിയ

അംബാലികമുത്തശ്ശി പ്രസവിച്ചത് ശരീരശക്തി ഇല്ലാത്ത എന്റെ അച്ഛനെയും. വലിയച്ഛന്റെ അമ്മ തനിക്കു പകരം ദാസിയെ അയച്ചു. ദാസി ഭയന്നില്ല. അതുകൊണ്ട് വൈകല്യങ്ങളൊന്നുമില്ലാത്ത മകനുണ്ടാവാൻ അദ്ദേഹം അനുഗ്രഹിച്ചു. രൂപം കണ്ടു ഭയപ്പെടാത്ത ആ ദാസി ഇപ്പോൾ കൊട്ടാരത്തിലുണ്ടോ എന്ന് അറിയില്ല. ആരും അവരെപ്പറ്റി പറഞ്ഞുകേട്ടില്ല. കൃഷ്ണദ്വൈപായനന്റെ അനുഗ്രഹംകൊണ്ടാണത്രേ വിദുരർ ആചാര്യന്മാർകൂടി ബഹുമാനിക്കുന്ന ബുദ്ധിമാനായത്.

ഭയപ്പെടത്തക്കവണ്ണം ഒന്നും അദ്ദേഹത്തിൽ ഞാൻ കണ്ടില്ല. പക്ഷേ, അദ്ദേഹം എല്ലാവരിൽനിന്നും അകന്നുനിന്നു. സംസാരിക്കുവാൻ ആരും അടുത്തു ചെന്നില്ല.

പ്രായാധിക്യംകൊണ്ട് കൂനിക്കൂടിയ അമ്മയേയും എന്റെ മുത്തശ്ശിമാരേയുംകൊണ്ട് അദ്ദേഹം ഇറങ്ങിപ്പോയപ്പോൾ അനുയാത്രയും വിലാപവും പാടില്ല എന്ന് അദ്ദേഹം കല്പിച്ചിരുന്നുവത്രെ.

അമ്മ തനിച്ചാണിപ്പോൾ.

ശുകാചാര്യന്റെയും കൃപാചാര്യന്റെയും കീഴിൽ തങ്ങൾ എങ്ങനെ പഠിക്കുന്നു എന്ന് അമ്മയ്ക്കറിയില്ല എന്നായിരുന്നു എന്റെ ധാരണ. ആയുധപ്പുരയുടെ പരിസരത്തിലൊന്നും അമ്മ വരാറില്ലല്ലോ.

പക്ഷേ, ഒരു ദിവസം അമ്മ എന്നെ തനിയെ വിളിച്ചു:

'പഠിപ്പു നന്നായി നടക്കുന്നില്ലേ?'

'ഉവ്വ്.'

'ഉണ്ണിക്ക് ഏതിലാണ് കൂടുതൽ താല്പര്യം?'

കൃപാചാര്യർ യന്ത്രമുക്തം ആരംഭിച്ചുകഴിഞ്ഞിരുന്നു. പാണിമുക്തവും മുക്തസന്ധാരിതവും പഠിപ്പിയ്ക്കുന്നത് ശിഷ്യന്മാരാണ്. ശുകാചാര്യൻ ആരംഭിച്ച പാണിമുക്തത്തിൽപ്പെട്ട ഗദായുദ്ധത്തിലായിരുന്നു എനിക്കു താൽപര്യം. പക്ഷേ ഞാൻ വെറുതെ പറഞ്ഞു: 'ബാഹുയുദ്ധം.'

അമ്മയുടെ മുഖം കറുത്തു:

'നീചന്മാർക്കുള്ളതാണ് ബാഹുയുദ്ധം. ക്ഷത്രിയർ അറിയേണ്ടതു തന്നെ, പക്ഷേ'.....

പിന്നെ അമ്മ എന്തോ ആലോചനയിലെന്നപോലെ ഇരുന്നു.

'വലിയച്ഛന്റെ ഉണ്ണികളെ നീ ദ്രോഹിക്കുന്നുവെന്നു കേട്ടല്ലോ?'

'ഞാനോ? ഞാൻ...'

കൃത്യമായി എന്തു മറുപടി പറയണമെന്നറിയാതെ ഞാൻ വിഷമിച്ചു.

അമ്മ പറഞ്ഞു: 'കുറ്റം എപ്പോഴും നമുക്കാവും. അതോർമ്മിച്ചു നടന്നോളൂ. കുലദ്രോഹി എന്ന പേർ കേൾപ്പിക്കരുത്.'

കുലം മുടിക്കാൻ പിറന്നവൻ ഞാനല്ല, ദുര്യോധനനാണ്. അവനെക്കൊണ്ടാണ് ആപത്തുകൾ വരാൻ പോകുന്നതെന്നു കൃഷ്ണദ്വൈപാ

യനപിതാമഹൻതന്നെ പറഞ്ഞിരിക്കുന്നുവെന്ന് സൂതന്മാർ കുശുകുശുക്കുന്നത് ഞാൻ കേട്ടിട്ടുണ്ട്. അവൻ എന്നെപ്പറ്റി കള്ളക്കഥകൾ പറയുന്നുണ്ടോ എന്നായിരുന്നു എന്റെ ഭയം.

പാഠങ്ങളില്ലാത്തപ്പോൾ ഞാൻ ആനപ്പന്തിയിൽ പോവുക പതിവായിരുന്നു. ഹസ്തിപന്മാരുടെ കൂട്ടത്തിൽ കൂനിക്കൂടി നടക്കുന്ന ഒരു വൃദ്ധനുണ്ട്. ആന ചീറുമ്പോഴത്തെ കാറ്റേറ്റാൽ വീണുപോവുമെന്നു തോന്നും. പക്ഷേ, അയാൾ പറഞ്ഞാൽ ഏതു മദഗജവും അനുസരിക്കും. ആനകളുടെ ശാസ്ത്രവും ചികിത്സയും ഋഷിമാരിൽനിന്നു പഠിച്ചതാണയാൾ. അയാളുടെകൂടെ ആനപ്പന്തിക്കകത്തു കയറാൻ എന്നെ അനുവദിച്ചിരുന്നു.

ധൃതരാഷ്ട്രമഹാരാജാവിന്റെ ആനയ്ക്ക് ഒരു ചെറിയ പർവ്വതത്തോളം വലിപ്പമുണ്ട്. കുരുവംശത്തിലെ പഴയ രാജാക്കന്മാരുടെ പേരുകളാണ് പല ആനകൾക്കും. ആനകളിൽ താൽപര്യമുള്ള ഉണ്ണിയായ എനിക്കു വൃദ്ധൻ ചെറിയ സ്വാതന്ത്ര്യങ്ങൾ അനുവദിച്ചു. തുമ്പിക്കൈയിൽ തൊടാം. കരിമ്പിൻ കഷണങ്ങൾ കൊടുക്കാം. മദജലം പൊടിയാൻ തുടങ്ങുന്ന സ്ഥാനം കാണിച്ചുതരുകയായിരുന്നു വൃദ്ധൻ. അപ്പോൾ ആനപ്പന്തിയുടെ നേർക്കു നോക്കിക്കൊണ്ട് അകലെ മൂന്നുപേർ നില്ക്കുന്നതു കണ്ടു. ദുര്യോധനൻ, ദുശ്ശാസനൻ, യുധിഷ്ഠിരൻ.

പുറത്തു കടന്നപ്പോഴാണ് ഞാനത്ഭുതപ്പെട്ടത്. മൂന്നാമൻ യുധിഷ്ഠിരനല്ല, കർണ്ണനാണ്.

അന്നയാളുടെ പേർപോലും എനിക്കറിയില്ല. കൃപാചാര്യരുടെ പാഠങ്ങൾക്കു വരുമ്പോൾ കൗരവരുടെ കൂടെ വരാറുള്ള കുട്ടികളിലൊരാൾ.

ആ നില്പും ഭാവവും എനിക്കറിയാം. മൂന്നുപേർ ചേർന്ന് എന്നെ ഇടിച്ചു വീഴ്ത്താനാണ് ഭാവം. ഒറ്റയ്ക്കൊറ്റയ്ക്കു വന്നാൽ എനിക്കു ഭയമില്ല. ആനപ്പന്തികളിലെ ദാസന്മാരുടെ മുമ്പിൽവെച്ചു വേണ്ട തോൽവി എന്നു കരുതി ഞാൻ അവരെ നേരിടാതെ എതിർവശത്തെ വാതിൽ കടന്നു നടന്നു. വൃദ്ധഹസ്തിപനോടു പറഞ്ഞു: 'നേരമായി. കുളിക്കാൻ പോകട്ടെ.'

തിരിഞ്ഞുനോക്കാതെ നടക്കുമ്പോൾ പിന്നിൽ ഓടിയടുക്കുന്ന കാലടിശബ്ദം കേട്ടു. ഭയംകൊണ്ട് കാലടികളിൽ വിറകയറി. ഓടിയാലോ? പിന്നെ അത് കുട്ടികളുടെയിടയിൽ ഒരു വലിയ കഥയായി മാറും. ഭീമൻ മന്ദൻ മാത്രമല്ല, പേടിത്തൊണ്ടനുമാണ്! ദുര്യോധനൻ പലരേയും അനുസരണം പഠിപ്പിച്ച കഥകൾ കുട്ടികൾക്കിടയിൽ പ്രസിദ്ധമാണ്. ഞാൻ പെട്ടെന്നു തിരിഞ്ഞുനിന്നു.

ദുര്യോധനൻ മന്ദഹസിക്കുന്നു. അയാൾ മന്ദഹസിക്കുന്നത് ഞാൻ ആദ്യം കാണുകയാണ്.

പ്രതിബിംബത്തിലെന്നപോലെ അപ്പോൾ ദുശ്ശാസനനും മന്ദഹസിച്ചു.

അനുജൻ ജ്യേഷ്ഠന്റെ നിഴൽപോലെ എപ്പോഴും പറയുന്നതനുസരിച്ചു

കൂടെ നടക്കുന്നവനാണ്. അവനും എനിക്കൊപ്പം വളർച്ചയുണ്ട്. ശക്തി യുണ്ട്.

'നല്ലപോലെ നോക്കിക്കോളൂ ദുര്യോധനാ. കൗരവരെ മുഴുവൻ കൊല്ലാൻ പിറന്ന വൃകോദരനെ ശരിക്കു കണ്ടോളൂ.'

പറഞ്ഞത് കർണ്ണനാണ്.

ചെറിയ കുട്ടിയായിരുന്ന കാലത്ത് എന്റെ ഭക്ഷണപ്രിയം കണ്ട് അമ്മ ദാസിമാരിൽ മൂത്തവളോടു കളിയായി പറഞ്ഞു: 'രണ്ടാമത്തെ ഉണ്ണി വൃകോ ദരൻ തന്നെ, എന്തു കഴിച്ചാലും വിശപ്പാണ്.'

സ്നേഹത്തോടെ, ലാളനയോടെ, അമ്മ പറഞ്ഞ വാക്ക് പിന്നെ അടു ക്കളത്തളങ്ങളിൽ എന്റെ പരിഹാസപ്പേരായി. പുറത്തളങ്ങളിലും അങ്കണ ങ്ങളിലും കൂടി എത്തിയപ്പോൾ അത് ഭീമസേനന്റെ പര്യായമായി. പക്ഷേ, അതു കേൾക്കുമ്പോഴൊക്കെ എനിക്ക് അരിശം അകമാകെ പടർന്നുകയറും.

ഞാൻ വിഡ്ഢിയെപ്പോലെ നിന്നു.

'മന്ദാ! നീയാണോ കൗരവരെ കൊന്നുകളയാൻ പോകുന്നത്?'

ദുര്യോധനൻ എന്റെ മുമ്പിൽനിന്നു പുച്ഛത്തിൽ ചിരിച്ചു. ദുശ്ശാസനൻ നേരത്തെ പറഞ്ഞുറപ്പിച്ചതുപോലെയായിരിക്കും, പതുക്കെ എന്റെ പിന്നി ലേക്കു മാറി. മൂന്നാമൻ കളി കാണാൻ തയ്യാറായി രസിച്ച് അകലെത്തന്നെ നിന്നു.

തോൽവിയിൽനിന്നു രക്ഷപ്പെടാനുള്ള വഴിയാലോചിക്കുന്ന അമ്പരന്ന നിമിഷങ്ങളിലും ഈ കർണ്ണന്, ദുര്യോധനസംഘത്തിൽ നടക്കുന്ന ഏതോ സൂതപുത്രന്, യുധിഷ്ഠിരനോട് എത്ര സാദൃശ്യം എന്നു തോന്നി. പക്ഷേ, കർണ്ണന്റെ മുഖത്തെ ആ കയ്പുള്ള ചിരി ഒരിക്കലും യുധിഷ്ഠിരന്റെ മുഖത്തു വരില്ല.

ഇവിടെ ശുകാചാര്യന്റെ ധനുർവ്വേദനിയമങ്ങൾക്ക് അർത്ഥമില്ല എന്ന് ഞാനുടനെ തീരുമാനിച്ചു. കാലുകൾ അകറ്റിവെച്ച് ചെറുവിരൽത്തുമ്പുക ളിൽ മാത്രം ഊന്നിനിന്ന്, മുട്ടുറപ്പിച്ചു. 'വൈശാഖ'ത്തിലാണ് ദുര്യോധനന്റെ നില്പ്. എന്റെ ഇടതുവശത്തായി നിലയുറപ്പിച്ച ദുശ്ശാസനൻ മുട്ടുവളച്ച് 'അർദ്ധമണ്ഡല'ത്തിലാണ്. അകന്നു നില്ക്കുന്ന സൂതപുത്രന്റെ അടക്കി പ്പിടിച്ച ചിരി....

ഭയപ്പാടിനു പകരം രോഷം കത്തിപ്പടർന്നു.

ആനപ്പന്തിയുടെ പുറത്തെ അങ്കണം ഒഴിഞ്ഞുകിടന്നു. അവിടേക്ക് കാവൽക്കാരോ ദാസിമാരോ വരുന്നതിനുമുമ്പേ ഇതവസാനിപ്പിക്കണം.

അമ്മയുടെ മടിയിലിരിക്കെ, കാട്ടാളന്മാർ തേനും കന്മദവും കാഴ്ചവെച്ചു പോകുംമുമ്പേ വിനോദത്തിനായി മല്ലടിക്കുന്നതു ഞാൻ കുട്ടിക്കാലത്ത് ശതശൃംഗത്തിൽവെച്ചു കണ്ടിട്ടുണ്ട്. പാറക്കെട്ടിൽനിന്നു താഴേക്കു വീണ വർ പിടിവിടാതെ മല്ലടിച്ചു മുകളിലെത്തുന്നു. കാഴ്ചയ്ക്കു കുട്ടിത്തം

വിടാത്ത ഒരു കുമാരൻ ഒരിക്കൽ ഒരു മഹാകായനെ എടുത്തെറിയുന്നത് കണ്ടു. അവസാനം അവൻ മണ്ണുപുരണ്ട മുഖത്താകെ ചിരിയോടെ, നിലം തൊട്ടു കുമ്പിട്ടു യാത്ര പറയുമ്പോൾ അമ്മ അവന് ഒരു പൊൻവള സമ്മാനമായി എറിഞ്ഞു കൊടുത്തു.

ഇവിടെ കാട്ടിലെ നിയമങ്ങളാണ് എനിക്ക് ഉപകരിക്കുക.

'പാവം മന്ദൻ പേടിച്ചുവിറയ്ക്കുന്നു. വിട്ടുകളയൂ. നൂറ്റൊന്ന് ഏത്തമിടുവിച്ചു വിട്ടുകളയൂ.'

കർണ്ണൻ പറഞ്ഞു.

ആക്രമണത്തിനു കാത്തുനില്ക്കാതെ ഞാൻ മുമ്പോട്ടു കുതിച്ചു. അതൊരു തന്ത്രമായിരുന്നു. ദുര്യോധനന്റെ നേർക്കാണെന്നു കരുതി നില്ക്കുന്ന ദുശ്ശാസനൻ ഞാൻ പൊടുന്നനെ ഇടംതിരിഞ്ഞ് മാറടക്കി അരണിയാൽ ആഞ്ഞടിക്കുമെന്നു കരുതിയതല്ല. അവൻ തെറിച്ചു വീണു. കാലിടറിയ ഞാൻ നിലയുറപ്പിക്കുംമുമ്പ് ദുര്യോധനൻ പറന്നുകൊണ്ടെന്നപോലെ എന്റെ ദേഹത്തിൽ വന്നുവീണു. തെറിച്ചുപോയ ഞാൻ പുറംപന്തിയിലെ മരത്തടിയോടു ചേർന്നാണു വീണത്. കർണ്ണന്റെ ചിരി അപ്പോഴും കേട്ടു.

പക്ഷേ, ദുര്യോധനനും വീണുപോയിരുന്നു. കാട്ടിൽ ഓടിക്കളിച്ചുവളർന്ന എന്റെ വേഗം അവനറിയില്ല. എഴുന്നേല്ക്കുംമുമ്പേ ഞാനവന്റെ പുറത്തു ചാടി കൈത്തണ്ടകൊണ്ട് കഴുത്തടക്കിപ്പിടിച്ച് വാരിയെല്ലുകളിൽ മുഷ്ടി ചുരുട്ടിയിടിച്ചു. സഹായത്തിന് ഓടിക്കിതച്ചുവന്ന ദുശ്ശാസനനെ വാരിപ്പിടിച്ചപ്പോൾ വലംകൈയിൽ മുടിയാണ് ഒതുങ്ങിയത്. പിടഞ്ഞുകുതറി എഴുന്നേല്ക്കാൻ ശ്രമിക്കുന്ന ഇവർ പിടിവിട്ടാൽ എന്നെ മർദ്ദിച്ചവശനാക്കുമെന്നറിയാം. അപ്പോൾ രണ്ടു കൈകളിലും സൗകര്യത്തിൽ കിട്ടിയ തലകൾ കൂട്ടിയിടിച്ചു. വേദനയുടെ ശബ്ദം ദുശ്ശാസനനിൽനിന്നു കേട്ടപ്പോൾ എനിക്കുത്സാഹമായി. വീണ്ടും തലകൾ കൂട്ടിയിടിച്ചു. ഇപ്പോൾ ദുര്യോധനനും ശബ്ദിച്ചു. വേദനയേക്കാൾ രോഷമാണ് ആ അലർച്ചയിൽ. ഇവർ എഴുന്നേൽക്കാൻ വയ്യാത്ത നിലയിലായിട്ടുവേണം, ചിരിച്ചു കളി കാണാൻ നിന്ന സൂതപുത്രനെ വകവരുത്താൻ.

'വിടൂ ഉണ്ണീ, വിടൂ!'

ആരുടെയൊക്കെയോ ബഹളം. ആരോ അധികാരത്തോടെ എന്റെ അഴിഞ്ഞ മുടിക്കെട്ടിൽ പിടിച്ചുവലിച്ചു. നോക്കുമ്പോൾ കൃപാചാര്യർ.

കർണ്ണൻ വിളിച്ചുകൊണ്ടുവന്നതാണ് എന്നു വ്യക്തമായിരുന്നു. അവൻ തനിക്കിതിൽ പങ്കില്ലെന്ന ഭാവത്തിൽ അകലെ അപ്പോഴും ഒതുങ്ങി നിന്നു.

കരഞ്ഞും ക്ഷോഭിച്ചും ഉദ്ദേശിച്ചതു പറയാനാവാതെ എന്തൊക്കെയോ പുലമ്പിക്കൊണ്ടു നിന്നു ജ്യേഷ്ഠാനുജന്മാർ.

'ഇവനെപ്പോഴും ഇങ്ങനെയാണ്. ഒന്നും ചെയ്യാതെ നിന്ന ഞങ്ങളെ...'

തുടങ്ങിയതു ഞാനല്ല എന്നു പറയണമെന്നുണ്ടായിരുന്നു. അകലെ മാറി

നില്ക്കുന്ന കർണ്ണനെ ഞാൻ നോക്കി. മൂന്നാമനായി താൻകൂടി വന്നാലും എനിക്കൊന്നുമില്ല എന്ന് അവനറിയണം. അവനെ തനിച്ചു കിട്ടുമ്പോൾ പാഠം പഠിപ്പിക്കുന്നുണ്ട്. അതിനൊരു ചമ്മട്ടിയാണു വേണ്ടത്.

കളികൾ ആയുധപ്പുരയിൽവച്ചു മാത്രം മതി എന്നു കൃപാചാര്യർ പറഞ്ഞു.

ദുര്യോധനന്റെ കണ്ണുകൾ കലങ്ങിയിരുന്നു. അതവസാനിച്ചിട്ടില്ല എന്ന മട്ടിൽ എന്നെ തിരിഞ്ഞുനോക്കിക്കൊണ്ട് അവൻ ധൃതിയിൽ നടന്നു.

'നിങ്ങൾ ജ്യേഷ്ഠാനുജന്മാരാണ്. ഇപ്പോഴേ പോരു തുടങ്ങിയോ?'

കൃപാചാര്യർ ക്ഷോഭമൊതുക്കുകയായിരുന്നു. ഞാൻ ഒന്നും പറയാതെ നിന്നു. തന്നോടുതന്നെ എന്തോ പിറുപിറുത്തുകൊണ്ട് അദ്ദേഹം പോയി.

അന്നു നദീതടത്തിൽ എത്തിയപ്പോൾ ജ്യേഷ്ഠനും അനുജന്മാരും കുളി കഴിഞ്ഞു മടങ്ങുകയായിരുന്നു.

'നീ എവിടെയായിരുന്നു?'

യുധിഷ്ഠിരൻ ചോദിച്ചു.

ഞാൻ കൃത്യമായി മറുപടി പറഞ്ഞില്ല. ദുര്യോധനനെ വേദനിപ്പിച്ചു വിട്ടത് ഞാനാരോടും പറഞ്ഞിട്ടില്ല. കൃപാചാര്യർ അതൊരു വലിയ കാര്യ മായി എടുക്കില്ല.

പക്ഷേ, കുറച്ചു ദിവസങ്ങൾക്കുശേഷം അമ്മ ചോദിച്ചു:

'ഉണ്ണീ; ദുര്യോധനനെ ഒളിഞ്ഞിരുന്ന് അടിച്ചുവീഴ്ത്തിയോ?'

അമ്മയുടെ സമീപത്ത് യുധിഷ്ഠിരനുണ്ടായിരുന്നു. ജ്യേഷ്ഠൻ കഥ കേട്ട ഉടനെ അമ്മയെ അറിയിച്ചു കഴിഞ്ഞു.

ഞാൻ മറുപടി പറഞ്ഞു:

'ഇല്ല.'

യുധിഷ്ഠിരൻ ഓർമ്മിപ്പിച്ചു:

'അസത്യം പറയരുത്.'

ഞാൻ അമ്മയുടെ നേരെ നോക്കി പറഞ്ഞു:

'ഒളിഞ്ഞിരുന്നല്ല, രണ്ടുപേരും കൂടി...'

അമ്മ തുടരേണ്ടതില്ല എന്നാംഗ്യം കാട്ടി. ഞാൻ പുറത്തുകടന്നപ്പോൾ കൂടെ വന്ന ജ്യേഷ്ഠൻ പറഞ്ഞു:

'വലിയച്ഛന്റെ കൊട്ടാരത്തിലെ കുട്ടികളെല്ലാം ചേർന്നു നിന്നെ പാഠം പഠിപ്പിക്കുന്നുണ്ട്.'

'ആരു പറഞ്ഞു?'

'ഞാൻ കേട്ടു.'

നടന്നതെന്താണെന്ന് ഞാൻ അർജ്ജുനനോടു മാത്രം വിശദമായി പറഞ്ഞു.

'കരുതി നടന്നോളൂ.'

അവൻ ഉപദേശിച്ചു.

അപരാഹ്നത്തിലും അവൻ കൃപാചാര്യരുടെ അരികെ പോയി അസ്ത്രവിദ്യ പഠിക്കുന്നുണ്ട്. അസ്ത്രവിദ്യയെപ്പറ്റിയാണ് അവനെപ്പോഴും പറയാനുള്ളത്, ഞങ്ങൾ തനിച്ചാവുമ്പോഴെല്ലാം ഒറ്റത്തേരിൽ രാജാക്കന്മാരെ മുഴുവൻ വെല്ലുവിളിക്കാനുള്ള കഴിവുണ്ടാവണം. പിതാവായ ഇന്ദ്രനെ അവൻ നിത്യവും ധ്യാനിക്കുന്നുണ്ട്. ഒരിക്കൽ തനിക്കദ്ദേഹം ദിവ്യാസ്ത്രങ്ങൾ തരാൻ വരുമെന്ന് അവൻ വിശ്വസിക്കുന്നു.

അമ്പും വില്ലുമല്ല എനിക്കു വഴങ്ങുന്നത്. അതുകൊണ്ട് ശുകാചാര്യനിൽ നിന്നു ഗദായുദ്ധം മാത്രം പഠിച്ചാൽ മതിയെന്നവൻ ഉപദേശിച്ചു.

അന്നു നദീതീരത്തു സന്ധ്യാവന്ദനം കഴിഞ്ഞ് ഞാൻ തനിയെ നിന്നു. എനിക്കു ജന്മം നൽകിയ വായുദേവനെ ധ്യാനിച്ചു: മഹാബലനാവാൻ എന്നെ അനുഗ്രഹിക്കൂ. എല്ലാ ശസ്ത്രാസ്ത്രങ്ങളിലും അവിടുത്തെ പുത്രൻ ഭീമസേനൻ മുമ്പിലാവട്ടെ.

പിതാവായ ദേവനെ പ്രീതിപ്പെടുത്താൻ ഞാനെന്തു ചെയ്യണം? ആരോടു ചോദിച്ചാലറിയാം? ഒരുപക്ഷേ, ബുദ്ധിമാനായ ഇളയച്ഛൻ വിദുരർക്കറിയാം. പക്ഷേ, ചോദിക്കാൻ ധൈര്യം തോന്നിയില്ല. അദ്ദേഹം എപ്പോഴും ഞങ്ങളുടെ പരിസരത്തിലൊക്കെ ഉണ്ടാവും. പക്ഷേ, വളരെ അകലെയാണെന്നു തോന്നും. യുധിഷ്ഠിരനോടു മാത്രമേ അദ്ദേഹം സംസാരിക്കാറുള്ളു.

തേർയുദ്ധത്തിനു യുധിഷ്ഠിരൻ. അസ്ത്രവിദ്യയ്ക്കു അർജ്ജുനൻ. ആചാര്യന്മാർ തുടക്കത്തിൽത്തന്നെ തരംതിരിവു നടത്തിക്കഴിഞ്ഞിരുന്നു. യുധിഷ്ഠിരൻ രാജാവാകേണ്ടവനാണ്. രാജാക്കന്മാർ തേർയുദ്ധത്തിൽ വിദഗ്ദ്ധരാവണം. ഇന്ദ്രന്റെ മകനായതുകൊണ്ട് വില്ലാളിവീരനാവുമെന്ന് അശരീരികൾ പറഞ്ഞിട്ടുണ്ട്, നേരത്തെതന്നെ. അതുകൊണ്ട് അർജ്ജുനനും പ്രത്യേകം പാഠങ്ങളുണ്ട്.

അന്തഃപുരത്തിലെ ദാസിമാരുടെയും സന്ദർശനത്തിനു വരുന്ന ക്ഷത്രിയസ്ത്രീകളുടെയും മുമ്പാകെവച്ച് നകുലസഹദേവന്മാരെ അമ്മ ഇപ്പോഴും ഓമനിക്കാറുണ്ട്: 'എനിക്ക്, മാദ്രീപുത്രരായ ഈ യമന്മാരാണ് എന്റെ സ്വന്തം ശരീരത്തിൽനിന്നു പിറന്നവരേക്കാൾ പ്രിയപ്പെട്ടവർ.'

നകുലസഹദേവന്മാർക്ക് വലിയ ആഗ്രഹങ്ങളൊന്നുമില്ല.

പക്ഷേ, അർജ്ജുനനോട് അമ്മയ്ക്കു പ്രത്യേകം വാത്സല്യമുണ്ടായിരുന്നു എന്ന് എല്ലാവർക്കുമറിയാം. അമ്മ പുറത്തു പറയാറില്ല, കോമളമായ കറുപ്പു നിറമുള്ള അർജ്ജുനനോട് എല്ലാ അന്തഃപുരസ്ത്രീകൾക്കും കൂടുതൽ സ്നേഹം തോന്നിയിരുന്നു. ഞങ്ങളൊരുമിച്ചു നില്ക്കുമ്പോഴൊക്കെ അവരുടെ കണ്ണുകളിൽ ഞാനതു കണ്ടിട്ടുണ്ട്.

ഒരിക്കൽ കൊട്ടാരത്തിൽ വന്ന നാടോടികളായ മാഗധർ അർജ്ജു

നനെപ്പറ്റി പാടി. ഭാവി അറിയുന്നവരത്രേ ഈ ഗായകർ. വെളുത്ത കുതിരകളെ പൂട്ടിയ രഥത്തിൽ അമ്പൊടുങ്ങാത്ത ആവനാഴിയും ദിവ്യചാപവുമായി അവൻ ലോകം കീഴടക്കുന്ന കഥകൾ അവർ പാടി. അപ്സരസ്ത്രീകൾ കൂടി അവന്റെ കറുത്ത മേനിയുടെ അഴകു കണ്ടു കാമിച്ച് അസ്വസ്ഥരാവും. അഗ്നിയും വരുണനും കൂടി അവന്റെ അസ്ത്രമുനകളുടെ ആജ്ഞ അനുസരിക്കും.

അമ്മ സന്തോഷം കൊണ്ടു നിറഞ്ഞ കണ്ണുകൾ തുടച്ചു. പാടിക്കഴിഞ്ഞപ്പോൾ അവർക്കു സ്വർണ്ണനിഷ്കങ്ങൾ വാരിക്കൊടുത്തു.

വടക്കുപടിഞ്ഞാറേ ദിക്കിലേക്കു നോക്കി, അവിടെ കാവൽ നടത്തുന്ന വായുഭഗവാനെ ഞാൻ ധ്യാനിച്ചു.

എന്റെ പ്രാർത്ഥനകൾ കേൾക്കുന്നുണ്ടോ അകലങ്ങളിലെവിടെയോ ഉള്ള എന്റെ പിതൃദേവൻ?

അപ്പോൾ ജലനിരപ്പിൽ ഞൊറികൾ വിരിഞ്ഞപോലെ ആയിരം അലകൾ ഇളകി. അകലെ എവിടെയോനിന്ന് ഓടിയെത്തിയ ഒരിളംകാറ്റ് എന്റെ മുടിയിഴകളെ പറപ്പിച്ചു. നേർത്ത ജലകണങ്ങളുടെ നനവുള്ള അദൃശ്യകരങ്ങൾ എന്നെ ആശ്ലേഷിക്കുന്നു.

എന്റെ ചെവിയിൽ ആരോ മന്ത്രിച്ചു. ഞാൻ കേൾക്കുന്നു. ഞാൻ കേൾക്കുന്നു.

മൂന്ന്

സംഘബലംകൊണ്ടാണ് ദുര്യോധനൻ പകരംവീട്ടുന്നതെന്ന് എനിക്കറിയാമായിരുന്നു. ഞാനും കരുതിനടന്നു.

വലിയമ്മയുടെ മക്കൾ കുറേപേരുണ്ട്. എനിക്കു പലരുടേയും പേരറിയില്ല. പിന്നെ വലിയച്ഛന് സൂതരിലും ശൂദ്രസ്ത്രീകളിലും ഉണ്ടായ മക്കൾ. അവർ ഒരുമിച്ചാണ് എപ്പോഴും നടക്കുന്നത്.

അധ്യയനമില്ലാത്ത ദിവസങ്ങളിൽ മൃഗയാവിനോദത്തിനു പോകാറുണ്ട്, ചിലപ്പോൾ. തേരുകൾ കാടിന്റെ അതിർത്തിവരെ എത്തും. കാട്ടിൽ നായാട്ടുകാർ താവളങ്ങളിൽ കാവലുറപ്പിക്കും. ആനപ്പുറത്തിരുന്ന് യോദ്ധാക്കൾ കാടിളക്കാൻ തുടങ്ങും. വില്ലാളികൾ ഓടുന്ന മൃഗങ്ങളെ അമ്പെയ്തു വീഴ്ത്തും. ഇതും ക്ഷത്രിയകുമാരന്മാരുടെ പാഠങ്ങളിൽപ്പെട്ടതാണ്.

കൃപാചാര്യരുടെ മുതിർന്ന ശിഷ്യന്മാരിലൊരാളായ നിർഭീകരനായിരുന്നു ഈ യാത്രകളിൽ നേതൃത്വം. ഞങ്ങൾ മുതിർന്ന കുട്ടികൾ പല താവളങ്ങളിൽ വില്ലാളികളുടെ കൂടെ ചെന്നിരിക്കും. നായാടിക്കിട്ടിയ മാംസം വേവുന്നതുവരെ സംഘം കാത്തിരിക്കുമ്പോൾ ഞങ്ങൾക്കു വിളികേൾക്കാവുന്ന ദൂരത്തോളം കാട്ടിൽ ചുറ്റിനടക്കാം. ആ യാത്രകളിലൊന്നിൽ പകരം വീട്ടുമെന്നാണ് ഞാനൂഹിച്ചിരുന്നത്.

നായാട്ടു നിശ്ചയിച്ചാൽ എനിക്കാഹ്ലാദമായിരുന്നു. കുതിച്ചുപായുന്ന വേഗം കണക്കാക്കി മുമ്പേ വിടുന്ന അമ്പുകൊണ്ട് മൃഗം വീണുമറിയുന്ന നിമിഷം. ഞാണൊലിയുടെ തൊട്ടുപിറകെ വരുന്ന ആ നിമിഷത്തിനുവേണ്ടി വീർപ്പടക്കി കാത്തിരിക്കുന്നു. ദാ, ഇപ്പോൾ! വായുവിൽ ഉയർന്നുചാടിയതാണ് മൃഗമെന്നു കരുതും. പിന്നെ അത് നിലംപൊത്തി നിശ്ചലമാവുമ്പോൾ

ഞാൻ വില്ലാളിയെ നോക്കും. വിജയത്തിന്റെ ചിരി അപ്പോൾ ആ മുഖത്തു കാണാം. ശൂദ്രനോ സൂതനോ ആകട്ടെ, അയാളെ അപ്പോൾ ആശ്ലേഷിക്കണമെന്നു തോന്നും.

കൃപാചാര്യരുടെ ആയുധപാഠങ്ങൾക്കിടയ്ക്കും ഞങ്ങൾ തമ്മിൽ കാണുമ്പോഴൊക്കെ ദുര്യോധനൻ മുഖം തിരിച്ചു നടക്കും. ദുശ്ശാസനന്റെ നോട്ടത്തിൽ 'നിനക്കുവേണ്ടിയുള്ള ദിവസം വരുന്നു' എന്ന മുന്നറിയിപ്പുണ്ട്.

കാട്ടിലെത്തുമ്പോൾ കൂട്ടത്തിൽനിന്ന് അകന്നുപോകാതിരിക്കാൻ ഞാൻ പ്രത്യേകം ശ്രദ്ധിച്ചിരുന്നു.

ഒരിക്കൽ പുറപ്പെടുംമുമ്പ് അർജ്ജുനൻ പറഞ്ഞു:

'ഇന്നു ഞാൻ അമ്പെയ്ത് മൃഗത്തെ വീഴ്ത്തുന്നതു കണ്ടോളൂ.'

ഞങ്ങൾക്കു സ്വന്തമായി അമ്പും വില്ലും തരാൻ തുടങ്ങിയിരുന്നില്ല. കാടറിയാനും മൃഗങ്ങളുടെ ഗതി പഠിക്കാനുമാണ് ഈ യാത്രകൾ. മുതിർന്ന കുട്ടികൾ കുന്തമെടുക്കും. അരയിൽ തോലുറയിൽ നായാട്ടുകത്തി തൂക്കിയിടും. രണ്ടും അലങ്കാരത്തിനായിരുന്നു.

കാടിളകിക്കഴിഞ്ഞതിനിടയ്ക്ക് ഞങ്ങളുടെ താവളത്തിനടുത്തുകൂടെ ഒരു മൃഗവും വന്നില്ല. അഹിച്ഛത്രക്കാരനായ ഒരു വില്ലാളിയുടെ കൂടെയായിരുന്നു ഞാനന്ന്. അയാൾ പുതുതായി സൈന്യത്തിൽ ചേർന്നതാണ്. അപ്പോൾ മറുവശത്തെ താവളത്തിൽനിന്ന് ആർപ്പുവിളി കേട്ടു. ഒരു മൃഗം വീണിരിക്കുന്നു. ആപത്തിനും ആർപ്പുവിളിയാണ്. ഇത് അപൂർവ്വമായ വിജയത്തിന്റെയാണ്.

വെളിസ്ഥലത്ത് നായാട്ടുകാർ ഒത്തുകൂടിയപ്പോൾ ഞങ്ങളും ചെന്നു. ഒരു കൂറ്റൻ കരിമാനാണ് വീണുകിടക്കുന്നത്. അർജ്ജുനൻ ആകെ ചിരിച്ച്, പൂത്തുലഞ്ഞ്, നായാട്ടുകാരുടെ അഭിനന്ദനം സ്വീകരിക്കുന്നു. അന്ന് അർജ്ജുനനു പത്തുവയസ്സാണ്. എനിക്ക് പതിനൊന്നും. അനുജന്റെ വിജയമോർത്ത് ഞാനും അഭിമാനിച്ചു. ഞാനവന്റെ ചുമലിൽ പിടിച്ചടുപ്പിച്ചു. യുധിഷ്ഠിരൻ പറഞ്ഞു: 'ആദ്യത്തെ മൃഗം വീഴുമ്പോൾ ക്ഷത്രിയൻ ബലികൊടുത്തു ദേവന്മാർക്കു നന്ദി പറയണം. മറന്നുപോകരുത്.'

ഞാൻ ദുര്യോധനനെ നോക്കി. ഒരു നിസ്സാരകാര്യം നടന്നപോലെ അവൻ ഞങ്ങൾക്കു പുറംതിരിഞ്ഞുനിന്നു സംസാരിക്കുന്നു.

മടക്കയാത്രയിൽ എല്ലാവരും മുമ്പേ പോയി. ദുര്യോധനാദികൾ നേരത്തേ പോയതുകൊണ്ട്, ഞാൻ സാവധാനത്തിൽ കാട്ടുകിളികളുടെ ശബ്ദം കേട്ടുകൊണ്ടു നടന്നു. ഭയപ്പെടാനൊന്നുമില്ല.

അപ്പോഴാണ് താഴെനിന്ന് ആർപ്പുവിളി കേട്ടത്. ഇത് ആപത്തിന്റെ മുന്നറിയിപ്പാണ്!

പാറക്കെട്ടുകൾക്കിടയിൽ നിന്ന് ചാടിയിറങ്ങിയ കാട്ടുപന്നി നായാട്ടുകാരുടെ മുമ്പിൽ പൊടുന്നനെ എത്തിപ്പെട്ടപ്പോൾ അമ്പരപ്പോടെ അത് തെല്ലിട മണംപിടിച്ചുനിന്നു. ചെമ്മണ്ണിൽ പുതഞ്ഞ തേറ്റകൾ അകലെനിന്നു

തന്നെ കാണാമായിരുന്നു. വഴിമാറണോ എന്നാലോചിച്ച് ഞാൻ നില്ക്കുമ്പോൾ വീണ്ടും ആർപ്പുവിളി.

ഒറ്റപ്പന്നിയെ വ്യാഘ്രത്തേക്കാൾ ഭയപ്പെടണമെന്ന് നായാട്ടുകാർ പറയാറുണ്ട്. ശരം വിട്ടപോലെ അതു കുതിക്കുന്നത് ഇപ്പോൾ എന്റെ നേർക്കാണ്! മാറിനില്ക്കാൻ ഒരു മരംകൂടിയില്ലാത്ത പുൽമേടിന്റെ നടുക്ക്, നായാട്ടുസംഘങ്ങളുടെ ചവിട്ടടി പതിഞ്ഞ വഴിയിലാണ് ഞാൻ. കുതിച്ചെത്തുന്ന ക്രോധമൂർത്തി എന്റെ മണം പിടിച്ചുതന്നെയാണ് വരുന്നത് എന്നു മനസ്സിലായപ്പോൾ ഞാൻ നടുങ്ങി. ഓടി രക്ഷപ്പെടാനാവില്ല. മൃഗത്തിന്റെ ശ്രദ്ധ തിരിക്കാൻ നായാട്ടുകാർ ബഹളംകൂട്ടുന്നതുകൊണ്ട് ഫലമില്ല. തേറ്റകൾ പിടിപ്പിച്ച ഒരു കൂരമ്പുപോലെ മൃഗം പറന്നടുക്കുന്നു.

ഇതായിരിക്കാം അവസാനം. മഹാബലനാവേണ്ടവൻ ഇതാ, കാട്ടുപന്നിയുടെ തേറ്റയിൽ കുടുങ്ങി, സൂതർക്കൊരു വീരമരണത്തിന്റെ കഥയുണ്ടാക്കാൻ കൂടി അവസരം കൊടുക്കാതെ ചത്തുവീഴുന്നു. നിലത്തു നോക്കാതെ, വഴിമുടക്കുന്നത് എന്താണെന്നറിയാതെയാണ് കാട്ടുപന്നി ആക്രമിക്കുക എന്നു പഠിപ്പിച്ച നായാട്ടുകാരെ ഈ മൃഗത്തിനേതായാലും അറിയില്ല. മുഖമുയർത്തി തേറ്റകൾ വിടർത്തിയടുക്കുന്ന പന്നി വായ തുറന്നുകൊണ്ടുതന്നെയാണ് എന്റെ നേർക്കു കുതിച്ചത്. എന്റെ കുന്തമുന തുറന്ന വായിൽ കടന്നതും അപ്പോൾത്തന്നെ എന്റെ ശക്തികൊണ്ടല്ല, മുന്നോട്ടാഞ്ഞ മൃഗത്തിന്റെ ശക്തിയിൽ മൂന്നുമുഴം വരുന്ന കുന്തത്തിന്റെ പകുതിയും അകത്തെവിടെയോ ആഞ്ഞിറങ്ങുന്നത് എന്റെ കൈകൾക്കനുഭവപ്പെട്ടു.

തെറിച്ചുവീഴുമ്പോൾ കുന്തത്തിലെ പിടി വിടാതിരിക്കാൻ ഞാനോർമ്മിച്ചു. ചെമ്മണ്ണുപുരണ്ട തേറ്റകൾ എന്റെ തൊട്ടുമുന്നിൽ നെഞ്ചിനു സമീപം. മുമ്പോട്ടുള്ള അവസാനത്തെ കുതിപ്പിൽ വീണ്ടും കുന്തമുന അകത്തേക്കിറങ്ങി. ബലാബലത്തിൽ ഇനി മൃഗത്തിന് ജയിക്കാനാവില്ല എന്നറിഞ്ഞുകൊണ്ട് ഞാൻ ശരീരം വളച്ചു നിവർന്നു. പൊടുന്നനെ ശക്തി ക്ഷയിച്ച മൃഗം ഒന്നു പിടഞ്ഞു.

ഭയന്നുപോയ നായാട്ടുകാർ അടുത്തെത്തിയപ്പോൾ ശ്വാസം നിലച്ച പന്നിയുടെ ദേഹത്തിൽ ചവിട്ടി ഞാൻ കുന്തം വലിച്ചൂരി. ചോരയുടെ ഒരുറവ് എന്റെ ദേഹത്തിൽ തെറിച്ചു.

ആകെ തളരുന്നതുപോലെ തോന്നി. ചുമലിൽ കൈവച്ച അർജ്ജുനന്റെ കഴുത്തിൽ പിടിച്ചു നിന്ന് ശ്വാസം നേരെയായപ്പോൾ ഞാൻ പതുക്കെ ചിരിച്ചു.

'അലർച്ച കേട്ടപ്പോൾ എല്ലാം കഴിഞ്ഞുവെന്നു ഭയപ്പെട്ടു.'

നായാട്ടുകാർ പറഞ്ഞു.

ഞാൻ അലറിയത്രെ. എനിക്കോർമ്മയില്ല. ചെമ്മണ്ണുപുരണ്ട തേറ്റകളെ മാത്രമേ ഞാൻ ശ്രദ്ധിച്ചിരുന്നുള്ളൂ. എപ്പോഴാണ് ഞാൻ അലറിയത്?

യുധിഷ്ഠിരൻ ഗൗരവത്തിൽ പറഞ്ഞു: 'മന്ദാ, നീയെന്തു വിഡ്ഢിത്തമാണു കാട്ടിയത്! അമ്മ അറിയണ്ട.'

ആദ്യത്തെ മൃഗം വീണ ആർപ്പുവിളിയും ആഘോഷവും ഉണ്ടായില്ല. ദേവകളെ പ്രീതിപ്പെടുത്താൻ ബലികൊടുക്കേണ്ട കാര്യവും ജ്യേഷ്ഠൻ പറഞ്ഞില്ല.

ഞങ്ങൾ നടന്നു. നന്ദി പറയാൻ ഞാൻ മനസ്സിൽ നിശ്ചയിച്ചിരുന്നു. എന്റെ കൈയിന്, അപകടമടുത്തെത്തിയ മുഹൂർത്തത്തിൽ ആരോ കരുത്തു കൂട്ടിയെന്നു തീർച്ചയാണ്.

എന്റെ കരുത്തിനെപ്പറ്റി എനിക്കു തികച്ചും ബോധം വന്നിരുന്നു. ജ്യേഷ്ഠന് ഞാനിപ്പോഴും മന്ദനായിരിക്കാം. കൗരവർക്കു വെറും വൃകോദരനായിരിക്കാം. പക്ഷേ, ഭീമൻ മഹാബലനായിത്തന്നെ വളരുന്നു. ഞാൻ ആഹ്ലാദത്തോടെ മനസ്സിൽ പറഞ്ഞു.

അന്ന് സന്ധ്യാവന്ദനത്തിനു വളരെ മുമ്പായിത്തന്നെ ഞാൻ നദീതീരത്തിലെത്തി. വെറുതെ നീന്തിക്കളിച്ചു. ആലോലം മുങ്ങിക്കയറി ഞാൻ പ്രാർത്ഥിച്ചു. എന്റെ ചെവികൾക്കുമാത്രമായുള്ള സന്ദേശവുംകൊണ്ട് അന്നും ഒരിളംകാറ്റായി ദൂതൻ വന്നു.

അപ്പോഴാണ് അവർ വന്നത്. ഞാൻ നേരത്തെ നദീതീരത്തിലെത്തിയെന്നറിഞ്ഞിരിക്കണം. ദുര്യോധനനും കൂട്ടുകാരും.

ഭയത്തോട് ഞാൻ മുമ്പേ വിടപറഞ്ഞുകഴിഞ്ഞിരുന്നു. എത്തിപ്പിടിക്കാൻ കുറെയേറെ കൈകൾ എന്റെ നേർക്കു നീണ്ടു. ചിലരെ ചവിട്ടിത്തെറിപ്പിച്ചു. ദേഹത്തിൽ ചുരുട്ടിയ മുഷ്ടികൾ വീഴുന്നുണ്ടായിരുന്നു. വേദനയറിഞ്ഞില്ല. കൂട്ടംകൂടി പൊതിഞ്ഞുനില്ക്കുമ്പോൾ സ്വന്തം കൈകാലുകൾക്കൊന്നും ചെയ്യാനാവില്ല എന്നറിയാത്ത വിഡ്ഢികൾ. അവശനായി എന്നു ഭാവിച്ചു നിന്ന എന്റെ അടുത്തേക്ക് രണ്ടുഭാഗത്തുനിന്നും അടിച്ചുകയറിയ ദുര്യോധനനേയും ദുശ്ശാസനനേയും കൈത്തണ്ടയ്ക്കകത്തു കിട്ടാൻ ഞാൻ കാത്തുനിന്നു. കഴുത്തടക്കിക്കിട്ടിയപ്പോൾ അവരേയും വലിച്ച് ഞാൻ വെള്ളത്തിലേക്ക് എടുത്തുചാടി. തലയുയർത്താനാവാത്തവണ്ണം താഴ്ത്തിപ്പിടിച്ചപ്പോൾ അവർ പിടഞ്ഞു. വികൃതശബ്ദങ്ങളുണ്ടാക്കി. ഇനിയും മുക്കിപ്പിടിച്ചാൽ ചത്തുപോകുമെന്നു തോന്നിയപ്പോൾ വിട്ടു. പ്രയാസപ്പെട്ട് കരയ്ക്കുകയറിയ അവർ കുറച്ചു വെള്ളം ഛർദ്ദിച്ച് കൽപ്പടവുകളിൽ ഇരുന്നു.

അവരുടെ മുമ്പിൽ ഞാൻ തലയുയർത്തി നിന്നു. ഭയന്ന സംഘക്കാർ അടുത്തു വരാതെ പിന്നിലെവിടെയോ നില്ക്കുകയാണ്.

'ഇനിയൊരിക്കൽ കൈയേറ്റത്തിനു വന്നാൽ- എന്റെ മുഖത്തു നോക്കെടോ!'

ദുര്യോധനൻ പതുക്കെ മുഖമുയർത്തി.

ഞാൻ പറഞ്ഞു: 'കൊല്ലും! എല്ലാറ്റിനേയും ഞാൻ കൊല്ലും!'

വലിയമ്മയുടെ കൊട്ടാരത്തിലേക്കു വരാൻ പിറ്റേന്നു കല്പനയുണ്ടായി. ഞങ്ങളെയെല്ലാവരേയുമാണു വിളിച്ചിരിക്കുന്നത്. അതുകൊണ്ട് പുഴക്കര

യിലെ കലഹമാവില്ല കാരണമെന്നു സമാധാനിച്ചു.

യുധിഷ്ഠിരന്റെ പിന്നിലായി ഞങ്ങൾ നടന്നു ചെറിയ മണ്ഡപത്തിൽ കടന്നുചെന്നപ്പോൾ വലിയമ്മയുടെകൂടെ അമ്മയുമുണ്ട്. അമ്മ നില്ക്കുകയായിരുന്നു. കറുത്ത ശിരോവസ്ത്രം മുഖത്തിന്റെ പകുതിയേ മറച്ചിട്ടുള്ളു. വലിയമ്മയുടെ കണ്ണുകൾ എന്നെയാണോ തിരയുന്നത്?

അപ്പോൾ ദുര്യോധനനും അനുജന്മാരും കടന്നുവന്നു. അവർ ഞങ്ങളുടെ ഇടതുവശത്തായി വലിയമ്മയുടെ മുമ്പിൽ നിന്നു.

വലിയമ്മ വിളിച്ചു: 'ഉണ്ണീ, ഭീമസേനാ വരൂ.'

ഞാൻ പതുക്കെ മുമ്പിലേക്കു നീങ്ങി. അവർ ആംഗ്യം കാട്ടിയപ്പോൾ ദുര്യോധനനും അടുത്തേക്കു വന്നു. കറുത്ത വസ്ത്രത്തിനു പിന്നിലെ കണ്ണുകൾ എന്നെ കാണുന്നുണ്ടോ?

പതിഞ്ഞ ശബ്ദത്തിൽ വലിയമ്മ ചോദിച്ചു: 'നിങ്ങൾ ഇപ്പോഴേ പോരു തുടങ്ങിയോ?'

ഞാൻ ഒന്നും മറുപടി പറഞ്ഞില്ല. എന്തോ പറയാൻ തൊണ്ടയനക്കിയെങ്കിലും വാക്കുകളൊന്നും ദുര്യോധനനിൽനിന്നു പുറത്തുവന്നില്ല.

പിന്നെ എല്ലാവരോടുമെന്നപോലെ വലിയമ്മ പറഞ്ഞു: 'കലഹം ഇപ്പോഴേ തുടങ്ങിയെങ്കിൽ പറയണം. അമ്മമാരും മുത്തശ്ശിമാരും പോയ വഴിക്കു ഞാനും വനത്തിലേക്കിറങ്ങാം. നിങ്ങൾ കലഹിച്ച് രസിച്ചോളൂ.'

ഗാന്ധാരത്തിൽനിന്ന് ഹസ്തിനപുരത്തിലെ വധുവായി സഹോദരൻ ശകുനിയുടെ കൂടെ നൂറ് അകമ്പടിക്കാരും നൂറു ദാസിമാരുമായി വന്ന വലിയമ്മയുടെ നഗരപ്രവേശനത്തെപ്പറ്റി ആളുകൾ പറഞ്ഞുകേട്ടിട്ടുണ്ട്. കോട്ടവാതിൽക്കൽ സുന്ദരിയായ വലിയമ്മയെ കാണാൻ ആളുകൾ തിങ്ങിക്കൂടി. അർഘ്യവും പാദ്യവും നല്കി അസംഖ്യം കാഴ്ചദ്രവ്യങ്ങളുംവെച്ച് മുത്തശ്ശിമാർ എതിരേറ്റു കൊണ്ടുപോയി. ഹസ്തിനപുരത്തിൽ വിവാഹത്തിന്റെ ഘോഷങ്ങൾ നടക്കുമ്പോഴാണത്രേ വലിയമ്മ അറിയുന്നത്, കുരുരാജകുമാരൻ ധൃതരാഷ്ട്രർ അന്ധനാണെന്ന്.

സുബലരാജാവുമായി പിതാമഹൻ ഭീഷ്മർ മകളുടെ വിവാഹാലോചന നടത്തുമ്പോൾ സത്യം പറഞ്ഞിരുന്നു. അച്ഛൻ മകളെ അറിയിച്ചില്ലെന്നു മാത്രം. ബഹളമുണ്ടാക്കി തിരിച്ചുപോകാനൊരുങ്ങിയ സഹോദരൻ ശകുനിയെ വലിയമ്മ ആശ്വസിപ്പിച്ചു. ഭീഷ്മരയച്ച സമ്മാനങ്ങൾ മുഴുവൻ സ്വീകരിച്ച് സുബലൻ കന്യാദാനം സമ്മതിച്ചതാണ്. അച്ഛന്റെ വാക്കുമാനിച്ച് വലിയമ്മ ഹസ്തിനപുരത്തിലെ വധുവായി. അവർ കൊട്ടാരം വിട്ടു പുറത്തിറങ്ങിയിട്ടില്ല. പിന്നെ മുഖം മൂടിയിട്ടാണ് അകത്തും നടക്കുന്നത്.

ആ വലിയമ്മയാണ് സംസാരിക്കുന്നത്.

കേട്ടുനില്ക്കുന്ന ഞങ്ങളെല്ലാം വെറും കുമാരന്മാരാണ് എന്ന കാര്യം വലിയമ്മ മറന്നുപോയതുപോലെ തോന്നി. 'കുരുവംശത്തിലെ പുരുഷന്മാർ മുഴുവൻ സ്ത്രീകളുടെ കണ്ണീരുകണ്ടു രസിച്ചവരാണ്. എനിക്കറിയാം...'

അമ്മ എന്തോ തല താഴ്ത്തി സ്വകാര്യം പറഞ്ഞു. വലിയമ്മ അതു

കേട്ടില്ല.

'വരാൻ പോകുന്ന നിങ്ങളുടെ വധുക്കളെ ഓർത്താണ് എനിക്കിപ്പോൾ ദുഃഖം. അന്ധന്മാർക്കും ഷണ്ഡന്മാർക്കും വേണ്ടി ആഹുതി ചെയ്ത രാജാംഗനകളുടെ നെടുവീർപ്പുകൾ എന്നും ഈ കൊട്ടാരക്കെട്ടുകളിൽ തേങ്ങിനടക്കുന്നു....'

അവരുടെ ശബ്ദം ഇടറിയിരുന്നു.

'നിങ്ങളൊരുമിച്ചു നിന്നാൽ ഹസ്തിനപുരത്തിനു കപ്പം തന്ന് കാൽവണങ്ങാത്ത ഒരു രാജാവും ലോകത്തിലുണ്ടാവില്ല. അതേതെങ്കിലും ആചാര്യൻ നിങ്ങളെ പഠിപ്പിക്കുന്നുണ്ടോ?'

ആരും മിണ്ടിയില്ല. യുധിഷ്ഠിരൻമാത്രം വലിയമ്മയുടെ നേരെ ശിരസ്സു കുനിച്ചു.

എന്റെ കൈത്തണ്ടയിൽ അവരുടെ നേർത്ത വിരലുകൾ പതിഞ്ഞു. വിറയ്ക്കുന്ന വിരലുകൾ.

'ശവം വീണു കാണാൻ കൊതിക്കുന്ന കൂളികൾ പലവേഷത്തിൽ ഈ കൊട്ടാരത്തിൽ കയറിയിറങ്ങുന്നുണ്ട്. ജ്യോതിഷക്കാരായിട്ടും ഋഷിമാരായിട്ടും. നിങ്ങൾ ഒരുമിച്ചു കഴിയേണ്ടവരാണ്. ആരും ആരുടെയും ശത്രുവല്ല. അതു മാത്രം അവർ പറഞ്ഞുതരില്ല....' കൈവിട്ടുകൊണ്ട് വലിയമ്മ മുഖം താഴ്ത്തിയിരുന്നു 'ആയുധക്കളത്തിനു പുറത്തുവെച്ച് ആരെങ്കിലും തമ്മിൽ പൊരുതി എന്നു കേട്ടാൽ അപ്പോൾ ഞാനീ കൊട്ടാരം വിടും. കൊല്ലുകയും മരിക്കുകയും ചെയ്ത് നിങ്ങൾ ആണുങ്ങൾ ആഘോഷിച്ചോളൂ.'

എല്ലാവരും നിശ്ശബ്ദരായി നിന്നു. വലിയമ്മ എഴുന്നേറ്റു. എന്നിട്ട് അകത്തേക്കു നടന്നപ്പോൾ കൈപിടിച്ച് അമ്മയും കൂടെച്ചെന്നു. നീലഞരമ്പുകൾ തെളിയുന്ന സ്വർണ്ണനിറമുള്ള കൈത്തണ്ട. അവർ മരിച്ചുപോയ മാദ്രിച്ചെറിയമ്മയേക്കാൾ സുന്ദരിയായിരിക്കണം.

ഞങ്ങൾ രണ്ടുവഴിക്കു തിരിച്ചുനടന്നു. മത്സരിക്കുന്ന ദുര്യോധനനോടും എന്നോടും മാത്രമല്ല, വലിയമ്മ പറഞ്ഞതെന്ന് എനിക്ക് ഏകദേശം മനസ്സിലായി. എല്ലാം മനസ്സിലാവാൻ പിന്നെയും വർഷങ്ങൾ കഴിയേണ്ടിവന്നു.

വലിയമ്മ മുമ്പിൽവെച്ച് ആരെക്കൊണ്ടും സത്യം ചെയ്യിച്ചിരുന്നില്ല. എങ്കിലും മാറ്റം പ്രകടമായിരുന്നു. ആയുധപ്പുരയിൽവെച്ചു കാണുമ്പോൾ ഞങ്ങൾ അകന്നുമാറി നടക്കാതായി. ബലരാമന്റെ കീഴിൽ ഗദായുദ്ധം പഠിച്ച ഒരു യാദവനെയുംകൊണ്ട് ഒരിക്കൽ ശുകാചാര്യൻ വന്നു. അയാൾ എന്നെ ദുര്യോധനന്റെ നേരെയും ദുശ്ശാസനന്റെ നേരെയും നിറുത്തി. ചിത്രസേനനെതിരെ നിന്നു. സഹദേവൻ ഖഡ്ഗശാസ്ത്രം തുടങ്ങി. ചെറിയ വേദനകളേൽക്കുമ്പോൾ എതിരാളി ആശ്വസിപ്പിക്കാൻ വന്നു. അപ്പോഴും അകന്നുനിന്ന് ഒറ്റയ്ക്ക് അമ്പെയ്തു പഠിക്കുകയായിരുന്നു കർണ്ണൻ. അയാൾക്കു മറ്റൊരു ഗുരുകൂടിയുണ്ട്, ധനുർവ്വേദത്തിന്. അതുകൊണ്ട് ദിവസങ്ങളോളം അയാളെ ദുര്യോധനപക്ഷത്തിൽ കാണാറില്ല. പഴയ ഏറ്റുമുട്ടലുകളുടെ കഥ

കൾ ഞങ്ങൾ മറന്നു.

അനധ്യായദിവസങ്ങളിലൊന്നിൽ ചിത്രസേനൻ വന്നു വിളിച്ചു: 'വരൂ, എല്ലാവരും പുറപ്പെട്ടുകഴിഞ്ഞു.'

ഞാൻ ആനപ്പന്തിയിൽ കാമരൂപത്തിൽ നിന്നു പുതുതായി വന്ന ആനകളെ ചട്ടം പഠിപ്പിക്കുന്നതു നോക്കി രസിച്ചിരിക്കുമ്പോഴാണ് ചിത്രസേനൻ വന്നത്.

'എങ്ങോട്ട്?'

'പ്രമാണകോടിയിൽ ജലോത്സവം. നമ്മളെല്ലാവരും പോകുന്നു. വരൂ, എല്ലാവരും ഒരുങ്ങിക്കഴിഞ്ഞു.'

തിരകുറഞ്ഞ ഗംഗാതീരത്തിലെ ഒരു മുനമ്പാണു പ്രമാണകോടി. അവിടെ രാജകുടുംബാംഗങ്ങൾക്കുവേണ്ടി സ്നാനഗൃഹങ്ങളുണ്ട്. ജലോത്സവങ്ങളുടെ ഭാഗമായുള്ള മത്സരങ്ങൾ ഇരുന്നു കാണാൻ കൽത്തറകളും മണ്ഡപങ്ങളും കെട്ടിയിട്ടുണ്ട്. ജലോത്സവത്തെപ്പറ്റി ഇന്നലെ രാത്രിയിലും ആരും പറഞ്ഞു കേട്ടില്ലല്ലോ!

'ആരൊക്കെയുണ്ട്?'

'നമ്മളൊക്കെ; നമ്മൾ മാത്രം.'

ദുര്യോധനനും കൂട്ടുകാരും കൊട്ടാരമുറ്റത്തു തയ്യാറായി ഒത്തുകൂടി. ഉത്സവയാത്രകൾക്കുള്ള പുഷ്യരഥങ്ങൾ കുതിരകളെ പൂട്ടി തയ്യാറായി നില്ക്കുന്നു.

അർജ്ജുനനും നകുലസഹദേവന്മാരും നില്ക്കുന്നേടത്തു ചെന്ന് അന്വേഷിച്ചു:

'ജ്യേഷ്ഠൻ വരുന്നില്ലേ?'

'ഇല്ലെന്നു തോന്നുന്നു.'

ദുര്യോധനൻ ചിരിച്ചുകൊണ്ട് എന്റെ അടുത്തേക്കു വന്നു.

'വരൂ. പാചകക്കാരൊക്കെ നേരത്തെ പോയി. താൻ സമാധാനിച്ചോളൂ. ഭക്ഷണം മോശമാവില്ല.'

എന്നിട്ട് എന്റെ പുറത്തു തട്ടി.

ഞാൻ ജ്യേഷ്ഠനെ അന്വേഷിച്ചു ചെന്നപ്പോൾ അദ്ദേഹം വലിയച്ഛന്റെ മന്ത്രിമാരിൽ ഒരാളോടൊത്ത് വിഭീതകക്കായകൾ കരുവാക്കി ചൂതുകളിച്ചിരിക്കുകയാണ്.

'നിങ്ങൾ പോയില്ലേ?'

ചൂതുകളി പഠിക്കുന്നതു കണ്ടുകൊണ്ടു ഞാൻ വന്നതു ജ്യേഷ്ഠനു രസിച്ചിട്ടില്ലെന്നു തോന്നി.

ജ്യേഷ്ഠൻ വരുന്നില്ലെങ്കിൽ ഞങ്ങളാരും പോകുന്നില്ല എന്നു പറയണമെന്നുണ്ടായിരുന്നു. അങ്ങനെയാണ് പഠിപ്പിച്ചിരിക്കുന്നത്. യുദ്ധത്തിനായാലും ശേഷക്രിയയ്ക്കായാലും ഉത്സവത്തിനായാലും അദ്ദേഹത്തിന്റെ പിന്നിലാണ് എന്റെ സ്ഥാനം.

രസംപിടിച്ചുതുടങ്ങിയ കളി നിറുത്തി എഴുന്നേല്ക്കാൻ ജ്യേഷ്ഠനു മന

സ്സുണ്ടായിരുന്നില്ല. വാതില്ക്കൽ വിടാതെ നില്ക്കുന്ന എന്നെ നോക്കി പിറുപിറുത്തുകൊണ്ട് ജ്യേഷ്ഠനും എഴുന്നേറ്റു.

ദുര്യോധനൻ ഒന്നാമത്തെ തേരിൽ എനിക്കും യുധിഷ്ഠിരനും അർജ്ജുനനും സ്ഥലം നീക്കിവെച്ചിരുന്നു. നകുലസഹദേവന്മാർ രണ്ടാമത്തെ തേരിൽ ദുശ്ശാസനന്റെയും ചിത്രസേനന്റെയും കൂടെ.

പ്രമാണകോടിയിൽ കയത്തിനു മുകളിൽ അകത്തേക്ക് ഒരർദ്ധവൃത്തമായി കയറിയിറങ്ങുകയാണ് ഗംഗ. ശരത്കാലത്തിലാണ് ജലോത്സവങ്ങൾ നടക്കുക പതിവ്. സ്നാനഘട്ടത്തിലിറങ്ങിയപ്പോൾ ദുര്യോധനൻ പറഞ്ഞു: 'തേരുകൾ മടങ്ങിക്കൊള്ളട്ടെ. നമുക്കു വൈകുന്നേരം സാവധാനത്തിൽ പുഴവക്കിലൂടെ നടന്നുപോകാം.'

യുധിഷ്ഠിരൻ സമ്മതഭാവത്തിൽ മൂളി. പുതുതായി കമ്പം തോന്നിയ ചൂതുകളിക്കു സൗകര്യത്തിൽ കിട്ടിയ ഒരു ദിവസം നഷ്ടപ്പെട്ടതിലുള്ള അസ്വാസ്ഥ്യം അപ്പോഴും ജ്യേഷ്ഠന്റെ മുഖത്തുനിന്നു മാറിയിട്ടില്ല.

തേരുകൾ തിരിക്കാൻ തുടങ്ങുമ്പോൾ സ്നാനഗൃഹത്തിനു പുറത്തെ ചെറിയ ഉദ്യാനത്തിലേക്കു ഞാൻ നടന്നു. ഭക്ഷണത്തിന്റെ മണം. അവിടെ പാചകക്കാർ പുതുതായിക്കൂട്ടിയ അടുപ്പുകളിലെ വലിയ ലോഹായസപ്പാത്രങ്ങളിൽ പലതും തിളയ്ക്കുന്നുണ്ട്. വലിയ കൊട്ടാരത്തിലെ പാചകക്കാരിലൊരാളാണ് മേൽനോട്ടം. എന്റെ ഭക്ഷണപ്രിയം അറിയുന്നതുകൊണ്ട് അവർ പറഞ്ഞു: 'കാട്ടാടും കരിമാനുമുണ്ട് അടുപ്പത്ത്. പ്രാവിറച്ചി വേണമെങ്കിൽ ഇപ്പോഴേ കുറച്ചു സ്വാദുനോക്കാം.'

മാംസോദനത്തിന്റെ നല്ല മണം. കെട്ടിവച്ച പൊതികളഴിച്ചു നോക്കി. കരിമ്പുനീരിൽ മുക്കി വറുത്ത പയർ, ശർക്കരയും ധാന്യപ്പൊടിയും ചേർത്ത് നെയ്യിൽ വറുത്ത വലിയ മോദകം.

ഒരുണ്ട മോദകം മാത്രമെടുത്തു തിന്ന് ഞാൻ പുറത്തേക്കിറങ്ങി.

ഉയർന്ന സ്തംഭത്തിൽ പിടിച്ചുകയറി, മുകളിൽ ഒറ്റക്കാലിൽ നിന്ന് ശരീരം വളച്ച് താഴെയുള്ളവരെ വിളിച്ച് ഞാൻ ചെറിയ കുട്ടികളുടെ ആദരവുനേടി. പിന്നെ, വെള്ളത്തിലേക്ക് എടുത്തു ചാടി മലർന്നും കമിഴ്ന്നും നീന്തി. ഊളിയിട്ടുചെന്ന് ഓർക്കാതിരുന്നവരെ പിടികൂടി ഭയപ്പെടുത്തി ചിരിച്ചു. പുറത്തു ചിത്രസേനനെ മലർത്തിക്കിടത്തി സ്നാനഘട്ടത്തിന്റെ ഒരറ്റംമുതൽ മറ്റേ അറ്റം വരെ നീന്തി മറ്റുള്ളവരെ അമ്പരപ്പിച്ചു.

ദുര്യോധനനും ഉത്സാഹത്തിലായിരുന്നു. എല്ലാവരും കരയ്ക്കു കയറിയപ്പോഴും ഞങ്ങൾ കളി തുടർന്നു. പഴയ വൈരികളായിരുന്നു ഞങ്ങളെന്നോർത്തപ്പോൾ അത്ഭുതം തോന്നി. ഒടുവിൽ ഞങ്ങളും കരയ്ക്കു കയറിയപ്പോൾ ദുര്യോധനൻ പറഞ്ഞു: 'പതുക്കെ മതി' ഈറൻ തുണികൾ ഏറ്റുവാങ്ങിയ ദാസന്മാർ പോയപ്പോൾ അയാൾ പറഞ്ഞു: 'നമുക്കവസാനം മതി ഭക്ഷണം. ഒരു സ്വകാര്യമുണ്ട്.'

എല്ലാവരും ഭക്ഷണത്തിനു തിരക്കി കയറിക്കഴിഞ്ഞിരുന്നു. പരിചാരകരിലൊരാളെ വിളിച്ച് ദുര്യോധനൻ പറഞ്ഞു: 'ഞങ്ങൾക്ക് അവിടെ ഞാൻ

പറഞ്ഞ സ്ഥലത്ത്.'

ജലക്രീഡയുടെ ഒരുക്കത്തിലെ ഗാംഭീര്യംകൊണ്ടു ദുര്യോധനൻ നേരത്തെ എന്നെ വിനീതനാക്കി മാറ്റിയിരുന്നു.

ഞാവൽമരങ്ങളുടെ ഇടയിൽ പരിചാരകർ കംബളം വിരിച്ചു. ഭക്ഷണ സാധനങ്ങൾ വെള്ളിത്തളികകളിൽ നിരത്തിയപ്പോൾ അവരോടു പോകാൻ ആംഗ്യം കാട്ടി. വറുത്ത ഒരു കഷണം മാംസമെടുത്തു ചവച്ചുകൊണ്ട് ദുര്യോധനൻ പറഞ്ഞു: 'തനിക്കും എനിക്കും മാത്രമായി ഒരു സാധനം കരുതിയിട്ടുണ്ട്.'

അയാൾ ഒരു തോൽക്കുടം തുറന്നു മണപ്പിച്ച് ശരിവയ്ക്കുന്നപോലെ മൂളിക്കൊണ്ടു പറഞ്ഞു. 'മദ്യം.'

എനിക്കു ഭയമാണാദ്യം തോന്നിയത്. മദ്യം പരിചയിക്കാനുള്ള പ്രായ മായിട്ടില്ല ഞങ്ങൾക്ക്.

'മധുകപ്പൂക്കളിൽനിന്നു വാറ്റിയ മുന്തിയ മദ്യം. യവം വാറ്റിയ സുര താണ വർഗ്ഗക്കാരേ കഴിക്കാറുള്ളു. ഇതു വിശേഷപ്പെട്ടതാണ്. രാജകുമാരന്മാർക്കു ചേർന്നതാണത്രേ. നോക്കൂ.'

ഞാൻ തോൽക്കുടം വാങ്ങി മണപ്പിച്ചു. കരിഞ്ഞ പൂക്കളുടെ മണം. അതു തിരിച്ചേൽപ്പിച്ചു ഞാൻ പറഞ്ഞു: 'വേണ്ട നമുക്ക് മധുപാനത്തിനുള്ള പ്രായ മായില്ലല്ലോ.'

ദുര്യോധനൻ ചിരിച്ചു: 'ഒറ്റപ്പന്നിയെ കുന്തംകൊണ്ടു വീഴ്ത്തിയ അന്നു തൊട്ടു നീ പുരുഷനായിരിക്കുന്നു.'

പതിനൊന്നു വയസ്സിൽ പതിനാറിന്റെ വളർച്ചയുണ്ട് എന്റെ ശരീരത്തി നെന്നറിയാം. കുളിമുറികളിൽ വെള്ളം മാറ്റാൻ ദാസിമാർ വരുമ്പോൾ എന്റെ നഗ്നതയിൽ നാണം തോന്നിത്തുടങ്ങിയിരുന്നു.

ഒറ്റപ്പന്നിയെ വീഴ്ത്തിയതു കൊട്ടാരത്തിനകത്ത് ഒരാളും എടുത്തു പറ ഞ്ഞില്ല. അഭിനന്ദനവാക്കും ഞാൻ കേട്ടില്ല. ആദ്യത്തെ മൃഗത്തെ വീഴ്ത്തി യതിന് അർജ്ജുനനുവേണ്ടി വിദുരർ ഒരു ബലി നടത്തി. ഭീഷ്മാചാര്യൻ സ്വർണ്ണച്ചിറകുള്ള ഒരമ്പ് സമ്മാനമായി കൊടുത്തു.

വൈരിയായി ഞാൻ കരുതിയ ദുര്യോധനനാണ് എന്നെ ആദ്യമായി പ്രശംസിക്കുന്നത്. എന്റെ മനസ്സിൽ ധൃതരാഷ്ട്രപുത്രനോടു സ്നേഹം വഴിഞ്ഞു.

അയാൾ കുടം ചുണ്ടിൽവച്ച് ഒരു കവിൾ കുടിച്ചു പറഞ്ഞു: 'ആദ്യം വീഴുന്ന മൃഗം, ആദ്യം കൊല്ലുന്ന ശത്രു, ആദ്യം അനുഭവിക്കുന്ന പെണ്ണ് ഇതൊക്കെ ആണിന് എന്നും ഓർമ്മിക്കാനുള്ളതാണ്.'

മുതിർന്നവരുടെ സ്വരത്തിൽ ഗൗരവത്തിൽ അയാൾ സംസാരിക്കുന്നു.

'ആദ്യം മധു രുചിച്ച ദിവസവും പ്രധാനമാണ്.' എന്നിട്ട് അയാൾ ചിരിച്ചു കൊണ്ടു വീണ്ടും കുടിച്ചു. കുടം താഴെവച്ചു നെറ്റിയിലേക്കു വീണുകിട ക്കുന്ന മുടി പിന്നിലേക്കൊതുക്കി. മുഖം കുറേക്കൂടി തുടുത്തിരിക്കുന്നു.

'നിന്റെ ജ്യേഷ്ഠനുണ്ടല്ലോ, യുധിഷ്ഠിരൻ. വീര്യവും ശൗര്യവുമില്ലാത്ത വങ്കനാണ്. വലുതാവുമ്പോൾ അയാളെന്തു കാട്ടും?'

ജ്യേഷ്ഠനെപ്പറ്റി പറഞ്ഞത് എനിക്ക് അത്ര രസിച്ചില്ല. ശാസ്ത്രം പഠിക്കാനാണ് ജ്യേഷ്ഠന് പറ്റുക എന്നു പലപ്പോഴും തോന്നിയിട്ടുണ്ട്. ശരിയാണ്, കേട്ടതു തെറ്റാതെ ആവർത്തിച്ചു ചൊല്ലാൻ സമർത്ഥനാണ്. ആയുധശാലയിലെത്തുമ്പോൾ അയാൾ നകുലനേക്കാൾ കഷ്ടമാണ്. പക്ഷേ, അതു ദുര്യോധനൻ പറയാൻ പാടില്ല.

രാജ്യം ഭരിക്കാൻ മാത്രമാണ് ജ്യേഷ്ഠനെ പരിശീലിപ്പിക്കുന്നത്. നകുലൻ കൊട്ടാരഭരണവും ഗോരക്ഷയും നടത്തും. സഹദേവൻ കപ്പം പിരിച്ചു ചെലവുകൾ നടത്തും. യുദ്ധം ചെയ്യാൻ അർജ്ജുനനുണ്ട്. പിന്നെ ഈ ഞാനും. ആരും വ്യക്തമായി പറഞ്ഞിട്ടില്ലെങ്കിലും ഞങ്ങൾക്കെല്ലാം ഏറ്റെടുക്കേണ്ടിവരുന്ന ജോലികളെപ്പറ്റി അന്നേ ധാരണയുണ്ടായിരുന്നു.

ഭാഗ്യത്തിന് ദുര്യോധനൻ കൂടുതൽ വിസ്തരിച്ചില്ല. ഇടയ്ക്കു ഞാൻ തൊടാതെ നീക്കിവച്ച മദ്യക്കുടത്തിൽ നോക്കി പതുക്കെ ചിരിച്ചു: 'ഭയമുണ്ടെങ്കിൽ വേണ്ട. മുതിർന്നവർക്കുള്ളതാണ് മദ്യം.'

അപ്പോൾ ഞാനും കൈനീട്ടി.

ചവർപ്പും മധുരവും. മുതിർന്നവരെപ്പോലെ കുടിക്കണമെങ്കിൽ അപ്രിയം പുറത്തു കാട്ടരുത്.

അവൻ എന്നെ തോല്പിക്കരുത് എന്ന വാശിയോടെ ഞാൻ ഒരു കവിൾകൂടി കുടിച്ചു. പിന്നെ കാട്ടാടിന്റെ ഒരു തുടക്കഷണമെടുത്തു ചവച്ചു.

അടുത്ത് ഗദായുദ്ധം പഠിക്കാൻ ബലരാമന്റെയടുത്തു പോകുന്ന വിശേഷം ദുര്യോധനൻ പറഞ്ഞു. മനസ്സിൽ അസൂയ തോന്നി. ബലരാമൻ അമ്മയുടെ മൂത്ത സഹോദരന്റെ മകനാണ്. എന്നിട്ടും എന്നെ അയയ്ക്കുന്ന കാര്യം ജ്യേഷ്ഠനോ അമ്മയോ ആലോചിച്ചിട്ടില്ലല്ലോ.

'ഏറ്റവും കരബലമുള്ള രാജാവാരാണെന്നറിയാമോ?'

ദുര്യോധനന്റെ ചോദ്യം. ഞാനാലോചിച്ചു. ബലരാമനല്ല. ബലരാമനെ ജരാസന്ധൻ തോല്പിച്ചിട്ടുണ്ട്. ജരാസന്ധന്റെ ശക്തിയെപ്പറ്റി പലപാട്ടുകളിലും കേട്ടിട്ടുണ്ട്. ഞാൻ മറുപടി പറഞ്ഞു: 'ജരാസന്ധൻ'

ദുര്യോധനൻ ചിരിച്ചു. 'അല്ല, എന്റെ അച്ഛൻ. ധൃതരാഷ്ട്രർ. ജരാസന്ധന് രണ്ടാംസ്ഥാനമേയുള്ളു. പക്ഷേ, അച്ഛൻ യുദ്ധം ചെയ്യില്ല. നേരത്തെ രാജ്യം വേണ്ടെന്നുവച്ചതല്ലേ?'

പതിനായിരം മദയാനകളുടെ ശക്തി അദ്ദേഹത്തിനു വരബലം കൊണ്ടു കിട്ടിയതാണെന്ന് ദുര്യോധനൻ പറഞ്ഞു.

'അതെനിക്കും കിട്ടും, കുറെ കഴിയുമ്പോൾ'

അവൻ വസ്ത്രം നീക്കി ഇടംതുടയിൽ മുഷ്ടി ചുരുട്ടി ഇടിച്ചു.

'വായുദേവൻ മലകളെടുത്ത് അമ്മാനമാടിയെറിഞ്ഞിട്ടുണ്ട്. ആ ശക്തി എനിക്കും തരും.'

ഞാൻ മനസ്സിലെ പ്രാർത്ഥനയാണ് അബദ്ധത്തിൽ പറഞ്ഞുപോയത്. ദുര്യോധനൻ പരിഹാസം കലർന്ന സ്വരത്തിൽ കുറച്ചുറക്കെ ചിരിച്ചു.

എനിക്ക് അരിശം വന്നു.

'ചിരിക്കരുത്. വായുപുത്രനായ ഭീമസേനനാണ് ഞാൻ.'

ദുര്യോധനൻ ഉറക്കെ പൊട്ടിച്ചിരിച്ചു.

'ധർമ്മന് യുധിഷ്ഠിരൻ, വായുവിന് ഭീമൻ, ഇന്ദ്രന് അർജ്ജുനൻ, സൗബലനമ്മാവൻ പറയുന്നതുപോലെ ശുദ്ധ മന്ദന്മാരാണ് നിങ്ങൾ. വേറെ നല്ല കഥകളുണ്ടാക്കി പറയാൻ തോന്നിയില്ലേ നിങ്ങളുടെ അമ്മയ്ക്ക്?'

ഞാൻ തരിച്ചിരുന്നു. അയാൾ പറഞ്ഞതിന്റെ അർത്ഥം സാവധാനത്തിലാണ് മനസ്സിൽ ഉരുത്തിരിഞ്ഞത്. അരിശംകൊണ്ടു തൊണ്ട വരണ്ടു. രണ്ടാമത്തെ തോൽക്കുടം ഒരു വെല്ലുവിളിപോലെ ദുര്യോധനൻ നീട്ടിയപ്പോൾ ഞാനതു വാങ്ങി. എന്നിട്ട് പാതിയോളം ഒറ്റവലിക്ക് കുടിച്ചുതീർത്ത് ഞാനതു താഴേക്കെറിഞ്ഞു.

'മക്കളുടെ അച്ഛനാരെന്നറിയാതിരിക്കാൻ സൗകര്യത്തിൽ മൃഗയ, പിന്നെ വനവാസം, ഋഷിമാർ പറഞ്ഞാൽ പാവം ജനങ്ങൾ എന്തും വിശ്വസിക്കും.... പക്ഷേ, അതെന്നോട് ആവർത്തിക്കണോ വൃകോദരാ?'

ഞാൻ എഴുന്നേറ്റപ്പോൾ ദുര്യോധനന്റെ ചിരി വീണ്ടും മുഴങ്ങി: 'മഹാബലൻ വായുപുത്രൻ!'

എന്റെ കാലുകൾ ഉറയ്ക്കുന്നില്ല. അവനെ കടന്നുപിടിക്കാൻ ആഞ്ഞപ്പോൾ ഞാൻ വീണു. കൈകുത്താൻ ശ്രമിച്ചെങ്കിലും അനുസരണം നഷ്ടപ്പെട്ട കൈപ്പത്തി നിലം തൊടുംമുമ്പേ തലയടിച്ചു.

ബോധം നഷ്ടപ്പെടുംമുമ്പ് വേറെയും ചിരികളും ശബ്ദങ്ങളും അടുത്തു വരുന്നുവെന്നു തോന്നി. അതിലൊന്ന് ദുശ്ശാസനന്റെയാണ്.

കുറച്ചുറക്കെ ഒരു ശബ്ദം കേട്ടു: 'കയറെവിടെ? കെട്ടാനുള്ള കയറെവിടെ?

അത് സൂതപുത്രൻ കർണ്ണന്റെയായിരുന്നു.

നാല്

കൊമ്പുകോർത്തിടിക്കുന്ന രണ്ടു മദഗജങ്ങളുടെ മസ്തകത്തിനു നടുവിലാണ് ഞാനെന്നാണ് ബോധം തെളിയുന്ന വേളയിൽ ആദ്യം തോന്നിയത്. നെഞ്ചിൻകൂടു ഞെരിഞ്ഞമരുന്നു. ഊന്നിനില്ക്കാൻ എന്തെങ്കിലുമൊന്ന്... പിടികിട്ടാൻ പാകത്തിലൊരു വള്ളി... ഇല്ല. കൈയനക്കാനും വയ്യ. അടിത്തട്ടിലെത്തിയപ്പോഴാണ് ഞാൻ വെള്ളത്തിൽ താഴുകയായിരുന്നു എന്നു മനസ്സിലായത്.

മുകളിലേക്കു കുതിക്കാനുള്ള ശ്രമത്തിൽ അറിഞ്ഞു, കൈകൾ പിന്നിൽ ചേർത്തു കെട്ടിയിരിക്കുന്നു; കാലുകളും. ഇതുതന്നെയാണവസാനം.

ഗംഗയുടെ അകലെ ഏതെങ്കിലും കരയിൽ മുതലകൾ തിന്നു ബാക്കിയായ എന്റെ എല്ലിൻകൂട് അടിഞ്ഞുകയറും. കുന്തീപുത്രൻ ഭീമസേനനാണതെന്നുപോലും ആരും അറിയാൻപോകുന്നില്ല. കൊടുങ്കാറ്റുകളുടെ ദേവാ. ഇതാണോ നിന്റെ പുത്രന്റെ അവസാനം? കരഞ്ഞുകൊണ്ട് ഞാൻ ഉള്ളിൽ അലറി. വായിലും മൂക്കിലും ചളിവെള്ളം ഇരച്ചുകയറി.

രക്ഷപ്പെടാനുള്ള ഒരവസാനശ്രമമെന്ന നിലയ്ക്ക് ഞാൻ കാലിട്ടടിച്ചു. എവിടെയോ ചെന്നെത്തിയ എന്റെ പ്രാർത്ഥന ഫലിച്ചിരിക്കുന്നു. കാലിലെ കെട്ട് ഇളകുന്നു. കാലടികൾ ചുറ്റിപ്പിണച്ച് ഞാൻ എന്തൊക്കെയോ ചെയ്തു. ദേവന്മാരെന്നെ തുണച്ചു. ഞെരിയാണിയിൽനിന്നു കയറുകൾ ഊർന്നുപോയി. ഞാൻ മുകളിലേക്കു കുതിച്ചു.

വെള്ളം കയറിയ ശ്വാസകോശത്തിൽ കുടുങ്ങിയ അല്പം വായു ഇപ്പോൾ നെഞ്ചിൻകൂടു തകർത്തു പുറത്തു ചാടുമെന്നു തോന്നി. എത്ര ഉയരത്തിലെത്തിയാലും പിന്നെയും തലയ്ക്കു മുകളിൽ വെള്ളം. അവ

സാനം, രക്ഷപ്പെടാൻ പോകുന്ന കാര്യം സംശയമെന്നു തോന്നി. കാലുകളുടെ ശക്തി മുഴുവൻ ക്ഷയിച്ചു. മരണം അടുത്തെത്തിയെന്ന് ഉറപ്പിച്ചപ്പോൾ മുകളിലെ വായുവിലേക്കു ശിരസ്സുയർന്നു. ശ്വസിച്ചു. പിന്നെ വെള്ളം ഛർദ്ദിച്ചു. വീണ്ടും ദീർഘമായി ശ്വസിച്ചു.

കൈകൾ ഇപ്പോഴും ഉപയോഗമില്ലാതെ കെട്ടിൽ കിടക്കുകയാണ്. തുഴയാതെ വെള്ളത്തിൽ പൊങ്ങിക്കിടക്കുന്നത് ഞാൻ മുമ്പേ ശീലിച്ചതാണ്.

ചുറ്റും ഇരുട്ടാണ്. കരയെവിടെയാണ്? ശ്വസിച്ചുകൊണ്ടു പൊങ്ങിക്കിടന്നപ്പോൾ കൈകൾ കുറേശ്ശെ ഇളക്കാമെന്നായി. ഒഴുക്കിൽ ബലംപിടിക്കാതെ, ശരീരം തളർത്തിയിട്ടു സാവധാനത്തിൽ ഇടയ്ക്കിടെ കാലുകൾകൊണ്ട് തുഴഞ്ഞു. മുകളിൽ നക്ഷത്രങ്ങൾകൂടി ഇല്ലാത്ത ആകാശം ഒരു വലിയ കൃഷ്ണാജിനംപോലെ മൂടിപ്പൊതിഞ്ഞുനിന്നു.

ഒഴുക്കിൽ നീങ്ങുമ്പോൾ ആലോചിച്ചു: ആരൊക്കെ ചേർന്നാണ് എന്നെ കെട്ടി കയത്തിൽ തള്ളിയത്? പ്രത്യേകമായി എനിക്കു വിരുന്നും 'സ്വകാര്യ'വും ഒരുക്കിയ ദുര്യോധനൻ നേരത്തെ എല്ലാം ചട്ടംകെട്ടിയിരിക്കണം. ഞാൻ ഭക്ഷണം കഴിഞ്ഞ ഉടനെ സ്ഥലംവിട്ടു എന്നു പറഞ്ഞാൽ വിശ്വസിച്ചു മടങ്ങും ജ്യേഷ്ഠനും അനുജന്മാരും. ദുര്യോധനനും ദുശ്ശാസനനും സൂതന്റെ മകൻ കർണ്ണനും ചേർന്നാണ് കെട്ടിയതും പുഴയിൽ തള്ളിയതും. മറ്റു കൗരവകുമാരന്മാരോ? അവരെ ഗൂഢാലോചനയിൽ ദുര്യോധനൻ പങ്കുചേർത്തിട്ടുണ്ടോ എന്നറിയാനാവില്ല. ജലോത്സവത്തിന്റെ മറവിൽ എന്തോ നടക്കാൻ പോകുന്നു എന്നു ചിത്രസേനനും മറ്റും അറിയാതിരിക്കില്ല. ഞാനീ ആപത്തിൽനിന്നു രക്ഷപ്പെട്ടാൽ....

കാലടികളിൽ എന്തോ തടഞ്ഞു. ഗംഗയിൽ പലേടത്തും മുതലകളുണ്ട്. മഹർഷിമാരുടെ ശാപംകൊണ്ടു മുതലകളായിത്തീർന്ന പാപികളാണധികവും എന്നു കേട്ടിട്ടുണ്ട്. കാൽ പിൻവലിച്ചു വീണ്ടും തുഴയാൻ തുടങ്ങിയപ്പോൾ ആഹ്ലാദത്തോടെ ഞാൻ അറിഞ്ഞു, ചവിട്ടിയതു കരതന്നെ.

ഇരുട്ടിൽ വഴുതുന്ന ചെളിമണ്ണിലേക്ക് ഞാൻ പ്രയാസപ്പെട്ടു കയറി. കര ഉറച്ച ഭൂമി കാൽക്കീഴിൽ അമരുമ്പോൾ എന്തൊരാശ്വാസം! ഇരുട്ടിൽ കറുത്ത പൊന്തക്കാടുകൾ കണ്ടു. നാലഞ്ചടിവച്ചപ്പോൾ വീണുപോയി. തളർന്നുകിടക്കുമ്പോൾ തണുപ്പ് ദേഹത്തിൽ ഞെരിഞ്ഞിൽക്കമ്പുകൾ പോലെ തുളഞ്ഞു കയറി. കണ്ണടച്ചു കിടന്നു.

കണ്ണു തുറന്നപ്പോൾ കേട്ടത് ആരുടെയോ ചൂളംവിളിയാണ്. ഇരുട്ടു നേർത്തിരിക്കുന്നു. പിന്നെ എനിക്കു മനസ്സിലാവാത്ത ഭാഷയിൽ എന്തൊക്കെയോ ശബ്ദങ്ങൾ കേട്ടു. മനുഷ്യർതന്നെ.

അവർ എന്റെ ചുറ്റും നിന്നു കലപിലകൂട്ടി. പ്രാകൃതമല്ല അവർ പറയുന്നത്. ഇടയ്ക്ക് കൈകളിലെ കെട്ട് ആരോ അഴിച്ചു. കുറെ കൈകൾ ചേർന്നു എന്നെ പൊക്കിയെടുക്കാൻ ശ്രമിച്ചപ്പോൾ ഞാൻ പ്രയാസപ്പെട്ട് എഴുന്നേറ്റിരുന്നു. മഞ്ഞനിറത്തിൽ കുറിയ ശരീരവും ചെറിയ കണ്ണുകളുമുള്ള മനുഷ്യർ. രോമം വളരാത്ത മുഖവും നെഞ്ചും. അവർക്കു പിന്നിലായി കാതിൽ

വലിയ ലോഹവളയങ്ങളിട്ട്, ചായം മുക്കിയ മൃഗത്തോലുകൾകൊണ്ടുള്ള വസ്ത്രങ്ങൾ ധരിച്ച് സ്ത്രീകൾ. എന്റെ നോട്ടം അവരിലെത്തിയപ്പോൾ കൂട്ടത്തിൽ ഉയരം കുറഞ്ഞവൾ കളിക്കിലുക്കു പോലെ ചിരിച്ചു. പുഴയിൽ എപ്പോഴോ എന്റെ വസ്ത്രം നഷ്ടപ്പെട്ടിരിക്കുന്നു.

അപ്പോൾ അവർക്കിടയിലേക്കു കറുപ്പും ചുവപ്പും തൂവലുകൾ പിടിപ്പിച്ച

ഉഷ്ണീഷം ധരിച്ച ഒരാൾ കയറിവന്നു. തോളിൽ തോലുറയിൽ അമ്പുകൾ. ഞാണയച്ച ഒരു മുളവില്ല് വലംകൈയിൽ. അയാൾക്കുവേണ്ടി ആളുകൾ വഴി മാറിനിന്നു. എന്നെ സൂക്ഷിച്ചു നോക്കിയ ചെറിയ വട്ടക്കണ്ണുകളിൽ ആദ്യം ക്രൂരതയായിരുന്നു. പിന്നെ അവയിൽ മൃദുലഭാവം പരക്കുന്നതു ഞാൻ കണ്ടു.

എനിക്കു മനസ്സിലാവുന്ന ഭാഷയിൽത്തന്നെ അയാൾ ചോദിച്ചു: 'ആരാണ്?'

ഞാൻ പേരുപറഞ്ഞു. ഹസ്തിനപുരത്തുകാരനാണെന്നും പറഞ്ഞു. അയാൾ പിറകെ വരാൻ ആംഗ്യം കാട്ടി. പൊന്തക്കാടുകൾ വകഞ്ഞ് അയാൾ നടന്നു. ഞാൻ പിറകെ. കൂടെ മറ്റുള്ളവരും. കാടിനു കനംകൂടിത്തുടങ്ങുന്ന ഇടത്തെത്തിയപ്പോൾ ഉദയമുഹൂർത്തത്തിലെ പ്രകാശം പരന്നു.

മരങ്ങൾ വെട്ടി നിരപ്പാക്കിയ സ്ഥലത്ത് ഉരുളൻ മരത്തടികൾകൊണ്ടു നിർമ്മിച്ച പാർപ്പിടങ്ങൾ കണ്ടു. എനിക്കു മനസ്സിലായി, ഇവരാണ് നാഗന്മാർ. പക്ഷേ, യമുനയുടെ തീരത്തിലെ കാടുകളിലാണ് ഇവർ പാർക്കുന്നതെന്നു കേട്ടിരുന്നു. നാഗന്മാരെപ്പറ്റി പല കഥകളും കുട്ടികളെ പേടിപ്പെടുത്താൻ ദാസിമാർ പറയാറുണ്ട്. രാത്രിയിൽ അവർ മനുഷ്യരൂപം വെടിഞ്ഞു സർപ്പങ്ങളായി മാറും. കാടിനു പുറത്തു കടക്കുന്നത് ദ്രോഹിച്ചവരോടു പകപോക്കാൻ മാത്രമാണ്. വിഷം പുരട്ടിയ ചെറിയ അമ്പുകൊണ്ടാണ് അവർ വേട്ടയാടുന്നത്.

അവരിലൊരാൾ ചായം മുക്കാത്ത ഒരു മൃഗത്തോൽ എനിക്കുടുക്കാൻ തന്നു. എനിക്കു കൃത്യമായി അറിയാത്ത ഏതോ മൃഗത്തിന്റെയാണ്. പിന്നെ ധാന്യമരച്ചു തിളപ്പിച്ച എന്തോ ഭക്ഷണം മരപ്പാത്രത്തിൽ കുടിക്കാൻ തന്നു. ചൂടുണ്ടായിരുന്നു. തണുപ്പും വിശപ്പുംകൊണ്ടു തളർന്ന ഞാൻ ആർത്തിയോടെ കുടിച്ചു. രണ്ടാമതും മൂന്നാമതും പാത്രം നീട്ടിയപ്പോൾ സ്ത്രീകൾ ചിരിച്ചു. അടുപ്പത്തിരിക്കുന്ന പാത്രം അവരിലൊരുത്തി ഒന്നിച്ച് എന്റെ സമീപം വച്ചപ്പോൾ കൂട്ടച്ചിരിയായി.

വിശപ്പടങ്ങിയപ്പോൾ ഞാൻ കണ്ണടച്ചു. മരച്ചുവട്ടിൽ തലചായ്ച്ചപ്പോൾ ആരോ വലിയൊരു ചമരിത്തോലുകൊണ്ട് എന്നെ പുതപ്പിച്ചു. അകത്തും പുറത്തും ചൂടു പരന്നു. തൂവൽത്തലപ്പാവുകാരൻ എന്തോ മുരണ്ടപ്പോൾ ആളുകളെല്ലാം പുറത്തേക്കു പോയി. പിന്നെ ഞാൻ ശാന്തമായുറങ്ങി.

ആദ്യത്തെ രണ്ടു ദിവസം ഒന്നും ചെയ്യാതെ ഇരുന്നു. എനിക്കു ഭക്ഷണം തരുന്നതിൽ സ്ത്രീകൾ തമ്മിൽ മത്സരിക്കുകയാണെന്നു തോന്നി. ഞാൻ ഭക്ഷിക്കുന്നതു കണ്ടിരിക്കുന്നതായി അവരുടെ ഒരു പ്രധാന വിനോദം.

മൂന്നാംനാളിൽ ആണുങ്ങളുടെ കൂടെ രാത്രിയിൽ ഞാനും വേട്ടയ്ക്കിറങ്ങി. ഇരുട്ടിൽ വേട്ടയാടുന്നതാണ് എളുപ്പമെന്ന് അവരെന്നെ ബോദ്ധ്യപ്പെടുത്തി. കാട്ടിൽ പക്ഷികളുടെയും മൃഗങ്ങളുടെയും കണ്ണുകൾ രാത്രിയിലെ ഇരുട്ടിൽ ദൂരെനിന്നുതന്നെ കാണാം. തിരിച്ചറിയാൻ അല്പം പരി

ചയമേ വേണ്ടൂ. ഒറ്റപ്പെട്ട മൃഗങ്ങൾ ഇണയെ വിളിക്കുന്ന ശബ്ദം കേട്ടാൽ അവർക്കു വേഗം സ്ഥാനമറിയാം.

ഏഴാം നാളിൽ കാടിന്റെ അതിർത്തിയിൽവച്ച് ഗോത്രത്തലവനായ നാഗനോടു ഞാൻ യാത്രപറഞ്ഞു. ആശ്ലേഷിക്കാൻവേണ്ടി കൈ നീട്ടിയപ്പോൾ അയാൾ കൈകൾ മുകളിലേക്കുയർത്തി എന്നെ വന്ദിച്ചു.

'പാണ്ഡവകുമാരാ, മംഗളം!'

എങ്ങനെ നന്ദി പറയണമെന്നറിയാതെ ഞാൻ വിഷമിച്ചു.

കഴിഞ്ഞ ദിവസങ്ങളിൽ അയാൾ പലതും എന്നെ പഠിപ്പിച്ചിരുന്നു. 'അതാണ് ഞങ്ങളുടെ കാട്ടിലെ നിയമം' എന്ന മുഖവുരയോടെ. മാറത്തെ പുലിനഖ മാലയും തൂവൽതുന്നിയ ശിരോവസ്ത്രവും ഗോത്രത്തലവന്റെ അടയാളമാണ്. ആരാണ് എന്നെ വരിഞ്ഞുകെട്ടി കയത്തിലിട്ടത് എന്ന ചോദ്യത്തിന് 'ശത്രു' എന്നുമാത്രം ഞാൻ പറഞ്ഞപ്പോൾ അയാൾ ഉപദേശിച്ചു.

'ശത്രുവിനോടു ദയ കാട്ടരുത്. ദയയിൽനിന്നു കൂടുതൽ കരുത്തുനേടിയ ശത്രു വീണ്ടും നേരിടുമ്പോൾ അജയ്യനാവും. അതാണ് ഞങ്ങളുടെ നിയമം. മൃഗത്തെ വിട്ടുകളയാം. മനുഷ്യന് രണ്ടാമതൊരവസരം കൊടുക്കരുത്.'

ദിവ്യാസ്ത്രങ്ങളേക്കാൾ സ്വന്തം ശക്തിയിൽ വിശ്വസിക്കുന്നതാണ് നല്ലതെന്നു പറഞ്ഞത്, എന്തോ എനിക്കു വിശ്വാസമായില്ല. ദിവ്യാസ്ത്രങ്ങൾ കൊണ്ടേ, ഞാൻ കേട്ട യുദ്ധകഥകളിലെല്ലാം വീരന്മാർ ജയിച്ചിട്ടുള്ളു.

അപ്പോൾ നാഗൻ ചോദിച്ചു: 'ശത്രു അതിലും വലിയ ആയുധത്തിനു വേണ്ടി തപം ചെയ്താലോ? അതും ദേവന്മാർ കൊടുക്കുന്നു. പിന്നെ ആദ്യം തന്ന ആയുധംകൊണ്ടെന്തു കാര്യം?'

ഞാൻ ആ ചോദ്യത്തിനു മറുപടി പറയാൻ വിഷമിച്ചു.

കൊട്ടാരമുറ്റത്തേക്ക് എട്ടാംനാളിലെ പ്രഭാതത്തിൽ മാൻതോലുടുത്തു നടന്നടുത്ത എന്നെ കണ്ട് കാവൽക്കാർ ആദ്യം അമ്പരന്നു. പിന്നെ വാർത്ത പരക്കാൻ അധികസമയം വേണ്ടിവന്നില്ല. രാജ്യം വിട്ടുപോയി എന്നു കരുതിയ ഭീമൻ തിരിച്ചു വന്നിരിക്കുന്നു! അമ്മയുടെ മുമ്പിൽ ചെന്നു നിന്നപ്പോൾ ആശ്വാസത്തോടെ ആദ്യം നെടുവീർപ്പിട്ട് എന്നെ ആകെ ഒന്നു നോക്കി. പിന്നെ മുഖം ഗൗരവംകൊണ്ടു ചുവന്നു.

'ആരോടും പറയാതെ ഊരുതെണ്ടാനിറങ്ങാം, അല്ലേ?'

ഗദ്ഗദം ഒതുക്കാൻ അമ്മയ്ക്കായില്ല.

അപ്പോഴേക്കും യുധിഷ്ഠിരനും അർജ്ജുനനും വന്നു.

'നീ എവിടെയായിരുന്നു?'

ഞങ്ങൾ മാത്രമാണു കേൾക്കുന്നത് എന്ന ഉറപ്പായപ്പോൾ ഞാൻ നടന്ന സംഭവം പറഞ്ഞു. ദുര്യോധനനും ദുശ്ശാസനനും കൂടിയാണ് എന്നെ പ്രമാണകോടിയിലെറിഞ്ഞത്.

'അവർ രണ്ടുപേരും. പിന്നെ ആ നീചൻ സൂതപുത്രൻ കർണ്ണനും.'

അമ്മ നടുക്കം പുറത്തുകാട്ടാതെ മരപ്പലകകൾ പാകിയ നിലത്തു വരച്ച ശ്രീചക്രങ്ങളൊന്നിൽ നോക്കിക്കൊണ്ടിരുന്നു. മിണ്ടിയില്ല, അമ്മ ഞങ്ങളുടെ പിറവിയെപ്പറ്റി പറഞ്ഞതൊക്കെ കള്ളക്കഥകളാണെന്നുകൂടി അവൻ പരിഹസിച്ച കാര്യം.

'നീ–നേരത്തെ മടങ്ങി എന്നു പറഞ്ഞപ്പോൾ ഞങ്ങളെല്ലാവരും വിശ്വസിച്ചു. ഭീഷ്മപിതാമഹനോടു നടന്നതെല്ലാം ഇപ്പോൾ പറയണം. വരൂ ഭീമസേനാ.'

അമ്മ പറഞ്ഞു:

'ആരോടും പറയേണ്ട. സൂക്ഷിച്ചിരിക്കുക. എപ്പോഴും സൂക്ഷിച്ചിരിക്കുക.'

'ഒരമ്മപെറ്റ ഉണ്ണികളെപ്പോലെ ഒത്തുകഴിയാൻ പറഞ്ഞ വലിയമ്മയോട് എന്തായാലും ഇതു പറയുകതന്നെ വേണം.'

അർജ്ജുനൻ വാദിച്ചു. അമ്മ അതും വേണ്ടെന്ന ഭാവത്തിൽ തലയാട്ടി.

യുധിഷ്ഠിരൻ വളരെ അസ്വസ്ഥനായിരുന്നു. എങ്ങനെ കഴിയും ഇവിടെ? അയാൾ ആരോടെന്നില്ലാതെ ചോദിച്ചുകൊണ്ടിരുന്നു. പിന്നെ അമ്മയുടെ നേരെ തിരിഞ്ഞു:

'നമുക്ക് വാസുദേവനമ്മാവന്റെ കൊട്ടാരത്തിൽ പോയി താമസിക്കാമല്ലോ.'

അതിലെനിക്കും ഉത്സാഹം തോന്നി. ബലരാമനിൽനിന്നു ഗദായുദ്ധം പഠിക്കാം. എന്റെ പ്രായക്കാരൻ– അല്ല എന്നേക്കാൾ ഒരു വയസ്സിനിളയ– കൃഷ്ണൻ ഞങ്ങൾക്കു കൂട്ടിനുണ്ടാവും.

അമ്മ പറഞ്ഞു: 'അതാണു കൗരവർക്കു വേണ്ടതും. അവകാശികൾ ഒഴിഞ്ഞുപോയാൽ അവർക്കു സൗകര്യവുമായി. ഇതാണോ ഉണ്ണീ നീ പഠിക്കുന്ന രാജ്യതന്ത്രം?'

യുധിഷ്ഠിരൻ അമ്പരന്നു.

'പാർക്കാൻ ഒരു രാജധാനിയിൽ ഇടം കിട്ടിയാൽ തീർന്നോ നിന്റെ ആവശ്യങ്ങൾ?'

അപ്പോൾ പുറവാതിൽക്കൽനിന്നു കടന്നുവന്ന ദാസി, വിദുരർ പുറത്തു കാത്തുനില്ക്കുന്നു എന്നു പറഞ്ഞു.

അമ്മ എഴുന്നേറ്റു നിന്നു. വന്ദിച്ചുകൊണ്ടു കടന്നുവരുന്ന വിദുരരെ ധൃതിയിൽ വണങ്ങി അമ്മ ഞങ്ങളുടെ അടുത്തേക്കു വന്നു.

യുധിഷ്ഠിരൻ പറഞ്ഞു: 'ഇളയച്ഛനെങ്കിലും അറിഞ്ഞിരിക്കണമല്ലോ. ഭീമനെ കൊല്ലാൻ അവർ വിഷം കൊടുത്തു മയക്കി കയത്തിലെറിഞ്ഞു. വലിയച്ഛന്റെ മക്കൾ. പിന്നെ സൂതന്റെ മകൻ കർണ്ണനും. ഞങ്ങളെന്തു ചെയ്യണം?'

വിദുരർ തലകുനിച്ചു സ്വന്തം കാലടികളിൽ നോക്കി നില്ക്കുന്ന അമ്മയെ നോക്കി.

'നിങ്ങളഞ്ചുപേരും കരുതി നടക്കുക. പ്രത്യേകിച്ച് ഭീമനും അർജ്ജുനനും.'

ഞങ്ങൾ ജ്യേഷ്ഠന്റെ പിറകെ പുറത്തേക്കു കടന്നു. വാതിൽക്കൽ നിന്നു തിരിഞ്ഞു നോക്കിയപ്പോൾ വിദുരർ അമ്മയുടെ സമീപത്തു പീഠത്തിലിരിക്കുന്നു. അമ്മ അദ്ദേഹത്തെ ശ്രദ്ധിക്കുന്നില്ലെന്നു തോന്നി, അപ്പോഴും. പ്രമാണകോടിയിലെ വധോദ്യമം അമ്മയെ വല്ലാതെ അസ്വസ്ഥയാക്കിയിരിക്കുന്നു. ദുര്യോധനൻ പറഞ്ഞ അപവാദങ്ങൾ അമ്മ കേൾക്കുകയാണെങ്കിലോ?

ശുകാചാര്യനെ വന്ദിക്കാൻ ചെന്നപ്പോൾ ഞാൻ സത്യം മുഴുവൻ പറഞ്ഞില്ല. പുഴയിൽ വീണുപോയി. കരയ്ക്കടുത്തപ്പോൾ കാട്ടിൽ വഴി തെറ്റുകയും ചെയ്തു. അദ്ദേഹം കൂടുതൽ ചോദിച്ചില്ല. മടങ്ങിവരുമ്പോൾ അങ്കണത്തിൽവച്ചു കൗരവന്മാരെ കണ്ടു. വഴിതെറ്റിപ്പോയ ഒരാൾ വീണ്ടും കൂടെ എത്തിയ ആഹ്ലാദത്തോടെ അവർ എന്റെ ചുറ്റും നിന്നു.

കഴിഞ്ഞ ദിവസങ്ങളെപ്പറ്റി എന്തെല്ലാം കഥകളാണു പറയേണ്ടത് എന്നു ഞാൻ ആലോചിക്കുകയായിരുന്നു. വേണ്ടിവന്നില്ല. എന്റെ തിരിച്ചുവരവിനേക്കാൾ വലിയ സംഭവം സംഭാഷണത്തിനു വിഷയമായി. മഹാപുരുഷനെന്നു പേരുകേട്ട ഒരു ബ്രാഹ്മണൻ, ധനുർവ്വേദാചാര്യൻ, ഞങ്ങളെ പഠിപ്പിക്കാൻ വന്നിരിക്കുന്നു. കൃപാചാര്യരുടെ സഹോദരിയുടെ ഭർത്താവ്.

ആചാര്യനെ കാണാൻ വരുമ്പോൾ കൊട്ടാരത്തിനു പുറത്തു കളിക്കുന്ന കുട്ടികളെ രസിപ്പിക്കാൻ അദ്ദേഹം അസ്ത്രവിദ്യയിലെ അത്ഭുതങ്ങൾ കാട്ടിക്കൊടുത്തു. വിവരമറിഞ്ഞു വന്ന ഭീഷ്മപിതാമഹൻ ബ്രാഹ്മണനെ നമസ്കരിക്കുന്നതാണ് പിന്നെ കുട്ടികൾ കണ്ടത്. കുരുപാണ്ഡവരുടെ ഭാഗ്യം എന്നു പറഞ്ഞ് അദ്ദേഹം ബ്രാഹ്മണനെ ഞങ്ങളുടെ ഗുരുനാഥനായി നിശ്ചയിച്ചുവത്രെ. ദ്രോണാചാര്യൻ.

പിന്നെ ദ്രോണരുടെ കഥകളായി, ആനപ്പന്തികളിലും അശ്വപാലകർക്കിടയിലും. പരശുരാമനിൽനിന്നു നേടിയ ദിവ്യാസ്ത്രങ്ങളുണ്ട് അദ്ദേഹത്തിന്റെ കൈയിൽ എന്നും ചിലർ പറഞ്ഞു.

വൃദ്ധനായ ഹസ്തിപൻമാത്രം ഉദാസീനഭാവത്തിൽ കേട്ടിരുന്നു. അവസാനം പറഞ്ഞു:

'ജപഹോമങ്ങൾ നടത്തി വേദം പഠിപ്പിച്ചിരിക്കേണ്ട ബ്രാഹ്മണൻ ക്ഷാത്രം നേടിയാൽ തീർന്നു.'

പരശുരാമനും ദ്രോണരുമായി കണ്ടുമുട്ടിയ കഥ പറഞ്ഞ സൂതനു രസിച്ചില്ല:

'എന്താണ്? ക്ഷാത്രവിദ്യ ബ്രാഹ്മണർ പഠിച്ചാലെന്താ?'

'ഒന്നുമില്ല. അവരെയാണ് ഭയപ്പെടേണ്ടത്. ക്രൂരത പിന്നെ ക്ഷത്രിയന്മാർ അവരിൽനിന്നും കടംകൊള്ളേണ്ടിവരുമെന്നു മാത്രം.'

വൃദ്ധൻ കൂടുതൽ തർക്കിക്കാൻ നില്ക്കാതെ എഴുന്നേറ്റ് 'ധൃതരാഷ്ട്ര'ന് ഈന്തൽപ്പട്ട കൊടുക്കാൻ വലിയ പന്തിയിലേക്കു കയറി.

നാഗൻ പറഞ്ഞതു ശരിയാണെങ്കിൽ, ദ്രോണന് ശത്രുക്കളുണ്ടെങ്കിൽ,

അവരാദ്യം ചെയ്തിരിക്കുക പരശുരാമനിൽനിന്ന് അതിലും വലിയ അസ്ത്രങ്ങൾ നേടുകയായിരിക്കും.

ആഴങ്ങളിലേക്ക്, നെഞ്ചുപൊട്ടിപ്പിളരുന്ന വേദനയോടെ താണുതാണുപോകുന്ന ദുഃസ്വപ്നം കണ്ടുകൊണ്ടാണ് ഞാൻ ഓരോ രാത്രിയും ഉറങ്ങിയത്. ഞെട്ടിയുണരുമ്പോഴൊക്കെ മനസ്സിൽ പറഞ്ഞു: 'ഇല്ല, ആരും ദയ അർഹിക്കുന്നില്ല.'

അഞ്ച്

അഭ്യാസക്കാഴ്ചയുടെ ദിവസം നിശ്ചയിച്ച മുതല്ക്ക് ചെറുപ്പക്കാർ കൂടുന്നിടത്തെല്ലാം അരങ്ങേറ്റത്തെപ്പറ്റിയായിരുന്നു സംസാരം.

കളം നിശ്ചയിച്ചു സ്ഥലബലി നടത്തി. കാഴ്ചപ്പുരകൾ ഉയർന്നു.

നാളും പക്കവും നിശ്ചയിച്ച വിവരം അർജ്ജുനനാണ് എന്നോടാദ്യം വന്നു പറഞ്ഞത്. തന്റെ അരങ്ങേറ്റത്തിനുവേണ്ടിയാണ് ഈ ആഘോഷമൊക്കെ എന്ന് തോന്നും അനുജന്റെ ആവേശം കണ്ടാൽ.

മുതിർന്നപ്പോൾ അവന്റെ കറുപ്പുനിറത്തിൽ നീലച്ഛായ കലർന്നു. കൂടുതൽ ഉയരം വച്ചിരിക്കുന്നു. കൂട്ടത്തിൽ നില്ക്കുമ്പോൾ ആരും അവനെ വീണ്ടും നോക്കിപ്പോവും. നകുലനും സഹദേവനുമാണ് കാഴ്ചയ്ക്കു സുന്ദരന്മാർ. തന്റെ സൗന്ദര്യത്തെപ്പറ്റി നകുലന് ആവശ്യത്തിലേറെ അഭിമാനമുണ്ട്. തെളിവെള്ളവും ലോഹക്കണ്ണാടിയും അടുത്തു കിട്ടിയാൽ സ്വന്തം മുഖം നോക്കി രസിക്കുന്നത് അവനൊരു പ്രിയപ്പെട്ട വിനോദമാണ്. അർജ്ജുനന്റെ മുഖത്ത് പൗരുഷത്തിന്റെ നനുത്ത രോമങ്ങൾ കാണാൻ തുടങ്ങിയിരിക്കുന്നു. പക്ഷേ, തന്റെ വേഷത്തെയും ആഭരണങ്ങളെയുംപറ്റി അർജ്ജുനൻ ശ്രദ്ധിക്കാറില്ല.

ദ്രോണാചാര്യൻ വന്നതറിഞ്ഞ് അയൽനാടുകളിൽനിന്ന് രാജകുമാരന്മാർ ഹസ്തിനപുരത്തു താമസിച്ചു പഠിക്കാനെത്തിയിരുന്നു. അദ്ദേഹത്തിന്റെ വിദ്യാർത്ഥികളിൽ ഒന്നാമൻ അർജ്ജുനനാണെന്നു പരക്കെ ആളുകൾ പുകഴ്ത്തി. വലിയ ആയുധപ്പുരയുടെ അങ്കണത്തിൽ അർജ്ജുനൻ അമ്പും വില്ലുമായി ഇറങ്ങുമ്പോൾ ജോലി നിർത്തിവച്ച് പരിചാരകന്മാർകൂടി ആരാധന

യോടെ നോക്കിനിന്നു.

ക്ഷണിക്കപ്പെട്ട രാജാക്കന്മാർക്കു പുറമെ നഗരവാസികൾകൂടി കാഴ്ച കാണാനെത്തും. ആഡംബരങ്ങൾ കൊട്ടി ആനപ്പുറത്തുനിന്ന് അറിയിപ്പുകൾ വിളിച്ചുപറഞ്ഞ് ദൂതന്മാർ നഗരത്തിൽ നടന്നു.

ആയുധങ്ങൾ മിനുക്കുന്ന തിരക്കിലാണ് എല്ലാവരും.

അലസനായിരിക്കുന്ന എന്നെ കണ്ടപ്പോൾ അർജ്ജുനന് അദ്ഭുതം തോന്നി.

'ഒരുക്കങ്ങളൊക്കെ കഴിഞ്ഞോ?'

ഞാൻ ഉദാസീനനായി മൂളി. അവന്റെ പ്രസരിപ്പു നുര കുത്തുന്നതു കണ്ടപ്പോൾ ഒരു കുസൃതി തോന്നി:

'പിന്നെ, ഏകലവ്യൻ വരുമോ?'

അർജ്ജുനന്റെ മുഖം കൂടുതൽ കറുത്തു.

നിഷാദരാജാവിന്റെ പുത്രൻ ഏകലവ്യനെന്ന വില്ലാളി ദ്രോണരുടെ ശിഷ്യനാണെന്ന് അവകാശപ്പെട്ടിരുന്നു. നായാട്ടിനു പോയപ്പോൾ അവന്റെ അസ്ത്രപാടവം കണ്ട് ദ്രോണരും അർജ്ജുനനും അമ്പരന്നു. ഒരിക്കൽ ശിഷ്യപ്പെടാൻ വന്ന അവനെ നിഷാദനായതുകൊണ്ട് ദ്രോണർ സ്വീകരിച്ചില്ല. കാട്ടിൽ സ്വയം പരിശീലനം നടത്തിയാണത്രേ അവൻ അർജ്ജുനനെ നാണിപ്പിക്കുന്ന കരബലവും കൈവേഗവും നേടിയത്.

'വന്നു കൊള്ളട്ടെ.'

അർജ്ജുനൻ നിസ്സാരഭാവം കാട്ടാൻ ശ്രമിച്ചു.

'പെരുവിരൽ പോയാൽ പിന്നെ അമ്പെയ്യാൻ കഴിയുമോ ആവോ?'

ഞാൻ മന്ദബുദ്ധിയെപ്പോലെ പറഞ്ഞു.

നിഷാദനുമായി കണ്ടുമുട്ടിയ കഥ ആനപ്പന്തിയിലെ പരിചാരകൻ പറഞ്ഞു കഴിയുമ്പോഴാണ് മറ്റൊരു സംഭവം കേൾക്കുന്നത്. ഉറങ്ങിക്കിടന്ന ഏകലവ്യനെ ആരോ ആക്രമിച്ചു. വലംകയ്യിന്റെ പെരുവിരലുകൾ വെട്ടിയ അക്രമികൾ ഇരുട്ടിൽ ഓടിമറഞ്ഞു. ചാരസംഘത്തിലെ ഒരു ഭടൻ പറഞ്ഞാണ് ആനപ്പന്തിയിൽ ഈ വിശേഷം അറിയുന്നത്.

പിറ്റേന്ന് ഞങ്ങൾ ആയുധപ്പുരയുടെ മുറ്റത്തു നില്ക്കുമ്പോൾ വാതിൽക്കൽ ഒരു വൃദ്ധൻ വന്നു. വനചരനാണെന്നു വേഷം കണ്ടാലറിയാം. അശ്വത്ഥാമാവും അർജ്ജുനനും തമ്മിൽ പരിശീലനം നടക്കുകയായിരുന്നു.

കാഴ്ചയ്ക്കു നിഷാദനെങ്കിലും ഗോത്രമുഖ്യനാണെന്നു തോന്നുന്ന വൃദ്ധനെ കണ്ടു വിവരമന്വേഷിക്കാൻ കൃപാചാര്യൻ ചെന്നു. അവർ തമ്മിൽ പറഞ്ഞതെന്താണെന്ന് ഞങ്ങൾ കേട്ടില്ല. വൃദ്ധൻ കൊടുത്ത പൊതി വാങ്ങി തിരിച്ചുവന്ന കൃപാചാര്യർ അത് ദ്രോണർക്കു നീട്ടി. എരുക്കിലകൊണ്ടുള്ള പൊതി.

അദ്ദേഹം പൊതി വാങ്ങിയപ്പോൾ ചോദ്യഭാവത്തിൽ കൃപാചാര്യരെ നോക്കി.

'നിഷാദൻ ഏകലവ്യൻ അങ്ങയ്ക്ക് അയച്ചതാണെന്നു പറഞ്ഞു. ഗുരു ദക്ഷിണയായിട്ട് എന്തോ.'

ദ്രോണാചാര്യരുടെ മുഖം വിളറിയിരുന്നു. ഏകലവ്യന്റെ പേരു കേട്ടപ്പോൾ ഞങ്ങൾക്കെല്ലാം താൽപര്യമുണ്ടായി. അർജ്ജുനൻ തൊട്ടടുത്തേക്കു തിരക്കിക്കയറി. അദ്ദേഹം നിസ്സാരഭാവത്തിൽ ഇലപ്പൊതി തുറന്നു. പിന്നെ ശ്വാസം പൊടുന്നനെ വലിച്ചടക്കിയ ശബ്ദം മാത്രം പുറത്തു വന്നു.

കാട്ടിലെ ശിഷ്യൻ മാനസഗുരുവിനു കൊടുത്തയച്ച ദക്ഷിണ കാണാൻ ഞങ്ങൾ തലനീട്ടി നോക്കിയപ്പോൾ–

ഇലപ്പൊതിയിൽ ചോര കട്ടപിടിച്ച ഒരു തള്ളവിരൽ.

അതിൽപ്പിന്നെ ഏകലവ്യനെപ്പറ്റി ആരും ഒന്നും പറഞ്ഞു കേട്ടിട്ടില്ല.

അർജ്ജുനൻ തിരിഞ്ഞുനടക്കുമ്പോൾ ഞാൻ പറഞ്ഞു: 'ഇടം കൈയും നിഷാദനു വശമാണെന്നു കേൾക്കുന്നല്ലോ.'

തിരിഞ്ഞുനിന്ന അർജ്ജുനൻ പറഞ്ഞു: 'നിഷാദന്മാർക്കുവേണ്ടിയല്ല ഹസ്തിനപുരത്തെ അഭ്യാസക്കാഴ്ച.'

അർജ്ജുനൻ പോയപ്പോൾ ഞാൻ വെറുതെ ചിരിച്ചുപോയി. നിഷാദനെ ആക്രമിച്ചത് അർജ്ജുനന്റെ അറിവോടെയാണ് എന്നു ഞാൻ കരുതുന്നില്ല. പക്ഷേ, എവിടെയെങ്കിലും ഒരു വില്ലാളി വിദഗ്ദ്ധനാണെന്നു കേട്ടാൽ അർജ്ജുനൻ, എന്റെ ഈ പ്രിയപ്പെട്ട അനുജൻ, അസ്വസ്ഥനാവുന്നതെന്തിന്?

ദ്രോണാചാര്യരുടെ മകൻ അശ്വത്ഥാമാവിനോടും അവന് അസൂയയുണ്ട്. തനിക്കു കിട്ടാത്ത പാഠങ്ങളും തന്ത്രങ്ങളുമൊക്കെ ഗുരു, പുത്രനു പറഞ്ഞു കൊടുക്കുന്നുണ്ടാവണമെന്നു കരുതുന്നു. ദ്രോണർക്കുവേണ്ടി ഭീഷ്മാചാര്യൻ ഒരു സചിവനെ സ്ഥലംമാറ്റി ഒരുക്കിക്കൊടുത്ത മന്ദിരത്തിൽത്തന്നെയാണ് ഒഴിവുസമയം മുഴുവൻ അർജ്ജുനൻ. ഗുരുശുശ്രൂഷയ്ക്കാണെന്നാണ് ഞങ്ങളോടു പറയുന്നത്.

ദ്രോണാചാര്യരെപ്പറ്റി എനിക്കെന്നും അത്ഭുതമായിരുന്നു. ഓരോ ശിഷ്യനും എത്രത്തോളം എത്തണമെന്ന് അദ്ദേഹം നേരത്തെ നിശ്ചയിച്ചാണു വന്നതെന്നു തോന്നും. അശ്വത്ഥാമാവ് അർജ്ജുനനേക്കാൾ മുമ്പിലാണെന്ന് എനിക്കുറപ്പുണ്ടായിരുന്നു. ദുര്യോധനന്റെ കൂടെ വന്നു പഠിക്കാൻ കർണ്ണനെ അനുവദിച്ചിരുന്നു. ഗുരുശുശ്രൂഷയ്ക്കു ചെന്നപ്പോൾ ഉടനെ സൂതപുത്രനാണെന്ന കാര്യം ഓർമ്മിപ്പിച്ച് അകന്നു നില്ക്കാൻ കല്പിച്ചു.

എന്റെ രഥപാഠങ്ങൾക്കിടയ്ക്ക് എന്നേക്കാൾ മുമ്പാരംഭിച്ച യുധിഷ്ഠിരനേക്കാൾ ഞാൻ വിദഗ്ദ്ധനായിരിക്കുന്നു എന്ന് ഗുരുനാഥനറിഞ്ഞു. സാരഥി വേഗം കൂടുമ്പോൾ ചാടിയിറങ്ങുകയും വേഗം കുറയാൻ കാത്തു നില്ക്കാതെ കയറിപ്പറ്റുകയും ചെയ്തപ്പോൾ യുധിഷ്ഠിരന്റെ നിരാശ പ്രകടമായിരുന്നു. എന്നേക്കാൾ ഏതാനും വയസ്സു മൂപ്പുള്ള മിടുക്കനായ ഒരു

സാരഥിയെ എനിക്കു കിട്ടി. വിശോകൻ. ഇടത്തുനിന്നും വലത്തുനിന്നും കയറാനും ഇറങ്ങാനും വിശോകനാണ് എന്നെ പ്രോത്സാഹിപ്പിച്ചത്. യുദ്ധത്തിൽ സൂതൻ ഇടത്തിരിക്കുമ്പോൾ യോദ്ധാവ് വലത്തിരിക്കണം. വിവാഹയാത്രകളിൽ സൂതൻ വലത്തും യോദ്ധാവ് ഇടത്തും.

'വിവാഹം യുദ്ധമായി മാറുന്നത് എപ്പോഴും പതിവാണല്ലോ രാജകുമാരന്മാർക്ക്'. അയാൾ ചിരിച്ചുകൊണ്ട് ഓർമ്മിപ്പിച്ചു.

രഥപാഠങ്ങൾ തുടരാൻ ഭാവിക്കുമ്പോൾ ദ്രോണാചാര്യൻ എന്നെ തേരിൽ നിന്നു മാറ്റി. അസ്ത്രവിദ്യയിൽ ഞാനാരുമാവില്ല എന്നു കരുതിയതുകൊണ്ടോ, എന്തോ, എന്നെ അർജ്ജുനന്റെയും അശ്വത്ഥാമാവിന്റെയും കൂട്ടത്തിലേക്കയച്ചു. മന്ദൻ അവിടെ പിന്നാലെ നിന്നു വിഷമിക്കട്ടെ!

പക്ഷേ, അർജ്ജുനനെ അത്ഭുതപ്പെടുത്താൻതന്നെ ഉറച്ചുകൊണ്ട് ഞാൻ സ്വകാര്യമായി രാത്രിയിൽ പരിശീലനം നടത്തി. വിശോകൻ സഹായിയായി നിന്നു.

എടുക്കുന്നതിലും തൊടുക്കുന്നതിലും, പെരുത്ത ശരീരമുള്ള ഞാൻ വളരെ സാവധാനത്തിലാവുമെന്നു ദ്രോണർ കരുതിയിരിക്കണം. 'മന്ദാ, നിനക്കു നല്ലതു ഗദയാണ്.' എന്നു പറയലാവും അടുത്തഘട്ടം.

അത്ഭുതം, അർജ്ജുനനേക്കാൾ ദ്രോണാചാര്യർക്കായിരുന്നു. അകലെ കൊടിമരത്തിൽ തൂക്കിയിട്ട് മരംകൊണ്ടുള്ള വ്യാഘ്രമുഖത്തിൽ തുടരെത്തുടരെ അഞ്ചമ്പുകൾ എയ്തു കൊള്ളിച്ചപ്പോൾ അദ്ദേഹം എന്നെ പതുക്കെ അഭിനന്ദിച്ചു. പിന്നെ ഉറക്കെ കൃപാചാര്യരുടെ ശിക്ഷണപാടവത്തെ പുകഴ്ത്തി. എന്നിട്ട് എന്നെ കാര്യമായി വിളിച്ചുപദേശിച്ചു:

'രഥവിദ്യയും അസ്ത്രശാസ്ത്രവുംപോലെതന്നെ പ്രധാനമാണ് ക്ഷത്രിയനു ഗദായുദ്ധം. മഹാവീരന്മാരുടെ ആയുധം. സാമാന്യപാഠങ്ങൾ കഴിഞ്ഞാൽ ഭീമനസേനൻ അതിൽ മനസ്സൂന്നിയാൽ മതി.'

ശിഷ്യരുടെ അഭ്യാസബലങ്ങൾക്ക് അദ്ദേഹം നേരത്തെ അതിരുകൾ നിശ്ചയിച്ചിരുന്നു.

ഇതിലേറെ എന്നെ അത്ഭുതപ്പെടുത്തിയത് ദ്രോണാചാര്യരുടെ ഒരജ്ഞാതഭാവമാണ്. സൂക്ഷിച്ചുനോക്കുന്ന ആർക്കും അറിയാം. സൂതപുത്രൻ കർണ്ണന് അർജ്ജുനനേക്കാൾ വേഗമുണ്ട്. എന്നിട്ടും ദ്രോണർ അതു കണ്ടില്ലെന്നു നടിക്കുന്നു. പ്രഥമശിഷ്യന്റെ പ്രശസ്തിയാണ് തന്റെ വിജയമെങ്കിൽ, വെല്ലുവിളി വരാൻ പോകുന്നത് നിഷാദനിൽനിന്നല്ല, സൂതപുത്രനിൽനിന്നായിരിക്കും.

അഭ്യാസക്കാഴ്ചയെപ്പറ്റി പറയാൻ പിന്നെ നകുലൻ വന്നു. ആ ദിവസത്തേക്കുവേണ്ടി അണിയാൻ നീലപ്പട്ടുവസ്ത്രവും ഇളംമഞ്ഞ ഉത്തരീയവുമാണ് കരുതിവച്ചിരിക്കുന്നത്. അരയിൽ വലിയ ഒറ്റ വൈഡൂര്യം പിടിപ്പിച്ച സുവർണ്ണമേഖല. ഒരർദ്ധഹാരം മാത്രമേ താൻ കഴുത്തിലണിയുന്നുള്ളു. അത്രയൊക്കെ മതി. രംഗം അഭ്യാസപ്രദർശനത്തിനല്ലേ? അവൻ സംശയം

ചോദിക്കുന്നു! ഞാൻ ശരിയാണെന്ന ഭാവത്തിൽ ചിരിച്ചു.

അണിയാൻപോകുന്ന വസ്ത്രങ്ങളെപ്പറ്റിയോ ആഭരണങ്ങളെപ്പറ്റിയോ ഞാൻ ആലോചിച്ചില്ല. എന്തൊക്കെയായാലും ആളുകൾ ശ്രദ്ധിക്കുന്നത് എന്റെ ഈ വലിയ ശരീരത്തെയായിരിക്കും. മുടിപ്പൂവും മുത്തുമാലയും എന്നെ സുന്ദരനാക്കുമെന്ന് എനിക്ക് വ്യാമോഹവുമില്ല.

ശരീരം, മുതിർന്നപുരുഷന്റേതുപോലെ വളർന്നുവെങ്കിലും എന്റെ മുഖത്ത് അർജ്ജുനനോളം ശ്മശ്രുക്കളില്ല. തെറ്റിത്തെറിച്ചു കീഴ്ത്താടിയിൽ നില്ക്കുന്ന നാലഞ്ചു ചെമ്പൻരോമങ്ങൾ മാത്രം. ശരീരം കൂടുതൽ വളർന്നപ്പോൾ കഴുത്തു ചെറുതായതുപോലെ തോന്നി.

'ഒരുങ്ങുന്നില്ലേ?'

വിശോകൻ ചോദിച്ചപ്പോൾ ഞാൻ എഴുന്നേറ്റു. അവസാനം മഹോത്സവത്തിന്റെ സമയം അടുത്തെത്തിക്കഴിഞ്ഞു.

നാന്ദീമുഖത്തിൽ വീണ്ടും ബലിയും പുണ്യാഹവും കഴിഞ്ഞപ്പോൾ പെരുമ്പറകൾ മുഴങ്ങി. ബലികഴിഞ്ഞ വേദിയിൽ ദ്രോണാചാര്യരും അശ്വത്ഥാമാവും നില്ക്കുന്നത് അഭ്യാസികളായ ഞങ്ങൾക്കുവേണ്ടി ഒഴിച്ചിട്ട മണ്ഡപത്തിൽ നിന്നു കാണാം. ഞങ്ങൾ അഞ്ചുപേരുടെ കൂട്ടത്തിൽ ആരുമില്ല. വിരുന്നുകാരായി താമസിച്ചു പഠിക്കുന്ന കുമാരന്മാരൊക്കെ കൗരവരുടെ കൂട്ടത്തിലാണ്. അവർക്കായി വച്ച സ്ഥലം ഞങ്ങളുടെ വലതുവശത്താണ്. അതിനപ്പുറം സ്ത്രീകൾ. അക്കൂട്ടത്തിൽ അമ്മയുണ്ട്. വലിയച്ഛനും നടക്കുന്നതൊക്കെ അപ്പപ്പോൾ പറഞ്ഞുകൊടുക്കാനുള്ള രണ്ട് അമാത്യൻമാർക്കും വേണ്ടി ഏറ്റവും ഉയരത്തിൽ സ്ത്രീകളിരിക്കുന്ന പടവുകൾക്കു മുകളിൽ കെട്ടിയുറപ്പിച്ച കാഴ്ചപ്പുര ഒഴിച്ചിട്ടിരിക്കുന്നു. ബലിമണ്ഡപത്തിന്റെ പിന്നിൽ നിന്ന് ദുര്യോധനനും സംഘവും രംഗഭൂമിയിലേക്കു കടന്നപ്പോൾ നേരത്തെ നിർദ്ദേശിച്ചതനുസരിച്ചാവണം, കാഹളങ്ങൾ ശബ്ദിച്ചു. തിളങ്ങുന്ന പട്ടുവസ്ത്രങ്ങൾ, ജ്വലിക്കുന്ന ആഭരണങ്ങൾ. സ്വയംവരമണ്ഡപത്തിലേക്കെന്നപോലെ ആണ് അവർ ഒരുങ്ങിയിരിക്കുന്നത്. നകുലനും സഹദേവനും അവരുടെ ഉടയാടകൾ വിലയിരുത്തുകയായിരുന്നു.

സ്ത്രീകളുടെ സംഘത്തിനിടയ്ക്കു തിരഞ്ഞുനടന്ന എന്റെ കണ്ണുകൾ അവസാനം അമ്മയെ കണ്ടെത്തി. അമ്മ ഒന്നാം നിരയിൽത്തന്നെ. ഒരുവശത്തു വിദുരപത്നിയായ പാർഷവതി, മറുവശത്ത് യുയുത്സുവിന്റെ അമ്മ. ശൂദ്രസ്ത്രീയായ അവർ വലിയമ്മയുടെ ഗർഭശുശ്രൂഷയ്ക്കു നിന്ന ദാസിമാരിൽ ഒരാളായിരുന്നു. വലിയച്ഛന് അവരിൽ ഒരു മകനുണ്ടായപ്പോൾ അവർക്കു വേറെ ഒരു വീടും മകന് രാജാവിനെ അച്ഛാ എന്നു വിളിക്കാൻ അധികാരവും കൊടുത്തുവത്രെ.

കൗരവപക്ഷത്തിൽ ഏറ്റവും പിന്നിൽ സാധാരണവസ്ത്രങ്ങൾ ധരിച്ചു നടക്കുന്നത് യുയുത്സുവായിരുന്നു.

വീണ്ടും പെരുമ്പറകൾ മുഴങ്ങി. ശംഖും പെരുമ്പറയും ചേർന്നുണ്ടായ ഘോഷത്തിൽ കാഹളങ്ങളുടെ സ്വരം ലയിച്ചപ്പോൾ വലിയച്ഛൻ ഇരുവശത്തുമുള്ള സഞ്ജയന്റേയും വിദുരന്റേയും ചുമലിൽ കൈവച്ച് കാഴ്ചപ്പുരയുടെ പടവുകൾ കയറാൻ തുടങ്ങി.

അഭ്യാസപ്രദർശനത്തിനുള്ള സമയമായി. പ്രായക്രമത്തിൽ കൃപാചാര്യർ പേരു വിളിക്കും. അദ്ദേഹമാണ് പ്രദർശനം നിയന്ത്രിക്കുന്നത്. ഭീഷ്മപിതാമഹനും ദ്രോണാചാര്യരും രംഗഭൂമിയുടെ ഒരറ്റത്തു നിന്നു മേൽനോട്ടം നടത്തുന്നു.

യുധിഷ്ഠിരൻ രഥവേഗവും നിയന്ത്രണവും കാണിച്ചു. അകലെ തൂണിൽ ഉറപ്പിച്ച ലോഹവരാഹത്തിലും ഉയരത്തിൽ തൂക്കിയിട്ട കാളക്കൊമ്പിലും അമ്പെയ്തു കൊള്ളിച്ചു. തേർത്തട്ടിൽ ഇരുന്നും കിടന്നും പുറംതിരിഞ്ഞു നിന്നും അമ്പെയ്തു കാണിച്ചു. കാംബോജത്തിൽനിന്നു വന്ന ഇളംതവിട്ടു നിറമുള്ള കുതിരകളെ സാരഥി താഴ്ത്തിത്തെളിച്ചപ്പോൾ അവ നിലം തൊടുന്നില്ലെന്നു തോന്നത്തക്കവണ്ണം പറന്നു. അക്ഷാഗ്രകീലത്തിൽ കെട്ടിയ വെള്ളിമണികളുടെ താളം മാറിക്കൊണ്ടിരുന്നു. രഥവേഗത്തിന്റെ പാരമ്യം കാട്ടി രാജാവിന്റെ കാഴ്ചപ്പുരയ്ക്കു താഴെ വന്നു കുതിരകൾ നിന്നപ്പോൾ യുധിഷ്ഠിരൻ താഴെയിറങ്ങി. ഞാൻ പ്രതീക്ഷിച്ചതിലേറെ ആകർഷകമായിരുന്നു ജ്യേഷ്ഠന്റെ അഭ്യാസപ്രകടനം.

സദസ്സ് ചെറിയ ആഹ്ലാദശബ്ദംകൊണ്ടു ജ്യേഷ്ഠനെ അഭിനന്ദിച്ചു.

അടുത്തത് എന്റെ ഊഴമായിരുന്നു. അങ്കണത്തിലിറങ്ങുമ്പോഴും എന്തു ചെയ്യണമെന്നു നിശ്ചയിച്ചിരുന്നില്ല. വന്ദനങ്ങൾ കഴിഞ്ഞു തേരിൽ കയറിയപ്പോൾ വിശോകൻ വില്ലും ആവനാഴിയും നീട്ടി. ആവനാഴി ബന്ധിക്കുമ്പോൾ വിശോകൻ പറഞ്ഞു: 'രഥവേഗം ഇനി കുട്ടികളെ രസിപ്പിക്കാൻ വേണമെങ്കിലാവാം. വേണമെന്നില്ല. ലോഹവരാഹത്തിന്റെ വായിൽ മൂന്നമ്പ്."

മൂന്നമ്പ് എയ്തു. മൂന്നും വായിൽ തറച്ചപ്പോൾ ജനങ്ങൾ ഒന്നിളകിയിരുന്നു എന്നു തോന്നി. യുധിഷ്ഠിരൻ ഒരമ്പാണ് കൊള്ളിച്ചത്. വിശോകൻ രാത്രിയിലെ പരിശീലനത്തിനിടയ്ക്ക് പറയാറുള്ളതുപോലെ മന്ത്രിച്ചു:

'ഇനി കാളക്കൊമ്പിലേഴ്.'

കൈവേഗം കാട്ടേണ്ട മുഹൂർത്തം. ഒന്നിനു പിറകെ ഒന്നായി ഏഴമ്പുകൾ പറന്നു. ലക്ഷ്യം കണ്ണിലല്ല കാണേണ്ടത്, മനസ്സിലാണെന്ന നാഗന്റെ വാക്കുകൾ ഓർമ്മിച്ചു. ഏഴമ്പുകളും അയച്ചു. വില്ലുതാഴ്ത്തി വിശ്വാസം വരാൻ വീണ്ടും നോക്കി.

'പിഴച്ചില്ല.'

വിശോകൻ മുഖം തിരിക്കാതെ പറഞ്ഞു.

അപ്പോൾ സദസ്സിന്റെ അത്ഭുതപ്രകടനം കുറേക്കൂടി ഉച്ചത്തിലായി.

അപ്പോൾ ദ്രോണാചാര്യൻ ധൃതിയിൽ അടുത്തേക്കു വന്നു.

‘ഗദായുദ്ധം കാണിക്കൂ. അസ്ത്രവിദ്യ കാട്ടാൻ വേറെ പലരുമുണ്ട് പിന്നാലെ. ഗദായുദ്ധം. ഗദായുദ്ധം!’

ഞാൻ അദ്ദേഹത്തെ നോക്കി. കറുത്ത ശരീരത്തിൽ പൂണൂൽ വിയർപ്പിൽ പറ്റിക്കിടക്കുന്നു. നരച്ച താടിയുടെ തുമ്പത്ത് ഇറ്റുവീഴാൻ പാകത്തിൽ നില്ക്കുന്ന വിയർപ്പുതുള്ളികൾ.

ബലിക്കളത്തിലെ ചോരയുടെ മണംപിടിച്ച് ആകാശത്തു പരുന്തുകൾ വട്ടമിടുന്നതു നേരത്തേ ഞാൻ കണ്ടിരുന്നു. അമ്പു കൊള്ളാവുന്ന ഉയരത്തിൽ അതിലൊന്നു പറന്നു താഴുമ്പോൾ എയ്തു വീഴ്ത്തണമെന്നാണ് അടുത്തതായി ഞാൻ നിശ്ചയിച്ചിരുന്നത്. ചടങ്ങുകൾ കഴിഞ്ഞു കയറിപ്പോകുമ്പോൾ അമ്മയ്ക്കൊരു ഉപചാരവന്ദനംകൂടി സ്വന്തം നിലയ്ക്കു ചേർക്കണമെന്നും കരുതിയിരുന്നു.

‘മന്ദാ, സമയം പോകുന്നു.’

വിശോകന് അമ്പും വില്ലും തിരിച്ചേല്പിച്ച ഞാൻ തേർത്തട്ടിൽനിന്നു ഗദയെടുത്തു. ആരോടെല്ലാമോ അരിശം തോന്നി. ഇരുമ്പു കെട്ടിയ ഗദ വായുവിൽ ചുഴറ്റി ഞാൻ ദ്രോണാചാര്യരോടു ക്രോധം പുറത്തുവരാത്ത വിധം ചോദിച്ചു: ‘ആരോടാണ് അഭ്യാസം കാട്ടേണ്ടത്?’

ഒരു പ്രതിയോഗിക്കുവേണ്ടി കാത്തുനില്ക്കുകയായിരുന്നില്ല ഞാൻ. കൗരവമണ്ഡപത്തിൽനിന്നു ഘോഷം കേട്ടു നോക്കുമ്പോൾ ദുര്യോധനൻ നില്ക്കുന്നു. കൗരവരിൽ മൂത്തവനും പാണ്ഡവരിൽ രണ്ടാമനും തമ്മിലുള്ള കിടമത്സരത്തെപ്പറ്റി ഊഹങ്ങളുള്ള കാഴ്ചക്കാരിൽനിന്ന് ഉത്സാഹത്തിമിർപ്പിന്റേതായ ആരവമുയർന്നു. അംഗവസ്ത്രവും ആഭരണങ്ങളുമഴിച്ചു ദുശ്ശാസനനെ ഏല്പിച്ച് ദുര്യോധനൻ രംഗഭൂമിയിലേക്ക് എടുത്തുചാടി.

മൂന്ന് പരിചാരകർ ഗദകളുമായി മുന്നിൽ നിരന്നു. മുകളിലേക്കിട്ടു പിടിച്ചു കനം നോക്കി ഒന്നു നിരസിച്ച് രണ്ടാമത്തേതു സ്വീകരിച്ച് ദുര്യോധനൻ എന്റെ നേരെ സാവധാനത്തിൽ വന്നു. ദ്രോണരും പരിചാരകരും പിൻവാങ്ങി. ഒരുങ്ങാൻ എനിക്കൊന്നുമില്ല. തടസ്സമായി നില്ക്കാവുന്ന ഒരാഭരണവുമില്ല.

അടുത്തെത്തിയ ദുര്യോധനൻ പറഞ്ഞു: ‘കാഴ്ചക്കാർ നിരാശപ്പെടരുത്.’

എന്നെക്കാൾ ഒന്നരവിരൽ പൊക്കമുണ്ട് ദുര്യോധനന്. അതുകൊണ്ട് ശരീരത്തിന്റെ വലിപ്പം അല്പം കുറവാണെന്നു തോന്നും. അവന്റെ കരുത്തു നിസ്സാരമല്ല എന്ന് എനിക്കറിയാം. കാഴ്ചക്കാരുടെ മുമ്പാകെവച്ച് എന്നെ തോല്പിച്ചു ജേതാവാകാൻ കിട്ടിയ അവസരം അവൻ വിടില്ല. പക്ഷേ, അവനറിയാത്ത ഒരു രഹസ്യമുണ്ട്.

എനിക്കിതു മത്സരമല്ല. പ്രമാണകോടിയിലെ ആഴങ്ങളിലേക്കിറങ്ങുന്ന ദുസ്സ്വപ്നം ഇന്നുമുതൽക്ക് ഉണ്ടാവരുത്. ഇതാ, പകരം വീട്ടാൻ എനിക്കായി ഈ രംഗം ഒഴിച്ചിട്ടിരിക്കുന്നു. പകൽവെളിച്ചത്തിൽ പതിനായിരംപേരുടെ മുമ്പിൽ.

ജാതകത്തിന്റെ മുറയിൽ നിന്നുകൊണ്ട് ദുര്യോധനൻ വീണ്ടും പറഞ്ഞു:

'മന്ദാ, കാണികൾ നിരാശപ്പെടരുത്.'

ഞാൻ നില്ക്കുന്നതു വലിതത്തിലാണ്. നേരത്തേ നിശ്ചയിച്ചിട്ടൊന്നുമല്ല. അയാൾ നിലപാടു മാറ്റി ഗദ വീശിയടിച്ചു പ്രത്യാലീഢത്തിൽനിന്നു. ഞാൻ തടുത്തില്ല. പിന്നിലേക്കാഞ്ഞ ശരീരത്തെ തൊട്ടു തൊട്ടില്ല എന്ന പോലെ ഗദയൊഴിഞ്ഞുപോയി.

സദസ്സിന്റെ നിശ്ശബ്ദത ഇപ്പോൾ കാതുകളിൽ ഇരമ്പി. രണ്ടാമത്തെ പതനം ഞാൻ തടുത്തു. അവന്റെ കൈക്കരുത്തിനെപ്പറ്റി ബോധ്യം വന്ന ഞാൻ ആക്രമിച്ചു കയറി. മന്ദനായ ഭീമന്റെ ഗദാവേഗത്തെപ്പറ്റി ആയുധ പാഠത്തിനിടയ്ക്കു കണ്ട അവൻ കണക്കുകൂട്ടിവച്ചതൊക്കെ തെറ്റ്. ഇപ്പോഴാണ് അമ്പരക്കുന്നത്. ഒഴിഞ്ഞുവാങ്ങുംതോറും ഞാൻ അടിച്ചുകയറി. ഇരുമ്പുകെട്ടുകൾ കൂട്ടിയടിക്കുമ്പോൾ തീപ്പൊരികൾ ഉയർന്നു. പിൻവാങ്ങിക്കൊണ്ടിരുന്ന അവന്റെ അഹന്തയെ ആക്രമിക്കാനായി വാക്കുകളും കിട്ടി: 'ഭീരൂ! ഇതു യുദ്ധമാണ്, നൃത്തമല്ല!'

പതുക്കെയാണെങ്കിലും അവന്റെ ശക്തി ക്ഷയിക്കുന്നുണ്ടെന്ന് എനിക്കറിയാമായിരുന്നു. വിയർപ്പു കുടഞ്ഞുകളയാൻ ശ്രമിച്ചു പൊരുതി നില്ക്കുമ്പോൾ അവൻ വികൃതശബ്ദത്തിൽ മുരണ്ടിരുന്നു. എന്റെ അവസരം അടുത്തടുത്തു വരുന്നുണ്ട്. പിൻവലിച്ച ഗദ വീണ്ടും ഉയരുന്നതിനിടയ്ക്ക് ഇട വാരി അവൻ ചിലപ്പോൾ രക്ഷിക്കുന്നില്ല. കാൽച്ചുവടു പൊടുന്നനെ ഒന്നു മാറ്റാൻ കഴിഞ്ഞാൽ വാരിയെല്ലിൽ ഗദവീഴാൻ പഴുതു കണ്ടുവെന്നു വരും. അവൻ കുറേക്കൂടി തളരണം. അവസരം അടുത്തെത്തുമെന്നുറപ്പിച്ചു ഞാൻ പൊരുതി.

കാണികളുടെ മുമ്പാകെ തന്റെ പ്രതാപം ക്ഷയിക്കുന്നുവെന്ന് ഓർമ്മ വരുമ്പോഴൊക്കെയാവണം, അവൻ പുതിയ ശൗര്യത്തോടെ ഇരച്ചു കയറി. പ്രമാണകോടിയെപ്പറ്റി ഓർത്താൽ മതി, തളരാതെ ഞാൻ അസ്തമനംവരെ നില്ക്കുമെന്ന് എനിക്കുറപ്പുണ്ട്. അവന്റെ കൈകളുടെ വേഗം കുറയുന്നുണ്ട്. കൊല്ലുന്ന ഒരു നിമിഷത്തിന്റെ വിടവിനു വേണ്ടി കൊതിക്കുന്ന ഗദ, ഒരു ജീവനുള്ള വസ്തുപോലെ എന്റെ കൈപ്പിടിയിൽ പുളഞ്ഞു.

മനസ്സിലെ ആഹ്ലാദം എന്റെ മുഖത്തു കണ്ടിട്ടാവണം അവന്റെ കണ്ണുകളിൽ ഭീതിയുടെ നിഴൽ പരുങ്ങി.

– ഇത് പ്രമാണകോടിയുടെ ഓർമ്മയ്ക്ക്.

'നിർത്തൂ!'

പല ശബ്ദങ്ങൾ.

വിജയം അടുത്ത സമയത്തു കൈ പിൻവലിക്കേണ്ടിവന്നു.

'നിർത്തൂ, നിർത്തൂ!'

പല ശബ്ദങ്ങൾ എന്റെ ചുറ്റും. എന്റെ മുന്നിൽ അശ്വത്ഥാമാവ്, ദുര്യോധനനെ മറച്ചുകൊണ്ടു ചാടിവീണു ഗർജ്ജിച്ചു:

'ഭീമസേനാ, നിർത്തൂ!'

ഞാൻ പതുക്കെ ഗദ താഴ്ത്തി.

അപ്പോഴേക്കും ദ്രോണരും കൃപാചാര്യരും മുമ്പിലെത്തി.

'ഇതു യുദ്ധമല്ല, അഭ്യാസക്കാഴ്ചയാണ്.'

അവസാനമായി വന്ന വൃദ്ധനായ ശുകാചാര്യർ മന്ദഹസിച്ചുകൊണ്ടു പറഞ്ഞു: 'മതി. ധാരാളം മതി.'

ഞാൻ തിരിഞ്ഞുനിന്നപ്പോൾ അമ്പരന്നു. കാഴ്ചക്കാർ മുഴുവൻ എഴുന്നേറ്റു നില്ക്കുകയാണ്.

ഞാൻ തിരികെ ഞങ്ങളുടെ ഇരിപ്പിടങ്ങളിലേക്കു നടന്നുതുടങ്ങിയപ്പോൾ ജനങ്ങളുടെ ശബ്ദം അവ്യക്തമായി കേട്ടു. കാറ്റടങ്ങിയപ്പോൾ ഉലഞ്ഞു നിവരുന്ന ഓടക്കാടുകളുടെ മർമ്മരം പോലെ.

ആറ്

ഞാൻ പടവുകൾ കയറുമ്പോൾ അർജ്ജുനൻ ഇറങ്ങുകയായിരുന്നു. ഗൗരവത്തിനിടയ്ക്കും അവൻ എനിക്കൊരു പുഞ്ചിരി തന്നു പിറു പിറുത്തു: 'ബ്രാഹ്മണന്റെ വിവരക്കേട്.'

ഞാൻ പഴയ സ്ഥാനത്ത് യുധിഷ്ഠിരനരികെ ഇരുന്നു. ചോദ്യങ്ങൾ യുധി ഷ്ഠിരൻ ഉള്ളിൽ നിരത്തിവച്ചിട്ടുണ്ടെന്നു മുഖം കണ്ടാലറിയാം. അപ്പോൾ വാദ്യഘോഷങ്ങൾ നിന്നു. ദ്രോണാചാര്യരുടെ ശബ്ദം കേട്ടു. അദ്ദേഹം ഒരഭ്യാസിയെ സദസ്സിനു പരിചയപ്പെടുത്തുന്നതുതന്നെ, കാണികൾക്ക് ഇതിലും വലിയ പ്രദർശനം കാത്തിരിക്കാനുള്ള സൂചനയായിരുന്നു.

'ഇതാ, എനിക്കു പുത്രനേക്കാൾ പ്രിയപ്പെട്ട വത്സലശിഷ്യൻ. സർവ്വാ സ്ത്രങ്ങളും പഠിച്ചവൻ, അർജ്ജുനൻ.'

മാറത്തു പൊൻനക്ഷത്രങ്ങൾ പതിച്ച പോർച്ചട്ടയും കൈയിൽ തോലു റയും ധരിച്ചു, രംഗമദ്ധ്യത്തിലേക്കു നടക്കുന്ന അർജ്ജുനൻ. ബാലത്തരു ണികളുടെ കണ്ണുകളെല്ലാം അവന്റെ ഓരോ കാൽവെയ്പിലും നീലമലരു കൾ ചൊരിയുന്നുവെന്നു തോന്നി. ഞങ്ങൾ നാലുപേർ പരസ്പരം നോക്കി. അഭിമാനംകൊണ്ട് എന്റെ കലങ്ങിയിരുന്ന മനസ്സ് അപ്പോൾ തെളിഞ്ഞു.

ആവശ്യത്തിൽക്കൂടുതൽ ഞാൻ സമയമെടുത്തതിന്റെ കാര്യം മാത്രം യുധിഷ്ഠിരൻ ഇടയ്ക്കൊന്നു പറഞ്ഞുവെച്ചു.

വന്ദനമുറകൾ കഴിഞ്ഞ് അർജ്ജുനൻ അസ്ത്രങ്ങളുടെ ബലവും ദൂരവും കാട്ടി. പുംഖാനുപുംഖം അമ്പെയ്തു വേഗം കാട്ടി. ഇടംകൈയിന്റെയും വലംകൈയിന്റെയും സ്വാധീനം കാണിച്ച് ലോഹവരാഹത്തിന്റെ വായിൽ അഞ്ചമ്പുകളെയ്തു. കാളക്കൊമ്പിൽ ഇരുപത്തൊന്ന് അമ്പുകളയച്ചു. തറച്ച

അമ്പിന്റെ വായ്ത്തലയുരസിപ്പതിച്ചു പുത്തൻ മുനകളുരഞ്ഞു തീപ്പൊരി ചിതറി. ആളുകൾ വിസ്മയംകൊണ്ടു പുളഞ്ഞു.

അപ്പോൾ രംഗഭൂമിയിലേക്ക് മറ്റൊരു വില്ലാളി കടന്നുവന്നു. സൂതപുത്രൻ കർണ്ണൻ.

'അഹങ്കരിച്ചതു മതി, പാർത്ഥാ.'

ആരും പരിചയപ്പെടുത്തിയില്ല. അർജ്ജുനൻ അസ്തവീര്യനെപ്പോലെ നില്ക്കുമ്പോൾ, ലോഹവരാഹത്തിലെ അമ്പുകൾ ഓരോന്നായി കർണ്ണൻ എയ്തുമുറിച്ചു. അമ്പുകൾകൊണ്ട് ഭൂമിയിൽ സ്വസ്തികയുണ്ടാക്കി. ഉയർന്നു തലകുത്തിവീഴുന്ന അമ്പിനെ വീണ്ടും മുകളിലേക്കുയർത്തി. നിലംതൊടാൻ അനുവദിക്കാതെ അമ്പുകളെക്കൊണ്ട് വായുവിൽ നൃത്തം വെപ്പിച്ചു.

കാണികൾ അഭിനന്ദനരൂപത്തിൽ ഇരമ്പി. മണ്ഡപത്തിൽനിന്നു ദുര്യോധനൻ സമനില വിട്ടവനെപ്പോലെ ഉറക്കെ വിളിച്ചുപറഞ്ഞു: 'ഞാനും എന്റെ കുരുരാജ്യവും കർണ്ണാ, നിനക്കു കീഴ്പ്പെട്ടിരിക്കുന്നു.'

അരിശത്തോടെ യുധിഷ്ഠിരൻ ചോദിച്ചു:

'ആരാണ് സൂതന് മത്സരിക്കാൻ അനുവാദം കൊടുത്തത്?'

ആചാര്യന്മാരോടായി ജനങ്ങൾ കേൾക്കെ കർണ്ണൻ പറഞ്ഞു: 'എനിക്കീ അർജ്ജുനനോട് ദ്വന്ദ്വയുദ്ധത്തിനവസരം തന്നാലും.'

രംഗം വഷളാവാൻ തുടങ്ങുന്നുവെന്നറിഞ്ഞ് ഞാൻ താഴെയിറങ്ങി.

വിളിക്കാതെ വരുന്നവരുടെ ഗതിയെപ്പറ്റി അർജ്ജുനൻ എന്തോ പറഞ്ഞു. അടുത്തെത്തിയപ്പോൾ അവന്റെ മുഖത്ത് അധൈര്യം ഞാൻ വ്യക്തമായും കണ്ടു.

ഓടിയെത്തിയ ദുര്യോധനാദികൾ കർണ്ണനെ തഴുകി മാർച്ചട്ടയണിയിച്ചു.

പിൻവാങ്ങുന്നതിന് ന്യായങ്ങളൊന്നും തോന്നാതെ അർജ്ജുനൻ എന്നെ നോക്കി. മാർച്ചട്ട പിന്നിൽ മുറുക്കിക്കൊടുക്കുമ്പോൾ ഞാൻ പറഞ്ഞു: 'ദയ അർഹിക്കുന്നില്ല സൂതപുത്രൻ.'

അപ്പോൾ ഭീഷ്മാചാര്യരും ദ്രോണരും കൃപരും അടുത്തെത്തി. നേരത്തെ ഒരുങ്ങിക്കഴിഞ്ഞ കർണ്ണനേയും ഒരുക്കുന്ന എന്റെ ജോലി കഴിയട്ടെ എന്ന ഭാവത്തിൽ കാത്തുനില്ക്കുന്ന അർജ്ജുനനേയും അവർ നോക്കി.

കൃപാചാര്യരോട് ഞാൻ അർജ്ജുനന്റെ ഇടം ചുമലിലൂടെ തല നീട്ടി ചോദിച്ചു: 'കുന്തിയുടെ ഏതെങ്കിലും ഒരു പുത്രനെ മതിയോ എന്നു ചോദിക്കൂ. എനിക്കു വേറെ ഒരു കടം വീട്ടാനുണ്ട്.'

അർജ്ജുനൻ പറഞ്ഞു. 'വേണ്ട, ഞാനവനെ എത്തേണ്ട ഇടത്തേക്കയയ്ക്കുന്നുണ്ട്.'

ഞാൻ വീണ്ടും അപേക്ഷിച്ചു: 'ഞാനുണ്ട്. അവനിഷ്ടമുള്ള ആയുധങ്ങൾ.'

മത്സരയുദ്ധം മാറ്റിവെയ്ക്കാൻ വഴികാണാതെ വിഷമിച്ചുനിന്ന കൃപാചാര്യർ ഒരു ന്യായം തോന്നിയപോലെ പെട്ടെന്നു മുമ്പോട്ടുവന്നു പറഞ്ഞു:

'ഈ അർജ്ജുനൻ, കുന്തിയുടെ ഇളയമകൻ, പാണ്ഡുവിന്റെ പുത്രൻ, കുരുവംശത്തിൽ പിറന്ന രാജകുമാരനാണ്.'

കർണ്ണൻ തീപാറുന്ന കണ്ണുകളോടെ ആചാര്യന്റെ നേരെ തിരിഞ്ഞു.

കൃപർ ശബ്ദമുയർത്തി:

'ദ്വന്ദ്വയുദ്ധത്തിനുമുമ്പ് കുലവും പൈതൃകവുമറിയണം. സമമായ കുലാചാരങ്ങളില്ലാത്തവരോട് ക്ഷത്രിയകുമാരന്മാർ ദ്വന്ദ്വയുദ്ധം പതിവില്ല.'

ശൗര്യംകൊണ്ടു കത്തിയെരിയുന്ന കർണ്ണന്റെ മുഖം പെട്ടെന്നു ചാര നിറമായി.

ഞാൻ വീണ്ടും പറഞ്ഞു: 'എനിക്കൊന്നുമറിയേണ്ടതില്ല. അവൻ നിശ്ചയിക്കുന്ന ആയുധങ്ങൾ.'

ദുര്യോധനൻ കോപത്തോടെ കൃപാചാര്യരുടെനേരെ കുതിച്ചു: 'വീരന്മാരുടെ കുലം നോക്കേണ്ടതില്ലെന്നും ന്യായമില്ലേ ആചാര്യൻ?'

പിന്നെ ആളുകൾ കേൾക്കത്തക്കവണ്ണം ഉറക്കെ ശബ്ദമുയർത്തിക്കൊണ്ട് ദുര്യോധനൻ പ്രഖ്യാപിച്ചു: 'കർണ്ണൻ ഈ നിമിഷംതൊട്ടു രാജാവാണ്. പൈതൃകമായി എനിക്കു കിട്ടിയ അംഗരാജ്യം ഇതാ, ഇപ്പോൾ ഞാൻ കർണ്ണനു ദാനം ചെയ്യുന്നു.'

അയാൾ പിന്നെ അലറി: 'എവിടെ വൈദികർ? ദാനം വാങ്ങാനില്ലാത്തതുകൊണ്ട് ഒരുത്തനും ഇവിടെ വന്നിട്ടുണ്ടാവില്ല . ആരുമില്ലേ?'

ഓടിയെത്തിയ വൃദ്ധവൈദികർ എവിടെനിന്നോ ജലകുംഭങ്ങൾ കൊണ്ടുവന്നു.

ദുര്യോധനൻ കർണ്ണന്റെ തോളിൽ കൈവച്ചു പറഞ്ഞു: 'ആഘോഷം എല്ലാ ആചാരങ്ങളുമനുസരിച്ച് പിന്നെ നടക്കും. ഇപ്പോൾ ഇതു ധാരാളം മതി.'

ബ്രാഹ്മണർ മന്ത്രം ചൊല്ലി കർണ്ണന്റെ ശിരസ്സിൽ മൂന്നു ജലകുംഭങ്ങൾ ചൊരിഞ്ഞ് അഭിഷേകം ചെയ്തു. കർണ്ണൻ ദുര്യോധനനെ ആശ്ലേഷിച്ചു. ആചാര്യന്മാർ കേൾക്കാൻവേണ്ടി ദുര്യോധനൻ അഹങ്കാരത്തോടെ പറഞ്ഞു: 'അംഗരാജ്യത്തിലെ രാജാവേ, നിങ്ങൾക്കെന്റെ നിതാന്തസൗഹൃദം!'

അപ്പോൾ കാഴ്ചക്കാരിൽനിന്ന് ഒരു പരിഹാസച്ചിരി ഉയർന്നു. നോക്കുമ്പോൾ അങ്കണത്തിലേക്ക് ഒരു വൃദ്ധൻ നടന്നുവരുന്നു. ബുദ്ധിസ്ഥിരത നഷ്ടപ്പെട്ട ഏതോ കാഴ്ചക്കാരനാണെന്ന് ഞങ്ങൾ കരുതി. അഴിഞ്ഞ വസ്ത്രം വാരിപ്പിടിച്ച് വിയർത്തുകുളിച്ച് വേച്ചുവേച്ചു വന്ന വൃദ്ധൻ വിളിച്ചു ചോദിച്ചു: 'എവിടെ എന്റെ കർണ്ണൻ? എവിടെ എന്റെ കർണ്ണൻ?'

ആകാശം മുട്ടിനില്ക്കുകയാണെന്നു തോന്നിയിരുന്ന കർണ്ണൻ ആകെ ചെറുതാകുന്നതുപോലെ തോന്നി. അയാൾ ധൃതിയിൽ വൃദ്ധന്റെ അടുത്തേക്കു നീങ്ങി വിളിച്ചു: 'അച്ഛാ, അച്ഛനിവിടെ...'

അപ്പോൾ ഇതാണ് സൂതൻ അധിരഥൻ?

കർണ്ണൻ തലകുനിച്ചു മുമ്പിൽ നിന്നപ്പോൾ സൂതൻ അവന്റെ തോൾവളകൾക്കു താഴെ പിടിച്ചുകൊണ്ട് എന്തൊക്കെയോ പറഞ്ഞുകൊണ്ടിരുന്നു.

അരിശവും ഉൽക്കണ്ഠയുമല്ല അപ്പോൾ എനിക്കനുഭവപ്പെട്ടത്. അറിയാതെ മനസ്സു സഹതപിച്ചുപോയി. ബഹളം കേട്ട് കർണ്ണൻ ആപത്തിലാണെന്നോ മറ്റോ ആരോ പറഞ്ഞ് ഓടിക്കിതച്ചു വന്നതായിരിക്കണം, അധിരഥൻ. രാജാവായിത്തീർന്ന മുഹൂർത്തത്തിൽ അമ്പരന്നു നിസ്സഹായനായി നില്ക്കേണ്ടിവന്ന സൂതപുത്രനോട് എന്തുകൊണ്ടോ അപ്പോൾ സഹതാപം തോന്നി. പക്ഷേ, അകലെ എവിടെയോനിന്ന് നാഗന്റെ വാക്കുകൾ ഞാൻ ഓർമ്മയിൽ കേട്ടു. ശത്രു ദയ നേടുമ്പോൾ കൂടുതൽ കരുത്തനാവുന്നു.

വീണേടത്തുവച്ച് അവസാനിപ്പിക്കുക എന്നതാണ് കാട്ടിലെ നിയമം. മുറിവേറ്റ മൃഗം രക്ഷപ്പെട്ടുകൂടാ. ഉറക്കെ ചിരിച്ചുകൊണ്ട് ഞാൻ എല്ലാവരും കേൾക്കാൻവേണ്ടി പറഞ്ഞു: 'നിനക്ക് ആയുധമല്ല ചേർച്ച. കുലത്തൊഴിലിനു ചേർന്ന ചമ്മട്ടിക്കോലെടുക്ക്.'

ജനങ്ങളുടെ കണ്ണിൽ ഞാൻ അല്പനായി തരംതാഴുകയാണെന്നറിയാമായിരുന്നു. കാഴ്ചക്കാരുടെ കരഘോഷം നേടാനല്ലല്ലോ അന്ന് പ്രമാണകോടിയിൽ ഇവനടക്കം മൂന്നുപേർ ഒരു കളിയൊരുക്കിയത്? ശത്രുവിനും വരം കൊടുക്കാൻ ഞാനൊരു ദേവനല്ല.

അടിമുടി വിറച്ചുകൊണ്ട് കർണ്ണൻ എന്റെ നേരെ ചീറ്റിക്കൊണ്ടു വന്നു.

ഞാൻ വീണ്ടും പറഞ്ഞു: 'ഞാനേതു മ്ലേച്ഛനോടും യുദ്ധം ചെയ്യും. ഞാൻ മതിയെങ്കിൽ, സ്വാഗതം!'

ദുര്യോധനൻ എന്റെ നേരെ ചൂണ്ടുവിരൽ ഇളക്കിക്കൊണ്ടു കയർത്തു: 'കർണ്ണനെ നോക്കി ഉറപ്പിച്ചു പറയാമോ സൂതനു പിറന്നതാണു ഈ തേജസ്വി എന്ന്? ഭീമാ, ശൂരന്മാരുടെയും നദികളുടെയും ഉത്പത്തിയെപ്പറ്റി ആരും അന്വേഷിക്കാറില്ല.'

ശരിയല്ലേ എന്ന ഭാവത്തിൽ ഒരുത്തരം പ്രതീക്ഷിച്ചിട്ടെന്നപോലെ അയാൾ ആചാര്യന്മാരെ നോക്കി. എന്നിട്ട് എന്റെ അടുത്തേക്കു നീങ്ങി നിന്നു പറഞ്ഞു: 'ഷണ്ഡൻ പാണ്ഡുവിന് മക്കളുണ്ടായ രഹസ്യവും മാലോകർ അന്വേഷിക്കാറില്ല.'

ഇടത്തെ ആറാംവാരി ലക്ഷ്യമാക്കി ഉയർന്ന എന്റെ കൈ തടഞ്ഞ ദ്രോണപുത്രനെ അപ്പോൾ ഞാൻ ശപിച്ചു.

പെരുമ്പറകൾ വീണ്ടും മുഴങ്ങി. ദ്രോണാചര്യർ അസ്തഗിരിക്കു മുകളിലെ വെളിച്ചം മങ്ങിയതു നോക്കിക്കൊണ്ടു പറഞ്ഞു: 'അഭ്യാസക്കാഴ്ച കഴിഞ്ഞു. അസ്തമനമായി.'

ദ്വന്ദ്വയുദ്ധം ചെയ്യാൻ വേണ്ടത്ര വെളിച്ചം അപ്പോഴും രംഗഭൂമിയിൽ ചുറ്റിപ്പറ്റി നിന്നു. മദം പൊട്ടിയ ഗജവീരനെപ്പോലെ നിന്ന ദുര്യോധനൻ പിന്നെ കർണ്ണന്റെ തോളിൽ പിടിച്ച് കല്പടവുകളുടെ നേർക്കു നടന്നു തുടങ്ങി.

എല്ലാവരും നടന്നുതുടങ്ങിയപ്പോഴും ഞാൻ വെറുതെ നിന്നു. നകുല

നോടൊപ്പം അർജ്ജുനൻ നടന്നു. സഹദേവൻ എന്റെ അടുത്തേക്ക് ഓടി വന്നു പറഞ്ഞു:

'അമ്മ മോഹാലസ്യപ്പെട്ടു വീണുപോയി.'

അർജ്ജുനന് ആപത്തുപറ്റുമെന്ന് അമ്മ ഉറപ്പിച്ചുകാണും.

എപ്പോഴാണ് അമ്മ മോഹാലസ്യപ്പെട്ടത്? ഞങ്ങളുടെ പൈതൃകത്തെപ്പറ്റി ദുര്യോധനൻ പറഞ്ഞത് അകലത്തെ സ്ത്രീസദസ്സിൽ കേൾക്കില്ല.

'സാരമില്ല, ഇപ്പോൾ ബോധം തെളിഞ്ഞു.'

കൊട്ടാരത്തിലേക്കു മടങ്ങുന്നതിനുപകരം ഞാൻ ഗംഗാതീരത്തിലേക്കാണു പതുക്കെ നടന്നത്. സന്ധ്യാവന്ദനം കഴിഞ്ഞ് ഞാൻ നീരൊഴുക്കിന്റെ നിഗൂഢമർമ്മരങ്ങൾ കേട്ടു നിന്നു. ഓളങ്ങൾ ചവിട്ടിക്കയറിയെത്തുന്ന കാറ്റ്. മേനകയുടെ ഉടയാടകൾ പറപ്പിച്ച് നഗ്നതകാട്ടി മുനിയെ മോഹിപ്പിക്കാൻ അദ്ദേഹം അയച്ച കാറ്റിൽ പരാഗങ്ങളുടെ മദഗന്ധമുണ്ടായിരുന്നു. ചെവിയിൽ ഒരു സന്ദേശം പിറുപിറുക്കുന്നത് ഏറ്റുവാങ്ങാൻ വേണ്ടി ഈ വിജനതീരത്തിൽ ഞാൻ നിന്ന ശൈശവത്തിലെ സന്ധ്യകൾ അകലെയെങ്ങോ ആണെന്നു തോന്നി.

കൊടുങ്കാറ്റുകളുടെ ദേവനും ധർമ്മരാജനും ഇന്ദ്രനുമെല്ലാം ദുര്യോധനന്റെ വാക്കുകൾ കേട്ടിരിക്കണം. ഒരു പിതാവും അപ്പോൾ പ്രതിഷേധം അറിയിക്കാത്തതെന്തെന്ന് ഞാൻ ചിന്തിച്ചു. കൊടുങ്കാറ്റ് അലറിയില്ല. അന്തിമേഘങ്ങളിൽ ഇടിവാളുകൾ പുളഞ്ഞില്ല. ധർമ്മന്റെ അദൃശ്യകരം അവനെ അസ്തപ്രാണനാക്കിയില്ല.

പകവീട്ടാൻ ദേവന്മാർ മറ്റൊരവസരം കരുതിവച്ചിരിക്കുമെന്നു സമാധാനിക്കാൻ ശ്രമിച്ചുകൊണ്ട് ഞാൻ ഇരുട്ടിൽ കൊട്ടാരത്തിലേക്കു നടന്നു.

രാത്രിയിൽ അഭ്യാസക്കാഴ്ചയുടെ അവശിഷ്ടമായി ആഘോഷങ്ങളൊന്നുമുണ്ടായില്ല.

പരിചരിക്കാനെത്തിയ എന്റെ സൂതൻ വിശോകൻ ഞാൻ വസ്ത്രം മാറുമ്പോൾ ആരോടെന്നില്ലാതെ പറഞ്ഞു: 'എല്ലാം നന്നായി. ആരും തോറ്റില്ല. ആരും ജയിച്ചതുമില്ല.'

അയാൾ പുറത്തുപോകുമ്പോൾ മദ്യം കൊടുത്തയയ്ക്കാൻ പറഞ്ഞു.

ഭക്ഷണം കൊണ്ടുവന്ന ദാസന്മാർ പോയപ്പോൾ വിശോകൻ എന്റെ പതിവിൽപ്പെടാത്ത ആവശ്യം മറന്നുപോയെന്നു കരുതി. അപ്പോൾ വാതിലിന്നപ്പുറത്തുനിന്ന് നൂപുരങ്ങളുടെ കിലുക്കം കേട്ടു. രജതാലവുംകൊണ്ട് കടന്നുവന്ന ദാസി. അവൾ കുനിഞ്ഞ് പാത്രം എന്റെ മുന്നിൽ വിനയത്തോടെ വച്ചപ്പോൾ മുടിക്കെട്ടിൽനിന്ന് മഞ്ജിഷ്ഠം കലർത്തിയ എള്ളെണ്ണയുടെ മണം.

അവൾ തിരികെ നടന്നപ്പോൾ ഞാനൊന്നു വെറുതെ നോക്കി. വെള്ളിനൂപുരങ്ങൾ, മങ്ങിയ ചെമ്പട്ടിന്റെ ഒറ്റവസ്ത്രം. മേഖലയ്ക്കു താഴെ വലിയ അരക്കെട്ട് കാലൊച്ചയ്ക്കൊപ്പമിളകുന്നു. വാതിലിനപ്പുറമെത്തിയ അവൾ

വീണ്ടും തിരിഞ്ഞുനിന്നു. വലിയ വട്ടമുഖത്ത് വിനയം നിറഞ്ഞ മന്ദഹാസം.

ഞാൻ പതിവില്ലാതെ ധാരാളം മദ്യം കഴിച്ചു. ഭക്ഷണത്തിനു രുചി തോന്നിയില്ല. കിടന്നപ്പോൾ ഉറക്കം പിടിതരാതെ അകന്നുമാറി നിന്നു.

എഴുന്നേറ്റ് പുറത്തു കടന്നു. ഇടനാഴിയിലൂടെ നടന്നപ്പോൾ യുധിഷ്ഠിരന്റെ വാതിലിനു പുറത്തു വെളിച്ചം കണ്ടു. അവിടേക്കു കടന്നുചെന്നപ്പോൾ അകത്തുനിന്നു പതിഞ്ഞ സ്വരത്തിൽ സംസാരം കേട്ടു. കിടക്കുംമുമ്പു വിളിച്ചു വരുത്തിയ ശൂദ്രപെണ്ണുങ്ങളിലാരെങ്കിലുമാവുമെന്നു കരുതി വീണ്ടും പുറത്തു കടക്കാൻ ഭാവിക്കുമ്പോൾ ജ്യേഷ്ഠന്റെ മൂളലും പുരുഷസ്വരത്തിലൊരു പിറുപിറുപ്പും കേട്ടു. അതുകൊണ്ട് അകത്തേക്കു കയറി. വിദുരരായിരുന്നു.

ഞാൻ കൈകൂപ്പി. തിരിച്ചുനടക്കുമ്പോൾ അദ്ദേഹം പറഞ്ഞു: 'വെറുതെ പഴങ്കഥകൾ പറയുകയായിരുന്നു. ഉണ്ണി ഇരുന്നോളൂ.'

അദ്ദേഹം പുറത്തേക്കു പോയപ്പോൾ ഭിത്തിയിലുറപ്പിച്ച ലോഹച്ചെരാതിന്റെ താഴത്തെ ഇരുട്ടിന്റെ വൃത്തത്തിലെ പീഠത്തിലിരുന്നു.

ജ്യേഷ്ഠൻ എഴുന്നേറ്റു തിരികൾ നീട്ടി. പിന്നെ ചോദിച്ചു: 'ഉണ്ണി ഒരു കൈ കളിക്കാനുണ്ടോ?

അതിനു മറുപടി കിട്ടുംമുമ്പേ ആവേശത്തോടെ വെള്ളിക്കരുക്കൾ വച്ച താമ്പാളമെടുത്തു നിലത്തു ചമ്രം പടിഞ്ഞിരുന്നു.

'എനിക്കറിയില്ല.'

ഒഴിഞ്ഞുമാറാൻ ശ്രമിച്ചു.

'ഞാൻ പഠിപ്പിച്ചുതരാം.'

ജ്യേഷ്ഠനെ തൃപ്തിപ്പെടുത്താൻവേണ്ടി ഞാൻ ഇരുന്നുകൊടുത്തു. നാലും മൂന്നും രണ്ടും ഒന്നും അടയാളപ്പെടുത്തിയ വെള്ളിക്കരുക്കൾ. പെരുപ്പം വീണാൽ വീണ്ടും കളിക്കാം. നാലുകൊണ്ടു ഹരിച്ചു ശിഷ്ടം വരാത്ത 'കൃത'യാണ് വലിയ കളി. മൂന്നു ശിഷ്ടം വന്നാൽ 'ത്രേത'. രണ്ടു വന്നാൽ 'ദ്വാപര.' ഒന്നു വന്നാൽ 'കലി.' പിന്നെ ആയവും വ്യയവും കണക്കാക്കുന്ന വിധം വിസ്തരിക്കാൻ തുടങ്ങി.

പിന്നെ എല്ലാം എത്ര എളുപ്പം എന്നു സ്ഥാപിച്ചുകൊണ്ട് അദ്ദേഹം കളി തുടങ്ങി. ജ്യേഷ്ഠനെ തൃപ്തിപ്പെടുത്താൻ ഞാനിരുന്നുകൊടുത്തു.

കളിച്ചതൊക്കെ അദ്ദേഹം ജയിച്ചു. ചിരിച്ചുകൊണ്ടു പറഞ്ഞു:

'ഗ്രാഹത്തിലാണ് വൈദഗ്ദ്ധ്യം വേണ്ടത്. അക്ഷത്തെക്കൊണ്ട് അനുസരിപ്പിക്കുന്നതാണ് കളി.'

ഈ നിസ്സാരജയങ്ങൾ അദ്ദേഹത്തിന്റെ മൗഢ്യഭാവം മാറാൻ ഒരാവശ്യമായിരുന്നുവെന്നു തോന്നി.

'ഞാൻ നാട്ടിലൊക്കെ സഞ്ചരിക്കണം, പ്രഭുക്കളും ശ്രേഷ്ഠരുമായി ഇടപെടണം. എന്നെ വാഴിക്കാനുള്ള ആവശ്യം ജനങ്ങളിൽനിന്നുതന്നെ ഉയർന്നു വരണമെന്നാണ് ഇളയച്ഛൻ പറഞ്ഞുകൊണ്ടുവന്നത്.'

ശരിയായിരിക്കാം എന്ന മട്ടിൽ ഞാൻ മൂളി. പിന്നെ എന്തോ ഓർമ്മിച്ച് ഞാൻ ചോദിച്ചു: 'ഞാൻ അമ്മയെ കണ്ടില്ല. അമ്മയ്ക്കെങ്ങനെയുണ്ട്?'

'ഓ വെറും മോഹാലസ്യം. അർജ്ജുനനൊന്നും പറ്റിയില്ലെന്നറിഞ്ഞപ്പോൾ സുഖമാവുകയും ചെയ്തു.'

ഒരു ചോദ്യംകൂടി എനിക്കുണ്ടായിരുന്നു. എപ്പോഴെങ്കിലും ഒരേകാന്ത മുഹൂർത്തത്തിലെങ്കിലും, പിതാവായ ധർമ്മദേവൻ ജ്യേഷ്ഠനുമായി ബന്ധപ്പെട്ടിട്ടുണ്ടോ? ചോദിക്കേണ്ട സമയമായോ എന്നു ഞാൻ സംശയിച്ചു. അതുകൊണ്ടു മിണ്ടാതെ പിന്നെയും തോറ്റുകൊടുക്കുന്ന ജോലി തുടർന്നു.

'താൻ ശുദ്ധ മന്ദൻതന്നെ, ഇതും തോറ്റു.' എന്നു പറഞ്ഞു ജ്യേഷ്ഠൻ കളിയവസാനിപ്പിച്ചു.

ഞാൻ പുറത്തിറങ്ങി. ഇടനാഴിയിൽനിന്നു കൽവിളക്കുകൾ പുകഞ്ഞു കത്തുന്ന വാതിൽ കടന്നു മുറ്റത്തേക്കിറങ്ങി.

കൊട്ടാരങ്ങൾ ഉറങ്ങുകയാണ്. അകത്തെ ആനപ്പന്തികളിൽനിന്ന് അയവിറക്കുന്ന ശബ്ദങ്ങളും ഊന്തൽപ്പട്ടകളൊടിയുന്നതും കേൾക്കാം. ആകാശത്തു വടക്കെ ചെരുവിൽ മങ്ങിയ സപ്തർഷികളും അരുന്ധതിയും. കാറ്റില്ലാത്ത തണുത്ത രാത്രി.

പരുക്കൻ കൽത്തിണ്ണകളിലൊന്നിൽ ഞാൻ വെറുതെയിരുന്നു. പിന്നെ മലർന്നുകിടന്നു. നിഴൽപോലെ വന്ന രൂപം അടുത്തെത്തിയപ്പോൾ ഞാൻ ശത്രുഭയംകൊണ്ടു ചാടിയെഴുന്നേറ്റു.

'ആരാത്?'

ഒരു സ്ത്രീയാണ്. നൂപുരങ്ങൾ മാറ്റി ശബ്ദമില്ലാതെ വന്ന ദാസിപ്പെണ്ണ്. മദ്യവുംകൊണ്ട് മുമ്പേ വന്നവൾതന്നെ.

ആദ്യത്തെ ശത്രുവധം ഇന്നാഘോഷിക്കാനായില്ല. ആദ്യത്തെ സ്ത്രീ ഇവളാണെന്ന സത്യം ഇവൾക്കറിയുകയില്ല. അതുകൊണ്ടു പരിചയസമ്പന്നനെപ്പോലെ കൈപിടിച്ചടുപ്പിച്ചു.

'നിന്റെ പേര്?'

അവളെന്തോ പേരു പറഞ്ഞു. ഓർമ്മയിൽ പിന്നീടൊരിക്കലും നിന്നിട്ടില്ലാത്ത ഒരു സാധാരണ പേര്. എന്നെത്തിരഞ്ഞുവന്ന ആദ്യത്തെ സ്ത്രീ. സ്വാഗതത്തിന്റെ സ്പർശം കഴിഞ്ഞപ്പോൾ അവൾ ആകെ മാറിയെന്നു തോന്നി. നഗ്നതയുടെ അലകളും ചുഴികളും എന്നെ വലയം ചെയ്തു. അവൾ കാട്ടുവള്ളിയായി പടർന്നു. എന്റെ പരുക്കൻകൈകൾക്ക്, അശിക്ഷിതങ്ങളായ വിരലുകൾക്ക്, താഴ്‌വരകളിലും മേടുകളിലും വഴികാണിച്ചു.

പക്ഷേ, ഞാനുണർന്നില്ല. തണുത്ത കരിങ്കൽ പ്രതിമപോലെ ഇരുന്ന എന്നിൽനിന്ന് അവസാനം നേർത്ത കിതപ്പോടെ, അടക്കിയ ഒരു സീൽക്കാരത്തോടെ, അകന്നുനിന്ന് എന്നെ അവൾ നോക്കി. പിന്നെ തിരിച്ചുനടന്ന് തുറന്ന വാതിൽപ്പാളിക്കപ്പുറത്തെ ഇരുട്ടിൽ അവൾ മറഞ്ഞു.

പുകഞ്ഞുകത്തുന്ന അകലത്തെ കൽച്ചെരാതിൽ നോക്കിക്കൊണ്ടിരുന്ന്

ഞാൻ സ്വയം ചോദിച്ചു: 'പൗരുഷമില്ലാത്ത ഒരു അതികായനെപ്പെറ്റ്, ഈ തലമുറയിലും പാണ്ഡുവിന്റെ പാരമ്പര്യം തുടരുകയാണോ?

തിരികെ പാർപ്പിടത്തിലെത്തിയപ്പോൾ കുംഭത്തിലവശേഷിച്ച മദ്യംകൂടി കുടിച്ചു തീർത്തു. അകമാകെ പടരുന്ന ചവർപ്പ്. ദാസന്മാർ വിരിച്ചൊതുക്കിയ കുശപ്പുൽമെത്തയ്ക്കപ്പുറത്ത്, മരപ്പലകകൾ പാകിയ നിലത്തു കിടന്നു.

ഇപ്പോൾ മദ്യം പ്രവർത്തിച്ചുതുടങ്ങിയിരിക്കുന്നു. എന്റെ മാറത്തെവിടെയോ ദാസിപ്പെണ്ണിന്റെ മുടിക്കെട്ടിന്റെ മണം പറ്റിക്കിടക്കുന്നുവെന്നു തോന്നി. ഉറക്കത്തിലേക്കു വഴുതിവീഴുമ്പോഴും അഭ്യാസക്കാഴ്ചയിലെ രംഗങ്ങൾ മനസ്സിൽ തെളിയുന്നു.

വിശോകന്റെ വാക്കുകൾ വീണ്ടും ഓർത്തുപോയി: ആരും തോറ്റില്ല. ആരും ജയിച്ചതുമില്ല.

3

വനവീഥികൾ

ഒന്ന്

കൊയ്ത്തുകഴിഞ്ഞ യവപാടങ്ങൾ മലയോരം വരെ പരന്നുകിടക്കുന്നു. ചൂടുകുറഞ്ഞ ഫാൽഗുനത്തിലെ പകൽ. ഹസ്തിനപുരം പിന്നിലായപ്പോൾ മനസ്സിനൊരു ലാഘവം തോന്നി.

വാരണാവതത്തിൽ, മലഞ്ചെരുവിലെ ചെറിയ നഗരിയിലെത്തിയപ്പോൾ ഉല്ലാസം വർദ്ധിച്ചു. എവിടെയൊക്കെയോ ശത്രുക്കൾ പതിയിരിക്കുന്നു എന്നു കരുതി നടക്കുകയായിരുന്നു ഹസ്തിനപുരത്തിൽ. ഇവിടെ ശത്രുക്കളെ ഭയപ്പെടേണ്ടതില്ല. ഉത്സവപ്പാടത്തിനടുത്ത് ഞങ്ങൾക്കായി നേരത്തെ കെട്ടിയൊരുക്കിയ കൂടാരങ്ങളിൽ കാഴ്ചദ്രവ്യങ്ങളുമായി വൈശ്യന്മാരായ വണിക്കുകൾ വന്നു. ദാസ്യവേലകൾക്ക് ശൂദ്രർ ഒരുങ്ങി നിന്നു. ആശീർവദിക്കാനും ദാനം വാങ്ങാനുമായി ബ്രാഹ്മണരും വന്നു.

അത്തിമരം കൊണ്ടുണ്ടാക്കിയ ദാനത്തട്ടുകളിൽ ധാന്യവും നെയ്യും വച്ച് സ്വർണനിഷ്കങ്ങൾ നിറച്ച് യുധിഷ്ഠിരൻ ബ്രാഹ്മണർക്കെല്ലാം മുറപോലെ ദാനം കൊടുത്തു.

'വേണ്ടത്ര ദാനങ്ങൾ കൊടുക്കണം. ഉത്സവം കണ്ട് ആനന്ദിക്കണം. ധനധാന്യങ്ങളുംകൊണ്ട് നേരത്തെ സേവകന്മാരെ അയയ്ക്കുന്നുണ്ട്.' വലിയച്ഛൻ പറഞ്ഞിരുന്നു.

കൃഷിക്കാർ കൊല്ലത്തിലൊരിക്കൽ ഇവിടെ ഉത്സവത്തിനൊത്തുകൂടുന്നു. ഞങ്ങളുടെ കൂടാരങ്ങൾക്കു ചുറ്റുമുള്ള ആൾത്തിരക്കു കണ്ടപ്പോൾ ഇന്ദ്രോത്സവത്തേക്കാൾ വലിയ ഉത്സവമാണ് ഞങ്ങളുടെ വരവെന്നു തോന്നി.

ഉത്സവം ഞാൻ വിചാരിച്ചത്ര ഘോഷത്തിലൊന്നുമായിരുന്നില്ല. പുറപ്പെടും

മുമ്പ് ധാരാളം കേട്ടിരുന്നത് വാരണാവതത്തിലെ ഉത്സവത്തിന്റെ വർണ്ണനയായിരുന്നു. കഴുതകളും കുതിരകളുംകൊണ്ട് ഒത്തുമാറ്റത്തിനായി കൃഷിക്കാർ വന്നുചേരുന്നു. ആനകൾ കുറവായിരുന്നു. വന്നവ തന്നെ ലക്ഷണം കുറഞ്ഞവയാണ്. ഗ്രാമങ്ങളിൽനിന്നു വരുന്നവർ കൂടാരങ്ങൾ കെട്ടി വില്പനയും വാങ്ങലും നടത്തി പത്തു ദിവസം ഇവിടെ താമസിക്കുന്നു. അവരെ വിനോദിപ്പിക്കാൻ ഗായകസംഘങ്ങൾ. മാദ്രദേശത്തുനിന്നും വന്ന ധാരാളം വേശ്യകളുമുണ്ട്.

പണിയായുധങ്ങളും വസ്ത്രങ്ങളും മലകളിലെ പച്ചില മരുന്നുകളുമാണ് വൈശ്യരുടെ കമ്പോളങ്ങളിലധികം കണ്ടത്.

ഉത്സവസ്ഥലത്തു ചുറ്റിനടന്നപ്പോൾ ഞാൻ അത്ഭുതപ്പെട്ടു. ആയുഷ്ക്കാലത്തിൽ വല്ലപ്പോഴുമൊരിക്കൽ കാണാൻ കഴിയുന്ന മഹോത്സവം എന്നു വലിയച്ഛൻ വിശേഷിപ്പിച്ചത് ഇതാണോ? രണ്ടാം നാളിൽ നടന്ന ആനകളുടെ ഓരോട്ടപ്പന്തയം മാത്രമാണ് എന്നെ അല്പമെങ്കിലും രസിപ്പിച്ചത്.

ആദ്യദിവസം ദാനം വാങ്ങാൻ വന്നവരുടെ കൂട്ടത്തിൽ കണ്ട വൃദ്ധബ്രാഹ്മണൻ വേശ്യകളുടെ സങ്കേതത്തിലിരുന്ന് അവരുടെ ദാനം വാങ്ങി അനുഗ്രഹിക്കുന്നതു കണ്ടപ്പോൾ ഞാൻ ജ്യേഷ്ഠനോടു ചോദിച്ചു: ‘വേശ്യകളുടെ ദാനവും ബ്രാഹ്മണർക്കു വാങ്ങാമോ?’

‘ആരുടെ ദാനവും വാങ്ങാം. ദാനം ചെയ്യുന്നവരെയെല്ലാം അനുഗ്രഹിക്കുന്നവരാണ് ദ്വിജർ. അനംഗദാനാവ്രതം നടത്തിയവരാവും ഈ ദാനം ചെയ്യുന്നവർ’

മാദ്രദേശത്തെ വേശ്യകളെപ്പറ്റി ധാരാളം പറഞ്ഞുകേട്ടിരുന്നു. ധാരാളം മദ്യപിക്കുന്നവർ. ഉറക്കെ അശ്ലീലം വിളിച്ചുപറയുന്നവർ. പക്ഷേ, ഒരു കാര്യം വ്യക്തമായി. ദാനം കൊടുക്കാൻ തട്ടുകളിൽ പുഷ്പവും ധാന്യവും പണവുമായി നില്ക്കുന്ന ഈ സ്ത്രീകൾക്കൊക്കെ ഒരു പരുക്കൻ മട്ടിലുള്ള സൗന്ദര്യമുണ്ട്.

വലിയച്ഛന്റെ കൊട്ടാരത്തിൽനിന്നു പ്രത്യേകമയച്ച ഒരു സേവകൻ, പുരോചനൻ, ഉത്സവം കാണിച്ചുതരാൻ ഞങ്ങളുടെ കൂടെയുണ്ട്.

ഉത്സവം ഇത്രയൊക്കെയേ ഉള്ളൂ എന്നു കണ്ടപ്പോൾ ജ്യേഷ്ഠനും അനുജന്മാർക്കും നിരാശ തോന്നി. സഹദേവൻ അതു പറയുകയും ചെയ്തു. വലിയച്ഛന്റെ വർണ്ണന കേട്ട് വാരണാവതത്തിലേക്കു പോകാനുള്ള ആഗ്രഹം ആദ്യം പറഞ്ഞത് യുധിഷ്ഠിരനാണ്.

നകുലൻ അമ്മയോടു പറഞ്ഞു: ‘കണ്ടതൊക്കെ മതി. നമ്മൾ കൃഷിക്കാരല്ല. രാജധാനിയിലേക്കു മടങ്ങാം.’

അമ്മ വളരെ ശാന്തമായ സ്വരത്തിൽ, ഒരു ചെറിയ കാര്യംപോലെ ചോദിച്ചു: ‘നാടുകടത്തിയവരെങ്ങനെ കൊട്ടാരത്തിലേക്കു മടങ്ങും?’

‘നാടുകടത്തിയവർ- എന്താണിത്? ആരും നമ്മളെ നാടുകടത്തിയിട്ടില്ലല്ലോ!’

അർജ്ജുനൻ അമ്പരന്നു ചോദിച്ചു, അമ്മ ഒരു കളിവാക്കു പറഞ്ഞതാവും

എന്ന ധാരണയോടെ.

'വാരണാവതത്തിലെ ഭംഗിയും ഘോഷവും കൗരവർ മുക്കിലും മൂലയിലും നിന്നു പറഞ്ഞപ്പോൾ നിങ്ങളാരെങ്കിലും ആലോചിച്ചോ? എന്തിനാണീ വർണ്ണന? ഞങ്ങൾക്കു പോണം വലിയച്ഛാ എന്നു നിങ്ങളിൽ നിന്നു കേൾക്കണം. അവർ പറഞ്ഞയച്ചതാണെന്നു പിന്നീടാരും കുറ്റപ്പെടുത്തരുത്. ചാടിപ്പുറപ്പെടാൻ ഉണ്ണീ നീ തയ്യാറായപ്പോൾ, വലിയച്ഛന്റെ ഭാരം തീർന്നു.'

അമ്മയുടെ നോട്ടത്തിനുമുമ്പിൽ ജ്യേഷ്ഠൻ പതറിപ്പോയി.

'ഇതിലെന്താണു തെറ്റ്? ബ്രാഹ്മണർക്കു വാരിക്കോരി ദാനം ചെയ്യാൻ വേണ്ടത്ര സ്വർണ്ണംകൂടി തന്നത് അമ്മ കണ്ടില്ലേ?'

അമ്മ തന്നോടുതന്നെ എന്നപോലെ മന്ദഹസിച്ചു:

'ഉവ്വ്, ഭണ്ഡാരവും മന്ത്രിമാരും ഒക്കെ ഇപ്പോൾ ആരുടെ അധീനത്തിലാണ്? ചെലവായതെത്ര തുച്ഛം!'

ഞങ്ങളുടെ എല്ലാം നോട്ടങ്ങൾ ചോദ്യങ്ങളായി തന്നെ ചൂഴുന്നതു കണ്ടപ്പോൾ യുധിഷ്ഠിരൻ എന്തോ പിറുപിറുത്തുകൊണ്ടു കൂടാരത്തിനു പുറത്തുകടന്നു.

അപ്പോൾ വാതില്ക്കൽ പുരോചനൻ വന്ന് തൊഴുതുനിന്നു. നായാട്ടിനായി പണ്ടു പണിത കൊട്ടാരത്തിന്റെ അറ്റകുറ്റപ്പണികളെല്ലാം തീർന്നിരിക്കുന്നു. എല്ലാ സൗകര്യങ്ങളും അയാൾ ഏർപ്പെടുത്തിക്കഴിഞ്ഞു. എന്നു വേണമെങ്കിലും അങ്ങോട്ടു ഞങ്ങൾക്കു താമസം മാറ്റാം.

യുധിഷ്ഠിരൻ കണ്ണു ചൊറിഞ്ഞുകൊണ്ടു വീണ്ടും അകത്തേക്കു വന്നു. അമ്മയുടെ ആലോചന ഞങ്ങളെയും അസ്വസ്ഥരാക്കിയിരുന്നു. ശരിയാണമ്മ പറഞ്ഞത്. വലിയച്ഛനും സചിവന്മാർക്കും പെട്ടെന്ന് പാണ്ഡുപുത്രന്മാർക്ക് ഉത്സവം കാണിച്ചുകൊടുക്കേണ്ട സ്നേഹം തോന്നേണ്ടതില്ല. അതു നേരത്തെ ആലോചിക്കാത്ത ഞങ്ങളാണ് പടുവിഡ്ഢികൾ! അന്തഃപുരത്തിൽനിന്നു പുറത്തിറങ്ങാത്ത അമ്മ എത്ര ആഴത്തിലേക്കു ചുഴിഞ്ഞു നോക്കുന്നു! വെള്ളവസ്ത്രംകൊണ്ടു സീമന്തരേഖ മറച്ചു കൂനിക്കൂടിയിരിക്കുന്ന അമ്മയെ ഞാൻ ആദരവോടെ നോക്കി. അമ്മയെ, ഒരാൾക്കൂട്ടത്തിനിടയ്ക്ക് ആരും ഒരു രാജ്ഞിയാണെന്നു തിരിച്ചറിഞ്ഞു എന്നു വരില്ല. എത്ര വേഗത്തിലാണ് അമ്മയുടെ മുഖത്ത് ചുളിവുകൾ വീണത്.

മലയോരത്തിൽ ഒറ്റപ്പെട്ടു കിടക്കുന്ന വീട്ടിൽ, മിനുക്കലും പുതുക്കലും കഴിഞ്ഞ് തക്ഷന്മാരും കർമ്മാരന്മാരും സ്ഥലംവിട്ടപ്പോഴാണ് ഞങ്ങളെത്തുന്നത്. മലനിരകളുടെ നടുവിൽ തളികപോലെ കാടുവെട്ടിയ സമനിലത്തിലാണ് ഈ ചെറിയ കൊട്ടാരം. അകത്തു കടന്നപ്പോൾ പുതിയ മരത്തിന്റെയും കോലരക്കിന്റെയും ഗന്ധം.

പരിചാരകന്മാരും ദാസികളുമില്ല. നാടുകടത്തലിനെപ്പറ്റി അമ്മ സൂചിപ്പിച്ചതു വെറുതെയല്ല. പക്ഷേ, എല്ലാം ചെയ്തുതരാൻ ഞാനുണ്ടല്ലോ എന്ന ഭാവത്തിൽ, ഇരുനിറവും നെറ്റിയിൽ പകുതിയോളമെത്തുന്ന തീപ്പൊള്ളിയ

കലയുമുള്ള, മധ്യവയസ്ക്കനായ പുരോചനൻ ഓടി നടന്നു. വിനീതനായി നിർദ്ദേശങ്ങൾ കേട്ടു.

എവിടെയോ അപകടം പതിയിരിക്കുന്നുണ്ട്. അസ്ഥികളിൽ, ഞരമ്പുകളിൽ, അവ്യക്തമായ സൂചനകൾ എനിക്കനുഭവപ്പെടുന്നു. ഞാൻ അത് അർജ്ജുനനോട് സൂചിപ്പിച്ചു: 'അമ്പും വില്ലും ആയുധങ്ങളുമെല്ലാം എടുത്താണല്ലോ നമ്മളിറങ്ങിയത്, നമ്മളഞ്ചുപേരുണ്ട്. ഭയപ്പെടാനൊന്നുമില്ല.'

എല്ലാം അമ്മയുടെ വെറും തോന്നലുകളാണെന്ന് യുധിഷ്ഠിരൻ ഞങ്ങളെ സമാധാനിപ്പിക്കാൻ ശ്രമിച്ചു.

പ്രധാനവാതിലിനു പുറത്തുതന്നെ പുരോചനൻ രാത്രിയിൽ കാവൽകിടക്കുന്നു. ദൂരെ വാരണാവതത്തിലെ മലയടിവാരത്ത് ഒരു ശത്രുവും ഞങ്ങളെ നോക്കി വരാനില്ല.

ഞാൻ പിൻവശത്തെ വാതിൽക്കൽ ചെന്നു നോക്കി. അതു തുറക്കാനാവാത്തവിധം പുറത്തു നിന്നു ചെമ്പുപോളകൾ വച്ചു ബന്ധിച്ചിരിക്കുന്നു. അതിൽ അത്ഭുതപ്പെടാനൊന്നുമില്ല. മലയോരത്തിലെ വീട്. പിൻവശം കാക്കാൻ ദാസന്മാരില്ലാത്തപ്പോൾ അടച്ചിടുന്നതുതന്നെ യുക്തം.

രാത്രിയിൽ ഉറക്കം വന്നില്ല. ഞങ്ങൾ ഒരുമിച്ചിരുന്നു പലതും പറഞ്ഞു നേരം കളഞ്ഞു. അക്ഷങ്ങൾ എടുക്കാൻ മറന്നിട്ടില്ലെന്ന കാര്യം കൂട്ടത്തിൽ യുധിഷ്ഠിരൻ പറഞ്ഞു. ചൂതുകളിക്ക് ആർക്കും താല്പര്യമുണ്ടായിരുന്നില്ല. ഉത്സവസ്ഥലത്തു കണ്ട കുതിരകളെപ്പറ്റി നകുലൻ സഹദേവനോടെന്തോ പറയാൻ തുടങ്ങി. അയാൾക്കു കുതിരകളുടെ ലക്ഷണവും ശിക്ഷണവും കുറെയൊക്കെ അറിയാം.

'ആ പുരോചനന് കളിയിൽ താല്പര്യമുണ്ടോ ആവോ'

ജ്യേഷ്ഠൻ ആത്മഗതംപോലെ പറഞ്ഞു. ആരും അന്വേഷിക്കാമെന്നോ വേണ്ടെന്നോ പറഞ്ഞില്ല.

അപ്പോൾ ഉറങ്ങുകയായിരുന്നു എന്നു കരുതിയ അമ്മ ശബ്ദമില്ലാതെ കടന്നുവന്നു.

'ഇരുന്നോളൂ. എനിക്കും ഉറക്കം വരുന്നില്ല.' അമ്മ ഞങ്ങളുടെ ഇടയിലേക്കു കടന്ന് സഹദേവനെ തൊട്ടുകൊണ്ടിരുന്നു.

'യാത്ര പറയുമ്പോൾ ഇളയച്ഛൻ എന്താണു പറഞ്ഞത്?'

ആളുകൾ കൊട്ടാരവാതിൽക്കൽ നിറുത്തിയ തേരിൽ ഞങ്ങൾ കയറുന്നതു വരെ കൂടെയുണ്ടായിരുന്നു. ഞങ്ങളുടെ പരിചാരകർ, സാരഥികൾ, ധൃതരാഷ്ട്രസഭയിലെ സചിവന്മാർ, പ്രഭുക്കൾ, യുവരാജാവിന്റെ സ്ഥാനമുള്ള യുധിഷ്ഠിരന്റെ യാത്രയായതുകൊണ്ട് ആചാരമനുസരിച്ചുള്ള വിടപറച്ചിലുകൾ എല്ലാം നടന്നു. കൂട്ടത്തിൽ വിദുരരുമുണ്ടായിരുന്നു.

'വിശേഷിച്ചൊന്നും പറഞ്ഞില്ല. സുഖമായി തിരിച്ചുവരൂ എന്ന് അനുഗ്രഹിച്ചു. എല്ലാവരും പറഞ്ഞതുപോലെ.'

'ഇളയച്ഛൻ വേറെ ഒന്നും പറഞ്ഞില്ലേ? ഓർത്തുനോക്കൂ. എന്തെങ്കിലും

പറയാതിരിക്കാൻ ന്യായം കാണുന്നില്ല.'

അല്പം അസുഖത്തോടെ യുധിഷ്ഠിരൻ:

'ഉവ്വ്, പതിവുപോലെ അല്പം തത്ത്വജ്ഞാനവും പറഞ്ഞു.'

അമ്മയുടെ സ്വരം കർക്കശമായി:

'പറഞ്ഞതു കൃത്യമായി പറയൂ. തത്ത്വജ്ഞാനം നടക്കുന്നേടത്തൊക്കെ വാരിവിതറാനുള്ളതല്ല അദ്ദേഹത്തിന്. പറഞ്ഞ വാക്കുകളാണ് എനിക്കു കേൾക്കേണ്ടത്.'

യുധിഷ്ഠിരൻ കൈയിൽ നെറ്റിയമർത്തിയിരുന്ന് എന്തോ ആലോചിച്ചു. പിന്നെ ഓർമ്മിച്ചുകൊണ്ട് വിജയഭാവത്തിൽ മുഖമുയർത്തി:

'ലോഹംകൊണ്ടു മാത്രമല്ല, ആയുധമുണ്ടാക്കുന്നതെന്നു പറഞ്ഞു.'

'പിന്നെ?'

അമ്മ ഇമവെട്ടാതെ നോക്കിക്കൊണ്ട് ഒരിക്കൽക്കൂടി ആവർത്തിച്ചു: 'പിന്നെ?'

'മഞ്ഞിൽ രക്ഷ നൽകുന്നവർതന്നെയാണ് ചിലപ്പോൾ കാടെരിക്കുന്ന തെന്നും പറഞ്ഞു.'

അമ്മയുടെ മുഖത്താണിപ്പോൾ വിജയഭാവം.

'പിന്നെ? പിന്നെ?'

'കാട്ടിൽ കഴിയുന്നവർക്കു മുള്ളമ്പന്നിയിൽനിന്നുകൂടി പാഠങ്ങൾ പഠിക്കേണ്ടിവരുമെന്നും പറഞ്ഞു. വേറെ കാര്യമായൊന്നും പറഞ്ഞില്ല.'

അമ്മ നെടുവീർപ്പോടെ എഴുന്നേറ്റു.

'മനസ്സിൽ ആ മഹാത്മാവിന് വിദൂരപ്രണാമം ചെയ്യൂ ഓരോരുത്തരും.'

എന്നിട്ട് മരച്ചുമരുകൾക്കടുത്തു നടന്ന് വിരലോടിച്ചു തിരിച്ചുവന്ന് അമ്മ പറഞ്ഞു: 'തീയാണിവിടെ ശത്രു. കോലരക്കിന്റെയും നെയ്യിന്റെയും ഗന്ധം തട്ടിയപ്പോൾത്തന്നെ മനസ്സിലാക്കേണ്ടതായിരുന്നു. തീവെച്ചു ചുടാൻപാകത്തിലൊരുക്കിയതാണ് ഈ ഗൃഹം.'

അമ്മ ആലോചനയോടെ ഞങ്ങൾക്കിടയിലൂടെ അങ്ങോട്ടുമിങ്ങോട്ടും നടന്നു.

'അടുത്ത് ധൃതരാഷ്ട്രസചിവരും സേവകരുമുള്ളപ്പോൾ അതിലധികം പറഞ്ഞുതരണോ ബുദ്ധിയുള്ളവർക്ക്?'

അമ്മയുടെ നോട്ടത്തിനു മുമ്പിൽ ജ്യേഷ്ഠൻ ചൂളിക്കൊണ്ടു നിന്നു. അകത്തു പോവുന്നതിനു മുമ്പായി അമ്മ എന്നെ നോക്കി പറഞ്ഞു: 'പുരോചനനെ ശ്രദ്ധിച്ചോളൂ. രക്ഷാമാർഗ്ഗം ചിന്തിക്കേണ്ടത് നീയാണ്.'

ഞങ്ങൾ ധൃതിയിൽ മരത്തിന്റെ ഭിത്തികൾ പരിശോധിച്ചു. വിടവുകൾ നിറച്ചിരിക്കുന്നത് അരക്കുകൊണ്ടാണ്. നിലം മണത്തുനോക്കിയപ്പോൾ നെയ്യിന്റ ഗന്ധം. താഴെ പാകിയ പലകകൾക്കിടയിലെ വിടവുകളിലെല്ലാം നെയ്യൊഴിച്ചു കുതിർത്തിട്ടുണ്ട്. എളുപ്പത്തിൽ കത്തിപ്പടരുന്ന മരങ്ങൾ തന്നെയാണ് സന്ധിബന്ധങ്ങൾക്കായി ഉപയോഗിച്ചിരിക്കുന്നത്.

മനസ്സിൽ ഞാൻ പ്രണമിച്ചത് ആദ്യം അമ്മയെയാണ്. പിന്നെ വിദുര മഹാശയനെ.

യുധിഷ്ഠിരൻ പറഞ്ഞു: 'അവനെ, ആ പുരോചനനെ, ഇപ്പോഴേ നമുക്കു വധിക്കാം. എന്നിട്ടും മടങ്ങാം. നമ്മൾ തടവുകാരല്ല.'

വഞ്ചനയുടെ വ്യാപ്തി അറിഞ്ഞപ്പോൾമുതൽ ചോര തിളയ്ക്കുകയായിരുന്നു. എത്ര സമർത്ഥമായാണ് ചുട്ടുകളയാൻപാകത്തിൽ സ്ഥലമൊരുക്കിയതും സ്വന്തം ഇഷ്ടത്തിനെന്നു തോന്നുംവിധം ഇവിടെ എത്തിച്ചതും! ആർക്കൊക്കെ ഇതിൽ പങ്കുണ്ട്? ധൃതരാഷ്ട്രരും ദുര്യോധനാദികളും കഴിഞ്ഞാൽ പിന്നെ ആർക്കെല്ലാം? ഭീഷ്മപിതാമഹനറിയില്ല. ആചാര്യന്മാർക്കറിയില്ല. കർണ്ണനറിയാതിരിക്കില്ല ഈ ഗൂഢാലോചന. കാണുമ്പോൾത്തന്നെ എനിക്കറപ്പു തോന്നാറുള്ള ശകുനിക്കുമറിയാം. ഇത്ര വിദഗ്ദ്ധമായി ആസൂത്രണം ചെയ്യാൻ ദുര്യോധനന്റെ ബുദ്ധിക്കാവില്ല. കർണ്ണനും ശകുനിയും. ശകുനിയും കർണ്ണനും തന്നെ. ഉറങ്ങിക്കിടക്കുന്നവരെ ചുട്ടുകൊല്ലുന്ന തന്ത്രം ഉപദേശിച്ചത് അന്ധൻ ഭൂപതിതന്നെയായിരിക്കുമോ എന്നാണ് പിന്നെ സംശയം. വാരാണാവതയാത്രയ്ക്കു പ്രേരിപ്പിച്ചത് അദ്ദേഹമായിരുന്നല്ലോ. അധമർ. അധമരിൽ അധമർ.

നേരം പുലർന്നപ്പോൾ ഞാനും അനുജന്മാരും നായാട്ടിനെന്നും പറഞ്ഞ് ചുറ്റുമുള്ള മലമ്പ്രദേശത്തെ വഴികൾ നോക്കിവെയ്ക്കാൻ വേണ്ടി നടന്നു. തിരിച്ചെത്തിയപ്പോൾ വിശേഷിച്ചൊന്നും കിട്ടിയില്ല എന്നു കണ്ട് പുരോചനൻ സഹതാപം കാട്ടി.

ശത്രുവിന്റെ ചാരനായി വിനയഭാവത്തിൽ ദാസനായി നില്ക്കുന്ന ഈ പുരോചനന്റെ ശിരസ്സിൽ ഇടം കൈ മടക്കി ഒന്നാഞ്ഞടിച്ചാൽ അവൻ മരിച്ചു വീഴുമെന്നറിയാം. അവന്റെ മുന്നിൽ ഒന്നുമറിയാത്തവനെപ്പോലെ ചിരിച്ചു നില്ക്കേണ്ടിവരുന്നതാണ് ദുസ്സഹം.

ചിലപ്പോൾ യുധിഷ്ഠിരൻ അതിബുദ്ധിമാനായി മാറും. അത്തരമൊരു സന്ദർഭത്തിലാണ് എന്നെ വിലക്കിക്കൊണ്ടു പറഞ്ഞത്. 'വേണ്ട. രക്ഷപ്പെട്ടാലും കൗരവരുടെ ചാരന്മാർക്ക് വഴിക്കു മറവിൽ നിന്നു നമ്മെ ചതിച്ചു കൊല്ലാം. വീടു കത്തണം. നമ്മൾ രക്ഷപ്പെടുകയും വേണം.'

ശരിയാണെന്ന് അർജ്ജുനനും പറഞ്ഞു.

'പാണ്ഡവർ മരിച്ചെന്നു കരുതിയാൽ എന്തൊക്കെ ഉണ്ടാവും എന്ന് ഒളിവിലിരുന്നു നമുക്കറിയണം.'

ഞാൻ ജ്യേഷ്ഠനോടു പറഞ്ഞു: 'നമുക്കമ്മയോടാലോചിക്കാം.'

'ആലോചിച്ചുകഴിഞ്ഞു. സമയമായില്ല എന്നുമാത്രം പറഞ്ഞു അമ്മ.'

പിറ്റേന്ന് ഹസ്തിനപുരത്തുകാരൻ ഒരു വഴിപോക്കൻ വന്നു. ഉത്സവം കണ്ട് ചുറ്റിത്തിരിയുമ്പോൾ ആരോ ഞങ്ങളിവിടെ താമസിക്കുന്നുവെന്ന് പറഞ്ഞപ്പോൾ യുവരാജാവിനെ വന്ദിക്കാൻ എത്തിയതാണ്. അങ്കണത്തിൽവച്ച് അയാളെ പുരോചനൻ കുറേനേരം ചോദ്യംചെയ്തു. പിന്നെയാണ് അമ്മയോട് വിവരം പറഞ്ഞത്.

അമ്മ അയാൾക്ക് ആഹാരം കൊടുക്കാൻ പറഞ്ഞു. വളരെനാളുകൾ ആഹാരം കാണാതിരുന്ന ഒരുവന്റെ ആർത്തിയോടെ അയാൾ ഭക്ഷണം വാരിവലിച്ചു തിന്നു. വെറും ഭക്ഷണപ്രിയനായ ഒരു ഊരുതെണ്ടിയാണെന്നു ബോദ്ധ്യംവന്നപ്പോൾ പുരോചനൻ പുറത്തേക്കു പോയി. അപ്പോൾ വഴിപോക്കന്റെ ദൈന്യഭാവം മാറി. പുറത്തേക്കു പോയ പുരോചനന്റെ വഴിയെ നോക്കി തെല്ലിട ഇരുന്നശേഷം അയാൾ പറഞ്ഞു: 'കൃഷ്ണപക്ഷം പതിന്നാലാം രാത്രി അവസാനയാമത്തിലാണ് തീവെപ്പുണ്ടാവുക. അർദ്ധരാത്രിക്കുമുമ്പേ നമ്മൾ തീവച്ച് പുറത്തുകടക്കും. ഇപ്പോൾ മഹാരാജ്ഞി നില്ക്കുന്ന സ്ഥാനം ഓർമ്മവെച്ചോളൂ. ഞാനും സഹായികളും കുഴിക്കുന്ന തുരങ്കം അവിടെ അവസാനിക്കും.'

അമ്മയുടെ കാലടിക്കു ചുറ്റും വൃത്താകൃതിയിൽ ചൂണ്ടിക്കാണിച്ച്, ഉച്ഛിഷ്ടം പെറുക്കി അയാൾ എഴുന്നേറ്റു. പിന്നെ പതുക്കെ പിറുപിറുത്തു; 'മഹാശയൻ വിദുരരയച്ച ഖനകരിലൊരാളാണ് ഞാൻ.'

പുറത്തുപോയ അയാൾ ബാഹ്യാങ്കണത്തിൽ നിന്നു പുരോചനന്റെ എന്തോ ഫലിതം കേട്ടു ചിരിച്ചു.

ഞങ്ങൾ പരസ്പരം നോക്കി. ഇളയച്ഛൻ വിദുരർ വീണ്ടും ഞങ്ങളെ വിസ്മയിപ്പിച്ചിരിക്കുന്നു.

കൃഷ്ണപക്ഷത്തിലെ വാവിന് ഇനിയും ആറു ദിവസങ്ങളുണ്ട്. അന്നാണ് തീവെപ്പ്... കൂടുതൽ എന്തൊക്കെയോ ചോദിക്കണമെന്നുണ്ടായിരുന്നു ഖനകനോട്.

അയാൾ കാണിച്ചുതന്ന സ്ഥലത്ത് എല്ലാവരും ഉറങ്ങിയശേഷം ഞാൻ ചെവി ചേർത്തുവച്ചു. ഒന്നും കേൾക്കാനില്ല.

പകൽ ഭക്ഷണസാമഗ്രികൾ ചിലതു വാങ്ങിക്കൊണ്ടുവരാൻ മാത്രം പുരോചനൻ പുറത്തിറങ്ങി. അർജ്ജുനൻ ഒഴിഞ്ഞ വെളിസ്ഥലത്ത് അമ്പും വില്ലുമായി നടന്ന് കിളികളെ എയ്തുവീഴ്ത്തി. കാത്തിരിപ്പിന്റെ അസഹ്യത മാറാൻ യുധിഷ്ഠിരൻ നകുലനെ ചൂതുകളി പഠിപ്പിക്കാൻ തുടങ്ങി. സഹദേവൻ അടുക്കളപ്പണിയിൽ അമ്മയ്ക്ക് സഹായിയായി നിന്നു.

ഒരു രാത്രിയിൽ ഞാൻ മരപ്പലകകൾ പാകിയ നിലത്തു ചെവിടോർത്തു കിടന്നപ്പോൾ കല്ലിൽ മഴു വീഴുന്ന ശബ്ദം വ്യക്തമായി കേട്ടു.

കറുത്തവാവും വന്നു.

ബ്രാഹ്മണരെ വിളിച്ചുകൊണ്ടുവരാൻ തലേന്ന് പുരോചനനെ ഏല്പിച്ചപ്പോൾ അയാൾക്കു വിശേഷമെന്തെന്നറിയാൻ വെമ്പലുണ്ടായിരുന്നു.

'കറുത്തവാവല്ലേ? ക്ഷത്രിയർ പൂർവ്വികർക്കു ബലികൊടുക്കേണ്ട ദിവസം'

യുധിഷ്ഠിരൻ വിശദീകരിച്ചപ്പോൾ അയാൾക്ക് ഒരുവിധം തൃപ്തിയായി എന്നു തോന്നി.

ബലി സമ്പൂർണ്ണമായ ചടങ്ങുകളോടെ വേണം എന്ന് അമ്മ നിർദ്ദേശിച്ചതാണ്. വാരണാവതത്തിലെ ഈ അതിഥിമന്ദിരത്തിൽ അതിനുള്ള സൗകര്യങ്ങളുണ്ടോ എന്നായിരുന്നു ഞങ്ങളുടെ സംശയം.

'ഇതിപ്പോൾ പാണ്ഡവരുടെ കൊട്ടാരമാണ്. ബലികർമ്മങ്ങൾ അതനുസരിച്ചു വേണം.'

പിന്നെയും സംശയം പ്രകടിപ്പിക്കാൻ ശ്രമിച്ച സഹദേവനോട് അമ്മ പറഞ്ഞു: 'വലിയ ഒരാപത്തിൽനിന്നു രക്ഷപ്പെടാൻ പിതൃക്കളും ദേവകളും തുണയ്ക്കട്ടെ.'

അങ്കണത്തിൽ ബലിമണ്ഡപമൊരുങ്ങി. ഞങ്ങളെല്ലാവരും ചേർന്ന് തോരണങ്ങൾ തൂക്കി അലങ്കരിച്ചു.

പുരോചനൻ ഏല്പിച്ച ബ്രാഹ്മണർ വന്നു. കർമ്മികളായ ഹോത്രികളും ജപകരും സാമം പാടുന്ന ഉദ്ഗാതാക്കളും നാലുപേർവീതം.

അഗ്നി എരിയാൻ തുടങ്ങിയപ്പോൾ ഞങ്ങൾ ജ്വാലകളിൽ ശുഭാശുഭ ലക്ഷണങ്ങൾ കാണാൻ നോക്കിനിന്നു. എള്ളും ധാന്യവും നൂറ്റെട്ടുവട്ടം ഹോമിച്ചു. പിന്നെ നൂറ്റെട്ടുവട്ടം നെയ്യും ഹോമിച്ചപ്പോൾ ജ്വാലകൾ സ്വർണ്ണനിറത്തിലായി.

യൂപത്തിൽ കെട്ടിയ കാളക്കുട്ടിയെ ബ്രാഹ്മണർ വെള്ളം തളിച്ചു ശുദ്ധീകരിച്ചു. നെറ്റിയിലും ചുമലുകളിലും അരക്കെട്ടിലും പൂവും ചന്ദനവും ചാർത്തി. താഴെ കുശപ്പുല്ലുകൾ വിരിച്ചു.

ജപകർ മന്ത്രങ്ങളുരുവിടാൻ തുടങ്ങി.

—നിന്റെ ശ്വാസം പ്രപഞ്ചത്തിന്റെ പ്രാണവായു ഏറ്റെടുക്കട്ടെ!'

മൃഗശുദ്ധീകരണം കഴിഞ്ഞ് ബ്രാഹ്മണർ പുറംതിരിഞ്ഞു നിന്നു.

മൃഗത്തെ നിശ്ശബ്ദമാക്കാൻ പ്രധാനഹോത്രി കല്പിച്ചു.

അറവുശാലയിൽനിന്നു വന്ന മൂന്നുപേർ ശ്വാസംമുട്ടിച്ചു മൃഗത്തെ നിശ്ശബ്ദമാക്കി. ബലിമൃഗത്തെ കൊല്ലുകയെന്നു പറയാറില്ല. നിശ്ശബ്ദമാക്കുന്നു.

വീണ്ടും ബ്രാഹ്മണർ ജലം തളിച്ചു ശുദ്ധമാക്കിയശേഷം യുധിഷ്ഠിരൻ മൃഗത്തിന്റെ കഴുത്തുവെട്ടി തീയിലേക്കിട്ടു. താഴത്തെ ചോരപുരണ്ട പുല്ലുകൾ രാക്ഷസപ്രീതിക്ക്.

പുകയും ചാരവും വരാതെ ബലിയേറ്റുവാങ്ങി അഗ്നിജ്ജ്വാലകൾ സംതൃപ്തിയോടെ പുളഞ്ഞു. അകന്നുനിന്ന് എല്ലാം നോക്കിയിരുന്ന അമ്മയുടെ മുഖത്ത് ആശ്വാസം തെളിഞ്ഞു.

ബലികഴിഞ്ഞ് ദാനം വാങ്ങിയ ബ്രാഹ്മണർ പന്ത്രണ്ടുപേരും പരികർമ്മികളും പിരിഞ്ഞപ്പോൾ, ഘ്രാണിച്ചുവച്ച ബലിശിഷ്ടം അടുക്കളയിലേക്കു മാറ്റാൻ തുടങ്ങി.

അപ്പോൾ പുറത്തുനിന്നു ഭിക്ഷക്കാരുടെ വിളി കേട്ടു.

ഒരു കാട്ടാളത്തിയും അഞ്ചുമക്കളും. അവരെ കുറെനേരം നോക്കിനിന്നശേഷം അമ്മ പറഞ്ഞു: 'അവർക്കു വേണ്ടത്ര ഭക്ഷണം കൊടുക്കൂ.'

ഒരു കാട്ടാളത്തിയും അഞ്ചു മക്കളും അകത്തേക്കു കടന്നുവന്നത് പുരോചനന് ഇഷ്ടമായിട്ടില്ല എന്നത് അയാളുടെ ഭാവം കണ്ടാലറിയാം.

'ഭക്ഷണം ധാരാളമുണ്ടല്ലോ... വേണ്ടത്ര ഭിക്ഷകൊടുത്തശേഷം ആഹാ

രത്തിനിരിക്കാൻ കഴിഞ്ഞതു നന്നായി.'

അമ്മയുടെ വാക്കുകൾ കേട്ടപ്പോൾ അയാൾ പിറുപിറുപ്പു നിർത്തി.

സഹദേവൻ അവർക്കു ധാരാളം മാംസം വിളമ്പി.

'കലവറയിൽ ചില തോൽക്കുടങ്ങൾ കണ്ടു. നോക്കൂ.'

അമ്മയുടെ നിർദ്ദേശമനുസരിച്ചു മദ്യം കൊണ്ടുവന്നപ്പോൾ അതും വിളമ്പാൻ അമ്മ ആംഗ്യം കാട്ടി.

പ്രതീക്ഷിക്കാതെ കിട്ടിയ വിരുന്ന് അവർ ശരിക്കും ആഘോഷിക്കുകയായിരുന്നു. കുറെ കഴിഞ്ഞപ്പോൾ അടക്കവും ഒതുക്കവും വിട്ട് തമ്മിൽത്തമ്മിൽ ശകാരവും ബഹളവും ചിരിയും തുടങ്ങി. പുറത്താക്കാൻ ഒരുങ്ങണോ എന്നാരാഞ്ഞുകൊണ്ട് ഞാൻ അമ്മയെ നോക്കി. അമ്മ അവരുടെ ബഹളം ശരിക്കും രസിക്കുകയാണ്.

രാത്രി ഇരുട്ടാണ്. വളരെ ദൂരെത്തെങ്ങോ എത്തേണ്ടതാണെന്ന് ആ സ്ത്രീ പറഞ്ഞു.

അമ്മ നിസ്സാരഭാവത്തിൽ പറഞ്ഞു: 'അതിനെന്താ, ഇവിടെ കിടന്നോളു. ധാരാളം സ്ഥലമുണ്ടല്ലോ.'

അമ്മയുടെ ഔദാര്യം അത്രത്തോളം എത്തുമെന്ന് ഞാൻ കരുതിയതല്ല. ഞാൻ അർജ്ജുനനെ നോക്കി. പലതും ചെയ്യാനുള്ള രാത്രിയാണ്. അത് ഓർമ്മിക്കാതെയാണ് അമ്മയുടെ ആതിഥ്യം! പത്തിനും പതിനേഴിനും ഇടയ്ക്കു പ്രായമുള്ള അഞ്ചാൺമക്കളുമായി വന്ന തള്ളയെ കണ്ടപ്പോൾ അമ്മ വിദുരരുടെ സന്ദേശംതന്നെ മറന്നുപോയോ എന്നു ഞാൻ സംശയിച്ചു.

'ഇരുട്ടാവാൻ ഇനിയും സമയമുണ്ടല്ലോ.'

യുധിഷ്ഠിരൻ പുറത്തേക്കു നോക്കിയശേഷം പറഞ്ഞു. അതിഥികളോടുള്ള മര്യാദ മറന്നിട്ടില്ല എന്നു വരുത്താൻ അമ്മയെ നോക്കി ചിരിച്ചു: 'കാട്ടുവഴികളൊക്കെ അറിയുന്നവരല്ലേ ഇവർ?'

അതു ശ്രദ്ധിക്കാതെ അമ്മ വീണ്ടും ക്ഷണിച്ചു:

'വേണ്ടത്ര സ്ഥലമുണ്ടു കിടക്കാൻ. ആ തളത്തിലോ മണ്ഡപത്തിലോ എവിടെ വേണമെങ്കിലും കിടന്നോളൂ.'

കാട്ടാളത്തി ആശ്വാസത്തിൽ ചിരിച്ചു. പിന്നെ മൂത്തമകന്റെ കൈയിൽ നിന്നു തോൽക്കുടം പിടിച്ചുവാങ്ങി വീണ്ടും കുടിച്ചു.

വിചിത്രമായ ഈ സൽക്കാരപ്രിയം കണ്ട് അമ്പരന്നു നില്ക്കുന്ന ഞങ്ങളുടെ സമീപത്തേക്ക് അമ്മ വന്നു. യുധിഷ്ഠിരൻ പറയാൻ തുടങ്ങി. 'ഇന്നത്തെ...'

'അറിയാം. അവർ വന്നു ചേർന്നതു ദേവകളുടെ അനുഗ്രഹംകൊണ്ടു തന്നെ. അവർ ഇവിടെ കിടന്നുറങ്ങട്ടെ.'

ഞാൻ അമ്പരന്നു. സ്വരം കുറേക്കൂടി താഴ്ത്തിക്കൊണ്ട് അമ്മ പറഞ്ഞു:

'വെന്ത വീട്ടിൽ മൃതദേഹങ്ങൾ തിരയാൻ ചാരന്മാർ വരും. അവർക്കു കാണാൻ നാളെ ഇവിടെ ആറസ്ഥികൂടങ്ങളുണ്ടാവും. അഞ്ചുമക്കളുള്ള ഒരുത്തി

തന്നെ ഭിക്ഷയ്ക്കു വരാൻ തോന്നിയതെന്താണ്? പിതൃക്കൾ നിങ്ങളെ അനുഗ്രഹിച്ചു!' കാട്ടാളത്തിയേയും മക്കളേയും നോക്കി മന്ദഹസിച്ച്, സാവധാനത്തിൽ അമ്മ അകത്തേക്കു പോയി. ഞങ്ങൾ സ്തബ്ധരായി നിന്നു.

പുറത്തളത്തിൽനിന്ന് അപ്പോൾ കാട്ടാളരുടെ പാട്ടും കൂത്തും കുറേക്കൂടി ഉച്ചത്തിൽ കേട്ടു.

ഞാൻ അസ്വസ്ഥനായിരുന്നു. അതു കണ്ട് യുധിഷ്ഠിരൻ പറഞ്ഞു: 'കാട്ടാളരല്ലേ! പാപചിന്ത വേണ്ട.'

കുറെ കഴിഞ്ഞപ്പോൾ അതിഥികൾ നിശ്ശബ്ദരായി. ആഹാരത്തിന്റെയും മദ്യത്തിന്റെയും ലഹരിയിൽ അവർ ഉറങ്ങാൻ തുടങ്ങുകയാവും. ഞാൻ ഓർത്തു. അവർ ശരിക്കും നിശ്ശബ്ദരാവാൻ പോകുന്നു ഈ രാത്രി, ഭിക്ഷ തേടി വന്ന ബലിമൃഗങ്ങൾ. ആറു കാട്ടാളന്മാർക്ക് അത്ര വില കല്പിക്കേണ്ടതില്ല എന്നു സമാധാനിക്കാൻ ശ്രമിച്ചു. പിന്നീടു ഞാൻ രാത്രിയിലെ ഒരുക്കങ്ങളിൽ മുഴുകി.

പുരോചനന്റെ മുറിക്കു പുറത്തുനിന്നു ചെവിടോർത്തു. അയാൾ കിടക്കുകയാണ്. പക്ഷേ, ഉറങ്ങുകയല്ല. ഉറങ്ങാൻ അയാൾക്കാവില്ല. അത്യാവശ്യം വേണ്ട വസ്ത്രങ്ങളും ആയുധങ്ങളും ഞങ്ങളഞ്ചുപേരും പുറത്തു വച്ചുകെട്ടി. അമ്മയും തയ്യാറായി വന്നു.

അകത്തളത്തിൽ ഖനകൻ അടയാളം കാണിച്ച സ്ഥലത്തെ പലകകൾ മാറ്റിയപ്പോൾ ആദ്യം മണ്ണായിരുന്നു. അഞ്ചാറുവിരലിട മണ്ണു നീക്കിയപ്പോൾ താഴെനിന്നു പിറുപിറുപ്പുകൾ കേട്ടു. പിന്നെ വെളിച്ചം കണ്ടു. താഴത്തു നിൽക്കുന്ന ആൾ മണ്ണുകട്ടകൾ മാറ്റിയപ്പോൾ ഒരാൾക്കിറങ്ങാൻ വേണ്ടത്ര സ്ഥലമുണ്ട്. യുധിഷ്ഠിരനാണ് ആദ്യം ഇറങ്ങിയത്. പിന്നെ സഹദേവൻ. അവന്റെ കൈകളിലേക്കു ഞാൻ അമ്മയെ സാവധാനം ഇറക്കി. നകുലനും ഇറങ്ങിക്കഴിഞ്ഞശേഷം ഞാൻ അർജുനനോടു പറഞ്ഞു: 'നടന്നോളൂ. എന്റെ ജോലി ബാക്കിയാണ്.'

ഞാൻ ശബ്ദമുണ്ടാക്കാതെ മുൻവശത്തെ വാതിൽക്കലേക്കോടി. അകത്തു കത്തുന്ന ചെരാതിലെ തിരിയെടുത്ത് എണ്ണ വാതിലിലേക്കൊഴിച്ചു തീ കൊളുത്തിയപ്പോൾ കൗരവരുടെ ശില്പികളുടെ വിരുത് ശരിക്കും കണ്ടു. ജ്വാലയുടെ നാവുകൾ അടുത്തെത്തുമ്പോഴേക്കും ഭിത്തികളും തൂണുകളും തീ ഏറ്റുവാങ്ങുന്നു. തിരി തീർന്നപ്പോൾ, ഒരു പീഠം പൊത്തി നിലത്തടിച്ചുകിട്ടിയ കാലുകളിലൊന്നിലേക്കു തീ പകർത്തി ഒരു പന്തമാക്കി.

ഞാൻ നടുത്തളത്തിലെത്തിയപ്പോൾ പടർന്നുകയറിയ പുകയിൽ കുരച്ച് എന്തോ പറയാൻ കഴിയാതെ വിഷമിച്ചുനില്ക്കുന്ന പുരോചനൻ. തീജ്ജ്വാലകളുടെ വെളിച്ചത്തിൽ ഞാനവന്റെ മുഖം കണ്ടു. പഴയ ദാസന്റെ വിനയമില്ല. ഇര നഷ്ടപ്പെട്ട വ്യാധന്റെ ക്രൂരതയാണവിടെ. ആയുധം തിരയാൻ ചുറ്റും നോക്കുന്ന അവന്റെ വെറും തലയിൽ ഞാൻ രണ്ടുമുഷ്ടിയും ചേർത്തൊന്നടിച്ചു.

വീണേടത്തുനിന്നു കഴുത്തും ഉടുവസ്ത്രവും പിടിച്ചു പൊക്കിയപ്പോൾ അവൻ ഞരങ്ങി. തീക്കുണ്ഡമായി മാറിക്കഴിഞ്ഞ അമ്മയുടെ പഴയ കിടപ്പു മുറിയിലേക്ക് അവനെ ഒഴിഞ്ഞ തോൽക്കുടംപോലെ ഞാൻ വലിച്ചെറിഞ്ഞു.

വീണ്ടും അടുക്കളത്തളത്തിലെത്തിയപ്പോൾ പുകകൊണ്ട് ഒന്നും കാണാൻ വയ്യ. പുറത്തളത്തിൽനിന്ന് അപ്പോൾ കാട്ടാളരുടെ കൂട്ടനിലവിളി കേട്ടു.

ഇറങ്ങുകയല്ല, ചുവന്ന വെളിച്ചം കണ്ട പഴുതിലേക്കു വീഴുകയാണുണ്ടായത്.

കാലിൽ ചവിട്ടി ഞാൻ വീണപ്പോൾ സഹദേവൻ പതുക്കെ മോങ്ങി.

പിന്നെ ഇരുട്ടിന്റെ അറ്റത്തുള്ള വെളിച്ചം നോക്കി മുന്നിൽ പോകുന്ന ആളുകളുടെ ചുമൽ പിടിച്ച് ഞങ്ങൾ മുമ്പോട്ടു നടന്നു.

അർജ്ജുനൻ വഴിക്കുവെച്ചു ചോദിച്ചു:

'നിശ്ശബ്ദരായോ എല്ലാവരും?'

ഞാൻ പറഞ്ഞു: 'സുഖനിദ്ര, അല്ല. അഗ്നിഭഗവാൻ അനുഗ്രഹിച്ച യോഗനിദ്ര.'

സഹദേവൻ പതുക്കെ ചിരിച്ചു.

യുധിഷ്ഠിരന്റെ ശബ്ദം മുന്നിലെവിടെയോനിന്നു കേട്ടു:

'ഫലിതം വേണ്ട, മന്ദാ.'

തുരങ്കം പാറക്കെട്ടിനു താഴെ അവസാനിക്കുന്നു. ഉയരത്തിലേക്കു കയറിയാൽ വാരണാവതത്തിൽനിന്നു പുറത്തുകടക്കാനുള്ള വഴിയായി. ചെങ്കുത്തായി വെട്ടിയ വഴിയിലൂടെ കയറാൻ തുടങ്ങിയ യുധിഷ്ഠിരൻ നാലഞ്ചടി വെച്ച് കാലിടറി തിരിച്ചു താഴേക്കു വന്നു വീണു. അനുജന്മാരെക്കടന്നു മുന്നിലെത്തി ഞാൻ വഴി പരിശോധിച്ചു. സൂക്ഷിച്ച് ഇളുമ്പുകളിൽ വിരലൂന്നിയാൽ കയറിപ്പറ്റാം.

'അരക്കില്ലത്തെക്കാൾ വലിയ അത്യാപത്താണല്ലോ ഇത്.'

യുധിഷ്ഠിരൻ ശപിച്ചു. ഒരു പരീക്ഷണമെന്ന നിലയ്ക്ക് സഹദേവനെ ഞാൻ കഴുത്തിലിരുത്തി മുകളിലെത്തിച്ചു. പിന്നെ കൂടുതൽ ധൈര്യത്തോടെ അമ്മയെ ചുമന്നു കയറി. കയറാൻ വയ്യാ എന്നു വാശിപിടിച്ച്, മറ്റു വഴിയന്വേഷിക്കാൻ തുടങ്ങിയ ജ്യേഷ്ഠനേയും ചുമലിലെടുക്കേണ്ടിവന്നു. എന്റെ പിന്നിലായി നകുലനും മുമ്പിൽ അർജ്ജുനനും കയറി. നകുലൻ ഇടയ്ക്കിടെ എന്റെ അരക്കെട്ടിൽ പിടിച്ചു തൂങ്ങി.

അവസാനം പുറത്തുവന്നപ്പോൾ ഞാൻ ക്ഷീണിച്ചുപോയി. നകുലനോടു ചിരിച്ചുകൊണ്ടു പറഞ്ഞു: 'ഇതിലും ഭേദം നിന്നെയും ചുമക്കുകയായിരുന്നു.'

'ജ്യേഷ്ഠനുവേണ്ടി ഞാനിന്ന് ആദ്യമായി പ്രാർത്ഥിച്ചു. എന്റെ മേലേക്കു വീഴല്ലേ എന്ന്.'

രക്ഷപ്പെട്ടതിലുള്ള ആശ്വാസംകൊണ്ട് എല്ലാവരും ലഘുചിത്തരായിരുന്നു. യുധിഷ്ഠിരന്റെ മാതൃകയനുസരിച്ച് ഞാൻ കളിയായി അവനെ ശാസിച്ചു: 'ഫലിതത്തിനുള്ള സമയം ആയില്ല എന്നറിഞ്ഞുകൂടെ?'

പുറത്തു കടന്നപ്പോൾ ഞങ്ങൾ തിരിഞ്ഞുനോക്കിയത് പിന്നിട്ട സുഖവാസസ്ഥലത്തിന്റെ നേർക്കായിരുന്നു. കറുത്ത രാത്രിക്കു തീപിടിച്ചിരിക്കുന്നു എന്നു തോന്നി. വീണ്ടും താഴ്വരയിലെത്തിയപ്പോൾ ഇരുട്ടിൽ വെള്ളത്തിന്റെ തിളക്കം കണ്ടു. വഴികാട്ടിയായ ഖനകൻ പറഞ്ഞു: 'പുഴ കടന്നാൽ കാടായി. അതാണ് സുരക്ഷിതമായ സ്ഥലമെന്ന് അദ്ദേഹം പറഞ്ഞു.'

ഗംഗയുടെ ഒരു കൈവഴിയാണ്. പുഴ കടക്കുന്നതെങ്ങനെ എന്ന ചോദ്യം വേണ്ടിവന്നില്ല. അടുക്കുന്ന ഒരു തോണിയുടെ തുഴ വീഴുന്ന ശബ്ദം വ്യക്തമായി കേട്ടു.

'ഓ, തോണി വന്നുകഴിഞ്ഞു.' ഖനകൻ അമ്മയോടും ഞങ്ങളെല്ലാവരോടുമായി കൈകൂപ്പി വന്ദിച്ചു: 'എനിക്കു പോകാനനുവാദം തരൂ. എന്തെങ്കിലും സന്ദേശമുണ്ടോ, യജമാനനെ അറിയിക്കാൻ?'

അമ്മ പറഞ്ഞു: 'യാത്ര തുടങ്ങിക്കഴിഞ്ഞു എന്നു പറഞ്ഞേക്കൂ.'

രണ്ട്

കാട് വരണ്ടുകിടക്കുകയായിരുന്നു. വർഷം കാത്തുനില്ക്കുന്ന ഇല കൊഴിഞ്ഞ് വിളറിയ മരങ്ങൾ. കരിയിലകൾ അടിച്ചുകൂട്ടിയുണ്ടാക്കിയ താൽക്കാലിക മെത്തകളിൽ ജ്യേഷ്ഠനും അനുജന്മാരും തൊട്ടുതൊട്ടു കിടന്നു. അമ്മ എഴുന്നേറ്റുകഴിഞ്ഞിരുന്നു. വൃക്ഷച്ചുവട്ടിലെ വരണ്ട പുൽത്തട്ടു ശയ്യയാക്കിയ ഞാൻ ഉണർന്നുകിടക്കുകയാണെന്നു കണ്ട് അമ്മ പറഞ്ഞു: 'വെള്ളമില്ലല്ലോ ഒരിടത്തും.'

ഞാൻ എഴുന്നേറ്റു. വരണ്ട ഇലകൾ ചവിട്ടി മെതിച്ചുകൊണ്ടു നടന്നു. ഒരിടത്തും വെള്ളമില്ല. സുരക്ഷിതമായ വനം എന്ന് വിദുരർ തീരുമാനിച്ചപ്പോൾ വെള്ളത്തിന്റെ കാര്യം ഓർത്തിരിക്കില്ല. മൂന്നാം യാമത്തിൽ ഞങ്ങളെ നോക്കി വന്ന തോണിയിൽ എല്ലാവർക്കും വേണ്ടത്ര ആയുധങ്ങളും ആഹാരവും കരുതിവച്ചിരുന്നു. ധർമ്മോപദേശങ്ങളുമായി മിക്കവാറും ഒരന്യനെപ്പോലെ കൊട്ടാരവളപ്പിൽ ചുറ്റിത്തിരിയുന്ന വിദുരർ വിശദാംശങ്ങളിൽക്കൂടി ശ്രദ്ധിച്ചിട്ടുണ്ട്. പക്ഷേ നീർച്ചാലുകളുള്ള മറ്റേതെങ്കിലും കാടു കണ്ടെത്തി താവളം മാറ്റേണ്ടിവരും.

പുഴ കടന്നുകഴിഞ്ഞുള്ള യാത്രയും ദുർഘടമേറിയതായിരുന്നു. തളർന്നു കുഴഞ്ഞ അമ്മയെ കുറച്ചുകഴിഞ്ഞപ്പോൾ ഞാൻ കഴുത്തിലേറ്റി നടന്നു. നടക്കാൻ വയ്യെന്നു പറഞ്ഞ് കുറേദൂരംകൂടി ചെന്നപ്പോൾ യുധിഷ്ഠിരൻ ഇരുന്നു. അവിടെത്തന്നെ കിടന്നുകളയാമെന്നു നിർദ്ദേശിച്ചത് സഹദേവനാണ്.

ഒരു കാട്ടുമുയൽ പൊന്തക്കാട്ടിൽനിന്നു തെറിച്ചുചാടി എന്റെ മുമ്പിലൂടെ ഓടിപ്പോയി. മൃഗങ്ങളുള്ള കാട്ടിൽ വെള്ളമില്ലാതിരിക്കില്ല. ഉണങ്ങിയ പുല്ലിൽ

ചവിട്ടടികൾ പതിഞ്ഞതു കണ്ടു. ഒരിടത്ത് ഉണങ്ങാത്ത കുറുനരിക്കാഷ്ഠം. ഞാൻ മണം പിടിച്ചുനോക്കി. കാട്ടാളന്മാർക്കും മൃഗങ്ങൾക്കും മാത്രമേ വെള്ളത്തിന്റെ ഗന്ധം പിടിച്ചെടുക്കാൻ കഴിയൂ. അപ്പോൾ അകലെയല്ലാതെ ഒരിടത്തുനിന്നും ജലപക്ഷികളുടെ ശബ്ദം കേട്ടു. വരണ്ട കാട്ടിലെ പ്രഭാതത്തിൽ കേൾക്കേണ്ട സംഗീതം അതുതന്നെ. ഞാൻ നടത്തത്തിനു വേഗം കൂട്ടി.

ആമ്പലിലയുടെ ആകൃതിയിൽ തെളിനീരു നിറഞ്ഞുനില്ക്കുന്ന ചെറിയ ജലാശയം. ചുറ്റുമുള്ള വരൾച്ചയുടെ നടുവിൽ അഹങ്കരിച്ചു നില്ക്കുന്ന പച്ചപ്പിന്റെ പടർപ്പുകൾ.

ഞാൻ ആദ്യം വെള്ളം കുടിച്ചു. പുകയുടെ ഗന്ധവും മണ്ണും ശരീരത്തിലാകെ ഒട്ടിച്ചേർന്നു നില്പുണ്ട്. തണുത്ത വെള്ളത്തിലിറങ്ങി. വിചാരിച്ചതിലേറെ ആഴമുണ്ടായിരുന്നു. കുറച്ചിട നീന്തിയശേഷം കുളിച്ചു കരയ്ക്കു കയറി വസ്ത്രം പിഴിഞ്ഞുടുത്തപ്പോഴാണ് വെള്ളം കൊണ്ടുപോകേണ്ടത് എങ്ങനെയെന്നാലോചിച്ചത്. ഉത്തരീയത്തിൽ വെള്ളം കോരി നടന്നു നോക്കി. പത്തടി നടക്കുമ്പോഴേക്കും ചോർന്നുപോവും. ഞാൻ വിഷണ്ണനായി നില്ക്കുമ്പോൾ ചെടിപ്പടർപ്പിന്റെ മറവിൽ നിന്ന് ഒരടക്കിപ്പിടിച്ച ചിരി കേട്ടു. നോക്കുമ്പോൾ മാന്തോലുകൊണ്ട് അരമാത്രം മറച്ച ഒരു കാട്ടാളയുവതി. ഈ പരിസരത്തിൽ നോക്കി നില്ക്കുകയായിരുന്നുവോ എന്ന് ഞാൻ സംശയിച്ചു. അടുത്തേക്കു ഭയമില്ലാതെ വന്ന അവളെ ഞാൻ ക്രോധഭാവത്തിൽ നോക്കി. കൈത്തണ്ടയിൽ പന്നിത്തേറ്റകൾ കടഞ്ഞ കടകങ്ങൾ. കഴുത്തിൽ പുലിനഖങ്ങൾ. അർദ്ധചതുരാകൃതിയിൽ വെട്ടിക്കോർത്ത ഒറ്റയിഴമാല. അവൾ അടുത്തു നിന്നപ്പോൾ എന്നോളം ഉയരമുണ്ടെന്നു തോന്നി. കരിമരക്കാതലിന്റെ നിറം. നടക്കുമ്പോൾ കണങ്കാലിലെവിടെയോനിന്ന് ചുള്ളിക്കമ്പുകൾ ഒടിയുന്നപോലെ ശബ്ദം.

അവൾ എന്റെ ചുറ്റും പ്രദക്ഷിണമായി നടന്നു. പുലിനഖമാല കിലുങ്ങി. കാമരൂപവനങ്ങളിൽനിന്നു കൊമ്പനാനകളുടെ മദപിണ്ഡകങ്ങൾ പോലെ തെറിച്ചു നിൽക്കുന്ന മുലകൾ.

നടക്കാനാരംഭിച്ച എന്നോട് നില്ക്കാൻ കൈകാണിച്ച് അവൾ പൊന്തക്കാട്ടിലെവിടെയോ ഓടി മറഞ്ഞു. തിരിച്ചുവന്നത് വലിയ ഇലകളും കൊണ്ടായിരുന്നു. ഇലകൾ കാരമുള്ളുകൾകൊണ്ട് കോർത്തുകൊണ്ട് അവൾ അരികെ നിന്നപ്പോൾ വാരിവലിച്ചു കെട്ടിയ മുടിയിൽ ഏതോ മൃഗക്കൊഴുപ്പിന്റെ സുഖമില്ലാത്ത ഗന്ധം. ഉത്തരീയം എന്റെ ദേഹത്തിൽനിന്ന് പറിച്ചെടുത്ത് അവൾ തുന്നിക്കൂട്ടിയ ഇലകൾ അതിൽ പരത്തിവച്ചു. വെള്ളം കൊണ്ടുപോകാനുള്ള പാത്രമായിക്കഴിഞ്ഞു. എത്ര എളുപ്പത്തിൽ!

വെള്ളം മുക്കിയെടുത്ത് ഞാൻ നടന്നപ്പോൾ അല്പം പിന്നിലായി അവളും വരുന്നുണ്ടെന്ന് അറിയാമായിരുന്നു. താവളത്തിനടുത്തെത്തിയപ്പോൾ ഞാൻ തിരിഞ്ഞുനോക്കി. അവളെ കാണുന്നില്ല.

തളർന്നു കിടന്നവരെല്ലാം എഴുന്നേറ്റു വെള്ളം കുടിച്ചു. ഗാന്ധാരം തൊട്ടു

മാഗധം വരെ, വഹ്ലീകംതൊട്ട് വിദർഭം വരെ, ഭരിക്കാൻപോകുന്നു എന്ന് ശതശൃംഗത്തിലെ ഋഷിമാർ പറഞ്ഞ യുധിഷ്ഠിരനാണ് കരിയിലകളിൽ തളർന്നു കിടക്കുന്നത്. പതിനെട്ടു ദാസിമാരുടെ പരിചരണമേറ്റു കഴിഞ്ഞ അമ്മയാണ് വെറും മണ്ണിൽ തലകുനിച്ചിരിക്കുന്നത്. ഞാൻ അസ്വസ്ഥനായി.

യാത്ര തുടങ്ങിയെന്ന് അമ്മ വിദുരർക്ക് സന്ദേശമയച്ചു. എങ്ങോട്ട്? നാമിനി എങ്ങോട്ടാണ്?

അപ്പോൾ കാട്ടുകനികളും ചെത്തിയ വലിയ മുളന്തണ്ടിൽ തേനുമായി വീണ്ടും കാട്ടാളത്തി എവിടെനിന്നോ പെട്ടെന്നു മുമ്പിലേക്കു വന്നു. അവളുടെ കാലൊച്ചകൂടി ഞങ്ങളാരും കേട്ടില്ല. അമ്മയുടെ മുമ്പിൽ എല്ലാം നിരത്തിവെച്ച് അവൾ മുട്ടുകുത്തി, ശിരസ്സു നിലത്തുമുട്ടിച്ചു വന്ദിച്ചു.

അമ്മ അത്ഭുതത്തോടെ, എന്തുകൊണ്ടോ, എന്നെയാണു നോക്കിയത്.

'നീയേതാണ്? നിന്റെ പേരെന്താണ്?'

അമ്മ ചോദിച്ചു. അവൾ എന്റെ നേരെ നോക്കിനിന്ന കണ്ണുകൾ പിൻവലിച്ചു, പതുക്കെ പറഞ്ഞു:

'ഹിഡിംബി.'

'കാട്ടാളരാണു ചുറ്റുവട്ടത്തും എന്നു തോന്നുന്നു.'

യുധിഷ്ഠിരൻ യുവരാജാവിന്റെ ഗൗരവം ഇരുപ്പിൽ വരുത്താൻ ശ്രമിച്ചുകൊണ്ട് പറഞ്ഞു: 'അമ്മയ്ക്ക് സഹായത്തിന് ഇവൾ നില്ക്കുമോ ആവോ? സമ്മാനങ്ങൾ കൊടുക്കാമെന്നു പറഞ്ഞുനോക്കൂ.' പിന്നെ എന്നോട്: 'ഇവൾക്ക് നമ്മുടെ ഭാഷ അറിയുമോ ആവോ?'

ഹിഡിംബി ചിരിയൊതുക്കി.

അമ്മ അന്വേഷിച്ചു: 'നിനക്കാരൊക്കെയുണ്ട്.'

പൈശാചി കൂടുതൽ കലർന്ന പ്രാകൃതത്തിലാണ് അവൾ സംസാരിച്ചത്: 'മിക്കപ്പോഴും തനിച്ചാണ്. ഒരു സഹോദരനുണ്ട്. അയാൾ ഈ കാടുതൊട്ടു കാമ്യകവും കടന്ന് ഗന്ധമാദനം വരെ വേട്ടയാടി നടക്കും. വല്ലപ്പോഴുമേ ഇവിടെ വരാറുള്ളു.'

'വീടെവിടെയാണ്?'

അവൾ കാട്ടിലേക്ക് വിരൽ ചൂണ്ടി. യുധിഷ്ഠിരൻ പറഞ്ഞു:

'ഇവർക്കെന്തു വീട്? കാടുതന്നെ വീട്!'

ഹിഡിംബി വീണ്ടും അമർത്തിച്ചിരിച്ചു.

വീണ്ടും വരാമെന്നു പറഞ്ഞ് അവൾ പോയപ്പോൾ ജ്യേഷ്ഠൻ പറഞ്ഞു, എന്നോട്: 'സൂക്ഷിക്കണം. ചിലപ്പോൾ മായാവിദ്യകൾകൂടി അറിയാവുന്നവരാവും. രാത്രി പ്രത്യേകിച്ച്, അടുത്തു വരാതെ നോക്കണം.'

എന്നോടു മാത്രം എന്തിനീ ഉപദേശം? അവൾ ഞങ്ങളുടെ മുമ്പിൽ നിന്നപ്പോൾ എല്ലാവർക്കും തോന്നിയ കൗതുകത്തിലേറെ എന്തെങ്കിലും കണ്ടോ എന്റെ മുഖത്ത്?

വെയിൽ മങ്ങുന്നതുവരെ കിടന്നു മയങ്ങി. പിന്നെ എന്തൊക്കെ മൃഗ

ങ്ങളുണ്ടെന്നു നോക്കി വരാമെന്നു പറഞ്ഞ് ഞാൻ എഴുന്നേറ്റു. മൂന്നു മുഴമുള്ള ചെറിയ കുന്തംമാത്രം കൈയിലെടുത്തു. അർജ്ജുനൻ അകലെ ഒരു മരത്തിൽ അടയാളം വച്ച് അസ്ത്രവിദ്യ തുടങ്ങിയിരുന്നു.

രാവിലെ ജലാശയം നോക്കിപ്പോയ വഴിക്ക് എതിർവശത്തേക്ക് നടന്നു. ഒരിക്കൽക്കൂടി ഒരു മുയൽ വഴിവക്കിൽനിന്ന് എടുത്തുചാടി. കുന്തമെറിഞ്ഞാൽ കൊള്ളുന്ന ദൂരമേയുള്ളു. അപ്പോൾ ഒരു സീൽക്കാരം കേട്ടു. ഓടിയകലുന്ന മുയലിന്റെ പിറകെ അവൾ. അതു വളരെയേറെ മുന്നിലെത്തിയിരിക്കുന്നു. പന്തയം വെറുതെയാണ്. പൊന്തക്കാടുകൾക്കിടയിലൂടെ കഴുകൻ തൂവൽ കെട്ടിയ ഒരു കണയമ്പുപോലെ അവൾ പറക്കുകയായിരുന്നു. മുയൽ എനിക്കു കാണാത്ത അകലത്തായി. അവൾ ഒരിടത്തു വീഴുന്നതു കണ്ടു.

ഞാൻ അവളുടെ നേർക്കു നടന്നു. വേരിലെവിടെയോ കാൽ കുടുങ്ങി വീണതാവുമെന്നാണ് ഞാൻ കരുതിയത്.

അടുത്തെത്തുന്നതിനു മുമ്പായി അവൾ എഴുന്നേറ്റു തിരിഞ്ഞു നിന്നു. കൈ ഉയർത്തിക്കാണിച്ചു. ചെവി കൂട്ടിപ്പിടിച്ച നിലയിൽ വലിയൊരു മുയൽ രക്ഷപ്പെടാൻവേണ്ടി പിടയ്ക്കുന്നു. അവൾ ചിരിച്ചു. ഞാനും ചിരിച്ചുപോയി. പിന്നെ അവൾ കൈവിട്ടു. ഭയന്ന മുയൽ വിശ്വസിക്കാനാവാത്തപോലെ ആദ്യം വിറച്ചുനിന്നു. പിന്നെ പ്രാണഭയത്തോടെ കാട്ടിൽ ഓടിമറഞ്ഞു.

അടുത്ത പാറക്കെട്ടിൽ കുന്തം ചാരിവച്ചു ഞാനിരുന്നു. അവൾ അടുത്തേക്കു വന്നു. താഴെവച്ച കുന്തമുനയിൽ വിരലോടിച്ചു മൂർച്ച നോക്കി അവൾ ഇരുന്നു. കാറ്റിൽ വന്നുവീണ ഒരുണങ്ങിയ പലാശപ്പൂങ്കുലയെടുത്ത് അവൾ ചവച്ചു. ഇളംനീലമുള്ള ചുണ്ടുകളിൽ ചുവന്ന നനവു പരന്നു.

കൈപിടിച്ചടുപ്പിച്ചപ്പോൾ അവൾ കരിനാഗംപോലെ എന്നെ ചുറ്റിപ്പിണഞ്ഞു. മൃഗക്കൊഴുപ്പിന്റെ ഗന്ധമുള്ള മുടിക്കെട്ടഴിഞ്ഞ് എന്റെ മുഖമാകെ ഇരുട്ടിലാഴ്ത്തി. വിശോകൻ അയച്ച ദാസിപ്പെണ്ണിന്റെ നഗ്നശരീരം കൈകൾക്കുള്ളിൽ ഒതുങ്ങിനിന്നിട്ടും ആകെ തണുത്തുനിന്ന ആ രാത്രി ഒരു വിഡ്ഢിസ്വപ്നംപോലെ അകലെ മറഞ്ഞു. ആചാര്യന്മാർ സ്ത്രീശരീരത്തിനു പാഠഭേദങ്ങൾ പറയണമെന്നു തോന്നിയ മുഹൂർത്തം. ഈ അഗ്നിക്ക് ഏഴല്ല ജ്വാലകൾ, എഴുപത്. എഴുപതല്ല അയുതം. ഹോതാവ് ദ്രവ്യവും ഹോത്രവും ചാരവുമായി മാറാൻ ഇവിടെ കൊതിക്കുന്നു.

പിന്നീട് താവളത്തിലേക്കു തിരിച്ചുപോരുമ്പോൾ ഞങ്ങൾ തൊട്ടു തൊട്ടു നടന്നു. നകുലസഹദേവന്മാരുടെ സംഭാഷണം കേട്ടുതുടങ്ങിയപ്പോൾ ഞാൻ നിന്നു. അവൾ മുമ്പേ നടന്നു.

കാട് ഇരുളുന്നതുവരെ ഞാൻ അലഞ്ഞുനടന്നു. ആകാശത്തേക്കു കൈയുയർത്തി വലിയൊരു കാട്ടാളനെപ്പോലെ ഉഡുംബരവൃക്ഷത്തിന്റെ ചില്ലകൾക്കിടയിലൂടെ തിഷ്യനക്ഷത്രം തെളിയുന്നത് കണ്ടു. ഞാൻ മടങ്ങി.

വൈകി ഇരുട്ടിൽ കാട്ടിൽ നടക്കുന്നതിന് യുധിഷ്ഠിരൻ ശാസിച്ചു. ഭക്ഷ

ണത്തിനിരുന്നപ്പോൾ സഹദേവൻ എനിക്കു മദ്യം വിളമ്പി. വിദുരർ അയച്ച വിഭവങ്ങളിൽ മദ്യമുണ്ടായിരുന്നില്ല.

നകുലൻ പറഞ്ഞു: 'ഹിഡിംബിയുടെ കാഴ്ചദ്രവ്യങ്ങൾ പിന്നെയും വന്നു.'

വൈകിയാണ് ഞാൻ പിറ്റേന്ന് ഉണർന്നത്, യുധിഷ്ഠിരൻ ബഹളം കൂട്ടുന്ന ശബ്ദം കേട്ടുകൊണ്ട്. കാര്യം ചോദിച്ചപ്പോൾ കൂടെ കൊണ്ടുവന്ന ധാന്യപ്പൊതികൾ, ദാനത്തിനും സമ്മാനങ്ങൾക്കുമായി കരുതിവച്ച തോൽസഞ്ചി, പൂജയ്ക്കുള്ള ചെറിയ സ്വർണ്ണപ്പാത്രങ്ങൾ- എല്ലാം നഷ്ട പ്പെട്ടിരിക്കുന്നു.

യുധിഷ്ഠിരൻ ഉറപ്പിച്ചു പറഞ്ഞു: 'അവളാണ് ആ കാട്ടാളത്തി. അവൾ രാക്ഷസിയാണ്. പകൽ മനുഷ്യരൂപത്തിൽ നടക്കും. രാത്രി മായാവിനി യായി വന്നു കൊള്ളയടിക്കും. മനുഷ്യമാംസത്തിൽ കൊതി തോന്നി തിന്നു കളയാത്തതുതന്നെ ഭാഗ്യം.

ഞാൻ താവളത്തിന്റെ ചുറ്റും നടന്നുനോക്കി. ഏതു പാറക്കെട്ടിലും മൃഗ ങ്ങളുടെ കാലടിപ്പാടുകൾ എനിക്കു കാണാം. ഇവിടെ വലിയ കാലടിപ്പാടു കൾ പതിഞ്ഞതു ഞാൻ വ്യക്തമായി കണ്ടു. പുരുഷന്റെ നഗ്നപാദങ്ങൾ. ഒന്നും പറയാതെ ഞാൻ ജലാശയത്തിന്റെ നേർക്കു നടന്നു. അടുത്തെ ത്തിയപ്പോൾ ഒരു ചെത്തിക്കാടു പിറുപിറുത്തു: 'അരുത്. ആപത്തുണ്ട്.'

ഞാൻ കൈനീട്ടിപ്പിടിച്ചപ്പോൾ മുടിക്കെട്ടാണ് കിട്ടിയത്. വലിച്ചു മുന്നി ലേക്കിട്ടപ്പോൾ അവൾ നിന്നു വിറച്ചു.

'നിനക്കു സ്വർണ്ണം വേണോ? ധാന്യം വേണോ? ആരാണ് ഞങ്ങളെ കൊള്ളയടിച്ചത്?'

പിടിവിടാതെ ഞാൻ ചോദിച്ചു.

അപ്പോൾ കാട്ടുപന്നി മുക്രയിടുന്നതുപോലെ ശബ്ദം കേട്ടു, പിന്നിൽ. ഓടിയടുക്കുന്ന കാലടികളിൽ ഭൂമി കുലുങ്ങുന്നുവെന്നു തോന്നി.

അടുത്തെത്തിയ കാട്ടാളൻ കരിമ്പനപോലെ നീണ്ടുനിവർന്നു നിന്നു. ഒടിച്ചെടുത്ത ഒരു കൂറ്റൻ മരച്ചില്ലയുണ്ട് കൈയിൽ. പഠിച്ച യുദ്ധപാഠ ങ്ങൾകൊണ്ടൊന്നും ഇവിടെ പ്രയോജനമില്ല. വാക്കുകൾക്കും ഉപയോഗ മില്ല.

വീശിയടിച്ച ആദ്യത്തെ അടിയിൽനിന്ന് എന്റെ വേഗംകൊണ്ടു മാത്ര മാണ് രക്ഷപ്പെട്ടത്. ഭാഗ്യവും തുണച്ചു. ചില്ലയുടെ അറ്റം നെഞ്ചിലൂടെ പൊള്ളിക്കൊണ്ടു കടന്നുപോയി. നീറുന്ന നെഞ്ചിലെ വരയിൽ ചോരയുടെ നനവു പൊടിയുന്നത് ഞാനറിഞ്ഞു. ശക്തികൊണ്ടല്ല പദവേഗവും മെയ്യൊ തുക്കവും കൊണ്ടുവേണം ഇവനെ നേരിടാനെന്ന് ഉറപ്പിച്ചു. ഒഴിഞ്ഞുമാ റിയ രണ്ടാമത്തെ അടിയിൽനിന്നു നിലയുറപ്പിക്കാൻ അവനിടംകിട്ടുംമുമ്പേ ഞാൻ ദേഹത്തിലേക്ക് എടുത്തുചാടി. വാരിയെല്ലുകളിൽ ആഴത്തിൽ മുഷ്ടി യിറങ്ങുംവണ്ണം ആഞ്ഞടിച്ചു. മരച്ചില്ലകൊണ്ട് ഇനി കൈയകലം കിട്ടാതെ ഉപയോഗമില്ലെന്നുകണ്ട് അവനും മുഷ്ടിയുദ്ധം തുടങ്ങി. അതാണ്

എനിക്കും വേണ്ടത്. അവൻ എന്റെ മാറും വയറും നോക്കിയാണ് മുഷ്ടി കളെറിയുന്നത്. കരവൃത്തത്തിനകത്തേക്കു ചാടിക്കയറി ഞാൻ മൂക്കും ചുണ്ടും ലക്ഷ്യമാക്കി ഇടിച്ചു. ഒതുക്കിയ ഒരു നിലവിളി തൊണ്ടയിൽ കുടു ങ്ങിയത് അവൻ ചോരയോടൊപ്പം തുപ്പി.

അവൻ കരുത്തനാണ്. കാട്ടിലവനെ നേരിടാൻ കഴിവുള്ളവർ കുറയും. പക്ഷേ ശുകാചാര്യൻ പഠിപ്പിച്ച മർമ്മസ്ഥാനങ്ങൾകൂടി എനിക്കറിയാവു ന്നതുകൊണ്ട് അടികൾ വാങ്ങുന്നതിനിടയ്ക്കു കിട്ടുന്ന പഴുതുകൾ ഞാൻ ശാസ്ത്രപ്രകാരംതന്നെ ഉപയോഗിച്ചു. അടുത്തത് ഹസ്തിജീവന്റെ മദ്ധ്യ ത്തിൽ, പിന്നൊന്ന് വാരണത്തിന്റെ തുടക്കത്തിൽ, മൂന്നാമത്തേത് ആലം ബുഷത്തിൽ.

ശരീരശക്തിയിൽ അവനേക്കാൾ ഒട്ടും കുറവില്ല എനിക്കെന്നു ബോദ്ധ്യം വന്ന യുദ്ധം. മല്ലയുദ്ധമുറയിൽ അവനെന്നെ വരിഞ്ഞപ്പോൾ കണ്ഠത്തിന്റെ സുഷുമ്നാബന്ധത്തിൽ ഞാനാഞ്ഞൊന്നിടിച്ചു. അപ്പോൾ കൊടുങ്കാറ്റി ലെന്നപോലെ കരിമ്പന വിറച്ചു. അവൻ സാവധാനത്തിൽ നിലത്ത് കൊടുംകൈ കുത്തി വീണു. വേണമെങ്കിൽ എനിക്കിവിടെ നിറുത്താം. പക്ഷേ, മൃഗത്തിനെ വിട്ടയയ്ക്കാം; എതിരാളിയായ മനുഷ്യന് രണ്ടാമതൊരു സന്ദർഭം കൊടുത്തുകൂടാ. പിന്നിലേക്കു ചാടിവീണ് ഞാൻ വീണ്ടും കഴു ത്തിലിടിച്ച് അവനെ നിലംപതിപ്പിച്ചു.

അപ്പോൾ അർജ്ജുനന്റെ ശബ്ദം ഞാൻ കേട്ടു: ‘മാറിക്കോളൂ, ഒരമ്പു കൊണ്ട് ഞാനവസാനിപ്പിക്കാം’ അവസാനത്തെ ശക്തികൂടി സംഭരിച്ച് എഴു ന്നേൽക്കുന്നതിനിടയ്ക്ക് അവനെന്നെ കക്ഷത്തിലൂടെ അമർത്തിപ്പിടിക്കാൻ ഒരു ശ്രമം നടത്തി. ഉതറിമാറിയ ഞാൻ അരക്കെട്ടിൽ രണ്ടു കാൽമുട്ടും ഊന്നി ഒരു കൈകൊണ്ട് ചുമലിൽ അമർത്തി. മുടി പിടിച്ചു മറിച്ചപ്പോൾ കശേരുക്കളൊടിയുന്നതു വ്യക്തമായി ഞാൻ കേട്ടു. ഒരു താന്നിക്കുരു ഞെരി യുന്നപോലെ.

പുളഞ്ഞ ശരീരം പെട്ടെന്നു നിശ്ചലമായി.

ഞാൻ പതുക്കെ എഴുന്നേറ്റു നിന്നു. ഭീമസേനന്റെ ആദ്യത്തെ വധം.

ഞാനാണ് ഭീമസേനൻ. മഹാബലനായ വായുപുത്രൻ! കാടുമുഴുക്കെ കേൾക്കത്തക്കവിധം എനിക്കലറണമെന്നു തോന്നി.

പകച്ചുനില്ക്കുന്ന ഹിഡിംബിയെ നോക്കി ഞാൻ പതുക്കെ: ‘എവിടെ? ഇനി ആരെങ്കിലുമുണ്ടെങ്കിൽ വരട്ടെ. ഭീമസേനൻ ഒരുക്കം.’

ഞാൻ നോക്കിനില്ക്കേ അവൾ മുഖം പൊത്തിക്കൊണ്ടു തേങ്ങി.

‘ആരാണിത്?’

തേങ്ങലിനിടയ്ക്ക് അവൾ പറഞ്ഞു: ‘എന്റെ സഹോദരൻ.’

തിരിച്ചുനടക്കുമ്പോൾ അർജ്ജുനൻ പറഞ്ഞു: ‘ഒരമ്പയയ്ക്കാൻ ഒരു പഴുതും കണ്ടില്ല.’

ചുണ്ടുകളിൽ പറ്റിയ ചോരയുടെ ഉപ്പുരസം വായിൽ കടന്നു. ഞാൻ

പറഞ്ഞു: 'അവൻ അതിശക്തനായിരുന്നു.'

ആര് ആരെ ആദ്യം വീഴ്ത്തുന്നു എന്നതായിരുന്നു കാര്യം. വധത്തിന്റെ ന്യായവും അന്യായവും ക്ഷത്രിയർ അന്വേഷിക്കേണ്ടതില്ല. യുദ്ധത്തിൽ കൊല്ലുന്നതു ധർമ്മം. മരിച്ചാലും പുണ്യം. ആദ്യത്തെ കൊലയുടെ ചോര പ്പാടുകൾ കഴുകി തനിയെ നിന്നപ്പോൾ ജേതാവിന്റെ അഹങ്കാരമായിരു ന്നില്ല മനസ്സിൽ. വ്യക്തമല്ലാത്ത ഒരസ്വസ്ഥത അത്തിക്കായ്ക്കകത്തെ മക്ഷികപോലെ മനസ്സിൽ ഇഴഞ്ഞുനടന്നു.

ഒറ്റയ്ക്കു വീണ്ടും നടന്നപ്പോൾ തലേന്നു മുയൽപ്പന്തയം കഴിഞ്ഞിരുന്ന പാറക്കെട്ടിനു സമീപമെത്തി. പിന്നിൽ ഉയർന്നുനില്ക്കുന്ന ശൃംഗത്തിന്റെ നടുവിലെ പിളർപ്പിൽനിന്നു കാട്ടാടുകൾ കുളമ്പടിച്ച് ഓടി മറഞ്ഞു.

ഞാൻ തനിച്ചിരുന്നു.

ഉച്ചത്തണലുകൾ മരങ്ങൾക്കു ചുറ്റുമായി ഒതുങ്ങിക്കൂടി. അപ്പോഴും ഞാൻ വെറുതെ ഇരുന്നു. അവൾ പിന്നീടു വന്നു. മുഖത്ത് കണ്ണീർപ്പാടുക ളില്ല. കുറ്റപ്പെടുത്തുന്ന പരിഭവമില്ല. അടുത്തിരുന്ന് വാൾവരപോലെ മാറെ ല്ലുകൾക്കു വിലങ്ങനെ പതിഞ്ഞുകിടക്കുന്ന മുറിപ്പാടിനു മീതെ പതുക്കെ തടവി. പിന്നെ എന്റെ ദേഹത്തോടു കണങ്കാൽ മുട്ടിച്ചിരുന്നു.

'ദുഷ്ടനായിരുന്നു. എന്നാലും അയാളൊരാളേ സ്വന്തമായുണ്ടായിരു ന്നുള്ളു രക്തബന്ധത്തിൽ.'

ദുഃഖമല്ല.

വിറയ്ക്കുന്ന ചുണ്ടുകൾ, കഴുത്തിൽ കൈയിട്ടു നെഞ്ചിലേക്കമർത്തി ക്കൊണ്ട് ഞാൻ പറഞ്ഞു: 'നിനക്കു ഞാനുണ്ട്.'

അവളുടെ വിരലുകൾ ചോര കക്കിയ പാടുകളിൽ തൂവൽത്തുമ്പുകളേ ക്കാൾ മൃദുലമായി സഞ്ചരിച്ചു. യുദ്ധവും മരണവും ഞങ്ങൾ പിന്നെ മറന്നു.

താവളത്തിൽ സന്ധ്യയ്ക്കു തിരിച്ചെത്തിയപ്പോൾ അവളെ മുമ്പിൽ നടത്തി.

അമ്മയുടെ മുമ്പിലേക്ക് അവളെ നീക്കി നിറുത്തി ഞാൻ പറഞ്ഞു: 'അവൾ ഇനി മുതല്ക്ക് അമ്മയുടെ ദാസിയാണ്. എന്റെ വധുവാണ്.'

അമ്മയുടെ കണ്ണുകളിലെ നടുക്കം ഞാൻ ശ്രദ്ധിച്ചു. ഞാൻ മാത്രം. നമ സ്കരിച്ച ഹിഡിംബിയുടെ ശിരസ്സിൽ കൈവച്ച് അമ്മ പറഞ്ഞു: 'നിനക്കു മംഗളം!'

പിന്നെ ഞാൻ അവളോടു കല്പിച്ചു: 'എന്റെ ജ്യേഷ്ഠൻ, യുധിഷ്ഠിര യുവരാജാവ്. നമസ്കരിക്കൂ.'

അനുഗ്രഹിച്ചു ധൃതിയിൽ മാറിനിന്ന ജ്യേഷ്ഠൻ പറഞ്ഞു: 'ആചാരപ്ര കാരം സമ്മാനം തരാൻ ഒന്നുമില്ലല്ലോ കൈയിൽ. കാലക്കേട്!'

'ഒന്നും വേണ്ട.' അവൾ മൃദുവായി മന്ദഹസിച്ചു പറഞ്ഞു, 'എന്നും അവി ടുത്തെ ദയവുണ്ടായാൽ മതി.'

അനുജന്മാരേയും പരിചയപ്പെടുത്തിയശേഷം സ്ത്രീകൾ സംസാരിച്ച്

അടുത്തറിയട്ടെ എന്നു കരുതി, ഞാൻ കാട്ടിലേക്കു നടന്നു. കൂടെ വന്ന സഹദേവൻ എന്ന അഭിനന്ദിച്ചു. ജ്യേഷ്ഠനും പിന്നാലെ വരുന്നുണ്ടായിരുന്നു. എന്നെ മറ്റുള്ളവർ കേൾക്കാതിരിക്കാൻ മാറ്റി നിറുത്തി യുധിഷ്ഠിരൻ പതുക്കെ പറഞ്ഞു: 'മായാവിദ്യകളറിയുന്നവരാവും രാത്രിയിൽ രമിക്കാൻ ഒരുമ്പെടരുത്. ഞങ്ങളുടെകൂടെത്തന്നെ നീയുണ്ടാവണം.'

മായാവികളായ രാക്ഷസന്മാരെപ്പറ്റി ധാരാളം കഥകൾ കേട്ടിട്ടുണ്ട് ബാല്യത്തിൽ. മാനായി രൂപംമാറി വന്നു രാക്ഷസൻ സീതയെ ആകർഷിച്ചതും

രാവണനെന്ന രാക്ഷസരാജാവ് സന്ന്യാസിയായി വന്നു കട്ടുകൊണ്ടുപോയതും ദാസിമാർ പറയുന്ന കഥകളിൽ കേട്ടിട്ടുണ്ട്. ഞാൻ കൊന്ന കാട്ടാളൻ മായാവിയായിരുന്നുവെങ്കിൽ ഈ ദിവസത്തിന്റെ അവസാനം ഇങ്ങനെയാവില്ല. പക്ഷേ, ഞാൻ ഉപദേശം ഗൗരവത്തിൽത്തന്നെ കേട്ടു തലകുനിച്ചു.

മൂന്നു ദിവസത്തെ ദുഃഖാചരണം കഴിഞ്ഞപ്പോൾ ഹിഡിംബിയിൽ വന്ന മാറ്റം ഞാൻ ശ്രദ്ധിച്ചു. അവൾ മുടിയിലും കഴുത്തിലും പൂമാലകളണിയാൻ തുടങ്ങി. കാടിന്റെ നിഗൂഢഭംഗികൾ മുഴുവൻ അവളെനിക്കു കാണിച്ചുതന്നു. കൊടിയ വേനലിലും പൂത്തുനില്ക്കുന്ന മരങ്ങൾ, മധുരനീരുനിറഞ്ഞ തണ്ടുള്ള ചെടികൾ, വനദുർഗ്ഗസ്ഥലികൾ, ഒളിഞ്ഞൊഴുകുന്ന നീർച്ചോല, ഇന്ദീവരങ്ങൾ മാത്രം വിടരുന്ന കാട്ടുപൊയ്ക, അങ്ങനെ പലതും.

ഹസ്തിനപുരത്തെ ശത്രുക്കളും വനവാസത്തിന്റെ കഷ്ടതകളും ഞാൻ മറന്നു. ദൈർഘ്യം പോരാത്ത പകലുകൾ, ഉദയം വരാതിരിക്കാൻ കൊതിതോന്നുന്ന രാത്രികൾ.

ഒരു സന്ധ്യയ്ക്ക് ഞങ്ങൾ കാട്ടിൽനിന്നു തിരിച്ചെത്തിയപ്പോൾ അമ്മ പറഞ്ഞു: 'നമുക്ക് യാത്രയ്ക്കുള്ള സമയമായി.'

അർജ്ജുനൻ പറഞ്ഞു: 'ഇളയച്ഛൻ വിദുരരുടെ സന്ദേശവുമായി ഒരു പ്രത്യേകദൂതൻ വന്നിരുന്നു. ഏകചക്രയിലേക്കു താമസം മാറ്റുകയാണ് നമ്മൾ.'

യുധിഷ്ഠിരൻ വിശദീകരിച്ചു: 'ഏകചക്ര ചെറിയ സ്ഥലമാണ്. ബ്രാഹ്മണരുടെ ഗ്രാമം. അവിടെ ബ്രാഹ്മണരെപ്പോലെ ധ്യാനവും ഭിക്ഷയുമായി കഴിഞ്ഞാൽ ആരും അറിയില്ല.'

'കാട്ടിലെ കഷ്ടപ്പാടുകളിനി വയ്യ.'

ഹസ്തിനപുരത്തിൽ എന്തൊക്കെ നടക്കുന്നു?

വാരണാവതത്തിലെ മന്ദിരം കത്തിയതറിഞ്ഞ് വലിയച്ഛൻ വിലപിച്ചുവത്രേ!

പിന്നെ ആരൊക്കെ കരഞ്ഞു?

അത് ദൂതൻ പറഞ്ഞില്ല.

ഭീഷ്മപിതാമഹൻ? ദ്രോണാചാര്യർ? എന്റെ സൂതൻ വിശോകൻ?

അമ്മ തിരക്കുകൂട്ടി. യാത്രയ്ക്ക് ഒരുങ്ങാൻ വിശേഷിച്ചൊന്നുമില്ല. വഴിയാത്രയ്ക്കുവേണ്ട ഫലമൂലങ്ങൾ തിരയാൻ ഒരുങ്ങുകയായിരുന്നു ഹിഡിംബി.

അമ്മ എന്നെ നോക്കി പറഞ്ഞു:

'ഹിഡിംബി വരുന്നതു ശരിയല്ല.'

ജ്യേഷ്ഠൻ എന്റെ തോളിൽ കൈവച്ചു പറഞ്ഞു: 'ബ്രാഹ്മണരെപ്പോലെ അവർക്കിടയിൽ കഴിയേണ്ടവരാണ് നമ്മൾ. അപ്പോൾ–'

എന്തോ പൊതിഞ്ഞുകെട്ടിക്കൊണ്ടിരുന്ന ഹിഡിംബി അതു നിറുത്തി

വച്ച് അമ്മയെ നോക്കി. പിന്നെ എന്നെത്തന്നെ നോക്കിയിരുന്നു. ഞാൻ അവളുടെ കണ്ണുകളെ നേരിടാനാവാതെ തിരിഞ്ഞു നിന്നു.

ഞാൻ അടുത്തുവന്ന സഹദേവനോടു പതുക്കെ പറഞ്ഞു: 'അവൾ ഗർഭിണിയാണ്.'

'അമ്മയ്ക്കറിയാം.'

അമ്മ എഴുന്നേറ്റ് അവളുടെ സമീപത്തു ചെന്നു ശിരസ്സിൽ കൈവച്ചു പറഞ്ഞു: 'എന്റെ പുത്രവധുവായി ആദ്യം വന്നവളാണു നീ. നിനക്കു സൽപ്പുത്രനുണ്ടാവട്ടെ. എന്നും നിന്റെ സ്നേഹവും പരിചരണവും ഞാനോർമ്മിക്കും.'

യാത്രയ്ക്കൊരുങ്ങിനില്ക്കുന്ന സഹോദരൻ യുധിഷ്ഠിരന്റെ പിന്നാലെ നടന്നു. എന്നെ ശാസനയോടെ നോക്കി അമ്മയും നടക്കാൻ തുടങ്ങി. അമ്പും വില്ലും ചുമലിൽ കെട്ടിവച്ചു കഴിഞ്ഞ് ഞാൻ പിന്നെയും നിന്നു.

അമ്മ വീണ്ടും സംശയിച്ചു തിരിച്ചുവന്നു.

'നിന്റെ പുത്രൻ വലുതാവുമ്പോൾ എന്നെ കാണാനയയ്ക്കണം. എന്റെ അഞ്ചുമക്കൾക്കും അവനായിരിക്കും മൂത്തമകൻ.'

പിന്നെ അമ്മ നടന്നു.

ഞാൻ അവളുടെ മുന്നിൽ നിന്നു.

നിനക്കായി, പിറക്കാൻപോകുന്ന എന്റെ സന്തതിക്കായി, ഒരടയാളമായിക്കൂടി വിലപിടിപ്പുള്ളതൊന്നും തരാനില്ലാത്ത ദരിദ്രനാണിപ്പോൾ ഭീമസേനൻ.

എന്റെ പാദങ്ങൾ തൊട്ടുനമസ്കരിച്ച അവളെ എഴുന്നേല്പിച്ചു ശിരസ്സിൽ ചുണ്ടുകളമർത്തി, വിടപറയാനുള്ള വാക്കുകൾ കിട്ടാതെ ഞാൻ നിന്നു.

പിന്നെ നേർത്ത ഇരുട്ടിൽ അകന്നകന്നുപോകുന്ന രൂപങ്ങളുടെ ഒപ്പമെത്താൻവേണ്ടി തിരക്കിട്ടു നടന്നു.

മൂന്ന്

എന്റെ രണ്ടാമത്തെ ദ്വന്ദ്വയുദ്ധത്തെപ്പറ്റി സൂതർ പിന്നീടുണ്ടാക്കിയ കഥകൾ കേട്ട് ഞാൻ തന്നെ ചിരിച്ചുപോയിട്ടുണ്ട്. ബകന് ഹിഡിംബനോളം കരുത്തുണ്ടായിരുന്നില്ല എന്നതാണു സത്യം.

ഏകചക്രയിൽ ബ്രാഹ്മണഗൃഹത്തിന്റെ പകുതിയിൽ താമസിച്ചു ഭിക്ഷാടനം നടത്തിക്കഴിയാൻ തുടങ്ങിയതിന്റെ പിറ്റേന്നാണ് വേത്രകീയൻ രാജാവിന്റെ പുരുഷമേധത്തെപ്പറ്റി അറിയുന്നത്.

പുരുഷമേധത്തെപ്പറ്റി ബ്രാഹ്മണപണ്ഡിതന്മാരിൽനിന്നു കേട്ട യുധിഷ്ഠിരന് വിശദാംശങ്ങളറിയാം. ബലിപുരുഷനായി നൂറു പശുക്കൾക്കുപകരം മകൻ ശുനശ്ശേഫനെ വിറ്റ അത്യാഗ്രഹിയായ ബ്രാഹ്മണൻ ഋചീകനെപ്പറ്റിയുള്ള ഒരു പഴങ്കഥ ഞാനും കേട്ടിട്ടുണ്ട്.

നാല്പതുദിവസം പുരുഷമേധം നീണ്ടുനില്ക്കുമെന്നു ജ്യേഷ്ഠൻ പറഞ്ഞു. എല്ലാ തരക്കാരേയും ബലികൊടുക്കുന്നു. വൈദികത്വത്തിൽ മഹത്ത്വംനേടാൻ ബ്രാഹ്മണൻ, രാജാംഗദശകം തികയാൻ ക്ഷത്രിയൻ; മരുത്തുക്കൾക്കായി വൈശ്യൻ, പ്രായശ്ചിത്തങ്ങൾക്കു ശൂദ്രൻ, തമശ്ശക്തികൾക്ക് കള്ളൻ, നരകത്തിന് കൊലയാളി, തിന്മകൾക്ക് ഷണ്ഡൻ, പിന്നെ ക്ഷുരകൻ, ചൂതാട്ടക്കാരൻ, മുടന്തൻ, വീണാവാദകൻ– ബലിപുരുഷ സ്ഥാനമുള്ളവരുടെ കണക്കുകൾ അദ്ദേഹം വിവരിച്ചു. പതിനഞ്ചുതവണയായി പതിനൊന്നുപേരെ വീതം ബലികൊടുക്കുന്നു ഈ നാല്പതുദിവസത്തിനിടയ്ക്ക്.

പുരുഷമേധം സർവ്വമേധമാക്കിയവരും മുമ്പുണ്ടായിരുന്നു. അവസാനം മേധം നടത്തുന്ന ആൾതന്നെ ബലിപുരുഷനാവുമ്പോൾ സർവ്വമേധമാ

വുന്നു.

എന്തിന് എന്ന ചോദ്യത്തിനു സ്ഥാനമില്ല. 'നിനക്കു ഞാൻ തരുന്നതു പോലെ എനിക്കും' എന്നു കരുതി. അനുഗ്രഹപ്രാർത്ഥനയാണ് ബലിയുടെ തത്ത്വമെങ്കിൽ അവസാനം ബലിപുരുഷനാവുന്ന സർവ്വമേധി എന്താണു നേടുന്നത്? അതു പറയാൻ ജ്യേഷ്ഠനും അറിഞ്ഞുകൂടാ.

വേത്രകീയനു ബലിപുരുഷന്മാരെ എത്തിച്ചുകൊടുക്കാൻ ഏറ്റ നിഷാദ നായിരുന്നു ബകൻ.

അച്ഛനും അമ്മയും മകളും ചെറിയ കുട്ടിയും തമ്മിൽ ആ വീട്ടിൽ തർക്കം നടക്കുന്നത് അമ്മ കേട്ടു. ഒരു ബ്രാഹ്മണപ്രജയെ ആ വീട്ടിൽനിന്ന് അയയ്ക്കണമെന്ന് ബകന്റെ ദൂതന്മാർ അറിയിച്ചിരിക്കുന്നു.

വേത്രകീയന്റെ ആശ്രിതനായിരുന്ന ബകൻ ഗ്രാമത്തിനു പുറത്തെ കാട്ടിൽ, വലിയൊരു ഗുഹയിൽ, ബലിപുരുഷന്മാരെ ശേഖരിക്കുകയാണ്. എതിർക്കാൻ കെല്പുള്ള ഗ്രാമീണരില്ല. സങ്കടമറിയിക്കേണ്ട രാജാവിനു വേണ്ടിത്തന്നെയാണ് ബകൻ നാടുചുറ്റി ആളുകളെ പിടിക്കുന്നത്.

ബഹളം കേട്ടപ്പോൾ അമ്മ പറഞ്ഞു: 'ഒരാളെ അയച്ചാൽ മതിയെങ്കിൽ മഹാശക്തനായ ഒരു മകനുണ്ടെനിക്ക്. അവൻ പോകും.'

ഞാൻ വാക്കുകൊടുത്തുപോയി എന്ന് അമ്മ ഞങ്ങളെല്ലാവരോടുമായി പറഞ്ഞപ്പോൾ ഞാൻ മിണ്ടിയില്ല. ശക്തി എനിക്കനുഗ്രഹമാണ്. ചിലപ്പോൾ എന്റെ ശാപവും അതുതന്നെ.

'സങ്കടം കണ്ടപ്പോൾ ഞാൻ പറഞ്ഞുപോയി.'

യുധിഷ്ഠിരൻ രോഷംകൊണ്ടു പുകഞ്ഞു:

'അമ്മ എന്തു വിഡ്ഢിത്തമാണു പറഞ്ഞത്? ഈ ഭീമസേനന്റെ കൈക്ക രുത്തിൽ തലചായ്ച്ചാണ് നമ്മളെല്ലാം ഉറങ്ങുന്നത്. അമ്മയ്ക്കറിയില്ലേ?'

ആരാണു പോകേണ്ടതെന്നതിനെപ്പറ്റി ബ്രാഹ്മണനും ഭാര്യയും തമ്മിൽ തർക്കം നടന്നു. അമ്മ അതു കേൾക്കുകയായിരുന്നു. മകൻ താൻതന്നെ പോകാമെന്നേറ്റു. അപ്പോൾ ചെറിയ ആൺകുട്ടി ഒരു പുൽക്കൊടിയെടുത്ത് ബകനെ ഞാനിതുകൊണ്ടു കൊല്ലുമെന്നു പറഞ്ഞപ്പോൾ അമ്മയുടെ മന സ്സലിഞ്ഞു. ആ സമയത്താണ് അമ്മ പറഞ്ഞത്:

'എന്റെ മകനെ അയയ്ക്കാം.'

സഹദേവൻ സംശയം ചോദിച്ചു:

'അതിന് നമ്മൾ ക്ഷത്രിയരല്ലേ? ബ്രാഹ്മണപ്രജകളെയല്ലേ വേത്രകീയ നാവശ്യം?'

ബാലിശമായ ചോദ്യം ആരും കേട്ടില്ലെന്നു നടിച്ചു.

യുധിഷ്ഠിരൻ വളരെ അസ്വസ്ഥനായിരുന്നു.

'ഈ ഭീമസേനനെ നഷ്ടപ്പെട്ടാൽ—' എന്നിട്ട് അദ്ദേഹം എന്നെ നോക്കി, ദുഃഖത്തോടെ: 'കിരീടാവകാശം സ്ഥാപിക്കാനുള്ള മാർഗ്ഗങ്ങൾ മനസ്സിൽ രൂപമെടുത്തപ്പോഴൊക്കെ ഇവന്റെ മഹാബലമാണ് ഞാനാദ്യം കാണുന്ന

ആശ്വാസം:'

അർജ്ജുനൻ പറഞ്ഞു: 'ജ്യേഷ്ഠൻ തോൽക്ക് ല്ല. ഏകചക്രക്കാർ ബകനിൽ നിന്നു രക്ഷപ്പെടട്ടെ, തോൽക്കില്ല.'

ശരിയാണ്, ശരിയാണ് എന്ന മട്ടിൽ ജ്യേഷ്ഠനും തലയാട്ടി. പിന്നെ ഇത്രയും കൂട്ടിച്ചേർത്തു: 'ബ്രാഹ്മണാനുഗ്രഹവും നമുക്കുണ്ടാവും.'

എന്റെ കൈയൂക്കിന്റെ തണലിലാണ് ഈ നാലുപേരും കഴിയുന്നതെന്ന സത്യം ജ്യേഷ്ഠൻ പറഞ്ഞതിൽ ഞാനദ്ദേഹത്തെ മനസ്സാ നമിച്ചു.

ഞാൻ ജീവനോടെ തിരിച്ചുവന്നില്ലെങ്കിലും അവർക്കു നേടാനൊന്നുണ്ട്: ബ്രാഹ്മണാനുഗ്രഹം.

ഹിഡിംബനേക്കാൾ മഹാകായനായിരുന്നു ബകൻ. പക്ഷേ, കൊടുംകാട്ടിലങ്ങോളമിങ്ങോളം വേട്ടയാടിയും യുദ്ധം ചെയ്തും നടന്നിരുന്ന ഹിഡിംബന്റെ ദാർഢ്യവും വേഗവും ബകനുണ്ടായിരുന്നില്ല.

മദ്യത്തിന്റെ ഗന്ധമായിരുന്നു ഗുഹയ്ക്കു പുറത്തു നില്ക്കുമ്പോൾ ആദ്യം അനുഭവപ്പെട്ടത്. ബലിപുരുഷനായി വന്നു നില്ക്കുന്ന എന്റെ ചുറ്റും അനുചരന്മാർ മൂന്നുപേർ നിന്നു ഗുണദോഷങ്ങൾ തർക്കിച്ചു.

അവർ ആദരവോടെ എന്നെ ക്ഷണിച്ചു.

ചെമ്പൻതാടി. മദ്യംകൊണ്ടു ചുവന്നു വിയർപ്പൊഴുക്കുന്ന ബകന്റെ മുഖത്തെ വലിയ വട്ടക്കണ്ണുകൾ പരിഹാസച്ചിരിയോടെ എന്നെയൊന്നുഴിഞ്ഞു. എഴുന്നേറ്റപ്പോൾ ശരീരത്തിൽ മാംസത്തിന്റെ അലകളിളകി. സ്ത്രീകളുടേതുപോലെ വളർന്ന മുലകൾ, വാരിയെല്ലുകൾ മൂടി മടക്കുമടക്കായി പിണ്ഡങ്ങൾ, കീഴ്ത്താടിയിൽനിന്നു തൂങ്ങുന്ന മാംസം കഴുത്തു നിറഞ്ഞു ചെമ്പൻതാടിയിലൂടെ നെഞ്ചിലേക്കു പരന്നു കിടക്കുന്നു. മദ്യത്തിന്റെയും വിയർപ്പിന്റെയും മനംമടുപ്പിക്കുന്ന ദുർഗന്ധം.

ആ യുദ്ധത്തിന്റെ വിശദാംശങ്ങൾ ഞാൻ വ്യക്തമായി ഓർക്കുന്നില്ല. വാക്കുകൾകൊണ്ടാണ് ഞാൻ ആരംഭിച്ചത് എന്നെനിക്കറിയാം.

—ഹിഡിംബനെ നിങ്ങൾ കേട്ടിട്ടുണ്ടോ? പർവ്വതംപോലെ വീണ അവന്റെ ദേഹം കഴുകനും കുറുനരികളും തിന്നുതീർന്നിട്ടില്ല ഇനിയും. വേണമെങ്കിൽ ചെന്നു കാണാം. മായാവിയായ ഹിഡിംബനെ ദ്വന്ദ്വയുദ്ധത്തിൽ കൊന്നവനാ ഞാൻ.

ഇതും യുദ്ധശാസ്ത്രത്തിൽ പറഞ്ഞ മുറയാണ്. ശത്രുവെ അസ്ത്രവീര്യനാക്കാൻ വാക്കുകൾകൊണ്ടുള്ള യുദ്ധം. വേത്രകീയന്റെ ബലിവേദിയിലെ യൂപങ്ങളിലൊന്നിൽ തലവെയ്ക്കാൻ വന്നവനല്ല ഞാൻ എന്നറിഞ്ഞപ്പോൾ നിഷാദന്റെ ഭാവം മാറി. അവൻ അലറിയപ്പോൾ അതിലും ഉച്ചത്തിൽ ഞാൻ കൊലവിളി മുഴക്കി.

കൈകൾക്കകത്തു പെട്ടാൽ ഞെരിച്ചു പ്രാണൻ കളയാനുള്ള കരുത്തുണ്ട് അവനെന്ന് ഞാൻ കണക്കാക്കിയിരുന്നു. അടുപ്പിൽ നെയ്യു തിളച്ചു കിടക്കുന്ന ചെമ്പുകിടാരം നേരത്തെ ഞാൻ കണ്ടുവെച്ചിരുന്നു. തോലുരിച്ചു വെട്ടിയിട്ട ഒരു കാട്ടുപോത്തിന്റെ തുണ്ടുകൾ ചുറ്റും. യുദ്ധസന്നദ്ധ

നായി കൈവീശി നില്ക്കുമ്പോഴേക്ക് തിളയ്ക്കുന്ന നെയ്യും ചെമ്പുകിടാരവും ദേഹത്തു വന്നു വീഴുമെന്ന് അവനൊരിക്കലും കരുതിയിരിക്കുകയില്ല. വേദനയും കോപവും കൊണ്ടു കാട്ടുപോത്തിനെപ്പോലെ അമറി അവൻ വികൃതമായ കാൽവെപ്പുകളോടെ അടുത്തപ്പോൾ ഞാൻ വീഴുന്നതായി ഭാവിച്ചു. അതിനിടയ്ക്കു ശരീരത്തിന്റെ വലിപ്പവുമായി നോക്കുമ്പോൾ പൊരുത്തപ്പെടാത്ത മെലിഞ്ഞ കണങ്കാലിൽ ആഞ്ഞുചവിട്ടുമെന്നും അവൻ കരുതിയില്ല.

'നീയാദ്യം. പിന്നെ വേത്രകീയൻ.'

വീണുകിടക്കുന്ന മാംസപർവ്വതത്തിനു മുകളിൽ ഞാൻ ചവിട്ടിമെതിച്ചു.

പിടികിട്ടാൻ വായുവിൽ തപ്പിനടക്കുന്ന കൈയിൽനിന്നു വഴുതി മാറി. സുഷുമ്നയിൽ കാൽമുട്ടുചേർത്ത്, വലംകൈകൊണ്ടു തലയമർത്തി, തോൽവാറിൽ പിടിച്ച് അരക്കെട്ടുയർത്തി എല്ലാ ശക്തിയും കൊടുത്തു മുകളിലേക്കു വളച്ചു. മാംസപിണ്ഡത്തിനകത്ത് എന്തെല്ലാമോ തകർന്നു. ബകൻ അലറി. കാൽമുട്ടു കഴുത്തിലേക്കു മാറ്റി തല പെട്ടെന്നുയർത്തി വലിച്ചപ്പോൾ അവന്റെ പിടച്ചിൽ കഴിഞ്ഞു.

എഴുന്നേറ്റപ്പോൾ എനിക്കുതന്നെ വിശ്വാസം വന്നില്ല. ഏകചക്രക്കാരെ നടുക്കിയിരുന്ന ബകൻ ഇത്രയൊക്കെയോ എതിർപ്പുതന്നുള്ളു?

എന്തു ചെയ്യണമെന്നറിയാതെ നില്ക്കുന്ന അനുചരന്മാരോടു ഞാൻ പറഞ്ഞു: 'ശവം ദൂരെയെങ്ങാൻ മാറ്റിയിടണം. ഏകചക്രയിൽ ഇനി കാണരുത് നിങ്ങളെ.'

അവർ ഭയന്നുവിറച്ചു കൈകൂപ്പിക്കൊണ്ടു നിന്നു. ഒരു വ്യായാമം കഴിഞ്ഞ ലാഘവത്തോടെയാണ് ഞാൻ തിരിച്ചുനടന്നത്, അമ്മയ്ക്കും അതേപോലെയുള്ള ഉദാസീനഭാവമായിരുന്നു. ഏതോ കാട്ടുപൊയ്കയിൽ പോയി വെള്ളം കൊണ്ടുവരുന്ന ജോലി തീർത്തുവന്നതുപോലെ. ദ്വന്ദ്വയുദ്ധത്തിന്റെ വിവരണം കിട്ടാൻ നകുലസഹദേവന്മാർക്ക് അക്ഷമയുണ്ടായിരുന്നു. യുധിഷ്ഠിരൻ ആശ്വാസത്തോടെ എന്നെ ആശ്ലേഷിച്ചു.

അർജ്ജുനൻ ചോദിച്ചു: 'കൊന്നോ?'

'കൊന്നു.'

ഒറ്റയ്ക്കായപ്പോൾ അവനോടുമാത്രം പറഞ്ഞു, ദ്വന്ദ്വയുദ്ധത്തിലുപയോഗിച്ച തന്ത്രങ്ങൾ!

ബ്രാഹ്മണഗൃഹത്തിലെ വാസം എനിക്കു വളരെവേഗം മടുത്തു. പുറത്തിറങ്ങരുതെന്നാണ് യുധിഷ്ഠിരന്റെ നിർദ്ദേശം. കൗരവരുടെ ചാരന്മാർ എവിടെയൊക്കെയാണെന്നറിയില്ല. വാരണാവതത്തിൽ ഞങ്ങൾ മരിച്ചു എന്നത് ദുര്യോധനൻ തികച്ചും വിശ്വസിച്ചിട്ടില്ല, വിദുരരുടെ അഭിപ്രായത്തിൽ.

ബകനെകൊന്നതിനു നന്ദിയും സന്തോഷവും സമ്മാനങ്ങളുംകൊണ്ട് ബ്രാഹ്മണർ വിഷമിപ്പിക്കാൻ തുടങ്ങിയപ്പോൾ അമ്മ അദ്ദേഹത്തോടു പറഞ്ഞു: മകൻ മന്ത്രസിദ്ധിയുള്ളവനായതുകൊണ്ടുമാത്രം കഴിഞ്ഞതാണ്. നന്ദി പറയേണ്ടത് ദേവന്മാർക്കാണ്. ഒരാടിനെ ബലികൊടുത്ത് ഗൃഹനാഥൻ ദേവകളെ കൃതജ്ഞതയറിയിച്ചു.

ഒളിച്ചുനടക്കാൻ പാകത്തിലുള്ളതല്ല എന്റെ പെരുത്ത ശരീരം. പവിത്രവും ഭസ്മക്കുറികളും കൊണ്ട് മറയ്ക്കാനാവുന്നതുമല്ല. യുധിഷ്ഠിരനേയും അർജ്ജുനനേയുംപോലെ എന്റെ മുഖത്തു ശ്മശ്രുക്കളും വളരില്ല. ഗൃഹനാഥൻബ്രാഹ്മണനെ ചൂതുകളിക്കാരനാക്കാൻ ജ്യേഷ്ഠൻ ശ്രമിച്ചു നോക്കി. ഫലിച്ചില്ല. പിന്നെ വേദശാസ്ത്രങ്ങൾ പറഞ്ഞിരുന്നു. അതും ജ്യേഷ്ഠന് നേരംപോക്കിനു പറ്റിയ വിനോദമാണ്.

ഏതോ വലിയ കുടുംബം. കാലക്കേടുകൊണ്ടു ഭിക്ഷക്കിറങ്ങിയവരാണ് എന്നു ഞങ്ങളെ ഗ്രാമീണർ കരുതി. നിർഭാഗ്യം ഞങ്ങൾക്കല്ല. ഞങ്ങൾ ജനിച്ചുവളർന്ന പ്രദേശത്തിനാണ്. ദാനംചെയ്യാൻ കഴിവുണ്ടാകേണ്ട ക്ഷത്രിയർ ക്ഷയിക്കുമ്പോൾ ദ്വിജന്മാർ ഭിക്ഷയ്ക്കിറങ്ങേണ്ടിവരുന്നു.

വീട്ടുടമസ്ഥൻമുഖേന അമ്മ ചില ബ്രാഹ്ണപുരോഹിതന്മാരുമായി ബന്ധപ്പെട്ടിരുന്നു. അവരിൽ ചിലർ അമ്മയെ കാണാൻ ഇടയ്ക്കു വന്നു. അമ്മ അവരുമായി മറ്റാരും കേൾക്കാതെ സംസാരിച്ചിരുന്നു.

സഹദേവൻ എന്നോടു പറഞ്ഞു: 'ജ്യേഷ്ഠനു വിവാഹാലോചന. ഇടയ്ക്കോരോ കഷണമേ ഞാൻ കേട്ടുള്ളു.'

ഭിക്ഷയെടുത്ത് ഊരുതെണ്ടുമ്പോൾ ആലോചിക്കാൻ കണ്ട കാര്യം തന്നെ, വിവാഹാലോചന!

ഞാനത് ഇടയ്ക്കിടെ സൂചിപ്പിക്കാൻ തുടങ്ങിയപ്പോൾ അമ്മ പറഞ്ഞു: 'വിവാഹംകൊണ്ടുവേണം നിങ്ങൾക്കിനി ബലം നേടാൻ. മിത്രബലമില്ലാത്തപ്പോൾ ബന്ധുബലം.'

ഞങ്ങളെത്രനാളാണ് ഇവിടെ കഴിയാൻപോകുന്നത്? വിദുരരുടെ ദൂതൻ ഇനിയെന്നാണു വരുന്നത്? അകലെ ഹസ്തിനപുരം കൊട്ടാരത്തിന്റെ പുറത്തെ ചെറിയ ഒരു ഗൃഹത്തിൽനിന്നാണ് ഞങ്ങളുടെ യാത്രകളും നീക്കങ്ങളും നിയന്ത്രിക്കുന്ന നിർദ്ദേശങ്ങൾ വരുന്നത്.

ജ്യേഷ്ഠൻ ഒരു രഹസ്യം പറഞ്ഞു: 'വിദുരരുടെ ചാരന്മാരും പ്രവർത്തിക്കുന്നുണ്ട്. നമ്മളൊക്കെ തീയിൽ വെന്തു എന്നു വിശ്വസിക്കാൻ വലിയച്ഛൻ തയ്യാറില്ല. ഹിഡിംബവധമറിയില്ല. വേത്രകീയന്റെ സേവകൻ മരിച്ചതറിഞ്ഞാൽ ഒരു പക്ഷേ, ദുര്യോധനൻ ഊഹിച്ചേക്കാം. എല്ലാം അദ്ദേഹം നിശ്ചയിക്കട്ടെ.'

വിദുരരെപ്പറ്റിയാണ്. ഒരു മാളത്തിൽ കാട്ടെലികളെപ്പോലെ കഴിയുന്നത് ഒരു തന്ത്രമാണെന്നു വിശ്വസിക്കാൻ ഞാനപ്പോഴും തയ്യാറായില്ല. തിരിച്ചുപോയി കൗരവരിൽ പ്രമുഖരെ ഒറ്റയ്ക്കൊറ്റയ്ക്കു ദ്വന്ദ്വയുദ്ധത്തിനു വിളിച്ചാലെന്ത്? അതും ക്ഷത്രിയനീതിയാണല്ലോ.

വേദമന്ത്രങ്ങൾ ഒഴുകിനടക്കുന്ന അന്തരീക്ഷത്തിൽ ബ്രാഹ്മണഭവനങ്ങളുടെ മരംപാകിയ മേല്പുരകൾ ചിന്നിക്കിടക്കുന്ന ഗ്രാമം. വരണ്ട പകലുകൾ. വേട്ടമാംസത്തിനു പകരം ഭിക്ഷകിട്ടുന്ന ധാന്യമാണ് ഭക്ഷണം.

ഒരു വൈകുന്നേരം ഞാൻ പുറത്തിറങ്ങി. ഗ്രാമത്തിനു പുറത്തെ മേച്ചിൽപ്പുറങ്ങളിൽ നടന്നു. ഈ കാൽവെപ്പുകൾ നിറുത്താതെ, കാടിന്റെ നേർക്കു രാത്രി മുഴുവൻ നടന്നാലോ? എല്ലാ വിഭവങ്ങളും തരുന്ന കാട്. ഇപ്പോൾ ചെമ്പകം പൂക്കാൻ തുടങ്ങുന്ന കാട്. നീർമാതളത്തിന്റെ സ്നിഗ്ദ്ധതയുള്ള വനകന്യകയുടെ ശരീരം....

രണ്ടാമനായ പാണ്ഡവൻ, മഹാശക്തൻ, സംഘംവിട്ടു എന്നു കേട്ടാൽ ശത്രുക്കൾക്കെന്തു തോന്നും?

ഇരുട്ടായശേഷമാണ് ഞാൻ തിരിച്ചെത്തിയത്. ആരും ഉറങ്ങിയിരുന്നില്ല. എന്നെ കാത്തിരിക്കുകയായിരുന്നുവെന്നു തോന്നി. അക്ഷമ അടക്കിപ്പിടിച്ച മുഖങ്ങൾ.

യുധിഷ്ഠിരൻ പറഞ്ഞു: 'ദ്രുപദരാജാവിന്റെ മകളുടെ സ്വയംവരമുണ്ട്.'

അതെന്നെ ബാധിക്കുന്ന ഒരു കാര്യമല്ലാത്തതുകൊണ്ട് ഒരു താൽപര്യവും തോന്നിയില്ല.

ദ്രുപദന്റെ കൊട്ടാരം അർജ്ജുനനും ഞാനും കണ്ടതാണ്. സമ്പന്നമാണ് പാഞ്ചാലരുടെ നാട്, കുരുക്കളേക്കാൾ ശക്തർ.

അഭ്യാസം കഴിഞ്ഞ കാലത്തു ദ്രോണാചാര്യൻ ദ്രുപദന്റെ നേരെ പട കൂട്ടിയിറങ്ങാൻ കൗരവപാണ്ഡവരെ പ്രേരിപ്പിച്ചു. ചെറുപ്പത്തിൽ കൂട്ടുകാരായിരുന്ന ദ്രുപദരാജാവും ദ്രോണരും തമ്മിൽ എപ്പോഴോ തെറ്റിപ്പിരിഞ്ഞു. അതിനു പകരം വീട്ടാൻ ശിഷ്യരിൽ പ്രമുഖരേയും കൗരവരുടെ സൈന്യത്തേയും ഉപയോഗപ്പെടുത്താനായിരുന്നു ആചാര്യന്റെ ഉദ്ദേശ്യം. പാഞ്ചാലത്തിൽ പകുതിയെങ്കിലും പിടിച്ചെടുക്കാമെന്ന് അദ്ദേഹം വ്യാമോഹിച്ചിരുന്നു.

ബ്രാഹ്മണനെന്തിനാണ് രാജ്യവും സമ്പത്തും? അതായിരുന്നു എന്റെ സംശയം. അതു തീർത്തുതന്നത് വിശോകനാണ്. അതു ശരിയായിരിക്കാം, ശുദ്ധബ്രാഹ്മണരുടെ കാര്യത്തിൽ. ദ്രവ്യശുദ്ധിയും ക്രിയാശുദ്ധിയും മന്ത്രശുദ്ധിയുമുള്ള ബ്രാഹ്മണർക്ക് ധനം വേണ്ട. ബ്രാഹ്മണനായി ജനിച്ചെങ്കിലും ക്ഷത്രിയനായി വളർന്നതുകൊണ്ടാവും പാഞ്ചാലരുടെ പശുക്കളുടെയും ഈടുവെപ്പിലെ സ്വർണ്ണത്തിന്റെയും കണക്കുപറയുന്നത്. വിശോകൻ രഹസ്യമായി പറഞ്ഞു.

ഒരു മധ്യസ്ഥദൗത്യവുംകൊണ്ടാണ് അർജ്ജുനനും ഞാനും ദ്രുപദനെ സന്ദർശിച്ചത്. ദ്രുപദൻ പഴയ തെറ്റിന്– അതെന്തായാലും– മാപ്പുപറയണം ആചാര്യനോട്. അല്ലെങ്കിൽ കുരുപാണ്ഡവരും ഹസ്തിനപുരത്തിലെ സൈന്യവുംകൊണ്ടാവും ഇനി ദ്രോണർ വരുന്നത്.

വാർദ്ധക്യം ആരംഭിച്ചുതുടങ്ങിയെങ്കിലും ചൈതന്യം ക്ഷയിക്കാത്ത രാജാവു ചിരിച്ചു. ഞങ്ങളെ സ്വീകരിച്ചു. മകൻ ധൃഷ്ടദ്യുമ്നനുണ്ടായിരുന്നെങ്കിൽ വിരുന്നുപാർക്കാതെ ഞങ്ങളെ വിട്ടയയ്ക്കുകയില്ലായിരുന്നുവെന്നു പറഞ്ഞു. ബ്രാഹ്മണന് സമ്മാനങ്ങളും സൗഹൃദത്തിന്റെ സന്ദേശവും കൊണ്ട് ദൂതന്മാരെ അയയ്ക്കാമെന്നേറ്റു. വീണ്ടുമാലോചിച്ചശേഷം അദ്ദേഹം തന്നെ കൂടെ വരാമെന്നു നിശ്ചയിച്ചു.

യുദ്ധഭീഷണിയുമായി ചെന്ന ഞങ്ങളെ ചിരിച്ചു വിരുന്നൂട്ടിയ ദ്രുപദന്റെ ചിത്രം ഇപ്പോഴും എന്റെ മനസ്സിലുണ്ട്.

ഞങ്ങളേക്കാൾ പ്രായംകൊണ്ടിളയ ധൃഷ്ടദ്യുമ്നൻ അന്നു ധനുർവ്വേദം പഠിക്കാൻ ദൂരത്തെവിടെയോ താമസിക്കുകയായിരുന്നു രഥയുദ്ധത്തിൽ അയാൾ അതിവിദഗ്ദ്ധനായി വളരുകയാണെന്ന് പിന്നീട് ആരൊക്കെയോ പറഞ്ഞുകേട്ടു. ധൃഷ്ടദ്യുമ്നന് ഒരു മൂത്ത സഹോദരനുണ്ടെന്നു കേട്ടിട്ടുണ്ട്.

ശിഖണ്ഡി. മകളെപ്പറ്റി അറിയുന്നതിപ്പോഴാണ്.

കൃഷ്ണവർണ്ണമുള്ളവളാണത്രേ ദ്രൗപദി. ധൃഷ്ടദ്യുമ്നനോടൊപ്പം ഇരട്ട പെറ്റതിലുണ്ടായവൾ.

കന്യാധനമായി എന്തു നൽകാനും തയ്യാറായി ദ്രൗപദിയെ വേൾക്കാൻ രാജാക്കന്മാർ തയ്യാറുണ്ട്. ആയുധമത്സരത്തിൽ ജയിക്കുന്ന ഒരു യോദ്ധാവു മതിയെന്നാണത്രെ അദ്ദേഹം തീരുമാനിച്ചിരിക്കുന്നത്.

'നിങ്ങൾ പോയി പരീക്ഷിക്കണം... നഷ്ടപ്പെടാൻ നമുക്കൊന്നുമില്ല. നേടിയാൽ....'

ദ്രുപദനെ ബന്ധുവായി കിട്ടിയാൽ ആ മുഹൂർത്തത്തിൽ പാണ്ഡവർ ജീവിച്ചിരിക്കുന്നു എന്നു പ്രഖ്യാപിക്കാം— ജ്യേഷ്ഠൻ അറിയിച്ചു.

രാത്രിയിൽ ഉറങ്ങാൻ കിടന്നപ്പോൾ ദ്രുപദന്റെ കൊട്ടാരത്തിലെ സ്വയംവരത്തെപ്പറ്റിയാണ് എല്ലാവരും പറഞ്ഞിരുന്നത്; ജ്യേഷ്ഠനൊഴികെ. അദ്ദേഹം ഉറങ്ങിയിട്ടില്ലെങ്കിലും നിശ്ശബ്ദനായിരുന്നു.

അഭ്യാസം കഴിഞ്ഞശേഷം ദ്രുപദനും ദ്രോണരും തമ്മിൽ എന്തോ നടന്നിട്ടുണ്ടെന്നു മാത്രമേ നകുലസഹദേവൻമാർക്കറിയൂ. നകുലൻ അതോർമ്മിച്ചുകൊണ്ട് എന്നോടു ചോദിച്ചു: 'എന്തായിരുന്നു ആചാര്യനും ദ്രുപദനും തമ്മിൽ? നിങ്ങൾ രണ്ടുപേരുമായിരുന്നല്ലോ മധ്യസ്ഥർ.

അർജ്ജുനൻ പറഞ്ഞു: 'ദ്രുപദൻ ആചാര്യനോട് ഒരു വലിയ പാതകം ചെയ്തു. കൂട്ടുകാരായി നടന്ന കാലത്ത് ഒരു വെറുംവാക്കു പറഞ്ഞു, ഞാൻ രാജാവാകുമ്പോൾ എന്റെ ഭണ്ഡാരം ഇഷ്ടംപോലെ ഉപയോഗിക്കാമെന്ന്. രാജാവായിക്കഴിഞ്ഞപ്പോൾ ദ്രോണരെക്കൊണ്ട് ദ്രുപദൻ സഹികെട്ടു. അതു തന്നെ.'

അർജ്ജുനൻ ചിരിച്ചപ്പോൾ യുധിഷ്ഠിരൻ ഗൗരവത്തിൽ പറഞ്ഞു: 'പരിഹസിക്കുകയാണോ ആചാര്യബ്രാഹ്മണനെ?'

'പറഞ്ഞതു ശരിയല്ലേ? കൊടുത്താലും കൊടുത്താലും ആവശ്യങ്ങൾ തീരുന്നില്ല എന്നു കണ്ടല്ലേ ദ്രുപദൻ ശകാരിച്ചയച്ചത്?'

യുധിഷ്ഠിരൻ മിണ്ടിയില്ല.

സഹദേവൻ ചോദിച്ചു: 'എന്തിനാണ് ആചാര്യനു സമ്പത്ത്?'

ആരും അതിനു മറുപടി പറഞ്ഞില്ല. എല്ലാവരും ഉറങ്ങിയെന്നു കരുതി ഞാനും കണ്ണടച്ചു. അപ്പോൾ അർജ്ജുനൻ എന്റെ അരികത്തേക്കു വന്നു.

'കൃഷ്ണ-ദ്രൗപദി-യെപ്പറ്റി ബ്രാഹ്മണദൂതൻ പറഞ്ഞത് ജ്യേഷ്ഠൻ കേട്ടില്ലല്ലോ?'

'ഇല്ല.'

'അതിസുന്ദരിയാണത്രേ ദ്രൗപദി.'

ഞാൻ അത്ഭുതപ്പെട്ടില്ല. അനേകം പ്രാർത്ഥനകളുടെയും ഹോമങ്ങളുടെയും ഫലമായി പിറന്നവൾ. പാഞ്ചാലത്തിലേക്കുള്ള യാത്രയിൽ കണ്ട ആളുകളെപ്പറ്റി ഓർമ്മിച്ചുനോക്കി. അഴകുള്ള സ്ത്രീപുരുഷന്മാർ.

'ബ്രാഹ്മണർ പറഞ്ഞ മറ്റൊരു വിശേഷം—'

ഞാൻ തിരിഞ്ഞ് അവന്റെ മുഖത്തു നോക്കി കിടന്നു.

'അതിസുന്ദരി. അവളുടെ വിയർപ്പിന് താമരപ്പൂവിന്റെ ഗന്ധമുണ്ടത്രെ.'

അർജ്ജുനൻ മത്സരപരീക്ഷയെപ്പറ്റിയാണ് അപ്പോൾ ആലോചിക്കുന്നതെന്ന് അറിയാമായിരുന്നു. ആരൊക്കെയാണ് വരുന്നതെന്നറിയില്ല. അഭ്യാസക്കാഴ്ചയിൽ അർജ്ജുനനെ പരസ്യമായി വെല്ലുവിളിച്ച കർണ്ണനുണ്ടാവുമെങ്കിൽ–

ഇല്ല. ഞാൻ തെറ്റുതിരുത്തി. ക്ഷത്രിയരുടെ സ്വയംവരമണ്ഡപത്തിൽ സൂതന്മാർ മത്സരിക്കില്ല. പക്ഷേ അംഗരാജാവെന്ന സ്ഥാനം കൂടി ഇപ്പോഴുണ്ട് കർണ്ണന്. അതിന്റെ നിയമങ്ങളറിയണമെങ്കിൽ ജ്യേഷ്ഠനോടുതന്നെ ചോദിക്കണം.

അർജ്ജുനന്റെ കണ്ണുകളിലെ മന്ദഹാസത്തിൽ നിറഞ്ഞുനില്ക്കുന്നത് ഒരവ്യക്തരൂപമാണെന്ന് ഞാൻ ഊഹിച്ചു. താമരപ്പൂവിന്റെ ഗന്ധമൊഴുകുന്ന സുന്ദരി.

എന്തോ, പതിവുള്ളതുപോലെ വിയർപ്പിന് മനുഷ്യഗന്ധം മാത്രമുള്ള കറുത്ത സുന്ദരിയെപ്പറ്റി അന്നു ഞാൻ സ്വപ്നം കണ്ടില്ല.

നാല്

അതിഥികളോളംതന്നെ വരന്മാരും വന്നുനിറഞ്ഞ മണ്ഡപത്തിൽ, ബ്രാഹ്മണർ ഹോമകുണ്ഡത്തിനു തൊട്ടു പിന്നിലായി ഇരുന്നു, അതിൽ അവിടവിടെയായി ഞങ്ങൾ അഞ്ചുപേർ ഒരുമിച്ചു കയറുന്നതും ഇരിക്കുന്നതും കൂടുതൽ ശ്രദ്ധിക്കാനിടവരുത്തുമെന്നു കരുതി ഞങ്ങൾ ഒറ്റയ്ക്കൊറ്റയ്ക്കാണ് അകത്തേക്കു കടന്നത്. അവസാനമെത്തിയ അർജ്ജുനൻ ഒഴിവു നോക്കിവന്ന് ഇരുന്നത് എന്റെ അടുത്തുതന്നെയായിരുന്നു. വന്നുചേരുന്ന രാജാക്കന്മാരെ തിരിച്ചറിയാൻ ശ്രമിക്കുകയായിരുന്നു അടുത്തിരിക്കുന്നവർ.

ഞങ്ങൾക്കുശേഷം വന്ന സംഘത്തിന്റെ മുന്നിൽത്തന്നെയുണ്ടായിരുന്നു ദുര്യോധനൻ. അർജ്ജുനൻ എന്റെ കാലിൽ പതുക്കെ തൊട്ടു, ഞാനും കണ്ടിരിക്കുന്നു. വൃദ്ധൻമാരും മൂന്നുംനാലും വധുക്കളുള്ളവരും പിതാമഹൻമാരായവരും എല്ലാമുണ്ട് എന്നു തോന്നി വിവാഹപ്രാർത്ഥികളുടെ കൂട്ടത്തിൽ.

മണ്ഡപത്തിന്റെ നടുവിൽ വലിയ സ്തംഭം. അതിന്റെ മുകൾത്തട്ടിലാണ് സൂത്രമുറപ്പിച്ചിരിക്കുന്നത്.

യുദ്ധം ചെയ്ത് വധുവെ പിടിച്ചെടുക്കുന്നതായിരുന്നു മുമ്പൊക്കെ വീരന്റെ ധർമ്മം. അല്ലെങ്കിൽ സ്വയംവരമണ്ഡപത്തിൽനിന്നു വധു തിരഞ്ഞെടുക്കണം. കന്യാശുല്ക്കം നൽകി പിതാവിനോട് മകളെ വാങ്ങിക്കൊണ്ടുവരുന്ന രീതി സമ്പന്നരായ രാജാക്കന്മാർ വിനയശാലികളും പ്രായക്കാരുമായ ആൺമക്കൾക്കുവേണ്ടി ചെയ്യുന്നതാണ്. ഇപ്പോഴത്തെ യുവാക്കൾക്ക് ഉള്ളിൽ അതിനോടവജ്ഞയായിരുന്നു.

സൂതരുടെ സംഘം പാടിക്കൊണ്ടിരുന്നു. വീണയും വേണുവും മൃദംഗവും പാട്ടുകളെ പൊലിപ്പിച്ചു. യാജനും ഉപയാജനും ദ്രുപദനുവേണ്ടി നടത്തിയ യാഗത്തിന്റെ അഗ്നിയിൽനിന്നുയർന്ന തേജസ്സ് കന്യകയായി രൂപംകൊണ്ടവളാണ് കൃഷ്ണയെന്ന് ഗായകർ വാഴ്ത്തി. അകിലും ചന്ദനവും കത്തിച്ച സുഗന്ധപ്പുകയും സംഗീതത്തോടൊപ്പം മണ്ഡപത്തിനു മുകളിൽ ഒഴുകി നടന്നു.

രംഗം പൊടുന്നനെ ശബ്ദരഹിതമായി. ദ്രുപദൻ മണ്ഡപത്തിന്റെ മദ്ധ്യത്തിലേക്കു നടന്നടുക്കുകയാണ്. ചുറ്റുതൂണുകൾക്കപ്പുറം നിന്ന കാഴ്ചക്കാർ ആകാവുന്നത്ര അടുത്തേക്ക് ഇരമ്പിക്കയറി.

നേരിട്ട് ക്ഷണം കിട്ടിയും കേട്ടറിഞ്ഞും വന്ന അതിഥികളേയും ദ്രുപദൻ സ്വാഗതം ചെയ്തു: 'ഞാൻ ധന്യനായിരിക്കുന്നു, ഞാൻ ധന്യനായിരിക്കുന്നു.' അദ്ദേഹം ആവർത്തിച്ചു.

അപ്പോൾ കാഴ്ചക്കാരുടെയും അതിഥികളുടെയും കണ്ണുകൾ മണ്ഡപത്തിന്റെ അകവാതിൽക്കലേക്കു തിരിഞ്ഞു. വളരെ ചെറുപ്പമെങ്കിലും കരുത്തനും സുന്ദരനുമായ യുവാവിനെയാണ് ഞാനാദ്യം കണ്ടത്. ധൃഷ്ടദ്യുമ്നൻ. നെറ്റിക്കു മുകളിൽ ചുരുണ്ട മുടി ഒതുക്കിക്കൊണ്ടണിഞ്ഞ മുത്തു പതിച്ച പൊൻപട്ടം. വൈഡൂര്യം പതിച്ച കേയൂരം. മാറത്ത് ഇരുപതിഴയുള്ള അർദ്ധഗുച്ഛം. അരയിൽ മഞ്ഞപ്പട്ടിനുമീതെ രത്നങ്ങൾ തിളങ്ങുന്ന വലിയ മേഖല. രാജകുമാരന്റെ പിന്നിൽ നില്ക്കുന്ന കന്യകയെ അപ്പോൾ ഞാൻ കണ്ടു. ഇതാണ് ദ്രൗപദി! കഴുത്തിലെ ഹാരത്തിന്റെ മദ്ധ്യത്തിലെ ഇന്ദ്രനീലത്തിന്റെ തരളകത്തേക്കാൾ അഞ്ജനശലാകകൾ നിരത്തിയപോലുള്ള ഇമകൾക്കു താഴെ കരിനീലക്കണ്ണുകൾ തിളങ്ങുന്നു. അതാണ് ഞാനാദ്യം ശ്രദ്ധിച്ചത്. വെള്ളപ്പട്ടിന്റെ വസ്ത്രം. കൈയിൽ സുവർണ്ണാവരണഹാരം. മണ്ഡപമാകെ പൂർണ്ണ നിശ്ശബ്ദമായി. എന്റെ അടുത്തുനിന്ന് അർജ്ജുനന്റെ പിറുപിറുപ്പു കേട്ടു:

'ദേവദേവാ!'

ദേവദേവനായ ഇന്ദ്രൻ എന്റെ അനുജന്റെ രക്ഷാകർത്താവാണെങ്കിൽ അദ്ദേഹം തുണയ്ക്കു വരേണ്ടത് ഇവിടെയാണ്. കന്യകയെ കണ്ട് അർജ്ജുനൻ മോഹപരവശനായിരിക്കണം.

ബ്രാഹ്മണദൂതൻ പറഞ്ഞതിലൊട്ടും അതിശയോക്തിയില്ല. ഹോമാഗ്നിയുടെ ജ്വാലകൾക്കിടയിലൂടെ ഞാൻ വീണ്ടും ദ്രൗപദിയെ നോക്കി. ഉദയകിരണം ഇപ്പോൾ തൊട്ടുണർത്തിയ ഇന്ദീവരം ജ്വലിക്കുന്ന സുന്ദരി. പ്രഭാവതി.

ധൃഷ്ടദ്യുമ്നൻ വിശദീകരിച്ചു. സ്തംഭത്തിന്റെ മുകളിലെ തിരിയുന്ന യന്ത്രക്കൂട്ടിലെ മരക്കിളിയെയാണ് എയ്തുവീഴ്ത്തേണ്ടത്. ഞാൻ നോക്കി. യന്ത്രക്കൂടിന്റെ വാതായനങ്ങൾ വളരെ ചെറുതാണ്. ഈ മണ്ഡപത്തിലൊരുക്കിയ മഹാചാപം കുലച്ചിട്ടു വേണം വില്ലാളി അമ്പെയ്യാൻ.

സഭാമണ്ഡപത്തിൽ വെച്ച് മഹാചാപത്തിന്റെ മുകളിലെ പട്ടുവിരി ഒരു

സേവകൻ മാറ്റി. ആറു കൈയെങ്കിലും നീളംവരുന്ന ചെമ്പുപോളകൾ കെട്ടിയ ചാപം.

തിരിയുന്ന യന്ത്രത്തിനകത്തെ ലാക്കിൽ കൊള്ളിക്കുന്നതിന് വൈദഗ്ധ്യം അസാധാരണമാംവണ്ണം വേണം. അതിലേറെ ഭാഗ്യത്തിന്റെ അനുഗ്രഹവും വേണം. പക്ഷേ, ഞാനൂഹിച്ചു, ദ്രുപദനൊരുക്കിവച്ച ഈ വലിയ വില്ലാണ് വില്ലാളികളെ വിഷമിപ്പിക്കാൻ പോകുന്നത്. ഏഴും ഒമ്പതും കൈകൾ നീളമുള്ള മുളവില്ലുകൾ നിഷാദരുപയോഗിക്കാറുണ്ട്. ഇതു മുള വില്ലല്ല. ലോഹപ്പണിയിലായിരിക്കണം ദ്രുപദചാപത്തിന്റെ രഹസ്യം.

അതെടുത്തു കുലയേറ്റുന്നതിനിടയ്ക്കു വില്ലു പൊട്ടിച്ചാൽ എന്തു സംഭവിക്കും? പഴങ്കഥകളിൽ ജനകസഭയിൽവച്ചു രാമൻ ലക്ഷ്യം ഭേദിക്കുന്നതിനു മുമ്പേ വില്ലൊടിച്ചുവെന്നു കേട്ടിട്ടുണ്ട്. അയോദ്ധ്യയിലെ രാമൻ. വില്ലൊടിച്ചാലും ജേതാവാകുമെങ്കിൽ ഇവിടെ എനിക്കൊരു പരീക്ഷണത്തിനവസരമുണ്ട്.

അപ്പോൾ കാഴ്ചക്കാരുടെ സംഘത്തിലേക്കു കയറിവന്ന രണ്ടുപേരുടെ നേർക്ക് ആളുകളുടെ ശ്രദ്ധ തിരിഞ്ഞു. ദ്രുപദൻ കൈകൂപ്പിക്കൊണ്ട് ഓടിയടുത്തു വന്ദിച്ചു. ബലരാമനെ ഞാൻ പെട്ടെന്നു തിരിച്ചറിഞ്ഞു. മറ്റേതു കൃഷ്ണനായിരിക്കണം. അച്ഛന്റെ സംസ്കാരക്രിയകൾ കഴിഞ്ഞ ഉടനെ ഒരിക്കൽ ബലരാമൻ ഹസ്തിനപുരത്തിൽ വന്നിട്ടുണ്ട്. അദ്ദേഹമിപ്പോൾ മദ്ധ്യവയസ്കനായിരിക്കുന്നു! കൃഷ്ണന് എന്നേക്കാൾ ഒരു വയസ്സു ചെറുപ്പമാണെന്ന് അമ്മ പറഞ്ഞിട്ടറിയാം. ഈയിടെ, അവർ മഥുരയിൽനിന്നു ദ്വാരകയിലെ പുതിയ കൊട്ടാരത്തിലേക്കു താമസം മാറ്റാൻപോകുന്നു എന്നു കേട്ടിരുന്നു.

മത്സരിക്കുന്നവരുടെ സംഘത്തിലേക്കല്ല ബലരാമനും കൃഷ്ണനും. ദ്രുപദ രാജാവ് അവരെ ആദരവോടെ പീഠങ്ങളിലേക്കാനയിച്ചു.

'കൃഷ്ണൻ! കൃഷ്ണൻ വന്നിരിക്കുന്നു!'

അർജ്ജുനൻ പറഞ്ഞു.

'പതുക്കെ-' ഞാൻ മന്ത്രിച്ചു. 'ഞാൻ കണ്ടു.'

കൃഷ്ണൻ കാഴ്ചക്കാരെയും അതിഥികളെയും നോക്കിക്കൊണ്ടിരുന്നു. ആദ്യം പരീക്ഷണത്തിനിറങ്ങിയ രാജാവ് ഒരു മദ്ധ്യവയസ്ക്കനായിരുന്നു. കലിംഗരാജാവിന്റെ പുത്രൻ, മാഗധർ അദ്ദേഹത്തിന്റെ പ്രതാപഗുണവിജയങ്ങൾ വിളിച്ചു പറഞ്ഞു. വില്ലെടുത്ത് അഭ്യാസി നിവർത്തിപ്പിടിച്ചപ്പോൾ അതിന്റെ കനം ഞാൻ ഊഹിച്ചു. നിലതെറ്റി പുളഞ്ഞ വില്ല് ഒതുക്കിനിർത്താനുള്ള ശ്രമത്തിൽ അയാളുടെ കാലിടറി, മുട്ടുകുത്തി. കാഴ്ചക്കാരിൽനിന്ന് ഒരടക്കിയ ചിരി ഉയർന്നു.

ഗാഢമായി ആലോചിച്ചപ്പോൾ എനിക്കു ചാപത്തിന്റെ രഹസ്യം ഏകദേശം ഊഹിക്കാൻ കഴിഞ്ഞു. ഉരുക്കിയ ലോഹം ക്രമമില്ലാതെ അകത്തൊഴിച്ചു തുലനം തെറ്റിച്ച ഈ വില്ല് അഭ്യാസികളെ പരിഹസിക്കാൻവേണ്ടി

ത്തന്നെ ഉണ്ടാക്കിയതാണ്. നിവർത്തി കുലയേറ്റിയാൽത്തന്നെ, പഠിച്ച ശാസ്ത്രപ്രകാരം തൊടുക്കുമ്പോഴേക്കും ലക്ഷ്യം തെറ്റുമെന്നുള്ളതു തീർച്ച.

ഓരോരുത്തരായി പരീക്ഷിച്ചു പരാജയപ്പെട്ടു പിൻവാങ്ങുന്നതു ഞങ്ങൾ ശ്രദ്ധിച്ചു. ഓരോ കൈയിലും അതു വിചിത്രമായി ഒരു ജീവനുള്ള വസ്തു പോലെ സ്വയം ചലിക്കുന്നത് അർജ്ജുനൻ സൂക്ഷ്മമായി നോക്കുന്നുണ്ട്. അവൻ മറ്റൊന്നും കാണുന്നില്ല. പല കൈയിൽ പല രീതികളിൽ പെരുമാറുന്ന വില്ലുമാത്രം.

യുധിഷ്ഠിരൻ എന്റെ കണ്ണുകളെ തിരഞ്ഞുപിടിച്ചു. ജ്യേഷ്ഠന്റെ നോട്ടത്തിൽ കടുത്ത നിരാശയുണ്ട്. അടുത്തത് ദുര്യോധനനായിരുന്നു. അരയോളം പൊക്കിയശേഷം അയാളും പ്രയത്നം ഉപേക്ഷിച്ചു.

അപ്പോൾ വരസംഘത്തിന്റെ ഇടയിൽനിന്ന് ആരോ എഴുന്നേറ്റു വരുന്നതു കണ്ട് അർജ്ജുനൻ പെട്ടെന്നു വീർപ്പടക്കി.

സൂതമാഗധർ വിളിച്ചു പറഞ്ഞു: 'അംഗരാജാധിപനായ കർണ്ണൻ.'

കൂടുതൽ വിശേഷങ്ങളില്ല, അപദാനകീർത്തനങ്ങളുമില്ല.

പരമശത്രുവാണെങ്കിലും അയാളുടെ കൂസലില്ലാത്ത ഭാവം എന്നിൽ ബഹുമാനം വളർത്തി. നീണ്ടുനിവർന്നു നടക്കുമ്പോൾ മണ്ഡപത്തിലെ തോരണങ്ങളോളം എത്തുന്നുണ്ട് ഉയർത്തിപ്പിടിച്ച ശിരസ്സ്.

വില്ലിന്റെ തെറ്റിച്ച തുലനക്രമം നേരത്തേ കണക്കാക്കിയിട്ടുണ്ട് കർണ്ണനും എന്നു തോന്നി. അയാളുടെ കൈത്തണ്ടയിൽ പേശികൾ തുടിച്ചു പ്രയാസപ്പെടുന്നുണ്ട് എന്നു പുറത്തു കാണിക്കാതിരിക്കാൻ അയാൾ പ്രത്യേകം ശ്രദ്ധിക്കുന്നു. അവസാനം അയാൾ വില്ലു കുലയ്ക്കുക തന്നെ ചെയ്തു. ഒന്നാംഘട്ടത്തിൽ അയാൾ ജയിച്ചിരിക്കുന്നു. കാണികൾ പ്രതീക്ഷയോടെ, ആരാധനയോടെ, വീർപ്പടക്കിപ്പിടിച്ചു.

ധൃഷ്ടദ്യുമ്നൻ സഹോദരിയുടെ സമീപത്തേക്കു ശിരസ്സു കുനിച്ച് എന്തോ പിറുപിറുത്തു. അവളുടെ ചുണ്ടുകൾ ഇളകിയെന്നു തോന്നി.

നിവർന്നുനിന്ന ധൃഷ്ടദ്യുമ്നൻ മൂന്നടി മുമ്പോട്ടുവച്ചു പറഞ്ഞു: 'നില്ക്കട്ടെ. ക്ഷത്രിയർക്കാണ് മത്സരം'.

കുലയേറ്റിയ വില്ലു സാവധാനം തിരിച്ച് കർണ്ണൻ ധൃഷ്ടദ്യുമ്നനെ നോക്കി. രോഷം അവിടെ ഗ്രീഷ്മത്തിലെ കാട്ടുതീപോലെ ആളിപ്പടരുന്നതു സദസ്സു മുഴുവൻ കണ്ടു.

ധൃഷ്ടദ്യുമ്നൻ മന്ദഹാസം മാറ്റാതെ പറഞ്ഞു: 'എന്റെ സഹോദരികുലത്തിൽ താണവരെ സ്വീകരിക്കാൻ പോകുന്നില്ല. വൃഥാവ്യായാമമാണെങ്കിൽ തുടരാം.'

കുലയേറ്റിയ വില്ലിന്റെ ഞാണുപോലെ ദൃഢമായി വെറുങ്ങലിച്ചു നിന്ന കർണ്ണന്റെ ശരീരം ഉലഞ്ഞു ചുളുങ്ങുന്നതു ഞാൻ കണ്ടു.

അർജ്ജുനനിൽനിന്ന് ആശ്വാസത്തിന്റെ ഒരു നെടുവീർപ്പുയർന്നു.

എനിക്കു ശത്രുവിനോടു സഹതാപം തോന്നുന്നത് ഇതു രണ്ടാമത്തെ

സന്ദർഭമാണ്. അധിരഥന്റെ കൈകളിൽ തളർന്നുനിന്ന സമയത്തേക്കാൾ അയാൾ ഇപ്പോൾ പരവശനായിരിക്കുന്നു.

കുലയേറ്റിയ വില്ല്, നേരത്തെ കാണിച്ചതിലേറെ വൈദഗ്ദ്ധ്യമുപയോഗിച്ച് അഴിച്ച് അയാൾ മുന്നിലേക്കിട്ടു. മണ്ഡപത്തിന്റെ കൽത്തറയിൽ അതൊരു കിലുക്കവും മുഴക്കവും ചേർന്ന പ്രതിഷേധസ്വരമുയർത്തി. തല കുനിച്ചു കർണ്ണൻ നടന്നത് നേരെ പുറവാതിലിലേക്കാണ്. അപ്പോൾ കാഴ്ചക്കാരുടെ പിറുപിറുപ്പുകൾ ഉച്ചത്തിലുയർന്നു.

ചേദിയും വിദർഭവും വംഗവും കേകയവും കാമരൂപവുമെല്ലാം വന്നുകഴിഞ്ഞിരുന്നു. ആരും പിന്നീടു മണ്ഡപത്തിലേക്കിറങ്ങിയില്ല. അപ്പോൾ മാഗധർ പറഞ്ഞു: 'രാജാക്കന്മാർ വിശ്രമിക്കുകയാണെങ്കിൽ ബ്രാഹ്മണർക്കുള്ള അവസരമായിരിക്കുന്നു.'

ബ്രാഹ്മണരാരും വരുമെന്നു കരുതിയിട്ടല്ല അവർ വിളിച്ചു പറഞ്ഞത്. ഒരു ചടങ്ങെന്നനിലയ്ക്കു മാത്രം.അശ്വത്ഥാമാവ് മാത്രമാണ് പരീക്ഷിക്കാൻ ഇറങ്ങാവുന്ന വില്ലാളി. അയാൾ വന്നിട്ടില്ല.

ഞങ്ങൾ പരസ്പരം നോക്കി. എന്റെ നോട്ടം കുറച്ചധികം ഏറ്റപ്പോഴാവണം യുധിഷ്ഠിരൻ എഴുന്നേല്ക്കാൻ ശ്രമിക്കുന്നു എന്നു തോന്നി. പിന്നെ ഇരുന്നു. അർജ്ജുനൻ എന്നോടു മന്ത്രിച്ചു: 'ജ്യേഷ്ഠനില്ല. അതുകൊണ്ടു രണ്ടാമന്റെ ഊഴം.'

ഞാനവന്റെ തുടയിൽ തട്ടി പറഞ്ഞു: 'ഞാനില്ല. ഭാഗ്യം അനുഗ്രഹിക്കട്ടെ.'

അർജ്ജുനൻ എഴുന്നേറ്റു. ഏതോ വിഡ്ഢിയായ ബ്രാഹ്മണയുവാവ് എന്നു കാഴ്ചക്കാർ കരുതിയിരിക്കണം. ഹസ്തിനപുരത്തിൽ കണ്ടവർ, പാറിപ്പറന്ന് കഴുത്തുമൂടുന്ന മുടിയും മുഖത്തും മേലാകെയും ഭസ്മലേപനങ്ങളുമുള്ള ഈ കറുത്ത ബ്രാഹ്മണയുവാവിനെ തിരിച്ചറിഞ്ഞു എന്നുവരില്ല. തലയുയർത്താതെ, അഭ്യാസിയുടെ ഉറച്ച അളന്ന കാൽവെപ്പുകൂടി ഇല്ലാതെ, തെന്നിത്തെന്നി നടന്നടുക്കുന്ന അനുജനെ ഞാൻ ആശങ്കയോടെ, പ്രാർത്ഥനകളോടെ, നോക്കിയിരുന്നു.

ദ്രൗപദിയുടെ മുഖം ഹോമകുണ്ഡത്തിനിപ്പുറത്തെ തൂണുകളുടെ മറവുകൊണ്ട് എനിക്കു വ്യക്തമായി കാണാൻ വയ്യ. സ്വർണ്ണനൂപുരങ്ങളണിഞ്ഞ കാലടികളിലൊന്നു കാണാം. അപ്പോൾ ഞാൻ ദീർഘമായി ശ്വസിച്ചു. അകിൽപ്പുകയോടൊപ്പം താമരപ്പൂവിന്റെ സുഗന്ധമുണ്ടോ? ദ്രൗപദി വിയർക്കുകയാണോ?

ഒരു ബ്രാഹ്മണയുവാവെങ്കിലും മത്സരിക്കാനിറങ്ങിയതിൽ ചുറ്റുമുള്ള വൃദ്ധന്മാർകൂടി ആശ്വസിക്കുന്നുണ്ടെന്നു തോന്നി, ആഹ്ലാദസ്വരങ്ങൾ കേട്ടപ്പോൾ.

മധ്യത്തിൽനിന്നു വളരെ അകലെ വില്ലു പിടിച്ചുകൊണ്ട് ഉയർത്തുമ്പോൾ തുലനം തെറ്റിക്കുന്ന ഭാരത്തെപ്പറ്റി അർജ്ജുനൻ നേരത്തെ ചിലതു വ്യക്ത

മായി ഊഹിച്ചുവച്ചിരിക്കുന്നു എന്നു മനസ്സിലായി. കർണ്ണനേക്കാൾ പ്രയാസപ്പെട്ടു എന്നു തോന്നി ഞാണുകയറ്റാൻ. അവന്റെ ഇടംകൈയിലും ചുമലിലുമായി ചാപം പിടയാതെ ഒതുങ്ങിനിന്നപ്പോൾ ഞാൻ ആവേശഭരിതനായി. തൂണീരവുംകൊണ്ട് ഓടിയെത്തിയ സേവകനിൽ നിന്ന് അർജ്ജുനൻ ഒരമ്പെടുത്തു. അഗ്രവും പുംഖവും സൂക്ഷിച്ചു നോക്കിയശേഷം ലക്ഷ്യത്തിലേക്കു നോക്കി. അയാൾ മനസ്സിൽ കണക്കുകൂട്ടുകയായിരുന്നു. മുമ്പിലെ ബ്രാഹ്മണരെഴുന്നേറ്റപ്പോൾ എന്റെ കാഴ്ച മറഞ്ഞു. ഞാനും എഴുന്നേറ്റപ്പോഴേക്ക് സദസ്സിൽനിന്ന് ആരവമുയർന്നു. മുമ്പിലെ ഈ വൃദ്ധന്മാർ വിജയത്തിന്റെ മനോഹരമായ നിമിഷം കാണാൻ അനുവദിച്ചില്ല. നാശം! അർജ്ജുനൻ ലക്ഷ്യം കണ്ടിരിക്കുന്നു! നടുക്കവും നിശ്ശബ്ദതയുമാണ് സദസ്സിലിപ്പോൾ. ദ്രൗപദി സഹോദരനെയും പിതാവിനെയും നോക്കി പിന്നെ അവരോടൊപ്പം നടന്ന് അർദ്ധസ്മിതത്തോടെ നില്ക്കുന്ന അർജ്ജുനന്റെ മുമ്പിലെത്തി. അയാൾ ശിരസ്സു കുനിച്ചപ്പോൾ അവൾ പെരുവിരലുകളിൽ ഉയർന്നുനിന്ന് ഹാരമണിയിച്ചു.

എല്ലാം പെട്ടെന്നായിരുന്നു. മത്സരത്തിനു ശേഷം മന്ത്രോച്ചാരണവും ആചാരങ്ങളുമുണ്ടാവുമെന്നായിരുന്നു ഞാൻ ധരിച്ചിരുന്നത്. ഞാനാദ്യം കാണുന്ന സ്വയംവരവും ഇതാണെന്നു പിന്നീടോർമ്മിച്ചു.

നടുക്കവും നിശ്ശബ്ദതയുമൊതുങ്ങിയപ്പോൾ ബ്രാഹ്മണരിൽനിന്ന് ഹർഷാരവമുയർന്നു. പിന്നീടു ബഹളം പൊട്ടിപ്പുറപ്പെട്ടു. കൈയ്ക്കു പിടിച്ച് ദൂരേക്കു മാറ്റി നിറുത്തപ്പെട്ട ദ്രുപന്റെ ചുറ്റും ക്ഷത്രിയർ പൊതിഞ്ഞുകൂടി. വാക്കുകളും വാദങ്ങളും ഉയർന്നു. മത്സരം ക്ഷത്രിയർക്കാണെങ്കിൽ ബ്രാഹ്മണർ പങ്കെടുത്തതു തെറ്റ്! സമ്പത്തിലും സൈന്യബലത്തിലും ഒട്ടും കുറവല്ല പാഞ്ചാലരേക്കാൾ വന്നുകൂടിയ രാജാക്കന്മാരെന്ന് ആരോ ഉറക്കെ പറഞ്ഞു. ദ്രുപന്റെ മുമ്പിൽ കൈയാംഗ്യങ്ങളും ആക്രോശങ്ങളുമായി നില്ക്കുന്നുണ്ട് ദുര്യോധനൻ.

ദ്രുപദനോടും ധൃഷ്ടദ്യുമ്നനോടും നേരിടുന്നതിലുമേറെ സൗകര്യം ബ്രാഹ്മണനോടേറ്റുമുട്ടുന്നതാണെന്നു കരുതി കുറേപ്പേർ അർജ്ജുനന്റെ നേരേ അടുക്കുന്നതു കണ്ടു.

ധൃഷ്ടദ്യുമ്നൻ സമനില തെറ്റാതെ, സൈന്യാധിപന്മാരോട് ഒരുങ്ങിയിരിക്കാൻ കല്പിച്ചു. പുറത്ത് ഉടനെ പെരുമ്പറകൾ മുഴങ്ങി.

ഞാൻ മുന്നിലിരിക്കുന്നവരെ തട്ടിമാറ്റി– ആദ്യം എന്റെ കാഴ്ച മറച്ച ആൾ വിരണ്ടു വീണുപോയി അക്കൂട്ടത്തിൽ– ഗായകസംഘത്തിലൂടെ എടുത്തുചാടി അവന്റെ സമീപമെത്തി. തോരണങ്ങൾ കെട്ടാൻ ഉപയോഗിച്ച ഒരു നീണ്ട കാൽ ഞാൻ വലിച്ചെടുത്തു. ഇതു യുദ്ധമല്ല, കലാപമാണ്– ഇവിടേക്കു പറ്റിയ ആയുധം ഇതുതന്നെ.

'ജയിച്ചവനെ സ്വീകരിക്കാൻ തയ്യാറില്ലാത്തവർ ആദ്യം എന്നോടു സംസാരിക്കട്ടെ.'

വലിയ മരക്കാൽ ഉയർത്തി ഒരു ഭീഷണിയോടെ ഞാൻ പറഞ്ഞു.

(അലറി എന്നാണ് അർജ്ജുനൻ പിന്നീട് പറഞ്ഞത്.)

അരിശം അടക്കാനാവാതെ എന്റെ മുമ്പിലേക്കു പാഞ്ഞുകയറിയവരിൽ മുമ്പിലൊരു കോടിയ മുഖം കണ്ടു. അത് ഏതു കൂട്ടത്തിൽവച്ചും, എത്ര കാലം കഴിഞ്ഞിട്ടായാലും, ഞാൻ തിരിച്ചറിയും. ശകുനി. ഇടംകൈനീട്ടി ഒന്നാമുഖത്തു പ്രഹരിക്കാതിരിക്കാൻ മനസ്സുവന്നില്ല. അയാൾ ദൂരെ തെറിച്ചുവീണു.

പിന്നെ ഞാൻ പറഞ്ഞു: 'വരാം. ഓരോരുത്തരായി വരാം. അല്ലെങ്കിൽ കൂട്ടമായി വരാം.'

ആരാണ്? അതാരാ? അതാരാ? പലപല ചോദ്യങ്ങൾ ചുറ്റിലും നിന്ന് ഒരേസമയം കേട്ടു.

'ആയുധവിദ്യ പഠിച്ച മറ്റൊരു ബ്രാഹ്മണൻ.' ഞാൻ സ്വയം പരിചയപ്പെടുത്തി.

ആക്രമിക്കാൻ അടുത്തവർ സംശയിച്ചു.

'സ്വയംവരമണ്ഡപത്തിൽവെച്ചു വേണോ?'

ആരോ ഒരാൾ ചോദിച്ചു. ആരാണെന്നു മനസ്സിലായില്ല. രാജാക്കന്മാരിലാരോ ആണ്.

'എന്നാൽ പുറത്തു രാജാങ്കണത്തിൽവച്ചാവട്ടെ.' ഞാൻ അർജ്ജുനന്റെ പുറം കാത്തുനിന്നുകൊണ്ടു പറഞ്ഞു.

ബഹളക്കാരൊന്നൊതുങ്ങി. പ്രായംചെന്ന ഒരു രാജാവിന്റെ ഉപദേശം അവർക്കു സൗകര്യത്തിനു കിട്ടി. 'ഊരുതെണ്ടുന്ന ബ്രാഹ്മണന് മകളെ കൊടുക്കാൻ ദ്രുപദനിഷ്ടമാണെങ്കിൽ, ഞങ്ങൾക്കൊന്നും പറയാനില്ല.'

ക്ഷോഭിച്ചവർ പിൻവാങ്ങിയപ്പോൾ ഞാൻ ദ്രൗപദിയെ നോക്കി. ഭയന്നു വിറച്ചു നില്ക്കുകയാവും പാവം പെൺകൊടിയെന്നു കരുതിയത് എന്റെ തെറ്റ്. കലാപം കത്തിപ്പടർന്നത് ആസ്വദിച്ചു മതിയായില്ലെന്നു തോന്നും ആ മറപിടിച്ച മന്ദഹാസം കണ്ടാൽ.

പുറത്തു പടയൊരുങ്ങുകയായിരുന്നു. ധൃഷ്ടദ്യുമ്നൻ മണ്ഡപം വിട്ടു പോയിരിക്കുന്നു. അസ്വസ്ഥനായി നില്ക്കുന്ന ദ്രുപദരാജാവിനോടു ഞാൻ പറഞ്ഞു: 'മഹാരാജാവു ഭയപ്പെടേണ്ട. ഇക്കൂട്ടർ മാത്രമാണ് യുദ്ധത്തിനെങ്കിൽ അവിടുത്തെ പടയൊരുങ്ങണമെന്നില്ല. ഞങ്ങൾ മതി.'

രാജാവ് അത്ഭുതത്തോടെ, വിശ്വാസംവരാതെ എന്നെ നോക്കി.

ഭീഷണികളും ആയുധങ്ങളും എവിടെയൊക്കെയോ തക്കം പാർത്തിരിക്കെ, അവിടെ പിന്നെയും നില്ക്കുന്നത് ബുദ്ധിശൂന്യതയാവും. ഞാൻ അർജ്ജുനനോടു പറഞ്ഞു: 'വധുവേയുംകൊണ്ടു നടക്കൂ. ഞാൻ കൂടെയുണ്ട്.'

അർജ്ജുനൻ ദ്രുപദനെ വന്ദിച്ചു പറഞ്ഞു: 'പോകാനനുവാദം നൽകിയാലും. വിജയം നേടിയാൽ നൽകാമെന്നേറ്റ ഒരു ബലിയും ഹോമവുമുണ്ട്.

NAMBOODIRI

അതു കഴിഞ്ഞ് കന്യകയെയുംകൊണ്ട് ഞാൻ തിരിച്ചു വരും.'

'ഒരു രഥം. ഒരു രഥം പുറത്തു തയ്യാറാവട്ടെ.'

ഞാൻ രാജാവിനോടു പറഞ്ഞു.

നകുലസഹദേവന്മാരെവിടെ? ജ്യേഷ്ഠനെയും കണ്ടില്ല. പുറത്തുവച്ച് ഒരാക്രമണമുണ്ടായാൽ ഇരുവശവും പിൻപുറവും കാക്കാൻ അവരുണ്ടായിരുന്നെങ്കിൽ എന്നു ഞാനാഗ്രഹിച്ചു.

രഥം ഒരുങ്ങിയിരുന്നു. ആദ്യം കയറിയ അർജ്ജുനൻ ദ്രൗപദിയെ കൈപിടിച്ചു കയറ്റി. സാരഥിയുടെ ഇടതുഭാഗത്തായി ഞാൻ ചാടിക്കയറി. എവിടെനിന്നോ നാലഞ്ചമ്പുകൾ വന്ന് തേർച്ചക്രത്തിന്നടുത്തു വീണു. സാരഥിയിൽ നിന്നു ചമ്മട്ടി വാങ്ങി ചുഴറ്റിയടിച്ച്, തേരുകളൊരുക്കി പടകൂട്ടുവാനാലോചിക്കുന്ന വിദേശികളുടെ ഇടയിലൂടെ കുതിരകളെ പറപ്പിച്ചു.

നഗരപ്രാന്തത്തിലെത്തിയപ്പോൾ സാരഥിയോടു നിർത്താൻ കല്പിച്ചു. ഞങ്ങൾ താഴെയിറങ്ങി. ദ്രൗപദി സംശയിച്ചു. അർജ്ജുനൻ പറഞ്ഞു: 'ഇറങ്ങൂ. നമ്മുടെ ആളുകൾ ഇവിടെ അടുത്തുണ്ട്.'

കൊട്ടാരത്തിലേക്കു തിരികെ പോവാൻ സൂതനോടു നിർദേശിച്ചു.

നടന്നു. തലേന്നു ഞങ്ങൾ തങ്ങിയ കുശവഗ്രാമം അകലത്തു കാണാമായിരുന്നു. ഇടവഴിയിലേക്കു തിരിഞ്ഞപ്പോൾ അർജ്ജുനൻ നിന്നു: 'രാജകുമാരി ഭയപ്പെടേണ്ട. ഞങ്ങൾ–'

പറയണമോ എന്നറിയാൻവേണ്ടി എന്റെ അനുവാദം തേടിക്കൊണ്ടെന്നപോലെ അർജ്ജുനൻ നോക്കി.

'അച്ഛന്റെ ഊഹം ശരിയാണെന്നു തോന്നുന്നു.' ദ്രൗപദി പതുക്കെ പറഞ്ഞു.

ഞങ്ങൾക്കു കാര്യം മനസ്സിലായില്ല.

'ഞങ്ങൾ അതായത്....'

ദ്രൗപദി ചിരിച്ചു: 'ഊഹിച്ചു. പൃഥയുടെ പുത്രൻ അർജ്ജുനൻ.' പിന്നീട് എന്നെ നോക്കി പറഞ്ഞു: 'ബ്രാഹ്മണർ തൂണു പറിച്ചു യുദ്ധം ചെയ്യുന്നതു ശരിയല്ല. ജ്യേഷ്ഠനേക്കാൾ അഭിനയം നന്നായി അനുജന്റെ.'

ഞാൻ ചിരിച്ചുപോയി.

നടുവിൽ നടന്നുകൊണ്ട് ദ്രൗപദി പറഞ്ഞു: 'മത്സരത്തിനൊരുക്കങ്ങൾ ചെയ്യുമ്പോൾ അച്ഛൻ പറയുന്നതു കേട്ടിട്ടുണ്ട്. പാണ്ഡവർ വിവരമറിഞ്ഞാൽ രാജധാനിയിലെത്താതിരിക്കില്ല. പ്രത്യേകിച്ചും വില്ലാളികളിൽ മുമ്പനായ അർജ്ജുനൻ.'

ഞാൻ ബ്രാഹ്മണവേഷം തുടരാൻ ഉദ്ദേശിച്ചുകൊണ്ടു ചോദിച്ചു: 'പാണ്ഡവർ വാരണാവതത്തിലോ മറ്റോ ഒരു കാട്ടുതീയിൽ വെന്തില്ലേ?'

'അത് കൗരവർ കൂടി വിശ്വസിച്ചിട്ടില്ലല്ലോ.'

ഒഴിഞ്ഞ കുശവക്കുടിലിനു മുമ്പിലെത്തി ഞങ്ങൾ നിന്നു. അതുതന്നെയാണ് ഞങ്ങൾ തങ്ങിയ സ്ഥലം. അതിന്റെ വാതിൽക്കലെത്തിയപ്പോൾ

ഞാൻ പറഞ്ഞു: 'നിൽക്കൂ അമ്മയെ ഒന്നത്ഭുതപ്പെടുത്താം. ഇതാണു ഞങ്ങളുടെ കൊട്ടാരം.'

ചോരയൊഴുക്കാനും യുദ്ധം ചെയ്യാനും നിരന്നുനിന്ന രാജാക്കന്മാരുടെ മധ്യത്തിലും ചിരിച്ചുകൊണ്ട് നിന്നവളാണ് ദ്രൗപദി. കുശവക്കുടിൽ കണ്ടപ്പോഴും അവളുടെ മുഖത്ത് അമ്പരപ്പില്ല.

ഞാൻ അടഞ്ഞുകിടന്ന വാതിൽക്കൽ മുട്ടിക്കൊണ്ടു വിളിച്ചു: 'അമ്മേ, വാതിൽ തുറക്കൂ. ഇന്നു കിട്ടിയ ഭിക്ഷ കാണണ്ടേ?'

അമ്മയുടെ മറുപടി കേട്ടില്ല. ഞാൻ വീണ്ടും വിളിച്ചു.

അമ്മ അകത്തുനിന്നു വിളിച്ചു പറഞ്ഞു: എല്ലാവരുംകൂടി പങ്കിട്ട് അനുഭവിച്ചോളൂ.'

ദ്രൗപദി ചിരിയൊതുക്കി. അമ്മ വാതിൽ തുറന്നപ്പോൾ ഞാനും അർജ്ജുനനും ഉറക്കെ ചിരിച്ചുകൊണ്ട് അകത്തേക്കു കയറി. ദ്രൗപദിയെ നോക്കി നിന്നപ്പോൾ അമ്മയുടെ കണ്ണുകൾ തെളിഞ്ഞു. മുഖത്ത് വിസ്മയം കലർന്ന ചിരി.

'ഇതുതന്നെ ഭിക്ഷ. ദ്രുപദരാജപുത്രി. അർജ്ജുനൻ ധനുർബ്ബലം കൊണ്ടു നേടിയ വധു.'

മുട്ടുകുത്തി ദ്രൗപദി അമ്മയുടെ കാൽതൊട്ടു വന്ദിച്ചു.

അമ്മ അനുഗ്രഹിച്ചു. അപ്പോഴേക്കും യുധിഷ്ഠിരനും മാദ്രീപുത്രരും വന്നെത്തി.

ഞാൻ ഫലിതം പറഞ്ഞു: 'നോക്കൂ, ഞാൻ ഭിക്ഷകിട്ടിയെന്നു പറഞ്ഞപ്പോൾ അമ്മ അറിയാതെ വിളിച്ചുപറഞ്ഞതെന്താണെന്നോ? എല്ലാവരും ചേർന്നനുഭവിക്കാൻ!'

നകുലനും സഹദേവനും ഉറക്കെ പൊട്ടിച്ചിരിച്ചു. അമ്മയും ദ്രൗപദിയും അകത്തേക്കു പൊയ്ക്കഴിഞ്ഞിരുന്നു. യുധിഷ്ഠിരൻ വളരെ ഗൗരവത്തിൽ പറഞ്ഞു: 'എന്തബദ്ധമാണമ്മ പറഞ്ഞത്! വെറുംവാക്കാണെങ്കിലും മാതൃശാസനം മാതൃശാസനംതന്നെ. തെറ്റിനടക്കരുതെന്നാണ് ധർമ്മനീതി.'

അതു കേട്ടുകൊണ്ടാണ് ദ്രൗപദി വന്നത്. എന്തോ പറഞ്ഞുരസിച്ചുവന്നിരുന്ന അവളുടെ മുഖത്ത് ഒരു വർഷമേഘം ഉയർന്നു.

എല്ലാവരും നിശ്ശബ്ദരായി. വിജയം ആഘോഷിക്കേണ്ട നിമിഷങ്ങൾ വെറുങ്ങലിച്ചുനിന്നു.

ആഘോഷിക്കേണ്ട നിമിഷമായിരുന്നു ഇന്ന്. ദ്രുപദരാജധാനിയിലെ വിജയംകൊണ്ടു മാത്രമല്ല. അനാഥരെന്നു കരുതിയ പാണ്ഡവർ ബന്ധുബലം കൊണ്ടു കരുത്തരായിരിക്കുന്നു. വൻപടയും സമ്പത്തുമുള്ള പാഞ്ചാലരുണ്ട് പിന്തുണയ്ക്കെന്ന് അറിയുമ്പോൾ ഹസ്തിനപുരത്തു പലരും നടുങ്ങും. ഗംഗയുടെ കയങ്ങളും അരക്കില്ലവും അതിജീവിച്ചവർ അമരന്മാരോ എന്നു കൂടി ചിന്തിച്ചുപോവും. ദേവന്മാരുടെ അനുഗ്രഹം ഞങ്ങൾക്കാണെന്ന് പ്രായംചെന്നവർ പറയും. അന്ധനും മക്കളും ഇനി സ്വൈര്യമായി

ഉറങ്ങില്ല.

കാലക്കേടുകളുടെ അവസാനം തുടങ്ങിയ ഒരു വഴിത്തിരിവിലെത്തിയപ്പോൾ ഇതാ, ഒരു ബാലിശമായ വാദം: ധർമ്മനീതി!

ഞാൻ ഒന്നും മിണ്ടാതെ പുറത്തേക്കു നടന്നു.

യുധിഷ്ഠിരൻ വിളിച്ചു: 'ഭീമസേനാ, നില്ക്കൂ. കൃഷ്ണൻ വരാമെന്നു പറഞ്ഞിട്ടുണ്ട്. ബലരാമൻജ്യേഷ്ഠനും കൃഷ്ണനും വരും. നിൽക്കൂ!'

ഞാൻ നിന്നില്ല.

അഞ്ച്

ഗോശാലകൾ ആരംഭിക്കുന്നതിനടുത്ത് ഒഴിഞ്ഞ കൽക്കുളത്തിന്റെ കരയിൽ ഞാൻ നിന്നു. അകലെ എവിടെയോനിന്നു നായ്ക്കളുടെ കുരയും ഒറ്റപ്പെട്ട പശുക്കിടാങ്ങളുടെ കരച്ചിലും കേട്ടു.

പിന്നിൽ നടന്നടുക്കുന്ന ശബ്ദം കേട്ടപ്പോൾ അർജ്ജുനനോ സഹദേവനോ ആയിരിക്കുമെന്നു കരുതി. നോക്കിയപ്പോൾ ജ്യേഷ്ഠൻതന്നെ. കുറെ സമയം വെറുതെ മിണ്ടാതെ നിന്നു.

ബലരാമൻജ്യേഷ്ഠൻ വേഗം തിരിച്ചുപോയി. കൃഷ്ണനും അർജ്ജുനനും ആലോചിക്കാൻ മദ്ധ്യമന്വേഷിക്കുന്നതു കണ്ടപ്പോൾ ഞാൻ വെറുതെ നടന്നു.

കുളത്തിലെ വെള്ളം പായൽ മൂടി കിടന്നിരുന്നു. അതിന്റെ വിടവിൽ വന്ന് ഒരു വലിയ മീൻ വെള്ളം കുടിച്ചു താണുപോയി. ജ്യേഷ്ഠൻ കുളത്തിനു ചുറ്റും നടന്നു. പിന്നെ, ഗോശാലകളെ നോക്കിക്കൊണ്ടു പറഞ്ഞു: 'പാഞ്ചാലന് ഇരുപതിനായിരം പശുക്കളുണ്ടത്രെ.'

ഞാൻ ഒന്നും പറഞ്ഞില്ല. ജ്യേഷ്ഠൻ കുറേക്കൂടി അടുത്തേക്കു വന്നു.

'അർജ്ജുനൻ ഭാഗ്യവാനാണ്. ദ്രൗപദിക്കനുരൂപൻ.' അദ്ദേഹം ശബ്ദമില്ലാതെ ചിരിച്ചു. 'കൃഷ്ണവർണ്ണത്തിന് ഇത്ര സൗന്ദര്യമുണ്ടാകുമെന്ന് ദ്രൗപദിയെ കണ്ടപ്പോഴാണ് ഞാൻ മനസ്സിലാക്കുന്നത്.'

ഞാൻ ചിരിക്കാൻ ശ്രമിച്ചുനോക്കി.

'അർജ്ജുനൻതന്നെ ദ്രൗപദിയെ വിവാഹം കഴിക്കണം. അതല്ലേ ശരി?'

'എന്തൊരർത്ഥശൂന്യമായ ചോദ്യം!'

'പക്ഷേ, തന്റെ വാക്കു വെറുതെയായതോർത്താണ് അമ്മയുടെ വിഷമം.'

ഞാൻ കുറച്ചപ്പുറം പൊളിയാത്ത ഇട നോക്കി മതിലിൽ ഇരുന്നു.

'ബഹുഭർത്തൃത്വം പുരാണങ്ങളിൽ ധാരാളം കേട്ടിട്ടുണ്ട്. ജടിലയെപ്പറ്റി അറിയില്ലേ?'

എനിക്കറിയില്ല. പഴയ കഥകളിൽ ജ്യേഷ്ഠനോളം എനിക്കറിവില്ല.

'സപ്തർഷിമാരുടെ ഭാര്യയായിരുന്നു ജടില. പിന്നെ വാർക്ഷി. അതുപോലെ എത്രയോ സന്ദർഭങ്ങളുണ്ട്! പക്ഷേ, അർജ്ജുനന് അവകാശപ്പെട്ടതാണ് ദ്രൗപദി. അതിലെനിക്കു സംശയമൊന്നുമില്ല. അമ്മയ്ക്ക് പറഞ്ഞ വാക്കോർത്താണു വിഷമം.'

ഞാൻ ജ്യേഷ്ഠന്റെ ചിന്താഗതി ശരിക്കും മനസ്സിലാക്കിക്കൊണ്ടുതന്നെ ഒന്നും പറയാതെ ഇരുന്നു.

'പിതാമഹൻ കൃഷ്ണദ്വൈപായനനോ, ഇളയച്ഛൻ വിദുരരോ- ധർമ്മാധർമ്മങ്ങളറിയുന്ന ആരെങ്കിലും അടുത്തുണ്ടായിരുന്നെങ്കിൽ ഉപദേശം ചോദിക്കാമായിരുന്നു.'

'എന്തുപദേശം?' എന്റെ സ്വരം പരുഷമായി. 'അർജ്ജുനനുള്ളതാണ് ദ്രൗപദി. ബഹുഭർത്തൃത്വം കൂടിയേകഴിയൂ എങ്കിൽ ജ്യേഷ്ഠനും പങ്കുചേരാം. അവന്റെ- വീര്യവും ശേഷിയുംകൊണ്ടു വിജയം നേടിയ അവന്റെ കൂടി- അഭിപ്രായമറിയണം. എന്നിട്ടു മാത്രം. പിന്നെ, ദ്രൗപദി- ഓ, സ്ത്രീകളുടെ ഹിതാഹിതങ്ങൾ നോക്കുന്നത് എന്നും നമ്മൾക്കു പതിവില്ലല്ലോ?'

ജ്യേഷ്ഠൻ അതിൽക്കയറി തർക്കിച്ചു:

'എന്നാരു പറഞ്ഞു? കുരുവംശം എന്നും സ്ത്രീകളെ പൂജിച്ചിട്ടേയുള്ളു.'

'അന്ധനുവേണ്ടി ഗാന്ധാരിവലിയമ്മയെ വിലയ്ക്കു വാങ്ങി. സന്തതിയുണ്ടാവില്ലെന്നറിഞ്ഞിട്ടും രണ്ടാംഭാര്യയായി ശല്യർ പൊൻകട്ടികൾക്കും രത്നങ്ങൾക്കും പകരം മാദ്രിയെ പാണ്ഡുവിന് വിറ്റു.'

'നമ്മുടെ അച്ഛന്!'

'അതെ, നമ്മുടെ അച്ഛന്. ആരെങ്കിലും മാദ്രിച്ചെറിയമ്മയുടെ ഹിതം ചോദിച്ചുവോ ആവോ?'

ഞാൻ ക്ഷോഭിക്കാതിരിക്കാൻ ശ്രമിച്ചു. അമ്മയുടെ വാക്ക് എന്ന് പുൽത്തുരുമ്പിൽ വിടാതെ തൂങ്ങിപ്പിടിച്ചുനില്ക്കുന്ന ജ്യേഷ്ഠൻ. വേദവേദാംഗശാസ്ത്രങ്ങളിൽ ഇയാൾ എത്ര വിജ്ഞനായാലും നിന്ദയാണ് അർഹിക്കുന്നതെന്നു തോന്നി.

നെടുവീർപ്പോടെ ജ്യേഷ്ഠൻ എഴുന്നേറ്റു. തർക്കിച്ചാൽ മന്ദനായ അനുജനും ചിലപ്പോൾ പറ്റിയ വാക്കുകൾ കിട്ടും. അതു മനസ്സിലായപ്പോഴാവണം, കൂടുതൽ ഒന്നും പറയാതെ നടന്നു.

ഞാൻ വിടാനുദ്ദേശിച്ചിരുന്നില്ല.

'നിൽക്കൂ.'

ഞാനൊപ്പമെത്തി.

'എന്നെ വിട്ടേക്കൂ. എനിക്കുവേണ്ടി ഒരു പെണ്ണ് കാട്ടിൽ കാത്തിരിക്കു

ന്നുണ്ട്. എന്റെ ബീജം വഹിക്കുന്നവൾ. കുരുവംശക്കാരുടെകൂടെ കഴിയാൻ യോഗ്യതയില്ലാത്തവളാണെങ്കിലും എനിക്കവൾ മതി. പിന്നെ വിവാഹപ്രായ മാവാത്ത മാദ്രീസുതരേയും വിട്ടേക്കുക. ജടിലയ്ക്കും വാർക്ഷിക്കും തുണ ക്കാരുണ്ടാവട്ടെ. നമ്മുടെ യുഗത്തിലും.'

ജ്യേഷ്ഠൻ പോയപ്പോൾ ആകെ ഒരു കയ്പാണു തോന്നിയത്. പിന്നെ മനസ്സിനു ഭാരം ചൊരിഞ്ഞുകളഞ്ഞ ആശ്വാസം. കൗമാരകൗതൂഹലം കണ്ണു കളിൽനിന്നു വിട്ടുമാറിയിട്ടില്ലാത്ത ദ്രൗപദി. അവളെ പങ്കിട്ടനുഭവിക്കണ മത്രേ!

വീണ്ടും ഞാൻ എങ്ങോട്ടെന്നില്ലാതെ നടന്നു. കർമ്മാരക്കുടിലുകളിൽ നിന്നു കൂടം മേടുന്ന ശബ്ദം കേട്ടപ്പോഴാണ് അടുത്ത ഗ്രാമം എത്താറാ വുന്നു എന്നു മനസ്സിലായത്. തിരിച്ചു പോന്നു. ഇരുട്ടിൽ കുശവഗൃഹത്തിന്റെ പരിസരത്തിലെത്തിയപ്പോൾ ചെടിപ്പടർപ്പിൽനിന്ന് എന്തോ ശബ്ദം കേട്ടു. ഒരു കാലൊച്ച. ഒരു ചില്ലയൊടിക്കുന്ന ശബ്ദം. പകൽ ഞങ്ങൾക്കും പുതിയ ഒരു കൂട്ടം ശത്രുക്കളുണ്ടായിട്ടുണ്ട്. ഇരുട്ടിൽ പതുങ്ങി ജാലകത്തിനടുത്തേക്കു നീങ്ങുന്ന മനുഷ്യരൂപം ഞാൻ ശരിക്കും കണ്ടു. പിന്നാലെ ശബ്ദം കേൾക്കാ ത്തവിധം എത്തിച്ചേർന്നു. ശത്രുവല്ലെങ്കിൽ ശത്രുവിന്റെ ചാരൻ. എത്തിവ ലിഞ്ഞ് അകത്തേക്കു കയറാൻ ശ്രമിക്കുന്ന അവൻ എന്റെ കനത്ത ഭുജവല യത്തിലൊതുങ്ങിയപ്പോൾ പിടഞ്ഞു. വിചാരിച്ചതിലേറെ ബലവാനായ പ്രതി യോഗി. എങ്കിലും എന്റെ കൈയിൽനിന്നു കുതറി രക്ഷപ്പെടാൻ അയാൾക്കു കഴിഞ്ഞില്ല. കൊല്ലാനെളുപ്പമാണ്. അതിനുമുമ്പ് ശത്രു ആരാണെന്നറിയണം.

'നീയാര്? ആരുടെ ചാരനാണ്?'

'ചാരനല്ല. ശത്രുവുമല്ല.'

അപ്പോൾ ഇരുട്ടിൽ ആ മുഖം ഞാൻ തിരിച്ചറിഞ്ഞുവെന്നു സംശയം തോന്നി. പിടി വിട്ടപ്പോൾ അയാൾ പറഞ്ഞു: 'ഞാൻ ധൃഷ്ടദ്യുമ്നനാണ്. യുവ രാജാവ്. പരദേശത്തുനിന്നു വന്ന ബ്രാഹ്മണർ പാർക്കുന്ന കുടിലേതാണ്?'

ഞാൻ ചിരിച്ചു.

'അതിലൊരാളാണ് മുമ്പിൽ. സ്വാഗതം!'

അപ്പോൾ കുമാരനും എന്നെ തിരിച്ചറിഞ്ഞു.

'നിങ്ങളാരാണെന്ന് രഹസ്യമായറിയാൻ അച്ഛനയച്ചതാണെന്നെ.'

'ഞങ്ങളഞ്ചുപേരുണ്ട്. നല്ലകാലത്ത് ഞങ്ങളെ പാണ്ഡവരെന്ന് ആളു കൾ വിളിച്ചു.'

'ഊഹാപോഹങ്ങൾ പലതും കേട്ടു. അച്ഛൻ വളരെ അസ്വസ്ഥ നായപ്പോൾ ചാരപ്പണി ഞാൻതന്നെ ഏറ്റെടുത്തതാണ്.'

'ഞാൻ ഭീമസേനൻ. ദ്രൗപദിയെ മത്സരത്തിൽ നേടിയ വില്ലാളി എന്റെ അനുജൻ അർജ്ജുനൻ. ജ്യേഷ്ഠൻ യുധിഷ്ഠിരനും മാദ്രീസുതർ നകുല സഹദേവന്മാരും കൂടെയുണ്ട്.'

'ഓ, ഞങ്ങൾ സംശയിച്ചതുപോലെതന്നെ. ആശ്വാസം. വേത്രകീയന്റെ

സേവകൻ ബകനെ കൊന്നതും ഒരു ബ്രാഹ്മണനായിരുന്നു എന്നു കേൾക്കുന്നു. പുരുഷമേധം മുടക്കിയത്രേ.'

ഞാൻ ചിരിച്ചു.

'ബ്രാഹ്മണൻതന്നെ.'

'കിഴക്കൻകാട്ടിൽ ഋഷിവാടങ്ങൾ മുഴുവൻ തകർത്തു നടക്കുന്ന ഹിഡിംബനെ കൊന്നത്–'

'ബ്രാഹ്മണവേഷം കെട്ടുന്നതിനുമുമ്പ്. ഒരു വഴിപോക്കൻ.'

ചിരിച്ചുകൊണ്ട് ധൃഷ്ടദ്യുമ്നൻ എന്നെ വന്ദിച്ച് ആശ്ലേഷിച്ചു.

'ഞങ്ങളെന്തുചെയ്യണമെന്നു പറയൂ. ധൃതരാഷ്ട്രന്റെ പക്ഷഭേദങ്ങളെപ്പറ്റി ഞങ്ങളും അറിയും. ഞാനെന്തിനും കൂടെയുണ്ട്.'

'വേണ്ടിവരും. സഹായം ചോദിച്ചു ഞങ്ങൾ വരും. അടുത്തൊരിക്കൽ.'

അയാൾ എന്റെ കൈ പിടിച്ചു.

'സ്വാഗതം, എപ്പോഴും സ്വാഗതം!'

അകത്തു വന്ന് മറ്റുള്ളവരെ പരിചയപ്പെടാം, സഹോദരിയെ കാണാം എന്നൊക്കെ ഞാൻ നിർബ്ബന്ധിച്ചു.

ഇപ്പോഴില്ല. വിവാഹം കഴിയട്ടെ. അച്ഛനെ അറിയിക്കാൻ ഞാനിപ്പോൾത്തന്നെ പോകട്ടെ.'

ധൃഷ്ടദ്യുമ്നൻ പോയപ്പോൾ ഞാൻ വീടിനകത്തു കടന്നു. അമ്മയുടെ കാല്ക്കൽ ദ്രൗപദി ശാന്തമായി കിടന്നുറങ്ങുന്നു. എനിക്കായി കരുതിവച്ച ആഹാരത്തിനു മുമ്പിൽ ഞാൻ ചെന്നിരുന്നപ്പോൾ അമ്മ എഴുന്നേറ്റുവന്നു മൺചെരാതിലെ തിരി തെളിച്ചു.

'വിവാഹം ആഘോഷമായിത്തന്നെ നടത്തണം.'

ഞാൻ മൂളി.

സന്ധ്യയ്ക്കു ഞാൻ ബലിയും ദാനവും കൊടുത്തു. ആ ബ്രാഹ്മണനെത്തന്നെ വിദുരരുടെ അടുത്തേക്ക് അയയ്ക്കുകയും ചെയ്തു.

പിന്നീട് അമ്മ ബലരാമനും കൃഷ്ണനും നടത്തിയ സന്ദർശനത്തെപ്പറ്റി പറഞ്ഞു. ദ്വാരകയിലെ കൊട്ടാരത്തിന്റെ പണി തീർന്നിട്ടില്ല. എന്നാലും യാദവർ അവിടേക്കു താമസം മാറ്റിയിരിക്കുന്നു. ദുര്യോധനനെ ഗദായുദ്ധം പഠിപ്പിക്കാൻ ബലരാമൻ ഹസ്തിനപുരത്തു കുറേ ദിവസം താമസിച്ചുവെന്ന വിശേഷം പറഞ്ഞു.

'ആ പുരോഹിതൻ മഹാപണ്ഡിതനാണ്. ബഹുഭർത്തൃത്വത്തിൽ ദോഷാരോപണത്തിനു വഴിയില്ലെന്ന് അദ്ദേഹവും പറഞ്ഞു.'

അമ്മയും പറഞ്ഞുവരുന്നതെന്താണ്? യുധിഷ്ഠിരന്റെ പ്രേരണകൊണ്ടാണോ അമ്മ വീണ്ടും ദ്രൗപദിയുടെ വിവാഹക്കാര്യം എന്നോട് സംസാരിക്കുന്നത്? ഞാൻ പാഞ്ചാലരുടെ ബന്ധത്തിന്റെ പിൻബലത്തോടെ ഹസ്തിനപുരത്തിൽ ജ്യേഷ്ഠന്റെ അവകാശം സ്ഥാപിക്കുന്ന കാര്യം ഓർമ്മിപ്പിച്ചു. ദ്രുപദനെ മുഷിപ്പിക്കരുത്.

NAMBOODIRI

'അതാണിപ്പോഴത്തെ ആവശ്യം. ബഹുഭർത്തൃത്വത്തേക്കാൾ പാണ്ഡവരാലോചിക്കേണ്ട പ്രശ്നം അതാണിപ്പോൾ.'

'അതു വേണം. നിങ്ങളഞ്ചുപേരും പിണങ്ങിപ്പിരിയാതെ എന്നും നിന്നാലേ പാണ്ഡവരൊരു ശക്തിയാവൂ. അതിന് ആവശ്യമാണ് നീ പുച്ഛിച്ചു സംസാരിക്കുന്ന ഈ ബഹുഭർത്തൃത്വം. ശാസ്ത്രം സഹായത്തിനു വരുന്നെങ്കിൽ നല്ലത്. ഇല്ലെങ്കിലും....'

'പക്ഷേ....' ഞാനെന്തോ പറയാൻ വാക്കുകൾ തിരഞ്ഞു. ജ്യേഷ്ഠന്റെ മുന്നിൽ വാചാലനായി മാറിയ ഞാൻ ഇവിടെ വിഷമിക്കുന്നു.

'ദ്രൗപദിയെ നോക്കിയ കണ്ണുകളിലൊക്കെ കാമമുണ്ടായിരുന്നു. കൗമാരം വിടാത്ത സഹദേവനിലടക്കം ഞാൻ കണ്ടതാണ്. സ്ത്രീയായ എനിക്കേ അതു കാണാൻ കഴിയൂ.'

ഞാൻ ഭക്ഷണത്തിൽ നോക്കി തലകുമ്പിട്ടിരുന്നു. എനിക്കതു ബാധകമല്ല എന്ന ഉദാസീനഭാവത്തിൽ.

എന്റെ കണ്ണുകളിലും കാമത്തിന്റെ നാളങ്ങൾ അമ്മ കണ്ടുവോ? പക്ഷേ വെല്ലുവിളിയോടെ അമ്മയെ നോക്കാൻ എനിക്കു കഴിഞ്ഞില്ല.

ഞാൻ നെടുവീർപ്പിട്ടു. ഇളംതണുപ്പുള്ള നിശാവായുവിൽ എന്റെ അടുത്തേക്കു നനുത്ത സൗന്ദര്യം ഒഴുകിയെത്തുന്നുണ്ടോ? താമരപ്പൂവിന്റെ സൗരഭ്യം?

അമ്മ മൃദുവായ സ്വരത്തിൽ സംസാരിച്ചുകൊണ്ടിരുന്നു. ഈ അഞ്ചുപേർ ഒത്തുനില്ക്കുന്നതിലാണ് പാണ്ഡവരുടെ ശക്തി. അഞ്ച് അക്ഷൗഹിണികളേക്കാൾ കരുത്ത് അതിനാണ്.

'എന്റെ മക്കൾ ഒരു മഹാരാജ്യം വാഴണം.'

'വാഴും. ഇങ്ങനെയൊന്നുമില്ലെങ്കിലും ഞങ്ങൾ ഒരുമിച്ചു നില്ക്കും. ജയിക്കും.'

അമ്മ ചിരിച്ചു. കാലം മനുഷ്യരിൽ മാറ്റങ്ങൾ വരുത്തും. മാദ്രിയുടെ മക്കളാണെന്ന് കരുതി നകുലസഹദേവന്മാർ അകന്നുപോവരുത്. യുധിഷ്ഠിരനും ഞാനും തമ്മിൽ അഭിപ്രായഭേദങ്ങളുണ്ടാവരുത്. എല്ലാം ഓർത്തുകൊണ്ടാണ് അമ്മ, ദ്രൗപദി അഞ്ചുപേരുടേയും ഭാര്യയാവണമെന്നു നിശ്ചയിച്ചത്.

ഉച്ഛിഷ്ടം എടുത്തുകളഞ്ഞ് ഞാൻ വന്നപ്പോഴും അമ്മ അതേയിരിപ്പിൽത്തന്നെ.

'യുധിഷ്ഠിരനോടു നീ കയർത്തു സംസാരിച്ചുവെന്നു പറഞ്ഞു.'

ഞാൻ ന്യായീകരിച്ചില്ല. നിഷേധിച്ചതുമില്ല.

'രണ്ടാമൂഴത്തിൽ ദ്രൗപദിയെ നിനക്കും പ്രാപിക്കണമെന്നു തോന്നിയില്ലേ? എന്നെ നോക്കി സത്യം പറയൂ.'

ഞാൻ അമ്മയെ നോക്കാൻ ഭയപ്പെട്ടു. അഞ്ജനശലാകകൾ, നീലത്താമരയിതളുകൾ, എള്ളിൻപൂക്കൾ, മന്ദാരമൊട്ടുകൾ, മദകുംഭങ്ങൾ- മനസ്സിൽ അവ്യക്തചിത്രങ്ങൾ കൂടിക്കലർന്നു.

-ഇല്ല, ഞാനമ്മയെ നോക്കിയില്ല.

അമ്മ എഴുന്നേറ്റു പോവുകയാണെന്ന് ഉറപ്പായപ്പോൾ ഞാൻ തലയുയർത്തി. തിരിഞ്ഞുനിന്ന അമ്മയുടെ മുഖത്ത് നേർത്ത ചിരി തെളിഞ്ഞിരുന്നു.

'ഭിക്ഷ ദ്രൗപദിയാണെന്നറിഞ്ഞിട്ടുതന്നെയാണ് മന്ദാ, ഞാൻ പറഞ്ഞത്, പങ്കിടാൻ!'

അമ്മ അകത്തേക്കു പോയപ്പോൾ ഞാൻ ദുഃഖിച്ചു. അമ്മയുടെ മുമ്പിൽ ദുർബ്ബലനായി നില്ക്കേണ്ടിവന്നതിലുള്ള ദുഃഖം. പിന്നെ അറിയാതെ അടക്കിപ്പിടിച്ച ഒരു ചിരി പൊട്ടി.

ബീജം ഏറ്റുവാങ്ങുന്ന ഗർഭപാത്രങ്ങൾ, വിത്തുവിതയ്ക്കാൻ മാത്രമായ വയലുകൾ, പിന്നെ എന്തെല്ലാം! നിങ്ങൾ ഈ സ്ത്രീയെ കണ്ടില്ല. എന്റെ അമ്മയെ!

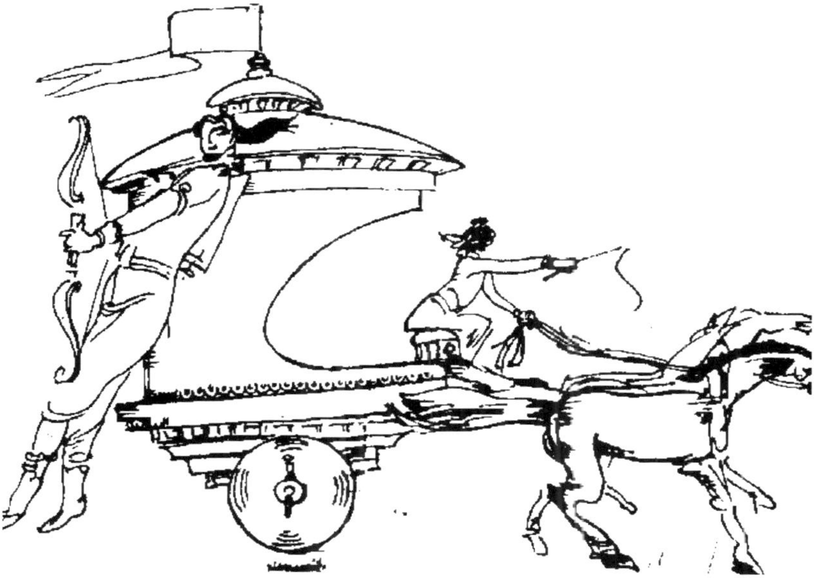

4

അക്ഷഹൃദയം

ഒന്ന്

മനസ്സിൽ കണക്കുകൂട്ടുകയായിരുന്നു. ദിവസങ്ങളും മാസങ്ങളും. മന്ദിരങ്ങളുടെ നിർമ്മാണത്തിലെ വേഗക്കുറവാണ് എന്നെ ചൊടിപ്പിക്കുന്നതെന്നു ശില്പികളും പരിചാരകന്മാരും കരുതി.

കല്പണിക്കാരും മരപ്പണിക്കാരും രാവും പകലും പണിയെടുത്തു. കാടു നഗരമായി മാറുകയായിരുന്നു. ആർക്കും വേണ്ടാതെ കാടായിക്കിടന്ന ഖാണ്ഡവപ്രസ്ഥം. ഇതു ഞങ്ങൾക്കു വിഹിതമായി തന്ന് ഇങ്ങോട്ടയച്ചപ്പോൾ പുതിയ കമ്പോളങ്ങളുടെ സാദ്ധ്യത കണ്ട് വൈശ്യർ ആദ്യം കുടിയേറിപ്പാർത്തു. അമ്മയുടെ പഴയ പരിചാരികമാരുടെ പതിനെട്ടു ശൂദ്രകുടുംബങ്ങൾ മാറിയപ്പോൾ അവരുടെ ബന്ധുക്കളും പരിചയക്കാരുമായി വളരെപ്പേർ പിന്നീടു വന്നു. വൃക്ഷങ്ങൾ സുലഭമായതുകൊണ്ട് വീടുകൾ മായാജാലം കൊണ്ടെന്നപോലെ ഉയർന്നു. പണ്ടേ ഉണ്ടായിരുന്ന നാലു വനമന്ദിരങ്ങളിലാണ് ഞങ്ങൾ താമസം തുടങ്ങിയത്. രാജാക്കന്മാര് വല്ലപ്പോഴും നായാട്ടിനു വരുമ്പോൾ താമസിക്കാൻ വെച്ച വലിയ കൊട്ടാരത്തിൽ യുധിഷ്ഠിരൻ. രണ്ടാമത്തെ വലിയ മന്ദിരത്തിൽ അമ്മയും നകുലസഹദേവന്മാരും. മൂന്നാമത്തേത് അർജ്ജുനനു കൊടുത്ത് കാടിന്റെ അതിർത്തിയോടു തൊട്ടുകിടക്കുന്ന ഏറ്റവും ചെറിയ വീടാണ് ഞാനെടുത്തത്. അകമ്പടിക്കാർക്കുള്ളതായിരുന്നുവത്രെ.

ഹസ്തിനപുരത്തിൽ ഞങ്ങൾ തിരിച്ചെത്തിയത് രാജകുമാരന്മാരുടെ പ്രൗഢിയിൽത്തന്നെയായിരുന്നു. ദ്രുപദന്റെ കൊട്ടാരത്തിൽ ധൃഷ്ടദ്യുമ്നൻ ആതിഥ്യംകൊണ്ട് എന്നെ വീർപ്പുമുട്ടിച്ചു. സമ്മാനങ്ങൾകൊണ്ട് രാജാവ് അഞ്ചുപേരെയും അമ്പരപ്പിച്ചു.

ഭീഷ്മപിതാമഹനോ വിദുരരോ അറിയാതെ ദുര്യോധനനും കർണ്ണനും ഓർക്കാപ്പുറത്തു വന്ന് ഒരൊളിയുദ്ധം നടത്തി. സൗബലൻ ശകുനിയും ഭൂരിശ്രവാവും ജയദ്രഥനും കൂട്ടത്തിലുണ്ടായിരുന്നു. വിരുന്നിനിടയ്ക്കു വന്നു ചേർന്ന യുദ്ധം ഒരാപത്തല്ല. ഒരു വിനോദംപോലെയാണ് ധൃഷ്ടദ്യുമ്നൻ കണ്ടത്. എന്റെ ആദ്യത്തെ യുദ്ധം. അർജ്ജുനന് അമ്പുകളൊന്നും പിഴയ്ക്കാത്ത ദിവസം. പാഞ്ചാലകുമാരന്റെ രഥയുദ്ധം അമ്പരപ്പിക്കുന്നതായിരുന്നു.

കോട്ടവാതിലിനു വളരെ അകലെവച്ചുതന്നെ ഞങ്ങളെവരെ നേരിട്ടു.

പാഞ്ചാലപ്പടയ്ക്കു യുദ്ധം ലഹരിയാണ്. മുൻനിരയിൽ ദുര്യോധനനും കർണ്ണനുംതന്നെയായിരുന്നു. കഷ്ടിച്ചു മൂന്നുനാഴിക മാത്രമേ യുദ്ധം നീണ്ടു നിന്നുള്ളു. കൗരവരുടെകൂടെ വന്ന നാല്പതു ദാസന്മാരുടെ മൃതദേഹങ്ങൾ ഞങ്ങളെണ്ണി. ആറു കുതിരകളും. ഞങ്ങളുടെ കൂട്ടത്തിൽ രണ്ടുപേർക്കു മുറിവേറ്റു. ഒരു ഭടൻ മരിച്ചു.

കർണ്ണൻ തേർത്തട്ടിൽ വീഴുന്നതു കണ്ടുവെന്ന് അർജ്ജുനൻ പറഞ്ഞു. വിദഗ്ദ്ധനായ സാരഥി തേർ തിരിച്ചു പിൻവാങ്ങിയതുകൊണ്ട് മുറിവ് എത്രത്തോളമുണ്ടെന്നറിഞ്ഞില്ല.

പിന്നെയാണ് രമ്യതയിൽ കഴിയുന്നതിന്റെ ആവശ്യം അന്ധരാജാവിന് ഓർമ്മവന്നത്! സന്ദേശവുംകൊണ്ട് വന്ന വിദുരരെ ധൃഷ്ടദ്യുമ്നൻ പരിഹസിച്ചു. അദ്ദേഹം വെറും ദൂതനാണ്, ഞങ്ങൾ അദ്ദേഹത്തോട് വളരെയേറെ കടപ്പെട്ടിരിക്കുന്നു എന്ന് ഞാൻ ധൃഷ്ടദ്യുമ്നനെ ഓർമ്മിപ്പിച്ച് അടക്കിയിരുത്തി.

കാടാണ് പകുത്തുതരുന്നതെങ്കിലും സ്വീകരിക്കാൻ വിദുരൻ നിർബ്ബന്ധിച്ചു. ഇവിടെ രാജധാനി പണിയാം. ഹസ്തിനപുരത്തുകാർ ഇങ്ങോട്ടു കുടിയേറിപ്പാർക്കുമ്പോൾ ഇതും നഗരമായി മാറുമെന്ന് അദ്ദേഹം ഓർമ്മിപ്പിച്ചു.

സമ്പന്നരായാണ് ഞങ്ങൾ ഖാണ്ഡവപ്രസ്ഥത്തിൽ വരുന്നത്. പാഞ്ചാലത്തുനിന്നും ശില്പികൾ വന്നു. കഴുതകളെപൂട്ടിയ വണ്ടികളിൽ ധനവും ധാന്യങ്ങളും ദ്രുപദനയച്ചു. വിവാഹസമ്മാനമായി കൃഷ്ണനും ധാരാളം ദ്രവ്യങ്ങളയച്ചു. ദ്രുപദന്റെ മുമ്പാകെ വച്ചു കൃഷ്ണൻ ദ്രൗപദിക്കും ഞങ്ങൾക്കും പൊന്നും മുത്തും കാഴ്ചവച്ചപ്പോൾ അമ്മയ്ക്ക് സന്തോഷം കൊണ്ട് കണ്ണു നിറഞ്ഞു. സഹോദരപുത്രനിൽനിന്നു അമ്മ ഇത്രയേറെ പ്രതീക്ഷിച്ചതല്ല.

പഴയ കൊട്ടാരത്തിൽ മധുവിധു ആരംഭിച്ച യുധിഷ്ഠിരൻ വല്ലപ്പോഴുമേ പുറത്തുവരാറുള്ളു. പുതിയ നഗരം ഉയരുന്നതു കാണാൻ ഇടയ്ക്കൊക്കെ ദ്രൗപദിയേയും കൊണ്ടുവരുമെന്നു കരുതി. അതുണ്ടായില്ല.

ഒരു വർഷം ദ്രൗപദി ഒരാളുടെ കൂടെ. അതിനിടയ്ക്കു മറ്റുള്ളവർ ആ ഗൃഹത്തിൽ പോകരുതെന്നുകൂടി അമ്മ ഒരു നിയമം വെച്ചു. നിയമം അമ്മയുടെയാണോ അതോ യുധിഷ്ഠിരന്റെയാണോ എന്നു ഞങ്ങൾക്കറിഞ്ഞുകൂടാ. 'മഹർഷിമാർ പറഞ്ഞിരിക്കുന്നു' എന്ന മുഖവുരയോടെയാണ്

ഞങ്ങൾ നാലുപേരേയും വിളിച്ചു നിർത്തി അദ്ദേഹം വ്യവസ്ഥകൾ അറിയിക്കാൻ തുടങ്ങിയത്. 'എല്ലാം നമ്മുടെ നന്മയ്ക്കാണ് എന്നു പറഞ്ഞ് സമാഹരിക്കുകയും ചെയ്തു.

ആനകളെക്കൊണ്ടു മരം പിടിപ്പിക്കുന്നതു നോക്കിക്കൊണ്ട് ഞാൻ നിൽക്കെ, യുധിഷ്ഠിരൻ വന്നു. ഈയിടെയായി അസംതൃപ്തിയാണ് എപ്പോഴും അദ്ദേഹത്തിന്റെ മുഖത്തു സ്ഥിരമായ ഭാവം.

'അർജ്ജുനന്റെ സന്ദേശം വല്ലതുമുണ്ടോ' ഞാൻ ചോദിച്ചു.

അദ്ദേഹം ഒന്നും പറഞ്ഞില്ല. പിന്നെ എന്തോ ആലോചിച്ചുകൊണ്ടെന്നപോലെ ചോദിച്ചു:

'അർജ്ജുനൻ തീർത്ഥാടനത്തിനോ പോയത്, അതോ മാരകേളിക്കോ?'

എനിക്കു കാര്യം വ്യക്തമായില്ല. ഏകദേശം ഞാനൂഹിച്ചു.

'ഒരു നാഗകന്യകയുടെ കാര്യം ഞാൻ കേട്ടു. നാഗന്മാർ നല്ലവരാണ്. ഞാൻ മുമ്പു പറഞ്ഞിട്ടുണ്ടല്ലോ. പ്രമാണകോടിയിൽ കരയ്ക്കെത്തിയപ്പോൾ–'

'ഉവ്വ്. ഉവ്വ്. പക്ഷേ, ഞങ്ങൾ രണ്ടാമതൊരുവളുടെ വിവരം കൂടി കേട്ടു. മണിപ്പൂരിലെ ഒരു ചിത്രവാഹനന്റെ മകൾ. ക്ഷത്രിയരാണോ എന്തോ!'

അദ്ദേഹം ആരോടൊക്കെയോ നീരസമുള്ളപോലെ പെട്ടെന്നവിടെ നിന്നു നടന്നു.

അർജ്ജുനന് തീർത്ഥയാത്രയിൽ സുന്ദരിമാരെ കിട്ടിയതിൽ അത്ഭുതപ്പെടാനൊന്നുമില്ല.

ആവശ്യമില്ലാത്ത ഒരാത്മപീഡനമായിരുന്നു അനുജന് ഈ തീർത്ഥയാത്ര. ഞങ്ങളൊക്കെ വേണ്ടെന്നു പറഞ്ഞു. അയാൾ നിർബ്ബന്ധം പിടിച്ചു. പക്ഷേ, ഖാണ്ഡവപ്രസ്ഥത്തിലിരിക്കുന്നതിനേക്കാൾ രസമുണ്ടാവും തീർത്ഥയാത്രയ്ക്കിടയിൽ എന്നു കരുതിക്കൊണ്ടു തന്നെയായിരിക്കും.

ഒരു രാത്രിയിൽ കാട് കുറെക്കൂടി വടക്കോട്ടു വെട്ടിത്തെളിക്കുന്ന കാര്യം ഞങ്ങൾ പറഞ്ഞിരിക്കുകയായിരുന്നു. അപ്പോൾ ഒരു ബ്രാഹ്മണൻ ഓടിക്കിതച്ചുകൊണ്ടുവന്നു. കുറേ പശുക്കളേയും കൊണ്ടു മുമ്പേ വന്നു താമസമാക്കിയ കുടിയേറ്റക്കാരിലൊരാൾ. അദ്ദേഹത്തിന്റെ പശുക്കളെ കാണാനില്ല. കാട്ടിലെ ഒരു കള്ളക്കൂട്ടം അവയെ തെളിച്ചു പോകുന്നതു കണ്ടവരുണ്ട്.

അർജ്ജുനൻ ധൃതിയിൽ ഓടിപ്പോയി. ബ്രാഹ്മണൻ കാത്തുനിന്നു. അയാൾ പറഞ്ഞു:

'ഇവിടെ ഇപ്പോൾ ഭരണമുണ്ടെന്ന് ഒന്നു മനസ്സിലാക്കിക്കൊടുക്കണം.'

അർജ്ജുനൻ തിരിച്ചുവന്നതു സാവധാനത്തിലായിരുന്നു. നിറച്ച ആവനാഴിക്കു പുറമെ എടുത്ത അമ്പുകൾ അരയ്ക്കു ചുറ്റും തിരുകിക്കൊണ്ട് ഒരു വിഡ്ഢിച്ചിരിയോടെ അയാൾ പറഞ്ഞു: 'ഒരബദ്ധം പറ്റി. ആയുധങ്ങൾ വലിയ കൊട്ടാരത്തിലായിരുന്നു. നിയമം മറന്ന് ഞാൻ ഓടിക്കയറി. അപ്പോൾ അബദ്ധം.... അവരെ ലജ്ജിപ്പിക്കേണ്ടിവന്നു.

ഞാൻ കാത്തുനില്ക്കുന്ന ബ്രാഹ്മണന്റെ കാര്യം ഓർമ്മിച്ചു പറഞ്ഞു: 'ശരി, വന്നിട്ടാലോചിക്കാം.'

ജ്യേഷ്ഠൻ പുറത്തു വരുമെന്നു കരുതി. കണ്ടില്ല. പശുക്കൂട്ടത്തെ തിരിച്ചുപിടിച്ച് കീഴടങ്ങിയ കൊള്ളക്കാരെക്കൊണ്ടു സത്യം ചെയ്യിച്ച് അർജ്ജുനൻ മടങ്ങിവന്നു. അപ്പോഴേക്കും നിയമം ലംഘിച്ച കാര്യം അമ്മയുടെ മുമ്പാകെ വന്നുകഴിഞ്ഞിരുന്നു.

യുധിഷ്ഠിരൻ പറഞ്ഞു: 'അത്ര വലിയ കാര്യമാക്കേണ്ട. ശാസ്ത്രപ്രകാരം പറഞ്ഞാൽ– ജ്യേഷ്ഠപത്നിയെ ആ രൂപത്തിൽ കണ്ടു പോയത്....'

അമ്മയെ സാക്ഷിനിറുത്തിയാണ് സംസാരിക്കുന്നത്. അർജ്ജുനൻ ഒരു വാദപ്രതിവാദത്തിനിടകൊടുത്തില്ല. ' നിയമപ്രകാരം ഞാൻ പന്ത്രണ്ടു മാസം തീർത്ഥയാത്ര നടത്തണം. അത്രയല്ലേയുള്ളു? തെറ്റിന് ഞാൻ അർഹിക്കുന്നതുതന്നെ ശിക്ഷ.'

യാത്രയ്ക്കുവേണ്ടി തയ്യാറെടുക്കുമ്പോൾ അർജ്ജുനൻ പറഞ്ഞു: 'എവിടെയെങ്കിലും അലഞ്ഞു നടക്കണമെന്നു തോന്നിത്തുടങ്ങിയതായിരുന്നു. ഒരു തരത്തിൽ ഇതനുഗ്രഹമായി.'

അയാൾ രാത്രിതന്നെ സ്ഥലംവിട്ടു.

ഉലൂപിയുടെ വാർത്തയ്ക്കു പിന്നാലെ വന്നു ചിത്രാംഗദയുടെ വിവാഹക്കാര്യം. പിന്നെ ഒരു നാലുമാസം കഴിഞ്ഞാണ്. അമ്മയും ഞങ്ങൾ മൂന്നു പേരും ജ്യേഷ്ഠന്റെ മുമ്പിലേക്കു ക്ഷണിക്കപ്പെട്ടു. ഞങ്ങൾ നാലുപേരും പുറംതളത്തിൽ കാത്തുനില്ക്കുമ്പോൾ അദ്ദേഹം അകത്തുനിന്ന് ഉല്ലാസഭരിതനായി കടന്നു വന്നു.

'ദ്വാരകയിൽനിന്ന് ഒരു ദൂതൻ വന്നിരിക്കുന്നു. അർജ്ജുനന്റെ സന്ദേശം. കൃഷ്ണസഹോദരി സുഭദ്രയെ വിവാഹം കഴിക്കാൻ അർജ്ജുനൻ അനുമതി ചോദിച്ചിരിക്കുന്നു.'

അമ്മയ്ക്കറിയേണ്ടത് ബലരാമനും കൃഷ്ണനും സമ്മതിച്ചോ എന്നതാണ്.

'കൃഷ്ണന് പൂർണ്ണസമ്മതം. സന്തോഷം. ബലരാമജ്യേഷ്ഠനും സമ്മതിക്കേണ്ടിവന്നു. അർജ്ജുനന്റെ കൂടെ ഒളിച്ചോടാൻ തയ്യാറായി നിന്നുവത്രേ സുഭദ്ര. സമ്മതിക്കാതെ വയ്യെന്നായി.'

ജ്യേഷ്ഠൻ ആവശ്യത്തിൽ കൂടുതൽ, പതിവില്ലാതെ ഉച്ചത്തിലാണ് സംസാരിക്കുന്നത്.

അകവാതിലിനപ്പുറത്തെവിടെയോനിന്ന് താമരപ്പൂവിന്റെ ഗന്ധമുണ്ടോ?

അദ്ദേഹം ഉലാത്തികൊണ്ട് കുറച്ചു തന്നോടും കുറച്ചു ഞങ്ങളോടുമെന്നപോലെ സംസാരിച്ചു:

'കൃഷ്ണൻ നല്ല സുഹൃത്താണ്. അമ്മാവന്റെ മകനാണ്. ചക്രായുധത്തിൽ കൃഷ്ണനെ ജയിക്കാവുന്ന ഒരു യോദ്ധാവും ഇന്നില്ല. കൃഷ്ണനും യാദവരും കൂടി നമ്മുടെ ഒപ്പം വന്നാൽ– അമ്മ എന്തു നിശ്ചയിക്കുന്നു?'

അമ്മ ചോദിച്ചു: 'എവിടെ ആ ദൂതൻ? അയാൾക്കും സമ്മാനങ്ങൾ കൊടുക്കണം. എല്ലാവരുടെയും അനുഗ്രഹമുണ്ടെന്നു പറഞ്ഞയയ്ക്കു. വരവർണ്ണിനിയായ സുഭദ്രയോടും.'

ഒരു വർഷത്തിനിടയ്ക്കു മൂന്നു സുന്ദരിമാരെ പരിണയിച്ചു അർജ്ജുനൻ. ഇവിടെ അയാൾ അസ്ത്രവിദ്യയിലെ അത്ഭുതസിദ്ധികൊണ്ടു നേടിയ ആദ്യത്തെ കന്യകയുടെ മധുവിധു ഇനിയും അവസാനിച്ചിട്ടില്ല.

വർഷം തികയാനുള്ള ദിവസം അടുത്തെത്തുന്നു. ദ്രുപദന്റെ രാജധാനിയിൽ വച്ചു നടന്ന വിവാഹാഘോഷം തൊട്ട് ഞാൻ ദിവസങ്ങളും മാസങ്ങളും എണ്ണിത്തുടങ്ങിയതാണ്.

എന്റെ വസതിയിൽ നാലു ദിവസങ്ങൾക്കകം തന്നെ ദ്രൗപദിക്കുവേണ്ടിയാണെന്നറിയിക്കാതെ ഞാൻ ചില ഒരുക്കങ്ങൾ ചെയ്തിരുന്നു. പിൻവശത്തെ അങ്കണത്തിൽ നട്ട ചെടികളിൽ പൂക്കൾ വിടർന്നുകഴിഞ്ഞു. കാട്ടുവള്ളികൾ കെട്ടി ചുവന്ന ദേവദാരുപ്പലകകൾകൊണ്ടു തീർത്ത തൂക്കുമഞ്ചത്തിൽ മൃദുവായ കുശപ്പുല്ലുകൾ തിരഞ്ഞെടുത്ത് ഒരു ശയ്യാതലം ഒരുക്കി.

വിശോകന്റെ നിർദ്ദേശങ്ങൾക്കനുസരിച്ച് അകത്തു ശില്പികൾ ചില അലങ്കാരങ്ങൾ നടത്തി. എന്റെ ഉദ്യാനപ്രിയവും, അലങ്കാരപ്രിയവും വിശോകനിൽ ഒരത്ഭുതവുമുണ്ടാക്കിയിട്ടില്ല.

'ദിവസമടുത്തില്ലേ?' അയാൾ ഉദാസീനഭാവത്തിൽ ചോദിച്ചു.

അതേമട്ടിൽത്തന്നെ ഞാനും: "ഉവ്വെന്നു തോന്നുന്നു."

നാലാം പ്രഭാതത്തിൽ ബ്രാഹ്മണരെ വരുത്തുമെന്നും എന്തെങ്കിലും ചടങ്ങുകളുണ്ടാവുമെന്നും ഞാൻ കരുതി. ഞാൻ ഈ പരിസരത്തിലൊക്കെയുണ്ട് എന്ന് ഓർമ്മിപ്പിക്കുന്നപോലെ ഞാൻ അമ്മയുടെ ചുറ്റുവട്ടത്തിൽ നടന്നു നോക്കി.

പുതിയ ആനപ്പന്തികളുടെ പണി നടക്കുകയായിരുന്നു. അപ്പോൾ പ്രതീക്ഷിക്കാത്തവിധം ദ്രൗപദി ഞാൻ നില്ക്കുന്നേടത്തേക്കു വന്നു.

കഴിഞ്ഞ ഒരു വർഷത്തിനിടയ്ക്ക് മൂന്നു തവണ, അതും അകലെനിന്നു മാത്രമാണ് ഞാൻ ദ്രൗപദിയെ കണ്ടിട്ടുള്ളത്.

അവളുടെ ശരീരം കുറച്ചുകൂടി മാംസളമായിട്ടുണ്ട്. ശുഭ്രവസ്ത്രങ്ങളിൽ മാത്രമാണ് ഇപ്പോഴും അവൾക്കു പ്രിയമെന്നു തോന്നി. മുടിക്കെട്ടിൽ വളച്ചിട്ട ഒരിഴ വള്ളിമുല്ലപ്പൂമാല. അടുത്തു കണ്ടപ്പോൾ ആദ്യം തോന്നിയത്, ദ്രുപദരാജധാനിയിൽ കണ്ട ബാലിക യുവതിയായിരിക്കുന്നു! നനവുണ്ടെന്നു തോന്നുന്ന വലിയ നീലക്കണ്ണുകളിൽ മന്ദസ്മിതത്തിന്റെ തിളക്കം. ഏകാവലി മാത്രമുള്ള മാറത്ത് നേരത്തേ ഇട്ട കൈതപ്പൂമ്പൊടിയുടെ അവശിഷ്ടം.

പണിസ്ഥലത്തെ പൊടിമണ്ണിൽ ആറാടിനില്ക്കുന്ന എന്റെ അർദ്ധനഗ്നശരീരത്തിൽ അവളുടെ കണ്ണുകൾ സഞ്ചരിച്ചു. പാഞ്ചാലത്തു നിന്നു വന്ന ആനകളെ ചട്ടം പഠിപ്പിക്കുന്നതു കാണാൻ ഞാൻ ക്ഷണിച്ചു.

'മദിച്ച ആനയോട് ഒറ്റയ്ക്കു യുദ്ധം ചെയ്യുമെന്ന് ആരോ ദാസിമാർ

പറഞ്ഞു. ശരിയാണോ?'

ഞാൻ ചിരിച്ചു: 'വേണ്ടിവന്നിട്ടില്ല, ഇതുവരെ.'

'ബകൻ ദിവസവും ഒരു വണ്ടിനിറയെ ഭക്ഷണവും വണ്ടി വലിച്ചു വരുന്ന രണ്ടുപോത്തുകളെയും തിന്നിരുന്നുവെന്നു കേട്ടു. അത്ര ഭയങ്കരനായിരുന്നോ?'

'പറഞ്ഞു മൊഴികൾ പകർന്നപ്പോൾ വലുതായതാണ് ബകൻ. അതൊരു നിസ്സാരയുദ്ധമായിരുന്നു.'

'മരിക്കുമ്പോൾ അവൻ നിലവിളിച്ചതു കേട്ട് നാടു മുഴുവൻ നടുങ്ങി, രക്തം ഗംഗവരെ ഒഴുകി എന്നൊക്കെയാണിപ്പോൾ കഥ. നടന്നത് അതേപോലെ പറയൂ.'

ഞാൻ അമ്പരന്നു. യുദ്ധം അർദ്ധബോധത്തിലാണു നടക്കുന്നത്. ആരാദ്യം കൊല്ലാനുള്ള അവസരം കണ്ടെത്തും എന്നതാണു നോട്ടം. കാട്ടാളനും നിഷാദനും ശാസ്ത്രമറിയില്ല. കൊല്ലാനറിയാം. സൂതർക്കോ മാഗധർക്കോ പാടാൻ പറ്റിയ കഥയല്ല അവരോടുള്ള യുദ്ധം. ഒരു സുന്ദരിയെ രസിപ്പിക്കാൻ പറയേണ്ടതുമല്ല.

ഞാൻ പറഞ്ഞു: 'ഭാഗ്യം എന്റെ പക്ഷത്തിൽ നിന്നു. അത്ര മാത്രം.'

'സ്വയംവരമണ്ഡപത്തിൽ ശരിക്കും ഒരു യുദ്ധം കാണാമെന്നു കരുതി. വീരന്മാരൊക്കെ വാക്കുകൊണ്ടു യുദ്ധം തുടങ്ങി. പിന്നെ ഓടി അല്ലേ?'

അവൾ ചിരിച്ചു.

'ഗംഗവരെ ഒഴുകുന്ന ചോര.... അതാണു കാണേണ്ട കാഴ്ച!'

ഞാൻ യുദ്ധവും വധവും വിവരിക്കാതെകഴിക്കാൻ ചോദിച്ചു: 'അർജ്ജുനൻ എന്നു വരുന്നു?'

പ്രയാസപ്പെട്ടു നിയന്ത്രിച്ചിട്ടും അവളുടെ നീലക്കറുപ്പുള്ള കവിളുകളിൽ രക്തച്ഛവി പരന്നു.

'അറിയില്ല.' അവൾ പതുക്കെ പറഞ്ഞു.

നിർമ്മാണം കഴിയാറായ ഒരു സൗധത്തിന്റെ നേർക്ക് അവൾ നടന്നു. ഞാൻ പിറകെ.

കാഴ്ചയ്ക്കു ഹിഡിംബിയേക്കാൾ വളരെ ചെറിയ ശരീരഘടനയുള്ള ഈ യുവതിയുടെ മുമ്പിൽ ഞാൻ പതറിപ്പോകുന്നുണ്ട്. സ്വയം ശാസിച്ചു: കല്പന കാത്തുനില്ക്കുന്ന സേവകനല്ല, യജമാനനാണ്, ഭർത്താവ്.

എന്റെ ഉദ്യാനം കാണാവുന്ന ഇടത്തിലെത്തിയപ്പോൾ ഞാൻ നിന്നു.

അവൾ അതു ശ്രദ്ധിക്കാതെ പറഞ്ഞു: 'സുഭദ്ര കറുത്തിട്ടാണോ?'

'അറിയില്ല.'

'യാദവസ്ത്രീകളുടെ സൗന്ദര്യത്തെപ്പറ്റി ആരും അത്ര പാടിപ്പുകഴ്ത്തുന്നത് കേട്ടിട്ടില്ല.'

ഞങ്ങൾ വീണ്ടും നടന്നു. ഉദ്യാനത്തിലൂടെ, തൂക്കുമഞ്ചത്തിനു സമീപത്തിലൂടെ, കടന്നുപോകുമ്പോൾ അവൾ അതു ശ്രദ്ധിച്ചില്ല. പിന്നെ

പെട്ടെന്നു ചിരിച്ചുകൊണ്ടു നിന്നു.

'ഞാനിപ്പോൾ ഒരുവിധം ചൂതുകളിക്കും. പഠിപ്പുതുടരുന്നുണ്ട്.'

ഞാനും ചിരിച്ചു. കാട് തൊട്ടു മുമ്പിലാണ്. വൃക്ഷക്കൂട്ടങ്ങൾക്കിടയിലേക്കു നോക്കിക്കൊണ്ടു ദ്രൗപദി ചോദിച്ചു : 'കാട്ടാളത്തിമാരുടെ ഭാഷ എങ്ങനെയാണ്?'

വിശോകന്റെ മേൽനോട്ടത്തിൽ പിന്നിൽക്കാണുന്ന മന്ദിരവും ചുറ്റുമുള്ള ഉദ്യാനവും ഊ തൂക്കുമഞ്ചവും എല്ലാം ഒരുങ്ങിനില്ക്കുകയാണെന്നറിയുന്നില്ലേ ദ്രൗപദി? ഞാൻ ചോദ്യം കേട്ടില്ലെന്നു നടിച്ചു.

'ഇന്നൊരു ബലിയുണ്ട്. ബ്രാഹ്മണർ എത്തിക്കഴിഞ്ഞിരിക്കും. നടക്കട്ടെ.'

അവൾ വിയർക്കാൻ തുടങ്ങുന്നു. വിയർപ്പിന്റെ സുഖകരമായ ഗന്ധമേറ്റു വാങ്ങാൻ തയ്യാറായി അടുത്തേക്കു നീങ്ങി ഞാൻ ചുമലിൽ കൈവയ്ക്കുമ്പോൾ അവൾ പിന്നിലേക്കു മാറിനിന്നു.

'പുത്രലബ്ധിക്കാണ് ഇന്നത്തെ ബലി. അർജ്ജുനനു നഷ്ടപ്പെട്ട വർഷം കൂടി യുവരാജാവിന്റെ ഊഴത്തിൽ ചേർന്നതാണെന്നറിയില്ലേ?'

അവൾ നടന്നു. പിന്നെ കുറച്ചടികൾ നടന്നപ്പോൾ തിരിഞ്ഞുനിന്നു മന്ദഹസിച്ചു. ആശ്വാസമോ വാഗ്ദാനമോ ആ കണ്ണുകളിൽ? അതോ വെറും സഹതാപമോ?

ഞാൻ തനിച്ചായി. ദൂരെനിന്നു തോരൊച്ച അടുക്കുന്നതു കേട്ടു.

വലിയ കൊട്ടാരത്തിന്റെ പരിസരത്തിൽ മൂന്നു തേരുകൾ വന്നു നിന്നു. ഒന്നാമത്തേതിൽനിന്ന് ആദ്യം ഇറങ്ങിയത് ബലരാമനാണ്. പിന്നെ കൃഷ്ണൻ.

പുഷ്പങ്ങൾ കൊണ്ടലങ്കരിച്ച രണ്ടാത്തെ തേരിൽനിന്ന് അർജ്ജുനൻ ഇറങ്ങി. അയാൾ നീട്ടിയ കൈ പിടിച്ചു സുഭദ്രയും. തല പകുതി മറച്ചിട്ട ശിരോവേഷ്ടനത്തിനു താഴെ സീമന്തഹാരത്തിലെ മരതകക്കല്ലുകൾ തിളങ്ങി. ഇളം ചുവപ്പുനിറമുള്ള ശരീരം. അമ്മ പറഞ്ഞതുപോലെ അകലെനിന്നുള്ള ഒറ്റനോട്ടത്തിൽത്തന്നെ അറിയാം. വരവർണ്ണിനിതന്നെ സുഭദ്ര.

ചൂടുള്ള ശ്വാസം എന്റെ ദേഹത്തിൽ തട്ടി. ദ്രൗപദി അടുത്തുവന്നുനിന്ന് വരവേല്പു നോക്കിനിൽക്കുകയാണ്.

'സ്വീകരിക്കാൻ എന്നെ തിരഞ്ഞു ദാസിമാർ വിഷമിക്കരുതല്ലോ. നടക്കട്ടെ.'

പോകുമ്പോൾ അവൾ തിരിഞ്ഞുനിന്നു പറഞ്ഞു: 'ഭീമസേനന്റെ കരബലംകൊണ്ടാണ് ദ്രുപദസദസ്സിൽനിന്ന് അർജ്ജുനൻ രക്ഷപ്പെട്ടത്. ഞാൻ എപ്പോഴും ഓർക്കാറുണ്ട്.'

അവൾ നടന്നു കൊട്ടാരത്തിന്റെ പിന്നിൽ മറഞ്ഞു.

ഞാൻ ബലരാമനെ നമസ്ക്കരിച്ചു. കൃഷ്ണൻ എന്നെ വന്ദിച്ചു. അർജ്ജുനന്റെ പ്രണാമം ഞാൻ സ്വീകരിച്ചു. അയാൾ കൂടുതൽ കറുത്തിരിക്കുന്നു.

വരവേല്പിന്റെ ആഘോഷവും പുത്രലബ്ധിക്കുള്ള യുധിഷ്ഠിരന്റെ

ഹോമവും രണ്ടിടത്തായി നടന്നു.

മദ്യകുംഭങ്ങൾ യാദവരുടെ മുമ്പിൽ നിരത്തി. അവരുടെ സുഖസൗകര്യങ്ങൾ നോക്കാൻ സഹദേവനെ പ്രത്യേകം ഏല്പിച്ചു. നകുലൻ ഹോമത്തിന്റെ മേൽനോട്ടം നടത്തി. ഞാൻ രണ്ടിടത്തും എല്ലാം ശരിക്കു നടക്കുന്നില്ലേ എന്നറിയാൻ മാറി മാറി നിന്നു. മൈത്രമുഹൂർത്തംവരെ ആഘോഷം നീണ്ടുനിന്നു.

അവസാനം എന്റെ ശയ്യാഗാരത്തിലെത്തിയപ്പോൾ അതുവരെ സൽക്കരിക്കുകയായിരുന്ന ഞാൻ ഒന്നും കഴിച്ചില്ലെന്നു മനസ്സിലാക്കിയ വിശോകൻ മദ്യവും ഭക്ഷണവും കരുതിവച്ചിരുന്നു. മുളപ്പിച്ച യവം വാറ്റിയ രൂക്ഷഗന്ധമുള്ള മദ്യം.

'രണ്ടു ചടങ്ങുകളും ഭംഗിയായി.'

വിശോകൻ പറഞ്ഞു.

' എനിക്കൊരു തേരൊരുക്കണം പ്രഭാതത്തിൽ.'

എങ്ങോട്ടാണെന്നു സൂതർക്കറിയേണ്ട കാര്യമില്ല.

'യാദവർ തിരിച്ചുപോയിക്കഴിഞ്ഞിട്ടു പോരെ യാത്ര?'

വിശോകൻ സംശയിച്ചുകൊണ്ടു ചോദിച്ചു.

'മൂന്നു കുതിരകൾ. വേണ്ടത്ര ആയുധങ്ങൾ ഉദയത്തിൽത്തന്നെ പുറപ്പെടണം.'

വിശോകൻ പോയി. മദ്യം മുഴുവൻ തീർന്നിട്ടും ഞാൻ കിടന്നില്ല. പുറത്തിറങ്ങി മങ്ങിയ ഇരുട്ടിൽ നിന്നു. ഹോമംകഴിഞ്ഞ വലിയ കൊട്ടാരത്തിൽ മധുവിധുവിന്റെ രണ്ടാംഘട്ടം ആരംഭിക്കുന്നു. അർജ്ജുനന്റെ മന്ദിരത്തിലെ ദീപങ്ങളണഞ്ഞിട്ടില്ല. അവിടെ ഒരു പുതിയ വധുവിന്റെ ആദ്യരാത്രി ആരംഭിക്കുന്നു. ഞാൻ നോക്കി നില്ക്കെ അകത്തെ വെളിച്ചം ഓരോന്നണഞ്ഞു. അഴിച്ചുവിട്ട തേർക്കുതിരകൾ അലഞ്ഞു നടക്കുന്ന കുളമ്പടിശബ്ദം അങ്കണത്തിൽ നിന്നു കേട്ടു.

ഞാൻ നടന്നു പിൻവശത്തെത്തി. കാടിന്റെ ഇരുട്ട് ഉദ്യാനത്തിലേക്കിറങ്ങി വന്നിരിക്കുന്നു.

തൂക്കുമഞ്ചം കഴുവേറ്റിയ കാട്ടാളന്റെ ജഡംപോലെ ഇരുട്ടിൽ തൂങ്ങിക്കിടന്നു.

അതിലെ മൃദുവായ ദർഭപ്പുൽമെത്തയിൽ ഇരുന്ന് ഞാൻ ആടിക്കൊണ്ട് മരക്കൂട്ടങ്ങൾക്കു മുകളിൽ കണ്ട അശ്വമുഖനക്ഷത്രങ്ങളെ തിരഞ്ഞു. പൊടുന്നനെ, കാട് ആകാശത്തിലേക്കുയരുന്നു. ആകാശം ഭൂമിയിലേക്ക് ഇറങ്ങി വരുന്നു. നക്ഷത്രങ്ങൾ പൊട്ടിച്ചിതറിയത് എന്റെ ശിരസ്സിനകത്തെവിടെയോ ആയിരുന്നു.

രണ്ട്

ആമ്പലിലയുടെ ആകൃതിയിലുള്ള ജലാശയത്തിനു സമീപം ഞാൻ നിന്നു. എവിടെയോനിന്ന്, നനഞ്ഞ ഇളംപുല്ലുകൾ ചവിട്ടിയെത്തുന്ന കാലൊച്ചകൾ അടുത്തുവരാൻവേണ്ടി വൃഥാ കാതോർത്തു. തിരിച്ചു നടന്ന് കാട്ടാടുകൾ മേയാറുള്ള കരിമ്പാറക്കെട്ടിന്റെ ചുവട്ടിലെത്തി.

വർഷംകഴിഞ്ഞ് പുളപ്പടങ്ങിക്കിടക്കുകയായിരുന്നു കാട്. ഓടിക്കിതച്ച് മുമ്പിലെത്തിയ ഒരു കൂരമാൻ പകച്ചുനിന്നു. ഞാൻ അതിനെ വെറുതെ വിട്ടു. ഉയർത്തിയ കുന്തം താഴ്ത്തി അത്തിമരത്തിന് ആളും കൈയും ഉയരത്തിലേക്ക് അതു വലിച്ചെറിഞ്ഞു. ആറുവിരലോളം താഴ്ന്നിറങ്ങിയ കുന്തത്തിന്റെ ചെമ്പുവളകെട്ടിയ പിടി വിറച്ച് നിശ്ചലമാവുന്നതു നോക്കി. പിന്നെ കാടിന്റെ അതിർത്തിയിലേക്കു നടന്നു.

വിശോകൻ പുല്ലും വെള്ളവും കൊടുത്തശേഷം കുതിരകളെ വീണ്ടും പൂട്ടി രഥം തയ്യാറാക്കി നില്ക്കുകയായിരുന്നു.

അടുത്തെങ്ങോട്ടാണ്?

കിഴക്കോട്ട്.

ഉദ്ദേശമൊന്നുമില്ലാത്ത യാത്ര. കാട്ടിൽ മൃഗമൊന്നുമില്ലെന്നു പറഞ്ഞപ്പോൾ വിശോകൻ പതുക്കെ ചിരിച്ചു. ക്ഷത്രിയൻ ഇവിടെ ഒരു പെണ്ണിനെ തിരയുകയായിരുന്നുവെന്നു സൂതനറിയരുത്. പെണ്ണുങ്ങൾവരും. ഗർഭം ഏറ്റുവാങ്ങും. പോവും. അവരെപ്പറ്റി പിന്നെ ആലോചിക്കുന്നതുതന്നെ അവന്റെ പ്രതാപത്തിനു ചേർന്നതല്ല.

അറിയാത്ത ദേശങ്ങളിൽ വഴിയമ്പലങ്ങളിൽ കിടന്നുറങ്ങി. ഭക്ഷണം തീരുമ്പോൾ മാത്രം വേട്ടയാടി.

മേടുകൾ വീണ്ടും സമനിരപ്പായ ഭൂപ്രദേശത്തിലെത്തിയപ്പോൾ നദീതടമാണെന്നു കണ്ടു. ഏതു നദി?

'വീണ്ടും ഗംഗ. നമ്മൾ കാശിക്കടുത്താണ്.'

ചെറിയ നഗരമായിരുന്നു. പട്ടുതുണികൾ ചായം മുക്കിയുണക്കുന്ന നിർണ്ണേജകരുടെ തെരുവാണാദ്യം കണ്ടത്. ചത്വരത്തിലെത്തിയപ്പോൾ ആരെയോ വരവേൽക്കാനെന്നപോലെ കൊടികളും തോരണങ്ങളും കണ്ടു വിശോകൻ നഗരവാസികളോടു സംസാരിച്ചു. വിവരമറിഞ്ഞു. സേനേശ രാജാവിന്റെ സഹോദരിയുടെ സ്വയംവരമാണ്. വീണ്ടും ഒരു സ്വയംവരം?

വിരസമായ യാത്രയ്ക്കിടയിൽ അപ്രതീക്ഷിതമായി ഒരു മത്സരം വന്നു ചേർന്നിരിക്കുന്നു.

ഭിക്ഷാംദേഹിയെപ്പോലെ കാശിയും കടന്ന് ഗണ്ഡകിയുടെ തീരത്തിലൂടെ സഞ്ചരിച്ച് കാമരൂപംവരെ ചെന്നു മടങ്ങാമെന്നായിരുന്നു ആദ്യം കരുതിയത്.

ഗംഗയിൽ കുളിച്ചു. രാജധാനിയിലേക്കു പോകുന്നതുകൊണ്ട് ഉടുക്കുന്നതിലും മുടികെട്ടുന്നതിലുമൊക്കെ വിശോകന്റെ അഭിപ്രായങ്ങൾ സ്വീകരിച്ചു. അയാൾ വിളിച്ചുകൊണ്ടുവന്ന ക്ഷുരകനെക്കൊണ്ട് ഊശാൻതാടി കളഞ്ഞു. നഖങ്ങൾ മുറിപ്പിച്ചു.

കൊട്ടാരത്തിന് ഹസ്തിനപുരത്തിന്റെ പകുതിയോളമേ വലിപ്പമുള്ളു. തീയിൽ വേവിച്ച മൺകട്ടകൾ വച്ചു പണിത ഭിത്തികൾ ഞങ്ങൾ ഹസ്തിനപുരക്കാർക്ക് അത്ഭുതമായിത്തോന്നും. മരമാണ് ഞങ്ങളുടെ പതിവ്, കാശി രാജ്യക്കാർ മുമ്പേ കരവിരുതിന് കേൾവികേട്ടവരാണ്. അവർ നെയ്യുന്ന പട്ടുതുണികൾ കേകയത്തിലും ഗാന്ധാരത്തിലും വരെ എത്തിച്ചിരുന്നു.

കോട്ടവാതിലിനു പുറത്തെ അങ്കണത്തിൽ തേരുകൾ വിശ്രമിക്കുന്നു. മൂന്നും അഞ്ചും കുതിരകളെ കെട്ടുന്ന തേരുകൾ. വിശോകൻ കൊടിയടയാളങ്ങൾ നോക്കിക്കൊണ്ടു പറഞ്ഞു: 'ചെറിയ നാടുകളിലെ രാജാക്കന്മാരാണധികം.'

പഴയ കാശിരാജ്യം. മുത്തശ്ശി പിറന്ന നാട്. ഇപ്പോൾ മൂന്നായി പകുത്തിരിക്കുന്നു. ഇവിടെ രാജ്യം എന്നാൽ ഞങ്ങളുടെ കണക്കിൽ ഒരു വലിയ ഗ്രാമത്തിന്റെ വലിപ്പമേയുള്ളു.

തേരും കുതിരകളും ഏറ്റുവാങ്ങിയ സേവകർ ഇരുനിറത്തിൽ മെലിഞ്ഞ ദീർഘകായരായിരുന്നു. എല്ലാവരും വർഷംതോറും ക്ഷൗരം ചെയ്യുന്ന പതിവുള്ളവരാണെന്ന് ഞാൻ ശ്രദ്ധിച്ചു. താടിവളർത്തുന്നവരൊക്കെ കോണാകൃതിയിൽ വെട്ടിയൊതുക്കിയിട്ടുണ്ട്.

കുതിരകളെ ഏറ്റുവാങ്ങുന്ന ഒരു താടിക്കാരനോട് വിശോകൻ പറഞ്ഞു: 'ഖാണ്ഡവപ്രസ്ഥത്തിലെ യുവരാജാവ് ഭീമസേനൻ.'

അവരിൽ ഭാവമാറ്റവും അതിവിനയവും പ്രതീക്ഷിച്ചാണ് വിശോകൻ പറഞ്ഞതെങ്കിൽ, അയാൾ നിരാശപ്പെട്ടിരിക്കണം.

മഞ്ഞളും അക്ഷതവും താലങ്ങളിലേന്തിയ ദാസിമാർ സ്വീകരിക്കാൻ

നിരന്നു നില്ക്കുന്നു. സീമന്തരേഖയിൽ മംഗല്യചിഹ്നമണിഞ്ഞവർ.

മണ്ഡപത്തിനു പുറത്തു നില്ക്കുന്നവർ സചിവൻമാരാണെന്നു കരുതി വിശോകൻ അവരുടെ അടുത്തെത്തി വന്ദിച്ചു പറഞ്ഞു: 'ഞങ്ങൾ ഖാണ്ഡവപ്രസ്ഥത്തിൽനിന്നു വരുന്നു. ഇതാണ് ഭീമസേനൻ.'

കഴുത്തിലെ മുത്തുമാല കടിച്ചുനിന്ന യുവാവ് എന്നെ സൂക്ഷിച്ചു നോക്കി മുമ്പോട്ടു വന്നു.

'ഖാണ്ഡവപ്രസ്ഥം? ഖാണ്ഡവപ്രസ്ഥം എവിടെയാണ്?'

വിശോകൻ വീണ്ടും വന്ദിച്ചു പറഞ്ഞു:

'ഹസ്തിനപുരത്തിനടുത്ത്.'

യുവാവ് ഉദാസീനഭാവത്തിൽ എന്നെ വന്ദിച്ചു പറഞ്ഞു: 'ഭീമസനൻ? യുധിഷ്ഠിരന്റെ അനുജൻ ഒരു ഭീമസേനനെപ്പറ്റി കേട്ടിട്ടുണ്ട്.

വിശോകൻ ധൃതിയിൽ പറഞ്ഞു: 'ഇതാ യുധിഷ്ഠിരന്റെ സഹോദരൻ. അർജ്ജുനന്റെ ജ്യേഷ്ഠസഹോദരൻ ഭീമസേനൻ ഇതുതന്നെ.'

യുവാവിന്റെ ഭാവം മാറി. അയാൾ എന്നെ വീണ്ടും വന്ദിച്ചു. സമപ്രായക്കാരായതുകൊണ്ട് ആശ്ലേഷിച്ചു.

'ഞാനാണ് സേനേശൻ. ഈ രാജധാനി അനുഗൃഹീതമായിരിക്കുന്നു.'

എന്നിട്ട് അയാൾ വിശ്വസിക്കാനാവാത്തപോലെ സ്വയം പറഞ്ഞു: 'അർജ്ജുനന്റെ ജ്യേഷ്ഠൻ ഭീമസേനൻ?'

പിന്നെ അത്യാദരംകൊണ്ട് ഞാൻ അമ്പരക്കുന്ന നിലയിലായി സ്വീകരണം.

അർജ്ജുനന്റെ ജ്യേഷ്ഠനെ കാണാൻ എന്റെ സമീപത്തേക്കു പലരും വന്നു. ഖാണ്ഡവപ്രസ്ഥത്തിലിരിക്കുന്ന ഞങ്ങളാരും അർജ്ജുനന്റെ പ്രശസ്തിയുടെ അളവറിഞ്ഞിട്ടില്ലെന്നു മനസ്സിലായി. അതിനിടയ്ക്ക് എന്റെ വീരപരാക്രമങ്ങളുടെ കഥകളറിയാൻ വിശോകന്റെ ചുറ്റും കൊട്ടാരസേവകർ കൂടി. സ്തുതിപാഠകരായി ഇവിടെ എല്ലാ വർഗ്ഗക്കാരുമുണ്ട് എന്നത് വിചിത്രമായിത്തോന്നി. സൂതരും മാഗധരും മാത്രമല്ല ശൂദ്രരും കൂടി!

കാഴ്ചക്കാരുടെ പീഠങ്ങളുടേ നേർക്കു നടക്കാൻ തുടങ്ങിയ എന്നെ വരണാർത്ഥികളുടെ സംഘത്തിലേക്ക് ഒരു വൃദ്ധനായ സചിവൻ ക്ഷണിച്ചു. അത്യാദരവു നേടുന്നത് ആരെന്നറിയാൻ എന്റെ നേർക്കു നിരവധി ശിരസ്സുകൾ തിരിഞ്ഞു.

ശംഖഭേരികൾ മുഴങ്ങി. ചടങ്ങുകൾ ആരംഭിച്ചു. ബ്രാഹ്മണർ ഹോമാഗ്നിയിലേക്കു ഘൃതതിലതർപ്പണം നടത്തി. അംഗവസ്ത്രം മാറ്റി, കിരീടം വച്ച് സേനേശൻ ബ്രാഹ്മണർക്കു ദാനങ്ങൾ നടത്തി നമസ്ക്കരിച്ചു.

പാഞ്ചാലത്തിലെ ചടങ്ങുകളുമായി എത്രത്തോളം വ്യത്യാസമുണ്ട് കാശിയിൽ എന്നറിയുക മാത്രമായിരുന്നു എന്റെ കൗതുകം. ആയുധമത്സരമില്ലാത്ത വെറും സ്വയംവരമാണ്. വന്നുകൂടിയ രാജാക്കന്മാരെപ്പറ്റി പൊതുവെ വർണ്ണിച്ചുകൊണ്ട് ഗായകർ പാടി. സേനേശന്റെ പിതാവിന്റെ ഒരു യുദ്ധവി

ജയത്തിന്റെ കഥയാരംഭിച്ചു. അപ്പോൾ, മണ്ഡപത്തിന്റെ പിൻവശത്തേക്കു സ്ത്രീകളുടെ സംഘം ഇറങ്ങിവന്നു. പൂമാലകൊണ്ടു മുടി കാണാത്തവിധം മൂടിയ ഒരു ശിരസ്സ് അക്കൂട്ടത്തിൽ ഉയർന്നുകണ്ടു. അവരുടെ നേർക്കു നടന്നടുത്ത സേനേശൻ വധുവെ കൈപിടിച്ചു മണ്ഡപമദ്ധ്യത്തിലേക്കു വന്നു. സേവകന്മാർ ഒരുക്കിവച്ച സമ്മാനങ്ങൾ അവളും ബ്രാഹ്മണർക്കു കൊടുത്തു. ഇതു പാഞ്ചാലത്തിൽ കാണാത്തതായിരുന്നു.

വധുവെ കണ്ടപ്പോൾ ഞാൻ അമ്പരന്നുപോയി. ഒറ്റനോട്ടത്തിൽ ഹിഡിംബി, രാജകുമാരിയുടെ വേഷഭൂഷകളുമായി നില്ക്കുകയാണെന്നു തോന്നിപ്പോയി. അതേപോലെയുള്ള ദീർഘശരീരം. അത്ര കറുപ്പല്ല. തെളിഞ്ഞ കാട്ടുതേനിന്റെ നിറം. അതേപോലെ നീണ്ട കൺപീലികൾ. തവിട്ടുനിറം കലർന്ന വലിയ കണ്ണുകൾ.

എന്റെ സഹോദരി, മഹാരാജാവായിരുന്ന ദേവേശന്റെ പുത്രി, ബലന്ധര.'

സേനേശൻ പറഞ്ഞപ്പോൾ, ഗായകർ, ദേവന്മാർ കനിഞ്ഞനുഗ്രഹിച്ചു നൽകിയ കന്യകയെപ്പറ്റി രണ്ടുവരികൾ പാടി.

അർദ്ധവൃത്താകൃതിയിൽ ഇരിക്കുന്ന രാജാക്കന്മാരിൽ ഓരോ ആളുടെ മുമ്പിൽ എത്തി വധു നില്ക്കുമ്പോഴും ഗായകർ ഗുണഗണവിജയങ്ങൾ പാടി. അവരുടെ വാക്കുകളിൽ അജ്ഞാതദേശങ്ങൾ മഹാരാജ്യങ്ങളായി. കേൾക്കാത്ത യുദ്ധങ്ങൾ, കാലിക്കൂട്ടങ്ങൾക്കുവേണ്ടി നടന്ന കലാപങ്ങൾ, ദേവാസുരയുദ്ധങ്ങൾക്കു സമമായി.

അവസാനത്തെ രാജാവിനു മുന്നിലായി ഇരിക്കുന്ന ഞാൻ ഒരു വിനോദം പോലെ, ഉത്സവസദസ്സിനെ രസിപ്പിക്കാൻ ഇറങ്ങുന്ന മെയ്യഭ്യാസികളുടെ പ്രദർശനം കണ്ടു രസിക്കുന്നതുപോലെ, ഉദാസീനനായി ഇരുന്നു. പിടയ്ക്കുന്ന നെഞ്ചോടെയാണ് ദ്രുപദസഭയിൽ ബ്രാഹ്മണരുടെ മധ്യത്തിലിരുന്നത്. ഇവിടെ ഞാനൊരു കാഴ്ചക്കാരൻ മാത്രമാണ്.

വിറയ്ക്കുന്ന ശബ്ദമുള്ള ഒരു സ്തുതിപാഠകൻ എന്നെ പരിചയപ്പെടുത്താൻ ആരംഭിച്ചപ്പോൾ വധു എന്റെ മുമ്പിലേക്ക് അടുക്കുകയാണ്. ഞാൻ ആചാരമനുസരിച്ച് എഴുന്നേറ്റു. ധർമ്മപുത്രനായ യുധിഷ്ഠിരന്റെ അനുജൻ. യാദവസൈന്യത്തെ മുഴുവൻ ഏകനായി വെറും നിലത്തു നിന്നു യുദ്ധം ചെയ്തു തോല്പിച്ച് കൃഷ്ണസഹോദരി സുഭദ്രയെ കൊണ്ടുപോന്ന ഇന്ദ്രസമൻ അർജ്ജുനന്റെ ജ്യേഷ്ഠൻ.... കുരുവംശത്തിനലങ്കാരമായ പാണ്ഡുപുത്രൻ.... ഒറ്റത്തേരിൽ ദിഗ്വിജയത്തിനിറങ്ങിയ മഹാബലൻ....

പിന്നെ ഞാൻ ലജ്ജകൊണ്ടു പുളഞ്ഞു. ഹിഡിംബൻ, ബകൻ, ഞാൻ കേട്ടിട്ടില്ലാത്ത മറ്റനേകം രാക്ഷസന്മാർ- രാവണസന്നിഭന്മാരായ രാക്ഷസരാജന്മാർ!- എന്നിവരെ നിഗ്രഹിച്ച വൃത്താന്തം തീർന്നു കിട്ടാൻ ഞാൻ പ്രാർത്ഥിച്ചു. വിശോകൻ വെറുതെയിരിക്കുകയായിരുന്നില്ല എന്നു വ്യക്തം.

തുടർന്ന് എന്റെ ജീവിതത്തിലെ അപ്രതീക്ഷിതമായ സംഭവം നടന്നു. അമ്പരപ്പു പുറത്തു കാട്ടാതിരിക്കാൻ ശ്രമിക്കുന്ന എന്റെ മുഖത്തു ബലന്ധ

രയുടെ പതറുന്ന കണ്ണുകൾ പാറിനടന്നു. അവളുടെ ശിരസ്സ് കുറേക്കൂടി ഉയർന്നു. എന്റെ കണ്ഠത്തിൽ വരണമാല്യം!

സദസ് അഭിനന്ദനഘോഷം ഉയർത്തിയപ്പോൾ ശംഖുവിളികളും ഭേരീനാദവും അന്തരീക്ഷത്തിൽ മുഴങ്ങി.

ഒരു വധുകൂടി ഇതാ, എന്റെ ജീവിതത്തിലേക്കു കടന്നുവന്നിരിക്കുന്നു.

ബലന്ധരയ്ക്ക് ഒരു പിതൃബലിയുണ്ടായിരുന്നു. തർക്കങ്ങളും വീരവാദങ്ങളുമില്ലാത്ത സദസ്സ് സദ്യയ്ക്കിരുന്നു. ചമരിമാംസമിട്ട ഘൃതോദനം നിറച്ച ചെമ്പുകുട്ടകങ്ങൾ പന്തലിലേക്ക് പരിചാരകർ വലിച്ചുകൊണ്ടുവന്നു. കടുകെണ്ണയിൽ വറുത്ത മത്സ്യം. തീയിൽ ചുട്ടെടുത്ത കൂരമാൻ. എള്ളെണ്ണയിൽ വറുത്ത ചെമ്മരിയാട്ടിറച്ചി. തേൻപായസം. നവധാന്യങ്ങൾ വാറ്റി, പൂങ്കുലകൾ കൊണ്ടു സുഗന്ധം ചേർത്ത മദ്യം.

വിശോകൻ, ഞാനൊറ്റയ്ക്കായ സന്ദർഭം നോക്കി അടുത്തുവന്ന് പതുക്കെ പറഞ്ഞു:

'നന്നായി. കാശിയും കുരുവംശവും പണ്ടേ അടുത്തവരാണ്. ഇവിടത്തെ കുറെ കരകൗശലക്കാരെയും നമുക്ക് ഖാണ്ഡവപ്രസ്ഥത്തിലേക്കു കൊണ്ടു പോകണം. അതിവിരുതന്മാർ!'

അയാൾക്കും വേണ്ടത്ര സമ്മാനങ്ങൾ കിട്ടിയിട്ടുണ്ട്.

നെയ്‌വിളക്കെരിയുന്ന ശയ്യാഗൃഹത്തിൽ ഞാൻ രാത്രിയുടെ ഒന്നാം യാമത്തിൽ നിന്നു. ദാസിമാരുടെ അകമ്പടിയോടെ വന്ന ബലന്ധര തലകുനിച്ച് അകത്തു കയറി. പിൻവാങ്ങുന്നവരിലാരോ വാതിൽ ശബ്ദമില്ലാതെ അടച്ചു. അമർത്തിയ ചിരികളും നനുത്ത കാലൊച്ചകളും അകന്നു പോയി. ബലന്ധരയുടെ മുഖം അകിലിൻ കനൽപോലെ. കത്തുന്ന മുഖം. കണ്ണുകളിൽ ജിജ്ഞാസയാണ്. അമ്പരപ്പല്ല.

'വരൂ.'

എന്റെ ശരീരം ഉണർന്നു. അരക്കെട്ടിൽ കെട്ടടങ്ങിക്കിടന്ന ഊഷ്മാവ് കത്തിപ്പടർന്നു. എന്റെ കൈകൾക്കുള്ളിൽ അവളുടെ ദേഹമൊതുക്കി. ഉത്തരീയം ഞാൻ വലിച്ചുമാറ്റിയപ്പോൾ പത്തിക്കീറ്റിലെ കസ്തൂരിയുടെ മണം മൂക്കിലുയർന്നു. എന്റെ കൈവിരലുകൾക്കിടയിൽ മുലക്കണ്ണുകൾ പെരുങ്കൽമീനുകൾപോലെ പിടഞ്ഞു. ചുണ്ടുകളിൽ സഹകാരത്തിന്റെ മാധുര്യമറിഞ്ഞു.

ആ രാത്രിയുടെ അന്ത്യത്തിലെപ്പോഴോ ഉണർന്ന ഞാൻ, അടുത്തു കിടക്കുന്ന ബലന്ധരയെ നോക്കി. നടന്ന സംഭവങ്ങളിലെ അപ്രതീക്ഷിതമായ വിസ്മയമോർത്ത് ഞാൻ കൊടുംകൈകുത്തിക്കിടന്നു. സുഖകരമായ ആലസ്യം.

അവൾ കണ്ണുതുറന്ന് നേർത്ത മന്ദഹാസത്തോടെ ചോദിച്ചു:

'സപത്നിയുമായി രാജധാനിയിലെത്തുമ്പോൾ ദ്രൗപദി എന്തു വിചാരിക്കും?'

‘ക്ഷത്രിയർക്കു പതിവുള്ളതാണല്ലോ ഒന്നിലേറെ വിവാഹം.’

ഞാൻ നിസ്സാരനായി പറഞ്ഞു.

‘കാട്ടാളന്റെ സഹോദരിയോ?’

അപ്പോൾ എന്തുകൊണ്ടോ എനിക്കു പെട്ടെന്ന് അരിശം തോന്നി.

‘അവളിപ്പോൾ എന്റെ സന്തതിയെ വളർത്തുന്ന തിരക്കിലായിരിക്കും.’

അവൾ അപ്പോൾ തുറന്നുചിരിച്ചു.

‘പാഞ്ചാലിയുടെ ഊഴങ്ങളുടെ കണക്കു പറഞ്ഞ് സന്ധ്യയ്ക്ക് എന്റെ ദാസിമാർ ചിരിച്ചു. നാലു സംവത്സരം എനിക്കു തുടർച്ചയായി കിട്ടുമെന്ന് ഒരുത്തി കണക്കുകൂട്ടിപ്പറയുകയും ചെയ്തു.’

അപ്പോൾ നെയ്‌വിളക്കു വിളറി, അരുണരഥത്തിന്റെ പുറപ്പാടറിയിച്ചു.

ഞാൻ എഴുന്നേറ്റു.

‘എനിക്കു പുറപ്പെടാറായി.’

'നാലാം യാമത്തിൽത്തന്നെ മൂന്നു തേരുകളും തയ്യാറായിരിക്കും. അവിടുത്തേതടക്കം.'

അവളും എഴുന്നേറ്റു.

ബലന്ധരയുടെ കൂടെ പെൺകുതിരകളെ പൂട്ടിയ കർണ്ണിരഥത്തിൽ നാലു ദാസിമാർ കയറി. എന്റെ രഥത്തിൽ സേനേശന്റെ സമ്മാനദ്രവ്യങ്ങൾ കയറ്റി. കൊത്തുപണികൾ ചെയ്ത വെള്ളിത്തളികകൾ, കനകഭൃംഗാരങ്ങൾ, ദന്തത്തിലുണ്ടാക്കിയ വിശാനകോശങ്ങൾ. സാധാരണ തോൽക്കുടങ്ങളേക്കാൾ വലിയ ദൃതികളിൽ വെള്ളവും മദ്യവും ഭക്ഷണസാമഗ്രികളും കയറ്റി. അതിൽ അഞ്ച് അകമ്പടിപ്പുരുഷന്മാരും ബലന്ധരയുടെ ഒരു മാതുലനും.

സേനേശനും സചിവന്മാരും ഞങ്ങളെ യാത്രയയച്ചു.

ഖാണ്ഡവപ്രസ്ഥത്തിൽ ഞങ്ങളെത്തുന്നത് ഒരു സന്ധ്യയ്ക്കാണ്. വിശോകൻ അത്ഭുതത്തോടെ ചൂണ്ടിക്കാണിച്ചു. മുമ്പ് കാടുനിന്നിരുന്ന കുറെ സ്ഥലങ്ങൾ വെളിമ്പറമ്പായി മാറിക്കഴിഞ്ഞു. കത്തിയെരിഞ്ഞകുടിലുകളുടെ അവശിഷ്ടങ്ങൾ കടന്നുപോകുമ്പോൾ കണ്ടു.

അങ്കണത്തിലെത്തിയപ്പോൾ ആദ്യം ഓടിയെത്തിയത് സഹദേവനായിരുന്നു. ഇടയ്ക്കൊരു ദൂതനെയെങ്കിലും അയച്ചു വൃത്താന്തമറിയിക്കാത്തതിൽ അവൻ പരിഭവം പറഞ്ഞു.

പുതിയ മന്ദിരങ്ങളെല്ലാം പണിതീർന്നു കഴിഞ്ഞു. ഹസ്തിനപുരത്തുനിന്നു പിന്നെയും കുടിയേറ്റക്കാർ വന്നിരിക്കുന്നു. കുലാലന്മാർ, രഥകാരന്മാർ, മണികാരന്മാർ.

വെട്ടിത്തെളിയിച്ച കാടുകളുടെ നേരെ ഞാൻ നോക്കി നില്ക്കുന്നതു കണ്ടപ്പോൾ സഹദേവൻ പറഞ്ഞു: 'അർജ്ജുനനും കൃഷ്ണനും ചേർന്നാണ് കാടു വെട്ടിത്തെളിച്ചത്. ധാരാളം ഭക്ഷണവും മദ്യവും സേവകന്മാരും യോദ്ധാക്കളുമായി ചെന്ന് ഒരുത്സവംപോലെയാണ് അതു നടത്തിയത്. ഞാനൊരു നല്ല ആഘോഷം നഷ്ടപ്പെടുത്തി എന്ന ഭാവമായിരുന്നു അവന്.

'നാഗന്മാരോ?'

'കാട്ടിലെ മ്ലേച്ഛന്മാരോ? ഓ, അവർ! അവർ കുറച്ചൊക്കെ എതിർത്തുനിന്നു. പിന്നെ സങ്കടം പറഞ്ഞു. വീടുകൾക്കു തീവയ്ക്കാൻ തുടങ്ങിയപ്പോൾ ഒക്കെ ഓടിയൊളിച്ചു.'

കാശിയിൽനിന്നു വന്നവരുടെ താവളം ഏർപ്പാടുചെയ്യാൻ വിശോകനെ ഏല്പിച്ചു. മാതുലനെ പരിചരിക്കാൻ സഹദേവനെയും.

അമ്മ ഒരു പുതിയ മന്ദിരത്തിലേക്കു താമസം മാറ്റിയിരിക്കുന്നു. അമ്മ എന്നെ ശാസിച്ചില്ല. അമ്പരപ്പിച്ചതുമില്ല. ബലന്ധരയെ സ്നേഹത്തോടെ സ്വീകരിച്ച് അനുഗ്രഹിച്ചു. അവർ ഇനി പകലുകൾ കഴിക്കാൻ പോകുന്നതു തന്റെ കൂടെയായിരിക്കുമെന്നു പറഞ്ഞു.

'ഇതായിരിക്കും ഇനി ഇവിടത്തെ അന്തഃപുരം. കൂടുതൽ സൗകര്യങ്ങളുള്ളതുകൊണ്ടാണ് ഇങ്ങോട്ടു ഞാൻ മാറിയത്.' എന്നിട്ട് എന്നെ നോക്കി

പറഞ്ഞു: 'ഇനിയും പുത്രവധുക്കൾ എപ്പോഴാണ് വരുന്നതെന്നറിയില്ലല്ലോ.'

അർജ്ജുനന് ഉണ്ണി പിറന്നതറിഞ്ഞപ്പോൾ ഞാനവന്റെ കൊട്ടാരത്തിലേക്കോടി. കൃഷ്ണൻ ദ്വാരകയിലേക്കു തിരിച്ചുപോയിരിക്കുന്നു. അവിടെ കറുത്തുമെലിഞ്ഞ ഒരു ചെറിയ മനുഷ്യനുണ്ടായിരുന്നു. അയാളെപ്പറ്റി അർജ്ജുനൻ പറഞ്ഞു: 'മയൻ. ദക്ഷിണദേശത്തുനിന്നും വന്ന ശില്പിയാണ്. നമുക്കുവേണ്ടി ഒരു സഭാമണ്ഡപം പണിചെയ്യുന്നു.

കാശിയിൽ മൺകട്ടകൾകൊണ്ടു ഭിത്തികൾ കെട്ടിയത് ഞാൻ കണ്ട കാര്യം പറഞ്ഞപ്പോൾ മയൻ പറഞ്ഞു: 'അതിനു ബലം പോര. അതിലും ഭംഗിയായി, നിറംകൊടുത്ത കട്ടകൾ വേവിച്ചെടുത്തു ബലപ്പെടുത്തി നിർമ്മാണം നടത്തുന്ന സമ്പ്രദായം അയാൾ വിവരിച്ചു. സഭയുടെ തറയിൽ നീലക്കട്ടകളാണു പാകാൻ പോകുന്നത്. അയാൾക്കു മരക്കറകളിൽനിന്നു പുതിയ വർണ്ണങ്ങളുണ്ടാക്കാനറിയാം. കല്ലുകൾ മരപ്പലകകളേക്കാൾ കുറഞ്ഞ കനത്തിൽ വെട്ടിയെടുക്കാനും അയാളുടെ പണിക്കാർക്കറിയാം.

ഉണ്ണിയെ കാണാൻ അകത്തേക്കു കടന്ന എന്റെ ഒപ്പം അർജ്ജുനൻ വന്നു.

സുഭദ്ര ദാസിമാരിൽനിന്നു കൈമാറ്റിയെടുത്ത ഉണ്ണിയെ എന്റെ മുമ്പിൽ നീട്ടിക്കാണിച്ചു. ഉറങ്ങുകയാണ്. അർജ്ജുനന്റെ നിറവും സുഭദ്രയുടെ മുഖവുമാണ് ഉണ്ണിക്കു കിട്ടിയിരിക്കുന്നത്.

'കൃഷ്ണനാണ് പേരിട്ടത്. അഭിമന്യു.'

ഉറങ്ങുന്ന ഉണ്ണിയുടെ ശിരസ്സിൽ പതുക്കെ ചുംബിച്ചു ഞാൻ പുറത്തു കടന്നു.

യുധിഷ്ഠിരനെ സന്ദർശിച്ചിട്ടില്ല. നിയമപ്രകാരം അദ്ദേഹത്തെയായിരുന്നു ആദ്യം കാണേണ്ടിയിരുന്നത്. അകത്തളത്തിൽനിന്നു കാത്തുനില്ക്കുന്നു എന്ന സന്ദേശവും കൊണ്ട് സേവകനെ അയച്ചു. അദ്ദേഹം വാതിൽക്കൽ വന്നപ്പോൾ ഞാൻ നമസ്ക്കരിച്ചു.

'വരൂ. അകത്തേക്കു വരൂ.'

അദ്ദേഹത്തിന്റെ പിന്നിൽ നടന്നപ്പോൾ ആഹ്ലാദത്തോടെ പറഞ്ഞതു കേട്ടു: 'ദ്രൗപദി ഗർഭശുശ്രൂഷയിലാണ്.'

അകത്തിരുന്നപ്പോൾ ജ്യേഷ്ഠൻ പറഞ്ഞു: 'ബലന്ധരയുടെ മാതുലനെ കണ്ടു. അദ്ദേഹം രാത്രി ചൂതുകളിക്കാൻ വരുന്നുണ്ട്. യോഗ്യന്മാരാണ് കാശിരാജ്യക്കാർ. സേനേശനെപ്പറ്റി ഞാനും കേട്ടിട്ടുണ്ട്.'

ജ്യേഷ്ഠന്റെ അനുഗ്രഹം വാങ്ങാനും വന്ദിക്കാനുമായി ബലന്ധര പോയത് അമ്മയുടെകൂടെയാണ്. പണിതീർത്ത മന്ദിരങ്ങളും പണിചെയ്യാൻ പോകുന്ന സഭാമണ്ഡപസ്ഥാനവും നോക്കിക്കൊണ്ട് ഞാൻ അപ്പോൾ മയന്റെ കൂടെ നടക്കുകയായിരുന്നു.

അന്നു രാത്രിയിൽ ബലന്ധര പറഞ്ഞു:

'ദ്രൗപദിയെ കണ്ടു.'

എന്തൊക്കെ ചോദിച്ചിട്ടുണ്ടാവും ദ്രൗപദി? അവരുടെ ആദ്യത്തെ കൂടിക്കാഴ്ചയിൽ എന്തൊക്കെയുണ്ടായി? അറിയാൻ ആഗ്രഹമുണ്ടായിരുന്നെങ്കിലും ഞാൻ ഉദാസീനഭാവത്തിലായിരുന്നു.

'അത്ഭുതമില്ല.' ബലന്ധര പറഞ്ഞപ്പോൾ മനസ്സിലാവാതെ ഞാൻ അവളെ നോക്കി.

'നാലുവർഷം വേണമെങ്കിൽ ഏതു പുരുഷനും കാത്തിരുന്നുപോവും. ഞാൻ വിചാരിച്ചതിലുമേറെ സുന്ദരി.'

'ദ്രൗപദി പിന്നെ എന്തൊക്കെ പറഞ്ഞു?'

ബലന്ധര ചിരിച്ചു.

'എന്നെ ശരിക്കു കണ്ടുവോ എന്നുതന്നെ സംശയം. അകലെ എന്തോ നോക്കുമ്പോൾ തടഞ്ഞുനില്ക്കുന്ന കരടായി മാത്രമേ എന്നെ കാണുന്നുള്ളു എന്നാണ് എനിക്ക് തോന്നിയത്. സുഭദ്ര ധാരാളം സംസാരിച്ചു.'

പിന്നെ ദ്രൗപദിയുടെ കാര്യം തുടരാതിരിക്കാൻ ഞാൻ അവളെ ശയ്യയിലേക്കു വലിച്ചിട്ടു.

പിറ്റേന്നു പകൽ, ഈയിടെ വലുതാക്കിയ ആയുധപ്പുര കണ്ടു. ഏഴു കുതിരകളെ പൂട്ടുന്ന വലിയ തേരിന്റെ പണി പൂർത്തിയാവുന്നു. ഞാൻ വായുവിൽ ഗദായുദ്ധം ചെയ്തു. നകുലനുമായി ചെറുതും വലുതുമായ വാളുകൾകൊണ്ടു കുറച്ചുനേരം പൊരുതി. എന്റെ പരിശീലനം കാണാൻ കാലാൾപ്പടയിൽ പുതുതായി ചേർന്ന കുറെ യുവാക്കൾ അടുത്തുകൂടി.

മയൻ എന്റെ ഗദകൾ നോക്കിയശേഷം പറഞ്ഞു: 'ഞാനൊരു മികച്ച ഗദയുണ്ടാക്കിത്തരുന്നുണ്ട്. മുഴുവൻ ലോഹംകൊണ്ട്. പക്ഷേ, ആവശ്യത്തിനുള്ള ഭാരമേ തോന്നൂ.'

അയാൾ ഉണ്ടാക്കാൻപോകുന്ന ചില യുദ്ധതന്ത്രങ്ങളുടെ ഏകദേശരൂപം ചൂണ്ടുവിരൽകൊണ്ടു നിലത്തു വരച്ചു കാണിച്ചു. ശില്പിക്ക് ആയുധങ്ങളെപ്പറ്റിയുള്ള അറിവ് എന്നെ അത്ഭുതപ്പെടുത്തി. ഒരിക്കൽ മാത്രം എടുത്തുപയോഗിക്കാവുന്ന വേലുകൾ, അർദ്ധചന്ദ്രം പിടിപ്പിച്ചു കഴുത്തരിയാൻ പറ്റിയ അമ്പുകൾ- മറ്റു ദേശങ്ങളിൽ പ്രചാരത്തിലുള്ള പുതിയ ആയുധങ്ങളെപ്പറ്റി അയാൾ പറഞ്ഞു. അപ്പോൾ ഒരു വൃദ്ധയായ ദാസി വന്ന് അറിയിച്ചു: ദ്രൗപദി എന്നെ കാണാനാഗ്രഹിക്കുന്നു.

ഞാൻ യുധിഷ്ഠിരമന്ദിരത്തിലേക്കു നടന്നു. ജ്യേഷ്ഠനും ബലന്ധരയുടെ മാതുലനും ചൂതുകളിക്കുകയായിരുന്നു. അദ്ദേഹം തലയുയർത്തിയതുകൂടിയില്ല.

മണ്ഡപവും ഇടനാഴിയും കടന്ന് രണ്ടാമത്തെ വാതിൽക്കലേക്കു മറ്റൊരു ദാസി എന്നെ കൂട്ടിക്കൊണ്ടുപോയി. അവിടെ ദ്രൗപദി ഇരിക്കുന്നു.

ഗർഭിണിയെ വീരപ്രസുവാവട്ടെ എന്ന് ആചാരമനുസരിച്ച് ആശീർവദിച്ചു.

ഗർഭാലസ്യം അവളുടെ മുഖത്തിനു കൂടുതൽ ഭംഗിചേർത്തിരിക്കുന്നു. മനസ്സിനെ ശാസിച്ചു: 'ഇപ്പോൾ മുമ്പിൽ ജ്യേഷ്ഠപത്നിയാണ്.'

'രാജസൂയത്തെപ്പറ്റി എന്താണു നിശ്ചയിച്ചത്?'

എവിടെയോ കേട്ടു എന്നതല്ലാതെ ഒന്നുമറിയില്ല. നകുലനോ സഹദേവനോ ആരോ പറയുന്നതു കേട്ടു. അത്രമാത്രമേ എനിക്കറിയൂ.

'ജരാസന്ധനെ തോല്പിച്ചാലേ രാജസൂയത്തിനർഹതയുള്ളു എന്ന് കൃഷ്ണൻ പറഞ്ഞു. രാജാവും അതിനോടും യോജിക്കുന്നു. വെറുതെ യുദ്ധങ്ങൾ കൂടാതെ കഴിയുമല്ലോ.'

അവൾ എഴുന്നേറ്റുപോയി. തിരിച്ചുവന്നത് ഇടവിട്ട് മുത്തും മരതകവും കോർത്ത ഒരു മാലയുമായിട്ടാണ്.

'വിവാഹസമ്മാനം.'

അതു വാങ്ങി. ഇഴകൾ വിരലുകൾകൊണ്ടു വേർപെടുത്തി ഞാൻ പറയേണ്ടതെന്തെന്നറിയാതെ നിന്നു.

'ജരാസന്ധനുമായി കുരുക്കൾക്കോ പാഞ്ചാലർക്കോ പകയില്ല. അയാളെ ജയിക്കാതെ രാജസൂയം നടത്തുന്നതിലർത്ഥമില്ല എന്നു പറയുന്നതും ശരി തന്നെ.'

ഇതെല്ലാം ഞങ്ങൾ പുരുഷന്മാർ ആലോചിക്കേണ്ട രാജകാര്യങ്ങളാണ്. ദ്രൗപദി എന്താണു പറഞ്ഞുകൊണ്ടുവരുന്നത്?

'കൃഷ്ണൻ പറഞ്ഞാൽ എന്തിനും ചാടിപ്പുറപ്പെടുന്ന ഒരാളുണ്ടല്ലോ ഖാണ്ഡവപ്രസ്ഥത്തിൽ. യാദവരുടെ കുടിപ്പകയിൽ പങ്കെടുക്കേണ്ടെന്ന് അനുജനെ ഉപദേശിക്കണം. സമയം വരുമ്പോൾ അതപേക്ഷിക്കാൻ വേണ്ടിയിട്ടു കൂടിയാണ് ഞാൻ ആളയച്ചു വരുത്തിയത്.'

അർജ്ജുനൻ അപകടമൊന്നും ചെയ്യാതെ ഞാൻ ശ്രദ്ധിച്ചുകൊള്ളണം. ഞാനെഴുന്നേറ്റു.

'ജരാസന്ധൻ ദ്വന്ദ്വയുദ്ധം തന്നാൽ, അതു സ്വീകരിക്കുന്നത് അവിടുന്നാണെങ്കിൽ, ഒരുപക്ഷേ, കഥ വേറെയായിരിക്കും. യാദവരുടെ യുദ്ധത്തിന്റെ അവശിഷ്ടം ഏല്ക്കാതെ കഴിയുന്നതായിരിക്കും ഉചിതം. എനിക്കുതോന്നുന്നതാണ്. ശരിയോ തെറ്റോ ആവാം.'

'ആലോചിക്കട്ടെ.'

മറ്റെന്തു പറയാൻ? ഞാനെഴുന്നേറ്റു. പുറത്തേക്കു പോകാൻ തുടങ്ങുമ്പോൾ ദ്രൗപദി പറഞ്ഞു: 'കാർത്തികത്തിലെ പൗർണ്ണമിക്കാണ് എന്റെ അടുത്ത ഗൃഹമാറ്റം.'

വളരെ പതുക്കെ.

ഞാൻ ധൃതിയിൽ പുറത്തേക്കു കടന്നു.

എന്തിനാണ് ദ്രൗപദി എന്നെ വിളിപ്പിച്ചത്? വിവാഹസമ്മാനം നൽകാനോ? ജരാസന്ധനുമായി ഒരു യുദ്ധമുണ്ടാവാതെ കഴിക്കാനോ? ഇനി നാലുമാസം കഴിഞ്ഞാലെത്തുന്ന എന്റെ ഊഴത്തെ ഓർമ്മിപ്പിക്കാനോ?

രാത്രിയിൽ ബലന്ധരയുടെ സമീപം തണുത്ത് വികാരരഹിതനെപ്പോലെ ഞാൻ കിടന്നു. ഇരുട്ടിൽ കണ്ണുതുറന്നുകിടന്നാലോചിച്ചപ്പോൾ ചിത്രം തെളിയുന്നു. ജരാസന്ധനുമായി യുദ്ധം നടക്കുകതന്നെയാണാവശ്യം! രാജസൂയത്തിന്റെ ബലപരീക്ഷണത്തിൽനിന്ന് യുധിഷ്ഠിരൻ രക്ഷപ്പെടുന്നു. ദ്രൗപദി മഹാരാജ്ഞിയാവുന്നു. അതിശക്തനായ ജരാസന്ധനെ നേരിടുന്നത് ഞാൻ തന്നെയാവണം. അർജ്ജുനനാവരുത്. ബലന്ധരാപരിണയം താൻ പൊറുത്തിരിക്കുന്നു. ജരാസന്ധവധത്തിന് ഉപഹാരമായി കാർത്തികത്തിലെ പൗർണ്ണമിയും തുടർന്നുള്ള രാവുകളും എന്നെ കാത്തിരിക്കുന്നു..... എല്ലാം വ്യക്തം.

ചോരപുരണ്ട കൈകൾകൊണ്ട് ഉടയാട വലിച്ചൂരി ചീന്തിയെറിഞ്ഞു. കാട്ടാളന്റെ കരുത്തോടെ അവളെ അനുഭവിക്കുന്ന ഒരു ദൃശ്യം ഞാൻ മനസ്സിൽ അമർഷത്തോടെ സങ്കല്പിച്ചു.

ഒരുപക്ഷേ, അതുതന്നെ സ്വപ്നം കണ്ടാണ് ദ്രൗപദി ഇപ്പോൾ ഉറങ്ങുന്നതെങ്കിലോ?

ഞാനത്ഭുതപ്പെടില്ല!

പുതിയ ഒരാഭരണംകൂടി അഭിമാനത്തോടെ അണിഞ്ഞ് ശാന്തമായി ഉറങ്ങുന്ന ബലന്ധരയെ ഞാൻ സഹതാപത്തോടെ നോക്കി.

മൂന്ന്

'കിരീടമഴിച്ചുവെച്ച്, മുടി കെട്ടിവച്ച്, മഹാബാഹുക്കൾ വീശി. നെഞ്ചിലും തുടയിലുമടിച്ച്, ജരാസന്ധൻ എഴുന്നേറ്റു യുദ്ധസന്നദ്ധനായി നിന്നു. യുദ്ധം ഒരാഘോഷമായിരുന്നു ജരാസന്ധന്. എനിക്കയാളോട് ആരാധന തോന്നി. മനസ്സിൽ വണങ്ങണമെന്നും തോന്നി.'

'പറയൂ. ഞാൻ കേൾക്കുന്നുണ്ട്. മുഴുവൻ വിസ്തരിച്ചു പറയൂ.'

ക്ഷീണിതയായി കിടക്കുന്ന ദ്രൗപദിയുടെ അലസഭാവം മറ്റൊരു അങ്കവസ്ത്രംപോലെ ഊർന്നു വീഴുന്നതു ഞാൻ കണ്ടു.

എന്റെ ശയ്യാഗൃഹത്തിൽ ദ്രൗപദിയുടെ ആദ്യരാത്രി കടന്നുവന്നപ്പോൾ മുതൽ മുഖത്തു പാരവശ്യമായിരുന്നു. എന്റെ പരുക്കൻകൈകൾ പിടിച്ചപ്പോൾ അപേക്ഷയോടെ, ദൈന്യത്തോടെ എന്നെ നോക്കി അകന്നുമാറി. എന്നെ വേദനിപ്പിക്കരുതേ എന്ന് കണ്ണുകൾ കെഞ്ചുന്നതുപോലെ തോന്നി. വിരലുകൾക്കു ഞാൻ ചിത്രശലഭങ്ങളേക്കാൾ മയംവരുത്താൻ ശ്രമിച്ചു. പതുക്കെ. ക്ഷമിക്കാൻ ഞാൻ എന്നെത്തന്നെ ശാസിച്ചു. പതുക്കെ.... വളരെ പതുക്കെ.... സന്താനപ്പൂനുള്ളുന്ന സുരസുന്ദരിമാരുടെ കരാംഗുലികളേക്കാൾ കനിവോടെ മനസ്സിലെ കാട്ടാളനോടു ഞാൻ കല്പിച്ചു: പതുക്കെ....

അവൾ എന്റെ കൈകൾ മാറ്റി വീണ്ടും ക്ഷീണത്തോടെ പറഞ്ഞു: 'അരുതേ! യുദ്ധത്തിന്റെ കഥ പറയൂ, ആദ്യം'

ഞാൻ ആരംഭിച്ചു:

'വൈഹാരം, വരാഹം, വൃഷം, ഋഷിപർവ്വതം, ചൈത്യകം എന്നീ അഞ്ചു മലകൾക്കു നടുവിലാണ് മാഗധം. കൊട്ടാരമതിൽക്കെട്ടിനു പുറത്തു പാച്ചോ

റ്റിക്കാടുകൾ. കോട്ടവാതിൽ കടന്നാൽ ഭക്ഷണം മുതല്ക്കു പൂമാലകളും സുഗന്ധദ്രവ്യങ്ങളും വരെ വില്ക്കുന്ന വാണിഭങ്ങൾ.....'

ഞാൻ നിറുത്തി.

നെയ്യൊഴിക്കാൻ മറന്ന ചെരാത് അണഞ്ഞുകഴിഞ്ഞിരുന്നു. ഭിത്തിയുടെ മുകളിലെ കിളിവാതിലിലൂടെ പൗർണ്ണമിയുടെ പ്രകാശം അകത്ത്- ഇരുപത്തിനാലു മാസങ്ങൾക്കുശേഷമെത്തിയ കാർത്തിക പൗർണ്ണമി.

ഭാഗ്യവതിയാണ് താനെന്ന മുഖവുരയോടെയാണ് ദ്രൗപദി ശയ്യാഗാരത്തിൽ വന്ന് എന്നെ വന്ദിച്ചത്. ദാസിമാർ പോയപ്പോൾ ദ്രൗപദി പറഞ്ഞു:

'സംസാരിച്ചിരുന്നു മനം കുളുർപ്പിക്കേണ്ടതാണീ രാത്രി. പറയൂ, ജതുഗൃഹത്തിൽനിന്നു രക്ഷപ്പെട്ട കഥ പറയൂ.'

വാരണാവാതം കഴിഞ്ഞപ്പോൾ ദ്രൗപദിയുടെ ആലസ്യം വർദ്ധിച്ചു. നിറുത്തിയപ്പോൾ വീണ്ടും പറഞ്ഞു: 'പറയൂ, ഗദായുദ്ധങ്ങളുടെ കഥ പറയൂ....'

ദ്രൗപദി പ്രോത്സാഹിപ്പിച്ചുകൊണ്ടിരുന്നു.

ഞാൻ ജരാസന്ധന്റെ കഥ തുടർന്നു:

'ആനത്തോലുകൊണ്ടുണ്ടാക്കിയ മൂന്നു പെരുമ്പറകൾ കോട്ടവാതിൽക്കൽ തൂക്കിയിരുന്നു. അതിൽ ഘോഷമുണ്ടാക്കിക്കൊണ്ടാണ് ഞങ്ങൾ കടന്നത്. അതു കൃഷ്ണന്റെ നിർദ്ദേശമായിരുന്നു ദ്വന്ദ്വയുദ്ധം ആവശ്യപ്പെട്ടു വരുന്നവരെ എന്നും ജരാസന്ധൻ ഹൃദ്യമായി സ്വീകരിച്ചിട്ടേയുള്ളു.

ദ്വന്ദ്വയുദ്ധം ജരസന്ധന്റെ നിത്യവിനോദമായിരുന്നു. പോരിൽ തോറ്റ രാജാക്കന്മാരെ, കാരാഗാരങ്ങളാക്കി മാറ്റിയ ഗുഹകളിലേക്ക് അയയ്ക്കുന്നു. അവരെ പിന്നീടു ബലികൊടുക്കുന്നു.

മരണം യാചിച്ചെത്തിയവരെപ്പോലെ വാണിഭസ്ഥലത്ത് ആളുകൾ ഞങ്ങളെ നോക്കി. കാവൽഭടന്മാർ അടുത്തുവന്നപ്പോൾ കൃഷ്ണൻ പറഞ്ഞു:

'സവർണ്ണരെ ബലികൊടുക്കുന്ന ഒരു സവർണ്ണൻ, അധമൻ, ഇവിടെ നാടുവാഴുന്നുവെന്നു കേട്ടു. അയാളുമായി ദ്വന്ദ്വയുദ്ധത്തിനാണ് ഞങ്ങൾ വരുന്നത്.

അവജ്ഞയായിരുന്നു അപ്പോൾ ഭടജനങ്ങളുടെ മുഖത്ത്.

യജ്ഞശാലയിലേക്കാണ് ഞങ്ങളെ ക്ഷണിച്ചുകൊണ്ടുപോയത്. വിശിഷ്ടാതിഥികൾക്കുള്ള പീഠങ്ങൾ. ഭക്ഷണത്തളികകൾ നിരത്താൻ തുടങ്ങിയപ്പോൾ അർജ്ജുനൻ നിരസിച്ചു. കൃഷ്ണൻ വീണ്ടും സേവകന്മാരെ ഓർമ്മിച്ചു:

'ഞങ്ങൾ യുദ്ധത്തിനു വന്നവരാണ്.'

സൽക്കാരത്തിനു മേൽനോട്ടം വഹിക്കുന്ന വൃദ്ധനായ ഒരു സചിവൻ ചിരിച്ചുകൊണ്ടു പറഞ്ഞു: 'അവസാനത്തെ അത്താഴം ഇവിടെയാണ് പതിവ്, വരുന്നവർക്ക്.'

സേവകന്മാർ ചിരിയൊതുക്കി.

വിശ്രമിക്കുകയായിരുന്ന ഞങ്ങളുടെ മുമ്പിൽ അർദ്ധരാത്രിക്കാണ് ജരാസന്ധൻ വന്നത്. വലിയച്ഛൻ ധൃതരാഷ്ട്രരോളം വലിയ ശരീരം. നുകത്തണ്ടിനോളം വലുപ്പമുള്ള കൈകൾ. അദ്ദേഹം ഞങ്ങളെ വന്ദിച്ചു. ഞങ്ങൾ പ്രതിവന്ദനം ചെയ്തു.

'ദ്വന്ദ്വയുദ്ധം തരാൻ എപ്പോഴും സന്തോഷം.' അദ്ദേഹം പ്രസന്നഭാവത്തിൽ ഞങ്ങളെ നോക്കി. 'പക്ഷേ, നിങ്ങളാരും എന്റെ ശത്രുക്കളല്ല. ഞാൻ നിങ്ങളോടു ദ്രോഹം ചെയ്തതും ഓർക്കുന്നില്ല.'

'ക്ഷത്രിയരെ യജ്ഞപ്പശുക്കളാക്കിയതുകൊണ്ടുതന്നെ താങ്കൾ വധ്യനാണല്ലോ.'

കൃഷ്ണൻ പറഞ്ഞു. നരബലി നടത്തുന്നവനെങ്കിലും ജരാസന്ധൻ നിയമങ്ങൾ പാലിക്കും. ദ്വന്ദ്വയുദ്ധത്തിനെത്തിയവരെ അയാൾ വെറുതേ തടവുകാരനാക്കില്ല.

ശാന്തനായിരിക്കുന്ന ജരാസന്ധനെ ഞാൻ ബഹുമാനപൂർവം നോക്കി. തന്റെ അസാധാരണമായ കരബലത്തിൽ തികച്ചും വിശ്വാസമുള്ളതുകൊണ്ടുതന്നെ അയാൾക്കു ശാന്തനാവാം. എതിരാളികളോട് ആചാരോപചാരങ്ങൾ കാട്ടാം.

'നിങ്ങളാരാണ്? എതിരാളികളുമായി പരിചയപ്പെടലാണല്ലോ ആദ്യത്തെ ചടങ്ങ്–'

അർജ്ജുനനെപ്പറ്റിയാണ് കൃഷ്ണൻ ആദ്യം പറഞ്ഞത്. പിന്നെ എന്റെ വിജയങ്ങളെപ്പറ്റി പറഞ്ഞു. ദ്രുപദസദസ്സിലെ വെല്ലുവിളി ഞാൻ ഒറ്റയ്ക്കു ജയിച്ച ഒരു മഹായുദ്ധംപോലെ വിവരിച്ചു. സേനേശരാജാവിനേയും വൻപടയേയും ഒറ്റത്തേരിൽ ജയിച്ചു കന്യകയെ കൊണ്ടുപോന്നവനാണെന്നു പറഞ്ഞു. എന്തുകൊണ്ടോ ഹിഡിംബവധം പറഞ്ഞില്ല.

'അവസാനിപ്പിച്ചു, കൃഷ്ണൻ.'

'ഇനി ഞാൻ. യാദവവംശത്തിലെ ബലരാമന്റെ സഹോദരൻ കൃഷ്ണൻ....'

അപ്പോൾ ജരാസന്ധൻ പൊട്ടിച്ചിരിച്ചു:

'ഓർമ്മിക്കാത്തതിനു ക്ഷമിക്കണം! അന്നു വെറും കുമാരനായിരുന്നല്ലോ. പിന്നെ, തോറ്റോടുമ്പോൾ പിൻപുറം മാത്രമേ ഞാൻ കണ്ടിട്ടുള്ളു....'

അതുവരെയുള്ള ശാന്തഭാവം പെട്ടെന്നു മാറി. രാജാവ് മന്ത്രിയോടു കല്പിച്ചു. 'ദ്വന്ദ്വയുദ്ധത്തിന് ഒരുക്കിക്കോളൂ. പതിവുപൂജകൾ. ഹോമാദികൾ. പെരുമ്പറയടിച്ചു നഗരവാസികളെ അറിയിച്ചോളൂ.'

എന്നിട്ട് ഞങ്ങളുടെ നേരെ നോക്കിക്കൊണ്ടു ചോദിച്ചു.

'ആരാണാദ്യം പൊരുതുന്നത്?'

'താങ്കൾക്കു തെരഞ്ഞെടുക്കാം.'

ജരാസന്ധൻ ചിരിച്ചു. ഇവിടെയും കൃഷ്ണൻ പ്രവചിച്ചതുപോലെ തന്നെ സംഭവിച്ചു.

'അല്പം കരുത്തുള്ള ഒരെതിരാളിയല്ലെങ്കിൽ കാഴ്ചക്കാർ നിരാശപ്പെടും. മല്ലന്റെ ശരീരഘടന ഈ യുവാവിനുണ്ട്. ഭീമസേനൻ തന്നെയാവട്ടെ.'

ജരാസന്ധന് യുദ്ധം, സോമയാഗംപോലെ, അഗ്നിചയനം പോലെ, പരിശുദ്ധമാണ്. ഓരോ ഘട്ടത്തിലും അയാൾ എന്റെ മനസ്സിൽ വളരുകയായിരുന്നു.

പ്രഭാതത്തിൽ രംഗമൊരുങ്ങി. ഗോരോചനമണിഞ്ഞു പുഷ്പം ചൂടിയ ജരാസന്ധൻ ഹോമകുണ്ഡത്തിനു മുമ്പിൽ ഇരുന്നു. ബ്രാഹ്മണപുരോഹിതർ വന്ന്, സ്വസ്ത്യയനം കഴിച്ചു മുറിവിനും മോഹാലസ്യത്തിനുമുള്ള മരുന്നുകൾ കൊണ്ടു സേവകർ നിരന്നു. കിരീടമഴിച്ച്, മുടി കെട്ടിവച്ച് ജരാസന്ധൻ എഴുന്നേറ്റു.....

–ഇപ്പോൾ ദ്രൗപദിക്ക് ആലസ്യമില്ല. കണ്ണുകൾ വൈഡൂര്യക്കല്ലുകൾപോലെ തിളങ്ങി. അവൾ എന്റെ തൊട്ടടുത്തേക്കു നീങ്ങിയിരുന്നു. അവളുടെ നേർത്ത വിരലുകൾ കൈപ്പത്തിക്കു മുകളിലൂടെ, പിന്നീട്, ഭുജങ്ങളിലൂടെ, തഴുകിക്കൊണ്ടു കഴുത്തിലെത്തി. എന്റെ മുടിക്കെട്ടിൽ ചികഞ്ഞ് വിരലുകൾ ഒരു പിടിയെടുത്തു ചുരുട്ടിക്കളിച്ചു വീണ്ടും ചുമലിലൂടെ കൈത്തലത്തിലേക്കിറങ്ങി.

ആവേശം ഇരമണത്ത നായാട്ടുനായ്ക്കളെപ്പോലെ എന്റെ ശരീരത്തിലെ ചങ്ങലക്കെട്ടുകളിൽ ചുരമാന്തി.

'നിൽക്കൂ. ആദ്യം കഥ പറഞ്ഞുതീർക്കൂ. ഞാനിതു സൂതരിൽ മുഖ്യനോടു പറഞ്ഞ് ഏറ്റവും നല്ല പാട്ടുണ്ടാക്കിച്ച് സ്വർണ്ണവള സമ്മാനം കൊടുത്ത് നാടാകെ പാടിനടക്കാൻ പറയും.... എന്നിട്ട്?'

ഞാൻ തുടർന്നു:

'ആദ്യം ഞങ്ങൾ കൈപിടിച്ചു. പിന്നെ പരസ്പരം നമിച്ചു. കൈപൊക്കിയും നീട്ടിയും താഴ്ത്തിയും പഴുതു നോക്കി. പൊടുന്നനെ ആഞ്ഞടുത്ത ജരാസന്ധനെ തല കുനിച്ചുപിടിച്ച് ഞാൻ നേരിട്ടു. പിൻവാങ്ങിയ രാജാവ് ചുറ്റിപ്പിടിക്കാൻ ശ്രമിച്ചപ്പോൾ ഒഴിഞ്ഞുമാറിയതു കണ്ട്, ഓർക്കാപ്പുറത്തെന്നെ ചവിട്ടി. ഇടറിത്തെറിച്ച് സമനില കിട്ടാൻ പാദമുറപ്പിക്കുമ്പോൾ അയാൾ കൈത്തണ്ടകൊണ്ട്, ഞങ്ങൾ മല്ലയുദ്ധത്തിൽ പറയുന്ന, ശ്വാസനാളം ചതയ്ക്കുന്ന 'പൂർണ്ണകുംഭം' പ്രയോഗിച്ചു. വയറ്റത്തടിച്ചു പിടി വിടുവിച്ച് ഞാൻ 'തൃണപീഡ'ത്തിന്റെ മുറയെടുത്തപ്പോൾ രാജാവ് മുഷ്ടികം കൊണ്ടു നേരിട്ടു. അപ്പോൾ അരക്കെട്ടിലും പിന്നെ വാരിയിലും കൈമുട്ടാൽ ആഞ്ഞടിച്ചു ഞാൻ 'പൂർണ്ണയോഗ'മുറയിലാക്രമിച്ചു. അയാൾ അലറിയപ്പോൾ അതിലും ഉച്ചത്തിൽ ഞാനലറി. കാഴ്ചക്കാർ നിന്നേടത്തു നിന്നു ഭയന്നു പിൻവാങ്ങിയത്രേ.

അമർത്തിയൊതുക്കി ശ്വാസംമുട്ടിക്കുന്ന രീതിയിലാണ് എന്നെ അവ

സാനിപ്പിക്കാൻ പോകുന്നതെന്നു കണ്ടു ഞാൻ കൈയകലം വിട്ടു നിന്നു മാത്രം ആക്രമിച്ചു. വേഗത്തിൽ ജരാസന്ധനെന്നോളമെത്തില്ല, തടുക്കാനെത്തുന്ന മുഷ്ടികൾ സ്ഥാനത്തെത്തുംമുമ്പ് മർമ്മങ്ങളിൽ എന്റെ താഡനങ്ങൾ വീണു. അതു തുടരുന്തോറും അയാളുടെ നീക്കങ്ങൾ സാവധാനത്തിലായി. അർജ്ജുനനും കൃഷ്ണനും പ്രോത്സാഹിപ്പിച്ചുകൊണ്ട് എന്തൊക്കെയോ വിളിച്ചു പറഞ്ഞുകൊണ്ടിരുന്നു. അയാൾ ഇടയ്ക്ക് ആകെ വാരിപ്പിടിക്കാൻ കൊടുങ്കാറ്റുപോലെ കയറിനോക്കിയപ്പോഴൊക്കെ ഞാൻ ഒഴിഞ്ഞു. കൽത്തൂണിനു മുന്നിലേക്ക് എന്നെ മാറ്റിക്കിട്ടാനാണ് അയാളുടെ അടവുകളെന്നു ഞാൻ മനസ്സിലാക്കി. യാമങ്ങൾ കഴിഞ്ഞു. ദ്വന്ദ്വയുദ്ധം ഉത്സവംപോലെയല്ലെന്നു ജരാസന്ധനു തോന്നിത്തുടങ്ങിയിരുന്നു. ബലിവേദിയിലെ രൂപങ്ങളിൽ മരിച്ച ക്ഷത്രിയവീരന്മാരുടെ കുരുദേവതകൾ എന്റെ കൈകൾക്കു കരുത്തു കൂട്ടിയെന്നേ ഞാനിപ്പോൾ കരുതുന്നുള്ളു.

പ്രായംകൊണ്ട് എന്റെ നാലിരട്ടിയെങ്കിലും വരുന്ന ഈ മഹാബലന്റെ ശക്തി എന്നെ അമ്പരപ്പിച്ചു. തളരുന്നു എന്ന് ഞാൻ ഉറപ്പിച്ച നിമിഷങ്ങളിലൊക്കെ ആരോ എനിക്കു കരുത്തുതന്നു. കൽത്തൂണിന്റെ മുമ്പിലെന്നെ കിട്ടുകയാണാവശ്യം. അട്ടഹസിച്ച് ആഞ്ഞടുത്ത്, ശരീരത്തിന്റെ ശക്തി മുഴുവനുംകൊണ്ടു വാരിയെടുത്ത് എന്നെ കൽത്തൂണിലടിക്കാനാണ് ഒരുക്കമെന്ന് ഞാൻ ഊഹിച്ചു. പറക്കുന്ന പർവ്വതംപോലെ അയാൾ ഉയർന്ന് അടുത്തെത്തി എന്നു തോന്നിയപ്പോൾ ഞാൻ ഇടംകൈയടിച്ചു വീണു. അല്ല, വീഴുന്നവേഗത്തിൽ ഇരുന്നു. തൂണിൽ തലയടിക്കാതിരിക്കാൻ കൈനീട്ടി, ഒരു കാൽ മാത്രം നിലത്തൂന്നി ജരാസന്ധൻ നിന്നപ്പോൾ കാൽമുട്ടുകൾ രണ്ടും കെട്ടിപ്പിടിച്ചു പൊക്കി, ഉയർന്നു വലംചുമലിലൂടെ എല്ലാ ശക്തിയും ഉപയോഗിച്ച് എറിഞ്ഞു. അലറിക്കൊണ്ടു മുഖമടിച്ചു വീണ അയാളുടെ പുറത്തേക്ക് എടുത്തുചാടിയതു കാൽമുട്ടുകൾ രണ്ടും നട്ടെല്ലിൽ ഒരുമിച്ചു വീഴാൻ സൗകര്യത്തിലായിരുന്നു. നട്ടെല്ലിന്റെ കണ്ണിപ്പൊട്ടി കരയുന്നത് ഞാനറിഞ്ഞു. മുടിപിടിച്ച് മുഖം വളച്ചുമറിച്ചപ്പോൾ ചോര. എവിടെനിന്നോ വായിലൂടെ ഒരു കുടം ചോര. പിന്നെ എനിക്കോർമ്മയില്ല. സത്യം, എനിക്കോർമ്മയില്ല. അപ്പോൾ ഞാനലറിയിരുന്നുവത്രെ.... കണ്ഠനാളം തകർന്ന ചോരയിൽ അയാളുടെ കൈകൾ പിടഞ്ഞിരുന്നു. നട്ടെല്ലു വീണ്ടും തകർത്തപ്പോൾ ചലനങ്ങൾ നിലച്ചു....

പിന്നെയും ഞാനലറിയെന്ന് അർജ്ജുനൻ പറഞ്ഞു. അർദ്ധബോധാവസ്ഥയിൽ എഴുന്നറ്റ് എന്നെ താങ്ങാനെത്തിയ അർജ്ജുനന്റെ കൈ തട്ടിമാറ്റി ഞാൻ മണ്ഡപത്തിനു പുറത്തേക്കു നടന്നു.... എന്റെ ദേഹം രക്തത്തിൽ കുതിർന്നിരുന്നു. ജരാസന്ധന്റെ രക്തം.... എന്റെ....'

ദ്രൗപദിയുടെ കിതയ്ക്കുന്ന മുഖം എന്റെ മുമ്പിൽ. അവൾ അർദ്ധബോധാവസ്ഥയിലാണെന്നു തോന്നി. ഒരുമയില്ലാതെ വളരുന്ന എന്റെ ശ്മശ്രുക്കളിൽ കൂർത്ത പല്ലുകൾ താഴ്ന്നു. ആലസ്യം പൂണ്ട് ഉദാസീനയായി കിടന്ന

ദ്രൗപദി എവിടെ? എന്നെ ഒരു ചുഴലിക്കാറ്റുപോലെ അവളുടെ ശരീരം ചുറ്റുന്നു. പല്ലുകളും നഖങ്ങളും എവിടെയൊക്കെയോ എന്നെ വേദനിപ്പിച്ചു. വേദനയല്ല, മോഹം; മോഹമല്ല, മോഹാലസ്യം. അതിന്റെ ശിഖരത്തിനു മുകളിലൂടെ മന്ഥരപർവ്വതം കൊത്തിയെടുത്ത ഗരുഡന്റെ നഖങ്ങളിലെ ന്നോണം അവശേഷിച്ച രാത്രി ഞാൻ പാറിപ്പറന്നു.

നാല്

മയന്റെ കരവിരുതുകൊണ്ട് എന്നും ദേവസഭകളോടു മത്സരിക്കുമെന്നു പറഞ്ഞുണ്ടാക്കിയ മണ്ഡപം. നീലക്കല്ലുകൾ പാകിയ സ്ഥലങ്ങൾ ജലാശയങ്ങളാണെന്നു തോന്നി. ദുര്യോധനൻ പരിഹാസ്യനായ മണ്ഡപം. രാജസൂയസദസ്സിൽ വെണ്ണക്കല്ലുകളിൽ ചോരചിതറിത്തെറിച്ചതുകൊണ്ട് സ്ഥലബലിസമ്പൂർണ്ണമായെന്ന് ആളുകൾ പറയാറുള്ളത് ഇതിനെപ്പറ്റിയാണ്. ചുരുങ്ങിയ കാലംകൊണ്ട് ഈ സഭയുടെ പ്രസിദ്ധി എട്ടുദിക്കിലും പരന്നിരുന്നു.

ഹസ്തിനപുരത്തേക്കുള്ള യാത്രയ്ക്ക് മറ്റുള്ളവർ ഒരുങ്ങുകയായിരുന്നു. തനിയെ സഭാമണ്ഡപത്തിൽ നിന്നപ്പോൾ അവിടെ നടമാടിയ രംഗങ്ങൾ ഞാൻ ഓർമ്മിച്ചുപോയി.

അസൂയ മറച്ചുപിടിച്ചു സഭ കാണാൻ പരിചാരകരുടെകൂടെ ദുര്യോധനൻ നടന്നപ്പോൾ ജലവും സ്ഥലവും തിരിച്ചറിയാതെ വിഷമിച്ചു. കണ്ടുനിന്നവർക്കെല്ലാം പരിഹസിച്ചു ചിരിക്കാൻ വകകിട്ടി. ആ അമർഷം ഇപ്പോഴും അയാൾ ഉള്ളിൽ കരുതുന്നുവെന്ന് പലരും പറഞ്ഞു.

രാജസൂയത്തിനു വന്ന രാജാക്കന്മാർ ഇവിടെയാണ് കൂടിയത്. രാജാക്കന്മാരുടെ രാജാവായി വാഴിക്കപ്പെടുന്ന ആഘോഷം. എല്ലാ ക്രിയകളിലും ദ്രൗപദിയും പങ്കുകൊണ്ടു. ഗംഗയിൽനിന്നും സരസ്വതിയിൽനിന്നും യമുനയിൽനിന്നും കൊണ്ടുവന്ന ജലകുംഭങ്ങൾ നിരന്നു. സമുദ്രജലം തൊട്ട് മഞ്ഞുതുള്ളിവരെ പല ജലങ്ങളാണ് അഭിഷേകത്തിനുള്ള കുംഭങ്ങളിൽ നിറയ്ക്കുന്നത്. അതിൽ തേനും പാലും നെയ്യും ബ്രാഹ്മണർ ചേർക്കുന്നു. പിന്നെ പശുവിന്റെ ഗർഭത്തിൽനിന്നെടുക്കുന്ന ഭ്രൂണജലംകൂടി.

അഭിഷേകമാണ് ഹോമത്തേക്കാൾ വലിയ ചടങ്ങ് രാജസൂയത്തിൽ. അതിനുമുമ്പാണ് സഭാനാഥനെ തിരഞ്ഞെടുക്കേണ്ടതും അഗ്ര്യപൂജ നടത്തേണ്ടതും. ഭീഷ്മപിതാമഹൻ ഞങ്ങളിൽ പലരേയും അത്ഭുതപ്പെടുത്തിക്കൊണ്ട് കൃഷ്ണനാവട്ടെ എന്നു വിധിച്ചു. എതിർപ്പു പലരുടേയും മുഖങ്ങളിൽ പ്രകടമായിരുന്നു. ചേദിയിലെ ശിശുപാലൻ മാത്രം എഴുന്നേറ്റു നിന്നു ചോദിച്ചു: 'യാദവൻ കൃഷ്ണന് അതിനെന്തവകാശം?'

പലരും അതു രസിക്കുന്നുണ്ട്. ചേദിരാജാവ് താൻതന്നെയാണർഹൻ എന്നു പറയുമോ എന്നായിരുന്നു എനിക്ക് ആശങ്ക. കൃഷ്ണനേക്കാൾ അർഹൻ പലരുമുണ്ട് എന്നത് സത്യംതന്നെ.

അയാൾ പറഞ്ഞു: 'ഈ കൂട്ടത്തിലർഹർ വേറെ പലരുമുണ്ട്. മഹാശയനായ താങ്കൾതന്നെയാവട്ടെ!'

അദ്ദേഹം ഭീഷ്മപിതാമഹനോടു പറഞ്ഞതിനോട് എല്ലാവർക്കും യോജിപ്പായിരുന്നു. അപ്പോൾ പിതാമഹൻ കൃഷ്ണന്റെ ഗുണഗണങ്ങൾ വർണ്ണിക്കാനാണു തുടങ്ങിയത്. കുറെ കേട്ടുകഴിഞ്ഞപ്പോൾ ശിശുപാലന്റെ ക്രോധം പിതാമഹന്റെ നേർക്കുതന്നെ തിരിഞ്ഞു.

'ആവശ്യമില്ലാതെ മറ്റുള്ളവർക്കുവേണ്ടി ഇടപെട്ട് നാണംകെടലാണല്ലോ താങ്കളുടെ പൂർവ്വചരിത്രം. അർഹിക്കാത്തവർക്കുവേണ്ടിയുള്ള വീരപ്രകടനം. മറ്റൊരാൾക്കു വിവാഹത്തിനു വാക്കുകൊടുത്ത അംബയെ വിചിത്രവീര്യനുവേണ്ടി- രാജയക്ഷ്മാവു വന്ന് മരിക്കാൻ കിടക്കുന്നവനു വേണ്ടിയായിരുന്നുവെന്ന് നിങ്ങളെല്ലാം ഓർക്കണം!- ബലാൽക്കാരമായി കൊണ്ടുവന്നത് ഞാൻ കേട്ടിട്ടുണ്ട്. അവൾ പിറന്ന ദിക്കിലും വേട്ട ദിക്കിലും സ്ഥാനമില്ലാതായി ആത്മഹത്യ ചെയ്തത് എല്ലാവർക്കുമറിയാം. ക്ഷയരോഗിയുടെ രണ്ടു വിധവകളുണ്ടായി എന്നതാണ് വീരപരാക്രമം കൊണ്ടുണ്ടായ സൽഫലം!'

ഭീഷ്മാചാര്യർ നിശ്ശബ്ദനായി. സദസ്സ് സ്തബ്ധമായി. പറഞ്ഞതിൽ സത്യം മാത്രമേയുള്ളു എന്ന് എനിക്കും തോന്നി. പക്ഷേ, ആ മഹാസദസ്സിൽ വച്ച് അതു പറയേണ്ടിയിരുന്നോ എന്നേ സംശയമുള്ളു.

ശിശുപാലൻ അവസാനിപ്പിക്കാൻ ഭാവമില്ലായിരുന്നു: 'എന്നിട്ട് ഭേദപ്പെട്ട ക്ഷത്രിയകുലത്തിൽ പതിവില്ലാത്ത ഒരു സൽക്കർമ്മം കൂടി ചെയ്തു. മറ്റൊരാളെ വിളിച്ചുവരുത്തി വിധവകളിൽ നിയോഗം!'

ഞങ്ങളുടെ വംശത്തിന്റെ തായ്‌വേരിലാണ് ഇപ്പോൾ ശിശുപാലൻ ആഞ്ഞുവെട്ടുന്നത്. ധൃതിയിൽ എന്റെ സമീപമെത്തിയ അർജ്ജുനൻ പറഞ്ഞു: 'തർക്കം കൃഷ്ണനോ ഭീഷ്മാചാര്യനോ എന്നല്ല. രാജസൂയം അലങ്കോലപ്പെടണം എന്നതാണു ചിലരുടെ ആവശ്യം.'

ഒരു യുദ്ധഭീഷണി കരുതിയതല്ല. ഇനിയും കൗമാരത്തിലെ വാശിയും മുൻകോപവും വിട്ടുകളഞ്ഞിട്ടില്ലാത്ത സഹദേവൻ എഴുന്നേറ്റ് മണ്ഡപത്തിലേക്കിറങ്ങി.

‘അഗ്ര്യപൂജ നടത്തേണ്ട കനിഷ്ഠസഹോദരൻ ഞാനാണ്. ഞാൻ കൃഷ്ണനെ പൂജിക്കാൻ പോകുന്നു. ഇഷ്ടപ്പെടാത്തവരുണ്ടെങ്കിൽ ആയുധമെടുത്ത് ഇറങ്ങണം. ഞാനിതാ തയ്യാർ!’

യുദ്ധത്തിൽ സഹദേവന് ഒരസ്ത്രവും അന്നോളം അയയ്ക്കേണ്ടിവന്നിട്ടില്ല. യുധിഷ്ഠിരന്റെ ദൂതനായി രാജസൂയത്തിന്റെ അംഗീകാരത്തിനു വേണ്ടി ചെന്ന ദേശങ്ങളിലൊക്കെ സമ്മാനങ്ങൾ ഏറ്റുവാങ്ങി സൽക്കാരം സ്വീകരിക്കുകയേ വേണ്ടിവന്നിട്ടുള്ളു. ഞാൻ അസ്വസ്ഥനായി.

കലാപത്തിനുള്ള അവസരം കാത്ത് ദുര്യോധനപക്ഷം ശിശുപാലന്റെ കൂടെ ചേരാൻ അധികസമയം വേണ്ടിവരില്ല. ഭീഷ്മപിതാമഹൻ സമാധാനം സ്ഥാപിക്കാൻ ഒരു വിഫലശ്രമം നടത്തുന്നു.

ശിശുപാലൻ കൃഷ്ണന്റെ നേരെ തിരിഞ്ഞു: ‘ജരാസന്ധൻ മരിച്ചതുകൊണ്ടല്ലേ, ഈ രാജസൂയത്തിന് നിങ്ങൾ അർഹരായത്? ആ വിജയത്തിന്റെ പേരിൽ എല്ലാ ഭീരുക്കളും എതിർക്കാതെ വന്ന് അടിയറ പറഞ്ഞപ്പോൾ സമ്രാട്ടായെന്നു കരുതുകയാണ്! ബ്രാഹ്മണവേഷം കെട്ടി പൂജാരികളായി അടുത്തു കൂടി ജരാസന്ധനെ ചതിച്ചുകൊന്നതാണെന്നു ഞാൻ പറഞ്ഞാൽ താൻ നിഷേധിക്കുമോ?’

എന്റെ ചോര തിളച്ചു.

ഭീഷ്മർ വീണ്ടും സാന്ത്വനവാക്കുകളുമായി ശിശുപാലന്റെ മുമ്പിൽ. ഞാൻ സഹദേവനെ തട്ടിമാറ്റി മുമ്പോട്ടു വന്നു പറഞ്ഞു: ‘വിടൂ. അയാളെ വിടൂ. ജരാസന്ധനോടു യുദ്ധം ചെയ്തവൻ ഞാനാണ്.’ ഇത് ബോദ്ധ്യപ്പെടുത്തേണ്ടവനും ഞാനാണ്.

അപ്പോൾ അതുവരെ അലസഭാവത്തിലിരുന്ന കൃഷ്ണൻ എഴുന്നറ്റു. വെല്ലുവിളികളും ആരോപണങ്ങളും അയാളെ തീരെ ബാധിച്ചിട്ടില്ലെന്നു തോന്നും. കൃഷ്ണൻ ചക്രമെടുക്കുന്നതു ഞാൻ കണ്ടു. പിന്നെ ചേദിരാജാവിന്റെ കഴുത്തിൽ ചോരയുടെ ചെത്തിപ്പൂക്കൾ ചിതറുന്നതുമാത്രമാണ് കണ്ടത്.

കൃഷ്ണന്റെ ചക്രായുധം സഞ്ചരിച്ചത് കാണാത്തത്ര വേഗത്തിലായിരുന്നു.

ഇതിൽ പ്രതിഷേധമുള്ളവരോട് കൂടുതൽ ഏതു രീതിയിലും ഇനിയും തർക്കിക്കാം എന്ന മട്ടിൽ നില്ക്കുന്ന കൃഷ്ണന്റെ ശാന്തഗൗരവഭാവം എന്നെ അത്ഭുതപ്പെടുത്തി. ചിലർ ഇറങ്ങിപ്പോയെങ്കിലും വെല്ലുവിളികൾ തുടർന്നില്ല. ചേദിയിൽ നിന്നു വന്ന അകമ്പടിജനം മൃതദേഹം മാറ്റുമ്പോൾ ബ്രാഹ്മണർ അഭിഷേകത്തിനുള്ള മന്ത്രങ്ങൾ ചൊല്ലിത്തുടങ്ങിയിരുന്നു.

ആദ്യത്തെയും അവസാനത്തെയും ആഘോഷം ഈ മഹാസഭയിൽ അതായിരുന്നു.

വിരുന്നിന് ഹസ്തിനപുരത്തേക്കു ക്ഷണിക്കാൻ വലിയച്ഛന്റെ ദൂതനായി വന്നത് വിദുരരായിരുന്നു. രാജസൂയം കഴിഞ്ഞ യുധിഷ്ഠിരനെ വലിയച്ഛന്

നേരിട്ടനുഗ്രഹിക്കണം. കൂട്ടത്തിൽ യുധിഷ്ഠിരനും ദുര്യോധനനും തമ്മിൽ കുറച്ചു ചൂതുകളിയുമാവാം. പുതിയ ഒരു ദ്യൂതസഭ ഹസ്തിനപുരത്തിൽ പണികഴിപ്പിച്ചിട്ടുണ്ട്.

അമ്മയെ സന്ദർശിച്ച വിദുരർ വളരെസമയം അവിടെ സംസാരിച്ചിരുന്നു. പുറത്തുവന്ന് വീണ്ടും യുധിഷ്ഠിരന്റെ സമീപത്തു വന്ന് ഓർമ്മിപ്പിച്ചു: 'സ്വീകരണവും സൽക്കാരവും നല്ലതുതന്നെ. ചൂതുകളിയിൽനിന്നും ഒഴിഞ്ഞു മാറുവാൻ ശ്രദ്ധിക്കണം.'

യുധിഷ്ഠിരൻ ചിരിച്ചു.

'ദ്യൂതവും യുദ്ധവും ക്ഷത്രിയർക്ക് ഒരുപോലെയല്ലേ? ആവശ്യപ്പെട്ടുവരുന്നവർക്ക് നിഷേധിക്കുന്നതു ധർമ്മമല്ലല്ലോ.'

ധർമ്മങ്ങളെപ്പറ്റി അറിയുന്ന വിദുരർ പ്രസന്നത വരുത്താൻ ശ്രമിച്ചു.

'ഈ സന്ദേശംകൊണ്ട് ഞാൻ വന്നതുതന്നെ സൂക്ഷിച്ചിരിക്കണമെന്നു പറയാൻ അവസരം കിട്ടുമല്ലോ എന്നു കരുതിയാണ്.'

'ചൂത് ഞാനാവശ്യപ്പെടില്ല. ഇങ്ങോട്ടാവശ്യപ്പെട്ടാൽ ഒഴിഞ്ഞുമാറുകയുമില്ല.' പിന്നെ അദ്ദേഹത്തെ സമാധാനിപ്പിക്കാൻവേണ്ടി പറഞ്ഞു: 'ശതംവച്ചുകളിച്ച് എന്നെ ജയിക്കാൻ ദുര്യോധനനാവില്ല. ചൂതുകളി നല്ലതാണെന്ന് എനിക്കഭിപ്രായമുണ്ടായിട്ടു പറയുകയല്ല.'

വിരുന്നിന്റെ കൂടെ ചൂതും ഉണ്ടെന്നറിഞ്ഞപ്പോൾ ജ്യേഷ്ഠൻ നിഗൂഢമായി ആഹ്ലാദിക്കുന്നുണ്ട്. രാജാക്കന്മാർ കൊടുത്ത സമ്മാനങ്ങൾ പലതും കളിച്ചു കളഞ്ഞ്, ധർമ്മാധർമ്മങ്ങളെപ്പറ്റി ചില തത്ത്വങ്ങളും പറഞ്ഞ്, മൗഢ്യത്തോടെയുള്ള അദ്ദേഹത്തിന്റെ ഒരു മടക്കയാത്ര ഞാൻ സങ്കല്പിച്ചുപോയി....

എല്ലാവരും തയ്യാറായിരിക്കുന്നു എന്നു വിശോകൻ വന്ന് അറിയിച്ചു.

യാത്രയ്ക്കൊരുങ്ങിയ അമ്മയും സഹദേവനും സാധനങ്ങൾ തേരിൽ കയറ്റുന്നത് നോക്കിനില്ക്കുന്നു. ഇത്രയേറെ ഒരുക്കങ്ങളുടെ ആവശ്യമുണ്ടോ എന്ന് അപ്പോൾ വന്ന നകുലനോട് ഞാൻ ചോദിച്ചു. ചിരിച്ചുകൊണ്ട് അവൻ പറഞ്ഞു, പതുക്കെ: 'നമ്മളിവിടേക്കു തിരിച്ചുവന്നില്ലെങ്കിലോ എന്നാണ് അമ്മയ്ക്കു സംശയം.'

ആയുധങ്ങളൊന്നും വേണ്ട എന്നും ഞാനും അർജ്ജുനനും നേരത്തെ സൂതന്മാരോടു പറഞ്ഞിരുന്നു. നേരിട്ടുള്ള ഒരാക്രമണവും കൗരവന്മാരിൽനിന്നുണ്ടാവില്ല. ജനാപവാദം ഭയന്ന്. ഖാണ്ഡവപ്രസ്ഥം ഇപ്പോൾ മയസഭ ഉണ്ടായിക്കഴിഞ്ഞശേഷം, ആളുകൾ പറഞ്ഞുപറഞ്ഞ് ഇന്ദ്രപ്രസ്ഥമായിരിക്കുന്നു. യാദവരും പാഞ്ചാലരും ഇടത്തരക്കാരായ അനേകം രാജാക്കന്മാരും ഇപ്പോൾ ഞങ്ങളുടെ അടുത്ത ബന്ധുക്കളും സുഹൃത്തുക്കളുമാണ്. ഹസ്തിനപുരത്തോടു കിടനില്ക്കുന്നുണ്ട് ഇന്ദ്രപ്രസ്ഥവും.

മയസഭയിൽ നാണിച്ചുപോയതിന് ദുര്യോധനൻ എന്തെങ്കിലും അപകടമുണ്ടാക്കുമോ? അയാൾ വെള്ളമാണെന്നു കരുതി വസ്ത്രം പൊക്കിപ്പി

ടിച്ചു നീലത്തളത്തിൽ നിന്നപ്പോൾ ഏറെ ചിരിച്ചത് ദ്രൗപദിയായിരുന്നു.

ഏതായാലും ഹസ്തിനപുരത്തിലെത്തിയാൽ ഒരു കണ്ണുറങ്ങുമ്പോഴും ഒരു കണ്ണു കാവലിരിക്കണം എന്ന് ഞാൻ തീരുമാനിച്ചിരിക്കുന്നു.

രഥങ്ങൾ തയ്യാറായി. യുധിഷ്ഠിരന്റെ പിന്നിലായി ദ്രൗപദിയും വന്നു. തേരിൽ കയറുന്ന ദ്രൗപദിയെ ഞാൻ നോക്കി. ഏഴുവർഷം മുമ്പ് നവവധുവായി വന്ന ദ്രൗപദിയെ ഞാൻ നോക്കി. ദ്രൗപദിക്ക് ഒരു മാറ്റവുമില്ല. അഞ്ചു പ്രസവിച്ചവളാണെന്ന് ആരും പറയില്ല. സന്ധ്യയ്ക്കു കൊളുത്തിയ നെയ്‌വിളക്കുപോലെ ഇന്നും തിളങ്ങുന്നു. മനുഷ്യവർഷങ്ങൾ ദിവസങ്ങൾ മാത്രമാണത്രെ ദേവകളുടെ സമയക്കണക്കിൽ. ദേവലോകത്തിന്റെ ആ സിദ്ധിയോടെ ഭൂമിയിൽ പിറന്നവളായിരിക്കാം പാഞ്ചാലപുത്രി.

ഹസ്തിനപുരത്തിൽ സ്വീകരണത്തിനായി വിദുരരും സഞ്ജയനും നില്ക്കുന്നുണ്ടായിരുന്നു. ഞങ്ങൾ ആദ്യം ഭീഷ്മപിതാമഹനെ വണങ്ങി. പിന്നെ വലിയച്ഛനെ നമസ്കരിച്ചു. പ്രായക്രമമനുസരിച്ചു പ്രണാമം ചെയ്യുമ്പോൾ തൊട്ടുതടവി ഓരോ ആളുടേയും വളർച്ചയെപ്പറ്റി വലിയച്ഛൻ പറഞ്ഞു. എന്റെ കൈത്തണ്ടയിലും കേയൂരത്തിലും അമർത്തിപ്പിടിച്ച് ഞാൻ മഹാബലനായിരിക്കുന്നുവെന്ന് അഭിനന്ദിച്ചു.

ജരാസന്ധന്റെ കൈകളേക്കാൾ നീളവും ദാർഢ്യവുമുണ്ട് വലിയച്ഛന്റെ കൈകൾക്ക് എന്ന് ഇപ്പോൾ എനിക്കു വ്യക്തമായി.

ആയുധപ്പുരയുടെ ഭാഗത്തേക്കാണ് പിന്നെ ഞാൻ നടന്നത്. ദ്രോണാചാര്യരും കൃപാചാര്യരും വിശ്രമിക്കുകയായിരുന്നു. വിളിക്കേണ്ടെന്നു കരുതി, ഞാൻ ശുകാചാര്യരെ കാണാൻ ചെന്നു.

അദ്ദേഹത്തിന്റെ സ്ഥലം മാറിയിരിക്കുന്നു. ആനപ്പിണ്ടത്തിന്റെ ഗന്ധമുള്ള മുറി. പന്തികൾക്കടുത്താണീ സ്ഥലം. അദ്ദേഹം വൃദ്ധനും അവശനുമായിരിക്കുന്നു.

എന്നെ കണ്ടപ്പോൾ ആഹ്ലാദംകൊണ്ട് വൃദ്ധനു വാക്കുകൾ കിട്ടിയില്ല. പ്രയാസപ്പെട്ട് എഴുന്നേറ്റിരുന്നു. എന്റെ നെഞ്ചിൽ ദുർബ്ബലമായിത്തീർന്ന കൈ ചുരുട്ടി സ്നേഹപൂർവ്വം ഇടിച്ചുകൊണ്ടു പറഞ്ഞു:

'വൃത്താന്തങ്ങളൊക്കെ ഞാനറിയുന്നുണ്ട്, ഇടയ്ക്കു കാണാൻ വരുന്ന പഴയ ശിഷ്യന്മാരിൽനിന്ന്.'

ഞാൻ ഇന്ദ്രപ്രസ്ഥത്തിലേക്കു വരാൻ അദ്ദേഹത്തെ ക്ഷണിച്ചു.

'വേണ്ട. ഇതൊക്കെ മതി. ഇനി എത്രകാലം? ആനപ്പിണ്ടത്തിന്റെ ഗന്ധം കൂടി ഇഷ്ടമായിത്തുടങ്ങി, ഇപ്പോൾ.'

യാത്ര പറയുമ്പോൾ അദ്ദേഹം ചോദിച്ചു:

'ദുര്യോധനന്റെ കൊട്ടാരത്തിൽ പോയോ?'

'ഇല്ല.'

അദ്ദേഹം ചിരിച്ചു. പിന്നെ കാര്യം പറഞ്ഞു: 'വലിയ ഒരാൾ വലുപ്പത്തിൽ ദുര്യോധനൻ ഒരു ലോഹപ്രതിമ ഉണ്ടാക്കിച്ചുവച്ചിട്ടുണ്ട്. പാണ്ഡ്യ

രാജ്യത്തു നിന്നുവന്ന ഒരു ശില്പിയാണ് അതു വാർത്തത്. ഒരു പരിചാരകൻ പിന്നിൽനിന്നു ചക്രങ്ങൾ തിരിച്ചാൽ പ്രതിമയുടെ കൈയും കാലും അതിവേഗത്തിൽ യുദ്ധമുറയിൽ ചലിക്കും. അതിനോടു യുദ്ധം ചെയ്യുകയാണിപ്പോൾ ദുര്യോധനന്റെ ഒരു പ്രധാന വിനോദം.'

പിന്നെ വൃദ്ധൻ ഒരമർത്തിയ ചിരിയോടെ പറഞ്ഞു: പ്രതിമയ്ക്ക് ഭീമസേനന്റെ ഛായയുണ്ടെന്നാണു കേൾവി.'

ഞാനും ചിരിച്ചു. ഗുരുവിനെ വന്ദിച്ചു പുറത്തിറങ്ങി. പഴയ ആനപ്പന്തിയിലെ ജോലിക്കാരൻ ഹസ്തിപൻ മരിച്ചു. പരിചയക്കാരായ മറ്റാളുകൾ ആദരവോടെ, സ്നേഹത്തോടെ, അടുത്തുകൂടി.

ഭക്ഷണവും വിശ്രമവും കഴിഞ്ഞപ്പോൾ പുതിയ ദ്യൂതസഭയിലേക്കു വരാൻ ഒരു സേവകൻ വന്നറിയിച്ചു.

ഞാൻ അർജ്ജുനനെ അന്വേഷിക്കുകയാണ് ആദ്യം ചെയ്തത്. അയാളെ കണ്ടില്ല. മണ്ഡപത്തിലെത്തിയപ്പോൾ ദ്യൂതം ഒരു വിനോദമായിട്ടല്ല രാജകീയാഘോഷമായാണ് ഏർപ്പെടുത്തിയിരിക്കുന്നതെന്നു മനസ്സിലായി. ക്ഷണിക്കപ്പെട്ടവരായ അതിഥികൾ ധാരാളം. എല്ലാവരും സ്ഥാനങ്ങളിൽ ഉപവിഷ്ടരായിരിക്കുന്നു. ധൃതരാഷ്ട്രരുടെ ഇരുവശങ്ങളിലുമായി ഭീഷ്മാചാര്യർ, കൃപർ, ദ്രോണർ, തൊട്ടുപിന്നിൽ പീഠത്തിൽ അപ്പപ്പോൾ നടക്കുന്നതറിയിക്കാൻ പാകത്തിൽ സഞ്ജയൻ, ധൃതരാഷ്ട്രരുടെ കണ്ണ്.

കളി തുടങ്ങാൻ പോകുന്നു. ചൂതിന്റെ ലഹരി ജ്യേഷ്ഠന്റെ മുഖത്ത് ഞാൻ ശരിക്കും കണ്ടു. കാഴ്ചക്കാരുടെ മുമ്പാകെ അക്ഷങ്ങളിട്ട ദന്തപേടകം. പതുക്കെ കുലുക്കിക്കൊണ്ടു പ്രതീക്ഷയോടെ നില്ക്കുകയാണ്. കഴിയുന്നതും ഒഴിഞ്ഞുമാറുകയേയുള്ളു എന്ന് വഴിക്കു വിശ്രമിക്കുമ്പോൾക്കൂടി പറഞ്ഞതൊക്കെ വെറുതെ.

ദുര്യോധനനും സൗബലൻ ശകുനിയുമാണ് എതിർവശത്തുവന്നു നിന്നത്. ദ്യൂതത്തിനുവേണ്ടി ഉണ്ടാക്കിയ രംഗപീഠം. ഇരുവശത്തും സൗകര്യമായി ഇരിക്കാൻവേണ്ടി പര്യങ്കങ്ങൾ. കൗരവസഹോദരന്മാരുടെ കൂട്ടത്തിൽ ദുശ്ശാസനന്റെ സമീപം കർണ്ണനെ കണ്ടു.

'ശതം വച്ചിട്ടുതന്നെ കളി.' എന്റെ സമീപമെത്തിയ അർജ്ജുനൻ പറഞ്ഞു. വിലപിടിപ്പുള്ള വസ്തുക്കൾ പണയം വെയ്ക്കുന്ന കളിക്കാകുമ്പോഴേ ശതം വച്ചുകളി എന്നു പറയാറുള്ളു.

ദുര്യോധനൻ പറയുന്നതു കേട്ടു:

'പന്തയംവെയ്ക്കുന്നതു ഞാനായിരിക്കും. കളിക്കുന്നതു മാതുലൻ ശകുനി. ആയവ്യയങ്ങൾ നമ്മൾതമ്മിൽ.'

ശകുനിയാണു കളിക്കുന്നത്. എനിക്കതത്ര ശരിയായി തോന്നിയില്ല. എന്തോ, ദ്യൂതം എനിക്കറിയാത്ത കാര്യമാണ്. ശകുനിയെ എന്നും എനിക്കു ഭയം കലർന്ന വെറുപ്പാണ്.

'ഒരാൾക്കുവേണ്ടി മറ്റൊരാൾ കളിക്കുന്നതു ശരിയല്ല.' ജ്യേഷ്ഠൻ ചിരിച്ചു

കൊണ്ടു പറഞ്ഞു. 'എന്നാലും ഞാൻ കളിക്കുന്നു.'

കഴിഞ്ഞ കുറെ വർഷങ്ങൾ ഇതിനായി കാത്തിരിക്കുകയായിരുന്നു യുധിഷ്ഠിരൻ എന്നു തോന്നി. ഒരുപക്ഷേ, ദുര്യോധനനെ തോല്പിച്ചു നാണം കെടുത്താൻ ജ്യേഷ്ഠനു കഴിഞ്ഞേക്കും. അത്രയേറെ ആത്മവിശ്വാസമുണ്ട് ആ മുഖത്ത്. ചൂതുകളിച്ചു ചെലവഴിച്ച അസംഖ്യം ദിവസങ്ങൾ നിഷ്ഫലമായില്ല എന്നു ഞങ്ങളെ കാട്ടിത്തരാൻകൂടി ഈയവസരം ഉപയോഗിക്കുകയാവും. ഞങ്ങൾ നാലുപേർ കാണാനെത്തിയിട്ടില്ലേ എന്നറിയാൻ നോക്കി. ഞങ്ങളെ സ്ഥാനങ്ങളിൽ കണ്ടു മന്ദഹസിച്ചു.

കളിക്കാർ തമ്മിൽ പന്തയംവയ്ക്കുന്നതോടൊപ്പം കമ്പക്കാരായ കാഴ്ചക്കാരും പരസ്പരം വാതുവെയ്ക്കാറുണ്ടെന്നു കേട്ടിട്ടുണ്ട്.

ആരു കളി തുടങ്ങണമെന്നറിയാൻ രണ്ടുപേരും എറിഞ്ഞു. യുധിഷ്ഠിരനു പെരുപ്പം വീണു. കൃത, ശകുനിക്കു കലി. നാലും ഒന്നും, യുധിഷ്ഠിരനാണ് കളി തുടങ്ങാൻ അർഹൻ.

അദ്ദേഹം വലംകൈയാൽ അക്ഷങ്ങൾ കിലുക്കി. പിന്നെ കഴുത്തിലെ രത്നമാലയിലെ നായകക്കല്ല് ഇടത്തെ വിരലുകൾകൊണ്ട് ഉയർത്തിക്കാട്ടി പറഞ്ഞു: 'സ്വർണ്ണം കെട്ടിച്ച ഈ രത്നം വിലമതിക്കാനാവാത്തതാണ്. ഈ ഹാരമാണെന്റെ പണയം.'

ദുര്യോധനൻ പറഞ്ഞു: 'രത്നങ്ങൾ എനിക്കു ധാരാളമുണ്ട്. അങ്ങ് ജയിക്കുന്നതു സന്തോഷം'

യുധിഷ്ഠിരൻ കളിച്ചു.

ദുര്യോധനൻ വിളിച്ചുപറഞ്ഞു: 'ത്രേത.'

പിന്നെ ശകുനി കിലുക്കുമ്പോൾ അർജ്ജുനൻ പറഞ്ഞു: 'ഉം. എന്തോ!'

ശകുനി, കുലുക്കിയെറിഞ്ഞ അക്ഷങ്ങൾ നോക്കിക്കൊണ്ടു ചിരിച്ചു: 'നോക്കൂ, ഞാൻ ജയിച്ചു!'

യുധിഷ്ഠിരൻ ചിരിവിടാതെ കഴുത്തിലെ ഹാരം ഊരിവച്ചു.

രണ്ടാമതും കിലുക്കാൻ തുടങ്ങിയപ്പോൾ ദുര്യോധനൻ പറഞ്ഞു:

'അവിടുത്തെ പണയം പറഞ്ഞില്ല.'

യുധിഷ്ഠിരൻ പറഞ്ഞു: 'നൂറു പേടകം സ്വർണ്ണം!'

അപ്പോൾ സദസ്സു മുഖരിതമായി. അർജ്ജുനൻ എന്നെ നോക്കി. എന്റെ മനസ്സ് അസ്വസ്ഥമാവാൻ തുടങ്ങി.

അക്ഷപേടകം കിലുക്കി. പണയം ദുര്യോധനനും ഏറ്റു എന്ന് ഉറപ്പുവരുത്തിയശേഷം ശകുനി കളിച്ചു. വീണ്ടും പന്ത്രണ്ട്.

ആയവ്യയം കൂട്ടാൻ നില്ക്കുന്ന സചിവൻ വിളിച്ചു പറയും മുമ്പെ ജ്യേഷ്ഠന്റെ മുഖം കണ്ടപ്പോൾ തോറ്റു എന്നു മനസ്സിലായി.

നൂറു പേടകം സ്വർണ്ണം! രാജസൂയത്തിന് എല്ലാ നാടുകളിൽനിന്നുമായി കിട്ടിയ സമ്പത്തു മുഴുവൻ. ഇന്ദ്രപ്രസ്ഥത്തിലെ കലവറയിലെ സ്വർണ്ണം മുഴുവനാണ് പണയംവച്ചത്.

ഞാൻ പെട്ടെന്ന് എഴുന്നേറ്റു. എനിക്കിതു നോക്കിനില്ക്കാനാവില്ല. കളിയിലായിരുന്നു എല്ലാ കണ്ണുകളും. ഞാൻ മണ്ഡപത്തിന്റെ പുറത്തേക്കു കടന്നു പടവുകളിറങ്ങി അങ്കണത്തിലേക്കു നടന്നു.

അപ്പോൾ സദസ്സിന്റെ ഇരമ്പം കേട്ടു.

ആരാണു ജയിച്ചത്?

തമ്മിൽ തമ്മിൽ പന്തയംവച്ചവരുടെ ഘോഷങ്ങൾ ഇടയ്ക്കിടെ വീണ്ടും കേട്ടു. ആരാണു നേടുന്നത്, ആർക്കാണു നഷ്ടപ്പെടുന്നത്? കുലുക്കി വീഴ്ത്തുന്നു അക്ഷങ്ങളിലെ എണ്ണം കണക്കാക്കിയുള്ള ജയവും തോൽവിയും എനിക്കു സ്വീകരിക്കാവുന്നതല്ല.

മണ്ഡപത്തിലെ സദസ്സാകെ പൊട്ടിത്തെറിക്കുന്നതുപോലെ തോന്നിയ ഒരാരവം കേട്ടു.

ഓടിവന്ന സഹദേവൻ അരിശവും അല്പം ഗദ്ഗദവും കലർന്ന സ്വരത്തിൽ പറഞ്ഞു: 'ഇതൊന്നു വന്നു നോക്കൂ. യുധിഷ്ഠിരന് ഭ്രാന്താണ്. പന്ത്രണ്ടു കളികളിൽ ഇന്ദ്രപ്രസ്ഥമടക്കം പോയി. കിരീടത്തിലെ രത്നങ്ങൾക്കൂടി പോയി. ഇപ്പോൾ നകുലനെ പണയം വെച്ചിരിക്കുന്നു.'

ആപത്ത് തീരെ പ്രതീക്ഷിക്കാത്ത രൂപത്തിലാണ് ഞങ്ങളെ വലയം ചെയ്തിരിക്കുന്നതെന്നു മനസ്സിലായി. ദ്യൂതസഭയിലെ വാക്ക് ക്ഷത്രിയർക്കു വെറുംവാക്കല്ല. ചതിയിൽതോറ്റ പഴയ ഒരു രാജാവ് ഭക്ഷണത്തിനും പാർപ്പിടത്തിനുംവേണ്ടി മറ്റൊരു രാജാവിന്റെ പാചകക്കാരനായി കഴിയേണ്ടിവന്ന കഥ എന്റെ ബാല്യത്തിൽ ഞാൻ കേട്ടിട്ടുണ്ട്.

ഓടിയൊളിക്കുന്നതുകൊണ്ടു പ്രയോജനമില്ല. നകുലനിൽനിന്നാരംഭിച്ചു കഴിഞ്ഞ സ്ഥിതിക്ക് ഞാനും ഈ ഭ്രാന്തന്റെ കൈയിലെ പണയപ്പണ്ടമാവാൻ ഇനി അധികസമയം വേണ്ടിവരില്ല. അക്ഷഹൃദയം അറിയുന്നവരുണ്ടത്രേ. ഒരുപക്ഷേ, അതിൽപ്പെട്ട ആളായിരിക്കാം ശകുനി. പകരം കളിപ്പിക്കാൻ ദുര്യോധനൻ മാതുലനെ ഇറക്കിയതു വെറുതെയാവില്ല.

സഭയിൽ ഞങ്ങൾ ഒരുമിച്ചു കയറിച്ചെന്നപ്പോൾ കേൾക്കുന്നത് സഹദേവനും പണയപ്പെട്ടുകഴിഞ്ഞതാണ്.

'അധർമ്മംകൊണ്ടാണിതു നിങ്ങൾ നേടുന്നതെന്നു ഞാൻ സംശയിക്കുന്നു. അക്ഷങ്ങളിൽ എന്തോ ചതിയുണ്ട്.'

യുധിഷ്ഠിരൻ പറഞ്ഞു.

ശകുനി മന്ദഹസിച്ചു. ദുര്യോധനനെ നോക്കി. ദുര്യോധനൻ സദസ്യർ മുഴുവൻ കേൾക്കാൻ പറഞ്ഞു: 'ഞങ്ങൾ നിർബ്ബന്ധിക്കുന്നില്ല. തോറ്റു എന്നു സമ്മതിച്ചാൽ, രാജൻ, നമുക്കു പിരിയാം.'

ശകുനി പറഞ്ഞു: 'കളി ഏതായാലും നിർത്താം. പണയം വെയ്ക്കാൻ ഇനി ഒന്നുമില്ലല്ലോ.'

യുധിഷ്ഠിരന്റെ ശബ്ദമുയർന്നു:

'എന്റെ സമ്പത്തിനവസാനമില്ല. അത്ഭുതപരാക്രമിയായ അർജ്ജുനൻ.

എന്റെ അനുജൻ. അതാണു നിങ്ങൾക്കിനി പണയം.'

അപ്പോൾ ഞാൻ ധൃതരാഷ്ട്രനെയാണ് നോക്കിയത്. സഞ്ജയനിൽനിന്നു നേട്ടങ്ങളുടെ കണക്ക് അപ്പപ്പോൾ അറിയുന്ന അന്ധരാജാവിന്റെ കണ്ണുകളിലെ നിർജ്ജീവഗോളങ്ങൾകൂടി ചിരിക്കുകയാണ്.

അതും ശകുനി ജയിച്ചു. അപ്പോൾ കുറച്ചുറക്കെ വിദുരരുടെ ശബ്ദം കേട്ടു: 'രാജാവേ, ചൂതുകൊണ്ടു മുടിയാൻപോവുകയാണ് ഈ കുരുവംശം.'

ശകുനിയുടെ കണ്ണുകൾ എന്റെ നേർക്കു നീണ്ടുവന്നു. അയാൾ പിന്നെ യുധിഷ്ഠരനോടു പറഞ്ഞു: 'അവശേഷിച്ച ഒരനുജൻ കൂടിയുണ്ടല്ലോ. മഹാബലൻ ഭീമൻ.'

'ശരി.' എന്നു ജ്യേഷ്ഠൻ പറഞ്ഞത് ഞങ്ങൾ കേട്ടില്ല. പക്ഷേ, കളി തുടങ്ങിക്കഴിഞ്ഞു.

അക്ഷഹൃദയം അറിയുന്ന ശകുനി അതും ജയിച്ചു. ചോദിച്ചു: 'ഞങ്ങൾ ജയിച്ചു. ഇനി വല്ലതുമുണ്ടോ?'

യുധിഷ്ഠിരൻ അസ്വസ്ഥനായി വിളറിയ മുഖത്തോടു ചുറ്റും നോക്കി. സഭാവാസികളുടെ മദ്ധ്യത്തിൽ പരിഹാസ്യനായാണ് താൻ നില്ക്കുന്നതെന്ന് അദ്ദേഹത്തിനറിയാം. പക്ഷെ, രോഷംകൊണ്ട് എല്ലാം മറന്നിരിക്കുന്നു.

'അടുത്തത് ഞാൻതന്നെ. ഇതിൽ ജയിച്ചാൽ എല്ലാം ഞാൻ തിരിച്ചെടുക്കുന്നു. തോറ്റാൽ ഞാൻ നിങ്ങളുടെ അടിമ.'

അതും തോറ്റു. കത്തിയടങ്ങിയ പന്തലിന്റെ തുമ്പിലെ ചാരംപോലെ അദ്ദേഹം പര്യങ്കത്തിൽ തളർന്നുവീണു.

സദസ്സിന്റെ നിശ്ശബ്ദത ആക്രോശങ്ങളേക്കാൾ പേടിപ്പെടുത്തുന്നതായിരുന്നു.

ദാസനായി, അടിമയായി, വീണ്ടും ഹസ്തിനപുരത്തിൽ കഴിയാനാണ് ദുർവ്വിധി. ഞാൻ തലകുനിച്ച് അതേറ്റു വാങ്ങുന്നു. എനിക്കിതിൽ കൈയുയർത്താനിടമില്ല. ഞാൻ രണ്ടാമനാണ്.

അപ്പോൾ ശകുനിയും ദുര്യോധനനുംകൂടി സ്വകാര്യം എന്തോ പിറുപിറുത്തു.

ശകുനി ചോദിച്ചു: 'ഒരു സമ്പത്തുകൂടിയില്ലേ രാജൻ? പാണ്ഡവന്മാരുടെ വല്ലഭയായ പാഞ്ചാലി?'

അതുവരെ നിശ്ശബ്ദമായിരുന്നസദസ്സിൽനിന്ന് അമർത്തിയ പ്രതിഷേധങ്ങളുയർന്നു. 'അക്രമം, അന്യായം' തുടങ്ങിയ വാക്കുകൾ കേട്ടു.

യുധിഷ്ഠിരൻ ശാന്തതവിടാതെ പറഞ്ഞു: 'പിൻതിരിയുന്നില്ല. മഹാലക്ഷ്മിക്കു കിടനില്ക്കുന്ന പ്രിയംവദയായ ദ്രൗപദിയെത്തന്നെ പണയം തരുന്നു. സൗബലാ, എന്റെ കളി!'

അക്ഷങ്ങളിളകുന്ന ശബ്ദംകൂടി കേൾക്കാവുന്നത്ര നിശ്ശബ്ദത സദസ്സിൽ.

ഞാൻ കണ്ണടച്ചു.

മൂകത എന്റെ ചെവികളിൽ ഗർജ്ജിക്കുന്നു.

ദുര്യോധനന്റെ ശബ്ദം കേട്ടാണ് ഞാൻ കണ്ണുതുറന്നത്.

'ദ്രൗപദി വരട്ടെ. അവളെ ഇങ്ങോട്ട് ദാസീപുത്രൻ വിദുരൻ തന്നെ കൊണ്ടു വരട്ടെ; എന്റെ മന്ദിരത്തിൽ പാണ്ഡവപത്നി വിടുപണിചെയ്യാൻ നില്ക്കട്ടെ.'

ഞാൻ എഴുന്നേറ്റു.

അഞ്ച്

വിദുരർ എഴുന്നേറ്റ് ധൃതരാഷ്ട്രന്റെ മുൻവശത്തേക്കു വന്നു. അദ്ദേഹം സ്വരമുയർത്തി സംസാരിക്കുന്നത് ഞാനാദ്യമായി കേൾക്കുകയാണ്. വിറയ്ക്കുന്നുണ്ടായിരുന്നു ശരീരം. ദുര്യോധനനെ ചൂണ്ടിക്കൊണ്ട് വിദുരർ പറഞ്ഞു:

'ഓർമ്മിക്കുന്നില്ലേ, ഈ പുത്രനെ പെറ്റപ്പോൾ കൊട്ടാരമുറ്റത്തു വന്നു കുറുനരികൾ ഓളിയിട്ടു. ഇയാൾകാരണം ഈ ഹസ്തിനപുരം ചുടലപ്പറമ്പാവും. കുരുവംശം നശിക്കും!'

അതു കേട്ട ഭാവമില്ലാതെ ദുര്യോധനൻ, രംഗപീഠത്തിനു സമീപം നിന്ന ഒരു സേവകനെ നോക്കി പറഞ്ഞു: 'പ്രാതികാമീ, ദ്രൗപദിയെ വിളിച്ചുകൊണ്ടുവാ!'

ദ്രൗപദിയുടെ വരവു കാത്തിരിക്കുന്ന സദസ്സിനെ ഞാൻ നോക്കി. അധർമ്മമാണ് ഇതെല്ലാമെന്ന ഭാവത്തിലിരിക്കുന്ന അവരോരോരുത്തരും ദ്രൗപദി വന്നു കാണാൻ അകമേ മോഹിക്കുന്നു എന്നെനിക്കു തോന്നി.

ദുര്യോധനൻ തളർന്നിരിക്കുന്ന യുധിഷ്ഠിരനെ കാണാത്തപോലെ മണ്ഡപത്തിൽ നടന്നു. അയാളുടെ സമീപത്തേക്കു കർണ്ണനും ദുശ്ശാസനനും ഇറങ്ങി വന്നു. കർണ്ണൻ ചെവിക്കടുത്തു ചെന്ന് എന്തൊക്കെയോ പിറുപിറുത്തു. ദുര്യോധനൻ മന്ദഹസിച്ചു തലയാട്ടി ശരിവച്ചു.

തിരിച്ചുവന്ന പ്രാതികാമി തനിച്ചായിരുന്നു. അവൻ തൊഴുതു നിന്നപ്പോൾ കർണ്ണനാണു ചോദിച്ചത്: 'എവിടെ ദ്രൗപദി?'

ഇതു കർണ്ണന്റെ ദിവസമായിത്തീർന്നു. ഞാൻ മനസ്സിൽ പറഞ്ഞു. ദ്രൗപ

ദിയോട് പഴയ പകപോക്കാൻ സൂതപുത്രന് അവസരം വന്നിരിക്കുന്നു.

'രാജാവ് ആദ്യം പണയംവച്ചതു തന്നെയാണോ രാജ്ഞിയെയാണോ എന്നു രാജ്ഞിക്കറിയണം. പിന്നെ, ധർമ്മാധർമ്മങ്ങളറിയുന്ന ഈ സദസ്സിലെ ശ്രേഷ്ഠന്മാർ ഇതു ശരിവയ്ക്കുന്നുണ്ടോ എന്നും അറിയണം.'

യുധിഷ്ഠിരൻ പറഞ്ഞു: 'ദ്രൗപദി വരട്ടെ. കള്ളച്ചൂതുകൊണ്ട് എല്ലാവരും അടിമകളായി. അധർമ്മം കണ്ട് സദസ്യർ ഇവരെ നിന്ദിക്കട്ടെ.'

ദുര്യോധനൻ അലറി:

'ദ്രൗപദി വരട്ടെ!'

പ്രാതികാമി വിറച്ചുകൊണ്ടു നിന്നു. അയാൾ സദസ്സിൽ കണ്ണോടിക്കുന്ന കൂട്ടത്തിൽ എന്നെ കണ്ടു. ഭയന്നു മുഖം തിരിച്ചു.

ദുര്യോധനൻ പറഞ്ഞു: 'ഭൃത്യന് ഭയമാണ് ദുശ്ശാസനാ, താൻ വിളിച്ചു കൊണ്ടുവരൂ.'

സുഖകരമായ ഒരുത്തരവാദിത്വം കിട്ടിയതുപോലെ ദുശ്ശാസനൻ അതു കേട്ട ഉടൻ അകത്തേക്കു നടന്നു. കരബലത്തിൽ ഗൂഢമായി അഹങ്കരിച്ചിരുന്ന ഞാൻ ഇവിടെ നിസ്സഹായനാണ്. അടക്കിയ മുഷ്ടികൾ കൂട്ടിത്തിരുമ്മിക്കൊണ്ട് ഞാൻ നിന്നു.

ചോരയും മണവും കണ്ട് പതറാത്ത ഞാൻ നടുങ്ങി. പിന്നെ മനസ്സിലൊരു തേങ്ങൽ ഉയർന്നു. അഴിഞ്ഞ മുടിയിൽ ചുരുട്ടിപ്പിടിച്ച്, യൂപത്തിലേക്ക് യജ്ഞപ്പശുവിനെ എന്നപോലെ, ദ്രൗപദിയെ കൊണ്ടുവന്നു നിറുത്തുന്നു. അഴിഞ്ഞ വസ്ത്രം ഊർന്നുപോകാതെ വാരിപ്പിടിച്ച് ദ്രൗപദി ചുറ്റും നോക്കി.

ഇടറിയ കാലടികൾക്കിടയിൽ ഞാൻ കറുത്ത രക്തത്തുള്ളികൾ കണ്ടു. വെൺകൽത്തറയിൽ വീണ പത്മരാഗക്കല്ലുകൾ. ഒറ്റവസ്ത്രത്തിന്റെ തല ഉത്തരീയം കൂടിയാക്കി നില്ക്കുന്ന ദ്രൗപദി. രജസ്വലയാണ്. കണ്ടാലറിയാം. അവളുടെ അർദ്ധനഗ്നത. ആയിരം കണ്ണുകൾ പെരുമ്പരുന്തുകളെപ്പോലെ കൊത്തിവലിക്കുന്നു.

ദ്രൗപദി ഗദ്ഗദമൊതുക്കി ചോദിച്ചു: 'ഈ നിലയിൽ എന്നെ സഭാമധ്യത്തിൽ വലിച്ചിഴയ്ക്കുന്നതു ശരിയാണോ? ഭീഷ്മപിതാമഹനും വിദുരരുമൊക്കെയുള്ള ഈ സദസ്സു പറയട്ടെ, ഞാനടിമയാണോ?'

ദ്രൗപദി തലയുയർത്തി ചുറ്റും നോക്കി: രാജ്ഞിയുടെ തലയെടുപ്പോടു കൂടിത്തന്നെ. അവളുടെ കണ്ണുകൾ അനുകൂലവാക്കുകൾ കേൾക്കാൻ സഭയിലെ മുഖങ്ങളിൽ തിരഞ്ഞു. എന്റെ മുഖത്ത് അവസാനം നോട്ടം തങ്ങി നിന്നു.

'സഹിക്കാതെ വയ്യ. ധർമ്മപുത്രനായ യുധിഷ്ഠിരനു വാക്കാണ് വലുത്. നമ്മളൊക്കെ അടിമകൾ!' പിന്നെ ഞാൻ മുമ്പോട്ടു കയറി. യുധിഷ്ഠിരനെ നോക്കി പറഞ്ഞു: 'വേശത്തെരുവിലെ ചൂതാട്ടക്കാരുടെ നാട്ടിൽ ചൂളത്തികളുണ്ടാവും. ആ ധൂർത്തന്മാരും സ്വന്തം പെണ്ണുങ്ങളെ പണയംവയ്ക്കാറില്ല.'

ക്രോധമടക്കാനാവാതെ ഞാൻ പറഞ്ഞു: ‘ഞാനെന്തെങ്കിലുമൊക്കെ ചെയ്തു പോവും മുമ്പ്– സഹദേവാ! തീ കൊണ്ടുവരൂ. എന്റെ കൈ പൊള്ളിക്കട്ടെ. എന്നെത്തന്നെ ശിക്ഷിക്കാനേ എനിക്കിപ്പോൾ കഴിയൂ.’

അർജ്ജുനൻ എന്റെ ചുമലിൽ പിടിച്ചു പറഞ്ഞു: ‘അരുത്, അരുത്.’

അപ്പോൾ കൗരവസഹോദരരുടെ കൂട്ടത്തിൽ ഞാൻ അതുവരെ വളരെയൊന്നും ശ്രദ്ധിച്ചിട്ടില്ലാത്ത വികർണ്ണൻ പറഞ്ഞു: ‘ദ്രൗപദി ചോദിച്ചതിന് ആരും ഉത്തരം പറഞ്ഞില്ല. സ്വയം പണയപ്പെട്ട ആൾ മറ്റൊരാളെ പണയം വയ്ക്കുന്നതെങ്ങനെ? അതാണു ചോദ്യം. ദ്രൗപദി അടിമയല്ല എന്നു ഞാൻ പറയുന്നു.’ ദുര്യോധനനെ ധിക്കരിച്ചു സംസാരിക്കുന്നു എന്നതിലേറെ അയാൾ ഞാനാലോചിക്കാത്ത ഒരു വാദം സദസ്സിന്റെ മുമ്പിൽ വയ്ക്കുന്നു. അടിമയാണോ എന്ന് ദ്രൗപദി ചോദിച്ചത് ഒരു ചെറിയ ചോദ്യമല്ല. വികർണ്ണൻ ക്രുദ്ധനായി നോക്കുന്ന ദുര്യോധനനെ കാര്യമാക്കാതെ പറഞ്ഞു: ‘നായാട്ട്, കുടി, ചൂതാട്ടം, സ്ത്രീസേവ– ഇതു നാലിലും അത്യാസക്തി വന്നാൽ ധർമ്മം വിടും. ഒറ്റ വസ്ത്രമുടുത്ത് അന്തഃപുരത്തിലിരിക്കുന്ന ഈ കുലസ്ത്രീയെ ഇവിടെ എത്തിച്ചതും ആ ധർമ്മച്യുതിതന്നെ.’

കർണ്ണൻ അരിശത്തോടെ വികർണ്ണന്റെ നേരെ അസ്ത്രം പോലെ വിരൽ ചൂണ്ടി:

‘എടോ! വസ്ത്രമില്ലാതെയും ഇവളെ കൊണ്ടുവരാം. അഞ്ചുപേർക്കു ഭാര്യയായി വഴങ്ങുന്നവൾക്കെന്തു കുലീനത?’

അവജ്ഞയോടെ ദ്രൗപദിയെ നോക്കി കർണ്ണൻ ദുര്യോധനനോടു പറഞ്ഞു: ‘അടിമകളുടെ എല്ലാ വസ്ത്രങ്ങളും ആഭരണങ്ങളും അഴിച്ചു വാങ്ങൂ.’

യുധിഷ്ഠിരൻ ഉത്തരീയമഴിച്ചിട്ടു. ആഭരണങ്ങൾ നേരത്തേ അദ്ദേഹം ഊരിയിരുന്നു. അത് ഞങ്ങൾക്കുള്ള സൂചനയാണ്. അർജ്ജുനനും നകുലസഹദേവന്മാരും ആഭരണങ്ങൾ അഴിച്ചു.

അപ്പോൾ ദുശ്ശാസനന് കർണ്ണൻ നോട്ടത്താൽ നിർദ്ദേശം കൊടുത്തു. അയാൾ മുടിവിട്ട്, ദ്രൗപദിയുടെ മടിക്കുത്തിൽ കൈവച്ചു.

മുന്നോട്ടാഞ്ഞ ഞാൻ ശബ്ദമുണ്ടാക്കി. ദുശ്ശാസനൻ കൈവിടാതെ എന്നെ നോക്കി. നിയമങ്ങൾ മറന്നു ഞാൻ ആക്രമിക്കുമെന്ന് അയാൾ ഒരുപക്ഷേ ഭയന്നിരിക്കണം.

സദസ്സും കൊട്ടാരം മുഴുവനും കേൾക്കുമാറ് ഞാൻ അലറി: ‘ഈ കൂടിയവരെല്ലാം കേൾക്കാതെ ഞാനിപ്പോൾ ആണയിടുന്നു. ഇവനെ കൊന്നു മാറു പിളർന്ന് എന്നെങ്കിലും ഞാനിവന്റെ ചോര കുടിച്ചില്ലെങ്കിൽ ഞാൻ ഭീമസേനനല്ല. എനിക്കു പിതാമഹർ നേടിയ ലോകപുണ്യവും വേണ്ട!’

ഒരു സദസ്യൻ പറഞ്ഞു: ‘അടിമയാണോ എന്ന ചോദ്യത്തിന് ആരും ദ്രൗപദിക്കു മറുപടി കൊടുത്തില്ല. മഹാജ്ഞാനികളായ വിദുരരും ഭീഷ്മരുമൊക്കെയുണ്ടല്ലോ ഇവിടെ.’

വിദുരരെ ആളുകൾ നോക്കി.

'വികർണ്ണൻ പറഞ്ഞതിൽ കാര്യമുണ്ട്. രണ്ടുവഴിക്ക് ഈ പ്രശ്നത്തെ കാണാം. പണ്ട് പ്രഹ്ലാദനും കശ്യപനും തമ്മിൽ തർക്കം നടന്നപ്പോൾ-'

സദസ്സു പൊറുത്തില്ല. അപശബ്ദങ്ങളുയർന്നു.

'ഭീഷ്മാചാര്യൻ പറയട്ടെ.'

അതുവരെ നിശ്ചലനായിരുന്ന ഭീഷ്മാചാര്യർ. അദ്ദേഹത്തിന്റെ ചുണ്ടുകൾ മാത്രം ഇളകി.

'ദ്രൗപദി സ്വതന്ത്രയോ അടിമയോ എന്നു പറയേണ്ടത് യുധിഷ്ഠിരനാണ്.'

ദുര്യോധനന് ഈ വാദപ്രതിവാദങ്ങൾ രസിക്കുന്നുവെന്നു തോന്നി. കർണ്ണന് അക്ഷമയാണ്. അയാളെന്തൊക്കെയോ പിറുപിറുത്തിരുന്നു. അയാളുടെ ചുമലിൽ തട്ടിക്കൊണ്ടു ദുര്യോധനൻ പറഞ്ഞു: 'ഭീമസേനനും അനുജന്മാരും ദ്രൗപദിയും യുധിഷ്ഠിരനു തങ്ങളുടെമേൽ അധികാരമൊന്നുമില്ലെന്നു പറയട്ടെ. എല്ലാവരെയും ഞാൻ സ്വതന്ത്രരാക്കാം.'

ദുര്യോധനന്റെ ബുദ്ധിയിലാണോ കർണ്ണനിൽനിന്നാണോ ഈ ചോദ്യം വന്നത്? അയാൾ എന്നെയാണിപ്പോൾ ധർമ്മസങ്കടത്തിലാക്കിയിരിക്കുന്നത്. എല്ലാ കണ്ണുകളും ഇപ്പോൾ എന്നിലാണ്. ഞാൻ സംശയിച്ചില്ല:

'ഇദ്ദേഹം ഞങ്ങൾക്കു ജ്യേഷ്ഠനാണ്. രാജാവാണ്. ഗുരുവാണ്. ഇദ്ദേഹം തോറ്റപ്പോൾ ഞങ്ങളും തോറ്റു. ഞങ്ങളടിമകളായെന്നു പറഞ്ഞാൽ അടിമകൾതന്നെ. പക്ഷേ-'

പഴങ്കഥകളും ശാസ്ത്രവചനങ്ങളും എന്റെ സഹായത്തിനെത്താനില്ല. ചുരുട്ടിയ വലതുമുഷ്ടി നീട്ടിക്കൊണ്ടു ഞാൻ പറഞ്ഞു:

'ഈ കൈകൾ നിങ്ങൾ കാണുന്നുണ്ടോ? ഒരിക്കൽ ഈ വെറും കൈകൊണ്ട് കൗരവരെ മുഴുവൻ ഞാൻ ചതച്ചുകൊല്ലുന്നതു കാണാം. യുധിഷ്ഠിരൻ ഒരു വാക്ക് സമ്മതം തന്നാൽ മതി, ഇപ്പോൾത്തന്നെ ഞാനതിനൊരുക്കം.'

രംഗം വീണ്ടും നിശ്ചലമായി. കർണ്ണൻ അമർഷമൊതുക്കി ദ്രൗപദിയോടു പരിഹാസസ്വരത്തിൽ പറഞ്ഞു: 'ദാസരുടെ സ്വത്തും പെണ്ണുങ്ങളും യജമാനനുള്ളതാണ്. യജമാനന്റെ വീട്ടിൽ ജോലി തുടങ്ങാം. നല്ല ആണുങ്ങൾ അവിടെയുമുണ്ടല്ലോ? ദുഃഖിക്കാനില്ല.'

ദുര്യോധനൻ യുധിഷ്ഠിരനെ ചൂണ്ടിക്കൊണ്ടു പറഞ്ഞു: ദ്രൗപദി പണയപ്പെട്ടില്ലെന്ന് താൻ പറയാമോ? എങ്കിൽ തർക്കം തീരും. ധർമ്മശാസ്ത്രം വേണ്ട, പഴങ്കഥകൾ തുടങ്ങേണ്ട. കാര്യം പറഞ്ഞാൽ മതി. ഉവ്വ്, അല്ലെങ്കിൽ ഇല്ല!'

എന്നിട്ടയാൾ ദ്രൗപദിയെ നോക്കി, വസ്ത്രം നീക്കി നഗ്നമായ ഇടംതുട തട്ടിക്കൊണ്ടു പറഞ്ഞു: 'യുധിഷ്ഠിരൻ നിന്റെ ഭർത്താവല്ലെന്നു നീ പറഞ്ഞാലും മതി!'

ദ്രൗപദി ദുശ്ശാസനന്റെ കൈ തട്ടിമാറ്റി ഓടി ധൃതരാഷ്ട്രന്റെ കാൽക്കീഴിൽ ചെന്നുവീണു. അവൾ അദ്ദേഹത്തോടു പറഞ്ഞത് ഞങ്ങളാരും കേട്ടില്ല. അതുവരെ നിശ്ശബ്ദനായിരുന്ന രാജാവ് സദസ്സിലുള്ള കാര്യം അപ്പോഴായിരിക്കണം പലരും ഓർമ്മിച്ചത്. ദുര്യോധനൻ രംഗം വാഴുന്ന ബഹളത്തിൽ അദ്ദേഹത്തിന്റെ സാന്നിധ്യംതന്നെ ഞാൻ മറന്നു പോയിരുന്നു.

അദ്ദേഹം സംസാരിച്ചു:

'എനിക്കു പുത്രവധുവെപ്പോലെ പ്രിയപ്പെട്ടവളാണിവൾ. അവളുടെ പ്രാർത്ഥനയനുസരിച്ച് ഞാൻ വരം നൽകിയിരിക്കുന്നു. ഇവളെ ഞാൻ മോചിപ്പിച്ചിരിക്കുന്നു.'

ദ്രൗപദി പിന്നെയും അദ്ദേഹത്തോടു സംസാരിച്ചു:

'ഇവൾക്കുവേണ്ടി പാണ്ഡവരും സ്വതന്ത്രരാണെന്ന് ഞാൻ പറയുന്നു. രാജ്യവും സ്വത്തുക്കളും ജയിച്ചവർതന്നെ കൈയിൽ വയ്ക്കുന്നു.'

ആളുകൾ പ്രതികരിച്ചില്ല. അത്ര അപ്രതീക്ഷിതമായിരുന്നു പ്രഖ്യാപനം. പിന്നെ ആശ്വാസംകൊണ്ടു സദസ്സു മുഖരിതമായി.

ദുര്യോധനനേക്കാൾ ക്ഷോഭവും നിരാശയും കർണ്ണനായിരുന്നു. അയാൾ ഉറക്കെ പറഞ്ഞു: 'പെണ്ണിന്റെ കരച്ചിലിന്റെ മറവിൽ പാണ്ഡവർ തൽക്കാലം രക്ഷപ്പെട്ടു. മഹാവീരന്മാർ!'

രാജനിയമപ്രകാരം ഞങ്ങൾ സ്വതന്ത്രരായിരിക്കുന്നു. തളർന്ന് അടുത്തേക്കു വന്ന യുധിഷ്ഠിരനോട് ഞാൻ പറഞ്ഞു: 'പ്രതിജ്ഞകൾ രണ്ടും പിന്നേക്കു ബാക്കിവെയ്ക്കുന്നില്ല. ഞാനിപ്പോൾ സ്വതന്ത്രനാണ്.'

ഒറ്റയ്ക്കു മുഴുവൻ പേരെയും നേരിടാമെന്നുള്ള കരുത്ത് എനിക്കപ്പോഴുണ്ടായിരുന്നു. മുഴുവൻ കഴിഞ്ഞില്ലെങ്കിലും മൂന്നുപേരുടെയെങ്കിലും കടം ഇപ്പോൾ വീട്ടണം: കർണ്ണൻ, ദുര്യോധനൻ, ദുശ്ശാസനൻ.

യുധിഷ്ഠിരൻ മുന്നിൽനിന്ന് ഒരർദ്ധവന്ദനംപോലെ കെഞ്ചുന്ന സ്വരത്തിൽ പറഞ്ഞു: 'അരുത്, ചെയ്യരുത്!'

മടക്കയാത്രയ്ക്ക് സാരഥികൾ തേരൊരുക്കിക്കഴിഞ്ഞു.

ഞാൻ ചെന്നപ്പോൾ എല്ലാവരും കയറിക്കഴിഞ്ഞിരുന്നു. അമ്മയുടെ സമീപം തലതാഴ്ത്തിരിക്കുന്നു, ദ്രൗപദി. അമ്മയ്ക്ക് പെട്ടെന്നു വളരെയേറെ വാർദ്ധക്യം ബാധിച്ചുവെന്നു തോന്നി ക്ഷീണിതമായ മുഖം കണ്ടപ്പോൾ. അപ്പോൾ സാരഥികളിലൊരാൾ പറഞ്ഞു: 'ഒരു ദൂതൻ വരുന്നുണ്ട്.'

കൊട്ടാരത്തിൽനിന്ന് ഓടിയടുക്കുന്നത് പ്രാതികാമിയാണെന്നു കണ്ടു.

അടുത്തെത്തിയ പ്രാതികാമി യുധിഷ്ഠിരനെ വന്ദിച്ചു പറഞ്ഞു: 'വീണ്ടുമൊരുവട്ടം ചൂതിനു തയ്യാറുണ്ടോ എന്നു ക്ഷണിക്കുന്നു.'

'ആര്?'

'ധൃതരാഷ്ട്രമഹാരാജാവ്.'

ഞാൻ അമ്മയെയാണു നോക്കിയത്. അമ്മ ദീർഘമായി ഒന്നു നിശ്വസിച്ച് കണ്ണുകളടച്ചു.

ഞങ്ങൾ ജ്യേഷ്ഠനെ നോക്കി. അദ്ദേഹത്തിന്റെ മനസ്സിലെ ചൂതാട്ടക്കാരനിതാ വീണ്ടും പിടിവലി നടത്തുന്നു. നഷ്ടപ്പെട്ട മുതലുകളെല്ലാം തിരിച്ചെടുക്കാനുള്ള സന്ദർഭം.

അർജ്ജുനൻ പറഞ്ഞു: 'അരുത്.'

യുധിഷ്ഠിരൻ സംശയിക്കുന്നു, പിന്നെയും. പ്രാതികാമി താനൊരു ദൂതൻ മാത്രമാണെന്ന നിസ്സഹായതയിൽനിന്നു.

'പണയം എന്താണിനി വേണ്ടത്? ശകുനിയൊന്നും പറഞ്ഞില്ലേ? ഞങ്ങളുടെ അറുത്തെടുത്ത തലകളോ?' സഹദേവൻ ചോദിച്ചു. എന്നിട്ടയാൾ എന്തെങ്കിലുമൊക്കെ പറയൂ എന്ന അപേക്ഷാഭാവത്തിൽ ദ്രൗപദിയെ നോക്കി. ദ്രൗപദി വിദൂരതയിൽ മിഴികൾ നട്ടു നിശ്ചലമിരുന്നു.

'തേരു വിടട്ടെ....' അർജ്ജുനൻ പറഞ്ഞു.

'നിൽക്കൂ!....'

യുധിഷ്ഠിരനാണ്.

അപ്പോൾ നകുലൻ അദ്ദേഹത്തിനടുത്തേക്കുവന്നു.

'നഷ്ടപ്പെട്ടതെല്ലാം പോകട്ടെ. ശകുനിയോടു കളിച്ച് ഒന്നും തിരിച്ചു കിട്ടാൻ പോകുന്നില്ല.'

യുധിഷ്ഠിരൻ ചോദ്യഭാവത്തിൽ നകുലനെ നോക്കി. എന്നിട്ട് തേരിൽ നിന്നു താഴെയിറങ്ങി. അദ്ദേഹത്തിന്റെ നിർദ്ദേശമനുസരിച്ചു കുതിരകളെ അഴിക്കാൻ തുടങ്ങി സൂതന്മാർ. ഞങ്ങൾ അദ്ദേഹത്തിന്റെ പിന്നിലായി നടന്നു. വീണ്ടും കൊട്ടാരത്തിലേക്കുതന്നെ.

യുധിഷ്ഠിരൻ ജയിച്ചുകയറുകയാണെന്ന വാർത്ത വന്നപ്പോൾ എനിക്കൊന്നും തോന്നിയില്ല. നകുലനും സഹദേവനും അപ്പപ്പോൾ ജയോപജയങ്ങൾ അറിയിക്കാൻ മാറിമാറി ഓടിയെത്തിയിരുന്നു.

ഞാൻ അതിഥിമന്ദിരത്തിന്റെ മുറിയിൽ എത്തിയ മുതല്ക്ക് മദ്യപിക്കാൻ തുടങ്ങിയിരുന്നു.

തോൽക്കുകയാണെന്ന വിവരം വന്നപ്പോഴും ഞാൻ നിസ്സംഗനായിരുന്നു. നകുലനു പകരം ഒരിക്കൽക്കൂടി സഹദേവൻ വന്നപ്പോൾ ഞാൻ ചോദിച്ചു: 'തലവെട്ടിക്കൊടുക്കാറായെങ്കിൽ പറഞ്ഞോളൂ. ഞാൻ തയ്യാർ.'

അയാൾ തളർന്ന് എന്റെ മുമ്പിലിരുന്നു. കിതയ്ക്കുന്നുണ്ടായിരുന്നു. കുറച്ചിട ഒന്നും മിണ്ടിയില്ല. പിന്നെ പറഞ്ഞു:

'അതായിരുന്നു ഭേദം. പന്ത്രണ്ടുവർഷം കാട്ടിൽ. പിന്നെ, ഒരു വർഷം ആരുമറിയാതെ നാട്ടിൽ. കണ്ടുപിടിച്ചാൽ വീണ്ടും കാട് പന്ത്രണ്ടു കൊല്ലം. നന്നായില്ലേ?'

ഞാൻ നിസ്സാരഭാവത്തിലിരുന്നു.

സഹദേവൻ പറഞ്ഞു: 'ഒരപേക്ഷയുണ്ട്, ജ്യേഷ്ഠനോട്. എന്നെങ്കിലും കൗരവക്കൂട്ടത്തെ വധിക്കാനിടകിട്ടുമ്പോൾ ഒരാളെ എനിക്കായി ഒഴിവാക്കി വയ്ക്കണം. ആ നീചൻ ശകുനിയെ.'

ദുഃഖവും ക്രോധവുംകൊണ്ടു വിറകൊള്ളുന്ന അനുജനെ ഇടംകൈകൊണ്ടു ചേർത്തുപിടിച്ച് ഞാൻ ആശ്വസിപ്പിച്ചു: 'അവസരം വരും. വിഷമിക്കരുത്. കാട് അത്ര മോശമായ സ്ഥലമൊന്നുമല്ല, ജീവിക്കാൻ.'

അവശേഷിച്ച മദ്യംകൂടി തീർത്ത് ഞാൻ എഴുന്നേറ്റു.

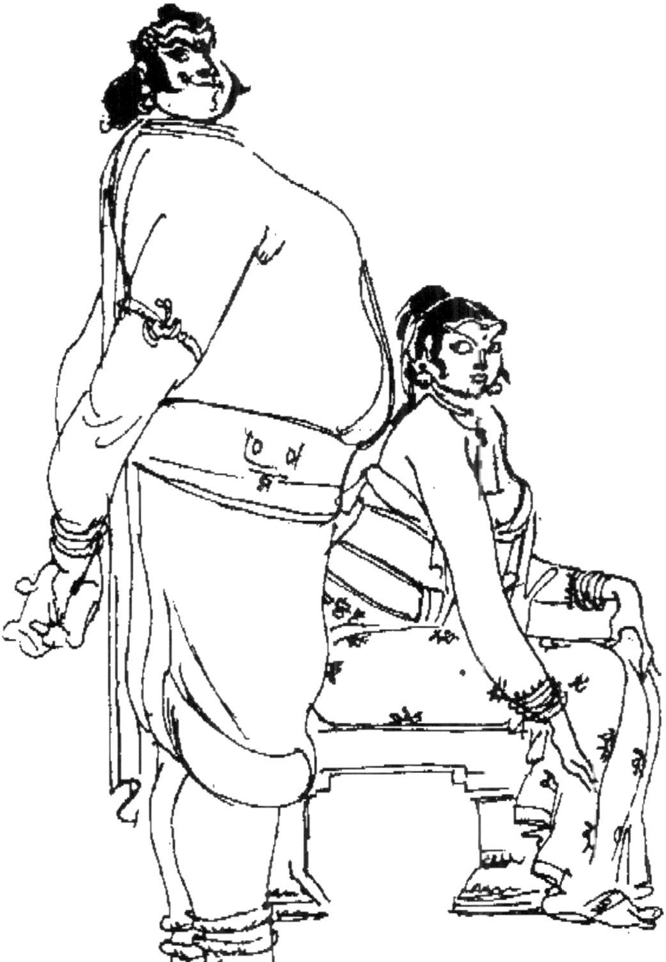

5

പഞ്ചവർണ്ണപ്പൂക്കൾ

ഒന്ന്

ഫാൽഗുനത്തിലും മഴപെയ്തു. ഇലകളും ചില്ലകളുംകൊണ്ടുണ്ടാക്കിയ കുടിലുകൾക്കകത്ത് കാലം കഴിഞ്ഞിട്ടും വന്ന മഴയ്ക്കു പെയ്ത വെള്ളം തളംകെട്ടി നിന്നിരുന്നു. അടുപ്പെരിഞ്ഞിരുന്ന കുടിലിനകത്തായി ഞങ്ങൾ അധിക സമയവും. കൊന്നമരങ്ങൾ ഇടയ്ക്കിടെ സ്വർണ്ണ നിഷ്കങ്ങൾ ചൊരിഞ്ഞ് രാജകൊട്ടാരമാണതെന്നു കളിയാക്കിക്കൊണ്ടിരുന്നു.

അമ്മ വിദുരരുടെകൂടെ താമസിക്കാൻ തീരുമാനിച്ചതു നന്നായി. ദ്രുപദ രാജധാനിയിലേക്കു കുട്ടികളെ അയച്ച കൂട്ടത്തിൽ ദ്രൗപദിക്കും പോകാമായിരുന്നു. വനവാസത്തിന്റെ ശിക്ഷ ഞങ്ങൾക്കുള്ളതാണ്. അവൾ വരേണ്ടിയിരുന്നില്ല. ആഭരണങ്ങളില്ല, ദാസിമാരില്ല. ഉടുക്കാൻ മാന്തോല്. ഋഷികന്യകയെപ്പോലെ, രാവിലെയും സന്ധ്യയ്ക്കും നീർച്ചാലിലേക്ക് അവൾ പോകുന്നതു നോക്കിനില്ക്കുമ്പോൾ ദുർവ്വിധിയോട് ഞങ്ങളെക്കാൾ വേഗത്തിൽ പൊരുത്തപ്പെട്ടത് അവളാണെന്നു തോന്നി.

നേരത്തെ തങ്ങിയ കാമ്യകത്തേക്കാൾ ഭംഗിയുള്ളതാണ് ഈ സ്ഥലം. നിറയെ പൂമരങ്ങൾ. ഭക്ഷണത്തിനു പറ്റിയ ചെറിയ മൃഗങ്ങൾ സുലഭം. കാമ്യകത്തിലെ താവളത്തിൽ രാജപ്രൗഢിയുടെ ഓർമ്മകൾ കുറച്ചുകൂടി നീട്ടിക്കൊണ്ടുപോവാൻ യുധിഷ്ഠിരനു കഴിഞ്ഞു. കൂടെ വന്ന പരിചാരകന്മാരും ദാസികളും പഴയപോലെ കല്പന കാത്തുനിന്നു. സഹതപിക്കാൻ വരുന്ന ബന്ധുക്കളും സന്ദർശകരും. ധൃതരാഷ്ട്രരോടും പിണങ്ങിപ്പോന്ന വിദുരരും കുറച്ചുനാൾ അവിടെ ജ്ഞാനോപദേശങ്ങളും നീതികഥകളുമായി താമസിച്ചിരുന്നു. സഞ്ജയൻ വന്ന് പിണക്കം തീർന്നുവെന്നും

രാജാവ് കല്പിക്കുന്നുവെന്നും അറിയിച്ചപ്പോൾ അദ്ദേഹം മടങ്ങിപ്പോയി.

കാമ്യകത്തിൽ കൃഷ്ണനനും ആങ്ങള ധൃഷ്ടദ്യുമ്നനും വന്നപ്പോൾ മാത്രമാണ് ദ്രൗപദിയുടെ കെട്ടടങ്ങിയ പ്രസരിപ്പ് ഒന്നുണർന്നത്. അതുവരെ കുറ്റപ്പെടുത്തുന്ന ഒരു വാക്കും ഉദ്ധരിച്ചിട്ടില്ലാത്ത ദ്രൗപദി പറഞ്ഞു: 'ഈ അഞ്ചു പേരിൽനിന്ന് ഞാനിനി ഒന്നും പ്രതീക്ഷിക്കുന്നില്ല. അച്ഛനും ആങ്ങളയും ബന്ധുവായ ഈ കൃഷ്ണനനുമുണ്ടല്ലോ എന്നു കരുതി ഞാൻ സമാധാനിക്കുന്നു.'

ദ്യൂതവും പരാജയവും സഭാമധ്യത്തിൽ ദ്രൗപദിക്കു സഹിക്കേണ്ടിവന്ന അവമാനമൊക്കെ വളരെ കഴിഞ്ഞിട്ടാണ് കൃഷ്ണൻ അറിഞ്ഞത്. സാല്വനോട് ഒരു യുദ്ധത്തിലേർപ്പെട്ടിരിക്കുകയായിരുന്നു യാദവർ.

'ഞാനുണ്ടായിരുന്നെങ്കിൽ ചൂതുകളിതന്നെ നടക്കാൻ അനുവദിക്കില്ലായിരുന്നു.' തല കുമ്പിട്ടിരിക്കുന്ന യുധിഷ്ഠിരനെ നോക്കി കൃഷ്ണൻ പറഞ്ഞു.

തനിക്കേറ്റ അവമതി, പാഞ്ചാലരാജധാനിയിൽ അഞ്ഞൂറു ദാസിമാരുടെ പരിചരണത്തിൽ വളർന്ന തനിക്ക് അനുഭവിക്കേണ്ടിവരുന്ന കഷ്ടം– സങ്കടപ്പെട്ട് ദ്രൗപദി പിന്നെയും എന്തൊക്കെയോ പറഞ്ഞപ്പോൾ കൃഷ്ണൻ ആശ്വസിപ്പിച്ചു:

'ദ്രൗപദീ, കൊടുംപാതകത്തിന്റെ ഫലമായി കൗരവർ മുച്ചൂടും മുടിയും. നീ രാജ്ഞിയായി വാഴും. അത് ഞാൻ എന്റെ കണ്ണാലെ കാണും. ഞാനാണു പറയുന്നത്. എനിക്കു ത്രികാലങ്ങൾ കാണാൻ കഴിയും.'

വിശ്വാസംവരാത്തപോലെ, താൽപര്യമില്ലാതെ കേട്ടുനിന്ന ദ്രൗപദിയോട് കൃഷ്ണൻ ഉറപ്പിച്ചു പറഞ്ഞു: 'ആകാശം വീഴാം, ഹിമവാൻ പൊടിഞ്ഞേക്കാം, സമുദ്രങ്ങൾ വറ്റിപ്പോയേക്കാം. പക്ഷേ, കൃഷ്ണന്റെ വാക്കുകൾ പിഴയ്ക്കില്ല. ഇന്നോളം പിഴച്ചിട്ടുമില്ല.'

ദ്രൗപദിയുടെ ആകുലമായ മുഖത്ത് അപ്പോൾ പ്രസാദം പുഷ്പിച്ചു. കൃഷ്ണന് ചക്രായുധംപോലെതന്നെ വിദഗ്ധമായി ഉപയോഗിക്കാനറിയാം വാക്കുകൾ.

സേനേശന്റെ കൂടെ കാശിയിലേക്കു മടങ്ങിയ ബലന്ധരയോടൊപ്പം പോയ വിശോകനും മടങ്ങിയെത്തി. കാട്ടിൽ എനിക്കൊരു സാരഥി ആവശ്യമില്ല. അയാൾ എന്തെങ്കിലും ജോലികൾ ചെയ്തു ചുറ്റിപ്പറ്റി നിന്നുകൊള്ളാമെന്നറിയിച്ചുവെങ്കിലും ഞാൻ നിർബന്ധിച്ചു തിരിച്ചയച്ചു.

കാമ്യകത്തിൽ മഴയാരംഭിച്ചപ്പോൾ ഞങ്ങൾ ഈ ദ്വൈതവനത്തിലേക്കു മാറി. പരിചാരകരെ മുഴുവൻ പിരിച്ചയയ്ക്കാമെന്നു ഞാൻ നിർദ്ദേശിച്ചപ്പോൾ ജ്യേഷ്ഠൻ അധികം തർക്കിക്കാതെ അംഗീകരിച്ചു. ഇന്ദ്രപ്രസ്ഥം ഒരു പാതി മറന്ന പകൽക്കിനാവുപോലെയായി.

ആഹാരസമയത്ത് ഞങ്ങൾ ഒത്തുചേരുന്നു. പിന്നെ പിരിയുന്നു. സംസാരിച്ചിരിക്കുന്ന സന്ദർഭങ്ങൾ അപൂർവ്വമായി.

കാമ്യകത്തിൽവച്ചു കേട്ട ഒരു വൃത്താന്തം എന്നെ കുറച്ചിടയ്ക്ക് അസ്വസ്ഥനാക്കി. ഹിഡിംബി, ഞാൻ എന്നെങ്കിലും വിളിക്കാൻ വരും, അല്ലെങ്കിൽ സേവകനെ അയയ്ക്കും എന്നു കരുതി കാത്തിരിക്കുന്നു. ദ്വന്ദ്വയുദ്ധത്തിൽ ജയിച്ചെങ്കിലും കൊല്ലാതെ ഞാൻ വിട്ട കിർമ്മീരൻ, കിർമ്മീരനിൽനിന്നാണ് ഞാൻ അതറിയുന്നത്.

ഞങ്ങൾ താവളമാക്കാൻ തെരഞ്ഞെടുത്ത സ്ഥലം തന്റെ വേട്ടസ്ഥലമാണ്. കാമ്യകത്തിനും ദ്വൈതവനത്തിനുമൊക്കെ താനാണ് അധിപതി എന്നു പറഞ്ഞു വന്ന ഒരു കാട്ടാളത്തലവൻ യുധിഷ്ഠിരനെ അധിക്ഷേപിച്ചു.അടുത്ത പ്രഭാതത്തിനുമുമ്പേ സ്ഥലംവിടണമെന്നു കല്പിച്ച് അയാൾ പരിവാരജനത്തോട് ഞങ്ങളുടെ കുടിലുകൾക്കു തീവയ്ക്കാൻ പറഞ്ഞു. വേട്ടകഴിഞ്ഞു ഞാൻ തിരിച്ചെത്തുമ്പോഴാണ് അതറിയുന്നത്.

യുധിഷ്ഠിരൻ കല്പിച്ചു: 'വധിക്കണം അവനെ. ഋഷിമാർകൂടി അവന്റെ ശല്യം സഹിക്കാതെയാണ് ഈ കാടു വിട്ടത്. പൂജാദികൾക്കുകൂടി ഒരാളെ ഇവിടെ കിട്ടാനില്ലാത്ത സ്ഥിതിയായി. വധം അവനർഹിക്കുന്നു.'

കൊല്ലുന്ന ജോലി എപ്പോഴും എനിക്കാണല്ലോ. കിർമ്മീരനുമായി കണ്ടുമുട്ടിയപ്പോഴാണ് അറിയുന്നത്, അവൻ നിഷാദഗോത്രത്തിൽപ്പെട്ടവനാണ്. ബകന്റെ സഹോദരനാണ്. ജ്യേഷ്ഠനുമായുള്ള ദ്വന്ദ്വയുദ്ധത്തെപ്പറ്റി അയാൾ കേട്ടിട്ടുണ്ട്. കണ്ടു നിന്ന സേവകർ പിന്നീടു പറഞ്ഞറിഞ്ഞു, നേരിട്ടു യുദ്ധം ചെയ്തുതന്നെയാണ് ഞാൻ ജയിച്ചത്. അതിനയാൾക്കുപകയില്ല. പക്ഷേ, കിർമ്മീരൻ യുദ്ധത്തിനു തയ്യാറായത് അതിന്റെ പേരിലല്ല. ഹിഡിംബിയെ ഉപേക്ഷിച്ചതിന്റെ പേരിൽ!

ഞാൻ അത്ഭുതസ്തബ്ധനായി! ഹിഡിംബി!

കിർമ്മീരന്റെ കൂട്ടുകാരനായിരുന്നു ഹിഡിംബൻ. അവർ ഒരുമിച്ചാണ് നായാടി നടന്നിരുന്നത്. ഒരിക്കൽ ഹിഡിംബിയെ ഭാര്യയാക്കാമെന്നുകൂടി നിശ്ചയിച്ചിരുന്നതാണ്. അക്കാലത്താണു ഞാൻ കാട്ടിൽവച്ച് അവളെ കാണുന്നത്. മായാവിദ്യകൊണ്ട് ഞാൻ അവളെ മയക്കിയെന്നു കിർമ്മീരൻ കുറ്റപ്പെടുത്തി.

കിഴക്കൻകാടുകളിൽ ആനവേട്ട കഴിഞ്ഞ് ഒരിക്കൽ അയാൾ തിരിച്ചെത്തിയപ്പോഴാണ് ഹിഡിംബനെ കൊന്നതറിയുന്നത്; ഏഴുമാസങ്ങൾക്കു ശേഷം. ആണും തുണയുമില്ലാതായ ഹിഡിംബിയെ സ്വീകരിക്കാൻവേണ്ടി കിർമ്മീരൻ കുതിച്ചെത്തി. അവൾ അയാളെ തിരിച്ചയച്ചു: 'എനിക്കിഷ്ടപ്പെട്ട ഭർത്താവു വന്നു. അയാളുടെ ശിശുവാണ് എന്റെ ഗർഭത്തിൽ.'

തിരിച്ചുപോന്നെങ്കിലും അയാൾ അവളെ വീണ്ടും പലപ്പോഴായി സന്ദർശിച്ചു. അവൾക്കു പിറന്ന ആൺകുട്ടി ശക്തനായി വളരുന്നു. അവന്റെ പേരാണ് ഘടോൽക്കചൻ. ഘടോൽക്കചൻ– ഞാൻ മനസ്സിലുരുവിട്ടു. മറക്കരുത്.

ശത്രുക്കളായി ദ്വന്ദ്വയുദ്ധമുറയിൽ വെല്ലുവിളികളായി കണ്ടുമുട്ടിയ ഞങ്ങൾ പിന്നെ സുഹൃത്തുക്കളായി മാറി. കിർമ്മീരൻ വിരുന്നൊരുക്കി–

പന്നിമാംസമിട്ടു വേവിച്ച മുളയരിച്ചോറ്, കരിമ്പിൻതണ്ടു വാറ്റിയ മദ്യം. കാട്ടു പോത്തിന്റെ കൊമ്പു കടഞ്ഞു പിടിയിട്ട ഒരു നായാട്ടുകത്തി അയാൾ എനിക്ക് പോരുമ്പോൾ സമ്മാനമായി തന്നു.

തിരിച്ചുവന്നപ്പോൾ യുദ്ധത്തിന്റെ വിവരണം കേൾക്കാനുള്ള അക്ഷമ ദ്രൗപദിയുടെ മുഖത്തു കണ്ടു. യുധിഷ്ഠിരനും അന്വേഷിച്ചു.

'ഇനി അവനെക്കൊണ്ടു ദ്രോഹമുണ്ടാവില്ല.' എന്നു മാത്രം ഞാൻ പറഞ്ഞു.

പരാജിതനായി ജീവനുംകൊണ്ട് ഒരുവിധംരക്ഷപ്പെട്ടതായിരിക്കും ഞാനെന്നു കരുതി യുധിഷ്ഠിരൻ.

'എന്തുണ്ടായി? എന്തുണ്ടായി?' ദ്രൗപദി തനിച്ചായപ്പോൾ ചോദിച്ചു.

'യുദ്ധം വേണ്ടിവന്നില്ല. ഞങ്ങൾ സൗഹൃദത്തിൽ പിരിഞ്ഞു.'

'ഉം. കാട്ടാളരുടെ സൗഹൃദം.... ഓ, ശരിതന്നെ....' പിന്നെ ഒന്നും പറ ഞ്ഞില്ല ദ്രൗപദി.

എനിക്ക് അവളുടെ ഭാവം കണ്ടപ്പോൾ പെട്ടെന്ന് അരിശം പുകഞ്ഞു. അതു ദിവസങ്ങൾ കഴിഞ്ഞപ്പോൾ അകാരണമായി വർദ്ധിച്ചു.

ഒരു ബ്രാഹ്മണനെ കിട്ടാനുള്ള വഴിയാലോചിച്ച് നകുലനുമായി സംസാ രിച്ചിരിക്കുന്ന ജ്യേഷ്ഠന്റെ നേരെയാണ് അതു പിന്നെ പൊട്ടിപ്പുറപ്പെട്ടത്. ബ്രാഹ്മണനെ കിട്ടാനില്ല. പൂജാദികൾ കഴിക്കാൻ സൗകര്യമില്ല. ബലികൾ മുടങ്ങുന്നു. ആവലാതികൾ ധാരാളം. എല്ലാ തെറ്റുകൾക്കും കാരണം വിധി ഹിതമാണ്. തന്നോട് ആരും വേണ്ടത്ര സഹതപിക്കാത്തതെന്ത് എന്ന് അത്ഭുതപ്പെടുകയാണെന്നു തോന്നും ഭാവം കണ്ടാൽ. ആത്മപീഡനത്തിന്റെ സ്വരം, ഭാവം.

ഞാൻ ചോദിച്ചു:

'വാക്കു പാലിക്കാൻ പന്ത്രണ്ടും ഒന്നും പതിമ്മൂന്നു വർഷം അലഞ്ഞു നടക്കാൻ തന്നെയാണോ നിശ്ചയിച്ചിരിക്കുന്നത്?'

ചെറിയ നടുക്കത്തോടെ ജ്യേഷ്ഠൻ എന്നെ നോക്കി.

'പിന്നെ എന്തു ചെയ്യാൻ?'

'നമുക്കു ബന്ധുക്കളുണ്ട്. സൗഹൃദമുള്ള രാജാക്കന്മാർ പലരുമുണ്ട്. യുദ്ധം ചെയ്ത് കൗരവരെ നശിപ്പിക്കണം.'

എന്റെ ശബ്ദം കേട്ടു ദ്രൗപദിയും പുറത്തേക്കു വന്നു. അവൾ രംഗ മാകെ ഒന്നു വീക്ഷിച്ച് നേർത്ത ചിരിയോടെ പറഞ്ഞു: 'അത്താഴം ഇന്നും കാട്ടുകിഴങ്ങുതന്നെ. പൊൻകിണ്ണങ്ങളിൽ വിരുന്നുകാരേയും ഭിക്ഷുക്കളേയും ഊട്ടിക്കഴിഞ്ഞേ കഴിക്കാറുള്ളു മുമ്പൊക്കെ. കാലക്കേട് എന്നല്ലാതെ എന്തു പറയാൻ?'

അതിലെ ഗൂഢമായ പരിഹാസം അദ്ദേഹം ശ്രദ്ധിക്കാതെ പോയി!

പന്ത്രണ്ടുവർഷം കാത്തിരിക്കാതെ ഇപ്പോൾത്തന്നെ യുദ്ധം എന്ന് അനുജൻ പറയുന്നു. പക്ഷേ, ക്ഷമിച്ചിരിക്കുകതന്നെ വേണമെന്നാണ് എന്റെ

പക്ഷം.

ദ്രൗപദിയുടെ വിനീതഭാവം പെട്ടെന്നു മാറി:

'വീരാഗ്രണികളായ അഞ്ചു ഭർത്താക്കന്മാർ! ആയിരംപേർക്കു കിട നില്ക്കുന്ന ആങ്ങള. അക്ഷൗഹിണിയുള്ള അച്ഛൻ. എന്നിട്ടും എന്റെ അവസ്ഥ കണ്ടില്ലേ?'

യുധിഷ്ഠിരൻ നെടുവീർപ്പിട്ടു.

'ധർമ്മം വിട്ടവർക്ക് അതിന്റെ ശിക്ഷ കാലം നൽകും. ഒക്കെ ദേവനിശ്ച യമെന്നു കരുതി സമാധാനിപ്പിച്ചിരിക്കൂ.'

'എന്നെ സഭയിൽ വലിച്ചിഴച്ചു വസ്ത്രാക്ഷേപത്തിനൊരുങ്ങിയവർക്കു സമൃദ്ധി. പാണ്ഡവപത്നിക്കു കാട്. അതു ദേവകല്പനയാണെങ്കിൽ ആ ദേവകളെ ഞാൻ നിന്ദിക്കുന്നു. അതു വിധിച്ച ദേവൻ ലുബ്ധനാണ്, അധാർമ്മികനാണ്, ക്രൂരനാണ്!'

കത്തിക്കാളുന്ന കണ്ണുകളോടെ, മുടിയഴിച്ചിട്ടു നില്ക്കുന്ന ദ്രൗപദിയെ നോക്കി യുധിഷ്ഠിരൻ മന്ദഹസിച്ചു. പിന്നെ എന്നോടു ധർമ്മാധർമ്മങ്ങ ളെപ്പറ്റിയും സ്വർഗ്ഗനരകങ്ങളെപ്പറ്റിയും പറയാൻ തുടങ്ങി.

കുറച്ചു കഴിഞ്ഞപ്പോൾ ഞാൻ പറഞ്ഞു: 'സ്വജനങ്ങളെ, സ്വന്തം കുല ധർമ്മങ്ങളെ, പ്രജകളെ– ഇവരെയെല്ലാം രക്ഷിക്കുന്നതിൽക്കവിഞ്ഞ് ഒരു ധർമ്മമില്ല രാജാവിനെന്നു ജ്യേഷ്ഠൻ പറയുന്നതു കേട്ടിട്ടുണ്ട്.'

അപ്പോൾ വേട്ടകഴിഞ്ഞു വന്ന അർജ്ജുനൻ കാര്യമറിയാൻ ഞങ്ങളെമൂ ന്നുപേരെയും മാറി മാറി നോക്കി.

'ഞാൻ പറഞ്ഞത്, വിശിഷ്ടമായ ദേവപദം ഭൂമിയിലെ ജീവിതത്തിനു ശേഷമാണെന്നതുകൊണ്ടുള്ള ചെറിയ കഷ്ടപ്പാടുകളെപ്പറ്റിയാണ്.'

അർജ്ജുനനിൽ തനിക്കൊരു സഹായിയെ കിട്ടുമെന്നു കരുതി യുധി ഷ്ഠിരൻ.

'ധർമ്മവും സത്യവും എനിക്കു വിടാൻ വയ്യ. ഞാൻ യുധിഷ്ഠിരനാണ്. ധർമ്മപുത്രൻതന്നെയാണ്. അതിനു വിരുദ്ധമായി നടക്കാൻ എനിക്കാവില്ല. എന്തു ദുരിതം സഹിച്ചാലും.'

അർജ്ജുനൻ പറഞ്ഞു: 'ഒരു കല്പന, ഒരു വാക്കു മതി. തീയും കാറ്റും ചേർന്നു കാടെരിക്കുന്നതുപോലെ ഞാനും ജ്യേഷ്ഠൻ ഭീമസേനനുംകൂടി കൗരവരെ ഭസ്മമാക്കുന്നതു കാണിച്ചുതരാം.'

അപ്പോൾ ദ്രൗപദി ഇടപ്പെട്ടു:

'പതിമ്മൂന്നുകൊല്ലവും ക്ഷമിച്ചിരിക്കണമെന്നാണ് ഇവിടെ രാജാവിന്റെ ഇളകാത്ത നിശ്ചയം!'

നകുലസഹദേവന്മാർ വന്നു. ധർമ്മം, നീതി, നിയമം, തർക്കം പിന്നെയും തുടർന്നപ്പോൾ സഹദേവൻ സഹികെട്ടു പറഞ്ഞു: 'ചൂതാട്ടത്തിലെത്ര ത്തോളം ധർമ്മമാവാം? പറഞ്ഞുകേട്ടാൽ ഉപകാരം. കാട്ടിലെ സായാഹ്ന ങ്ങൾ ജ്ഞാനം വർദ്ധിപ്പിക്കാനുപകരിക്കട്ടെ!'

അവജ്ഞയുടെ വാൾമുന ഇത്ര നിശിതമായി, പരസ്യമായി, ഉയർത്തേണ്ടിയിരുന്നില്ല സഹദേവൻ.

യുധിഷ്ഠിരൻ ആകെ ക്ഷോഭിച്ചു:

'എന്റെ കൈ പൊള്ളിക്കാൻ തീ കൊണ്ടുവരാൻ പറഞ്ഞപ്പോൾ നിനക്കനുസരിക്കാമായിരുന്നില്ലേ? ഞാൻ–'

ഞാൻ തിരുത്തി:

'കേട്ടതു തെറ്റിയതാണ്. സ്വയം പൊള്ളിക്കാനാണ് ഞാൻ തുനിഞ്ഞത്.'

'എന്റെ അനുവാദം ചോദിക്കാതെതന്നെ നിങ്ങൾക്കപ്പോൾ ആക്രമിച്ച് കൗരവരെ നശിപ്പിക്കാമായിരുന്നില്ലേ? ഞാൻ തടയില്ലായിരുന്നു. ഇപ്പോൾ എല്ലാവരും കൂടി തിരിയുന്നത് എന്റെ നേർക്കാണ്....'

ക്ഷോഭംകൊണ്ട് യുധിഷ്ഠിരന് വാക്കുകൾ കിട്ടിയില്ല പിന്നെ.

'വീണ്ടും ചൂതിനു വിളിച്ചപ്പോൾ ശകുനിയുടെ കള്ളച്ചൂതിനാണെന്നറിഞ്ഞിട്ടും തിരിച്ചുപോയതോ?'

നകുലന്റെ ചോദ്യത്തിനു മറുപടിയില്ല.

അർജ്ജുനൻ പറഞ്ഞു: 'വേശത്തെരുവിലെ ചൂതാട്ടക്കാരെപ്പറ്റി അന്ന് ജ്യേഷ്ഠൻ പറഞ്ഞു. ചൂതാട്ടക്കാരുടെ മനസ്സ് എനിക്കൂഹിക്കാം. നഷ്ടപ്പെട്ടതൊക്കെ ഒരു നിമിഷംകൊണ്ടു തിരിച്ചു കിട്ടുമെന്നു കരുതിയാണ്, നകുലാ, തോറ്റവർ വീണ്ടും വരുന്നത്. വേശത്തെരുവിലായാലും കൊട്ടാരത്തിലായാലും ചൂതാട്ടക്കാരന്റെ ചിന്താഗതി ഒന്നുതന്നെ.'

നടക്കാൻ തുടങ്ങിയ അർജ്ജുനൻ പെട്ടെന്നു തിരിഞ്ഞുനിന്നു. കൗരവരെ ജ്യേഷ്ഠൻ ഭീമസേനൻ വധിക്കുമെന്ന് പ്രതിജ്ഞയുണ്ടല്ലോ. യുദ്ധം, അതെപ്പോഴായാലും ശരി, ആ സൂതപുത്രനെ ഒഴിവാക്കിയേക്കൂ നാലുപേരും. കർണ്ണൻ മരിക്കുന്നത് എന്റെ കൈകൊണ്ടാണ് ഉറപ്പ്.'

അയാൾ പിന്നെ നടന്ന്, ഒരിടത്തെത്തി ആവനാഴിയിൽനിന്നൊരമ്പെടുത്തു പെട്ടെന്നു മുകളിലേക്കു തൊടുത്തുവിട്ടു.

പകുതിയോളം അമ്പ് മറുപുറം കടന്ന ഒരു കാട്ടുപ്രാവ് വന്ന് ഞങ്ങളുടെ മദ്ധ്യത്തിൽ വീണു. പിന്നെ ചില്ലയിളകി അടർന്നുവീണ കുറെ കാട്ടുപൂക്കളും. ഞാൻ ചിന്തിച്ചുപോയി അശരീരികളുടെ പുഷ്പവൃഷ്ടി.

രാത്രിയിൽ അർജ്ജുനൻ എന്റെ സമീപത്തു വന്നു:

'ഞാൻ പോകുന്നു.'

'എങ്ങോട്ട്?'

'എങ്ങോട്ടെങ്കിലും.... ദൂരെയെവിടെയെങ്കിലും.... ഇവിടെ മടുത്തു. ദുസ്സഹം.'

ഞാൻ സംശയിച്ചപ്പോൾ അർജ്ജുനൻ പറഞ്ഞു: 'പല പുതിയ ആയുധങ്ങളെയുംപറ്റി കേൾക്കുന്നുണ്ട്. ധനുർവ്വേദത്തിൽ പറയാത്ത അസ്ത്രങ്ങൾ പലതും ആളുകൾ പരീക്ഷിക്കുവാൻ തുടങ്ങിയിരിക്കുന്നു. കൂടുതൽ പഠിക്കാൻ ഈ കാലം ഉപയോഗപ്പെടുത്താം.'

'ജ്യേഷ്ഠനോടാലോചിച്ച്-'

'പോയെന്നു പറഞ്ഞാൽ മതി. ഇത് രാജധാനിയല്ലല്ലോ. എന്തിനു പിന്നെ വെറുതെ ആചാരങ്ങൾ?'

'പറഞ്ഞിട്ടു പോകൂ.'

അർജ്ജുനൻ സ്ഥലംവിടുന്നു എന്നു കേട്ടപ്പോൾ വിഷമം തോന്നി. അവ നടുത്തുണ്ടെങ്കിൽ എനിക്ക് ആത്മവിശ്വാസം കൂടും. പക്ഷേ, ദ്രൗപദിയുടെ കണ്ണുകൾ എന്റെ സാന്നിദ്ധ്യം കൂടുതലറിയാൻ തുടങ്ങും അർജ്ജുനന്റെ അഭാവത്തിൽ എന്ന ആഹ്ലാദം ഞാനൊതുക്കി.

അരുണോദയത്തിനു മുമ്പുതന്നെ അർജ്ജുനൻ സ്ഥലം വിട്ടു. നീർച്ചാ ലിനടുത്ത് നിത്യകർമ്മങ്ങൾ കഴിഞ്ഞ് ഞാൻ തിരിച്ചുവന്നപ്പോൾ യുധി ഷ്ഠിരൻ അസ്വസ്ഥനായിരിക്കുന്നതു കണ്ടു.

'അർജ്ജുനൻ ആയുധവിദ്യയ്ക്കു പേരുകേട്ട സ്ഥലങ്ങളന്വേഷിച്ചു പോയി. ഞാൻ അനുഗ്രഹിച്ചയച്ചു.'

ഞാൻ വഴിക്കു കണ്ട ഒരു മൃഗത്തിന്റെ കാലടികളെ പിന്തുടർന്നാലോ എന്നാലോചിച്ചു.

'അർജ്ജുനൻ അടുത്തുള്ളപ്പോൾ വലിയ ആശ്വാസമാണ്. പക്ഷേ, പോകുന്നതും നല്ലകാര്യത്തിനുതന്നെ.'

ഞാൻ അമ്പും വില്ലും കുന്തവുമെടുത്ത് വേട്ടയ്ക്കിറങ്ങി. എന്റെ ഊഹം ശരിയായിരുന്നു. കലമാനാണ്. കുന്തമെറിയാൻ സൗകര്യം നോക്കി അടു ത്തപ്പോൾ കാൽക്കീഴിൽ ഒരു ചുള്ളിക്കൊമ്പൊടിഞ്ഞു. മാൻ പറന്നു. കർണ്ണ ഞരമ്പു ലാക്കാക്കി ഒരമ്പയച്ചു. പിഴച്ചാലോ എന്നോർത്ത് ധൃതിയിൽ രണ്ടാ മത്തെ അമ്പ് ഞാണേറ്റുമ്പോഴേക്ക് മൃഗം വീണു.

വലിയ മൃഗം. ചെവിക്കു പിന്നിൽത്തന്നെ തറച്ചതുകൊണ്ട് തോലിനു കേടൊന്നുമില്ല. നല്ല തിളക്കവും ഭംഗിയും. അതുണക്കിയാൽ ദ്രൗപദിക്ക് ഒരു വസ്ത്രമുണ്ടാക്കാം. രാജധാനിയിലുപയോഗിക്കാറുള്ള പത്രോർണ ത്തിന്റെ ഭംഗിയുണ്ടാവില്ലെങ്കിലും. കസുംഭപ്പൂക്കളുടെ ചാറെടുത്ത് അകത്ത് ചായം കൊടുത്താൽ നന്നായിരിക്കുമെന്നു തോന്നി.

മാനിനെ ചുമലിലിട്ട് ഞാൻ തിരിച്ചു നടന്നു. അമ്പു പറിച്ചെടുത്ത മുറി വിൽ നിന്നു ചോര തുള്ളിയായി എന്റെ മാറിലൂടെ ഒഴുകി വീണു. അപ്പോൾ ദ്രൗപദി ബകുളപ്പൂങ്കുലകളിലൊന്നറുക്കാൻ നോക്കി വഴിക്കു നില്ക്കുന്നതു കണ്ടു. എന്നെ കണ്ടില്ല, അടുത്തെത്തുവോളം. രണ്ടു ചുമലിലുമായിട്ട മൃഗത്തെ നോക്കി.

'അർജ്ജുനൻ എന്നു തിരിച്ചുവരും?'

'അറിയില്ല. അപ്പപ്പോൾ ആരെങ്കിലും ദൂതനെ അയച്ച് വിവരങ്ങളറിയി ക്കാമെന്ന് ഏറ്റിട്ടുണ്ട്.'

'അമ്പും വില്ലും തലയ്ക്കുവെച്ച് അർജ്ജുനൻ ഉറങ്ങുന്നുണ്ടാവും പുറത്ത് എന്നു കരുതി ആശ്വസിച്ചാണ് ഞാനീ കാട്ടിൽ കിടക്കാറ്.'

മൃഗത്തെ ചുമലിൽ ഒന്നൊതുക്കി. അപ്പോൾ ചോര ഒരുറവയായി ദേഹത്തിലൂടെ ഒഴുകി. അതു നോക്കിക്കൊണ്ടു ദ്രൗപദി തെല്ലിട നിന്നു. പിന്നെ ഒരു ചില്ല പൊട്ടിച്ച് ഇലകൾകൊണ്ട് അതു തുടച്ചു കളഞ്ഞു. എന്റെ തൊട്ടടുത്തായി അവൾ നിന്നു. പരത്തിയിട്ട മുടിയിൽനിന്നു പുകയുടെ ഗന്ധമാണ് വരുന്നതെന്നു തോന്നി. മാന്തോൽ മറയ്ക്കാത്ത ചുമലുകൾ. കരിഞ്ഞ അശോകമൊട്ടുപോലത്തെ പൊക്കിളിനു താഴെ, ഉടയാത്ത അടിവയറിൽ ഞാണുപോലെ തുടിച്ചുനില്ക്കുന്ന ഒരു പേശി ചലിച്ചു. മൃഗത്തെ താഴെയിട്ടു ഞാൻ പറഞ്ഞു:

'ഞാനുറങ്ങാറില്ല. ദ്യൂതസഭയിലെ പ്രതിജ്ഞയ്ക്കുശേഷം ഞാനൊരു രാത്രിയും മനസ്സുവിട്ടുറങ്ങിയിട്ടില്ല. കാവലിനു ഞാനുണ്ട്. സമാധാനമായുറങ്ങാം.'

ദുര്യോധനനുമായുള്ള ഗദായുദ്ധം, ദുശ്ശാസനനുമായുള്ള മല്ലയുദ്ധം– അവർ പ്രയോഗിക്കാവുന്ന അടവുകൾ. അവരെ അത്ഭുതപ്പെടുത്താൻ പോകുന്ന എന്റെ തന്ത്രങ്ങൾ. അതാണു രാത്രി കിടക്കുമ്പോഴൊക്കെ ഞാൻ ആലോചിക്കുന്നത്. ആദ്യം അത് ഒരു വിനോദമായിരുന്നു. പിന്നെ സ്വഭാവമായി മാറി.

കാട്ടുപൂങ്കുലകളിൽ ചുറ്റിത്തിരിയുന്ന തുമ്പികൾ മൂളുന്നത് ഇപ്പോൾ എന്റെ ചുവട്ടിലാണ്. എന്റെ അരക്കെട്ടിൽ തീപ്പൊരികളുയർന്നു.

അവൾ ഓർമ്മിപ്പിച്ചു: 'മറന്നുപോയോ? ഇത് രാജാവിന്റെ ഊഴമാണ്.'

അവൾ നടന്നുപോയപ്പോൾ, താഴെ കിടക്കുന്ന മാനിനെ ഞാൻ വീണ്ടും പൊക്കിയെടുത്തു.

നിയമങ്ങൾ.... ഊഴത്തിന്റെ നിയമങ്ങൾ. ഇതൊന്നും മുമ്പുണ്ടായിരുന്നില്ലല്ലോ എന്നു ഞാൻ വിചാരിച്ചു.

എല്ലാ തപസ്വികളും നിയമങ്ങൾ ലംഘിച്ചിട്ടുണ്ട്. നിയമങ്ങളുണ്ടാക്കിയ മഹർഷിമാരെല്ലാം. സ്ത്രീയുടെ നഗ്നമേനിയുടെ അഴകു കണ്ട് രേതസ്സു വീണു പോയ ദുർബ്ബലരാണ് അധികംപേരും. കൃപാചാര്യരുടെയും ദ്രോണപത്നി കൃപിയുടെയും അമ്മയെ ഉടുവസ്ത്രമില്ലാതെ കണ്ട് ജപം മറന്ന ശരദ്വാൻ. കുളിക്കുന്ന ഘൃതാചിയെ കണ്ടു മോഹിച്ച മറ്റൊരു തപസ്വിയാണ് ദ്രോണാചാര്യരുടെ പിതാവ്, ഭരദ്വാജൻ. പിന്നീടും അതേ സ്ത്രീയെക്കണ്ട് ഞങ്ങളുടെ പിതാമഹൻ കൃഷ്ണദ്വൈപായനന്റെ ഉണങ്ങിയ 'ശരീരത്തിൽക്കൂടി വിറകയറി, ബുദ്ധികലങ്ങി' എന്ന് ഒരു സൂതഗാഥയിൽ കേട്ടിട്ടുണ്ട്. വിചിത്രവീര്യന്റെ വിധവകളെ മടുപ്പോടെ, മനസ്സില്ലാതെ സമീപിച്ച കൃഷ്ണദ്വൈപായനന് അവളിൽ ഒരു മകനുണ്ടായി. അയാളെപ്പറ്റി ആരും പറയാറില്ല. മറ്റൊരിളയച്ഛൻകൂടി ഞങ്ങൾക്ക് എവിടെയോ ഉണ്ടെന്നാണ് സത്യം.

അവരുണ്ടാക്കിയ പതിവ്രതാനിയമങ്ങളൊക്കെ ഞങ്ങൾ പാലിച്ചുവരുന്നു.

ഞാൻ മൃഗത്തെ താവളത്തിലെത്തിച്ച് കാട്ടുചോലയിലിറങ്ങിക്കിടന്നു. ഒരു ഫലിതംപോലെ ഓർമ്മിച്ചു. കാമമുണരുമ്പോൾ തണുത്ത വെള്ളത്തിൽ

നിന്ന് നിയമം തെറ്റാതെ കഴിക്കണമെന്നാണ് പുരോഹിതർക്കുള്ള പാഠങ്ങളിലൊന്ന്.

കുളികഴിഞ്ഞ് തിരിച്ചുവന്നപ്പോൾ യുധിഷ്ഠരൻ ആഹ്ലാദഭരിതനായിരിക്കുന്നു. വളരെ കാലത്തിനുശേഷം അദ്ദേഹത്തിനു ജപഹോമങ്ങൾ നടത്താൻ ഒരാളെക്കിട്ടിയിരിക്കുന്നു. ധൗമ്യൻ. വൃദ്ധനായ ഒരു ബ്രാഹ്മണൻ. അദ്ദേഹം ധാരാളം സഞ്ചരിച്ചിട്ടുണ്ട്. കണ്ട പുണ്യതീർത്ഥങ്ങളെപ്പറ്റിയെല്ലാം അദ്ദേഹം വിവരിക്കുകയായിരുന്നു.

'നമുക്കും ഇവിടെ ഇരിക്കുന്നതിനു പകരം സഞ്ചരിച്ചു പുണ്യസ്ഥലങ്ങളൊക്കെ സന്ദർശിച്ചാലോ?'

ജ്യേഷ്ഠൻ ചോദിച്ചു. എനിക്കു സമ്മതം. അടങ്ങി ഒരിടത്തിരിക്കുന്നതിലും ഭേദം പുതിയ ദേശങ്ങൾ കാണുന്നതുതന്നെ. ധൗമ്യൻ കൂടെ വരാമെന്നേറ്റു. പിതൃക്രിയകളൊക്കെ പുണ്യതീർത്ഥങ്ങളിൽ വച്ച് വിധിയാംവണ്ണം നടത്താൻ ഒരു മഹർഷി കൂടെയുണ്ടെങ്കിൽ യാത്ര മഹാഭാഗ്യമായിത്തീരുമെന്നു യുധിഷ്ഠിരൻ പറഞ്ഞു. മാദ്രീ പുത്രന്മാർക്കായിരുന്നു എന്നേക്കാൾ ഉത്സാഹം.

ബ്രഹ്മശിരസ്സായിരുന്നു അടുത്ത താവളം. അവിടെ ഏഴുദിവസം. പിന്നെ കൗശികീനദി കടന്നു ഋഷഭകൂടത്തിലെത്തി. അവിടെ താമസിക്കുന്നതിനിടയ്ക്കാണ് ഒരു തപസ്വി പറഞ്ഞ് ഞാനാദ്യമായി ഋശ്യശൃംഗന്റെ കഥ കേൾക്കുന്നത്. വിഭാണ്ഡകൻ സ്ത്രീയുടെ ഗന്ധം തട്ടാതെ വളർത്തിയ ഋശ്യശൃംഗനെ, വേശ്യകളെ അയച്ച് അയൽനാട്ടിലെ രാജാവ് ആകർഷിച്ച കഥ.

കളിച്ചങ്ങാതിയായി മാത്രം വേശ്യയെ കണ്ട യുവാവ് അവളെ തൊട്ടുരുമ്മി. മാറിൽ മൃദുഫലങ്ങൾ മറച്ചുവച്ച പുതിയ കൂട്ടുകാരെക്കണ്ടുണ്ടായ അമ്പരപ്പ് ഋശ്യശൃംഗൻ പിന്നെ അച്ഛനോടു വിവരിച്ച ഭാഗമെത്തിയപ്പോൾ ഞങ്ങളൊക്കെ ശരിക്കും രസിക്കാൻ തുടങ്ങി. വിളകൾ പെരുകാൻ ഒരു വിശുദ്ധ യുവാവും കന്യകയും തമ്മിലുള്ള ആദ്യരാത്രിയിൽ വലിയ ഉത്സവം നടത്തുന്ന ഒരാചാരമുണ്ടായിരുന്നു, വേശ്യകളെ അയച്ച ലോമപാദന്റെ നാട്ടിൽ. മദ്യം എന്തെന്നറിയാതെ കഴിച്ച ഋശ്യശൃംഗന്റെ പിന്നീടതിനെപ്പറ്റിയുള്ള വർണ്ണന സഹദേവനെ കൂടുതൽ രസിപ്പിച്ചു. തനിക്കില്ലാത്ത അത്ഭുതങ്ങൾ വിരുന്നു വന്ന ചങ്ങാതിമാരിൽ കണ്ട യുവാവിന്റെ അമ്പരപ്പാണ് ദ്രൗപദിയെ ഇക്കിളിപ്പെടുത്തിയത്. ഋഷിമാരിൽ ചിലർക്കു സൂതരേക്കാൾ സ്വാരസ്യത്തിൽ കഥ പറയാനറിയാം. ബ്രഹ്മശിരസ്സിലെ വാസം ഞങ്ങളുടെയെല്ലാം മൗഢ്യം മാറ്റി.

അടുത്ത താവളം മഹേന്ദ്രപർവ്വതത്തിന്റെ താഴ്വാരമായിരുന്നു. അവിടെ ധൗമ്യന്റെ കൂടെ മറ്റൊരു വൃദ്ധൻ ചേർന്നു. പുരോഹിതൻ ലോമശൻ. വൈതരണിയിൽ പിതൃബലികൾ നടത്താമെന്നു രണ്ടുപേരും പറഞ്ഞു.

വലിയൊരു ജലപാതമാണ് വൈതരണി. ദൂരത്തുനിന്നുതന്നെ ഇരമ്പം കേൾക്കാം. ഭൂമീദേവി കന്യകയായിരിക്കുമ്പോൾ ഇഷ്ടമില്ലാത്ത ഒരു

വിവാഹത്തിനു ബ്രഹ്മാവു പ്രേരിപ്പിച്ചതിൽ പ്രതിഷേധിച്ചു പാതാളത്തിലേക്കു താണതിവിടെയാണെന്ന് ഒരു കഥയുണ്ട്. വരൻ കാശ്യപനും ബ്രഹ്മാവും പിന്നെ കേണപേക്ഷിച്ചപ്പോൾ പുറത്തുവന്നു. കന്യക പോയ ഗഹ്വരത്തിലേക്കാണ് നന്ദി അന്വേഷിച്ചുകുതിച്ചു ചാടിയത്. ലോമശനാണ് സ്ഥലപുരാണം വിവരിച്ചു തന്നത്.

പ്രായക്രമമനുസരിച്ച് ഞങ്ങൾ പിതൃക്കൾക്കു ക്രിയകൾ നടത്തി. നാമെല്ലാമുള്ള ഈ ഭാരതഭൂമി ഉൾക്കൊള്ളുന്ന ജംബൂദ്വീപത്തിലെ എല്ലാ പിതൃക്കളെയും ഓർമ്മിക്കുന്ന മന്ത്രങ്ങൾ പുരോഹിതൻ ചൊല്ലി. ഞങ്ങൾ ഏറ്റു പറഞ്ഞു. പിന്നെ കുശാഗ്രത്തിലേക്ക് ഓരോ പൂർവ്വപിതാക്കളുടേയും ആത്മാവിനെ ആവാഹിക്കുന്നു.

എന്റെ ഊഴം വന്നപ്പോൾ എനിക്ക് സംശയം തുടങ്ങി. ആരെയാണ് ആവാഹിക്കാൻ വേണ്ടി ഞാൻ ധ്യാനിക്കേണ്ടത്? ബീജബന്ധമില്ലാതെ മരിച്ച പാണ്ഡുവിനെയോ അനശ്വരനായ വായുഭഗവാനെയോ? ജ്യേഷ്ഠനെ അനുകരിച്ച് ഞാനും പാണ്ഡുമഹാരാജാവിനെ സങ്കല്പിച്ചു. അതിൽപ്പിന്നെ വിചിത്രവീര്യനെ. അവിടെയും സംശയമുണ്ട്. ജീവിച്ചിരിക്കുന്ന കൃഷ്ണദ്വൈപായനന് തിലോദനം വച്ചു നമസ്കരിക്കേണ്ടതില്ലല്ലോ. പിന്നെ ശന്തനുവിന്, പ്രതീപന്, കുരുവിന്, യയാതിക്ക്....

ക്രിയാദികൾ കഴിഞ്ഞു വൈതരണിയിൽനിന്നു കയറിയപ്പോൾ ഞാൻ പുരോഹിതനോടു ചോദിച്ചു: 'ദായക്രമമനുസരിച്ചു നോക്കുമ്പോൾ ഞങ്ങൾ പൂർവ്വികരെ സ്മരിക്കാൻ പിൻതിരിഞ്ഞുനോക്കി പോകേണ്ടത് ശന്തനുരാജാവിലേക്കോ, അതോ പരാശരബ്രാഹ്മണനിലേക്കോ?'

യുധിഷ്ഠിരൻ പതിവുപോലെ പറഞ്ഞു: 'മന്ദാ, വിഡ്ഢിത്തം പറയാതിരിക്കൂ.'

അന്നു രാത്രിയിൽ അകലത്തെ വൈതരണിയുടെ ജലപ്രപാതഘോഷം കേട്ടു കിടന്നപ്പോൾ പതിവുപോലെ മല്ലയുദ്ധങ്ങളെപ്പറ്റിയല്ല ഞാൻ ആലോചിച്ചത്. ഇളംപ്രായത്തിൽ ഒരു നോക്കു മാത്രം കണ്ട എന്റെ മുതുമുത്തശ്ശി.... അവർ സുന്ദരിയായ യുവതിയായിരിക്കെ തോണി തുഴയുന്ന ചിത്രമാണ് മനസ്സിൽ വരച്ചെടുക്കാൻ ശ്രമിച്ചത്. ഗാഥകളിൽ കേട്ടതനുസരിച്ചാണ് നടന്നതെങ്കിൽ മഹാനദിയുടെ മധ്യത്തിൽവച്ച് തോണി തുഴയുന്ന മത്സ്യഗന്ധമുള്ള വാലത്തരുണിയെ കീഴടക്കിയ ബ്രാഹ്മണൻ, പരാശരൻ, അസാമാന്യനായിരിക്കണം. തുഴയില്ലാതെ ഉലയുന്ന തോണി. ആർത്തൊഴുകുന്ന നദി. മത്സ്യഗന്ധം പുരണ്ടു ചളിവള്ളം കെട്ടിക്കിടക്കുന്ന തോണിത്തട്ടിൽ വീണേടത്തു കിടന്ന് എതിർക്കുന്ന മുക്കുവപ്പെണ്ണിനെ കൈയൂക്കുകൊണ്ടു കീഴടക്കിയ ബ്രാഹ്മണന്റെ ആത്മാവ് കുശാഗ്രത്തിൽ മൂന്നുരുള തിലോദനമെങ്കിലും അർഹിക്കുന്നുണ്ട്. ആരും അദ്ദേഹത്തെ ഓർത്തില്ല.

മലഞ്ചെരുവിലെ കൊടുംതണുപ്പുരാത്രി. ജലപാതത്തിലെ നീർക്കണങ്ങൾ വഹിച്ചെത്തുന്ന കാറ്റ്. എനിക്കുറങ്ങാൻ വയ്യ. ഈ രാത്രിയിൽ ആരും വിയർക്കില്ല. എന്നിട്ടുമെന്തേ തണുത്ത വായുവിന് താമരപ്പൂവിന്റെ ഗന്ധം?

രണ്ട്

നീണ്ട യാത്രകൾക്കിടയിൽ കാലത്തെപ്പറ്റി ഞാൻ കണക്കുകൂട്ടൽ നിറുത്തിയിരിക്കുന്നു. ഹസ്തിനപുരം വിട്ടത് വളരെ മുമ്പെങ്ങോ ആണെന്നറിയാമെന്നു മാത്രം.

അവസാനം അർജ്ജുനനിൽനിന്നും ഒരു സന്ദേശം വന്നു. ഗന്ധമാദനത്തിനപ്പുറം കടന്ന് ഒരു സ്ഥലത്ത് കാത്തിരിക്കാനാണ് ഋഷി പറഞ്ഞത്. അദ്ദേഹം അർജ്ജുനനെ കണ്ടിരുന്നു. അർജ്ജുനൻ അവിടെ എത്തിച്ചേരും.

പ്രഭാസതീർത്ഥത്തിൽ ഒരുദിവസം ബലരാമനും കൃഷ്ണനും അവരുടെ അടുത്ത സുഹൃത്തായ വൃഷ്ണിവംശത്തിലെ സാത്യകിയും വന്നു. അമ്മയെപ്പറ്റിയുള്ള വിവരം കൃഷ്ണനിൽ നിന്നറിഞ്ഞു. വിദുരഗൃഹത്തിൽ അമ്മ വലിയ വിഷമതകളൊന്നുമില്ലാതെ കഴിയുന്നു. കൃഷ്ണൻ അമ്മയുടെ വിവരങ്ങൾ ഇടയ്ക്കറിയാൻ ദൂതനെ അയയ്ക്കാറുണ്ട്. ഒരിക്കൽ നേരിട്ടു തന്നെ പോയി. സുഭദ്രയും അഭിമന്യുകുമാരനും ദ്വാരകയിൽ സുഖമായിരിക്കുന്നു.

'അർജ്ജുനൻ തിരിച്ചുവരട്ടെ. എന്നിട്ടു നമുക്കു ചില തീരുമാനങ്ങളെടുക്കണം.'

കൗരവരുമായുള്ള യുദ്ധത്തെപ്പറ്റി സംസാരിക്കാൻ തുടങ്ങിയപ്പോൾ ബലരാമൻ മിണ്ടാതായി. അദ്ദേഹം രണ്ടു ചേരിയിലും നിൽക്കില്ല. രണ്ടിടത്തും വേണ്ടപ്പെട്ടവരുണ്ട്. പക്ഷേ ചൂതുകളിച്ചു രാജ്യം നേടിയതു തെറ്റായി എന്ന് അദ്ദേഹത്തിനും അഭിപ്രായമുണ്ട്.

സാത്യകിയുമായി ഞങ്ങൾ വളരെ വേഗത്തിൽ അടുത്തു. 'കൂടുതൽ നീട്ടി വച്ചാൽ ശത്രു കൂടുതൽ കരുത്തനാവുന്നു,' എന്നതാണ് സാത്യകിക്കും

പറയാനുള്ളത്. എന്നെപ്പോലെ പരുക്കൻ ശരീരം. ഭക്ഷണപ്രിയത്തിലും ഞങ്ങൾ ഒരേപോലെതന്നെ. അവർ പോയശേഷം ഒരു പക്ഷം കഴിഞ്ഞപ്പോഴാണ് ഋഷി അർജ്ജുനനെ കാണുന്നത്. അദ്ദേഹം ഞങ്ങളെ തിരഞ്ഞുപിടിക്കാൻ പിന്നെയും കുറെ കാലമെടുത്തു.

ഗന്ധമാദനത്തിലേക്കുള്ള വഴി ഋഷി നേരത്തെ പറഞ്ഞുതന്നിരുന്നു. കൊടുംകാടു മൂടിയ മലയുടെ അടിവാരത്തിലെത്തിയപ്പോഴാണ് അതു കയറി മറുവശത്തെത്തുകയെന്നത് എളുപ്പമല്ല എന്നു മനസ്സിലായത്. പണ്ടാരോ മുനിമാർ പാർത്ത ഒരു ഗുഹ, വഴിയുടെ തുടക്കത്തിൽ കണ്ടെത്തി. സന്ധ്യയായിക്കഴിഞ്ഞതുകൊണ്ട് അവിടെ രാത്രി കഴിക്കാമെന്നു നിശ്ചയിച്ചു. അതു വലിയൊരു ഭാഗ്യമായി. രാത്രിയിൽ കൊടുങ്കാറ്റടിച്ചു. പേമാരി തകർത്തു പെയ്തു.

രാവിലെ മലകയറ്റം തുടങ്ങി. സന്ന്യാസിമാരും തീർത്ഥാടകരും ചവിട്ടിത്തെളിഞ്ഞ വഴി ആദ്യമൊക്കെ എളുപ്പമായിരുന്നു. കുറെക്കഴിഞ്ഞപ്പോൾ ഒരിടത്തു തലേന്നുപുഴകിവീണ മരങ്ങൾ വഴിമുടക്കുന്നു. ഞങ്ങൾ പുതിയ വഴിയന്വേഷിച്ചു കയറ്റം തുടർന്നു. കാലുറയ്ക്കാൻ ഇടമില്ലാത്ത വഴി. ഒരു വീർപ്പു കയറി, മുകളിലേക്കു നോക്കുമ്പോൾ വീണ്ടും മല ആകാശം മറച്ചുകൊണ്ടു മുന്നിൽത്തന്നെ.

ഞാൻ മുന്നിൽ നായാട്ടുകത്തികൊണ്ടു ചില്ലകൾ വെട്ടിമാറ്റി നടന്നു. പിന്നിൽ നകുലൻ, സഹദേവൻ, അവന്റെ പിന്നിൽ ദ്രൗപദി. ജ്യേഷ്ഠനായിരുന്നു ഏറ്റവും പിന്നിൽ.

യുധിഷ്ഠിരന്റെ നിലവിളി കേട്ടപ്പോൾ നിന്നു, ദ്രൗപദി വീണുപോയി. ഇറങ്ങാനായിരുന്നു കൂടുതൽ പ്രയാസം. ജ്യേഷ്ഠൻ അവളെ എഴുന്നേല്പിച്ചിരുത്തി. 'പ്രയാസം' എന്ന ഭാവത്തിൽ ദ്രൗപദി എന്നെ നോക്കി.

അപ്പോൾ മഴുവും തോളിൽ ചുറ്റിയിട്ട കയറുമായി കയറിവന്ന ഒരുകൂട്ടം കാട്ടാളന്മാർ ഞങ്ങളെ കണ്ടുനിന്നു. എല്ലാം ചെറുപ്പക്കാർ. ഞാൻ അവരെ കൈകാണിച്ചു നിറുത്തി. അടുത്തേക്കു ചെന്നു മുകളിലേക്കുള്ള വഴി കാണിച്ചുതരാമോ എന്നന്വേഷിച്ചു. എന്റെ വാക്കുകൾ മുഴുവൻ മനസ്സിലാകാത്തപോലെ അമ്പരന്ന ഒരു ചിരിയോടെ മുതിർന്നവർ നിന്നു. കൂട്ടത്തിൽ കണ്ട, ഏറ്റവും പ്രായം കുറഞ്ഞവനെന്നു തോന്നുന്നവൻ പറഞ്ഞു: 'ഗന്ധമാദനം കയറാൻ പറ്റിയ കാലമല്ല ഇത്. വീണ്ടും കൊടുങ്കാറ്റും മഴയുമുണ്ടാവും.'

അവനു കുട്ടിത്തം വിട്ടിട്ടില്ല, മുഖം കണ്ടാൽ. പക്ഷേ, കറുത്തു ദാർഢ്യമേറിയ ശരീരത്തിൽ പേശികൾ തുടിക്കുന്നു. നിഷാദരുടെ ഏതോ ഗോത്രത്തിൽപെട്ടവരാവണം.

'ഞങ്ങൾക്കു പോകാതെ പറ്റില്ലല്ലോ.'

അവൻ എഴുന്നേൽക്കാൻ മടിച്ച് അവശയായിരിക്കുന്ന ദ്രൗപദിയുടെ നേർക്കു നോക്കി. കൂട്ടത്തിൽ ചെറിയവനെങ്കിലും അവന് ആ സംഘത്തിൽ ആജ്ഞാശക്തിയുണ്ടെന്നു മനസ്സിലായി. അവൻ പൈശാചിയിലെന്തോ ധൃതിയിൽ പറഞ്ഞു. ശകാരമാണെന്നു തോന്നും അവന്റെ മുഖഭാവം

കണ്ടാൽ, സംഘത്തിലെ മുതിർന്നവരെല്ലാം പലവഴിക്കായി ഓടുന്നതാണ് കണ്ടത്. നകുലൻ എന്റെ സമീപത്തേക്കെത്തിക്കഴിഞ്ഞിരുന്നു അപ്പോൾ.

പോയവർ തിരിച്ചുവന്നത് മരക്കൊമ്പുകളും കാട്ടുവള്ളികളുമായിട്ടാണ്. ചെത്തിയ കൊമ്പുകൾകൊണ്ടു കാട്ടുവള്ളികൾ കെട്ടി അവർ ഒരു കട്ടിലുണ്ടാക്കി. അവരുടെ കരവിരുതു കണ്ട് നകുലനും ഞാനും പരസ്പരം നോക്കി. അതു പിന്നാലെ കൊണ്ടുവരാൻ ആംഗ്യം കാട്ടി അവൻ നടന്നു.

'നടക്കാൻ വയ്യാത്ത സ്ത്രീക്ക് ഇതിലിരിക്കാം. ഞങ്ങൾ കയറ്റിത്തരും,

ദ്രൗപദി ആദ്യം പ്രതിഷേധിച്ചു. നടന്നുതന്നെ കയറാമെന്നു പറഞ്ഞു. പിന്നെ യുധിഷ്ഠിരൻകൂടി നിർബ്ബന്ധിച്ചപ്പോൾ അതിൽ കയറിയിരുന്നു. വഴി വെട്ടിത്തെളിച്ചുകൊണ്ടു കുട്ടി മുമ്പേ നടന്നു. അതിന്റെ പിന്നിൽ കാട്ടാളർ ഒരുക്കിയ തല്ക്കാലത്തേക്കുള്ള പല്ലക്കിൽ ദ്രൗപദി. ആദ്യത്തെ അമ്പരപ്പു തീർന്നപ്പോൾ കാട്ടുപല്ലക്കിലുള്ള ഈ യാത്ര അവൾ ആസ്വദിക്കുകയാണെന്നു തോന്നി. ഒരിക്കൽ എന്നെ നോക്കി മന്ദഹസിച്ചു.

കുറെ ചെന്നപ്പോൾ, വഴിക്ക് അല്പം മാറ്റിവച്ചാൽ ഒരു തെളിനീരുറവുണ്ടെന്ന് കുട്ടി പറഞ്ഞു. വേണമെങ്കിൽ നിർത്താം. വേണ്ട, മുകളിലെത്തട്ടെ. അവിടെ പഴയകാലംതൊട്ടേ പ്രസിദ്ധിയുള്ള ആശ്രമങ്ങളുണ്ട്. ജനവാസമുണ്ട്.

നാലുപേർ കട്ടിൽ ചുമന്നു. അവരുടെ ഉറച്ച കാലടികൾ കൂർത്ത കല്ലുകളിൽ അമരുന്നതു ഞാൻ ശ്രദ്ധിച്ചു. പ്രയാസം തോന്നാവുന്ന സ്ഥലങ്ങളിൽ മുമ്പേ നടക്കുന്ന വഴികാട്ടി മഴുകൊണ്ടു വെട്ടി കാലുറപ്പിക്കാൻ പഴുതുണ്ടാക്കി. പകലും ഇരുട്ടുവാഴുന്ന കാട് നേർത്തു നേർത്തു വന്നു. തിങ്ങിക്കൂടിയ പടുമരങ്ങൾക്കു പകരം ഒറ്റപ്പെട്ട പൂമരങ്ങൾ കാണാൻ തുടങ്ങി. ഇടയ്ക്കു പുൽത്തട്ടുകൾ. ഞങ്ങൾ മുകളിലെത്തിയപ്പോൾ അസ്തമനത്തോടടുക്കുന്നു.

താഴെ വച്ച കട്ടിലിൽനിന്നിറങ്ങി ദ്രൗപദി കൃതജ്ഞതയോടെ കാട്ടാളരെ നോക്കി മന്ദഹസിച്ചു.

ദൂരെ ആശ്രമകുടീരങ്ങളിൽനിന്നു പുക പൊങ്ങുന്നതു കണ്ടു. അകലെ ഭാഗീരഥി താഴേക്കൊഴുകുന്ന ഘോഷം കേൾക്കാം. പൂത്തും കായ്ച്ചും നില്ക്കുന്ന മരങ്ങൾ. ഋഷി പറഞ്ഞതിലധികം മനോഹരമാണ് ദൃശ്യം. ഭാഗീരഥിയിൽനിന്നൊഴുകിവന്ന ഒരു ചെറിയ കൈവഴി. യാത്ര തുടരേണ്ടെന്നു വച്ച് വിശ്രമിക്കുന്ന ജലാശയം. അപ്പുറം മഞ്ഞുമൂടിയ ഹിരണ്യശിഖരം. കൊടുംകാടുകയറിയ ക്ഷീണം മാറി. ഞങ്ങൾ കൗതുകത്തോടെ ചുറ്റും നോക്കി.

കാട്ടാളർ നടന്നകലുകയായിരുന്നു. അവരോട് ഒരു നന്ദി വാക്കു പറഞ്ഞില്ലല്ലോ എന്നോർത്ത് ഞാൻ ഓടി ഒപ്പമെത്തി.

'വലിയ സഹായമാണ് നിങ്ങൾ ചെയ്തുതന്നത്. നിങ്ങൾക്ക് സമ്മാനം തരാൻകൂടി ഒന്നുമില്ല ഞങ്ങളുടെ കൈയിൽ.'

അവർ ചിരിച്ചു. വഴികാട്ടി പറഞ്ഞു:

'ഒന്നും ഞങ്ങൾ പ്രതീക്ഷിക്കുന്നുമില്ല.'

ഞങ്ങൾ ഇന്ദ്രപ്രസ്ഥത്തിലെ രാജകുമാരന്മാരാണ്. നല്ലകാലം ഞങ്ങൾക്കു വന്നുവെന്നു കേട്ടാൽ നിങ്ങളിലൊരാൾ വരണം. ഞങ്ങൾ സമ്മാനങ്ങൾ തരും.'

അവർ ചിരിച്ചു. അതൊരു വെറും ഉപചാരമാണെന്ന് അവർക്കും അറിയാം.

'ഞാൻ ഭീമസേനൻ. യുധിഷ്ഠിരരാജാവിന്റെ അനുജന്മാരാണ് ഞങ്ങൾ.'

മുതിർന്നവർ മനസ്സിലാവാത്തപോലെ എന്തോ ശബ്ദങ്ങളുണ്ടാക്കി പരസ്പരം നോക്കി. ഞാൻ വീണ്ടും നെഞ്ചിൽ കൈയടിച്ചു പറഞ്ഞു: 'ഞാൻ ഭീമസേനൻ. പാണ്ഡുമഹാരാജാവിന്റെ മകൻ.'

വഴികാട്ടിയായ ബാലൻ ശാന്തമായ സ്വരത്തിൽ പറഞ്ഞു:

'ഞാൻ ഹിഡിംബവനത്തിലെ നിഷാദഗോത്രത്തിലെ ഘടോൽക്കചൻ. ഹിഡിംബീ പുത്രൻ.'

രോമാഞ്ചത്തോടുകൂടി ഞാൻ നിന്നു. പതുക്കെ ചിരിക്കാൻ തുടങ്ങുന്ന അവന്റെ മുഖം, ആ ശരീരത്തിനു യോജിച്ചതല്ല എന്നപ്പോൾ തോന്നി. അവനെ ആശ്ലേഷിക്കാൻ എന്റെ കൈകൾ നീണ്ടു. പിന്നെ ഞാൻ സ്വയം നിയന്ത്രിച്ചു.

'ഞാൻ.... ഞാൻ നിന്റെ പിതാവാണ്.'

'ഊഹിച്ചു, പേരു കേട്ടപ്പോൾ.'

അവൻ കാൽക്കൽ മുട്ടുകുത്തി എന്റെ പാദങ്ങൾ തൊട്ടു വന്ദിച്ചപ്പോൾ കുനിഞ്ഞ് മുഖം പിടിച്ചുയർത്തി. ചിരിച്ചുകൊണ്ടു ഘടോൽക്കചൻ ചോദിച്ചു: 'ഞാനും കൂട്ടുകാരും ഈ ഭാഗത്തുണ്ടാവും. ഇനിയെന്തെങ്കിലും ചെയ്യേണ്ടതുണ്ടോ?'

ഞാനപ്പോൾ ദ്രൗപദി അകലെ നോക്കിനില്ക്കുകയാണെന്നറിഞ്ഞു.

'കുറേക്കൂടി വലുതാവുമ്പോൾ നിന്റെ സഹായം വേണ്ടിവരും, ഒരു യുദ്ധത്തിന്.'

വീണ്ടും വന്ദിച്ച് അവൻ സംഘത്തോടൊപ്പമെത്താൻ ഓടിയിറങ്ങി അപ്രത്യക്ഷനായി. ഞാനോർത്തുപോയി, അവന്റെ അമ്മയെപ്പറ്റി ഹിഡിംബിയെപ്പറ്റി ഞാനൊന്നും ചോദിച്ചില്ല.

ജ്യേഷ്ഠൻ നില്ക്കുന്നേടത്ത് എത്തിയപ്പോൾ അദ്ദേഹം ചോദിച്ചു: 'അവർക്ക് വല്ല സമ്മാനവും കൊടുക്കാനുണ്ടായിരുന്നോ കൈയിൽ?'

'ഇല്ല. കൊടുത്താലും അവർ വാങ്ങില്ല. വഴികാട്ടിയ ബാലൻ എന്റെ മകനാണ്. ഹിഡിംബിയുടെ മകൻ ഘടോൽക്കചൻ.'

'നന്നായി. തേജസ്സുള്ള കുട്ടി.'

രാത്രിയിൽ ഞങ്ങളെ കാണാൻ തപോവനങ്ങളിൽനിന്ന് ആളുകൾ വന്നു. അവർ, പാർക്കാൻ പറ്റിയ കുശപ്പുൽ മേഞ്ഞ കുടിലുകൾ ഒഴിച്ചുതന്നു. വളരെ നാളുകൾക്കുശേഷം വേവിച്ച ഭക്ഷണം കിട്ടി.

യുധിഷ്ഠിരൻ അന്ന് വളരെയേറെ സന്തുഷ്ടനായിരുന്നു. ചൈത്രത്തിലെ സ്നിഗ്ധതയുള്ള ഹരിണാഭമായ ചന്ദ്രപ്രകാശം. വായുവിൽ ഋഷിവാടങ്ങ

ളിൽ നിന്നുയരുന്ന അകിൽ ചന്ദനധൂപങ്ങളുടെ സുഗന്ധം. സന്ധ്യാവന്ദനത്തിനു ശേഷം കളഭം പൂശി, ദ്രൗപദി അഴിച്ചിട്ട മുടിയിൽ പൂക്കൾ കുരുക്കിയിട്ടു. മൺചെരാതുകൾ തെളിഞ്ഞു കത്തി. ദ്രൗപദിയുടെ മിഴികളിൽ ഇന്ദുകാന്തങ്ങളലിയുന്ന ആർദ്രത ഞാൻ കണ്ടു. അപ്പോൾ എന്റെ കണങ്കാലിനകത്ത് കാട്ടുപക്ഷികൾ ചിറകിട്ടടിക്കുന്നതായി തോന്നി. യുധിഷ്ഠിരന്റെ കണ്ണുകൾ അവളുടെ ശരീരത്തിൽ ദാഹത്തോടെ സഞ്ചരിക്കുന്നത് കണ്ട് ഞാൻ മനസ്സിൽ കണക്കുകൂട്ടി. ഇല്ല, എന്റെ രാത്രി ഇനിയും കുറച്ചകലെയാണ്.

പിറ്റേന്നാണ് എന്നെപ്പറ്റിയുള്ള, ഗാഥാകാരന്മാരുടെ ഭാവന എന്തൊക്കയോ പെരുപ്പിച്ച് വീരസാഹസകഥയാക്കി മാറ്റിയ പുഷ്പാന്വേഷണത്തിനിടയാവുന്നത്. ത്രേതായുഗത്തിൽ ജീവിച്ച ഹനുമാനെ വഴിക്കു കണ്ടുവെന്നും കുബേരന്റെ വൻപടയോട് ഒറ്റയ്ക്ക് പൊരുതിയെന്നുമൊക്കെ. കുട്ടികളെ രസിപ്പിക്കാൻ അന്തഃപുരങ്ങളിൽ ദാസിമാരും അതിൽ വേണ്ടത്ര ഫലിതങ്ങൾ ചേർത്തു.

കാറ്റിൽ എവിടെനിന്നോ ഒരു പൂവ് പുൽക്കുടിലിന്റെ മുറ്റത്തു വന്നു വീണതാണു തുടക്കം. അതു പെറുക്കിയെടുത്തു വാസനിച്ച് ദ്രൗപദി ഋഷിവാടത്തിൽ നടന്നു. ഞാൻ ശ്രദ്ധിച്ചില്ല. കുറെ കഴിഞ്ഞ് വീണ്ടും വന്നപ്പോഴും ഞാൻ താഴ്‌വരയിലേക്കൊഴുകുന്ന ഭാഗീരഥിയുടെ രജതപ്രഭ നോക്കി നില്ക്കുകയായിരുന്നു.

'ഇതാണ് സൗഗന്ധികം.'

ചെറിയ ഒരു നീലത്താമരപ്പൂ നീട്ടിക്കാണിച്ചുകൊണ്ട്ദ്രൗപദി പറഞ്ഞു: 'സാധാരണ പൂവുതന്നെ,പക്ഷെ, നല്ല സുഗന്ധം. അസാധാരണമായ സുഗന്ധം.'

'ഇതുമാത്രം വളരുന്ന ഒരു പൊയ്കയുണ്ടത്രേ അപ്പുറത്തെ കദളീവനത്തിന്റെ താഴെ.'

എനിക്കതിൽ അത്ര അത്ഭുതമൊന്നും തോന്നിയില്ല. ഹിഡിംബവനത്തിലൊരിടത്ത് ഇന്ദീവരങ്ങൾ മാത്രം വളരുന്ന ഒരു പൊയ്ക ഞാൻ കണ്ടിട്ടുണ്ട്.

ഈ പൂവിന് വിശേഷതരത്തിലുള്ള ഗന്ധമുണ്ട്. ശരിയാണ്. കുബേരന്റെ സ്ഥലത്തിനടുത്താണ് പൊയ്ക. ആരെയും പൂ പറിക്കാൻ സമ്മതിക്കാറില്ല. പ്രത്യേകം കാവൽക്കാരുണ്ട്. ഋഷിമാർ പറഞ്ഞ വിവരങ്ങളാണ്.

ഗന്ധമാദനത്തിനടുത്താണ്, മഹാസമ്പന്നനായ കുബേരന്റെ ഫലവൃക്ഷത്തോട്ടങ്ങളെന്ന് എനിക്കറിയാം.

'കുറെ പൂവു കിട്ടിയാൽ പൂജയ്ക്കും എടുക്കാം. പിന്നെ'

ആവശ്യം മനസ്സിലായെങ്കിലും ഞാൻ വലിയ താൽപര്യം കാണിച്ചില്ല.

'കാവല്ക്കാർ ആരെയും കടത്തിവിടില്ല. അല്ലെങ്കിൽ നകുലനെയോ സഹദേവനെയോ അയയ്ക്കാമായിരുന്നു.'

'ഞാൻ പോകണമെന്നതായിരിക്കും?'

'ഒരാഗ്രഹം തോന്നി. അർജ്ജുനനും ഇവിടെ ഇല്ലാത്ത സ്ഥിതിക്ക് പിന്നെ ആരോടാണ് പറയേണ്ടത്?'

എന്നെ മാറ്റിനിർത്തേണ്ട ആവശ്യമൊന്നും കണ്ടില്ല. യുധിഷ്ഠിരനേയും ദ്രൗപദിയേയും അവർ അകത്തുള്ളപ്പോൾ ഞങ്ങളാരും ശല്യപ്പെടുത്താറില്ല. നാലാം മധുവിധുവിന് പ്രകൃതിഭംഗിയുള്ള വനസ്ഥലികളാണു വേണ്ടതെങ്കിൽ, അതും ഈ പരിസരത്തിൽ സുലഭം.

ഒരുപക്ഷേ, ഇതൊരു സ്ത്രീയുടെ ഭ്രാന്തൻസ്വപ്നം തേടിയുള്ള യാത്രയായിരിക്കും. എങ്കിലും ഞാൻ പറഞ്ഞു: 'ശരി, പോയിനോക്കട്ടെ.'

ഞാൻ നടന്നു. അടുത്താണെന്നു കരുതി യാത്രപുറപ്പെട്ട ഞാൻ, യോജനകൾ പിന്നിട്ടുവെന്നു തോന്നിയശേഷമാണ് കദളീവനം കണ്ടത്. അതുകടക്കുമ്പോൾ കാവല്ക്കാർ ബഹളംകൂട്ടിക്കൊണ്ടു വന്നു. വെറുതെ, സൗഗന്ധികപ്പൊയ്ക കാണാൻപോവുന്ന ഒരു തീർത്ഥാടകനാണെന്നു പറഞ്ഞപ്പോൾ ഏറ്റുമുട്ടലൊന്നുമുണ്ടായില്ല. ഗന്ധമാദനത്തിൽനിന്ന് ഇത്ര ദൂരമെത്തിയ എന്നെ ഒരു കിറുക്കനാണെന്നു കരുതിയിരിക്കും. അവർ ഏതായാലും വഴി പറഞ്ഞുതന്നു. വീണ്ടും യാത്ര.

അവസാനം പൊയ്ക കണ്ടപ്പോൾ നടന്നത് വെറുതെയായില്ല എന്നു തോന്നി. ഹരിതമനോഹരമായ ഒരു ജലാശയം മുഴുക്കെ കടുംനീലപ്പൂക്കൾ. ആയിരമായിരം പൂക്കൾ. ബോധക്കേടു തോന്നുംവിധം സുഗന്ധം വായുവിൽ കൊഴുത്തുനിന്നു. ആദ്യമൊന്നു നീന്തിക്കുളിക്കണം. പിന്നെ കുറച്ചു പൂക്കളും പറിച്ചു മടങ്ങാം. വെള്ളത്തിലിറങ്ങി. ഇളംചൂടുള്ള വെള്ളം. ഒന്നു നീന്തിത്തുടങ്ങിയപ്പോൾ എന്റെ കാലുകൾക്കിടയിലൂടെ എന്തോ പാഞ്ഞു. മത്സ്യമല്ല, ആരോ എറിഞ്ഞ കുന്തമായിരുന്നു അതെന്നു മനസ്സിലായപ്പോൾ ഞാനുടൻ മുങ്ങി.

ശബ്ദമില്ലാതെ തീരത്തു മറ്റൊരിടത്ത് ഇലകൾക്കു താഴെ വന്നു മുഖമുയർത്തി ശ്വസിച്ചു. കാവല്ക്കാർ മൂന്നുപേരുണ്ട്. തവിട്ടുനിറമുള്ള ഉയരം കുറഞ്ഞ മലവർഗ്ഗക്കാർ. നാഗന്മാരുടെ ശരീരഘടന. പക്ഷേ, നാഗന്മാരല്ല. എല്ലാവരുടെയും കൈയിൽ നീണ്ട തോമരമാണ് ആയുധം. ഞാൻ നിരായുധനാണ്. മുങ്ങിയ ഞാൻ എവിടെ പൊങ്ങുമെന്ന് ഊഹിച്ച് അവർ തർക്കിക്കുകയാണ്. കാവല്ക്കാരുമായി ഒരു യുദ്ധത്തിന്റെ ആവശ്യമില്ല. ഞാൻ നീന്തി, അവർ നില്ക്കുന്ന ഭാഗത്തിനടുത്തേക്കുതന്നെ വന്നു. കയറിവന്നപ്പോൾ അവർ ആയുധമുയർത്തി ഭീഷണിയോടെ നിന്നു.

ഞാൻ ഒന്നുമറിയാത്തപോലെ കാര്യം ചോദിച്ചു. അത് വിത്തേശനായ കുബേരന്റെ മുതലാണ്. ഇക്കാണാവുന്ന പ്രദേശം മുഴുവൻ. ഒരു പൂപോലും തൊടാൻ പാടില്ല.

മലയിലെ ജലാശയം പ്രകൃതിക്കു ചേർന്നതാണ്. ആരുടെയും സ്വകാര്യസ്വത്താവില്ല എന്നു ഞാൻ തർക്കിച്ചു. ഓർക്കാപ്പുറത്ത് ഒരാക്രമണം ഏല്ക്കരുതെന്നു കരുതി സന്നദ്ധനായിട്ടുതന്നെയാണ് ഞാൻ നിൽക്കുന്നത്. വേണ്ടിവന്നാൽ ഒരാളുടെ ആയുധം എന്റെ കൈയിലാവും. രണ്ടാമന്റെ

ആയുധമുയരും മുമ്പ് നാഭിയിൽ എന്റെ വലതുകാൽ.... യോദ്ധാവ് എപ്പോഴും സന്നദ്ധനായിരിക്കണമെന്നതാണ് നിയമം.

ആക്രമിക്കാൻ നില്ക്കാതെ അവർ ബഹളംകൂട്ടി സംസാരിക്കാൻ തുടങ്ങി. തമ്മിൽത്തമ്മിൽ, ഇടയ്ക്കെന്റെനേരെ. അപ്പോൾ ഒരാൾകൂടി സംഘത്തിലേക്ക് ഓടിവന്നു. അയാൾക്ക് എന്നേക്കാൾ പൊക്കമുണ്ട്. നിരായുധനാണ്. കഴുത്തോളം നീണ്ട ചെമ്പൻമുടി. അയാളുടെ ചുറ്റും നിന്നായി പിന്നെ കാവല്ക്കാരുടെ പിറുപിറുപ്പും പരസ്പരമുള്ള കുറ്റപ്പെടുത്തലും.

ആഗതൻ എന്റെ നേർക്കു തിരിഞ്ഞു. ഞാനാരാണ്? എവിടെനിന്നു വരുന്നു? എന്തിന്?

നരനാരായണാശ്രമത്തിനടുത്തു താമസിക്കുന്ന തീർത്ഥാടകരിൽപ്പെട്ട ഒരാളാണെന്നു പറഞ്ഞു, പാണ്ഡവരിൽപ്പെട്ടവൻ.

'ഹസ്തിനപുരത്തിലെ പാണ്ഡവർ?'

അയാൾ അത്ഭുതത്തോടെ ചോദിച്ചു. ഞാൻ 'അതെ' എന്ന് ശരിവച്ചു. കൂട്ടത്തിലെ സ്ത്രീ നീലത്താമരയെപ്പറ്റി കേട്ടു മോഹം തോന്നിയതു പറഞ്ഞപ്പോൾ വന്നതാണെന്ന സത്യം പറഞ്ഞു. അയാൾ അവിടെ കാത്തുനില്ക്കാൻ കൽപ്പിച്ചു. കാവൽക്കാരോട് എന്നെ നോക്കികൊള്ളാൻ നിർദ്ദേശിച്ചു വന്ന വഴിക്കു തിരിച്ചുപോയി.

അയാൾ തിരിച്ചുവന്നില്ല. കാവൽക്കാരുടെ കുന്തങ്ങൾക്കു നടുവിലിരുന്നു തണുത്തുവിറച്ച് ഒരു രാത്രി കഴിയേണ്ടിവന്നു. അവരെ അടിച്ചുവീഴ്ത്തി എനിക്കു സ്ഥലംവിടാൻ പ്രയാസമുള്ള കാര്യമല്ല. കാത്തിരിക്കാൻ പറഞ്ഞാണ് അയാൾ സ്ഥലം വിട്ടത്. ഒരുപക്ഷേ.... ഒരുപക്ഷേ, കുബേരൻതന്നെ അയാളുടെകൂടെ വന്നാലോ? ഫലവൃക്ഷത്തോട്ടങ്ങൾ, ഔഷധച്ചെടികളും സുഗന്ധദ്രവ്യങ്ങളും വളരുന്ന കാടുകൾ, ഖനികൾ. രാജാക്കന്മാർക്കൊക്കെ കടം കൊടുക്കാറുള്ള മഹാധനികനായ രാജാവ്. അദ്ദേഹത്തെ നേരിൽക്കാണാമെന്ന ഒരു പ്രതീക്ഷ മനസ്സിലെവിടെയോ ചുറ്റിത്തിരിഞ്ഞു. അതുകൊണ്ട് സാഹസങ്ങളൊന്നും കാട്ടേണ്ട എന്നു കരുതി.

കാവല്ക്കാർ തീ കൂട്ടിയിരുന്നു. ആ വെളിച്ചത്തിൽ, വെറുതെ ഒരു കാവലിരിക്കാൻ ഇടവരുത്തിയ എന്നെപ്പറ്റിയുള്ള അഭിപ്രായം അവരുടെ മുഖത്തു ശരിക്കും കാണാമായിരുന്നു. ചെറിയ ഒരു പ്രകോപനത്തിനു കാത്തുനിൽക്കുകയാണ് കുന്തം എന്നിൽ താഴ്ത്താൻ എന്ന് എനിക്കറിയാം.

ആശ്രമപരിസരമായതുകൊണ്ട് യുധിഷ്ഠിരന് ഭയപ്പെടാനൊന്നുമില്ല.

വെളിച്ചം പരന്നപ്പോൾ തലേന്നു കണ്ട ദീർഘകായൻ തിരിച്ചു വരുന്നതു കണ്ടു. അയാളുടെ പിന്നിൽ നടന്നടുക്കുന്നവരെ കണ്ടപ്പോഴാണ് ഞാൻ അന്തം വിട്ടുപോയത്. യുധിഷ്ഠിരൻ, നകുലസഹദേവന്മാർ, ദ്രൗപദി, പിന്നെ ഘടോൽക്കചനും.

എന്റെ മുമ്പിലെത്തിച്ച്, അവരുടെ പ്രതികരണം കുബേരഭൃത്യൻ ശ്രദ്ധിച്ചു. യുധിഷ്ഠിരൻ പറഞ്ഞു:

'ശരിയാണ്, എന്റെ സഹോദരൻ ഭീമൻതന്നെ.'

പൊയ്കയുടെ അല്പം അകലെയായി, തോട്ടത്തിൽ കുബേരന്റെ വിശ്രമ മന്ദിരങ്ങളിലൊന്നുണ്ട്. അവിടെ ഇരിക്കാം. രാജധാനിയിൽ സന്ധ്യയ്ക്കു മുമ്പോ ദൂതന്മാരെ അയച്ച് വിവരമെത്തിക്കാം. അയാൾ യുധിഷ്ഠിരനെ ക്ഷണിച്ചു. യുധിഷ്ഠിരൻ ഉപചാരങ്ങൾക്കു നന്ദി പറഞ്ഞു.

ഞാൻ വന്ന കാര്യം തീർത്തില്ലല്ലോ എന്നാലോചിച്ചു. ഘടോൽക്കചൻ എങ്ങനെ സംഘത്തിൽ വന്നു? എന്നെ കാണാതെ നകുലസഹദേവന്മാരെ ജ്യേഷ്ഠൻ പലവഴിക്കായി അന്വേഷണത്തിനയച്ചു. കുബേരന്റെ തോട്ടങ്ങളെപ്പറ്റിയും ഈ പൊയ്കയെപ്പറ്റിയും അറിയുന്ന ഘടോൽക്കചനെ സഹദേവൻ കാട്ടിൽവച്ചു കണ്ടു. വഴികാണിക്കാൻ അവനേയുംകൂട്ടി പുറപ്പെടുമ്പോഴാണ് സേവകൻ കാവല്ക്കാർ പിടികൂടിയ ആൾ ശത്രുവോ തീർത്ഥാടകൻ പാണ്ഡവനോ എന്നുറപ്പുവരുത്തുവാൻ ആശ്രമത്തിലെത്തുന്നത്.

ഞാൻ ഒരുപിടി പൂക്കൾ പറിച്ചെടുത്തു. എന്നിട്ട് നകുലന്റെ പരിഹാസ ഭാവം അവഗണിച്ച് ദ്രൗപദിക്ക് നീട്ടി. അവൾ പൊയ്കയുടെ മനോഹാരിത ആസ്വദിക്കുമെന്നും എന്തെങ്കിലുമൊക്കെ പറയുമെന്നും ഞാൻ കരുതി. കൈയിൽ വാങ്ങിയ പൂക്കൾ ഒന്നു മണപ്പിക്കുകപോലും ചെയ്യാതെ അവൾ യുധിഷ്ഠിരനു നീട്ടി. ചിലരുടെ വിഡ്ഢിത്തംകൊണ്ട് ആവശ്യമില്ലാതെ വഴി നടക്കേണ്ടിവന്നതിനെപ്പറ്റി എന്തോ പിറുപിറുത്തുകൊണ്ട് അദ്ദേഹം നടന്നു. അവർ പോയപ്പോൾ ഘടോൽക്കചൻ എന്റെ കല്പന കാത്തിട്ടെന്നപോലെ നിന്നു.

പിന്നെ ഞങ്ങളും നടക്കാൻ തുടങ്ങി. വഴിക്കൊരിടത്ത് ഉപേക്ഷിക്കപ്പെട്ട നിലയിൽ തണ്ടുകളോടുകൂടി ഒരുപിടി സൗഗന്ധികപ്പൂക്കൾ മണ്ണിൽ കിടക്കുന്നതു ഞാൻ കണ്ടു.

മൂന്ന്

ഞാൻ നായാട്ടിനുപുറത്തു പോയിരിക്കുകയായിരുന്നു. തിരിച്ചെത്തിയത് ഒരു വിലാപവും ബഹളവും കേട്ടുകൊണ്ടാണ്. അയൽക്കാരായിട്ട് ഋഷിജനങ്ങൾ. ഗന്ധമാദനത്തിൽ ഒരാപത്തും ഞങ്ങളെ തിരഞ്ഞു വരില്ല എന്നു കരുതിയിരിക്കുമ്പോഴാണ് ഈ കലാപം.

ഓടിയടുത്ത ഞാൻ കാണുന്നത് ദ്രൗപദിയെ ചുമലിൽ വലിച്ചിട്ടു നില്ക്കുന്ന ഒരു കാടനെ തടയാൻ മൂന്നുപേരും ചേർന്നു ശ്രമിക്കുന്നതാണ്. സഹദേവൻ അവന്റെ ചവിട്ടേറ്റു വീണിരിക്കുന്നു. വീണേടത്തുനിന്നു കാലെത്തിപ്പിടിച്ച സഹദേവനെ അവൻ വീണ്ടും ചവിട്ടി.

യുധിഷ്ഠിരൻ മുമ്പിൽ നിന്നു പറയുന്നു: 'അധമാ! ധൈര്യമുണ്ടെങ്കിൽ ഒരായുധം എനിക്കു തന്ന് യുദ്ധം ചെയ്തു തോല്പിച്ചശേഷം സ്ത്രീയെ കൊണ്ടുപോ. അതാണു ധർമ്മം.'

മറ്റൊരവസരത്തിലായിരുന്നെങ്കിൽ ഞാൻ ചിരിച്ചുപോവുമായിരുന്നു. പിന്നിൽനിന്ന് ആക്രമിക്കാൻ പഴുതുനോക്കി നില്ക്കുന്ന നകുലനെ, ഇടം തിരിഞ്ഞ് അവൻ അടിച്ചുവീഴ്ത്തി. ആയുധമില്ല. പക്ഷേ, കാട്ടാളൻ ശക്തൻതന്നെ.

ഞാൻ സന്തോഷിച്ചു. ഈ നീണ്ടയാത്രകൾക്കിടയിൽ ദ്വന്ദ്വയുദ്ധത്തിനു പറ്റിയ ഒരു പ്രതിയോഗി വേണ്ടത്ര കാരണങ്ങളുമായി ഇതാ മുന്നിൽ. അവനും തനിക്കുചേർന്ന എതിരാളി എത്തിക്കഴിഞ്ഞു എന്നു മനസ്സിലായി. അവൻ പിടുത്തം വിട്ടു. ദ്രൗപദി സ്വതന്ത്രയായി.

യുധിഷ്ഠിരൻ ശപിച്ചു: 'ദ്രൗപദിയെ തൊട്ട നീ നശിച്ച പോകട്ടെ!'

നീണ്ട നാവുനീട്ടി അവൻ ചിറിയൊന്നു നക്കിത്തുടച്ചു. എന്റെ സമീ

പനം അറിയാൻവേണ്ടി അവൻ പകപ്പോടെ പക്ഷേ, ഭയം ഒട്ടുമില്ലാതെ, നിന്നു. കൈയിൽ മൂന്നുമുഴം നീളം വരുന്ന നായാട്ടുകുന്തമാണുള്ളത്. അതു മതി, അവന്റെ നെഞ്ചുപിളർക്കാൻ. വെറുംകൈകൊണ്ടുതന്നെ വേണം ഇവനെ വധിക്കാൻ എന്നുവച്ചു ഞാൻ കുന്തം സഹദേവന്റെ കാൽക്കലേക്കിട്ടു.

ആചാരവും പൂജയും പരസ്പരവന്ദനവുമില്ലാതെ യുദ്ധം. വെറും കൈ. പുരുഷനും പുരുഷനും തമ്മിൽ. ജടനെന്നായിരുന്നു അവന്റെ പേർ. ആശ്രമങ്ങളിൽനിന്ന് ഇതിനുമുമ്പും അവൻ സ്ത്രീകളെ തട്ടിക്കൊണ്ടു പോകാൻ ശ്രമം നടത്തിയിട്ടുണ്ട്. അതൊക്കെ പിന്നീടറിഞ്ഞു.

ജ്യേഷ്ഠനും അനുജന്മാരും നോക്കിനില്ക്കുന്ന ആ യുദ്ധത്തിൽ നാലഞ്ചിടികൾ ഞാൻ ഏറ്റുവാങ്ങിയത് അവന്റെ കരബലമറിയാൻ മാത്രമായിരുന്നു. ഭീതി നിറഞ്ഞ ഒരു വിലാപം ദ്രൗപദി കടിച്ചമർത്തുന്നു. ശരി, നിനക്കു കാണാൻ ഒരു യുദ്ധം!

അടിച്ചുകയറിയ കാടന്റെ മുമ്പിൽ ഞാൻ ഒതുങ്ങി പിന്നിലേക്കു മാറി. പിന്നെ ആക്രമണം തുടങ്ങി. നെഞ്ചത്തും കഴുത്തു ലക്ഷ്യം നോക്കിയും ഞാനിടിച്ചു. ആശ്രമത്തിന്റെ സമീപംവരെ അവനെ ഇടിച്ചു പിന്തള്ളിക്കൊണ്ടു നീങ്ങി. പിന്നെ കണ്ഠനാളത്തിലേക്ക് ഉന്നംവച്ച്, ഉയർന്നു പൊങ്ങിയപ്പോൾ തടുക്കാൻ അവന്റെ കൈ താണു. ഞാൻ ഒരുക്കിനിറുത്തിയിരുന്ന ഇടംകൈയാൽ വലം കണ്ണിലിടിച്ചു.

പുളയുന്ന വേദനകൊണ്ടു മുഖംപൊത്തി അവൻ നിന്നപ്പോൾ, പിറകിൽച്ചാടി, കഴുത്തു കൂട്ടിപ്പിടിച്ച് എന്റെ വളച്ച ചുമൽതാങ്ങാക്കി ഉയർത്തി മുന്നിലേക്കെറിഞ്ഞു.

മലർന്നുവീണ ജടൻ നിസ്സഹായനായിരുന്നു. കൊല്ലുന്നതാണിനിയത്തെ അഭ്യാസം. അർദ്ധബോധാവസ്ഥയിലെത്തി പരിസരം മറന്ന് അലറേണ്ട നിമിഷം. എന്നെ നോക്കിക്കൊണ്ടു യുധിഷ്ഠിരനും ദ്രൗപദിയും നില്ക്കുന്നുണ്ട്. കഴുത്തോ നട്ടെല്ലോ ഒടിക്കുംമുമ്പ് മാംസപേശികളിൽ, അസ്ഥികളിൽ, പടരുന്ന ആവേശത്തിന്റെ കൊടുങ്കാറ്റുയർന്നില്ല. കാഴ്ചക്കാർക്കുവേണ്ടിയുള്ള കൊല്ലലാണിനി..... ഞാൻ കൈ തളർത്തിയിട്ടു നിന്നു. വയ്യ.

വീണേടത്തുനിന്ന് ജടൻ പതുക്കെ എഴുന്നേറ്റപ്പോഴും ഞാൻ അനങ്ങിയില്ല. അവൻ എന്റെ കണ്ണുകളിൽ നോക്കിക്കൊണ്ടുതന്നെ സാവധാനം പിന്നിലേക്കു നടന്നു. പിന്നെ ഓടിയകന്നു.

എന്റെ മുഖത്തു നഖം തട്ടിയ ഒരു പോറലുണ്ടായിരുന്നു. വാരിയെല്ലിൽ ഒരു മുഴങ്കൈവീണ നീലിച്ച പാടും.

ആശ്രമവാസികൾ അറിഞ്ഞു സ്ഥലത്തെത്തി. ജടനെ വിട്ടതു ശരിയായില്ല എന്നു ചിലർ കുറ്റപ്പെടുത്തി. അവന് മായാവിദ്യകളറിയാം. ബ്രാഹ്മണവേഷത്തിൽ ഭിക്ഷയ്ക്കെന്നും പറഞ്ഞ് ആശ്രമങ്ങളിൽ ചെന്നാണ് അത്യാചാരങ്ങൾ നടത്തുന്നതെന്നും ചിലർ പറഞ്ഞു.

ദ്രൗപദി ഒരു പേടിസ്വപ്നത്തിൽനിന്നുണർന്നപോലെ എന്റെ സമീപത്തേക്കു വന്നു. കൊല്ലാതെ വിട്ടുകളഞ്ഞതിനെപ്പറ്റി എന്തെങ്കിലും ചോദിക്കുമെന്നു കരുതി.

'എവിടെയും ദ്രോഹിക്കാൻ കാട്ടാളവർഗ്ഗമുണ്ട്,' യുധിഷ്ഠിരൻ പറഞ്ഞു. അപ്പോൾ നടന്നടുക്കുന്ന ഘടോൽക്കചനെ കണ്ട് നകുലസഹദേവന്മാരെ നോക്കി.

'വലുതാവുമ്പോൾ ഇവനും എന്താവുമെന്ന് ആരറിഞ്ഞു.?'

ഘടോൽക്കചൻ സഹദേവനുമായി സംസാരിച്ചു. നടന്ന സംഭവം അറിഞ്ഞപ്പോൾ അവൻ പറഞ്ഞു: 'ജടൻ നിഷാദനല്ല. അസുരഗോത്രനാണ്. അവനെ ഞാൻ കാണുന്നുണ്ട്.'

'എല്ലാം ഒന്നുതന്നെ. ബ്രാഹ്മണദ്രോഹം, പൂജാവിഘ്നം, പരസ്ത്രീമോഷണം, ഗോഹത്യ. എല്ലാവരും ഒന്നുതന്നെ.'

ഒരു വൃദ്ധബ്രാഹ്മണൻ പറഞ്ഞു.

കാട്ടിൽനിന്ന് ഇനിയും ജടൻ സംഘമായി വന്നാലോ എന്നു മറ്റൊരാൾ ഭയം പ്രകടിപ്പിച്ചു. ആർഷ്ടിഷേണന്റെ ആശ്രമത്തിലേക്കു മാറാമെന്നു ചിലർ നിർദ്ദേശിച്ചു. അവിടെ രണ്ടു പുൽക്കുടിലുകൾ പിറ്റേന്നുതന്നെ കെട്ടാമെന്നു ചിലർ വാഗ്ദാനം ചെയ്തു.

പിറ്റേന്നു തോളത്തു മഴുവും വള്ളിക്കയറുകളുടെ വളയങ്ങളുമായി ഘടോൽക്കചനും സംഘവും കയറിവന്നു. കാട്ടാളന്മാർ ആക്രമിക്കാൻ വരുന്നു എന്ന ബഹളം കേട്ട് പുറത്തു വന്നപ്പോൾ ഘടോൽക്കചൻതന്നെയാണ്.

അവർ മുമ്പിലെത്തിയപ്പോൾ ഘടോൽക്കചൻ പറഞ്ഞു:

ദ്രൗപദിയുടെ മുമ്പിൽ അവൻ വിനയപൂർവ്വം വന്ദിച്ച്, വലിയൊരു കൈതോലക്കെട്ടു വച്ച് എന്നെ തൊഴുത്, വന്നപോലെ സംഘത്തെ കൂട്ടി നടന്നു.

'കാട്ടുവെള്ളരിയാവും.'

സഹദേവൻ അതും പറഞ്ഞ്,കുനിഞ്ഞ് ഓലക്കെട്ടു തുറന്നപ്പോൾ, പതുക്കെ നിലവിളിച്ചു. ഞങ്ങൾ കണ്ടു. ചോര അപ്പോഴും പൊടിയുന്ന ജടന്റെ തല!

* * *

പുതിയ സങ്കേതം കുറേക്കൂടി ജനനിബിഡമായിരുന്നു. ഭക്ഷണത്തിന് ആശ്രമവാസികളെത്തന്നെ ആശ്രയിക്കണം. കാട്ടിൽനിന്ന് അകന്ന സ്ഥലം. നായാടാൻ പറ്റിയ പക്ഷികളും കുറവ്.

സന്ധ്യയ്ക്കു പുതിയ പ്രദേശങ്ങളിൽ ചുറ്റിനടന്നു ഞാൻ തിരിച്ചെത്തിയപ്പോൾ ദ്രൗപദി ഞങ്ങളുടെ കുടിലിൽ നകുലനും സഹദേവനുമായി എന്തോ പറഞ്ഞു ചിരിക്കുന്നു.

എന്നെ കണ്ടപ്പോൾ ഓരോ കാരണം പറഞ്ഞു രണ്ടുപേരും പുറത്തു പോയി. ഞാനും പുറത്തു കടന്നു. ദ്രൗപദി മണംപിടിച്ചുകൊണ്ടു പറഞ്ഞു:

'നല്ല മണം.'

ഞാനൊരു ഫലിതം പറഞ്ഞു: 'ഒരുപക്ഷേ, ദ്രൗപദി വിയർക്കുകയാവും.'

അത് ആസ്വദിച്ചു രസിച്ചുകൊണ്ട് ദ്രൗപദി മുന്നിലെ മലയുടെ ശിഖരത്തിലേക്കു നോക്കി.

'ആ ശൈലാഞ്ചലത്തിൽ മുഴുവൻ എന്താണെന്നറിയാമോ?'

'സൗഗന്ധികം.'

'അല്ല.... വെറുതെ പറയുകയല്ല. ആശ്രമവാസികൾ മുഴുവൻ പറയുന്നതു കേട്ടു. പഞ്ചവർണ്ണപൂക്കൾ. സ്വർഗ്ഗത്തിലെ സന്താനപ്പൂക്കളേക്കാൾ മനോഹരമാണത്രേ ഇവിടത്തെ പഞ്ചവർണ്ണപ്പൂക്കൾ.'

സൗഗന്ധികം പറിച്ചെടുക്കാൻ പോയി ഒരു രാത്രി, കുന്തമുനകളിൽ കിടന്നുറങ്ങിയത് അത്ര പഴയ അനുഭവമല്ല.

'നമുക്കതിന്റെ മുകളിൽ കയറിയിരുന്നു ചുറ്റും കാണണം. മഹാമേരു വരെ കാണാമത്രേ.'

അതിനു ഞാൻ സന്നദ്ധനാണ്.

'വിശ്രമിക്കാൻ പറ്റിയ സ്ഥലമുണ്ടോ മുകളിലെന്നു നോക്കൂ.'

'നാളെയാവട്ടെ.'

'നാളെയല്ല. അതിനടുത്ത നാൾ. നാളെ അവസാനിക്കുന്നു രാജാവിന്റെ വത്സരം.

പിറ്റേന്നു ഞാൻ പ്രയാസപ്പെട്ടു മല കയറി. ഗദയെടുത്തിരുന്നു. വില്ലും അമ്പുംകൂടി എടുത്താലോ എന്നാലോചിച്ചു. പിന്നെ വേണ്ടെന്നു വച്ചു. മുകളിൽ നാലഞ്ച് അടുപ്പുകൾ കണ്ടു. ചാരത്തിന്റെ ചൂട് അടങ്ങിയിട്ടില്ല. കന്മദമെടുക്കാൻ വരുന്ന കാട്ടുവർഗ്ഗക്കാർ ആരെങ്കിലുമായിരിക്കുമെന്ന് ഊഹിച്ചു. ചുറ്റും നോക്കിയപ്പോൾ പഞ്ചവർണ്ണപ്പൂക്കളില്ല. മഹാമേരു കാണാനുമില്ല. എങ്കിലും ശിഖരത്തിൽനിന്നുള്ള കാഴ്ച മനോഹരമായിരുന്നു. മഞ്ഞിറങ്ങുന്ന താഴ്വാരങ്ങൾ. മേഘമാലകൾ കളിച്ചുകയറുന്ന മലനിരകൾ.

പാറകൾക്കു പിന്നിലെവിടെയോ അവർ മറഞ്ഞിരിക്കുകയായിരുന്നു. ശത്രുവല്ലെന്നു ഞാൻ വിളിച്ചു പറഞ്ഞു. അപ്പോൾ ഓരോരുത്തരായി പുറത്തുവന്നു. കുബേരന്റെ ആശ്രിതന്മാർ തന്നെയായിരുന്നു അവരും. മണിമാൻ എന്ന വേടത്തലവനും സംഘവും.

അടുത്ത കുറെ ദിവസങ്ങൾ ശൈലാഞ്ചലത്തിൽനിന്ന് ഒഴിഞ്ഞു നില്ക്കണമെന്നു ഞാൻ ആവശ്യപ്പെട്ടു. അവിടെ ഞങ്ങൾക്ക്, പാണ്ഡവർക്ക്, ചില ബലികർമ്മങ്ങൾ നടത്താനുണ്ടെന്ന് ഒരു കാരണവും പറഞ്ഞു.

അവർ സംശയിച്ചപ്പോൾ ഞാൻ സ്വരം മാറ്റി:

'കുബേരന്റെ വേട്ടക്കാരോടു ബലപ്രയോഗം നടത്താൻ എനിക്കിഷ്ടമില്ല. അതിന്റെ ആവശ്യം വരാതെനോക്കാൻ നിങ്ങളും സഹായിക്കണമെന്നു

മാത്രം.'

മണിമാൻ അപ്പോഴും ഒരു വെല്ലുവിളിയുടെ ഭാവത്തിൽ നിന്നു.

'ജടനെ കേട്ടിട്ടുണ്ടോ?'

ജടനെ അവർക്കറിയാം.

'അവന്റെ ദേഹം കഴുകന്മാർ തിന്നുതീർത്തിട്ടില്ല. അവനോടു ദ്വന്ദ്വയുദ്ധം ചെയ്തതു ഞാനാണ്– ഭീമസേനൻ.'

നയത്തിന്റെ ഭാഷയേക്കാൾ ഗുണം ചെയ്യും, പതിവായി ഞങ്ങൾ ദ്വന്ദ്വ യുദ്ധത്തിൽ പറയാറുള്ള ഈ വെല്ലുവിളി. അവസാനത്തെ വിജയമാണ് ഞങ്ങൾ എടുത്തുപറയുക പതിവ്.

മണിമാനും സംഘവും ശിഖരം ഒഴിഞ്ഞുപോകാമെന്നു സമ്മതിച്ചു. അവ രുടെ സഹായത്തോടെ ദ്രൗപദിയ്ക്ക് വിശ്രമിക്കാൻ പറ്റിയ സ്ഥലമൊരുക്കി. കാട്ടുപുല്ലുകൾ വിരിച്ചു. മുകളിലേക്കു സൗകര്യമായി കയറാൻ വേണ്ടി കന്മ ഴുകൊണ്ടു പടവുകൾ വെട്ടി. ഇരുട്ടു പരക്കാൻ തുടങ്ങിയ പ്പോഴാണ് ഒരു ക്കങ്ങൾ അവസാനിപ്പിച്ചത്.

പിറ്റേന്ന് ഉല്ലാസയാത്രയ്ക്കുവേണ്ട ഭക്ഷണസാധനങ്ങൾ പൊതിഞ്ഞു കെട്ടി മലമുകളിലെ ഏകാന്തതയിൽ ദ്രൗപദിയും ഞാനും മാത്രം. ഇത് മറ്റൊരു ഭ്രാന്തൻ സ്വപ്നമല്ല ദ്രൗപദിയ്ക്ക്. അവൾതന്നെ നിർദ്ദേശിച്ച സ്ഥലം. മുകളിലെത്തുമ്പോൾ പഞ്ചവർണ്ണപൂക്കളുടെ കാര്യം ദ്രൗപദി വിസ്മ രിക്കും. അവളെ ഉണർത്താൻ, മോഹിനി സിംഹികയായി മാറുന്നതു കാണാൻ ഏതു യുദ്ധകഥയാണ് ഇനി പറയേണ്ടത്? അപ്പോൾ ആകെ ചിരി ച്ചുകൊണ്ട് ഒരു കാട്ടരുവിപോലെ ദ്രൗപദി വരുന്നു.

'അർജ്ജുനൻ വന്നു! അർജ്ജുനൻ വന്നു! അറിഞ്ഞില്ലേ?' മലമുകളി ലേക്കു വേണ്ടി കെട്ടിവച്ച ഭാണ്ഡങ്ങൾ നോക്കി എന്തോ ആലോചിച്ചു.

'ഇന്നു രാത്രി നമുക്ക് അർജ്ജുനന്റെ യാത്രാവിവരങ്ങൾ കേട്ടിരിക്കാം.'

ഞാൻ പുറത്തു കെട്ടിയ ആയുധങ്ങൾ അഴിച്ചു നിലത്തിട്ടു. അപ്പോ ഴേക്കും കുടിലിനു മുമ്പിൽ അർജ്ജുനൻ എത്തിക്കഴിഞ്ഞിരുന്നു. നകുലനും സഹദേവനും അയാളെ പൊതിഞ്ഞുകൊണ്ടു കൂടെ.

അർജ്ജുനൻ എന്റെ പാദങ്ങൾ തൊട്ടു വന്ദിച്ചു. ഞാൻ ശിരസ്സിൽ ചുംബിച്ച് അവനെ അനുഗ്രഹിച്ചു സ്വീകരിച്ചു. രാത്രിയിൽ പുറത്ത് തീക്കു ണ്ഡത്തിനു ചുറ്റും ഞങ്ങളെല്ലാം അർജ്ജുനന്റെ വിശേഷങ്ങൾ കേട്ടിരുന്നു. പുതിയ ആയുധങ്ങളെപ്പറ്റിയാണ് ആദ്യം പറഞ്ഞത്. സർപ്പവിഷം മുനയ്ക്കു ള്ളിൽ ഒളിപ്പിച്ച നാഗാസ്ത്രങ്ങൾ, അയച്ചുകഴിഞ്ഞാൽ ലക്ഷ്യം കാണുമ്പോ ഴേക്ക് ഭാസ്വരം കത്തുന്ന ആഗ്നേയം, വേലിന്റെ തരത്തിൽ പാണിമുക്ത ത്തിൽപ്പെട്ട, എതിരാളിക്ക് ഏറ്റില്ലെങ്കിൽ തിരിച്ചുവരാവുന്ന 'ശക്തി'കൾ, ഒരിക്കൽ നിർണ്ണായകമുഹൂർത്തത്തിൽ മാത്രം ഉപയോഗിക്കാവുന്ന ആയസ കവചം കൂടി പിളർക്കുന്ന അമ്പുകൾ....

നകുലന് കൊണ്ടുവന്നതൊക്കെ കാണാൻ ധൃതിയായി. യുധിഷ്ഠിരൻ

പറഞ്ഞു:

'നാളെയാവട്ടെ.'

തീക്കുണ്ഡത്തിൽ നകുലൻ പുതിയ വിറകിട്ടു. കണ്ട നാടുകളിൽ എന്തെല്ലാം വിചിത്രമനുഷ്യർ! സ്ത്രീകൾ വേട്ടയാടുകയും ധാന്യകൃഷി ചെയ്യുകയും പുരുഷന്മാർ വീട്ടിനകത്തിരിക്കുകയും ചെയ്യുന്ന ദേശങ്ങൾ കൂടിയുണ്ടത്രേ! ഒരിടത്തു സ്വയംവരം ഭാഗ്യയോഗമാണ്. വധു കുടിലിനകത്തിരിക്കുന്നു. വിവാഹപ്രായമായ ആണുങ്ങൾ മറയിലൂടെ അകത്തേക്ക് അമ്പുകൾ നീട്ടുന്നു. ഒരമ്പ് വധു പിടിക്കുന്നു. ഭാഗ്യം അതിന്റെ ഉടമസ്ഥന്.

ഞങ്ങൾ ചിരിച്ചു.

യുധിഷ്ഠിരൻ പറഞ്ഞു: 'ചിലപ്പോൾ നിർഭാഗ്യം!'

'മുടന്തരും അന്ധരുമൊക്കെ ഭാഗ്യം പരീക്ഷിക്കാൻ നില്ക്കുമോ?'

ദ്രൗപദി അന്വേഷിച്ചു.

ചില നാടുകളിലെ പ്രാർത്ഥനാരീതികൾ കേട്ട് ഞങ്ങൾ അമ്പരന്നു. ഇന്ദ്രനേയും അഗ്നിയേയും രുദ്രനേയും ആരാധിക്കാത്ത സ്ഥലങ്ങളുമുണ്ടത്രേ! ലിംഗവും യോനിയും ചില ദേശക്കാർ ആരാധിക്കുന്നു എന്നു കേട്ടപ്പോൾ ഞങ്ങൾ തരിച്ചിരുന്നു.

വഴിക്കു പറയത്തക്ക ഏറ്റുമുട്ടലുകളൊന്നും അർജ്ജുനനു വേണ്ടി വന്നില്ല. കാലകേയൻ എന്ന ഒരു ഗോത്രത്തലവനോടു യുദ്ധം ചെയ്യേണ്ടി വന്നു.

ദ്രൗപദി ഇളകിയിരുന്നു.

'അതു പറയൂ....'

അർജ്ജുനൻ നിസ്സാരമായി അതു തള്ളി:

'ഓ, പറയാനൊന്നുമില്ല. ഒരു ഗോത്രത്തലവൻ. ഞാൻ അവനെ കൊന്നു.'

'കാലകേയൻ.... അതു മുഴുവൻ പറയൂ!'

തീക്കുണ്ഡത്തിൽ വിറകുകൾ മാറ്റിക്കൊണ്ടു കൂടുതൽ ജ്വലിപ്പിച്ച് ദ്രൗപദി കുറേക്കൂടി അർജ്ജുനന്റെ മുഖം കാണാവുന്നവിധം മാറിയിരുന്നു.

യുധിഷ്ഠിരൻ എഴുന്നേറ്റു.

'നമുക്ക് കാമ്യകത്തിലേക്കുതന്നെ തിരിച്ചുപോകണം.'

കാമ്യകം രഥവീഥികളുള്ള കാടായതുകൊണ്ട് ഹസ്തിനപുരത്തുനിന്നും പാഞ്ചാലത്തിൽനിന്നും ആളുകൾക്കു വരാൻ കൂടുതൽ സൗകര്യമുണ്ട്. യാദവരുമായി ബന്ധപ്പെടാനും അവിടെയാണ് സൗകര്യം.

അദ്ദേഹം പോയപ്പോൾ, അർജ്ജുനൻ, തന്നെ മറ്റു ചിലർ വേട്ടയാടിയ കഥകൾ തുടങ്ങി. കാട്ടാളരാണ് ഞാൻ ചെല്ലുന്നേടത്തെല്ലാം എന്നെ വേട്ടയാടുന്നതെങ്കിൽ അർജ്ജുനനെ സുന്ദരിമാരാണ്. ദ്രൗപദി താല്പര്യമില്ലാതെ എഴുന്നേറ്റു. അവൾ പോകുന്നത് കുടിലിനകത്തേക്കാണ്. ഇന്നു ഞാൻ അകത്തു കിടക്കാൻ പോകുന്ന ദിവസമാണ്.

മദ്യമില്ലാത്തതിൽ അർജ്ജുനൻ ഖേദം പറഞ്ഞു. ആശ്രമങ്ങളിൽ സോമ

യേയുള്ളു. സുരയില്ല.

'ഇവിടെ എന്തൊക്കെയായിരുന്നു വിശേഷങ്ങൾ?'

'ഞങ്ങൾ തീർത്ഥയാത്രക്കാരായിരുന്നു. എല്ലാ പുണ്യതീർത്ഥങ്ങളും സന്ദർശിച്ചു.'

ചില നാടുകളിൽ മദ്യമുണ്ടാക്കുന്ന രീതിയെപ്പറ്റിയാണ് പിന്നെ അർജ്ജുനൻ തുടങ്ങിയത്.

ദ്രൗപദി കാത്തിരിക്കുന്ന ഈ രാത്രിയിൽ പകുതിയും കഴിഞ്ഞിരിക്കും ഇപ്പോൾ. യാമങ്ങൾ പോയതറിഞ്ഞില്ല.

നാലു വർഷങ്ങൾക്കു ശേഷം വീണ്ടും ദ്രൗപദി.

ഞാൻ എഴുന്നേറ്റു കുടിലിലെത്തിയപ്പോൾ മങ്ങിയ ഇരുട്ടിൽ അവൾ കിടക്കുന്നതു കണ്ടു. ഉറങ്ങിക്കഴിഞ്ഞിരിക്കുന്നു. കുനിഞ്ഞ് അടുത്തുനിന്നു മുഖത്തു നോക്കിയപ്പോൾ നേരിയ മന്ദഹാസം ചുണ്ടുകളിൽ. ഞാൻ തൊണ്ടയനക്കി, വിളിക്കാൻ ഭാവിക്കുമ്പോൾ, ദ്രൗപദി കണ്ണു തുറക്കാതെ പിറുപിറുത്തു: 'പറയൂ, കാലകേയവധം മുഴുവൻ പറയൂ.'

ഞാൻ നിവർന്നുനിന്നു.

വേണ്ട, എനിക്കീ രാത്രിയിൽ, മനസ്സ് അർജ്ജുനനെ സ്വപ്നം കാണുന്ന, അവളുടെ തണുത്ത ശരീരം വേണ്ട.

ഒരു പുൽപ്പായയെടുത്ത് പുറത്ത് തീക്കുണ്ഡത്തിനു ചുറ്റും അനുജന്മാർ കിടക്കുന്നതിനിടയ്ക്കു വിരിക്കാൻ സ്ഥലമന്വേഷിച്ച് ഞാൻ കുടിലിൽനിന്നു പുറത്തു കടന്നു.

നാല്

വീണ്ടും കാമ്യകത്തിലെത്തിയപ്പോൾ യുധിഷ്ഠിരനെ കാണാൻ ഭാവി ഫലങ്ങൾ പറയുന്ന ഋഷിമാരും പണ്ഡിതന്മാരും വന്നു. അവരുമായി സംസാരിച്ചിരിക്കുന്നത് ജ്യേഷ്ഠന്റെ വിനോദമായി, വിശ്രമവുമായി.

ഹസ്തിനപുരത്തിന്റെ സമീപമെത്തിയപ്പോൾ നഷ്ടപ്പെട്ട സൗഭാഗ്യങ്ങളെപ്പറ്റിയുള്ള ചിന്തകൾ വീണ്ടും ഞങ്ങളിൽ തലപൊക്കി. ഒരു ബ്രാഹ്മണ ദൂതൻ വന്നപ്പോൾ അമ്മയ്ക്കു ക്ഷേമം തന്നെ എന്നറിഞ്ഞു. അയാൾ ദ്രൗപദിയ്ക്ക് ഒരു ദാസിയെയും ഞങ്ങൾക്കായി രണ്ടു സേവകന്മാരെയും കൊണ്ടുവന്നിരുന്നു. വിദുരർ അയച്ചതാണ്. ദ്വാരകയിലേക്കു പോയ ദൂതൻ പിന്നീടു വന്നു. സുഭദ്രയ്ക്കും അഭിമന്യുവിനും ക്ഷേമംതന്നെ.

ദുര്യോധനൻ രാജസൂയം നടത്തി കൂടുതൽ ബലവാനാവാൻപോവുകയാണോ എന്ന സംശയം വിദുരരുടെ സന്ദേശമായി ദൂതൻ അറിയിച്ചു.

'എന്തു ചെയ്യണം?'

'വനവാസം കുറച്ചുകൂടിയേ ഉള്ളു. പിന്നെ ഒരു വർഷം കൂടിയുണ്ടല്ലോ അജ്ഞാതവാസം.'

സഹദേവൻ, എന്റെ പ്രിയപ്പെട്ട സഹദേവൻ, ഞാൻ പറയാത്ത വാക്കുകൾ മനസ്സിൽ നിന്ന് ആവാഹിച്ചെടുക്കുംപോലെ, നിഷ്ക്കളങ്കമായി ചോദിച്ചു:

'അതും കഴിഞ്ഞ് തിരിച്ചെത്തുമ്പോൾ വീണ്ടും ശകുനി കള്ളച്ചൂതിനു വിളിച്ചാലോ? വീണ്ടും കാട്!'

ദിവസങ്ങൾ കഴിഞ്ഞപ്പോൾ ഒരിക്കൽ കൃഷ്ണൻ വന്നു. അർജ്ജുനനെ ആശ്ലേഷിച്ചു. എന്നേയും യുധിഷ്ഠിരനേയും വന്ദിച്ചു. മാദ്രേയരുടെ പ്രണാമം സ്വീകരിച്ചു. വളരെക്കാലത്തിനുശേഷം കണ്ടുമുട്ടിയ അർജ്ജു

നനും കൃഷ്ണനും കൈ കോർത്തുപിടിച്ച് പുറത്തേക്കു പോയി.

കൃഷ്ണന്റെ കൂടെ സത്യഭാമയും വന്നതുകൊണ്ട് ദ്രൗപദിക്കു സന്തോഷമായി. അവർ അകത്തിരുന്നു. സംസാരിക്കാൻ തുടങ്ങി. രണ്ടു പെണ്ണുങ്ങളും ചേർന്നപ്പോൾ പിറുപിറുപ്പാണ് കൂടുതൽ. ഇടയ്ക്കിടെ അമർത്തിയ ചിരിയും.

തിരിച്ചു വന്നപ്പോൾ കൃഷ്ണനും അർജ്ജുനനും ശരിക്കും ആഘോഷിച്ചിട്ടുണ്ടെന്നു മനസ്സിലായി.

'യാദവരുടെ മുഴുവൻ പിന്തുണയും നിങ്ങൾക്കുണ്ട്. പിന്നെ, അജ്ഞാതവാസത്തിനുള്ള സ്ഥലവും ഞാൻ നിർദ്ദേശിച്ചിട്ടുണ്ട്.'

'അജ്ഞാതവാസം വേണോ?'

'വേണം. വ്യവസ്ഥയിലുള്ളതല്ലേ? വിരാടമാണ് സ്ഥലം. വിരാടന് ധനബലവും സൈന്യബലവുമുണ്ട്. അജ്ഞാതവാസം കഴിയുമ്പോഴേക്ക് വിരാടർ നിങ്ങളുടെ ബന്ധുക്കളാവും. എനിക്കുറപ്പുണ്ട്. എല്ലാം ഞാൻ അർജ്ജുനനോട് സവിസ്തരം പറഞ്ഞിട്ടുണ്ട്.

കൃഷ്ണനും സംഘവും തിരിച്ചുപോയപ്പോൾ താവളമാകെ മൂകമായപോലെ തോന്നി.

പിന്നെയും ഹസ്തിനപുരത്തുനിന്ന് ദൂതന്മാർ വന്നു: 'കാട്ടിൽ കഴിയുന്ന പാണ്ഡവരെയോർത്ത് ഇടയ്ക്കിടെ ധൃതരാഷ്ട്രരാജാവ് വിലപിക്കുന്നുണ്ട്. ദുർബുദ്ധികളായ തന്റെ മക്കളെ ശകാരിക്കാറുമുണ്ട്.'

ഞാൻ അർജ്ജുനനെ നോക്കി. അഭിനയം അന്ധൻ നിർത്തിയില്ല. ദ്യൂതം മക്കൾ ജയിക്കുമ്പോൾ രസിച്ചിരുന്നത് ഞാൻ മറക്കില്ല. യുധിഷ്ഠിരൻ രാജകീയാചാരമനുസരിച്ചു ചോദിച്ചു:

'മഹാമതിയായ വലിയച്ഛന് സുഖമല്ലേ? വലിയമ്മ ഗാന്ധാരിക്കു സുഖമല്ലേ?'

അന്ധരാജാവിന്റെ ദുഃഖം എനിക്ക് ഏകദേശം ഊഹിക്കാൻ കഴിയും. ദ്രുപദരും യാദവരും കൂടുതൽ സൈന്യങ്ങളെ സംഭരിച്ചിരിക്കുന്നു. അതിലുമേറെ വൃദ്ധനെ വിഷമിപ്പിക്കുന്നത് ഒരു പക്ഷേ, അർജ്ജുനന്റെ യാത്രകളെപ്പറ്റി അറിഞ്ഞിട്ടാവുമെന്ന് ഞാൻ സൂചിപ്പിച്ചു. ഹസ്തിനപുരക്കാർക്കറിയാത്ത ദിവ്യാസ്ത്രങ്ങളും യുദ്ധതന്ത്രങ്ങളും പഠിച്ചിരിക്കുമോ എന്നായിരിക്കും ഭയം. ശരിയാവാമെന്ന് അർജ്ജുനനും തോന്നി.

'രാജസൂയം കഴിക്കൻ ധൈര്യപ്പെടാത്തതെന്താണെന്ന് ഞാൻ പറയാം.' സഹദേവൻ അഭിപ്രായപ്പെട്ടു. 'പാണ്ഡവരെ ഒരു യുദ്ധത്തിൽ ജയിക്കാതെ നടത്തുന്ന രാജസൂയം ഒരു രാജാവും അംഗീകരിച്ചുകൊടുക്കാൻ പോകുന്നില്ല.'

ദ്യൂതസഭയിൽ രജസ്വലയായ ദ്രൗപദിയെ വലിച്ചിഴച്ച അവമാനം ആരും മറന്നിട്ടില്ല. കൃപാണവിഷമേറ്റ ഉണങ്ങാത്ത ഒരു യുദ്ധവ്രണം പോലെ, അത് ഏകാന്തത്തിലിരുന്ന് ഓരോരുത്തരും താലോലിക്കുന്നുണ്ട്.

യുധിഷ്ഠിരൻ ആശ്വസിച്ചു:

'കാലം തെളിഞ്ഞുവരുന്നതായി മഹാപണ്ഡിതനായ മാർക്കേൺഡേ മഹർഷി ഈയിടെ പറഞ്ഞു. ഓ, ഇതാ ധൗമ്യനും വരുന്നുണ്ട്. അദ്ദേഹവും ഭാവി കാണാൻ കഴിയുന്നവനാണ്.'

എല്ലാ കുറ്റങ്ങളും കാലക്കേടിന് എന്നാശ്വസിക്കുന്നത് യുധിഷ്ഠിരന്റെ പതിവാണ്. അതാണ് ഞങ്ങളുടെ കുരുവംശത്തിന്റെ ശാപം. ഈ ഭാരത ഖണ്ഡത്തിന്റെ മുഴുവൻ തന്നെ ശാപം എന്നെനിക്ക് എന്നും തോന്നാറുള്ളതാണ്.

കേട്ടിരിക്കുന്ന ഞങ്ങളാരും തർക്കിച്ചില്ല. തർക്കിച്ചിട്ടു കാര്യമില്ല. മരണത്തിനും ജനനത്തിനും പരാജയത്തിനും വിജയത്തിനുമൊക്കെ ഒരു ദേവ കല്പനയുടെ പൂർവ്വകഥ കണ്ടെത്തും. പറയാനുണ്ടാവും. വീണ്ടും ഒരു ചൂതു നടന്നാലും ഞാൻ അത്ഭുതപ്പെടില്ല.

'പുണ്യസ്ഥലങ്ങളും തീർത്ഥങ്ങളും കാടായ കാടുകളും കണ്ടുകഴിഞ്ഞു. ഇനിയൊരു പന്ത്രണ്ടു കൊല്ലത്തേക്കു ചെയ്യാൻ എന്തെങ്കിലും സൽക്കർമ്മങ്ങളുണ്ടോ എന്ന് ധൗമ്യനോടന്വേഷിച്ചു വയ്ക്കുന്നതാണു നല്ലത്.'

ധൗമ്യൻ ഒന്നും പറയാതെ ഇരുന്നു.

യുധിഷ്ഠിരൻ എന്റെ പരിഹാസം ശ്രദ്ധിക്കാതെ പറഞ്ഞു:

'ജീവിച്ചിരിക്കുന്നതിന്റെ ലക്ഷ്യമെന്താണ്? സൽക്കർമ്മങ്ങൾ ചെയ്ത് സ്വർഗ്ഗലോകത്തിലെത്തണം. എല്ലാ മനുഷ്യരുടെയും പരമലക്ഷ്യം അതാണ്. അതുമാത്രമാണ്.'

സ്വർഗ്ഗത്തെപ്പറ്റിയുള്ള അജ്ഞത സഹദേവൻ പ്രകടിപ്പിച്ചു:

'ധർമ്മാത്മാക്കൾ, ജിതാത്മാക്കൾ, ശാന്തർ, ദാന്തർ, ദാനധർമ്മപരർ, ശൂരർ- ഇവർക്കു മാത്രമാണ് സ്വർഗ്ഗം. പിതാമഹൻ കൃഷ്ണനദ്വൈപായനൻ പറഞ്ഞ് ഞാൻ കേട്ടിട്ടുണ്ട്. വേദവേദാംഗശാസ്ത്രങ്ങൾ ചിട്ടപ്പെടുത്തിയ ആ വ്യാസനേക്കാൾ ഇക്കാര്യത്തിൽ അറിവുള്ളവർ ആരുമില്ല.'

ധൗമ്യൻ ശരിയാണ് എന്നു തലകുലുക്കി.

പിന്നെ ഞങ്ങളുടെ അറിവിനായി യുധിഷ്ഠിരൻ പറഞ്ഞുതുടങ്ങി:

'മേരുവിനും മുകളിൽ മുപ്പത്തിമൂവായിരം യോജന വിസ്താരം വരുന്ന പൊന്മയമായ ദേവോദ്യാനങ്ങളുണ്ട്..... നിങ്ങൾ കേൾക്കുന്നില്ലേ?'

'ഉവ്വ്, ഉവ്വ്.'

നകുലസഹദേവന്മാർ അടുത്തേക്കു നീങ്ങിയിരുന്നു. അർജ്ജുനൻ അമ്പുകളിൽ തൂവലുകൾ വച്ചുകെട്ടുന്ന ജോലി നിർത്തിവച്ചു. വാതിൽക്കൽ നിന്ന ദ്രൗപദി പതിവില്ലാത്ത ഒരു താൽപര്യഭാവത്തിൽ പറഞ്ഞു:

'പറയൂ, കേൾക്കാൻ എനിക്കാഗ്രഹമുണ്ട്.'

ഒരിക്കൽ തന്റെ ജ്ഞാനം പങ്കിടാൻ കുടുംബാംഗങ്ങൾ മുഴുവൻ തയ്യാറായതുകൊണ്ട് യുധിഷ്ഠിരൻ പ്രസന്നനായി:

'ദേവോദ്യാനത്തിൽ പൈദാഹങ്ങളില്ല; വാടലും കുളിരും ആടലും ചൂടും പേടിയുമില്ല. എങ്ങും മനോരഞ്ജകഗന്ധങ്ങൾ. എങ്ങും ശ്രുതിമനോഹര

ശബ്ദങ്ങൾ. ആയാസവും കണ്ണീരും ജരയുമില്ല. അവിടെ വിയർപ്പില്ല, ദുർഗ്ഗന്ധമില്ല, മലമൂത്രാദികളില്ല. അവിടത്തെ ദിവ്യഗന്ധമുള്ള മലർവാടികൾ വാടാറില്ല. ആടകളിൽ പൊടിപറ്റാറില്ല......

'നമ്മുടെ ഭൂമിയിലെ വർണ്ണവ്യവസ്ഥപോലെ അവിടെയും വേറെ വേറെ ലോകങ്ങളുണ്ട്. ബ്രാഹ്മണലോകത്ത് ഋഷിമാരെത്തുന്നു. അതിനു മീതെയാണ് വാനവരുടെ ലോകം. ഐശ്വര്യമത്സരങ്ങളും സ്ത്രീമൂലതാപവുമില്ലാത്ത അവിടെ, അമൃതാണ് ഭക്ഷണം. വാനവലോകത്തിനു ദിവ്യദേഹങ്ങളേയുള്ളു. ദുഃഖവും ഹർഷവും സുഖവും രസവും അനുഭവപ്പെടാത്ത വാനോർലോകത്തിൽ നമ്മുടെ മുപ്പത്തിമൂന്നുദേവന്മാർ വാണരുളുന്നു. സ്വർഗ്ഗം പ്രാപിക്കുന്ന ബുധജനങ്ങൾ അവരുടെ പാദങ്ങളിൽ ചെന്നെത്തുന്നു.

'ഇതെല്ലാം സ്വർഗ്ഗത്തിന്റെ ഗുണങ്ങൾ. ഇനി ഞാൻ ദോഷങ്ങൾ പറഞ്ഞുതരാം. ചെയ്ത കർമ്മത്തിന്റെ ഫലങ്ങൾ സ്വർഗ്ഗത്തിലും നരനു ഭുജിക്കേണ്ടതായിവരും. അവരുടെ മാല്യങ്ങൾ വാടിക്കണ്ടാൽ അവർക്കു ഭൂമിയിലേക്കു വീണ്ടും തിരിച്ചുപോരേണ്ടി വരും; മനുഷ്യയോനിയിൽ പിറക്കേണ്ടി വരും.

'വാനോർലോകത്തിനുമപ്പുറം ബ്രഹ്മലോകം. 'അവിടംവരെ ഈ ദോഷങ്ങളുണ്ട്. ദോഷങ്ങളില്ലാത്ത ഒരു ലോകമേയുള്ളു. സ്വർഗ്ഗത്തിൽ അതാണ് ബ്രഹ്മലോകത്തിനുമപ്പുറത്തുള്ള വിഷ്ണുപദം. അതു ശുദ്ധമാണ്, ജ്യോതിർമ്മയമാണ്. നിത്യമാണ്. വിഷയാത്മാക്കൾ ഒരിക്കലും അവിടെ എത്തില്ല. അതാണ് പരമപദം. ധ്യാനയോഗത്തിൽ പ്രജ്ഞകൾ വെടിഞ്ഞ് മരണം വരിക്കുന്നവർ മാത്രമാണവിടെ എത്തുന്നത്......'

അദ്ദേഹത്തിന്റെ വാക്കുകൾ ഞങ്ങൾ ശ്രദ്ധാപൂർവ്വം കേട്ടിരുന്നു. വിഷ്ണുപദത്തിൽ ഞാനൊരിക്കലും എത്തുകയില്ല. വിഷയാത്മാവാണ് ഞാൻ. പക്ഷേ മറ്റു സ്വർഗ്ഗങ്ങളെപ്പറ്റി ആലോചിച്ചപ്പോൾ—

വിശപ്പും വിയർപ്പുമില്ലാത്ത സ്വർഗ്ഗം.....

ഞാനൊരു സംശയം ചോദിച്ചു:

'സ്വർഗ്ഗം നിരസ്സിച്ചവർ ആരെങ്കിലുമുണ്ടോ?'

ധൗമ്യനാണ് അതിനുത്തരം തന്നത്:

'ഒരിക്കൽ അതുണ്ടായി. മുൽഗലൻ എന്ന മഹർഷി.'

'എന്തുകൊണ്ട്?'

അതു തനിക്കറിയില്ല എന്നു സൂചിപ്പിച്ച് അദ്ദേഹം കൈമലർത്തി. പാപപുണ്യങ്ങളെപ്പറ്റി ജ്യേഷ്ഠൻ സന്ധ്യാവന്ദനത്തിന് എഴുന്നേല്ക്കുന്നതുവരെ സംസാരിച്ചു.

പിറ്റേന്ന് ഒറ്റക്കുതിരയെ പൂട്ടിയ തേരിൽ ഒരു ദൂതൻ പറന്നു വന്നു. വിദുരരയച്ച സന്ദേശവാഹകൻ. അവർ ഒരുമിച്ചിരുന്നു സംസാരിച്ചു.

ദുര്യോധനൻ, കാമ്യകത്തിൽ ഞങ്ങളെത്തിയത് അറിഞ്ഞിരിക്കുന്നു. കർണ്ണനും ശകുനിയും സഹോദരന്മാരുമൊപ്പം അയാൾ പരിവാരസമേതം

ഈ വഴിക്കു പുറപ്പെട്ടുകഴിഞ്ഞു. ഘോഷയാത്രയാണ്. പാചകക്കാരും പാട്ടുകാരും വേശ്യപ്പെണ്ണുങ്ങളുമുണ്ട്.

കാട്ടിൽ ചിതറിക്കിടക്കുന്ന കാലിക്കൂട്ടങ്ങളെ കൊല്ലത്തിലൊരിക്കൽ ആട്ടിത്തെളിച്ചു കൊണ്ടുപോകുന്നത് രാജാക്കന്മാരുടെ ആഘോഷമാണ്.

'സൂക്ഷിച്ചിരിക്കണമെന്നാണ് വിദുരരുടെ സന്ദേശം.'

'കാട്ടിൽ ഇങ്ങനെ നിഷാദരെപ്പോലെ കഴിയുന്ന നമ്മുടെ മുമ്പിലൂടെ പ്രതാപം കാണിച്ചു ഘോഷയാത്ര നടത്തണം. അതല്ലേ കൗരവർക്കു വേണ്ടത്?'

ഈർഷ്യയോടെ നകുലൻ ചോദിച്ചു.

ഞാൻ സംശയിച്ചു. അതുമാത്രമാണോ? ഇവിടെ വച്ച് ഒരേറ്റുമുട്ടൽ നടന്നാൽ ആരും അറിയില്ല. കാമ്യകവനത്തിൽ അഞ്ചു ശരീരങ്ങൾ കിടന്നാൽ ആർക്കും ആക്ഷേപമുണ്ടാവില്ല. പാണ്ഡവരാണെന്നറിഞ്ഞാൽത്തന്നെ ദസ്യുക്കളോ കാട്ടാളരോ കൊന്നിട്ടതാണെന്ന് ആളുകൾ വിശ്വസിച്ചേക്കും.

അർജ്ജുനൻ എന്റെ സംശയം ശരിയാണെന്നു സമർത്ഥിച്ചു.

'കാടിളക്കുന്നകൂട്ടത്തിൽ ഉന്നം തെറ്റിയ അമ്പുകളേറ്റ് ആളുകൾ മരിക്കുന്നതും ഘോഷയാത്രകളിൽ പതിവാണ്.'

യുധിഷ്ഠിരൻ പറഞ്ഞു: 'നമ്മൾ നമ്മുടെ ചര്യകളിലേർപ്പെടുക. ഇങ്ങോട്ടു കയറിവരുന്നെങ്കിൽ ഈ വനവാസം നമ്മെ ബാധിച്ചിട്ടില്ലെന്നപോലെ പെരുമാറുക. പ്രസന്നരായിത്തന്നെ സ്വീകരിക്കുക. അതിഥി ആരായാലും പഞ്ചദാനംചെയ്തു സ്വീകരിക്കണമെന്നാണ് ശാസ്ത്രം. അർഘ്യം കൊടുക്കുക, കണ്ണും ചെവിയും മനസ്സും കൊടുക്കുക, പിന്നെ ആഹാരം കൊടുക്കുക. അതാണ് നിയമം.' കറുപ്പും ചാരവും കലർന്ന നിറമുള്ള മാന്തോലിന്റെ വസ്ത്രത്തിൽ പറ്റിക്കിടന്ന ചെറു പഞ്ഞിക്കായകൾ അദ്ദേഹം നുള്ളിക്കളഞ്ഞു.

നാലിടങ്ങളിൽ നാലുപേർ നിന്ന് കൗരവരുടെ നീക്കം ശ്രദ്ധിക്കണമെന്ന് ഞങ്ങൾ നിശ്ചയിച്ചു.

ഒരുനാൾ അകലങ്ങളിൽനിന്ന് ആർപ്പുവിളികളും ആയുധങ്ങളുടെ ശബ്ദവും കുതിരക്കുളമ്പടികളും കേട്ടു. ഞങ്ങൾ ശ്രദ്ധാലുക്കളായി. ഇല്ല, ഇങ്ങോട്ടല്ല. ആരവം അകന്നുപോയി.

പക്ഷേ, രാത്രിയിൽ പുറത്തുനിന്ന് മനുഷ്യശബ്ദം കേട്ടു. ഞാൻ പാതിയുറക്കത്തിൽനിന്നു പൊടുന്നനെ ചാടിയെഴുന്നേറ്റു. ദ്രൗപദി എന്തോ ചോദിച്ചു. അതിനു മറുപടി പറയാൻ നില്ക്കാതെ കുന്തവും ഗദയുമെടുത്ത് പുറത്തു ചാടിയപ്പോൾ വില്ലു കുലയേറ്റി നില്ക്കുന്നു അർജ്ജുനൻ. തീക്കുണ്ഡത്തിന്റെ വെളിച്ചത്തിൽ മൂന്നു പടയാളികൾ കൈ രണ്ടും മുന്നിലേക്കു നിവർത്തിപ്പിടിച്ച്, യുദ്ധത്തിനല്ല എന്ന അടയാളത്തോടെ മുമ്പോട്ടു നടക്കുന്നതു കണ്ടു.

നകുലനും സഹദേവനും വന്നു. തീക്കുണ്ഡം ജ്വലിപ്പിച്ചു.

ദുര്യോധനന്റെ ഭടന്മാരാണ്. അവർ അവസാനമെത്തിയ യുധിഷ്ഠിരന്റെ മുന്നിൽ മുട്ടുകുത്തി വന്ദിച്ചു:

'രക്ഷിക്കണം!'

ഉയർത്തിയ കുന്തവും തൊടുത്ത അമ്പും അവരെ കാവൽ നിന്നു.

അവർ പറഞ്ഞു, ചാരന്മാരല്ല, ശത്രുക്കളായി വന്നവരല്ല. ഘോഷയാത്രയ്ക്കിടയിൽ ദുര്യോധനനും സംഘവും ദൂരദേശത്തുനിന്നു വന്ന ഒരു യോദ്ധാവിനെ കണ്ടുമുട്ടി. ഒരു വിനോദമെന്ന നിലയ്ക്ക് അയാളെ പിടിച്ചു കെട്ടാൻ ദുര്യോധനൻ പറഞ്ഞു. ചിത്രവാഹനന്റെ അനുചരന്മാർ തടാകതീരത്തിൽ വിശ്രമിക്കുന്ന കാര്യം കൗരവരറിഞ്ഞില്ല. വാക്കേറ്റം തുടങ്ങുമ്പോഴേക്കു കൗരവർ വളയപ്പെട്ടു. ആയുധങ്ങൾ ഇടപെടുംമുമ്പേ കൗരവർ ബന്ധനസ്ഥരായി.

ചിത്രസേനനും സംഘവും തടവുകാരാക്കിയ കൗരവരേയും കൊണ്ട് പ്രഭാതത്തിൽ യാത്ര തുടരും. സഹായിക്കാൻ അപേക്ഷിച്ചുകൊണ്ടാണ് ഈ ഭടന്മാർ വന്നിരിക്കുന്നത്.

'ഹസ്തിനപുരത്തിന് അവമാനം. കുരുവംശത്തിനാകെ അവമാനം. മഹാമതികളായ പാണ്ഡവർ രക്ഷയ്ക്കു വരണമെന്നാണ് പ്രാർത്ഥന.'

'കർണ്ണനും കൂട്ടത്തിലുണ്ടായിട്ടുകൂടി ദുര്യോധനനാദികളെ ഈ ചിത്രസേനൻ തടവിലാക്കി? അത്ഭുതം! ആരാണ് ചിത്രസേനൻ?'

മായാവികളായിരിക്കണം ചിത്രസേനനും അനുചരന്മാരുമെന്ന് ഭടന്മാർ വിശ്വസിക്കുന്നു. വിചിത്രമാണ് അവരുടെ യുദ്ധമുറകൾ. അന്തർദ്ധാനം കൂടി അറിയാവുന്നവർ.

ഞങ്ങൾ അഞ്ചുപേർ കൂടിനിന്നു സംസാരിച്ചു.

'നമ്മൾ ചെയ്യേണ്ടത് ഈ ചിത്രസേനൻ ചെയ്തു. അയാളെ വന്ദിക്കുക, അഭിനന്ദിക്കുക, സഖ്യം ചെയ്യുക. വേറെ എന്തുണ്ട് നമുക്കു ചെയ്യാൻ?'

അർജ്ജുനൻ ചിരിച്ചു.

ഭടന്മാരെ പറഞ്ഞയച്ചു കിടക്കാം, രാവിലെ ചിത്രസേനനെ കാണാൻ പുറപ്പെടാമെന്ന് എനിക്കും തോന്നി. പക്ഷേ, യുധിഷ്ഠിരൻ ഞങ്ങളുടെ ആഹ്ലാദപ്രകടനത്തിൽ പങ്കുചേർന്നില്ല.

'ഛിദ്രവും വൈരവും നമ്മളും കൗരവരും തമ്മിലുണ്ടാവും. ദായാദികളുടെ കുലത്തിൽ ഏതോ മ്ലേച്ഛൻ കൈയേറ്റം നടത്തുന്നത് നമ്മൾ കണ്ടു നില്ക്കുന്നതു ധർമ്മമാണോ? അതാണ് ആലോചിക്കേണ്ട വിഷയം.'

അർജ്ജുനൻ പറഞ്ഞു:

'ഞാനറിയും ഈ ചിത്രസേനനെ. എന്റെ ഊഹം ശരിയാണെങ്കിൽ ചിത്രാംഗദയുടെ അച്ഛന്റെ ഉറ്റബന്ധുവാണ്. മ്ലേച്ഛനും മായാവിയും കാടാനുമൊന്നുമല്ല.'

യുധിഷ്ഠിരൻ അസ്വസ്ഥനായി നീണ്ട താടിയിൽ വിരലുകൾകൊണ്ട് ചികഞ്ഞ്, നിലത്തു നോക്കി നിന്നു.

'കൊടുംപാപങ്ങളാണ് നമ്മോടവൻ ചെയ്തത്. എന്നാലും — നമ്മൾ സഹായിക്കണമെന്നാണെന്റെ പക്ഷം.'

പ്രതിഷേധസ്വരം ഒരുമിച്ച് മാദ്രീസുതരിൽനിന്നുയർന്നു.

ജ്യേഷ്ഠൻ എന്നെ നോക്കി:

'നീയാണ് തീരുമാനിക്കേണ്ടത്.'

ഞാനും ധർമ്മസങ്കടത്തിലാണ്.

'ഇത് ധർമ്മത്തിന്റെയും ദയയുടെയും കുലാഭിമാനത്തിന്റെയും കാര്യമല്ല എനിക്ക്.' അദ്ദേഹം കൈവിരലുകൾ ചുരുട്ടുകയും മടക്കുകയും ചെയ്തു. നാലഞ്ചടി നടന്നു.

'ആപത്തിൽ പെട്ടപ്പോൾ, മഹാദ്രോഹങ്ങൾ സഹിച്ച പാണ്ഡവർതന്നെ തുണയ്ക്കെത്തേണ്ടിവന്നു എന്നു കേൾക്കുമ്പോൾ ആരാണ് കൂടുതൽ ശക്തരാവുന്നത്? അവരോ നമ്മളോ? ധർമ്മം മാത്രമല്ല കാര്യം. രാജതന്ത്രം കൂടിയുണ്ട്.'

അപ്പോൾ എനിക്കു തോന്നി, ജ്യേഷ്ഠൻ അശക്തനല്ല. വനഭൂമിയിൽ, സ്വന്തം വിഡ്ഢിത്തംകൊണ്ട് എല്ലാം നഷ്ടപ്പെട്ടു കാലക്കേടിനെ പഴിച്ച് ചുറ്റിത്തിരിയുന്ന ഒരു ഭീരുവല്ല. പ്രതാപവാനായ രാജാവായിത്തന്നെ അദ്ദേഹം തലയുയർത്തി നില്ക്കുകയാണ്.

ഞാൻ അർജ്ജുനനോട് പറഞ്ഞു: 'ശരിയാണ്; ജ്യേഷ്ഠൻ പറയുന്നതു ശരിയാണ്.'

അർജ്ജുനൻ അപ്പോൾത്തന്നെ പുറപ്പെട്ടു. പിറ്റേന്നു മദ്ധ്യാഹ്നത്തിൽ തിരിച്ചുവന്നു. ചിത്രസേനനും നാലു യോദ്ധാക്കളുമുണ്ടായിരുന്നു കൂടെ. അവർക്കിടയിൽ, പിന്നിൽ കാട്ടുവള്ളികൾകൊണ്ടു കൈകൾ ബന്ധിച്ച നിലയിൽ തലകുനിച്ച് നില്ക്കുന്നത് ദുര്യോധനനാണ്. അലങ്കാരങ്ങളില്ല. ആയുധങ്ങളില്ല.

ചിത്രസേനന്റെ നിർദ്ദേശമനുസരിച്ച് അനുചരന്മാർ കൈയിലെ കെട്ടഴിച്ചു. കണങ്കാലുകളെ ചേർത്തുകെട്ടിയ തോൽക്കഷണം അവർ വെട്ടിമുറിച്ചു. കൈയിലെ നീലപ്പാടുകളിൽ തിരുമ്മിക്കൊണ്ടു ദുര്യോധനൻ തലയുയർത്താതെ നിന്നു.

യുധിഷ്ഠിരൻ പറഞ്ഞു: 'ദുര്യോധനാ, ഉണ്ണീ! മേലിൽ ഇങ്ങനെ സാഹസങ്ങളൊന്നും ചെയ്യരുത്. വേഗം ഹസ്തിനപുരത്തിലെത്താൻ നോക്കൂ.'

ദുര്യോധനൻ നന്ദിയോ വന്ദനമോ പറയാതെ വേഗത്തിൽ തിരിച്ചുനടന്നു. ചിത്രസേനൻ ചിരിച്ചു.

'മോചിപ്പിക്കുന്നത് അങ്ങയുടെ മുമ്പിൽവച്ചുതന്നെയാവട്ടെ എന്നു വച്ചു. അവൻ ചെയ്ത ദ്രോഹങ്ങളെപ്പറ്റി ഞാനും കേട്ടിട്ടുണ്ട്.'

യാത്രയുടെ വിവരങ്ങൾ ചോദിച്ചപ്പോൾ ചിത്രസേനൻ പറഞ്ഞു: ഘോഷയാത്രയിൽ ഒരാക്രമണമുണ്ടായേക്കുമെന്ന് ചിത്രാംഗദയുടെ അച്ഛൻ ചിത്രവാഹനൻ സംശയിച്ചിരുന്നു. പടകൂട്ടി കാമ്യകത്തിനടുത്ത് ഉല്ലാസയാത്ര

ക്കാരെപ്പോലെ കാത്തിരിക്കാൻ നിർദ്ദേശിച്ച് ചിത്രസേനനെ അയച്ചത് അദ്ദേഹമായിരുന്നു.

എല്ലാവരുടെയും മനസ്സിൽ ആവേശം തിരയടിച്ചു. ഞങ്ങൾ തനിച്ചല്ല. പാണ്ഡവർ തനിച്ചല്ല. എവിടെയൊക്കെയോ ബന്ധുക്കളും സുഹൃത്തുക്കളും ഞങ്ങളെ ഓർക്കുന്നു. ഞങ്ങളുടെ രക്ഷയെപ്പറ്റി ജാഗ്രതപുലർത്തുന്നു. ഇന്ദ്രപ്രസ്ഥം വനമദ്ധ്യത്തിലുയർന്ന പുതിയൊരു ജനപദം മാത്രമല്ല.

അർജ്ജുനനെ വീണ്ടും ആശ്ലേഷിച്ച്, ഞങ്ങളെ അഭിവന്ദനം ചെയ്ത് സൽക്കാരശ്രമം സ്നേഹപൂർവ്വം നിരസിച്ച് ചിത്രസേനനും ഭടന്മാരും മടങ്ങി.

ഞാൻ യുധിഷ്ഠിരനെ നോക്കി. ഉയർന്നുവന്ന ഒരു ചിരി മറയ്ക്കാൻ അദ്ദേഹം ശ്രമിക്കുന്നു.

അഞ്ച്

രാജസൂയമല്ലെങ്കിലും ദുര്യോധനൻ വലിയൊരു യാഗം നടത്തിയിരിക്കുന്നു. രാജാക്കന്മാർ പലരും പങ്കെടുത്തു. വേണ്ടിവന്നാൽ സൈന്യവും സഹായവും തരണമെന്നഭ്യർത്ഥിക്കാൻ പല രാജ്യങ്ങളിലും കർണ്ണൻ സഞ്ചരിക്കുന്നു. ദിഗ്വിജയത്തിനെത്തിയപോലെയാണ് കർണ്ണനെ പലരും എതിരേല്ക്കുന്നത്.

ഹസ്തിനപുരത്തിലെ ഒരു ബ്രാഹ്മണൻ വന്നപ്പോൾ അറിഞ്ഞ വിവരങ്ങളാണ്.

'അയാൾ കൃത്യമായേ എല്ലാം പറയൂ. ഇളയച്ഛൻ വിദുരർ പ്രതിഫല വ്യവസ്ഥയിൽ നിശ്ചയിച്ച ചാരനാണ്.' പിന്നെ ചിരിച്ചുകൊണ്ടു കൂട്ടിച്ചേർത്തു: 'നമ്മുടെ ചാരന്മാർ പലേടങ്ങളിലുമുണ്ട് ഇപ്പോൾ.'

ജ്യേഷ്ഠൻ എന്നെ വീണ്ടും അത്ഭുതപ്പെടുത്തുന്നു. മഹർഷിമാരുടെ കൂടെയായിരുന്നു. ഗ്രഹനില നോക്കി ഭാവിഫലങ്ങൾ അറിയുകയും കാലഗതിയെപ്പറ്റി നിരാശാഭാവത്തിൽ സംസാരിക്കുകയും ചെയ്യുമ്പോൾ അദ്ദേഹം പിതാമഹനെപ്പോലെ വൃദ്ധനായെന്നു തോന്നിപ്പോകും. പതിഞ്ഞ ശബ്ദം. ആലോചിച്ചാലോചിച്ചു നിറുത്തിനിറുത്തിപ്പറയുന്ന വാക്കുകൾ. പലപ്പോഴും സ്വയം സംസാരിക്കുന്നു എന്നു തോന്നുംവിധം പിറുപിറുത്തുകൊണ്ടു നടക്കും. ചിലപ്പോൾ മുഖം ചുവന്ന് ആകാശത്തിലേക്കു മിഴികളുയർത്തി നോക്കി നില്ക്കുമ്പോൾ അധൃഷ്യനാണെന്നും തോന്നും.

കാമ്യകം വീണ്ടും ശത്രുക്കളുടെ വിഹാരസ്ഥലമായി മാറുകയാണോ എന്നു സംശയം തോന്നി, രണ്ടാമതൊരു സംഭവംകൂടി നടന്നപ്പോൾ.

അപ്പോൾ ജ്യേഷ്ഠൻ എടുത്ത തീരുമാനത്തിന് കാണിച്ച ദയയ്ക്ക്, പിന്നീ

ടൊരിക്കലും എനിക്കു മാപ്പുകൊടുക്കാൻ കഴിഞ്ഞിട്ടില്ല.

ഭദ്രമുനിയെ സന്ദർശിക്കാൻവേണ്ടി, ജ്യേഷ്ഠൻ മറ്റൊരാശ്രമത്തിൽ പോയ പകൽ. ഞങ്ങൾ നാലുപേരും പലവഴിക്കായി കാട്ടിൽ വേട്ടയാടുകയാണ്.

ദ്രൗപദി ദാസിയുടെ കൂടെ കാട്ടിൽ കുറിക്കൂട്ടുണ്ടാക്കാൻ പറ്റിയ പരാഗമുള്ള പൂക്കൾ തേടി നടക്കുകയായിരുന്നു. നായാട്ടിനു വന്ന ഒരു രാജാവ് ഏതോ ഒരു നിഷാദസുന്ദരി എന്നു കരുതി അവളെ വിളിക്കാൻ ഒരു ഭടനെ അയച്ചു. ദ്രൗപദി അവനെ ശകാരിച്ചയച്ചു. പിന്നെയാണ് ദ്രൗപദി വിഡ്ഢിത്തം കാണിച്ചത്. വേഗത്തിൽ ആശ്രമത്തിലേക്കു മടങ്ങുന്നതിനു പകരം പിന്നെയും സ്ത്രീകൾ രണ്ടുപേരും കാട്ടിൽ ചുറ്റിനടന്നു. അപ്പോൾ വേട്ടക്കാരൻതന്നെ വന്നു.

ദ്രൗപദിയാണു താനെന്നും അലഞ്ഞുനടക്കുന്ന നിഷാദസ്ത്രീയല്ലെന്നും പറഞ്ഞപ്പോൾ രാജാവു ചിരിച്ചു.

'അതുകൊണ്ടു കൂടുതൽ നന്നായി. അന്തഃപുരത്തിൽത്തന്നെ ഞാൻ പാർപ്പിച്ചുകൊള്ളാം.'

പിടിവലിയാണു പിന്നെ നടന്നത്. ദാസി ഞങ്ങളിലാരോടെങ്കിലും വിവരം പറയാൻ നിലവിളിച്ചുകൊണ്ടോടി. ആശ്രമത്തിൽ ധൗമ്യൻ മാത്രമായിരുന്നു. ധൗമ്യന്റെ ശാപവാക്കുകളും ദാസിയുടെ വിലാപവും ഞാൻ കേട്ടു. മുമ്പ് ഹിഡിംബി കാണിച്ചുതന്നതുപോലെ കാട്ടുമുയലിനെ ഓടിപ്പിടിക്കാനുള്ള ശ്രമത്തിലായിരുന്നു ഞാൻ. വനവാസത്തിനിടയ്ക്കു വേഗവും ശക്തിയും നിലനിറുത്താൻ പറ്റിയ നല്ല അഭ്യാസമായി ഞാനതു സ്വീകരിച്ചിരുന്നു.

പാറക്കൂട്ടത്തിലേക്കു കയറി നോക്കുമ്പോഴാണ് കാര്യം മനസ്സിലായത്. ദ്രൗപദി തേരിൽ കൈകൾ വിടുവിച്ച് കുതറിച്ചാടാൻ ശ്രമിക്കുന്നു. തേരോടിത്തുടങ്ങിയിരിക്കുന്നു. അപ്പോഴേക്കും മറ്റൊരു വഴിക്ക് അർജ്ജുനനും വന്നു. അയാൾ പലപ്പോഴും പറയാറുള്ളതുപോലെ ശബ്ദം കേട്ടില്ലെങ്കിലും ആപത്തുമണത്തറിയും.

പാറക്കൂട്ടത്തിൽനിന്ന് ഞാൻ എടുത്തുചാടി. വാളൂരിയ ഒരു ഭടനെ ചുമൽകൊണ്ടു തെറിപ്പിച്ച് സാരഥിയെ കഴുത്തിൽ കിടക്കുന്ന ചമ്മട്ടിയോടെ കൂട്ടിപ്പിടിച്ചു പൊക്കിയെറിഞ്ഞ് ഞാൻ തേർത്തട്ടിൽ നിന്നതു നിമിഷങ്ങൾക്കുള്ളിലാണ്. ദ്രൗപദിയെ വിട്ട് രാജാവ് പുറത്തു ചാടി. സഹായത്തിനു വന്ന തേരിന്റെ പരിരഥ്യപിടിച്ച്, അയാൾ ഉയർന്ന് അകത്തേക്കു വീണു. അതിന്റെ സാരഥി അതിവിദഗ്ദ്ധമായി കുതിരകളെ തിരിച്ചു തേർ വിട്ടു. ഒരമ്പുകൊണ്ട് സാരഥി വീണു. അർജ്ജുനന്റെ പിഴയ്ക്കാത്ത ഉന്നം. ദ്രൗപദി രക്ഷപ്പെട്ടുവെന്നതല്ല കാര്യം. കശ്മലനെ കൊല്ലാതെ വിട്ടുകൂടാ.

കാട്ടിൽ എങ്ങനെ കുറുക്കുവഴിക്കോടിയാലും എനിക്കു തേരിന്റെ മുമ്പിലെത്താൻ കഴിയുമെന്ന് അവൻ അനുമാനിച്ചിരിക്കുകയില്ല. ധൗമ്യൻ ദ്രൗപദിയെ നോക്കിക്കൊള്ളും. സഹായികൾ വീര്യം കാട്ടുന്നുവെങ്കിൽ ചെറുക്കാൻ അർജ്ജുനൻ ധാരാളം മതി.

കാട്ടിലെ തേർവീഥിയിൽ അത്ര വേഗത്തിൽ ആർക്കും തേരോടിക്കാനാവില്ല. വഴി വളഞ്ഞുപുളഞ്ഞാണ് പോകുന്നത്. പൊന്തക്കാടുകൾ ചവിട്ടിമെതിച്ച് ഒറ്റപ്പന്നിയേക്കാൾ വേഗത്തിൽ ഞാനോടി. തേർവഴിയിൽ, മുമ്പേ ഒരു സ്ഥാനത്തെത്തിയ ഞാൻ വലിയ അശ്വത്ഥത്തിന്റെ മറവിൽ നിന്നു. തിരിവു കഴിഞ്ഞു കുതിരകൾ മുന്നിലേക്കു കഴുത്തു നീട്ടുമ്പോഴേക്ക് ഞാൻ വഴി നടുവിലേക്കെടുത്തുചാടി അലറി. അയാൾ കടിഞ്ഞാൺ പിടിച്ചെങ്കിലും നിലയുറയ്ക്കാനാവാത്ത കുതിരകൾ മുൻകാലുകൾ ഉയർത്തി. പിന്നെ വിരണ്ട കുതിരകളെ നിയന്ത്രിക്കണോ എന്നോട് ഏറ്റുമുട്ടാണോ എന്നു തീരുമാനിക്കാനാവാത്തതാണ് അയാളുടെ അമ്പരപ്പ്. കടിഞ്ഞാൺ വിട്ട് അമ്പും വില്ലും തേർത്തട്ടിൽനിന്നെടുക്കുമ്പോഴേക്ക് ഞാൻ അയാളെ വലിച്ചു പുറത്തിട്ടു. എഴുന്നേറ്റപ്പോൾ കൈമുട്ടുകൊണ്ട് നെഞ്ചിലിടിച്ചു. അതു മതിയായിരുന്നു. അരയിൽ കെട്ടിയ സ്വർണ്ണമണികൾ തുന്നിക്കോർത്ത തോൽവാറിൽ പിടിച്ചുകൊണ്ട് ഞാൻ അവനെ താവളത്തിലേക്കു വലിച്ചു. അർജ്ജുനനും എത്തി.

വൈകിയെത്തിയ ഖേദം തീർക്കാൻ നകുലനും സഹദേവനും തടവുകാരനെ ഏറ്റുവാങ്ങി. കൈ രണ്ടും പിന്നിൽ ചേർത്തുകെട്ടി.

ഭടന്മാരോ സഹായികളോ ഉണ്ടോ?

അർജ്ജുനൻ പറഞ്ഞു: 'വിട്ടു. സൂതന്റെ ശവവുംകൊണ്ട് രണ്ടു തേരും മടക്കിയയച്ചു.'

തിരിച്ചെത്തിയ യുധിഷ്ഠിരൻ തടവുകാരനെ കണ്ടപ്പോൾ ആശ്ചര്യത്തോടെ പറഞ്ഞു:

'ഓ! സിന്ധുരാജനോ?'

രോഷംകൊണ്ടു പുളയുന്ന ജയദ്രഥൻ ഞങ്ങളെ മാറിമാറി നോക്കി.

സിന്ധുരാജൻ ജയദ്രഥൻ! കൗരവസഹോദരി ദുശ്ശളയെ വിവാഹം കഴിച്ച ജയദ്രഥനെ ഞാൻ ആദ്യമായാണു കാണുന്നത്. ദുര്യോധനന്റെ സ്യാലൻ. അതാഘോഷിക്കുവാൻ ഞാൻ രണ്ടു ചെവികളുമടച്ചു പുറംകൈകൊണ്ടു മാറി മാറി അടിച്ചു. ഈ അതിഥിക്കു വേണ്ട പഞ്ചദാനങ്ങൾ വേറെ.

യുധിഷ്ഠിരൻ പറഞ്ഞു: 'അരുത്, ഭീമസേനാ, അരുത്.'

'ദ്രൗപദിയെ ബലാല്ക്കാരമായി തേരിലേറ്റിക്കൊണ്ടുപോകാൻ തുനിഞ്ഞവനാണ് ഈ പുതിയ രാവണൻ. ഇവനോടെന്തിനു ദയ?'

ജയദ്രഥന്റെ കണ്ണുകളിൽ പക പത്തിയുണർത്തി.

വീണ്ടും അടിക്കാൻ തുടങ്ങിയപ്പോൾ ജ്യേഷ്ഠൻ കല്പനയുടെ സ്വരത്തിൽ പറഞ്ഞു: 'അരുത്!'

ഞാൻ ക്ഷോഭിച്ചു:

'ഇതിലും ചെറിയ കാരണങ്ങൾക്ക് ബുദ്ധിയില്ലാത്ത കാട്ടാളന്മാരെ ഞാൻ കൊന്നിട്ടുണ്ട്.'

ജ്യേഷ്ഠന്റെ ആജ്ഞയ്ക്കുമുമ്പിൽ അർജ്ജുനനും എന്തു ചെയ്യണമെന്നു

പറയാനറിയാതെ വിഷമിച്ചു.

തെറ്റുചൊല്ലിച്ചുവിട്ടാൽ മതിയെന്നു പറഞ്ഞു അർജ്ജുനൻ. മുടി മുറിച്ചു വിട്ടാൽ മതിയെന്ന് അഭിപ്രായപ്പെട്ടു സഹദേവൻ. മുടി മുറിക്കുന്നത് പഞ്ച ശിഖ മാത്രം നിർത്തി വേണം എന്ന് ഒരഭിപ്രായം പറഞ്ഞു നകുലൻ. കുറ്റ വാളികൾക്കുള്ള അടയാളമാണ് പഞ്ചശിഖ.

ഞാൻ പറഞ്ഞു: 'വിടാം. നൂറുകുതിര. ആയിരം പശുക്കൾ— അതിവിടെ എത്തുമ്പോൾ വിടാം. സിന്ധുരാജ്യത്തേക്കു ദൂതൻ പോകട്ടെ. സന്ദേശം ഇയാൾതന്നെ വ്യക്തമായി പറഞ്ഞുകൊടുക്കട്ടെ.'

അത്രയും ദിവസങ്ങൾ ഇയാളെ സൂക്ഷിക്കുന്നത് ക്ലേശമായിരിക്കുമെന്നു പറഞ്ഞ്, സഹദേവൻ മുടിയെടുക്കാൻ അർദ്ധചന്ദ്രശിരസ്സുള്ള അസ്ത്രം കരിങ്കല്ലിൽ ഉരച്ചു മൂർച്ചകൂട്ടാൻ തുടങ്ങി. ആരും തടുത്തില്ല. രണ്ടുപേരും ചേർന്നു കുടുമ മുറിച്ചു ജയദ്രഥൻ അനങ്ങിയില്ല.

പിന്നെ യുധിഷ്ഠിരൻ തന്നെ വന്നു കെട്ടഴിച്ചു.

കെട്ടഴിഞ്ഞ് ജയദ്രഥൻ മുമ്പിൽ നിന്നപ്പോൾ യുധിഷ്ഠിരൻ പറഞ്ഞു: 'ദുശ്ശളയോട് ഞങ്ങൾ കുശലങ്ങൾ ചോദിച്ചതായി പറയൂ. അവളെ ഓർത്താണ് ഞാനിപ്പോൾ ദയ കാട്ടുന്നത്. സിന്ധുരാജനെ ഭയന്നിട്ടല്ല.'

അല്പം ദയ കാട്ടിയതിനേക്കാൾ ഭേദം അയാളെ വധിക്കുകതന്നെയാ യിരുന്നു എന്ന് എല്ലാവർക്കും ബോദ്ധ്യമായി. അതിനു പിന്നെയും കുറേ ക്കാലം കഴിയേണ്ടിവന്നു എന്നുമാത്രം.

നാഗൻ പറഞ്ഞതുപോലെ, ശത്രു ദയ അർഹിക്കുന്നില്ല. ദയ നേടിയാൽ അവൻ അജ്ജയ്യനാംവിധം കരുത്തുനേടി നമ്മുടെ നേർക്ക് വീണ്ടും അടു ക്കുന്നു.

ജയദ്രഥനെപ്പറ്റി ഞങ്ങൾ മറന്നു. വളരെ വേഗം. അപ്പോഴേക്ക് കൃഷ്ണന്റെ സന്ദേശവുംകൊണ്ട് ഒരു ദൂതൻ പിന്നെയും വന്നതാണ് കാരണം. അന്നുതന്നെ വിദുരർ ഏർപ്പെടുത്തിയ ചാരന്മാരിൽപ്പെട്ട ഒരു സൂതനും വന്നു.

സന്ധ്യാവന്ദനത്തിനുശേഷം ജ്യേഷ്ഠൻ ഞങ്ങൾ നാലുപേരെയും വിളിച്ചു.

വനവാസത്തിന്റെ കാലാവധി അടുത്ത ചതുർത്ഥിക്കവസാനിക്കുന്നു. ഇപ്പോൾ യാത്രപുറപ്പെട്ടാൽ സമയത്തിനു വിരാടന്റെ രാജധാനിയിൽ ചെന്നെത്താം. അഞ്ചുപേരും വെവ്വേറെ എത്തിച്ചേരണം. ആരും തിരിച്ചറി യാനിടവരരുത്. വിരാടരാജധാനിയിൽ ആവശ്യപ്പെടേണ്ട ജോലികളെപ്പ റ്റിയും നേരത്തെ ധാരണ വേണം. അജ്ഞാതവാസം നിരവധി രാജാക്ക ന്മാർ കേൾക്കെ ഏറ്റെടുത്തതാണ്.

'രാജാവിന് ചൂതുകളിയിൽ താൽപര്യമാണ്. ചൂതുകളിക്കാരൻ സേവ കനായി നില്ക്കാൻ ഞാൻ പറ്റും.'

നകുലനും സഹദേവനും പതുക്കെ ചിരിച്ചു.

‘വിരാടന് നൃത്തഗീതാദികളിൽ പ്രിയമാണ്. വലിയ നാട്യഗൃഹമുണ്ട്. പാട്ടും നൃത്തവും പഠിപ്പിക്കുന്ന ഗുരുനാഥനായി നില്ക്കാം അർജ്ജുനന്. സ്ത്രീയും പുരുഷനുമല്ലാത്ത മൂന്നാം വർഗ്ഗക്കാരനായി ഭാവിച്ചാൽ അത്രയും നല്ലത്....’

അന്തഃപുരത്തിൽ സ്വൈരവിഹാരം നടത്താനുള്ള അവസരം കണ്ടു കൊണ്ട് അർജ്ജുനൻ പറഞ്ഞു: ‘എളുപ്പം ക്ഷൗരം ചെയ്തു നടക്കണം. ദേഹഗന്ധത്തിന് പത്രവും പ്രിയംഗുവും ഉപയോഗിക്കണം. തലമറച്ചു വസ്ത്രമിടണം. സംസാരിക്കുമ്പോൾ നിശാകരമോ ജാതിപത്രമോ മണ ക്കണം. നടക്കുമ്പോൾ അരക്കെട്ട് കുലുങ്ങണം. എളുപ്പം.’

മൂന്നാംവർഗ്ഗക്കാർ ചില കൊട്ടാരങ്ങളിൽ കാവൽപ്പണിക്കു നില്ക്കാറു ണ്ടെന്നറിയാം. ഹസ്തിനപുരത്തിലുണ്ടായിരുന്നില്ല. ആനപ്പന്തികളിലെ ജോലിക്കാർ അവരെപ്പറ്റി താണതരം ഫലിതങ്ങൾ പറയുന്നത് കുട്ടിക്കാ ലത്ത് ഞാൻ കേട്ടിട്ടുണ്ട്.

പിന്നെ നകുലന്റെ കാര്യമാണദ്ദേഹം പറഞ്ഞത്. കുതിരപ്പന്തിയിലെ സേവകനാവാൻ അപേക്ഷിക്കാം. നകുലന് അശ്വലക്ഷണമറിയാം. അശ്വ ശിക്ഷണവും അയാൾ പഠിച്ചിട്ടുണ്ടല്ലോ.

സഹദേവൻ അങ്ങനെ ഒന്നിലും പ്രത്യേക വൈദഗ്ദ്ധ്യമുള്ളവനല്ല. അതുകൊണ്ട് ഗോശാലകളിൽ ജോലിചെയ്യാം.

അപ്പോഴാണ് ദ്രൗപദി വന്നത്. ഗോശാലകളിലെ ജോലിക്കാർ നിരവധി യുണ്ടാവും വിരാടന്. ഒരാൾക്കു പരിചയക്കുറവുണ്ടോ എന്നൊന്നും ആരും അന്വേഷിക്കാൻ പോകുന്നില്ല.

യുധിഷ്ഠിരൻ വിശദീകരിച്ചു:

‘നമ്മളെല്ലാം ഇന്ദ്രപ്രസ്ഥത്തിൽ യുധിഷ്ഠിരന്റെ കീഴിൽ ജോലി ചെയ്ത വരാണെന്നു പറയണം. ഹസ്തിനപുരത്തേയും ഇന്ദ്രപ്രസ്ഥത്തേയും പറ്റി ചോദിച്ചാൽ എളുപ്പമായി. യുധിഷ്ഠിരന്റെ ഇഷ്ടാനിഷ്ടങ്ങളെപ്പറ്റി എല്ലാം എനിക്കു കൃത്യമായി പറയാമല്ലോ. വിഡ്ഢിത്തങ്ങളെപ്പറ്റിയും വേണമെ ങ്കിൽ പറയാം.’

ഗൗരവം വിടാതെ അദ്ദേഹം പറഞ്ഞു:

‘യുധിഷ്ഠിരനു കഷ്ടകാലം വരുമ്പോൾ പിരിഞ്ഞുപോയ ചിലർ വരും. അവരെ സേവകരായി നിറുത്തണമെന്നു കൃഷ്ണൻ അപേക്ഷിച്ചിട്ടുണ്ട്. നിരസിക്കുമെന്ന് ആരും ഭയപ്പെടേണ്ട.’

‘ദ്രൗപദി?’

നകുലൻ അന്വേഷിച്ചു.

‘പാണ്ഡവപത്നി ദ്രൗപദിയുടെ സൈരന്ധ്രിയായിരുന്നു എന്നു പറ യണം. വിരാടപത്നിക്കു നല്ല കളഭം അരച്ചുകൊടുക്കുക. കുറിക്കൂട്ടുണ്ടാ ക്കുക. ദാസിമാരിൽ ഒരുവളായിട്ടുതന്നെ.’

അതുവരെ എന്റെ കാര്യം ജ്യേഷ്ഠൻ പറഞ്ഞില്ല എന്ന് സഹദേവൻ

ഓർമ്മിപ്പിച്ചു.

ഗൗരവത്തിൽ സഹദേവനെ നോക്കി അദ്ദേഹം ചോദിച്ചു: 'അതു പ്രത്യേകം എടുത്തുപറയാനുണ്ടോ മന്ദാ, വൃകോദരന്റെ കാര്യത്തിൽ? അടുക്കളക്കാരൻ തന്നെ.'

എല്ലാവരും ചിരിച്ചു.

ജ്യേഷ്ഠൻ ഒഴികെ. അദ്ദേഹം അതേ ഗൗരവഭാവത്തിൽ തുടർന്നു: 'രാജാവിന്റെ ഉച്ഛിഷ്ടമായിരിക്കും എനിക്കു കളിനടക്കുമ്പോൾ കിട്ടുന്നത്. അതോർമ്മയുണ്ടായിരിക്കണം അടുക്കളക്കാർക്ക്.'

വീണ്ടും എല്ലാവരും ചേർന്ന് ചിരിച്ചപ്പോൾ കൃത്രിമഗൗരവം വിട്ട് യുധിഷ്ഠിരനും ചിരിച്ചു.

വനവാസം അവസാനിപ്പിക്കുന്നു എന്നതു മാത്രമല്ല, ഞങ്ങളെ ലഘുചിത്തരാക്കിയത്. വീണ്ടും ഒരു കൊട്ടാരത്തിനകത്താണ് ഞങ്ങളെത്തുന്നത്.

വിരസമായി പതിവുപോലെ ആരംഭിച്ച്, ആപത്തു പതുങ്ങിക്കടന്നു വരികയും താവളത്തിൽത്തന്നെ കലാപം ഉണ്ടാവുന്നതിനടുത്തുവരെ എത്തുകയും ചെയ്ത കാമ്യകത്തിലെ ഒരു ദിവസം അവസാനിച്ചത് പൊട്ടിച്ചിരികളിലാണ്

പക്ഷേ, കിടന്നപ്പോൾ ജയദ്രഥന്റെ സർപ്പക്കണ്ണുകൾ എനിക്കു മറക്കാൻ കഴിഞ്ഞില്ല. ഭയപ്പെടേണ്ട ഒരു ശത്രു കൂടിയുണ്ട് കൗരവർക്കിടയിൽ. പഞ്ചശിഖയുംകൊണ്ട് ഓടിപ്പോകേണ്ടിവന്ന ദുര്യോധനസ്യാലൻ.

6

വിരാടം

ഒന്ന്

ശക്തി അനുഗ്രഹവും ചിലപ്പോൾ ശാപവുമാണെന്നു വീണ്ടും തെളിയിച്ചു വിരാടനഗരിയിലെ വാസം.

യുധിഷ്ഠിരന്റെ രാജധാനിയിലെ പ്രധാനപാചകക്കാരനായിരുന്ന വല്ലവനായിട്ടാണ് ഞാൻ വിരാടരാജധാനിയിൽ ചെന്നത്.

അടുക്കളക്കാരന് ഒഴിവുള്ളപ്പോൾ കൊട്ടാരത്തിലെവിടെയും ചുറ്റി നടക്കാം. ഇടയ്ക്ക് അന്തഃപുരത്തിന്റെ പരിസരം വരെ എത്താം. വിരാടപത്നിയുടെ സൈരന്ധ്രി മാലിനി ഒരടുക്കളക്കാരനോടു കുറച്ചുനേരം സംസാരിച്ചാൽ ആർക്കും സംശയം തോന്നേണ്ടതില്ല. പരുക്കൻ ശരീരവും വേർപെടുത്താതെ പരത്തിയിട്ട ചെമ്പിച്ച മുടിയും ഊശാൻതാടിയും ചളി പുരണ്ടാലറിയാത്ത അടുക്കളക്കാരന്റെ കറുത്ത വേഷവുമുള്ള വല്ലവനോട് സുന്ദരിയായ മാലിനി സംസാരിക്കുന്നതിൽ മറ്റു ദാസിമാർക്കും അസൂയ തോന്നുകയില്ല. കൊട്ടാരവളപ്പിലെ ഗോശാലയിൽ സഹദേവൻ. കുതിരപ്പന്തിയിൽ നകുലൻ. അവരെ ഇടയ്ക്കു കാണാം. ഒറ്റയ്ക്കു യുധിഷ്ഠിരനെ കാണുന്നതു മാത്രം പ്രയാസമുള്ള കാര്യമായിരുന്നു.

മാത്സ്യരാജാവ് വിരാടന് ചൂതുകളിയിൽ ജ്യേഷ്ഠൻ പറഞ്ഞതിലേറെ കമ്പമാണ്. പുതിയ സേവകൻ 'കങ്കൻ' ശരിക്കും തന്റെ ജോലി ആസ്വദിക്കുന്നുമുണ്ട്. കളിയിൽ കൂടുതൽ ജയിക്കുന്നതു കങ്കൻതന്നെ. രാജാവിനു മുഷിയാതിരിക്കാൻ ഇടയ്ക്കു താൻ തോററുകൊടുക്കുന്നു എന്നാണ് ഒരിക്കൽ ഒറ്റയ്ക്ക് അല്പസമയം കിട്ടിയപ്പോൾ ജ്യേഷ്ഠൻ പറഞ്ഞത്.

പ്രധാന കെട്ടിടത്തിനു തൊട്ടായിരുന്നു ഉത്തരരാജകുമാരിയുടെ മന്ദിരം. അതിനടുത്താണ് നാട്യഗൃഹം. അതിനപ്പുറമാണ് പാട്ടും നൃത്തവും പഠി

പ്പിക്കാൻ വന്ന ബൃഹന്നളയ്ക്കുള്ള വാസസ്ഥലം ഏർപ്പെടുത്തിയിരിക്കുന്നത്.

തുടക്കത്തിൽ ദ്രൗപദിക്കും അധികം പരിഭവങ്ങളൊന്നും പറയാനുണ്ടായിരുന്നില്ല. രാജ്ഞി സുദേഷ്ണ പുതിയ സൈരന്ധ്രിയുടെ വൃത്തിയും വകതിരിവും കണ്ടു തോഴിയെപ്പോലെയാണ് പെരുമാറുന്നതെന്നു പറഞ്ഞു. ഇടയ്ക്കിടെ രാജ്ഞിയെ കാണാൻ വരുന്ന സഹോദരന്റെ കണ്ണുകൾ തന്റെ നേർക്ക് അർത്ഥവത്തായി നീളുന്നുണ്ട് എന്നും കൂട്ടത്തിൽ പറഞ്ഞു.

'ദാസി സുന്ദരിയാവുമ്പോൾ അതുണ്ടാവും' എന്നു ഞാൻ നിസ്സാരഭാവത്തിൽ പറഞ്ഞു. 'രാജ്ഞിയുടെ സഹോദരന്മാരുടെയും മുതിർന്ന ആൺമക്കളുടെയും വിനോദത്തിനാണ് പലേടത്തും ദാസിമാർ.'

'ദ്രുപദരാജധാനിയിൽ അതു നടക്കില്ല.'

പക്ഷേ, ഇതു വിരാടന്റെ കൊട്ടാരമാണല്ലോ!

നകുലനെ പ്രീതിപ്പെടുത്താൻ ദാസിമാർക്കിടയിൽ കിടമത്സരമാണെന്നു ദ്രൗപദി അറിയുന്നുണ്ട്. കൂട്ടത്തിൽ സഹദേവനെപ്പറ്റി പരിതപിച്ചു.

തനിക്കും ഭർത്താവുണ്ട് എന്നാണു പറഞ്ഞിരിക്കുന്നത്, സുമംഗലികളായ ദാസിമാരെ വിനോദത്തിനായി വിളിക്കുകയില്ല എന്ന വിശ്വാസത്തിൽ.

'കങ്കന്റെ വിശേഷങ്ങളറിയുന്നില്ലേ?'

ഞാൻ ചോദിച്ചു.

'നാലുമാസത്തിനിടയ്ക്കു സ്വകാര്യസമ്പാദ്യം വർദ്ധിച്ചിട്ടുണ്ട്.'

ഞാനും ചിരിച്ചു.

'രാജ്യം പന്തയംവച്ചു കളിക്കില്ലല്ലോ വിരാടൻ?'

അങ്ങനെയിരിക്കെ ഉത്സവകാലം വന്നു. കൊട്ടാരമുറ്റത്ത് ഒരു രംഗപീഠം ഉയർന്നു. ജാലവിദ്യക്കാരും അഭ്യാസികളും വന്നു. നൃത്തക്കാരും ഗായകരും വന്നു. പ്രകടനങ്ങൾ നടത്തി സമ്മാനങ്ങൾ വാങ്ങി. കൂട്ടത്തിൽ മല്ലന്മാരും വന്നു.

സൈന്യത്തിലെ തടിമിടുക്കുള്ളവരെയെല്ലാം പരദേശക്കാരോടു പൊരുതാനിറക്കി. വന്നവരുടെ കൂട്ടത്തിൽ അങ്കത്തിലിറങ്ങാതെ ഒരാൾ മാത്രം പരിഹാസത്തോടെ നോക്കിനിന്നു. തോൾവളയും കൈവളയുമിട്ട ഒരു മല്ലൻ. അവനു പറ്റിയ ഒരെതിരാളിയായി ആരെയും കണ്ടില്ല. എന്നവൻ പറഞ്ഞത്രെ. കൈയബദ്ധം കൊണ്ട് ആരും മരിക്കുന്നത് അവന് ഇഷ്ടമില്ല എന്ന ന്യായവും പറഞ്ഞു.

മല്ലയുദ്ധം കാണാൻ വന്ന ദാസരുടെ കൂട്ടത്തിൽ ഞാനുമുണ്ടായിരുന്നു.

കലവറ സൂക്ഷിപ്പുകാരൻ കോങ്കണ്ണൻ പരിഹസിച്ചുകൊണ്ടു പറഞ്ഞു: 'ഈ വല്ലവൻ പറ്റും. തടിമിടുക്കിൽ കെടാകെട നില്ക്കും.'

ഞാൻ ചിരിച്ചു.

അകന്നുമാറി ധിക്കാരത്തിൽ നില്ക്കുന്ന ഈ മല്ലന്റെ പരാക്രമം കാണാൻ പറ്റില്ലല്ലോ എന്നാലോചിച്ചപ്പോൾ എന്തുകൊണ്ടോ രാജാവിനും

അടുക്കളക്കാരനെ ഓർമ്മ വന്നു.

വിളിച്ചപ്പോൾ ഞാൻ താണുതൊഴുതു മുമ്പിൽ നിന്നു. കുട്ടിക്കാലത്തു കുറെ പഠിച്ചു. പിന്നെ അടുക്കളക്കാരനായപ്പോൾ പഠിച്ച അടവുകളൊക്കെ മറന്നു എന്നു ഞാനറിയിച്ചു. രാജാവ് എന്റെ പെരുത്ത ശരീരത്തിലാകെ നോക്കിക്കൊണ്ടു പറഞ്ഞു:

'കുറച്ചുനേരം പിടിച്ചുനിന്നാൽ മതി. പിന്നെ തോൽവി പറഞ്ഞ് ഇറങ്ങിപ്പോന്നുകൊള്ളൂ. കേട്ട സ്ഥിതിക്ക് ഈ ജീമൂതനോടു തോൽക്കുന്നതും ഒരു ഖ്യാതിയാണ്.'

ഞാൻ പകുതി സമ്മതിച്ച ഭാവത്തിൽ നിന്നു. ഉടനെ പരിചാരകന്മാർ എന്നെ പൊതിഞ്ഞു. അടുക്കളക്കാരന്റെ കറുത്തവസ്ത്രം നീക്കി അര മറയ്ക്കുന്ന പുലിത്തോൽ ബന്ധിച്ചു. ഒരാൾ മുടികെട്ടാൻ സഹായിക്കുന്നു. വല്ലവൻ ഒരുങ്ങുന്നതു കണ്ട് രസിച്ച് അടുക്കള ജോലിക്കാരും വന്നു. അവരിൽ ഏറ്റവും പ്രായംകൂടിയ നിരതൻ എന്റെ നെഞ്ചിൽത്തട്ടി പറഞ്ഞു: 'എന്റെ പന്തയം അഞ്ചു വെള്ളി നിഷ്കം വല്ലവന്റെ മേൽ. ആളുണ്ടോ?'

വിരാടരാജാവിനെ രസിപ്പിക്കാൻ വേണ്ടി മാത്രമാണ് ഞാൻ അങ്കണത്തിലിറങ്ങിയത്. എന്റെ ശരീരം നോക്കി, താൻ ശരിവച്ചിരിക്കുന്നു എന്ന ഭാവത്തിൽ ജീമൂതൻ ചിരിച്ചു.

ഉള്ളംകൈകൊണ്ടു പരത്തിയടിച്ചാണ് അയാൾ തുടങ്ങിയത്. എതിരാളിയുടെ തടവിന്റെ ചടുലത അറിയാനാണത്. ഞാൻ വേഗം കുറച്ചു. കുറച്ചടികൾ വാങ്ങി. നില്പും നീക്കവും കണ്ടപ്പോൾ യവനമുറയാണ് ജീമൂതന്റെ യുദ്ധമെന്ന് ഞാൻ ഊഹിച്ചു. യവനമുറയിൽ കാക്കേണ്ടതു കണങ്കാലാണ്. വീഴ്ത്തുന്നത് എപ്പോഴാണെന്നറിയില്ല.

നിതാപമവാതങ്ങളിലാണ്, ശിരസ്സും ശിരസ്സും, കൈയും കൈയും, തോളും തോളും തമ്മിലുള്ള കൂട്ടിമുട്ടലുകളിലാണ്, മല്ലയുദ്ധം തൊഴിലായി സ്വീകരിച്ചവർ പ്രതിയോഗിയെ അളക്കുന്നത്. കണങ്കാൽ കൊണ്ടുള്ള ഞങ്ങളുടെ 'പ്രസൃതം' തന്നെ ജീമൂതന്റെ യവനമുറയിലും.

അങ്കണത്തിന്റെ ഒരുവശത്ത് സ്ത്രീകളുടെ പുതിയ സംഘം വന്നു ചേർന്നത് ഇടംകണ്ണാലെ ഞാൻ കണ്ടു. അതിലുണ്ട് ദ്രൗപദി. അഭ്യാകർഷം, വികർഷം— രണ്ടടവുകളിലും ഞാൻ തോല്ക്കുന്നമാതിരി നടിച്ചു. അടുക്കളക്കാർ ശകാരിക്കാനും പ്രോത്സാഹിപ്പിക്കാനും തുടങ്ങി വല്ലവനെ. നിരതൻ വിളിച്ചുപറയുന്നതു കൂട്ടത്തിൽ വേറെ കേട്ടു. രാജാങ്കണമാണെന്നു മറക്കുന്ന വാക്കുകൾ.

മുഷ്ടിയുദ്ധം തുടങ്ങിയപ്പോൾ ഞാൻ കരുത്തു മുഴുവൻ കൈകളിലേക്കാവാഹിച്ചു. ജീമൂതന്റെ മുഖത്ത് അത്ഭുതം പരക്കുന്നതു ഞാൻ കണ്ടു. വിരാട സദസ്സിലെ കാഴ്ചക്കാർ ആഹ്ലാദം കൊണ്ടു. നിരതൻ അലറാൻ തുടങ്ങി. അത്ഭുതം വിട്ട് ആക്രമണരീതി മാറ്റാൻ നോക്കുംമുമ്പ് ഞാൻ കഴുത്തിൽ പ്രഹരിച്ചു. കനത്ത വലംകൈ ഇടംചെവിക്കു താഴെ ശരിക്കു വീണപ്പോൾ ജീമൂതൻ ആടി.

'കൊല്ലവനെ!'

നിരതന്റെ ആക്രോശമായിരിക്കണം ഞാൻ കേൾക്കുന്നത്. നെഞ്ചും കഴുത്തുമടക്കിയുള്ള അടുത്ത മുഴംകൈ പ്രഹരമേറ്റപ്പോൾ ജീമൂതൻ ചെരിഞ്ഞു. അടുത്ത പ്രഹരം പ്രതീക്ഷിച്ച് ശരീരം വളച്ചു. അപ്പോൾ കഴുത്തു പിടിച്ചു സമനില തെറ്റിച്ചു കടിസ്ഥലം പൊക്കി ഞാൻ ഒന്നു ചുഴറ്റി. പെരുവിരലുകളൂന്നി പാദമുയർത്തി തോൾ ചലിപ്പിച്ചു. പ്രതിയോഗിയെ എറിഞ്ഞു. മുമ്പിലായി ജീമൂതൻ ചെന്നു വീണപ്പോൾ ഞാൻ കൈ തുടച്ചു. സദസ്സ് ആരവംകൊണ്ട് എന്നെ അഭിഷേകം ചെയ്തു.

രാജാവ് അതിസംപ്രീതനായിരുന്നു. നൂറു നിഷ്കങ്ങൾ സമ്മാനം കല്പിച്ചു. പഠിച്ചതു മറന്ന പഴയ അഭ്യാസിയല്ല ഞാനെന്നു തോന്നിയവർ ചുറ്റും കൂടി. പിതൃക്കളുടെ അനുഗ്രഹംകൊണ്ടു ജയിച്ചു എന്നുമാത്രം പറഞ്ഞ്, ഞാൻ വിനീതനായി നടന്നു.

ദ്രൗപദി ഇടയ്ക്കോടിവന്നെത്തി:

'കൊല്ലണമായിരുന്നു..... എന്നാലേ എല്ലാവരും വല്ലവനെ ഭയപ്പെടാൻ തുടങ്ങൂ.'

'വിരാടന്റെ രസത്തിനല്ലേ?..... ശത്രുവല്ലല്ലോ കൊല്ലാൻ. അത്ര മതി.'

ഞാൻ അടുക്കളക്കെട്ടിലേക്കു നടന്നു.

അതിനുശേഷം, അടുക്കളക്കാരുടെ മേലാളൻ എന്റെ തെറ്റു കണ്ടില്ല. അലസതയെപ്പറ്റി പറഞ്ഞില്ല. വിളമ്പുന്നതിൽ വിശേഷവിഭവങ്ങൾ കൂടി. പുറത്ത് കുറെയൊക്കെ ചുറ്റിത്തിരിഞ്ഞാലും ശകാരമില്ല.

ജീമൂതന്റെ തോൽവിയറിഞ്ഞ് പിന്നെയും ചില മല്ലയുദ്ധക്കാർ വന്നു. ഭാഗ്യം പരീക്ഷിക്കാൻ ഞാൻ ഇനി തയ്യാറില്ലെന്ന് പറഞ്ഞ് നയത്തിൽ ഒഴിഞ്ഞു മാറി.

ചിതറിക്കിടക്കുന്ന പല സൗധങ്ങൾ ചേർന്നതാണ് വിരാടരാജധാനി. വിരാടന് നാല്പതിനായിരം പശുക്കളുണ്ടെന്നാണ് പരിചാരകർ പറയുന്നത്.' കാട്ടിൽ പലേടത്തായി ഗോശാലകളുണ്ട്. ഗോപൻമാരുടെ മേൽ നോട്ടം ഗ്രാമണിക്ക്. ചെറിയ മതിൽക്കെട്ടിനും കോട്ടമതിലിനുമിടയ്ക്കായി അഞ്ചു ഗോശാലകൾ. അതിലൊന്നിലാണ് സഹദേവൻ. അവിടെ സഹദേവനെ കണ്ടില്ല.

ഞാൻ കോട്ടവാതിലും കടന്നു പുറത്തേക്കിറങ്ങി. കാവൽക്കാർ സ്നേഹഭാവത്തിൽ ചിരിച്ചു. കുശലം ചോദിച്ചു. വല്ലവൻ പ്രസിദ്ധനായിരിക്കുന്നു. വസ്ത്രം മാറി പല പേരുകളിൽ കൊട്ടാരത്തിൽ പ്രവേശിക്കുന്നതിനുമുമ്പ് നടപ്പാതയിൽനിന്നകന്ന് ഒരു വലിയ ചെറുവന്നിമരത്തിൽ ഞങ്ങൾ ആയുധങ്ങൾ ഉയരത്തിലെ പല കൊമ്പുകളിലായി കെട്ടിവച്ചിരുന്നു. ചെറുവന്നിക്കാട്ടിൽ കണ്ട ഒരസ്ഥികൂടം അതിന്റെ ഒരു കൊമ്പിൽ സഹദേവൻ തൂക്കിയിട്ടു. തൂങ്ങിമരിച്ച മരത്തിൽ ദുർഭൂതങ്ങളുണ്ടാവുമെന്നു കരുതി ഇടയൻമാർ ആ വഴി പിന്നെ നടക്കില്ല.

ചുറ്റും ആരുമില്ലെന്ന് ഉറപ്പുവരുത്തി ഞാൻ മരത്തിൽ കയറി. അസ്ഥി കൂടം അതേപോലെ നില്ക്കുന്നുണ്ടെങ്കിലും മൂന്നു ശാഖകൾ ചേരുന്ന സ്ഥലത്ത് മൃഗത്തോലുറകളിൽ പൊതിഞ്ഞ് ആയുധങ്ങൾ വച്ചത് അവിടെത്തന്നെയില്ലേ എന്നു നോക്കി. എന്റെ പൊന്നുകെട്ടിയ പിടിയുള്ള വില്ലും പുലിത്തോലുറയിട്ട വാളും മയൻ ഉണ്ടാക്കിയ ഇരുമ്പുഗദയും വെറുതെ എടുത്തുനോക്കി. മറ്റുള്ളവരുടെ ആയുധപ്പൊതികളും ഭദ്രം. തിരിച്ച് അടുക്കളയിൽ വന്നപ്പോൾ പുറത്തെവിടെയോ ഞാനൊരു പെണ്ണുമായി ബന്ധം തുടങ്ങിയെന്ന അർത്ഥത്തിൽ അടുക്കളക്കാർ ഫലിതം പറഞ്ഞു.

സന്ധ്യയ്ക്കു ദ്രൗപദിയെ കാണാൻ പാകത്തിൽ ഞാൻ അന്തഃപുരപരിസരത്തിൽ നിന്നു. അപ്പോൾ ബ്രാഹ്മണർക്കുള്ള ദാനപ്പശുക്കളുമായി കുറച്ചു മുമ്പേ അവിടെ സഹദേവൻ വന്നുപോയ കാര്യം ദ്രൗപദി പറഞ്ഞു. പരിഭവമാണിന്നു മുഖത്ത്.

'സഹദേവൻ വല്ലാതെ വാടിയിരിക്കുന്നു. മകനെപ്പോലെ നോക്കണേ എന്നു പറഞ്ഞാണ് അമ്മ വനയാത്രയ്ക്കിറങ്ങുമ്പോൾ എന്നെ ഭാരമേല്പിച്ചത്. എന്തു ചെയ്യാൻ?'

വിരാടന്റെ പെൺമക്കളെ പഠിപ്പിച്ചുകൊണ്ടു മൂന്നാംവർഗ്ഗക്കാരെപ്പോലെ തല മറച്ചു പട്ടുവസ്ത്രം ചുറ്റി നടക്കേണ്ടിവന്ന അർജ്ജുനനെപ്പറ്റിയും പരിതപിച്ചു. ഇന്ദ്രസമനായ പാർത്ഥന് എന്തൊരു പതനം!

'പക്ഷേ, ആണും പെണ്ണുമല്ലാത്തവനെ പെൺകുട്ടികൾക്കിഷ്ടമായിരിക്കുന്നു. അതാണത്ഭുതം!

നകുലൻ സംസാരിക്കാൻ അവസരമുണ്ടാക്കാത്തതിലാണ് പരിഭവം.

'രാജ്ഞി സുദേഷ്ണ എങ്ങനെ?'

ദ്രൗപദി കൈത്തലം കാണിച്ചു പറഞ്ഞു: 'കണ്ടില്ലേ? ചന്ദനം അരച്ച് കൈയിൽ തഴമ്പുവീണു; ദ്രുപദരാജപുത്രി ചെയ്യേണ്ട ജോലികൾതന്നെ! ചൂതുകളിക്കാരൻ കങ്കൻ ഈ കഷ്ടപ്പാടുകൾ വല്ലതും അറിയുന്നുണ്ടോ ആവോ!'

ദാസിമാരങ്ങോട്ടു വരുന്നതു കണ്ടപ്പോൾ അവൾ സ്ഥലം വിട്ടു. വിരാടരാജധാനി കൃഷ്ണൻ നിർദ്ദേശിക്കാനുള്ള കാരണം ഇവിടെ വന്നപ്പോൾ തികച്ചും ബോദ്ധ്യമായി. ശുദ്ധമനസ്സുള്ള രാജാവ്. ശിക്ഷണം കുറഞ്ഞവരെങ്കിലും സംഖ്യാബലമുള്ള സൈന്യം. ഇടയന്മാരെപ്പോലെതന്നെ അവരെ സൈന്യമേധാവി കണക്കാക്കുന്നതുകൊണ്ട് പലരും ചൈതന്യമില്ലാത്തവരായിരുന്നു. അവരിൽ തീയുണ്ട്. ജ്വലിപ്പിക്കണമെന്നേയുള്ളു. അതു ഞാൻ കണ്ടു. ദ്വാരകയും വിരാടവുമായി വലിയ സൗഹൃദത്തിലാണ്. യുദ്ധത്തിനുള്ള ഒരുക്കം നടത്താൻ ഇത്രയും പറ്റിയ സ്ഥലം വേറെയില്ല.

രാത്രിയിൽ എന്റെ സുഖസൗകര്യങ്ങളന്വേഷിച്ചുകൊണ്ട് ഒറ്റപ്പെട്ട ദാസിമാർ ചിലർ വന്നു. ആരും എന്നിൽ ഒരു ചലനവുമുണ്ടാക്കിയില്ല. മല്ലയുദ്ധക്കാരൻ വല്ലവൻ ഷണ്ഡനാണെന്ന് അവർക്കിടയിൽ പറയാൻ തുടങ്ങിയോ

എന്തോ! മൂന്നാമത്തവളെക്കൂടി തൊടാതെ തിരിച്ചയച്ചപ്പോൾ ആരും പിന്നെ എന്നെ ശല്യപ്പെടുത്താൻ വന്നില്ല.

ഉത്സവം നടക്കുമ്പോൾ രാജ്ഞിയുടെ സഹോദരൻ ദൂരത്തെവിടെയോ ആയിരുന്നു. തിരിച്ചു വന്നശേഷം ഒരുദിവസം എന്നെ വിളിപ്പിച്ചു. സൈനിക മേധാവിയുടെ മന്ദിരത്തിലേക്ക് ഞാൻ വിനീതനായി ചെന്നു. കൃഷ്ണശില പോലെ കറുത്ത കീചകൻ എന്നേക്കാൾ അഞ്ചുവിരലെങ്കിലും ഉയർന്നു നിന്നു. മദ്യംകൊണ്ടു തുടുത്ത കണ്ണുകൾക്കു താഴെ ചീർത്ത പോളകൾ തൂങ്ങിക്കിടന്നു. അടഞ്ഞ ശബ്ദം. എന്റെ ശരീരമാകെ ഒന്നു നോക്കി. തരക്കേടില്ല എന്ന ഭാവത്തിൽ തലകുലുക്കി.

പിന്നിൽ നില്ക്കുന്ന അനുചരന്മാരോടു പറഞ്ഞു: 'കൈത്തരിപ്പു മാറ്റണമെന്നു തോന്നുമ്പോൾ ഇവൻ മതി. പൊയ്ക്കോ. വേണ്ടപ്പോൾ ഞാൻ വിളിക്കും.'

അടുത്ത കുറച്ചു ദിവസങ്ങളിൽ സൈരന്ധ്രിയെ കണ്ടില്ല. സൗകര്യമുണ്ടായിരുന്നില്ല. അടുക്കളയിൽ രാപ്പകൽ പണിയുണ്ടായിരുന്നു. കീചകന്റെ കൂടെ വന്ന നൂറോളം പേർക്കുള്ള ആഹാരം കൂടി മടപ്പിള്ളിയിൽനിന്നു പോകണം.

അറുക്കാൻ പറ്റിയ ആടുകളെ തിരഞ്ഞെടുത്തുകൊണ്ട് ഞാൻ തിരിച്ചു പോരുമ്പോൾ ഒരു ദാസിപ്പെണ്ണു വന്നു പറഞ്ഞു: 'മാലിനി കാണണമെന്നു പറഞ്ഞയച്ചു.'

രാത്രിയിൽ ബൃഹന്നളയുടെ ശിക്ഷണത്തിൽ പെൺമക്കൾ പഠിച്ച നൃത്തമുറകൾ കാണാൻ വിരാടനും രാജ്ഞിയും നാട്യഗൃഹത്തിൽ വരാറുണ്ട്. ആ സമയത്തു പുറത്തു കാത്തുനില്ക്കാമെന്നു പറഞ്ഞു.

മണ്ഡപത്തിൽ നെയ്പ്പന്തങ്ങളും ഭിത്തികളിൽ കൽച്ചെരാതുകളും തെളിയുന്നതു നോക്കിയിരുന്നു. വീണയും മൃദംഗവും ശ്രുതിചേർക്കുന്നു. കാൽച്ചിലമ്പുകൾ താളത്തിൽ ചവിട്ടുന്നതു കേട്ടുതുടങ്ങിയപ്പോൾ ഞാൻ മങ്ങിയ വെളിച്ചമുള്ള പിൻമുറ്റത്തു ചെന്നു.

ദ്രൗപദി കാത്തുനില്ക്കുന്നു.

'കീചകനെക്കൊണ്ടുള്ള ശല്യം സഹിക്കുന്നില്ല. നൂറു സ്വർണ്ണനിഷ്കങ്ങൾ തരും. ദാസന്മാരെ തരും. പെൺകുതിരകളെ പൂട്ടിയ തേരു തരും. എന്നൊക്കെയാണ് പ്രലോഭനങ്ങൾ!'

'രാജ്ഞിയോടു കാര്യം പറയൂ.'

'എനിക്കവരെ വിശ്വാസമില്ല. സൂചിപ്പിച്ചു പലതരത്തിൽ. അക്രമം, അന്യായം എന്നൊക്കെ പറയും. അയാൾ സഹോദരിയെ കാണാൻ വരുമ്പോഴൊക്കെ എന്നെത്തന്നെ പരിചരണത്തിന് നിർബ്ബന്ധമായി വിളിക്കുകയും ചെയ്യും.'

'ജ്യേഷ്ഠനോടു പറഞ്ഞാലോ? ജ്യേഷ്ഠൻ രാജാവിനോടു പറഞ്ഞാൽ നില്ക്കില്ലേ?'

തന്റെ വിധിവൈപരീത്യത്തെപ്പറ്റി ദ്രൗപദി പറയാൻ തുടങ്ങിയാൽ നിറു

ത്തില്ല. ദ്രുപദരാജധാനിയിലെ ബാല്യംതൊട്ട് ദ്യൂതസഭയും വനയാത്രകളും എണ്ണിയെണ്ണിപ്പറയും. അതുകൊണ്ട് ഞാൻ സമാധാനിപ്പിച്ചു:

'ഞാൻ ശ്രദ്ധിച്ചുകൊള്ളാം. അടുക്കളയിൽ തിരക്കുണ്ട്.'

പിറ്റേന്ന് ചൂതുകളിക്കിടയിൽ എപ്പോഴെങ്കിലും ജ്യേഷ്ഠനോടു കാര്യം പറയാൻ അവസരം കിട്ടുമോ എന്നു നോക്കി ഞാൻ കേളീമണ്ഡപത്തിന്റെ പരിസരത്തിൽ ചുറ്റിപ്പറ്റി നിന്നു.

അപ്പോൾ ഒറ്റയ്ക്ക് ദ്രൗപദി മദ്യം വിളമ്പാനുള്ള വലിയ വെള്ളിക്കുടവുമായി സേനാപതിയുടെ മന്ദിരത്തിലേക്കു കയറിപ്പോകുന്നു. ഒഴിഞ്ഞ കുടമാണ്. മദ്യമെടുക്കാനാണെങ്കിൽ കലവറ അടുക്കളയ്ക്കടുത്താണല്ലോ എന്നാലോചിച്ചു.

അവൾ പുറത്തു വരുന്നതും നോക്കി ഞാൻ നിന്നു. അതിനിടയ്ക്ക് രാജാവും കങ്കനും തമ്മിലുള്ള കളിയിൽ കങ്കൻ ഒറിക്കൽ തോറ്റു. രണ്ടു തവണ ജയിച്ചു. പേടകത്തിൽ തിരിയുന്ന അക്ഷങ്ങളുടെ ശബ്ദം.... മാഞ്ഞു കിടക്കുന്ന ഒരു ദുഃസ്വപ്നം വീണ്ടും തെളിഞ്ഞുവരുന്നു. ഹസ്തിനപുരത്തിലെ ദ്യൂതസഭ. സദസ്സിന്റെ മർമ്മരം.... കിലുങ്ങുന്ന അക്ഷങ്ങളുടെ ശബ്ദം..... മുടി പിടിച്ച് ദ്രൗപദിയെ വലിച്ചിഴയ്ക്കുന്ന ദുശ്ശാസനൻ. വെൺകുളിർക്കല്ലു പാകിയ നിലത്ത് ചോരത്തുള്ളികൾ വീഴുന്നു.... ചിരിക്കുന്ന കണ്ണുകൾ ശവം തിന്നുന്ന കാലൻകഴുക്കളുടെ ചോരക്കൊക്കുകളായി നീളുന്നു.

മനസ്സിന്റെ കൊടുങ്കാറ്റിൽ എപ്പോഴൊ ഞാൻ മയക്കിക്കിടത്തിയ സിംഹങ്ങൾ തലപൊക്കി. ഗർജ്ജനം അകത്തു പ്രതിധ്വനിച്ചു. കൈത്തണ്ടയിലെ പേശീബന്ധങ്ങൾ വിറകയറി.

അപ്പോൾ ഓടിക്കിതച്ചു പുറത്തേക്കു വരുന്ന ദ്രൗപദിയെ പിന്നാലെ വന്ന കീചകൻ അഴിഞ്ഞുകിടക്കുന്ന മുടിത്തുമ്പിൽ പിടികൂടി.

അതേ ദ്രൗപദി.... ഒറ്റപ്പുടവ അഴിയാതിരിക്കാൻ കൂട്ടിപ്പിടിച്ച ദ്രൗപദി. അതേ അക്ഷങ്ങൾ.

ദ്രൗപദി നിലവിളിച്ചു. വീണുപോയ ദ്രൗപദിയെ പുറംകാൽകൊണ്ടടിച്ച് കീചകൻ പറഞ്ഞതെന്താണെന്നു ഞാൻ കേട്ടില്ല. ഓടിയടുത്ത എന്നെ മറച്ചുകൊണ്ട് യുധിഷ്ഠിരൻ നിന്നു. ചുമരിൽ അലങ്കാരത്തിനുറപ്പിച്ച, ആളും കൈയും നീളമുള്ള വെള്ളിപ്പിടിയുള്ള നായാട്ടുകുന്തം എടുക്കാനാഞ്ഞ എന്നെ യുധിഷ്ഠിരന്റെ ശബ്ദം ശാസിച്ചു: 'ഭോഷാ, അതടുക്കളയ്ക്കുള്ളതല്ല. വിറകിനു വേറെ സ്ഥലം അന്വേഷിക്കൂ.'

രാജാവും അടുത്തെത്തി. എഴുന്നേറ്റു ദ്രൗപദി കരഞ്ഞുകൊണ്ടു പറഞ്ഞു: 'മദ്യം കൊണ്ടുവരാൻ രാജ്ഞി എന്നെ അയച്ചതാണ്. ഇയാൾ എന്നെ—'

ദാസിപ്പെണ്ണിന്റെ പാതിവ്രത്യത്തെപ്പറ്റി എന്തോ പറഞ്ഞശേഷം കീചകൻ തിരിഞ്ഞുനടന്നു.

രാജാവു പറഞ്ഞു: 'ശല്യങ്ങൾ അവിടെയെങ്ങാനും മതി. എടോ. കളി തുടരൂ.'

കളിത്തട്ടിലേക്കു നടന്ന രാജാവിന്റെ പിന്നിൽ കങ്കൻ തലകുനിച്ചു നടന്നു. ദ്രൗപദി നടന്നകലുന്ന കങ്കനെ നോക്കി. പിന്നെ എന്നെ ഇമ വെട്ടാതെ നോക്കിനിന്നു. എന്നിട്ട് അങ്കണത്തിന്റെ മറുവശത്തേക്ക് നടന്ന് ചിത്രത്തൂണുകളുടെ പിന്നിൽ മറഞ്ഞു.

രാത്രിയിൽ അടുക്കളക്കെട്ടിൽ കിടക്കുമ്പോൾ എന്റെ അടുത്ത് ദ്രൗപദി വന്നു. കാലൊച്ച ഞാൻ കേട്ടില്ല. പരിചിതമായ ഗന്ധം എന്നെ ഉണർത്തി. ദ്രൗപദിതന്നെ.

അവൾ എന്റെ തൊട്ടടുത്തിരുന്നു.

'കണ്ടില്ലേ? എല്ലാവരും നിന്നു കണ്ടില്ലേ?'

അവൾ ചുമലിൽ തല ചായ്ച്ചപ്പോൾ കണ്ണീരിന്റെ ചൂടുള്ള ഒരുറവ് എന്റെ നെഞ്ചിലൂടെ ഒഴുകി.

'എന്റെ ദുഃഖം മറ്റാരോടും പറയാനില്ല. ചൂതാട്ടക്കാരൻ കണ്ടാലും കണ്ടില്ലെന്നു നടിക്കും. വിരാടന്റെ പെൺകിടാങ്ങളുടെ ചിരി നോക്കിയിരിക്കുന്നതിനിടയ്ക്ക് മഹാപരാക്രമിക്ക് സമയമുണ്ടാവില്ല കേൾക്കാൻ.....'

ഞാൻ ആശ്വസിപ്പിക്കാൻ ശ്രമിച്ചു. എല്ലാവരും നിസ്സഹായരാണ്. അജ്ഞാതവാസക്കാലത്ത് ആരെങ്കിലും തിരിച്ചറിഞ്ഞാൽ പിന്നെയും കാടാണു ഗതിയെന്ന കാര്യം ഞാൻ ഓർമ്മിപ്പിച്ചു. ഇരുമ്പുലക്കപോലുള്ള എന്റെ കൈകളും ഇപ്പോൾ പണയത്തിലാണ്.

'ഞാനെന്തു ചെയ്യും?'

'ചെയ്യേണ്ടതുണ്ട്.' വേർപെട്ടുനിന്ന് ദ്രൗപദി കിതച്ചു. 'അവനെ തച്ചുടയ്ക്കണം. പാറയിൽ മൺകുടം ഉടയ്ക്കുന്നതുപോലെ തലതല്ലി തകർക്കണം. എങ്ങനെ, എപ്പോൾ എന്നൊന്നും എനിക്കറിഞ്ഞുകൂടാ. മറ്റന്നാൾ സൂര്യനുദിക്കുമ്പോൾ അവൻ ജീവിച്ചിരിക്കുന്നുവെങ്കിൽ ഞാൻ വിഷം കഴിച്ച് ഈ മടപ്പിള്ളി മുറ്റത്തുവന്നു വീണുമരിക്കും, നിശ്ചയം!'

ഞാൻ ആലോചിക്കുകയായിരുന്നു. അസ്വസ്ഥനായിരുന്നുവെങ്കിലും മനസ്സിൽ ഒരു തന്ത്രം രൂപപ്പെട്ടുവന്നു.

'നാളെ പകൽ കീചകനെ കണ്ടു ചിരിക്കണം. ആളുകൾ പറഞ്ഞ് ഭർത്താവറിയുന്നതു ഭയന്നിട്ടാണ് ഓടിപ്പോയതെന്നു പറയണം. രാത്രി ഒഴിഞ്ഞ നൃത്തമണ്ഡപത്തിൽ വരാൻ ക്ഷണിക്കണം.'

അവൾക്കു വ്യക്തമാവുന്നില്ല.

'നൃത്തമണ്ഡപംതന്നെ നല്ലത്. ശബ്ദം പുറത്തു കേൾക്കില്ല. അവനെ മോഹിപ്പിച്ച് ഒറ്റയ്ക്കവിടെ വരുത്തണം. സ്വീകരിക്കുന്നതു ഞാനായിരിക്കും. പോകൂ. സമാധാനമായിട്ടു പോകൂ.'

അപ്പോൾ അവളുടെ മുഖത്തു വർഷർത്തുവിലെ സൂര്യനുദിച്ചു.

പകലാടിയ പെൺകിടാങ്ങൾ മണ്ഡപം വിട്ട് ഇറങ്ങിയപ്പോൾ, സന്ധ്യയ്ക്ക് ഞാൻ നൃത്തഗൃഹത്തിൽ കടന്നുനോക്കി. ഒരിരുമ്പുകട്ടിലുണ്ട്, ഒരറ്റത്ത്. അതു സൗകര്യമായി. പുറത്തു വന്നപ്പോൾ ദ്രൗപദി ഒരു പൂപ്പാ

ലികയും തൂക്കി പോകുന്നതു കണ്ടു. കൂടെ വേറെ ദാസിമാരുണ്ട്. എനിക്കെറിഞ്ഞുതന്ന നോട്ടത്തിൽ 'എല്ലാം ഭദ്രം!' എന്ന നിശ്ശബ്ദമൊഴിയുണ്ട്.

കൃഷ്ണപക്ഷത്തിലെ ഇരുട്ട് അങ്കണത്തിൽ പരന്നപ്പോൾ ഞാൻ ഒഴിഞ്ഞ നൃത്തശാലയിൽ കയറി. എണ്ണവറ്റാത്ത ചെരാതുകൾ ഓരോന്നായി കെടുത്തി. ഇരുമ്പുകട്ടിൽ എന്റെ ഭാരം താങ്ങുമ്പോൾ പതുക്കെമാത്രം പ്രതിഷേധിച്ചു.

മനസ്സു ശാന്തം. ഈ വധം ശരിക്കും ഞാൻ ആസ്വദിക്കാൻ പോകുന്നു. ഇരുട്ടിൽ നിയമങ്ങളില്ല. മല്ലയുദ്ധത്തിന്റെ ആചാര്യന്മാർ അതിനു പൈശാചികമുറയെന്നു പറയും. പല്ലും നഖവുംകൂടി ഉപയോഗിക്കുന്ന യുദ്ധം.

ഒരു നാഴിക കഴിയാൻ ഒരു കല്പം വേണ്ടിവന്നുവെന്നു തോന്നി. അപ്പോൾ കാലൊച്ചകൾ. ആദ്യം സംശയിക്കുന്നു. പിന്നെ അടുത്തേക്ക്. കസ്തൂരി കലക്കിയ കളഭത്തിന്റെ ഗന്ധം. മദ്യത്തിന്റെ മണം മാറ്റാൻ കളഭം വാരിത്തേച്ചിരിക്കുന്നു. കീചകൻ. കീചകൻ തന്നെ. ഇരുട്ടിൽ കാണാൻ കഴിയുമെന്നത് എന്റെ അഹങ്കാരങ്ങളിലൊന്നാണ്. കെട്ടിവച്ച മുടിയിലെ പൂമാലയുടെ വെളുപ്പും കാതിലെ കുണ്ഡലങ്ങളുടെ ചുവന്ന പ്രകാശവും കറുത്ത കൈത്തണ്ടയിലെ പൊൻവളയുടെ തിളക്കവും ഞാൻ കണ്ടു.

അയാൾക്ക് എന്റെ നിഴൽ കാണാം. അടക്കിയ ശബ്ദത്തിൽ അയാൾ വിളിച്ചു: 'മാലിനീ!'

ഞാൻ കട്ടിലിൽ ഇളകിയിരുന്നു. അടക്കിയ ചിരി. സുന്ദരി സൈരന്ധ്രി വാക്കുപാലിച്ചതിലുള്ള സന്തോഷം. കുനിഞ്ഞപ്പോൾ മുടിക്കെട്ടിലാണ് ഞാൻ പിടിച്ചത്.

സൈരന്ധ്രിയുടെ ശബ്ദത്തിൽ സംസാരിക്കാൻ കഴിഞ്ഞെങ്കിൽ എന്ന് ഞാൻ ഓർത്തുപോയി. നാടകം പൂർത്തിയാക്കാൻ എന്റെ പരുക്കൻ സ്വരത്തിൽ ഞാൻ പറഞ്ഞു: 'നിന്നെപ്പോലെ ഒരു സുന്ദരപുരുഷനെ, ദാസി ഞാൻ ഇന്നോളം കണ്ടിട്ടില്ല.'

ആപത്തു പെട്ടെന്നറിഞ്ഞ കീചകൻ കൈത്തണ്ടയിൽ പിടിച്ചു വിടുവിക്കാനൊരു ശ്രമം നടത്തി. എന്റെ ദേഹത്തു ശതഘ്നികൾ പോലെ മുഷ്ടികൾ വീണു. ഞാൻ മുടി വിട്ടില്ല.

അപ്പോൾ ആകെ കൂട്ടിപ്പിടിച്ചു ഞെരിക്കാനൊരു ശ്രമം നടത്തി. കഴുത്തിൽ അവന്റെ പല്ലുകൾ താഴ്ന്നു.

കീചകൻ കരുത്തനാണ്. ഹിഡിംബനേക്കാൾ, ജടനേക്കാൾ, ശക്തൻ. പക്ഷേ, ജരാസന്ധന്റെ മുമ്പിൽ ഇവൻ ആരുമല്ല. അതാണ് എനിക്കു ധൈര്യം വളർത്തുന്നത്.

മുടിവിട്ടു വായും മൂക്കും കൂട്ടിപ്പിടിച്ചപ്പോൾ കഴുത്തിൽ മാംസത്തിൽ കോർത്ത പല്ലുകൾ ഒഴിഞ്ഞു. അരക്കെട്ടിലാണു ഞാൻ പിന്നെ പിടിച്ചത്. അവൻ കണങ്കാലിൽ ഊക്കോടെ ചവിട്ടി. ഞാൻ പിടിവിട്ടില്ല. പ്രതീക്ഷിക്കാത്തതായിരുന്നു ശിരസ്സുകൊണ്ടു നെഞ്ചത്തുള്ള ആഘാതം. ഞാൻ

ഇരുന്നു പോയി.

കീചകൻ കിതയ്ക്കുകയും പിറുപിറുക്കുകയും ചെയ്യുന്നുണ്ടായിരുന്നു. വീണുകണ്ടപ്പോൾ ഒരു ആഹ്ലാദസ്വരത്തോടെ എടുത്തു പൊക്കിയടിക്കാൻ വേണ്ടി കുനിഞ്ഞു. അതുതന്നെയാണു ഞാനും നോക്കിയിരുന്നത്. കഴുത്തിൽ പിടിച്ചു ഞാൻ പിന്നിലേക്കു മറിച്ചിട്ടു.

നെഞ്ചത്തു ചാടിയിരുന്ന് കഴുത്തു രക്ഷിക്കാൻ ശ്രമിക്കുന്ന അവന്റെ കൈകൾ സർവ്വശക്തിയുമുപയോഗിച്ചു മാറ്റുമ്പോൾ അവൻ ചോദിച്ചു: 'ആരാണ്? ആരാണ്? ഞാൻ സേനാപതി കീചകനാണ്!'

ഞാൻ മുരണ്ടു: 'ഞാൻ ഗന്ധർവ്വൻ. സൈരന്ധ്രിയുടെ ഭർത്താവ് ഗന്ധർവ്വൻ!'

ഒരു നിമിഷം ദാസിയുടെ വഞ്ചനയെപ്പറ്റി കീചകൻ ഓർത്തിരിക്കണം. ആ നിമിഷത്തിൽ കൈകളിലൊരു തളർച്ച. കഴുത്തിലേക്ക് എന്റെ കൈകളിറങ്ങി.

നെഞ്ചിലും വാരിയെല്ലിലും അവന്റെ ഇടികൾ ദുർബ്ബലങ്ങളായി. വിജൃംഭിച്ച പേശികൾ അയഞ്ഞപ്പോൾ എന്റെ കൈകൾ കഴുത്തിൽ കുറേക്കൂടി താണു. ശ്വാസനാളം ഞെരിഞ്ഞുതകർന്നപ്പോൾ കാട്ടുപക്ഷിയുടെ കരച്ചിൽപോലെ ഒരു നനുത്ത ശബ്ദം മാത്രം പുറത്തുവന്നു.

ഞാൻ എഴുന്നേറ്റു. കിതയ്ക്കുന്നുണ്ട്. പക്ഷേ, ഞാൻ തളർന്നിട്ടില്ല.

മൃദുവായ പദവിന്യാസം..... പരിചയമുള്ള പാദസരക്കിലുക്കം. ഗന്ധം.

'ദ്രൗപദി!'

ഞാൻ വിളിച്ചു.

ഞാൻ ഉയരത്തിൽ കിളിവാതിലിൽ മറച്ചുവച്ച ഒറ്റച്ചെരാതിലെ കെടാൻ പോകുന്ന തിരിയെടുത്തു, പകൽ പെൺകുട്ടികൾ ചെമ്പഞ്ഞിച്ചാർ തുടച്ചിട്ട പഴന്തുണിക്കഷണങ്ങളിലേക്കിട്ടു. ആരോ എറിഞ്ഞ ഒരുത്തരീയത്തിൽ തീ വേഗം പടർന്നു.

ആ വെളിച്ചത്തിൽ ദ്രൗപദി എന്നെ കണ്ടു. പിന്നെ വീണു കിടക്കുന്ന കീചകനെ നോക്കി. എന്റെ ചുമലിൽ നിന്നൊഴുകുന്ന ചോര കണ്ട് അവൾ അടുത്തു വന്ന് ഉത്തരീയംകൊണ്ടു തുടച്ചു.

ആളിക്കത്താൻ തുടങ്ങിയ തീയുടെ വെളിച്ചത്തിൽ അവളുടെ നനവുള്ള ചുണ്ടുകൾ വിടർന്നതു ഞാൻ കണ്ടു.

എന്റെ കൈത്തണ്ടയിൽ, പിന്നെ ശരീരത്തിൽ, അവളുടെ നഖങ്ങളമർന്നു.

അജ്ഞാതവാസക്കാലം ആരുടെ ഊഴമാണെന്ന് ആലോചിച്ചില്ല.

അപ്പോൾ പഴുന്തുണികൾ കത്തിക്കഴിയുന്നു. ദ്രൗപദിയുടെ ശരീരത്തിലെ തീ കത്തിപ്പടരാൻ തുടങ്ങുന്നതേയുള്ളു.

രണ്ട്

കീചകനെ കൊന്നത് ഗന്ധർവ്വനാണെന്നു ദാസികൾ പറഞ്ഞു നടന്നുവെങ്കിലും പുരുഷന്മാരതു വിശ്വസിച്ചില്ല. ചോദ്യം ചെയ്യുന്ന കണ്ണുകൾ എന്റെ നേരെയും തിരിഞ്ഞു. മന്ദബുദ്ധിയായ വല്ലവന്റെ ഭാവത്തിൽ ഞാനും അത്ഭുതം കാണിച്ചു നടന്നു.

ദ്വന്ദ്വയുദ്ധത്തിന്റെ ശബ്ദം ആരും കേട്ടില്ല. സ്വന്തം കൊട്ടാരത്തിൽ ഉറങ്ങാൻ കിടന്ന സൈന്യമേധാവിയുടെ ശവമാണ് പിറ്റേന്നു രാവിലെ ഒഴിഞ്ഞ നാട്യഗൃഹത്തിൽ കാണുന്നത്. മനുഷ്യന് അത്ര എളുപ്പത്തിൽ കൊല്ലാവുന്ന ആളല്ല കീചകൻ. പൂർവ്വജന്മത്തിലെ വല്ല വൈരവും തീർക്കാൻ വന്ന ഗന്ധർവ്വൻതന്നെയായിരിക്കണം ഖലൻ എന്ന് ആളുകൾ വിധി പറഞ്ഞു.

കൊട്ടാരം വീണ്ടും ശാന്തമായി. കങ്കനും രാജാവും ചൂതുകളി തുടർന്നു. നാട്യഗൃഹത്തിൽ വീണ്ടും ആട്ടക്കാരികളായ പെൺകിടാങ്ങൾ വന്നു. എല്ലാം പഴയതുപോലെതന്നെ.

അപ്പോഴാണ് അകലത്തെ ഒരു മേച്ചിൽപ്പുറത്തിന്റെ ചുറ്റഴികൾ തകർത്തു വടക്കുള്ള നാട്ടിലെ ത്രിഗർത്തനും സംഘവും അയ്യായിരം പശുക്കളെയും കൊണ്ടു കടന്ന കാര്യംപറയാൻ ഒരു ഗ്രാമണി ഓടിയെത്തിയത്.

കീചകനില്ലാത്ത ദുഃഖം പറഞ്ഞ് രാജാവ് എന്തു ചെയ്യണമെന്നറിയാതെ നിന്നപ്പോൾ ചൂതാട്ടക്കാരൻ സൂതൻ പറഞ്ഞുവത്രെ: 'ഭടന്മാർ ആയുധമെടുത്ത് അങ്കണത്തിൽ അണിനിരക്കട്ടെ. അവരെ നയിക്കാൻ ആ വല്ലവൻ മതി.'

മടപ്പിള്ളിയിലേക്കു ഭടന്മാർ പാഞ്ഞുവന്നു. ത്രിഗർത്തനും കൂട്ടരും ഗോഗ്രഹണം നടത്തിയതുതന്നെ അപ്പോഴാണ് ഞാൻ അറിയുന്നത്. ഞാൻ നയിക്കുന്ന ആദ്യത്തെ യുദ്ധം.

ചെന്നു നോക്കുമ്പോൾ കങ്കൻ ആയുധങ്ങൾ വിതരണം ചെയ്യുന്നു. രാജാവുണ്ട്. എന്നെ കണ്ടപ്പോൾ അദ്ദേഹത്തിന്റെ മുഖം തെളിഞ്ഞു. കാളത്തോലിന്റെ ഒരു പരിചയും വാളും ഇരുമ്പുപിടിയുള്ള ഒരു വില്ലും ഞാൻ തിരഞ്ഞെടുത്തു. മയനുണ്ടാക്കിയ ഗദയും എന്റെ സ്വന്തം വില്ലുമായിരുന്നെങ്കിൽ എന്ന് ഞാൻ ആഗ്രഹിച്ചുപോയി. ഗദകളൊന്നും എനിക്ക് ഇഷ്ടമായില്ല.

യുദ്ധം എന്നു കേട്ടപ്പോൾ ശക്തിയും പൗരുഷവും കാട്ടാൻ അവസരമില്ലാതെ മടുത്തിരുന്ന ഭടന്മാരിൽ ആവേശം വളർന്നു. പശുക്കളെ തിരിച്ചുപിടിക്കാൻ സൈന്യം പുറപ്പെടുന്നു എന്നറിഞ്ഞ് ഗോശാലയിൽനിന്ന് സഹദേവൻ വന്നു. വേഗമുള്ള കുതിരകളെ തിരഞ്ഞു തേരുകളിൽ പൂട്ടുന്നു നകുലൻ. വനഭൂമിയിൽ ഓടിക്കാവുന്ന തേരുകൾ വേറെയാണ്. തട്ടു ചെറുതായ, നുകത്തിന് എൺപത്താറു വിരലിടയും അക്ഷത്തിനു നെറ്റി എൺപത്തെട്ടു വിരലിടയും നീളം കൊടുത്തുണ്ടാക്കുന്ന ത്രിവന്ധുരത്തേരുകൾ.

വഴികാട്ടികൾ മുന്നിൽ. ഞാൻ തേരിൽ കയറുമ്പോൾ ഭടന്മാരോടു പറഞ്ഞു: 'തടവുകാരെ പാർപ്പിക്കാൻ ഇവിടെ സ്ഥലമില്ല. അടുക്കളക്കാരുടെ ജോലി വർദ്ധിക്കുകയും ചെയ്യും!'

ചെറുപ്പക്കാർ ആഹ്ലാദത്തോടെ അലറി. അവർക്ക് വേണ്ട നായകനെ കിട്ടിയപോലെ.

രാജാവും കങ്കനും കയറിയ തേർ പുറത്തേക്കു പോയപ്പോൾ ഞാൻ പറഞ്ഞു: 'നമ്മളാണു മുന്നിൽ.'

കുതിരകൾ അക്ഷമകൊണ്ടു നിവർന്നു. ചാട്ടകൾ വായുവിൽ പുളഞ്ഞു. ഞങ്ങൾ പുറത്തേക്ക്.

മേച്ചിൽപ്പുറങ്ങൾ പിന്നിട്ടപ്പോൾ അകലെ നീങ്ങുന്ന കാലിക്കൂട്ടത്തിന്റെ ഇരമ്പം കേട്ടു. പൊടിപടലം ഒരു ചുഴലിക്കാറ്റായി നീങ്ങുന്നു. ഇരുവശത്തും പിന്നിലായി ത്രിഗർത്തന്റെ ഭടന്മാർ കാലിക്കൂട്ടത്തെ നിയന്ത്രിച്ചു ദൂരം പിന്നിടുകയാണ്. ഇരുപതിനായിരം കുളമ്പടികളേറ്റു ഭൂമി കിടിലം കൊള്ളുന്നു.

ശത്രുവിനെ അകലെ കണ്ടപ്പോൾ സംഘത്തിൽനിന്നു പോർവിളികൾ ഉയർന്നു. ആദ്യത്തെ അമ്പുകൾ പറന്നപ്പോൾ ഞാൻ വിളിച്ചു പറഞ്ഞു. 'ആയില്ല. ഞാൻ പറയുമ്പോൾ.' അമ്പിനെത്താവുന്നതിലിരട്ടി അകലത്തിലാണ് ശത്രുക്കൾ.

കാലിക്കൂട്ടത്തിനൊപ്പം നീങ്ങിയിരുന്ന ശത്രുക്കൾ പെട്ടെന്ന് അടവുമാറ്റി. തേരുകൾ തിരിച്ച് അവർ യുദ്ധത്തിനൊരുങ്ങി. രാജാവും സംഘവും വലത്തോട്ടു തിരിഞ്ഞ് ആക്രമണത്തിനൊരുങ്ങുന്നതു കണ്ടപ്പോൾ സമാധാനമായി. പശുക്കൂട്ടത്തിന്റെ മറവിൽ, ശത്രുവിന്റെ ഒരണി ഞങ്ങളുടെ പിന്നിലെത്തിയാലോ എന്നായിരുന്നു എന്റെ ഭയം. പുതിയ വില്ലിന്റെ കനവും കൈയിണക്കവും പരീക്ഷിക്കാൻ എതിർപക്ഷത്തെ മൂന്നു കുതിരകളെ പൂട്ടിയ ഒരു തേരിൽ ഉന്നംനോക്കുന്ന വില്ലാളിയുടെ മാറു ലക്ഷ്യമാക്കി, കാതോളം വലിച്ച് ഒരമ്പയച്ചു. പരുന്തിൻതൂവൽ കെട്ടിയ അമ്പു തറച്ചത് കഴുത്തിലാണ്. ശത്രു

വീണുവെങ്കിലും കൈപ്പിടി അരവിരൽ താഴണമെന്ന് ഞാൻ കണക്കാക്കി.

ഞങ്ങൾ കുറേക്കൂടി അടുത്തു. മാംസം തുളഞ്ഞ് അമ്പുമുനകൾ കയറുമ്പോഴത്തെ രോദനങ്ങൾ എന്റെ സംഘത്തിൽനിന്നും കേട്ടു. പക്ഷേ, ശത്രു തളരുകയാണ്. സൂതർ നഷ്ടപ്പെട്ട തേരുകളിൽനിന്നു യോദ്ധാക്കൾ പുറത്തു ചാടി. അപ്പോൾ ഞങ്ങളുടെ കൂട്ടത്തിലെ കുന്തക്കാർ നിലത്തിറങ്ങി. എന്റെ പുറംകാക്കാൻ മറയുറപ്പിച്ചു നില്ക്കാൻ കൂടെയുള്ള ഭടനോടു പറഞ്ഞ് ഞാൻ സാരഥിയോടു കല്പിച്ചു: 'വിട് നേരെ വിട്! താഴ്ത്തി തെളിക്ക്!'

അലറിക്കൊണ്ടു നേരെ വരുന്ന എന്റെ തേരിന്റെ പെട്ടെന്നുള്ള നീക്കം ശത്രു കരുതിയതല്ല. ചിന്നിച്ചിതറിയ ഭടന്മാർക്കിടയിലൂടെ ചോര മണത്തു ലഹരികയറിയ കുതിരകൾ പാഞ്ഞു. വാളായിരുന്നു അപ്പോൾ കൂടുതൽ സൗകര്യം. അർദ്ധവൃത്തം ചുറ്റി തിരിച്ചുവന്നപ്പോൾ എന്റെ പുറം കാത്ത യോദ്ധാവു ചോദിച്ചു: 'വല്ലവാ താനാരാണ്? സത്യം പറയൂ.'

രാജാവും യുധിഷ്ഠിരനും വലയംചെയ്യപ്പെട്ടിരിക്കുന്നു. ചിതറിപ്പോയവർ ഒന്നിച്ചുകൂടാൻ ശ്രമിക്കുമ്പോൾ ഈ വശം ഒന്നും ബാക്കിയാക്കരുതെന്ന് അടുത്ത തേരിലെ യുവാവിനോടു കല്പിച്ച് ഞാൻ രാജാവിന്റെ നേർക്കു തേർ വിട്ടു.

തേർത്തട്ടിൽ കൊടുംകൈകുത്തിയിരിക്കുന്ന രാജാവിനെ കണ്ടു. യുധിഷ്ഠിരൻ പുറത്തുകടക്കാൻ പഴുതുനോക്കുകയാണ്. ത്രിഗർത്തൻ തന്നെയാണ് അവിടെ പട നയിക്കുന്നത്. പിന്നിൽനിന്ന് ഒരാക്രമണം വരുമെന്ന് ത്രിഗർത്തൻ കരുതിയതല്ല. തുടരെത്തുടരെ അമ്പയച്ചുകൊണ്ട് ഞാൻ മുന്നേറിയപ്പോൾ അയാൾ തേർ തിരിച്ചു. അപ്പോഴേക്കും തുടങ്ങിവച്ചതു പൂർത്തിയാക്കി എന്റെ സംഘം തുണയ്ക്കെത്തുന്നു.

ത്രിഗർത്തൻ പെട്ടെന്ന് രക്ഷപ്പെടാൻ നോക്കുന്നു. അയാളുടെ പിൻവശം എനിക്കു നല്ല ലാക്കാണ്. യുദ്ധമര്യാദയോർത്ത്, വിരൽത്തുമ്പുകൾക്കിടയിൽ പിടിച്ചുനിന്ന ഒരമ്പ് ഞാൻ താഴ്ത്തി. ഓടിപ്പോകുന്ന തേരിന്റെ പിറകെ വിട്ടു. നകുലൻ തിരഞ്ഞെടുത്ത കുതിരകൾ കാഴ്ചയ്ക്കു ഗാംഭീര്യം തോന്നിച്ചില്ലെങ്കിലും വേഗത്തിൽ എന്നെ അമ്പരപ്പിച്ചു. വലിയ മൃഗങ്ങളായിരുന്നെങ്കിലും ത്രിഗർത്തന്റെ കറുത്ത കുതിരകൾക്ക് അവയോടു മത്സരിക്കാനായില്ല. സാരഥിയും വിദഗ്ദ്ധൻതന്നെ. അയാൾ മുന്നിലെത്തി തടഞ്ഞ് തേർ നിർത്തിച്ചു. പതിവുപോലെ വെല്ലുവിളികളുണ്ടാവുമെന്നും കീഴടങ്ങാൻ തയ്യാറില്ലെങ്കിൽ ആയുധമെടുത്തു യുദ്ധം ചെയ്യാൻ പറയുമെന്നുമൊക്കെ കരുതി ത്രിഗർത്തനെങ്കിൽ അയാൾക്കു തെറ്റി.

തേർത്തട്ടിലേക്കെടുത്തുചാടി അയാളെ വാരിയെടുത്തു പുറത്തെറിഞ്ഞു. എഴുന്നേൽക്കാൻ ഇടകൊടുക്കാതെ നെഞ്ചിൽ വില്പിടിയമർത്തി ഞാൻ നിന്നപ്പോൾ ത്രിഗർത്തന്റെ കണ്ണുകളിൽ ഭയമുണ്ടായിരുന്നു.

എന്റെ പുറം കാക്കുന്ന യോദ്ധാവു പറഞ്ഞു: 'പശുക്കള്ളന്മാരെ എങ്ങനെ വേണമെങ്കിലും കൊല്ലാം.'

അപ്പോൾ യുധിഷ്ഠിരന്റെ തേരെത്തി. രാജാവ് തല്ക്കാല ക്ഷീണം വിട്ട് ഇപ്പോൾ എഴുന്നേറ്റു നില്ക്കുന്നു.

യുധിഷ്ഠിരൻ പറഞ്ഞു: 'കൊല്ലണ്ട. നീചനെ വിട്ടേക്ക്.'

ഇത് വിരാടന്റെ യുദ്ധമാണ്. പശുക്കളെ തിരിച്ചു കിട്ടിയിരിക്കുന്നു. 'രാജാവിനോട് കാൽതൊട്ടു തെറ്റു ചൊല്ലി പോകുന്നെങ്കിൽ പോകട്ടെ.'

അനുസരിക്കാതെ ത്രിഗർത്തനു വഴിയില്ലായിരുന്നു.

രാജധാനിയിൽ തിരിച്ചെത്തിയപ്പോൾ വിജയലഹരി പെട്ടെന്ന് അസ്തമിച്ചു. രാജാവ് തളർന്നുപോയി. ത്രിഗർത്തനെ നേരിടാൻ ഞങ്ങൾ പോയ തക്കം നോക്കി പടിഞ്ഞാറുനിന്നു ദുര്യോധനനും കൗരവസംഘവും പതിനായിരം പശുക്കളെയും തെളിച്ചു കടന്നു കഴിഞ്ഞു.

യുധിഷ്ഠിരൻ പറഞ്ഞു: 'എല്ലാം ദുര്യോധനന്റെ ആസൂത്രണമാണ്. തെക്കുനിന്ന് ത്രിഗർത്തൻ, പടിഞ്ഞാറുനിന്നു ദുര്യോധനൻ.'

അവശേഷിച്ച സൈനികരെയും കൂട്ടി ദുര്യോധനസംഘത്തെ നേരിടാൻ പോയത്, മകൻ, നവയുവാവായ ഉത്തരനാണെന്നറിഞ്ഞപ്പോൾ രാജാവ് ആകെ പരവശനായി.

'അവൻ ബാലനാണ്. ഒരു യുദ്ധത്തിലും ഇന്നോളം പങ്കെടുത്തിട്ടില്ല. ആയുധങ്ങളുമായി അഭ്യാസമണ്ഡപത്തിലെ പരിചയമേയുള്ളു.'

ഉത്തരന്റെ കൂടെ പോയവരുടെ കണക്കെടുത്തു. മികച്ച യോദ്ധാക്കൾ കുറവാണ്. ആരോ പറഞ്ഞു:

'തേർ തെളിക്കാൻ വിദഗ്ദ്ധനാണെന്നു പറഞ്ഞു സാരഥിയായി കൂടെ പോയിട്ടുണ്ട്, ആ മൂന്നാംവർഗ്ഗക്കാരൻ, പെൺകുട്ടികളെ പഠിപ്പിക്കാൻ നില്ക്കുന്ന ബൃഹന്നള.'

ആശ്വാസത്തോടെ നെടുവീർപ്പിട്ടു യുധിഷ്ഠിരൻ പറഞ്ഞു: 'രാജൻ, ഭയപ്പെടേണ്ട. ഒരാപത്തും വരാതെ ഉത്തരൻ തിരിച്ചെത്തും. അതിവിദഗ്ദ്ധനായ സാരഥിയാണ് ബൃഹന്നള. അശ്വഹൃദയം പഠിച്ചവൻ.'

'ബൃഹന്നളയെ കൂടെ അയയ്ക്കാൻ നിർബ്ബന്ധിച്ചത് ആ സൈരന്ധ്രി മാലിനിയാണ്.' എന്നുകൂടി കേട്ടപ്പോൾ ഞാൻ ചിരിയൊതുക്കി.

സന്ധ്യയ്ക്ക് ഉത്തരനും സംഘവും തിരിച്ചെത്തി, ജേതാക്കളായിട്ടു തന്നെ.

പെൺകിടാങ്ങളുടെ സംഘത്തിൽ ചേരാൻപോകുന്ന ബൃഹന്നളയെ ഞാൻ തടഞ്ഞുനിറുത്തി. അർജ്ജുനന്റെ കണ്ണുകളിൽ യുദ്ധ ലഹരി മാഞ്ഞിട്ടില്ല. അയാളുടെ കൈയിൽ വലിയൊരു ഭാണ്ഡമുണ്ടായിരുന്നു.

'ആരൊക്കെ ദുര്യോധനന്റെ കൂടെ?'

'എല്ലാവരും. കൗരവപാണ്ഡവയുദ്ധത്തിന്റെ പൂർവ്വരംഗംപോലെ തോന്നി. ദ്രോണർ, കൃപർ, ഭീഷ്മർ, അശ്വത്ഥാമാവ്. പിന്നെ കർണ്ണനും.'

ഗോഗ്രഹണം രാജാക്കന്മാരുടെ പ്രതാപംകാട്ടലാണ്. പക്ഷേ, ആചാര്യന്മാരൊക്കെ, ഭീഷ്മാചാര്യനടക്കം, ഇറങ്ങിപ്പുറപ്പെട്ടതിൽ എനിക്കാശ്ചര്യം

തോന്നി.

'ഉത്തരനെ ഭയപ്പെടാനെന്ത് എന്നു കരുതി അടുത്ത എല്ലാവർക്കും വേണ്ട പോലെ കിട്ടി. മേലാകെ മുറിഞ്ഞു ചോരയൊഴുകിയ കർണ്ണൻ തിരിഞ്ഞോടി. ദ്രോണാചാര്യനും മുറിവേറ്റിരിക്കണം. പക്ഷേ, ഇവരാരുമല്ല എന്നെ ശരിക്കു പരീക്ഷിച്ചത്.'

'ഭീഷ്മാചാര്യർ?'

തൊണ്ണൂറുകടന്ന ഭീഷ്മാചാര്യർ ഇപ്പോഴും പരാക്രമിയാണെന്നറിയാം. ഒരു യുവാവും അദ്ദേഹത്തെ നേരിടാൻ ധൈര്യപ്പെടില്ല.

'അല്ല. ഭീഷ്മാചാര്യർ പിന്നണിയിൽ നിന്നതേയുള്ളു. ശരിക്ക് എന്നെ പരീക്ഷിച്ചത് കൃപാചാര്യരായിരുന്നു.'

ഞാൻ അർജ്ജുനനെ ആരാധനയോടെ, സ്നേഹത്തോടെ, മനസാ ആശ്ലേഷിച്ചു.

'ഇവരുടെയൊക്കെ കരബലവും ആയുധബലവും ഞാനിന്നു കണ്ടു. അതും വലിയ പിൻതുണയൊന്നും തരാൻ ആളുകളില്ലാതെ, ഒറ്റയ്ക്ക്. യുദ്ധത്തിനു നമ്മളൊരുക്കം . ഒളിച്ചുകളി നിറുത്താമെന്നു പറയൂ ദ്യൂതവിദഗ്ദ്ധൻ കങ്കനോട്!'

കങ്കനും എന്റെ പക്ഷത്തിൽ ത്രിഗർത്തനോടു യുദ്ധം ചെയ്തപ്പോൾ വീരോചിതമായി പൊരുതി എന്ന് ഞാൻ പറഞ്ഞു. അയാൾ നടന്നുതുടങ്ങിയപ്പോൾ ഞാൻ ഭാണ്ഡം ചൂണ്ടിക്കാട്ടി ചോദിച്ചു:

'ഇതെന്താണ്?'

'കീഴടങ്ങിയവരിൽ നല്ല വസ്ത്രങ്ങൾ കണ്ടാൽ എടുക്കണമെന്ന് എന്റെ ശിഷ്യകൾ പരിഹസിച്ചു പറഞ്ഞു. ശിഷ്യകളുടെ ആഗ്രഹമല്ലേ? നടക്കട്ടെ എന്നു കരുതി.'

ചിരിച്ചുകൊണ്ട് അയാൾ പോയി.

ദുര്യോധനപക്ഷം ഇത്ര സുശക്തമായിരുന്നു എന്നറിഞ്ഞാൽ ഉത്തരനും സൈന്യവും അവരെ തോല്പിച്ചു കാലികളെ തിരിച്ചുപിടിച്ചു എന്ന് ആരെങ്കിലും വിശ്വസിക്കുമോ? കൗരവരും അത്ര വിഡ്ഢികളാണെന്നു തോന്നിയില്ല. ത്രിഗർത്തനെ തോല്പിച്ച സംഘത്തിലൊരു വല്ലവൻ. ഉത്തരന്റെ കൂടെ ഇരുകൈകൾകൊണ്ടു അമ്പയയ്ക്കുന്ന ഒരു സാരഥി!

യുദ്ധവിജയം തന്റെ കഴിവുകൊണ്ടുതന്നെ എന്നു മൂന്നുനാൾ ഒരു വിധം അഭിനയിച്ചു നടന്ന ഉത്തരൻ അവസാനം രാജാവിനോട് സത്യം പറഞ്ഞു. വാസ്തവത്തിൽ യുദ്ധം ജയിച്ചതു സാരഥിയാണ്. രാജാവ് അമ്പരന്നു. ആണും പെണ്ണുമല്ലാത്ത ബൃഹന്നള ഒരു യുദ്ധവീരനോ? സവ്യസാചിയോ?

മറ്റൊരാക്രമണം കൂടി അടുത്തെത്തുന്നുവോ എന്ന സംശയം കോട്ട വാതിൽക്കൽ കാവൽക്കാർ ഓടിവന്നറിയിച്ചു.

കങ്കൻ പറഞ്ഞു: 'ശത്രുവല്ല. എന്റെ ഊഹം ശരിയാണെങ്കിൽ വരുന്ന അതിഥിയെ അവിടുന്നു സ്വർണ്ണവും പുഷ്പവുംവെച്ചു സ്വീകരിക്കും....'

ആശങ്കയോടെ കാവൽക്കാർ നോക്കിനില്ക്കെ കൊട്ടാരവാതിൽക്കൽ തേരുകൾ നിന്നു. കൃഷ്ണനും യാദവരുമിറങ്ങി.

രാജാവിന്റെ വന്ദനം സ്വീകരിക്കുംമുമ്പേ കൃഷ്ണൻ ബൃഹന്നളയെ ആശ്ലേഷിച്ചു. പിന്നെ രാജാവിന്റെ ഉപചാരങ്ങളേറ്റ്, കൃഷ്ണൻ ചൂതുകളിക്കാരൻ കങ്കന്റെ കാൽക്കൽ വണങ്ങി. സാത്യകി മടപ്പിള്ളി പണിക്കാരൻ വല്ലവനെ അന്വേഷിക്കുന്നു.....

അമ്പരന്ന വിരാടനോട് ഞങ്ങളുടെ ശരിയായ പേരുകൾ പറഞ്ഞ് കൃഷ്ണൻ പരിചയപ്പെടുത്തി. വിരാടൻ അത്ഭുതവും ആഹ്ലാദവുംകൊണ്ട് കുട്ടികളെപ്പോലെ കൈകൊട്ടി ചിരിച്ചാർത്തു. സ്വീകരണത്തിനും സദ്യയ്ക്കും കല്പനകൾ വഹിച്ച സേവകന്മാർ ഓടിനടന്നു.

മൂന്ന്

സഭാമണ്ഡപത്തിൽ നല്ല വസ്ത്രങ്ങളണിഞ്ഞ് ഞങ്ങൾ ഇരുന്നു. കൃഷ്ണൻ പറഞ്ഞു: 'കൗരവർക്ക് സങ്കേതം മനസ്സിലായിക്കഴിഞ്ഞു. അർജ്ജുനന്റെ അമ്പെയ്ത്തു കണ്ട ആചാര്യന്മാരൊക്കെ ഊഹിച്ചു കാണും. ആ വിഡ്ഢിവേഷത്തിനൊന്നും അവരെ കളിപ്പിക്കാൻ കഴിഞ്ഞിട്ടില്ല.'

സമയം കഴിയുംമുമ്പേ കണ്ടെത്തിയെന്ന വാദം പറഞ്ഞാലോ എന്ന് യുധിഷ്ഠിരൻ മനസ്സിലും വിരലുകളിലുമായി കണക്കുകൂട്ടി നിരാശാഭാവത്തിലിരുന്നു.

'കണക്കുകൂട്ടി നോക്കിയിട്ടുതന്നെയാണ് ഞാൻ പുറപ്പെട്ടത്. ചാന്ദ്രമാസമനുസരിച്ച് വർഷം കഴിഞ്ഞു. അധിമാസംകൂടി കണക്കിലെടുക്കണം. അത് ഭീഷ്മാചാര്യനെങ്കിലും അറിയാതിരിക്കില്ല.'

'ഓ! അധിമാസം..... ഞാനും അതു മറന്നു.'

യുധിഷ്ഠിരൻ ആശ്വസിച്ചു.

അടുത്ത ദിവസങ്ങളിൽ വിരാടരാജധാനിയിൽ ഉത്സവം തന്നെയായിരുന്നു. കൃഷ്ണനും വിരാടനും സാത്യകിയും പലതവണയായി യുധിഷ്ഠിരനോട് ആലോചനകൾ നടത്തി. കൂട്ടത്തിൽ ഒരു വിവാഹാലോചനയും വന്നു; രാജകുമാരി ഉത്തരയ്ക്ക്. വിരാടനുമായി പാണ്ഡവർ കൂടുതലടുക്കാൻ കൃഷ്ണൻ നിർദ്ദേശിച്ച മാർഗ്ഗം. വരൻ താൻതന്നെ എന്നു വിചാരിച്ച് ഗൂഢസ്മിതത്തോടെ എന്നെ നോക്കുന്ന അർജ്ജുനനോട് കൃഷ്ണൻ പറഞ്ഞു: 'അഭിമന്യു മുതിർന്നശേഷം താൻ കണ്ടിട്ടില്ലല്ലോ? നവയുവാവായിരിക്കുന്നു. അഭിമന്യുവിന് എല്ലാംകൊണ്ടും യോജിക്കും ഉത്തര. ഗുരുസ്ഥാനം വഹിച്ചതുകൊണ്ട് താൻ പിതാവിനെപ്പോലെയായി.'

അർജ്ജുനൻ ശരിയാണെന്നു സമ്മതിച്ചു. കൃഷ്ണൻ അഭിമാനത്തോടെ പറഞ്ഞു: 'അഭിമന്യു അവന്റെ അച്ഛനേക്കാൾ, എന്തിന് അവന്റെ അമ്മാവന്മാരേക്കാൾ, പ്രബലനായിട്ടാണു വളരുന്നത്.'

അച്ഛനും അമ്മാവനുംകൂടി നിശ്ചയിക്കുന്ന വിവാഹം തനിക്കു തികച്ചും സ്വീകാര്യമാണെന്ന് വിരാടൻ പറഞ്ഞു. നിശ്ചയം ഉടനെ കഴിഞ്ഞു. തന്റെ കൊട്ടാരവും സൈന്യവും സമ്പത്തുമെല്ലാം, അവകാശപ്പെട്ട രാജ്യം തിരിച്ചു പിടിക്കുന്ന യത്നത്തിൽ എങ്ങനെ വേണമെങ്കിലും ഉപയോഗപ്പെടുത്താം. വിരാടൻ പ്രഖ്യാപിച്ചു.

ദ്രുപദനും ധൃഷ്ടദ്യുമ്നനനും കൂടി വന്നപ്പോൾ വേണ്ടപ്പെട്ടവരെല്ലാമായി. ധൃഷ്ടദ്യുമ്നൻ തിരിച്ചറിയാൻ കഴിയാത്തവിധം മാറിയിരിക്കുന്നു. എന്നോട് കിടനില്ക്കുന്ന ശരീരം. മുഖത്ത് പക്വതവന്ന ഗൗരവഭാവം. ഞാനും ധൃഷ്ടദ്യുമ്നനനും ചേർന്ന് വിരാടസൈന്യത്തെ മുഴുവൻ അങ്കണത്തിൽ നിർത്തി. ശരീരശക്തി കുറഞ്ഞവരെയും പ്രായംകൂടിയവരെയും നീക്കം ചെയ്തു. പല അണികളിലായി തിരിഞ്ഞു പരിശീലനം തുടങ്ങാൻ കല്പിച്ചു. സാത്യകി ആയുധപ്പുരയിലേക്കു കൂടുതൽ കർമ്മാരന്മാരെ നിയോഗിച്ചു. പുതിയ പണിപ്പുരകളിൽനിന്നു തീയും പുകയുമുയർന്നു.

സഹായം തന്നേക്കാവുന്ന രാജാക്കന്മാരുടെ അടുത്തേക്ക് ധൃഷ്ടദ്യുമ്നൻ സന്ദേശം പറഞ്ഞ് ദൂതന്മാരെ അയച്ചു. ചേദിയിലെ ധൃഷ്ടകേതു. മഗധയിലെ ജയസേനൻ.

സാത്യകിയും ഞാനുംകൂടി ലോഹശില്പികൾ പണിയെടുക്കുന്നതു നോക്കിനില്ക്കുമ്പോൾ സഭാമണ്ഡപത്തിൽ ദ്രുപദനും യുധിഷ്ഠിരനും കൃഷ്ണനും ചേർന്ന് ആലോചനകൾ തുടരുകയായിരുന്നു.

സാത്യകി പറഞ്ഞു: 'ഞാൻ ഒരുങ്ങിയിട്ടുതന്നെയാണ് വന്നത്. എന്റെ സൈന്യം നാളെ പ്രഭാതത്തിൽ ഗജോത്സവത്തിന്റെ സ്ഥലത്തെത്തി താവളമുറപ്പിക്കും.....'

അപ്പോൾ ഞങ്ങളുടെ സമീപത്തേക്കു വന്ന ധൃഷ്ടദ്യുമ്നനോട് സാത്യകി ചോദിച്ചു: 'കഴിഞ്ഞില്ലേ അവരുടെ ആലോചനകൾ ഇനിയും?'

ധൃഷ്ടദ്യുമ്നൻ പറഞ്ഞു: 'പാതിരാജ്യം തന്നാൽ യുദ്ധമില്ലാതെ രഞ്ജിപ്പിൽ കഴിയാമെന്നു പറഞ്ഞ് ഒരു ദൂതനെ അയയ്ക്കുന്നു, അച്ഛൻ. സാമാന്യമര്യാദ.'

സാത്യകി പറഞ്ഞു: 'ആദ്യം സഹായം ചോദിക്കുന്നവർക്കാണ് സൈന്യവും പിന്തുണയുമെന്നത് ക്ഷത്രിയനിയമമാണ്. ദൂതനും പ്രതിദൂതനും കുറേ വട്ടം വന്നുകഴിയുമ്പോഴേക്ക് ശക്തിയുള്ള സൈന്യങ്ങളൊക്കെ കൗരവപക്ഷത്തിൽ ചേരും. അതാണിവർ മനസ്സിലാക്കാത്തത്. പടയൊരുക്കമാദ്യം. സാമാന്യമര്യാദയ്ക്കനുസരിച്ചുള്ള സന്ധിപറയൽ പിന്നെ.'

തന്റെ സുഹൃത്തുക്കൾ വാക്കുതന്നുകഴിഞ്ഞ കാര്യം ധൃഷ്ടദ്യുമ്നൻ പറഞ്ഞു.

കൗരവപക്ഷത്ത് കൂടുതൽ രാജാക്കന്മാരുണ്ടാവുമെന്ന കാര്യം ഞങ്ങൾക്കു ബോദ്ധ്യമായിരുന്നു. ആയുധബലവും സംഖ്യാബലവും അവർക്കുതന്നെയാവും അധികം. യുദ്ധതന്ത്രങ്ങളറിയുന്ന ആചാര്യന്മാരെല്ലാം മറുപുറത്താണ്. പിതാമഹൻ ഭീഷ്മരും ആചാര്യൻ ദ്രോണരും നിഷ്പക്ഷരായി നില്ക്കുമെന്ന് ഞങ്ങൾ നിശ്ചയിച്ചു.

സാത്യകി സംശയിച്ചു: 'ഗോഗ്രഹണത്തിനു വന്ന കൗരവരുടെ കൂടെ എല്ലാവരുമുണ്ടായിരുന്നു.'

'അത് ഗോഗ്രഹണമാണ്. ക്ഷത്രിയർക്ക് മൃഗയാപോലെ ഒരു വിനോദമാണത്. പോരെങ്കിൽ വിരാടന്റെ പശുക്കൾ! ആചാര്യന്മാർക്ക് വിരാടനോട് പ്രത്യേക മമത തോന്നേണ്ട കാര്യമില്ല.'

പക്ഷേ, ദ്രോണാചാര്യർ, ദ്രുപദർ പാണ്ഡവപക്ഷത്താണെന്ന ഒറ്റക്കാരണംകൊണ്ടുതന്നെ കൗരവർക്കുവേണ്ടി യുദ്ധം ചെയ്തേക്കുമെന്നാണ് ധൃഷ്ടദ്യുമ്നന്റെ അനുമാനം. പക്ഷേ, അയാളുടെ ആത്മവിശ്വാസം അചഞ്ചലമായിരുന്നു.

'ആചാര്യന്മാരല്ല ഈ യുദ്ധം ജയിക്കുന്നത്. നമ്മൾ യുവാക്കളാണ്. നമ്മൾ മതി.'

ഞാൻ വിദുരരെപ്പറ്റി ആലോചിച്ചുപോയി. അദ്ദേഹം ധൃതരാഷ്ട്രരേയും ദുര്യോധനനേയും യുദ്ധം ഒഴിവാക്കാൻ ഉപദേശിക്കുമായിരിക്കും. പിതാമഹൻ ഭീഷ്മരും ധൃതരാഷ്ട്രരും കഴിഞ്ഞാൽ കൗരവരാജധാനിയിൽ ഏറ്റവും അധികാരമുണ്ടാവേണ്ടത് വിദുരർക്കായിരുന്നു. പാണ്ഡു മരിച്ചപ്പോൾ ക്ഷത്രിയ നിയമമനുസരിച്ചു രാജാവാകാൻ അദ്ദേഹം അർഹനായിരുന്നു. ഒരാളും അക്കാര്യം ഓർമ്മിക്കുകകൂടി ഉണ്ടായില്ല. ദാസിയിൽ പിറന്നവനായതുകൊണ്ടാണോ അധികാരസ്ഥാനത്തിന് അദ്ദേഹത്തിന്റെ പേര് ആരും പറയാതെ പോയത്? അമ്മമാരുടെ കുലവും ജാതിയും ഞങ്ങൾ നോക്കാറില്ലല്ലോ! വിചിത്രവീര്യന്റെ അമ്മ മുക്കുവത്തിയായിരുന്നു എന്നത് രാജാവാകാൻ തടസ്സമായി നിന്നില്ലല്ലോ. ശാസ്ത്രജ്ഞാനത്തേക്കാൾ വലുത് ശസ്ത്രവൈദഗ്ദ്ധ്യമാണെന്നു കരുതിയതുകൊണ്ടാവാം, എന്നു ഞാൻ ഉത്തരം കണ്ടെത്താൻ ശ്രമിച്ചു.

ദൂതനായി പോയ ബ്രാഹ്മണൻ തിരിച്ചെത്തിയപ്പോൾ, കേൾക്കാൻ ഞങ്ങളും സഭയിലെത്തി. ഏറ്റെടുക്കുന്ന സന്ദേശം മൊഴികളും ഭാവവും വിടാതെ ആവർത്തിക്കാൻ കഴിയുന്നവരാണ് വിദഗ്ദ്ധരായ ദൂതന്മാർ.

ഞാൻ ധൃതരാഷ്ട്രരാജധാനിയിൽച്ചെന്നു മഹാരാജാവിനേയും ഭീഷ്മാചാര്യരെയും വന്ദിച്ചു. സന്ദേശം ഇങ്ങനെ പറഞ്ഞു:

'രാജധർമ്മം നിങ്ങൾക്കെല്ലാവർക്കും അറിയാം. എങ്കിലും ഞാൻ പ്രസംഗവശാൽ വീണ്ടും പറയുന്നു: ധൃതരാഷ്ട്രരും പാണ്ഡുവും ഒരച്ഛന്റെ മക്കളാണ്. അവർക്കു തുല്യമാണ് അച്ഛന്റെ മുതലിലെ അവകാശം. ധൃതരാഷ്ട്രന്റെ മക്കൾക്കു പൈതൃകമായ സമ്പത്തു കിട്ടിയപ്പോൾ പാണ്ഡുപുത്രർക്ക് കിട്ടാത്തതെന്തേ? അവകാശം കൊടുത്തില്ലെന്നു മാത്രമല്ല,

അവരെ കൊല്ലാനുള്ള വഴികളെല്ലാമാണ് ധൃതരാഷ്ട്രർ സ്വീകരിച്ചത്. ആയുർബലം കൊണ്ടുമാത്രം അവരിന്നു ജീവിക്കുന്നു. അവർ സമൃദ്ധമാക്കിയ രാജ്യവും ക്ഷുദ്രകൃത്യങ്ങൾകൊണ്ടു നിങ്ങൾ കൈയിലാക്കി. പതിമ്മൂന്നാണ്ടു പുറത്തു പാർക്കുക എന്ന വ്യവസ്ഥയും കഴിഞ്ഞ് കൊടുക്കേണ്ടതു കൊടുക്കാൻ സമ്മതമാണെങ്കിൽ ഇതൊക്കെയും മറക്കാൻ അവർ സന്നദ്ധരാണ്.'

ദ്രുപദരാജാവ് അക്ഷമയോടെ ചോദിച്ചു: 'മറുപടി? ധൃതരാഷ്ട്രർ എന്തു മറുപടി പറഞ്ഞു?

'അവർ തമ്മിൽത്തമ്മിൽ ബഹളം കൂട്ടാൻതുടങ്ങി. സന്ദേശം ന്യായമാണെന്നു പറഞ്ഞ ഭീഷ്മാചാര്യനെ തുടർന്നു സംസാരിക്കാൻ അനുവദിച്ചില്ല. ബഹളക്കാരൻ കർണ്ണൻ, മറുപടിയുംകൊണ്ടു സഞ്ജയനെ അയയ്ക്കാമെന്നു പറഞ്ഞ് എന്നെ യാത്രയാക്കി. നല്ല ഭക്ഷണവും നൂറു നിഷ്കവും തന്നു.'

പുരോഹിതനോടു പൊയ്ക്കൊള്ളാൻ പറഞ്ഞു ദ്രുപദൻ. വാർദ്ധക്യം കൊണ്ടുള്ള ജരാനരകൾ കാണാമെങ്കിലും അദ്ദേഹത്തിന്റെ ഓരോ ചലനത്തിലും പ്രൗഢിയും പൗരുഷവും പ്രകടമായിരുന്നു. അദ്ദേഹത്തിന്റെ മുമ്പിൽ യാദവരും വിനീതരാണ്. പിറുപിറുത്തു നില്ക്കുന്ന ഞങ്ങളുടെ നേരെ നോക്കി അദ്ദേഹം പറഞ്ഞു:

'ഇതൊക്കെ ഒരുവശത്തു നടക്കും. ദൂതും സന്ധിസംഭാഷണവുമൊക്കെ. ഒരുക്കങ്ങൾ നിർത്തിവയ്ക്കരുത്.'

പിറ്റേന്ന് ധൃതരാഷ്ട്രരുടെ കണ്ണായ സചിവൻ സഞ്ജയൻ വന്നു. ഭക്ഷണവും വിശ്രമവും കഴിഞ്ഞ് അദ്ദേഹം സഭയിൽ വരുമ്പോഴേക്കും എല്ലാവരും തിരക്കിക്കയറി. ആചാര്യമര്യാദയ്ക്കനുസരിച്ച് വലിയച്ഛന്റെയും കുടുംബങ്ങളുടെയും കുശലങ്ങൾ ചോദിച്ചു യുധിഷ്ഠിരൻ. വധുപുത്രർക്കു ക്ഷേമം തന്നെയല്ലേ? വിപ്രപൂജകൾ ശരിക്കു നടക്കുന്നില്ലേ? ദാസീദാസന്മാർ വൃദ്ധജനങ്ങളെ ശരിക്കും പരിചരിക്കുന്നില്ലേ?

ഉപചാരങ്ങളുടെ നിയമം ഇതൊക്കെയാണെങ്കിലും ഇതങ്ങനെ നീട്ടിക്കൊണ്ടുപോയി, പശുക്കൾ പാൽ ചുരത്തുന്നില്ലേ എന്നുവരെ എത്തിക്കേണ്ടതുണ്ടോ? ഞാൻ സംശയിച്ചു. സാത്യകി അക്ഷമയോടെ പറഞ്ഞു: 'അന്ധന്റെ മൊഴി കേൾക്കട്ടെ.'

സഭയുടെ പിൻവശത്തെ രൂപം കൊത്തിയ ദേവദാരുമറയ്ക്കു പിന്നിൽ ആഭരണങ്ങൾ ശബ്ദിച്ചു. പാദസരസ്വനം തിരിച്ചറിഞ്ഞു. ദ്രൗപദിയും കേൾക്കാൻ വന്നിട്ടുണ്ട്.

സഞ്ജയൻ പറഞ്ഞു:

'ധർമ്മാപുത്രാ കേൾക്കണം, ധൃതരാഷ്ട്രന്റെ വാക്കുകൾ. നിങ്ങൾ പാണ്ഡവരും കൃഷ്ണനും ശിനിപുത്രൻ സാത്യകിയും വന്ദ്യരായ ദ്രുപദവിരാടരും കേൾക്കണം.'

ധൃതരാഷ്ട്രർ പറഞ്ഞു: 'നിങ്ങളൊക്കെ കുലീനരാണ്, നിങ്ങൾക്കു ഹീന കർമ്മങ്ങൾ ചെയ്യാനാവില്ല. പാപം നിങ്ങളിൽ, ശുഭ്രവസ്ത്രങ്ങളിൽ പറ്റിയ അഞ്ജനംപോലെ തെളിഞ്ഞുകാണും.

യുദ്ധം ചെയ്യാൻ ഒരുമ്പെട്ടാൽ ഉണ്ടാവാൻ പോകുന്നത് ഞാൻ പറയാം. യാദവരും പാഞ്ചാലരും വിരാടരും സഹായിക്കുമ്പോൾ നിങ്ങൾ അജയ്യ രാണ്. ദ്രോണരും ഭീഷ്മപിതാമഹനും കൃപരും ശല്യരും അശ്വത്ഥാമാവും ഒക്കെ സഹായിക്കാൻ നില്ക്കെ, നായകസ്ഥാനത്തു കർണ്ണൻ നില്ക്കെ, കൗരവ പക്ഷത്തെ ജയിക്കാനും ഞാൻ ആരെയും കാണുന്നില്ല. രണ്ടു കൂട്ടരും ജയിച്ചാലും തോറ്റാലും ഞാൻ നന്മ കാണുന്നില്ല. ശമം വരിക്കേ ണ്ടതു പാണ്ഡവരാണ്. ശുഭമുണ്ടാവട്ടെ രണ്ടുകൂട്ടർക്കും എന്നാണെന്റെ പ്രാർത്ഥന.' സഞ്ജയൻ നിർത്തി. പിന്നെ സ്വന്തം നിലയ്ക്കു പറഞ്ഞു, 'ഭീഷ്മാചാര്യന്റെ മുമ്പിൽ വെച്ചാണ് മഹാരാജാവ് സന്ദേശം നല്കിയത്.

ജ്യേഷ്ഠൻ പറയാറുള്ളതുപോലെ എന്റെ ബുദ്ധിക്ക് അല്പം മന്ദഗതി യുണ്ട്. എനിക്ക് സഞ്ജയൻ പറഞ്ഞ സന്ദേശം മുഴുവൻ മനസ്സിലായില്ല.

'എന്താണു വലിയച്ഛൻ പറഞ്ഞു ഫലിപ്പിക്കുന്നത്? സത്യത്തിൽ മന സ്സിലായില്ല.'

ധൃഷ്ടദ്യുമ്നൻ ചിരിച്ചു.

'ഭംഗിവാക്കുകൾ എടുത്തുകളഞ്ഞാൽ അവശിഷ്ടം ഇതായിരിക്കും. നിങ്ങൾ കാട്ടിലോ മേട്ടിലോ എവിടെ വേണമെങ്കിൽ കിടന്നു നശിച്ചോളൂ. കൗരവരെ ശല്യപ്പെടുത്തരുത്. ശമംവരിക്കലിന്റെ അർത്ഥം അതു തന്നെ.'

പാദസ്വരങ്ങളുടെ ശബ്ദം കേട്ടപ്പോൾ തിരിഞ്ഞുനോക്കി. ദ്രൗപദി എന്നെ നോക്കുന്നു.

സഞ്ജയൻ മറുപടി കാത്തുകൊണ്ട് ഇരിക്കെ, ആലോചനയ്ക്കായി വീണ്ടും യുധിഷ്ഠിരൻ കൃഷ്ണന്റെ സമീപത്തേക്കു നടക്കുമ്പോൾ ഞാൻ പറഞ്ഞു: 'ഇനി ശമമില്ല. യുദ്ധസന്നദ്ധരാണ് പാണ്ഡവരെന്നു പറ ഞ്ഞേക്കൂ!'

യുധിഷ്ഠിരൻ അമ്പരന്ന് എന്നെ നോക്കി. കൃഷ്ണനും അർജ്ജുനനും നകുലസഹദേവന്മാരും എന്നെ ചോദ്യരൂപത്തിൽ നോക്കുന്നു.

ഓ, എനിക്കു മനസ്സിലാവുന്നു. മറുപടി പറയേണ്ടതു ഞാനല്ല. യുധി ഷ്ഠിരനാണ്. ഞാനൊരു നിയമം ലംഘിച്ചിരിക്കുന്നു.

നാല്

ദ്രുപദരാജാവ് എഴുന്നേറ്റു. അസംതൃപ്തികൊണ്ടു ചുളിഞ്ഞ മുഖത്തോടെ അദ്ദേഹം എന്റെ സമീപമെത്തിയപ്പോൾ രണ്ടാമൻ കയറി കാര്യം പറഞ്ഞതിനു ശാസിക്കുമെന്നു കരുതി. അദ്ദേഹം പറഞ്ഞു: 'മന്ത്രാലോചനയ്ക്കു ഞാനത്ര വിദഗ്ദ്ധനല്ല. നടക്കട്ടെ. ആവശ്യം വരുമ്പോൾ അതിഥിമന്ദിരത്തിൽ വന്ന് എന്നെ വിളിച്ചാൽ മതി. തൽക്കാലം ഞാനും ശമം വരിക്കുന്നു....'

വൃദ്ധന്റെ കണ്ണുകളിൽ നർമ്മരസം തിളങ്ങി. മണ്ഡപത്തിന്റെ നടുവിൽ സഞ്ജയനും യുധിഷ്ഠിരനും കൂടി തലയടുപ്പിച്ചു പതുക്കെ പിറുപിറുക്കാൻ തുടങ്ങി. കൃഷ്ണൻ അർജ്ജുനന്റെ സമീപത്തായി ഒന്നും പറയാതെ നില്ക്കുന്നു. അവസാനം സഞ്ജയൻ എഴുന്നേറ്റു. പുറത്തേക്കു പോയി.

ഞാൻ ആയുധപ്പുരയുടെ സമീപത്തേക്കു നടന്നു. നകുലൻ ഒപ്പമെത്തി അറിയിച്ചു: 'യുധിഷ്ഠിരൻ എന്നെ വിളിക്കുന്നു.' വീണ്ടും മണ്ഡപത്തിലേക്കു കയറിയ എന്നോട് ജ്യേഷ്ഠൻ പറഞ്ഞു:

'യുദ്ധം കൂടാതെകഴിക്കാൻ ഞാൻ പരമാവധി ശ്രമിക്കുന്നു. അർദ്ധരാജ്യം ഇന്ദ്രപ്രസ്ഥമടക്കം കിട്ടിയാൽ ഉത്തമം. അല്ലെങ്കിൽ അഞ്ചു ഗ്രാമങ്ങളെങ്കിലും.....'

എന്റെ ക്ഷോഭം ഉണർന്നു:

'അഞ്ചുഗ്രാമം മതിയെന്ന് ആരു നിശ്ചയിച്ചു?'

'ഞാൻ. അതിനുള്ള അധികാരം എനിക്കുണ്ട്. സംശയമുണ്ടെങ്കിൽ പട ആദ്യം തുടങ്ങേണ്ടത് പാണ്ഡവർക്കിടയിൽത്തന്നെ, ഇപ്പോൾ.'

ശൂന്യമായ സഭാമണ്ഡപത്തിൽ യുധിഷ്ഠിരന്റെ വാക്കുകൾ മുഴങ്ങി.

കണ്ണുകളിൽ വെല്ലുവിളിയാണ്.

ഞാൻ പണിപ്പെട്ടു തല കുനിച്ചു. എന്നിട്ടു തിരികെ നടന്നു. അകലത്തെ പണിപ്പുരകളിൽ ഇരുമ്പടിച്ചു പരത്തുന്നതു കേട്ടുകൊണ്ട് പിന്നെ കിടന്നു. എന്നെ തിരഞ്ഞു ധൃഷ്ടദ്യുമ്നൻ വന്നപ്പോൾ എഴുന്നേറ്റിരുന്നു. യുധിഷ്ഠിരന്റെ വ്യവസ്ഥകളെപ്പറ്റി ഞാൻ സംസാരിച്ചില്ല. അയാൾ സന്തുഷ്ടനായിരുന്നു. പരിചാരകർ ശയ്യയ്ക്കരികിൽ നിറച്ചുവച്ച മദ്യകുംഭം എടുത്തു കുടിച്ചു താഴെവച്ചു പറഞ്ഞു: 'ഞാൻ നേരത്തെ ഒരു ചാരനെ ഹസ്തിനപുരത്തേക്കയച്ചിരുന്നു. അയാൾ വന്നു.'

അപ്പോൾ കേൾക്കാൻ എനിക്കും താൽപര്യമായി. വിദുരരും ധൃതരാഷ്ട്രരും തമ്മിൽ നീണ്ട തർക്കങ്ങൾ നടക്കുകയാണ്. ഭീഷ്മാചാര്യൻ നിഷ്പക്ഷതയോടെ ഒഴിഞ്ഞുമാറി നില്ക്കുന്നു. കൃഷ്ണദ്വൈപായനനും ഗാന്ധാരിയും പറഞ്ഞിട്ടു ഫലമില്ലെന്നു കണ്ടു പിൻവാങ്ങിയിരിക്കുന്നു.

'കർണ്ണനോ?'

'കർണ്ണനും ഭീഷ്മചാര്യരും തമ്മിൽ വലിയ വാക്കേറ്റം നടന്നിട്ടുണ്ട്. വിഷയമെന്തായിരുന്നു എന്നറിഞ്ഞുകൂടാ. പിണങ്ങിപ്പോയ കർണ്ണൻ പിന്നെ സഭയിലേക്കു കയറിയിട്ടില്ല. സ്വന്തം മന്ദിരത്തിൽനിന്നു പുറത്തുവന്നിട്ടില്ല.'

അയാൾ രണ്ടാമതും കുംഭമുയർത്തി.

'ധൃതരാഷ്ട്രർ പാണ്ഡവപക്ഷത്തിൽ ഏറ്റവും ഭയപ്പെടുന്നത് ഒരാളെയാണ്. ആരാണെന്ന് ഊഹിക്കാമോ?'

ഊഹിക്കാൻ പ്രയാസമില്ല. പുതിയ ശസ്ത്രങ്ങൾ നേടിയ, ഇരുകൈകളിലും അമ്പുപിഴയ്ക്കാത്ത, അർജ്ജുനനെത്തന്നെ.

'അല്ല....' എന്റെ നെഞ്ചിൽ കളിയായി ഇടിച്ചുകൊണ്ടു പറഞ്ഞു: 'ദാ, ഈ വൃകോദരനെ. രാജാവു പറഞ്ഞ വാക്കുകൾ കേൾക്കണോ? അവൻ എന്റെ മക്കളെക്കൊല്ലും. അതോർത്തു ചുടുനെടുവീർപ്പിട്ടു രാവെല്ലാം ഞാനുണർന്നിരിക്കുന്നു! എന്തു പറയുന്നു?'

സ്വന്തം സഹോദരന്മാരുടെ കരബലവും ബന്ധുക്കളുടെ സൈന്യബലവും അറിയാത്ത ഒരാളാണല്ലോ പാണ്ഡവരെ നയിക്കുന്നത് എന്നോർത്ത് ഞാൻ വീണ്ടും ചിന്താമഗ്നനായി.

'ഗദായുദ്ധത്തിൽ ഭീമനെ സംഹരിക്കാൻ താൻ ധാരാളം മതിയെന്നു പറഞ്ഞ് ദുര്യോധനൻ അന്ധപിതാവിനെ ആശ്വസിപ്പിക്കാൻ നിരന്തരം ശ്രമിക്കുന്നുണ്ട്.'

രഥവേഗം സാരഥി കുറയ്ക്കുമ്പോൾ അക്ഷമനാവുന്ന പടക്കുതിരയെപ്പോലെയാണ് ധൃഷ്ടദ്യുമ്നൻ. ഒരിടത്തും ഇരിപ്പുറയ്ക്കുന്നില്ല. സാത്യകിയെ അന്വേഷിക്കട്ടെ എന്നും പറഞ്ഞ് അയാൾ പുറത്തേക്കു നടന്നു.

അപരാഹ്നത്തിൽ വീണ്ടും ദൂതൻ വന്നു. എന്നെ സഭയിലേക്കു വിളിക്കുന്നു.

ചെന്നപ്പോൾ അനുജന്മാർ മൂന്നുപേരുമുണ്ട്. കൃഷ്ണനും ധൃഷ്ടദ്യു

മ്നനും സാത്യകിയും യുധിഷ്ഠിരന്റെ മുമ്പിലിരിക്കുന്നു. ഒറ്റയ്ക്കു നില്ക്കുന്ന അനുജന്മാർ എന്നെ നോക്കി. അവർ അസ്വസ്ഥരാണ്. ദ്രുപദനും വിരാടനുമില്ല സഭയിൽ.

'ഒരവസാനശ്രമംകൂടി നടത്താമെന്നു നിശ്ചയിച്ചു, യുദ്ധമില്ലാതെ കഴിക്കാൻ.' അദ്ദേഹം എന്നെ നോക്കിയാണ് സംസാരിച്ചത്. 'ഒരു പ്രധാനിയെത്തന്നെ ദൂതനായി അയയ്ക്കാമെന്നും നിശ്ചയിച്ചു. കൃഷ്ണൻ സമ്മതിച്ചിരിക്കുന്നു.'

ഈ ദൗത്യം നിർബ്ബന്ധിച്ച് ഏല്പിച്ചതാണെന്ന് കുനിഞ്ഞിരിക്കുന്ന കൃഷ്ണന്റെ മുഖം കണ്ടാലറിയാം.

'ഓരോ ആളുടേയും അഭിപ്രായമറിയാനാണ് വിളിച്ചുവരുത്തിയിരിക്കുന്നത്. ഇതൊരു പ്രധാന തീരുമാനമായിരിക്കണം.'

ഞാൻ രോഷം ഒതുക്കി, കഴിയുന്നത്ര ശാന്തത വരുത്താൻ ശ്രമിച്ചുകൊണ്ടു പറഞ്ഞു:

'ഭാരതന്മാരുടെ വംശം നശിക്കാതിരിക്കലാണല്ലോ നമുക്കിപ്പോൾ വലുത്. ഞാൻ എന്തു വേണമെങ്കിലും ചെയ്യാം. ദുര്യോധനന്റെ ദാസ്യവൃത്തികൂടി.'

ആക്രോശം പ്രതീക്ഷിച്ച കൃഷ്ണൻ എന്റെ തണുത്ത സ്വരം കേട്ടു വിശ്വാസം വരാത്ത നിലയിൽ എന്നെ നോക്കി. നേരത്തെ യുധിഷ്ഠിരൻ എന്റെ നേരെ ക്രുദ്ധനായി, വെല്ലുവിളിയുടെ വക്കോളമെത്തിയ സംഭവം കൃഷ്ണനറിഞ്ഞിട്ടില്ല. ആരോടും ഞാൻ പറഞ്ഞിട്ടില്ല.

'ഷണ്ഡന്മാർ പറയേണ്ട വാക്കുകൾ. യുദ്ധമടുത്തപ്പോൾ ഭീരുവാകുന്നോ ഭീമസേനൻ?' കൃഷ്ണൻ ചോദിച്ചു.

'ഷണ്ഡൻപാണ്ഡുവിന്റെ മക്കളിൽനിന്ന് താങ്കൾ ഇതിലേറെ പ്രതീക്ഷിച്ചെങ്കിൽ, അതു താങ്കളുടെ തെറ്റ്.'

ഞാൻ ക്ഷോഭമില്ലാതെതന്നെ പറഞ്ഞു. സഹോദരന്മാർ നടുങ്ങി.

താനറിയാത്തതെന്തോ ഇതിലുണ്ടെന്നു കരുതി കൃഷ്ണൻ വേഗത്തിൽ ശാന്തനായി.

'ഞാൻ വെറുംവാക്കു പറഞ്ഞതാണ്. നിർദ്ദോഷമായ ഒരു പരിഹാസം.'

അടുത്തത് അർജ്ജുനന്റെ ഊഴമായിരുന്നു. അയാൾ മറ്റുള്ളവർ പറഞ്ഞു കഴിഞ്ഞിട്ടാവാമെന്നു കരുതിയിട്ടെന്നോണം നകുലനെ നോക്കി. സഹദേവനെ നോക്കി. അവർ അർജ്ജുനന്റെ തീരുമാനം കാത്തിരിക്കുന്നതുപോലെ നിശ്ശബ്ദം നിന്നു.

'അർജ്ജുനൻ എന്തു പറയുന്നു?'

വീണ്ടും യുധിഷ്ഠിരൻ ചോദിച്ചു.

'ആചാര്യന്മാർ മറുനിരയിൽ നില്ക്കുന്നതാണെന്റെ വിഷമം. യുദ്ധം പശുക്കളെ തിരിച്ചുപിടിക്കുന്നതുപോലെയല്ലല്ലോ.... സന്ധി സാധിച്ചാൽ എല്ലാവർക്കും നല്ലത്.'

നകുലൻ അതിനോടു യോജിക്കുന്നു.

വിളിക്കാതെതന്നെ സഹദേവൻ മുമ്പോട്ടു വന്നു. അവന്റെ മുഖം ചുവന്നിരുന്നു.

'ഭീമനും അർജ്ജുനനും യുധിഷ്ഠിരനുമൊക്കെ വലിയ ധാർമ്മികരായിരിക്കാം. നകുലന് സ്വന്തമായി ഒരഭിപ്രായവുമില്ല. എനിക്കു തോന്നുന്നത് വേറെയാണ്.'

അയാൾ നിർത്തി. പിന്നെ കൃഷ്ണന്റെ നേരെയാണ് തിരിഞ്ഞത്.

'ദ്രൗപദിയെ പണയപ്പണ്ടമാക്കി സഭയിൽ വലിച്ചിഴയ്ക്കുന്നത് കണ്ടുനിന്നവനാണ് ഞാൻ. ഒരു പുരുഷനും കണ്ടുനില്ക്കാൻ കഴിയാത്ത കാഴ്ച. യുദ്ധത്തിൽ അവരെ നശിപ്പിച്ചേ ഞാനടങ്ങൂ. ആ ശകുനിയെ സ്വന്തം കൈയാലെ ഞാൻ കൊല്ലും. എനിക്കു വേണ്ടത് യുദ്ധം. സഹദേവൻ അധാർമ്മികനാണെന്ന്, ഹേ കൃഷ്ണാ, താങ്കൾക്കു വേണമെങ്കിൽ കരുതാം!'

സാത്യകി ആവേശപൂർവ്വം സഹദേവനെ ഒരർദ്ധാലിംഗനത്തിലൊതുക്കി. മാതുലൻ, മാദ്രീസഹോദരൻ ശല്യർ, കൗരവപക്ഷത്തിലേ നിൽക്കു എന്നുറപ്പായതറിഞ്ഞതുമുതൽ സഹദേവൻ സദാ രോഷാകുലനാണ്.

സഹദേവന്റെ വാക്കുകൾ ശ്രദ്ധിക്കാതെ യുധിഷ്ഠിരൻ പറഞ്ഞു: 'പിരിയാം കൃഷ്ണൻ ദൂതുംകൊണ്ടു യാത്രപുറപ്പെടട്ടെ.'

അപ്പോൾ ദാരുമറയുടെ പിന്നിൽനിന്ന് ഒരു നനുത്ത ശബ്ദം കേട്ടു:

'നിൽക്കൂ, ഒരു വാക്കുകൂടി!

ദ്രൗപദി മുമ്പിലേക്കു വന്നു. ഞങ്ങളെ ആരേയും ശ്രദ്ധിക്കാതെ ദ്രൗപദി കൃഷ്ണന്റെ മുമ്പിൽ നിന്നു.

'എന്റെ അഭിപ്രായം ഇവിടെ ആരും ചോദിക്കില്ല എന്നറിയാം. പണയപ്പണ്ടത്തിനു നാവില്ലല്ലോ.'

'ഇത് രാജനീതിയെപ്പറ്റിയുള്ള ഒരു മന്ത്രാലോചനയാണ്.'

യുധിഷ്ഠിരൻ ഗൗരവത്തിൽ ദ്രൗപദിയെ ഓർമ്മിപ്പിച്ചു.

'കുരുവംശത്തിൽ സ്ത്രീകൾക്ക് കഴിയണമെങ്കിൽ അന്ധകളാവണം. അല്ലെങ്കിൽ ഊമകളാവണം. ശമത്തെപ്പറ്റിയാണ് ഞാൻ ഇന്നലെയും ഇന്നുമൊക്കെ കേൾക്കുന്നത്. ശമം കെഞ്ചാൻപോകുന്നതിനിടയ്ക്ക് ഇതു നോക്കണം.'

അഴിച്ചിട്ട മുടി ഇടംകൈകൊണ്ട് ചുമലിലേക്കിട്ട് ദ്രൗപദി പറഞ്ഞു:

'ദുശ്ശാസനൻ വിലിച്ചിഴച്ചപ്പോൾ അഴിഞ്ഞ ഈ മുടി ഞാൻ പിന്നെ കെട്ടിയിട്ടില്ല. ഉള്ളിൽ കത്തുന്ന തീ കണ്ണീരിൽ കെടാതെയാണ് ഞാനീ പതിമൂന്നു കൊല്ലം കാത്തുസൂക്ഷിച്ചത്. ഇപ്പോൾ കൗരവരെ മുഴുവൻ ഒറ്റയ്ക്കു കൊല്ലുമെന്ന് ആണയിട്ട ആൾകൂടി ധർമ്മജ്ഞനായി മാറി.....'

ആഭിചാരക്രിയകളുടെ മന്ത്രങ്ങൾ ആവാഹിച്ചുവരുത്തുന്ന ഒരു രക്ഷോ 'ദേവതയെപ്പറ്റി കേട്ടിട്ടുണ്ട്.' കൃത്യ. ദ്രൗപദി കൃത്യയെപ്പോലെ ശാപത്തിന്റെ വിത്തുകൾ കൈയിലും നാശത്തിന്റെ തീപ്പൊരികൾ കണ്ണിലുമായി നില്ക്കുകയാണെന്നു തോന്നി.

പിന്നെ ക്രോധം കത്തിയടങ്ങിയ ദ്രൗപദി മുഖംപൊത്തിക്കരഞ്ഞു.

കൃഷ്ണൻ അടുത്തേക്കു നടന്നുകൊണ്ടു പറഞ്ഞു:

'കരയരുത്. ഞാൻ മുമ്പുപറഞ്ഞ വാക്കുകൾ മറക്കരുത്. ശത്രുക്കൾ നശിച്ച് ഭർത്താക്കന്മാരോടൊപ്പം നീ ഐശ്വര്യത്തോടെ വാഴുന്നതു ഞാൻ മനസ്സിൽ കാണുന്നുണ്ട്.'

ദ്രൗപദി ആരെയും നോക്കാതെ, ഉറച്ച കാൽവയ്പുകളോടെ തിരിച്ചു നടന്നു.

ഭീമൻ ശത്രുക്കളുടെ ദാസ്യത്തിനുകൂടി തയ്യാറായിരിക്കുന്നു എന്നു കരുതിയായിരിക്കണം, എന്നെ പ്രത്യേകം എടുത്തുപറഞ്ഞത്. പ്രതിജ്ഞ മറന്ന മഹാബലൻ. എന്നെ നോക്കുന്ന സഹദേവന്റെ കണ്ണുകളിലും പകയുണ്ട്. സാത്യകിയും ധൃഷ്ടദ്യുമ്നനും യുദ്ധമടുത്തപ്പോൾ ഞാൻ ഭീരുവാകുന്നു എന്നു സംശയിക്കുകയാണോ? പ്രത്യേകിച്ചും ധൃഷ്ടദ്യുമ്നന് അങ്ങനെ തോന്നിയാൽ—

അഞ്ചുപേർക്കുകൂടി മകളെ കൊടുക്കുന്നതു ഉചിതമല്ലെന്നു നിശ്ചയിച്ച ദ്രുപദരാജാവിനോടു വാദിച്ചു ജയിച്ചത് ധൃഷ്ടദ്യുമ്നനായിരുന്നു. അർജ്ജുനനോളം, ഒരുപക്ഷേ, അർജ്ജുനനേക്കാൾ അഭികാമ്യൻ ഞാനാണെന്നു കൂടി അയാളന്നു വാദിച്ചു. എന്നെ ആരാധിക്കുന്ന ധൃഷ്ടദ്യുമ്നനും തോന്നിയോ ഇപ്പോൾ ഞാൻ ഭീരുവാണെന്ന്?

ഞാൻ നടന്നു നടന്ന് ആനപ്പന്തിയുടെ സമീപമെത്തി. അവിടെ പെട്ടെന്ന് ബഹളം പൊട്ടിപ്പുറപ്പെട്ടു. മദമിളകിയ ഒരു കൊമ്പൻ കാൽച്ചങ്ങലയിടാനടുത്ത പാപ്പാനെ കുത്തിമലർത്തിയിരിക്കുന്നു. കോട്ടയുടെ കരിങ്കൽക്കെട്ട് ഇടിച്ചു തകർക്കാൻ നോക്കുകയാണ്. നീണ്ട തോട്ടികളും കുന്തങ്ങളുമായി ആളുകൾ അകന്നുമാറി നില്ക്കുന്നു.

അടുത്തേക്കു നടന്ന എന്റെ മുമ്പിൽ പാപ്പാന്മാർ തടഞ്ഞുകൊണ്ടു പറഞ്ഞു: 'മദപ്പാടാണ്. അടുക്കരുതേ!'

അവന്റെ കൈയിലെ കുന്തം വാങ്ങി നിലത്തു കുത്തി വായ്ത്തല മടക്കി തിരിച്ചുപിടിച്ച് ഞാൻ മുമ്പോട്ടു നടന്നു. ആന തിരിഞ്ഞപ്പോൾ അവനു മനസ്സിലാവുന്ന ഭാഷയിൽ ഞാൻ പറഞ്ഞു:

'അടങ്ങ്, അടങ്ങ്.'

തുമ്പി ചുരുട്ടിക്കൂട്ടി കൊമ്പുരണ്ടും ആകാശത്തിലേക്കുയർത്തിയ അവന്റെ മസ്തകത്തിന്റെ മദ്ധ്യത്തിലെ മർമ്മസ്ഥാനത്തേക്ക് ഞാൻ കുന്തമെറിഞ്ഞു. പിഴച്ചില്ല. ചീറിക്കൊണ്ടു മുൻകാൽ മടക്കിയിരുന്ന ആനയുടെ മുമ്പിൽ നിന്നു ഞാൻ ഭ്രാന്തനെപ്പോലെ പറഞ്ഞു:

'നിനക്ക് ദ്വന്ദ്വയുദ്ധം വേണോ? ഭീമസേനൻ തയ്യാർ.'

ജന്തുക്കൾക്കും സഹജാവബോധമുണ്ട്. മദജലത്തിന്റെ അരഭ്രാന്ത് മനുഷ്യന്റെ മുഴുഭ്രാന്തിന്റെ മുമ്പിൽ ഭയന്നു ചിന്നംവിളിച്ചു. കൊമ്പുകൾക്കിടയിൽ കടന്നുനിന്ന്, മദകുംഭത്തിന്റെ മുകളിൽ മുഷ്ടി ചുരുട്ടി ഇടിച്ച് ഞാൻ പിന്നെയും ചോദിച്ചു: 'നിനക്കു യുദ്ധം വേണോ?'

അപ്പോൾ കാൽച്ചങ്ങലകളുമായി പാപ്പാന്മാർ അടുത്തെത്തി. ആന ശാന്തനായിരിക്കുന്നു.

ക്ഷോഭമടങ്ങാത്ത ഞാൻ തിരിച്ചുനടന്നപ്പോൾ ആനപ്പന്തിയിലെ ബഹളം കേട്ട് ഓടിയെത്തിയവരുടെ കൂട്ടത്തിൽ ധൃഷ്ടദ്യുമ്നനെ കണ്ടു. കൂടെ ദ്രൗപദി. അവർ വഴിക്ക് എന്റെ ഒപ്പമെത്തി.

ധൃഷ്ടദ്യുമ്നൻ ചോദിച്ചു: 'ആരോടായിരുന്നു രോഷം? ആനയോടല്ല, തീർച്ച.'

ഞാൻ മിണ്ടിയില്ല.

ദ്രൗപദി പറഞ്ഞു: 'രാവിലെ ജ്യേഷ്ഠനുമായി ദ്വന്ദ്വയുദ്ധത്തിന് നില്ക്കാത്തത് ഏതായാലും പുണ്യമായി.'

അവൾ എന്നെ നോക്കി മന്ദഹസിച്ചു. അപ്പോൾ മനുഷ്യനും ശാന്തനായി.

കൃഷ്ണൻ തിരിച്ചെത്തുന്നതുവരെ ഞങ്ങൾ വീണ്ടും അസ്വസ്ഥരായി നടന്നു. പാളയത്തിലെ ഉത്സാഹം ആരും പറയാതെതന്നെ കുറഞ്ഞു. പണിപ്പുരകളിൽ നിർമ്മാണവും സാവധാനത്തിലായി. മഹായുദ്ധത്തിന്റെ മണം പിടിച്ചു നടന്നിരുന്ന വിരാടസൈന്യത്തിലെ യുവാക്കളുടെ മുഖത്ത് മ്ലാനത കണ്ടു. പലരും എന്നോടു വന്നു ചോദിച്ചുകൊണ്ടിരുന്നു: സന്ധിക്കാര്യം തീരുമാനമായോ? കൃഷ്ണൻ വരട്ടെ എന്നിട്ടു നിശ്ചയിക്കാമെന്ന് ഞാനവരോടു പറഞ്ഞുകൊണ്ടിരുന്നു.

സംതൃപ്തനായി കൃഷ്ണൻ തിരിച്ചെത്തിയപ്പോൾ അർദ്ധരാജ്യത്തിന് ദുര്യോധനൻ സമ്മതിച്ചിരിക്കും എന്നാണ് ഞങ്ങളൂഹിച്ചത്. വഴിക്കു നിർത്തി ചോദിച്ചതിന് അയാൾ കൃത്യമായി ഒന്നും പറഞ്ഞില്ല. 'രാജ്യകാര്യങ്ങൾ സഭയിൽവച്ചു പറയേണ്ടതാണ്,' എന്ന് ഒഴിഞ്ഞുമാറി.

സഭയിൽ വീണ്ടും ഒത്തുകൂടിയപ്പോൾ ദ്രുപദനും വിരാടനും വിരാടപുത്രൻ ഉത്തരനും വന്നു. സാത്യകിയുടെ മൂന്നു സേനാപതികളും. പട തിരിച്ചു പോകുന്നുവെങ്കിൽ തീരുമാനം യുധിഷ്ഠിരൻ തന്നെ അറിയിക്കട്ടെ എന്നു കരുതിയാണ് അവരെക്കൂടി വിളിച്ചത്.

കൃഷ്ണൻ ദൂതപുരോഹിതനെപ്പോലെ, സഞ്ജയനെപ്പോലെ, വളച്ചു നീട്ടാൻ നിന്നില്ല.

'അർദ്ധരാജ്യമല്ല, അഞ്ചു ഗ്രാമമല്ല, അഞ്ചു വീടല്ല, ഒരു വീടു ചോദിച്ചാൽക്കൂടി തരാൻ തയ്യാറില്ല ദുര്യോധനൻ. പറഞ്ഞ വാക്കുകൾ കേൾക്കണോ? സൂചി കുത്താനുള്ള സ്ഥലംകൂടി പാണ്ഡവർക്കു കൊടുക്കാൻ ഭാവമില്ല!'

അമ്മ എന്തു പറഞ്ഞു?

അമ്മ – എല്ലാവരുടെ നാവിലും ഉയർന്ന ചോദ്യം അതായിരുന്നു. അമ്മയെ കണ്ടപ്പോൾ എന്തു പറഞ്ഞു?

'അമ്മയുടെ വാക്കുകൾ കേൾക്കാനാണ് ഞാൻ ഇവിടെ ഈ സഭയിൽ

എല്ലാവരോടും വന്നുചേരാൻ ആവശ്യപ്പെട്ടത്.

എന്റെ മക്കൾക്കു രാജ്യം നഷ്ടപ്പെട്ടതും അവരുടെ വനവാസക്ലേശവും ഞാൻ വേണമെങ്കിൽ മറക്കും. അനാഥയെപ്പോലെ സ്നുഷ, സഭയിൽ രക്തക്കറ പുരണ്ട ഒറ്റവസ്ത്രവുമായി നീറിനീറി നില്ക്കേണ്ടിവന്നത് പക്ഷേ, ഒരിക്കലും ഞാൻ മറക്കില്ല. എന്റെ മക്കൾക്കറിയില്ലെങ്കിൽ വിദുളയുടെ കഥ ഒന്നു പറഞ്ഞുകൊടുക്കൂ.'

കൃഷ്ണൻ നിർത്തി, ദ്രൗപദിയെ നോക്കി. ദ്രൗപദി അപ്പോൾ സന്തോഷം നിറഞ്ഞ കണ്ണുകൾ തുടയ്ക്കുകയായിരുന്നു.

കൃഷ്ണൻ പിന്നെയും സ്വന്തം വാക്കുകളിൽ പറഞ്ഞു:

'യുദ്ധം ഭയന്നു വീട്ടിലോടിയൊളിച്ച മകനെ വീണ്ടും പടക്കളത്തിലേക്കയച്ച ഒരു ക്ഷത്രിയ സ്ത്രീയാണ് വിദുള. ഹേതുവും സാമർത്ഥ്യവുമില്ലാത്ത സ്നേഹം കൊണ്ട് കഴുതപ്പെണ്ണിനേ പ്രയോജനമുള്ളൂ എന്നു പറഞ്ഞവളാണ് വിദുള.'

ഞങ്ങൾ അമ്മയെപ്പറ്റി ഓർത്തു നിശ്ശബ്ദരായി. എല്ലാവരും ഇനി എന്താണ് യുധിഷ്ഠിരൻ പറയാൻ പോകുന്നതെന്നറിയാൻ വെമ്പൽ കൊണ്ടു.

'ഭീമാർജ്ജുനന്മാരോടു പറയാൻ അമ്മ പ്രത്യേകം ഏല്പിച്ചിട്ടുണ്ട്. യുദ്ധം ജയിച്ച് ജ്യേഷ്ഠനെ രാജാവാക്കി അഭിഷേകം ചെയ്യണം. താങ്കളോടു മാത്രമായി പറയാൻ ഏല്പിച്ച കാര്യം കൂടിയേ ഇനി ബാക്കിയുള്ളു.'

കൃഷ്ണൻ യുധിഷ്ഠിരനെ നോക്കി:

'താങ്കൾക്കായി അമ്മയുടെ വാക്കുകൾ ഇതായിരുന്നു: രാജ്യത്തേയും പ്രജകളേയും രക്ഷിക്കാനറിയാത്ത രാജാക്കന്മാർക്കു വിധിച്ചത് വീരസ്വർഗ്ഗമല്ല, മഹാനരകം!'

യുധിഷ്ഠിരൻ വീണ്ടും ചിന്താമഗ്നനായിരുന്നു. സാത്യകിയും ധൃഷ്ടദ്യുമ്നനും എഴുന്നേറ്റു നടക്കാൻ തുടങ്ങി. ദ്രുപദരും വിരാടനും യുധിഷ്ഠിരനെത്തന്നെ നോക്കിയിരുന്നു.

പശ്ചാത്തലത്തിൽ ഒതുങ്ങിനിന്ന ദ്രൗപദി ഇളകിയപ്പോൾ കിലുങ്ങിയ പാദസരകിലുക്കം മാത്രം, നിറഞ്ഞ നിശ്ശബ്ദതയിൽ കേട്ടു.

യുധിഷ്ഠിരൻ നെടുവീർപ്പോടെ ചോദിച്ചു:

'അഭിമന്യുവിന്റെ വിവാഹക്കാര്യം.....'

കൃഷ്ണൻ അതു കേട്ടതായി ഭാവിച്ചില്ല. നീണ്ടുനിന്നു പിന്നെയും നിശ്ശബ്ദത!

ക്ഷമ നശിച്ചപോലെ കൃഷ്ണൻ ചോദിച്ചു:

'ഇനി നമ്മളെന്തു ചെയ്യണമെന്നാണ് താങ്കളുടെ തീരുമാനം?'

യുധിഷ്ഠിരൻ മുഖമുയർത്തി ഞങ്ങളെ നോക്കി. എന്നിട്ട് വളരെ ശാന്തതയോടെ ഒരു വാക്കു മാത്രം പറഞ്ഞു:

'യുദ്ധം!'

7

ജീർണ്ണവസ്ത്രങ്ങൾ

ഒന്ന്

ശ്മശാനത്തിനുള്ള സ്ഥലമാണ് ആദ്യം നീക്കിവച്ചത്. ഹിരണ്വതിയുടെ തീരത്ത് പാറക്കെട്ടുകളും മുൾച്ചെടികളുമുള്ള സ്ഥലം ശ്മശാനമാക്കാൻ വേണ്ടി വേർതിരിച്ചു നിർത്തി.

കുരുക്ഷേത്രത്തിൽ ശിബിരങ്ങൾ പൊങ്ങുകയായിരുന്നു. മുനിമാർക്കും പുരോഹിതന്മാർക്കുമുള്ള കുടീരങ്ങൾ ആദ്യംതന്നെ ഉയർന്നു. രാജാക്കന്മാർക്കുള്ള പടവീടുകളുടെ മദ്ധ്യത്തിൽ ഹോമയാഗങ്ങൾക്ക് സൗകര്യമുള്ള വലിയ രാജകുടീരത്തിന്റെ പണി അവസാനമാണു തീർന്നത്. യുധിഷ്ഠിരന്റെ വാസവും തന്ത്രാലോചനകളും അവിടെത്തന്നെ. ബ്രാഹ്മണകൂടാരങ്ങൾക്ക് അടുത്തായി കുട്ടികൾക്കുള്ള ഗൃഹങ്ങൾ.

പുല്ലും വിറകും വേണ്ടത്ര കിട്ടുന്നതിനായിരുന്നു കുരുക്ഷേത്രം. സൈന്യങ്ങൾ ഏഴു സംഘങ്ങളായി ഒത്തുകൂടി. വലിയ തീക്കുണ്ഡങ്ങൾക്കു ചുറ്റുമിരുന്ന് അവർ ആയുധങ്ങൾക്ക് മൂർച്ച കൂട്ടി. സാത്യകി അവരുടെ സുഖസൗകര്യങ്ങൾ പ്രത്യേകം അന്വേഷിച്ചിരുന്നു.

നദീതീരത്തിൽ ശ്മശാനസ്ഥലത്തിനപ്പുറത്തായി കുതിരകളും ആനകളും തങ്ങി. പ്രധാന കുടീരങ്ങൾക്കിടയിലും മുന്നിലുമായി യുദ്ധത്തേരുകൾ. രണ്ടാം നിരയായി ഇറങ്ങേണ്ടിവരുന്ന തേരുകളെ ധൃഷ്ടദ്യുമ്നൻ യജ്ഞസ്ഥാനത്തിന്റെ പിന്നിലേക്കു മാറ്റി.

ഏഴു രാജാക്കന്മാർക്കു കീഴിൽ യുദ്ധം ചെയ്ത സൈന്യങ്ങളാണ്. അവരെ ഒത്തിണക്കാവുന്ന ഒരു സർവ്വസൈന്യാധിപനായി ആരെ തെരഞ്ഞെടുക്കണമെന്ന കാര്യത്തിൽ പലരും പല അഭിപ്രായക്കാരായിരുന്നു. പടയൊരുക്കവും ആലോചനകളും എല്ലാം നടന്നത് വിരാടന്റെ രാജധാനി

യിൽ വച്ചാണ്. സഹദേവൻ അതുകൊണ്ടു പെട്ടെന്നു വിരാടനെ നിർദ്ദേശിച്ചു. നകുലൻ കുറേക്കൂടി ആലോചിച്ചു. മറുഭാഗത്ത് ഭീഷ്മർ, ദ്രോണർ, കൃപൻ തുടങ്ങിയ പ്രായംചെന്ന ആചാര്യന്മാരുള്ളപ്പോൾ നയിക്കുന്നത് ദ്രുപദനായിരിക്കും ഉത്തമമെന്ന് അയാൾ പറഞ്ഞതിലും കാര്യമുണ്ട്.

ഞാൻ നിർദ്ദേശിച്ചത് ആരും പ്രതീക്ഷിക്കാത്ത ഒരു പേരായിരുന്നു. ശിഖണ്ഡി- ദ്രുപദന്റെ ഈ മൂത്തമകനെ അഭിമന്യുവിന്റെ വിവാഹസമയത്ത് വിരാടത്തിൽ എത്തിയപ്പോഴാണ് ഞാൻ ആദ്യം കാണുന്നത്. അയാൾ എല്ലാവരിൽനിന്നും അകന്നുനിന്നു. ധൃഷ്ടദ്യുമ്നനോടുകൂടി സംസാരിക്കാറില്ല. എന്നും അയാൾ വേട്ടയും യുദ്ധവുമായി അന്യനാടുകളിൽ സഞ്ചരിച്ചു. ആരുടെ യുദ്ധത്തിലും ശിഖണ്ഡി ചേരും. അയാളുടെ മെലിഞ്ഞ ശരീരവും ഒരിക്കലും ചിരിക്കാത്ത മുഖവും കുഴിഞ്ഞ കണ്ണുകളും കണ്ടാലറിയാം, കൊല്ലുന്നത് ശിഖണ്ഡിക്ക് ഒരു വിനോദമാണ്. അയാൾ പരിശീലനം നടത്തുന്നതു കണ്ടപ്പോൾ മനസ്സിലായി, എല്ലാ ആയുധങ്ങളും അയാൾക്ക് ഒരുപോലെയാണ്.

മറുചേരിയിൽ ആചാര്യന്മാരും പിതാമഹനുമൊക്കെ, നേർക്കു നേരെ നില്ക്കുമ്പോൾ പൂർവ്വബന്ധങ്ങളും കടപ്പാടുകളും ഓർമ്മവന്ന് മറ്റു പലർക്കും അസ്വസ്ഥത തോന്നാനിടയുണ്ട്. അതുകൊണ്ട് ഒരു യുദ്ധതന്ത്രമെന്ന നിലയ്ക്കാണ് ഞാൻ ശിഖണ്ഡിയെ പറഞ്ഞത്.

എല്ലാ സംവിധാനവും കൃഷ്ണന്റെ വകയായിരുന്നു. കൃഷ്ണന്റെ തീരുമാനത്തിനു വിടാമെന്നു യുധിഷ്ഠിരൻ പറഞ്ഞു.

‘ഇപ്പറഞ്ഞ മൂന്നുപേരും സർവ്വഥാ യോഗ്യരാണ്. പക്ഷാന്തരമില്ല. നമുക്കുള്ളതിലേറെ സൈന്യങ്ങൾ അപ്പുറത്തുണ്ട്. ചെറുപ്പക്കാരനൊരാളാണ് നമുക്കു വേണ്ടത്. ആഞ്ഞടിച്ചു കയറാനും തന്ത്രം മാറ്റാനും പറ്റിയ ഒരാളെ ഞാൻ പറയുന്നു: ‘അതിനു പറ്റിയത് ധൃഷ്ടദ്യുമ്നനാണ്.’

എല്ലാവരും ആഹ്ലാദത്തോടെ അത് സ്വീകരിച്ചു. പ്രായം ചെന്നവരെ അവഗണിച്ചു എന്ന് ആക്ഷേപം വരാതിരിക്കാൻ ആരും പറഞ്ഞില്ല ആ പേരെന്നേയുള്ളു. ബ്രാഹ്മണർ വന്നു ബലിയും അഭിഷേകവും കഴിച്ച് ധൃഷ്ടദ്യുമ്നനെ സേനാപതിയായി അവരോധിക്കുന്ന ചടങ്ങും നടത്തി.

പിറ്റേന്നു ഭണ്ഡാരവും യന്ത്രബദ്ധങ്ങളായ ആയുധങ്ങളും കഴുതകളെ കെട്ടിയ വണ്ടികളിൽ വന്നെത്തി. അതിന്റെ പിന്നാലെ വന്ന വൈദ്യന്മാർക്കു വേണ്ട പാർപ്പിടം തയ്യാറാക്കാൻ യുധിഷ്ഠിരൻ കല്പിച്ചു. അവസാനത്തെ സംഘക്കാർ, യുദ്ധത്തിനിറങ്ങുമ്പോഴും രാത്രി ക്ഷീണം തീർക്കാൻ വിശ്രമിക്കുമ്പോഴും വീരഗാഥകൾ പാടാനുള്ള മാഗധരും വാദ്യഗീതക്കാരുമായിരുന്നു.

നദിക്കപ്പുറത്ത് വിരാടത്തിന്റെ അതിർത്തിയിൽപ്പെട്ട ഒരതിഥിമന്ദിരത്തിൽ ദ്രൗപദിയെ നിറുത്താമെന്നു തീരുമാനിച്ചു.

തട്ടുമാടത്തിൽ കയറിനിന്ന് ഒരുക്കങ്ങളെല്ലാം യുധിഷ്ഠിരൻ നിരീക്ഷിച്ചു.

ഗജസേനയുടെ കാര്യത്തിലാണ് ഞാൻ പ്രത്യേകം ശ്രദ്ധിച്ചിരുന്നത്. പഴയ നെറ്റിപ്പട്ടങ്ങൾക്കു പകരം ഇരുമ്പുചട്ടം ഏർപ്പാടു ചെയ്തത് എന്റെ ആലോചനയുടെ ഫലമായിരുന്നു. മുള്ളാണികൾ ഉറപ്പിച്ച പുതിയ ചട്ടങ്ങൾ അവയുടെ ആക്രമണത്തിനു കൂടുതൽ കുരുത്തു കൂട്ടും. തേരുകൾ തകർക്കാൻ കൂടുതൽ സൗകര്യമാവും. അർജ്ജുനൻ ആയുധപ്പുരകളിൽ കയറിയിറങ്ങി നിർദ്ദേശങ്ങൾ കൊടുത്തുകൊണ്ടിരുന്നു.

അപ്പോൾ ഹസ്തിനപുരത്തുനിന്നും പട നീങ്ങിക്കഴിഞ്ഞു എന്ന വൃത്താന്തം ചാരന്മാർ അറിയിച്ചു.

പടനിലത്തെ ഒരുക്കങ്ങൾ കണ്ട് ഞാൻ എന്റെ കൂടാരത്തിലെത്തിയപ്പോൾ ഒരാൾ കാത്തുനില്ക്കുന്നു. വർഷങ്ങൾ അയാളിൽ ഒരു മാറ്റവും വരുത്തിയിട്ടില്ല. അതേ അടക്കിയ ചിരി. കുസൃതി മറച്ചുപിടിച്ച വിനയം. വിശോകൻ യുദ്ധത്തിന്റെ വിവരമറിഞ്ഞു വന്നതാണ്. അയാൾ കാശിയിലായിരുന്നുവത്രേ.

വിശോകൻ വന്നപ്പോൾ ഞാൻ ആശ്വസിച്ചു. യുദ്ധത്തിനു വൻതേർ നടുവിൽ തെളിക്കുന്ന സാരഥി വിദഗ്ദ്ധനായിരിക്കണം. അർജ്ജുനന്റെ തേർ തെളിക്കാൻപോകുന്നത് കൃഷ്ണനാണ്.

സന്ധിപറയാൻ ഇരുവശത്തും സുഹൃത്തായി നടന്ന കൃഷ്ണൻ ഒരു വശം ചേർന്നു യുദ്ധം ചെയ്യുന്നതു ശരിയല്ല എന്ന് ആചാര്യന്മാർ ദുര്യോധനപ്രേരണയാൽ പറഞ്ഞു. ധൃതരാഷ്ട്രനും പറഞ്ഞു. അപ്പോൾ ആയുധമെടുക്കില്ല എന്നു സത്യം ചെയ്തു. വിദഗ്ദ്ധനായ തേരാളിയാണ് ചിലപ്പോൾ യുദ്ധം ജയിക്കാനും തോൽക്കാനും ഇടവരുത്തുന്നത് എന്ന് കൃഷ്ണന് അറിയാമായിരുന്നു. ധൃതരാഷ്ട്രന് ആ പ്രതിജ്ഞകൊണ്ട് തൃപ്തിയായി എന്ന ഗുണവും കിട്ടി. കൃഷ്ണന്റെ സ്വന്തം യാദവസൈന്യം മറുപക്ഷത്തിലാണ്; ബലരാമൻ നേരത്തെ വാക്കുകൊടുത്തതിന്റെ പേരിൽ. പക്ഷേ, യാദവസൈന്യത്തിന്റെ കഴിവുകളെപ്പറ്റി കൃഷ്ണനുതന്നെ മതിപ്പില്ലായിരുന്നു. ബലരാമൻ നിഷ്പക്ഷതകാട്ടാൻ സൈന്യം കൊടുത്തു മാറിനിന്നു. അദ്ദേഹം സ്ഥലത്തുണ്ടെങ്കിൽ ഏതെങ്കിലും ചേരിയിൽ ചേർന്നേക്കുമെന്നു ഭയന്ന് ഒരു തീർത്ഥയാത്രയ്ക്കിറങ്ങിയിരിക്കുന്നു.

വിശോകൻ വന്നപ്പോൾ ഞാൻ കൂടുതൽ ശക്തനായതുപോലെ തോന്നി.

വൻതേരിനിരുവശത്തും ചക്രങ്ങൾ കാക്കാൻ ഒറ്റത്തേരുകളുണ്ടായിരിക്കും. മുമ്പിലും ഒറ്റത്തേർ. തേർയുദ്ധത്തിനു നടുവിലെ സേനാനിയുടെ നീക്കങ്ങൾക്കൊപ്പിച്ച് ഒരേ മനസ്സോടെ നാലു തേരുകളും നീങ്ങണം. അതിന്റെ നിയന്ത്രണം പ്രധാന തേരിലെ സൂതന്റേതാണ്. നായകൻ ആലോചിക്കുമ്പോഴേക്ക് സാരഥി പ്രവർത്തിച്ചിരിക്കണമെന്നതാണ് തത്ത്വം.

ഇപ്പോൾ നാല്പതു കഴിഞ്ഞ വിശോകനേക്കാൾ കാഴ്ചയ്ക്കു പ്രായം തോന്നുന്നുണ്ട് മുപ്പത്തഞ്ചായ എനിക്ക് എന്ന് അയാൾ സൂചിപ്പിച്ചു.

സേനേശന്റെ മുന്നൂറു കുതിരകളും അമ്പത്തൊന്നു തേരുകൾ വേറെയും

വന്നിട്ടുണ്ട്. അപ്പോൾ ഹസ്തിപന്മാർ രണ്ടുപേരും പാചകക്കാരുടെ മേലാളും കൂടി എന്നെ കാണാൻ വന്നു.

'ഞാൻ പുറത്തുണ്ടാവും. തിരക്കൊഴിയട്ടെ' എന്നു പറഞ്ഞ് വിശോകൻ പോയി. ആനക്കാരുടെ പ്രശ്നം ഭക്ഷണക്കാര്യത്തിലെ എന്തോ നോട്ടപ്പിഴ യാണ്. അത് തീർത്ത് കാളത്തോലിന്റെ മാർച്ചട്ടകൾ ഓരോന്നായി എടുത്തു പരിശോധിക്കുമ്പോൾ ഒരു ദാസൻ വന്നു ചെരാതു കത്തിച്ചു. അവൻ പോകു മ്പോൾ പറഞ്ഞു:

'പുറത്തൊരു രാജകുമാരൻ കാത്തുനില്ക്കുന്നു.'

പുതുതായി വന്ന സൈന്യത്തിലെ യുവാക്കൾ ആരെങ്കിലുമായിരിക്കും എന്നു കരുതി വരാൻ പറഞ്ഞു.

ശക്തനും സുന്ദരനുമായ ഒരു യുവാവ് കടന്നുവന്നു. ശിരോഭൂഷണ ത്തിനു താഴെ നെറ്റിയിലേക്കു പാറിക്കിടക്കുന്ന കോലൻമുടി. കാട്ടുപച്ച പ്രതിഫലിക്കുന്ന തടാകംപോലുള്ള വലിയ കണ്ണുകൾ. കീഴ്ത്താടിയിൽ മാത്രം കുരുത്ത ചെമ്പൻരോമങ്ങൾ. എവിടെയോ കണ്ടു പരിചയമുള്ളതാ ണല്ലോ ഈ മുഖം എന്ന് ആലോചിക്കുമ്പോഴേക്ക് അയാൾ എന്റെ പാദം തൊട്ടു ശിരസ്സിൽവച്ചു വന്ദിച്ചു.

'ഞാൻ സർവ്വദൻ. അവിടുത്തെ പുത്രൻ. ബലന്ധരയാണ് എന്റെ മാതാവ്.'

ഞാൻ അവനെ ആശ്ലേഷിച്ചു. എന്നിട്ട് മനസ്സിൽ എന്നെ കുറ്റപ്പെടുത്തി. ഞങ്ങൾ ഈ രാജകുമാരന്മാരെല്ലാം എപ്പോഴും മറക്കുന്ന ഒരു കാര്യമുണ്ട്. എവിടെയോ വളരുന്ന മക്കൾ. വിശോകൻ കാശിയിൽ നിന്നാണു വരുന്ന തെന്നു പറഞ്ഞപ്പോൾക്കൂടി ചോദിക്കാൻ തോന്നിയില്ല, ബലന്ധരയുടെ മകൻ എങ്ങനെ? ഞങ്ങൾ കുരുവംശക്കാരുടെ മാത്രം അവസ്ഥയാണോ ഇത് എന്നറിഞ്ഞുകൂടാ.

സുതസോമനെ, പാഞ്ചാലിയിൽ എനിക്കുണ്ടായ പുത്രനെ, വിരാടത്തിൽ നിന്നു കുരുക്ഷേത്രത്തിലേക്കു പുറപ്പെടുമ്പോഴാണ് ഞാൻ രണ്ടാമതായി കാണുന്നത്; ശിശുവായി കണ്ടതിനുശേഷം. ഉത്തരയെ വിവാഹം ചെയ്യാൻ എത്തിയ അഭിമന്യുവിനെ കണ്ടപ്പോൾ അർജ്ജുനനും ആദ്യം തിരിച്ചറി ഞ്ഞില്ല.

സർവ്വദനെ നോക്കിനിന്നപ്പോൾ സ്വയം നിന്ദിക്കാൻ തോന്നി. യുദ്ധം ചെയ്യാനുള്ള പ്രായമായില്ലെങ്കിലും വന്നെത്തിയിരിക്കുന്നു ഭീമന്റെ വീരനായ മകൻ. വഴിയമ്പലത്തിൽനിന്ന് എടുത്ത പാഥേയത്തിന്റെ ഉച്ഛിഷ്ടംപോലെ ഞാനൊരിക്കലും മനസ്സിലൊന്നു തിരിഞ്ഞുനോക്കാത്ത ബലന്ധര. ബല ന്ധരയുടെ മകൻ.

അരുത്. രക്തബന്ധങ്ങൾ ഒരിക്കലും ക്ഷത്രിയനെ ദുർബ്ബലനാക്കരുത്. ഞങ്ങളെ ബാല്യത്തിൽത്തന്നെ ഓർമ്മിപ്പിക്കുന്നു, ആചാരങ്ങൾ പഠിപ്പി ക്കാൻ വരുന്ന ഗുരുനാഥന്മാർ.

സർവ്വദൻ പറഞ്ഞു: 'അമ്മ പുറത്തു കാത്തുനില്ക്കുന്നു.'

വീണ്ടും ഞാൻ അമ്പരന്നു. പുറത്തേക്കു വന്നപ്പോൾ മങ്ങിയ ഇരുട്ടിൽ എന്നെ നമസ്കരിക്കാൻ കുനിഞ്ഞ ബലന്ധരയെ ഞാൻ കണ്ടു.

അവളെ ചുമലിൽ പിടിച്ചുയർത്തി ഞാൻ പറഞ്ഞു: 'വരൂ, അകത്തേക്കു വരൂ!'

അകത്തു വന്ന് സർവ്വദനെയും എന്നെയും മാറിമാറി നോക്കി ചിരിക്കുന്ന കണ്ണുകളിൽ നനവൂറി.

ബലന്ധര കാശിയിൽ കഴിയുമ്പോൾ ഒരിക്കലും ഞാൻ അന്വേഷിച്ചിട്ടില്ല. ഒരു ദൂതനെ അയയ്ക്കാൻകൂടി ഞാൻ തുനിഞ്ഞിട്ടില്ല. എന്നാലും ഇന്നലെ കണ്ടു പിരിഞ്ഞപോലെ ബലന്ധര മുന്നിൽ പ്രസന്നമുഖിയായി നില്ക്കുന്നു. കുരുവംശത്തിലേക്കു വരുന്ന സ്ത്രീകൾ സർവ്വംസഹകളാവണം. വലിയമ്മ ഗാന്ധാരി പണ്ടു പറഞ്ഞപോലെ. അല്ലാ, പറഞ്ഞത് ഈ അടുത്തകാലത്ത് ദ്രൗപദി. ഗാന്ധാരിയല്ല, ദ്രൗപദി.

പ്രതിവിന്ധ്യനും സുതസോമനും മറ്റും താമസിക്കുന്ന കൂടീരത്തിൽ സർവ്വദനെ എത്തിക്കാൻ വേണ്ടി ഞാൻ ദാസനോടു പറഞ്ഞു.

'ഞാൻ യുദ്ധം ചെയ്യാൻതന്നെ വന്നതാണ്. എന്നെപ്പറ്റി വിഷമിക്കേണ്ട.'

സർവ്വദൻ പറഞ്ഞു, വിനയത്തോടെ.

സ്ത്രീകൾക്കുവേണ്ടി ഹിരണ്വതിയുടെ മറുകരയിൽ ഏർപ്പെടുത്തിയ സ്ഥലങ്ങളെപ്പറ്റി ഞാൻ ബലന്ധരയോടു പറഞ്ഞു. സ്ത്രീകൾ പടകുടീരങ്ങളിൽ രാത്രിയുറങ്ങാറില്ല.

'ഞാൻ വിദുരഗൃഹത്തിലുണ്ടാവും. അമ്മയുടെ കൂടെ.' അവൾ ഉത്തരീയത്തുമ്പിലെ കെട്ടഴിച്ചു. 'ഞങ്ങൾ കിഴക്കുള്ളവർ, യുദ്ധത്തിനു മുമ്പ് രുദ്രനും ദുർഗ്ഗയ്ക്കും ബലി പൂജകൾ നടത്താറുണ്ട്.'

ബലിച്ചോരയിൽ കുതിർന്ന ചെങ്കുങ്കുമവും വെള്ളപ്പൂവിതളുകളും പൊതിഞ്ഞ അത്തിയില ഞാൻ കൈയിൽ വാങ്ങി.

വിശോകൻ ആജ്ഞ കാത്തുകൊണ്ട് ഇരുട്ടിൽ ചുറ്റിപ്പറ്റി നില്ക്കുന്നു.

ഞാൻ പറഞ്ഞു: 'വിദുരഗൃഹത്തിലേക്ക്.'

ബലന്ധര വിലക്കി: 'ഞാൻ വന്ന തേര് നില്ക്കുന്നുണ്ട്.'

അവൾ പോയപ്പോൾ കൂടെ നടക്കാമെന്നു പറഞ്ഞ് സർവ്വദനും യാത്ര പറഞ്ഞു. എന്തോ ആലോചിച്ചുകൊണ്ട് നിന്ന എന്റെ സമീപത്തേക്ക് വിശോകൻ വന്നു:

'എനിക്കിപ്പോൾ മൂന്നു മക്കളുണ്ട്. ഹസ്തിനപുരക്കാരി മരിച്ചപ്പോൾ കാശിയിൽനിന്നു വീണ്ടുമൊരു വിവാഹം കഴിച്ചു.... അതിലും ഉണ്ടായി ഒരാൺകുട്ടി.'

അയാൾക്കു മുമ്പ് രണ്ടു മക്കളുള്ളതുതന്നെ ഞാനറിയില്ല. സൂതരുടെ കുടുംബക്കാര്യം ആരും അന്വേഷിക്കാറില്ല.

'മൂത്തമകന്റെ വിവരം എന്തൊക്കെയാണ്?'

വിശോകൻ ചോദിക്കുന്നു.

മൂത്തമകൻ എന്നുവച്ചാൽ അതെ, ഘടോൽക്കചൻതന്നെ. കുശലം പറയാനും ചോദിക്കാനും കണ്ട വിഷയങ്ങൾ നന്ന്, എന്തായാലും സൂതന്മാർ സൂതന്മാർ തന്നെ.

കാട്ടാളന്മാർക്കും സൂതന്മാർക്കും മ്ലേച്ഛന്മാർക്കുമൊക്കെയാണ് ആവശ്യത്തിലേറെ വിലകല്പിക്കുന്ന ബന്ധങ്ങൾ. ഒരിക്കൽ സ്നേഹിച്ച പെണ്ണിന്റെ സഹോദരനെ കൊന്നതിനു പകരം ചോദിക്കാൻ വന്നവനാണ് ഒരു കാട്ടാളൻ, കിർമ്മീരൻ.

വെറും സ്നേഹം, പ്രതിഫലമില്ലാത്ത സ്നേഹം, പെൺകഴുതയ്ക്കു മാത്രമാണെന്നു ഞങ്ങളെ ഓർമ്മിപ്പിച്ചുവല്ലോ വിദുളയുടെ കഥ പറഞ്ഞുകൊണ്ട് അമ്മ.

ഞങ്ങൾക്കു ധർമ്മസങ്കടങ്ങൾ വേറെ. സ്ത്രീയെ പണയംവച്ച രാജാവും പണയം സ്വീകരിച്ച രാജാവും തമ്മിലാണിപ്പോൾ ചേരി തിരിഞ്ഞു യുദ്ധത്തിനൊരുങ്ങി നില്ക്കുന്നത്. രോഷത്തോടെ ഞാൻ മനസ്സിൽ പറഞ്ഞു: പണയപ്പണ്ടങ്ങൾ. അല്ലെങ്കിൽ പാഥേയപ്പൊതികൾ.

ആലോചിക്കുംതോറും എന്റെ അസ്വസ്ഥത കൂടിവന്നു. ആത്മനിന്ദയും. ഒരുകുടം മദ്യം കൊണ്ടുവരാൻ ഞാൻ വിശോകനെ ഓടിച്ചു.

* * * *

രാത്രിയിൽ പടത്താവളത്തിൽനിന്നുള്ള ശബ്ദങ്ങൾ വാവിൻ നാളിലെ കടലിരമ്പം പോലെ കേട്ടു.

രാവിലെ യുദ്ധം തുടങ്ങുന്നു. ശാന്തനായി, തന്റെ വലിയ ഉത്തരവാദിത്വങ്ങളെപ്പറ്റി തികച്ചും ബോധവാനായി, ധൃഷ്ടദ്യുമ്നൻ പാളയത്തിലും കുടീരങ്ങളിലും കയറിയിറങ്ങി. ആജ്ഞാശക്തി മൃദുവാക്കുകളിൽ ഒതുക്കുന്ന ഈ യുവാവിനെ സർവസേനാപതിയായി തിരഞ്ഞെടുത്തതിൽ കൃഷ്ണനെ ഞാൻ മനസ്സിൽ അഭിനന്ദിച്ചു.

ആദ്യദിവസം യുദ്ധം തണുത്തിരിക്കും. ശത്രുവിന്റെ ദൗർബ്ബല്യങ്ങളറിയാനായിരിക്കും ഇരുപക്ഷവും ശ്രമിക്കുക. ദ്വന്ദ്വയുദ്ധത്തിൽ പതിവുള്ളതുപോലെ തന്നെ.

ഓരോ ആളും ഒരെതിരാളിയെ തിരഞ്ഞെടുത്ത് ആക്രമിച്ചു കയറണമെന്ന് ധൃഷ്ടദ്യുമ്നൻ നിർദ്ദേശിച്ചു. പ്രതിപക്ഷത്തു നില്ക്കുന്ന മാതുലൻ ശല്യരെയായിരിക്കും ലക്ഷ്യമെന്ന് നകുലൻ പറഞ്ഞപ്പോൾ യുധിഷ്ഠിരൻ പറഞ്ഞു: 'ആണയിടരുത്. ശല്യർ മഹാപരാക്രമിയാണ്.' അർജ്ജുനൻ പറഞ്ഞു: 'തന്റെ ലക്ഷ്യം എപ്പോഴും കർണ്ണനായിരിക്കും.' ശകുനിയെ നേരത്തെതന്നെ സഹദേവൻ തിരഞ്ഞെടുത്തു കഴിഞ്ഞതാണ്. ത്രിഗർത്തന്മാർ വലിയ യുദ്ധവീരന്മാരൊന്നുമല്ല. അവരെ നേരിടാൻ പ്രതിവിന്ധ്യൻ, സുതസോമൻ, സർവ്വദൻ തുടങ്ങിയ ഇളമുറക്കാരുടെ ഒരു സംഘത്തെ വിടാം. സിന്ധുരാജൻ ജയദ്രഥൻ ഭയക്കേണ്ട ഒരെതിരാളിയാണ്. അവനെ സാത്യകി

തിരഞ്ഞുകൊള്ളും. കർണ്ണപുത്രൻ വൃഷസേനന് അഭിമന്യു. ദ്രോണരെ തനിക്കു വിട്ടേക്കാൻ പറഞ്ഞു, ധൃഷ്ടദ്യുമ്നൻ.

ദുര്യോധനന്റെ നേർക്കായിരിക്കും ഞാൻ മുന്നേറുകയെന്നത് പറയാതെ തന്നെ അറിയാമായിരുന്നു.

പ്രധാന എതിരാളികൾക്കെല്ലാം പറ്റിയ യോദ്ധാക്കളെ തിരഞ്ഞെടുത്തു കഴിഞ്ഞപ്പോൾ ഒരു പേർ ബാക്കിനിന്നു: ഭീഷ്മാചാര്യർ. ആരും അദ്ദേഹത്തെ എതിർക്കാൻ സന്നദ്ധനാണെന്നു പറഞ്ഞു മുമ്പോട്ടു വന്നില്ല.

'ഞാൻ കൊല്ലാം.'

എതിർക്കാമെന്നല്ല പറഞ്ഞത്, കൊല്ലാമെന്ന്. അത്രയും നേരം നിശ്ശബ്ദനായിരുന്ന ശിഖണ്ഡിയാണു പറഞ്ഞത്. ഞങ്ങളെല്ലാം ശിഖണ്ഡിയെ നോക്കി.

'അമ്പിന് പിതാമഹന്മാരുടെയും ആചാര്യന്മാരുടെയും മാർച്ചട്ടകൾ തിരിച്ചറിയില്ല.'

ശിഖണ്ഡി ഉദാസീനമായ സ്വരത്തിൽ പറഞ്ഞു. മരിച്ചവരുടെയെന്നപോലെ ഇളകാതെ നില്ക്കുന്ന അയാളുടെ കൃഷ്ണമണികളിൽ നോക്കിയപ്പോൾ ഞാൻ കാലദൂതനെപ്പറ്റിയാണ് ഓർമ്മിച്ചുപോയത്.

വജ്രാകൃതിയിൽ സൈന്യങ്ങളെ നിരത്തി ആക്രമിക്കുകയാണു നല്ലതെന്ന് അർജ്ജുനൻ പറഞ്ഞു. യുദ്ധതന്ത്രങ്ങൾ ആലോചിക്കുന്ന ചുമതല അയാൾക്കാണ്. പൂഴിമണ്ണിൽ അയാൾ ചൂണ്ടുവിരലിന്റെ നഖംകൊണ്ടു വജ്രാകൃതിയിലെ വ്യൂഹത്തിന്റെ രൂപം കുറിച്ചു കാണിച്ചു. ആക്രമണത്തിന്റെ മുൻനിരയിൽ സൈന്യവ്യൂഹത്തിന്റെ മുന്നിൽ നീങ്ങുന്നതാരാവണം? അയാളാണ് ആകെ സൈന്യത്തിന്റെ മാർച്ചട്ട എന്നു പറയാം.

'അതാരു നില്ക്കും? അതാരു നില്ക്കും?'

ഉൽക്കണ്ഠയോടെ യുധിഷ്ഠിരൻ ചോദിച്ചു.

അർജ്ജുനൻ പറഞ്ഞു:

'സംശയിക്കാനെന്ത്? ജ്യേഷ്ഠൻ ഭീമസേനൻതന്നെ.'

യുധിഷ്ഠിരൻ ആശ്വാസത്തോടെ നെടുവീർപ്പിട്ടു.

ഉദയത്തിനുമുമ്പേ ഞാനുണർന്നു. യുധിഷ്ഠിരൻ അപ്പോൾ ഒറ്റത്തേരിൽ കൗരവപ്പാളയത്തിലേക്ക് ആചാര്യന്മാരെ വന്ദിക്കാൻ പുറപ്പെട്ടു കഴിഞ്ഞിരുന്നു. ഭീഷ്മർ, ദ്രോണർ, കൃപൻ, ശല്യൻ എന്നീ ഗുരുസ്ഥാനീയരെ വന്ദിക്കണമെന്നു നിർദ്ദേശിച്ചത് കൃഷ്ണനാണ്.

ഭീഷ്മാചാര്യനാണ് കൗരവരുടെ സൈന്യാധിപൻ. ആ സ്ഥാനത്തേക്കു മത്സരമായിരുന്നു എന്ന് ചാരന്മാർ പറഞ്ഞുകേട്ടു. കർണ്ണൻ പിണങ്ങി മാറി നില്ക്കാൻ ആദ്യംതന്നെ കാരണമായ വഴക്ക് സർവ്വസൈന്യാധിപസ്ഥാനത്തെച്ചൊല്ലിയായിരുന്നു. ജയദ്രഥനും പ്രാഗ്ജ്യോതിഷ രാജാവ് ഭഗദത്തനും കൂടി ആ സ്ഥാനത്തിനു മത്സരിച്ചപ്പോൾ പാളയത്തിൽത്തന്നെ പട തുടങ്ങുമെന്നായി. അപ്പോൾ ദുര്യോധനൻ ഭീഷ്മാചാര്യരെ തിരഞ്ഞെടുത്തു.

ആർക്കും എതിർക്കാനാവില്ലല്ലോ.

തോൾച്ചട്ടകളും മാർച്ചട്ടയുമണിഞ്ഞു. വിശോകൻ കളഭവും ചെങ്കുങ്കുമവും മാറത്തണിയിച്ചു. യുധിഷ്ഠിരന്റെ കുടീരത്തിലേക്കു ചെന്ന് ബലികഴിഞ്ഞ കുണ്ഡത്തിലെ അഗ്നിയെ വന്ദിച്ചു. ജ്വാലകൾക്കു പുകയില്ല. സുവർണ്ണപ്രഭ.

അർജ്ജുനൻ അസ്വസ്ഥനായിരിക്കുന്നു. രാത്രി മുഴുവൻ ഉറങ്ങിയിട്ടില്ല എന്നു തോന്നും മുഖത്തെ പാരവശ്യം കണ്ടാൽ.

വൈഡൂര്യക്കണ്ണുള്ള സിംഹം കൊടിയടയാളമായുള്ള എന്റെ തേര് വിശോകൻ ഒരുക്കിനിർത്തി. ഗുരുവന്ദനത്തിനുപോയ യുധിഷ്ഠിരൻ തിരിച്ചു വരാൻവേണ്ടി ഞങ്ങളെല്ലാം കാത്തുനിന്നു. വന്നപ്പോൾ ആകാംക്ഷയോടെ അടുത്തെത്തിയത് കൃഷ്ണനാണ്.

'ആചാര്യർ ഓരോരുത്തരും പറഞ്ഞു, യുദ്ധത്തിനുമുമ്പേ നീ വന്നില്ലായിരുന്നെങ്കിൽ നിന്നെ ഞാൻ ശപിച്ചേനെ എന്ന്.'

ആചാര്യന്മാരുടെ വാക്കുകൾ കേട്ട് ഏറ്റവും ആഹ്ലാദിച്ചത് കൃഷ്ണനായിരുന്നു.

വിശോകൻ എന്റെ തേരിൽ ആയുധങ്ങൾ വച്ച സ്ഥാനത്തിൽ ഞാൻ ചെറിയ ചില മാറ്റങ്ങൾ വരുത്തി. എല്ലാവരും സന്നദ്ധർ. വജ്രാകൃതിയിൽ സൈന്യങ്ങൾ നിരന്നു. യുധിഷ്ഠിരന്റെ തേരിനു മുകളിൽ വെൺകൊറ്റക്കുട ഉയർന്നു. ശംഖുകളും പിന്നെ ഭേരികളും മുഴങ്ങി. മാഗധർ അടരാടാൻ പോകുന്നവരുടെ വീര്യം വളർത്താൻ പഴയ യുദ്ധവീരന്മാരുടെ ഗാഥകൾ പാടി.

യുദ്ധനിയമങ്ങൾ ഇരുവശക്കാരുടെ പ്രതിനിധികളും ചേർന്ന് ഇന്നലെത്തന്നെ നിശ്ചയിച്ചുറപ്പിച്ചതാണ്. ക്ഷത്രിയർക്കറിയുന്നതാണ് ധർമ്മയുദ്ധനിയമങ്ങൾ. എങ്കിലും ഒരിക്കൽക്കൂടി ആവർത്തിക്കപ്പെട്ടു. വാക്കുകൊണ്ടെതിർക്കുമ്പോൾ വാക്ക്. തേർത്തട്ടിൽ നില്ക്കുന്നവനോടു തേർത്തട്ടിൽ നിന്നുതന്നെ യുദ്ധം ചെയ്യണം. സൈന്യംവിട്ടോടിയവരെ ആക്രമിക്കരുത്. മുറിവേറ്റവശരായവർ, അംഗം മുറിഞ്ഞവർ, ആയുധം പോയവർ, മാർച്ചട്ട നഷ്ടപ്പെട്ടവർ, സാരഥികൾ, ഭേരിവാഹകർ, കാഴ്ചക്കാരുണ്ടെങ്കിൽ അവർ– അവരെല്ലാം ശസ്ത്രാസ്ത്രങ്ങൾക്കിരയാവരുത്. ഉദയംതൊട്ട് അസ്തമനം വരെ മാത്രം യുദ്ധം. മൃതദേഹങ്ങളെ വിരൂപമാക്കരുത്.

കൗരവപ്പടയെ വിദൂരത്തിൽ കാണാവുന്നിടത്തെത്തിയപ്പോൾ ധൃഷ്ടദ്യുമ്നന്റെ ആജ്ഞയനുസരിച്ചു സൈന്യം നിന്നു. ദുന്ദുഭികൾ താളം മാറ്റി.

അർജ്ജുനൻ വളരെയേറെ അസ്വസ്ഥനാണ്. ഞങ്ങൾ പരസ്പരം ഒരു നോട്ടം കൈമാറി.

യോദ്ധാക്കളുടേയും നായകന്മാരുടെയും ഗർജ്ജനത്തോടെ സൈന്യം ഇരമ്പിക്കയറി മുന്നോട്ട്. ചിറമുറിഞ്ഞ ജലരാശിപോലെ. ദുര്യോധനന്റെ തേർനില എനിക്കു ദൂരെനിന്നുതന്നെ കാണാമായിരുന്നു. അതിനു നേർക്ക്

വിശോകൻ തേർ വിട്ടു. മുന്നിലും പാർശ്വങ്ങളിലും കലിംഗപ്പടയാണ് ദുര്യോധനനെ കവചമായി രക്ഷിക്കുന്നത്. ഞങ്ങളെ തടഞ്ഞുനിറുത്തുന്നതിൽ കുറെയൊക്കെ കലിംഗർ വിജയിച്ചു. ഇരുപക്ഷത്തിലും ആളുകൾ വീഴുന്നുണ്ടായിരുന്നു. മറ്റു മുന്നണികളിൽ എന്തു നടക്കുന്നു എന്നറിയുന്നില്ല. യുദ്ധം തുടർന്നുകൊണ്ടിരുന്നപ്പോൾ ദുര്യോധനനെ അടുത്തു കിട്ടില്ല എന്നു വ്യക്തമായി. എങ്കിലും ശക്തമായ കലിംഗപ്പടയിൽ ഞങ്ങൾ നിരന്തരമായി ആഘാതങ്ങൾ ഏല്പിച്ചു.

അസ്തമനത്തിൽ യുദ്ധം നിറുത്തി വീണവരും മുറിവേറ്റവരുമായ സൈനികരെ തേരുകളിലിട്ടു തിരിക്കുമ്പോൾ, മൂന്നു വണ്ടികൾ മൃതദേഹങ്ങളും കൊണ്ടു ശ്മശാനഖണ്ഡത്തിലേക്കു നീങ്ങി.

മന്ത്രാലയത്തിലേക്കാണ് ഞാൻ നേരെ ചെന്നത്. അന്നു പരസ്പരം കുറ്റപ്പെടുത്തലുകളായിരിക്കും കൂടുതൽ എന്നറിയാം. അർജ്ജുനനും കൃഷ്ണനും എത്തിക്കഴിഞ്ഞിരുന്നു. യുധിഷ്ഠിരൻ ദുഃഖിതനായിരുന്നു.

അർജ്ജുനൻ പറഞ്ഞു: 'വിരാടപുത്രൻ ഉത്തരൻ മരിച്ചു.'

അതായിരുന്നു അന്ന് ഞങ്ങളുടെ പ്രധാന നഷ്ടം. ശല്യനുമായുള്ള യുദ്ധത്തിലാണ് ഉത്തരൻ മരിച്ചത്. വളരെയേറെ ധീരതയോടെ യുദ്ധം ചെയ്ത ഉത്തരൻ നാശനഷ്ടങ്ങൾ ശത്രുവിന് വരുത്തിവച്ചാണ് മരിച്ചതെന്ന് കൂടെയുണ്ടായിരുന്ന ഒരു സൈനികൻ പറഞ്ഞു. ഗോഗ്രഹണത്തിന്റെ പിറ്റേന്ന് ഒരു സായാഹ്നം ഓർമ്മ വന്നു. ശ്മശ്രുക്കളെ താലോലിച്ചുകൊണ്ട് ബൃഹന്നളയുടെ യുദ്ധപരാക്രമം വിവരിച്ച് എന്റെ കൂടെ വളരെ സമയം അയാൾ നിന്നു. അതേപോലെ യുദ്ധതന്ത്രങ്ങൾ പഠിച്ച് എന്നെങ്കിലുമൊരിക്കൽ താൻ ദിഗ്വിജയം നടത്തുമെന്ന മോഹം പറഞ്ഞ യുവാവ്.

ധൃഷ്ടദ്യുമ്നന്റെ മുഖത്ത് അസംതൃപ്തിയുണ്ടായിരുന്നു. ശല്യരോടേറ്റ ഉത്തരനെ പിന്നിലാക്കി ആരെങ്കിലും മുമ്പിൽ കയറേണ്ടതായിരുന്നു, എന്നയാൾ പറഞ്ഞു. യുധിഷ്ഠിരൻ തിരുത്തി, തന്നോടേറ്റ ശല്യന്റെ മുന്നിലേക്ക് ഉത്തരൻ കുതിച്ചുകയറുകയാണുണ്ടായത്. വീരോചിതംതന്നെ മരണം.

യുദ്ധക്കളത്തിലെത്തിയ രണ്ടാം അണിയുടെ മുമ്പിൽ നിന്ന അർജ്ജുനൻ പിതാമഹനും ആചാര്യന്മാരും അകലെ നില്ക്കുന്നതു കണ്ടപ്പോൾ വളരെയേറെ അസ്വസ്ഥനായി. അതു സാത്യകി പറഞ്ഞപ്പോഴാണറിയുന്നത്. തിരിച്ചു തേർ വിടാൻകൂടി കൃഷ്ണനോടപേക്ഷിച്ചുവത്രെ. കൃഷ്ണനു വളരെനേരം ഉപദേശിക്കേണ്ടി വന്നു. അയാളുടെ പൊടുന്നനെ തോന്നിയ അധൈര്യം മാറ്റി ധീരതയുണർത്താൻ. ഗുരുവോ പിതാമഹനോ ഈ യുദ്ധത്തിൽ വീണാലും അതു ധർമ്മം മാത്രമാണെന്നു കൃഷ്ണൻ സ്ഥാപിച്ചു. അവനവന്റെ ധർമ്മാനുസൃതമായ കർമ്മം ചെയ്യുമ്പോൾ ഫലങ്ങളെപ്പറ്റി ചിന്തിക്കേണ്ടതില്ല. ജനിച്ചവർക്കെല്ലാമുണ്ട് മരണം; മരിച്ചവർക്കൊക്കെ ജനനവും.

കൊല്ലുന്നവനെന്നും മരിക്കുന്നവനെന്നും പറയുന്നതിൽ അർത്ഥമൊ

ന്നുമില്ല. നശിക്കാതെ നില്ക്കുന്നുണ്ട് ആത്മാവ്. ആത്മാവ് മനുഷ്യർ വസ്ത്രങ്ങൾ മാറുന്നതുപോലെ ജീർണ്ണദേഹങ്ങൾ മാറ്റുമ്പോൾ വ്യാകുലപ്പെടേണ്ടതില്ല എന്ന് കൃഷ്ണൻ പറഞ്ഞു.

ഇടംചക്രം കാത്തിരുന്ന യുധാമന്യു എല്ലാം കേട്ടുനിന്നതാണ്. ആ യുവാവ് ആരാധനയോടെ പറഞ്ഞു:

'കൃഷ്ണൻ വളരെനേരം ഉപദേശിച്ചു. എല്ലാം വലിയ തത്ത്വങ്ങൾ. പലതും എനിക്കു മനസ്സിലായില്ല.'

ദേഹിയുടെ വസ്ത്രംമാറ്റലാണു മരണം! ദുഃഖിതനായിരിക്കുന്ന വിദുരന്റെ മങ്ങിയ കണ്ണുകളും കുനിഞ്ഞ ശിരസ്സും ഞാൻ കണ്ടു.

പുറത്തിറങ്ങിയപ്പോൾ ഹിരണ്വതീതീരത്തു മുൾച്ചെടിക്കാട്ടിൽ ആദ്യ ദിവസം ആത്മാവുകൾ ഉപേക്ഷിച്ചിട്ട ജീർണ്ണവസ്ത്രങ്ങൾക്കു തീ കൊളുത്തിക്കഴിഞ്ഞിരുന്നു.

രണ്ട്

പറക്കുന്ന ക്രൗഞ്ചപ്പക്ഷിയുടെ ആകൃതിയിലായിരുന്നു അന്ന് സൈന്യമുറപ്പിച്ചത്. കൊക്കിന്റെ സ്ഥാനത്ത് ഞാനും സംഘവും. ഇടംചിറകിൽ ധൃഷ്ടദ്യുമ്നൻ. അഭിമന്യു, നകുലസഹദേവന്മാർ. വലം ചിറകിൽ അർജ്ജുനൻ, സാത്യകി, ദ്രുപദൻ. വജ്രവ്യൂഹത്തേക്കാൾ മികച്ച തന്ത്രം. കാലുകളിൽ പാഞ്ചാലീപുത്രർ, സർവ്വദൻ, രുക്മി. കണ്ഠത്തിൽ യുധിഷ്ഠിരൻ.

കലിംഗരാജാവും മക്കളും അന്നു വീണു. അവർക്ക് യുദ്ധം ചെയ്യാനറിയാം. ആനപ്പടയെ മുമ്പിലേക്കയയ്ക്കാനുള്ള തീരുമാനമാണ് അവരുടെ നാശത്തിനു വഴിയൊരുക്കിയത്. മുമ്പിൽ വന്ന കൊമ്പന്റെ കഴുത്തിലേക്കു ഞാൻ ചാടിക്കയറുമെന്നു കരുതിയില്ല. മദകുംഭത്തിനു താഴെ സൂചിക്കുഴ എന്ന് ഗജവിനയശാസ്ത്രത്തിൽ പറയാറുള്ള സ്ഥാനത്ത് ആഞ്ഞടിച്ചപ്പോൾ ആന വട്ടം തിരിഞ്ഞ് അലറി. മറ്റു ഗജവീരന്മാർ ചിന്നംവിളിച്ച് ഓടിച്ചിതറി. പലരും ചവിട്ടേറ്റു മരിച്ചു. ഞാൻ വീണ്ടും എടുത്തുചാടി തേർത്തട്ടിലെത്തിയപ്പോഴേക്ക് കലിംഗരുടെ നിലയും മറയും നഷ്ടപ്പെട്ടിരുന്നു.

രാത്രിയിൽ ഞങ്ങൾ കൈനിലയിൽ ഒത്തുചേർന്ന് ജയാപജയങ്ങൾ നോക്കിയപ്പോൾ ഏറ്റവുമധികം നാശങ്ങൾ ശത്രുവിനേല്പിച്ചത് കുമാരനായ അഭിമന്യുവായിരുന്നു.

സുഭദ്രയുടെ കണ്ണുകളാണ് അഭിമന്യുവിനു കിട്ടിയിരിക്കുന്നത്. കൺപീലികൾ തുറന്നടയ്ക്കുമ്പോൾ പെൺകിടാവാണെന്നു തോന്നിപ്പോവും. മുതിർന്നവർ പ്രശംസിക്കുവാൻ തുടങ്ങിയപ്പോൾ അഭിമന്യു പതുക്കെ പുറത്തേക്കിറങ്ങി. ഞാനും പുറത്തിറങ്ങി.

എന്നെ കണ്ടപ്പോൾ അടുത്തുവന്ന് അഭിമന്യു പറഞ്ഞു: 'വലിയച്ഛാ, സർവ്വദൻ അത്ഭുതവിക്രമിയാണ്. അയാൾ ത്രിഗർത്തപ്പടയെ തകർക്കുന്നതു കണ്ട് ഞാൻ അമ്പരന്നുപോയി. ഇളയച്ഛൻ നകുലന്റെ കൂട്ടത്തിലേക്കു സർവ്വദനെക്കൂടി അയച്ചാൽ നന്നായി. അവിടെ നമുക്കല്പം ക്ഷീണമുണ്ട്.'

എന്തൊരാത്മവിശ്വാസം! അഭിമന്യു, സർവ്വദൻ, പ്രതിവിന്ധ്യൻ, സുതസോമൻ— ഞങ്ങൾ ആരുമില്ല. കുരുവംശത്തിന്റെ ഖ്യാതി ഭാരതഖണ്ഡം മുഴുവൻ പരക്കുന്നത് പതിനഞ്ചും പതിനാറും മാത്രം വയസ്സായ ഈ കുമാരന്മാർ വളരുമ്പോഴായിരിക്കും— ഞാൻ ആലോചിച്ചു പോയി. ഒരുകാലത്ത്, ഒരു പക്ഷേ ഞങ്ങൾ സൂതസ്തുതികളിൽ അറിയപ്പെടുന്നത് ഇവരുടെ പിതാക്കൾ എന്ന പേരിലായിരിക്കും.

എന്റെ കുടീരംവരെ അഭിമന്യു വെറുതെ കൂടെ നടന്നു.

അർദ്ധചന്ദ്രാകൃതിയിൽസൈന്യം നിരത്തിയ അടുത്ത ദിവസം പറയത്തക്ക ജയാപജയങ്ങളൊന്നുമില്ല രണ്ടു പക്ഷത്തും. അന്നു രാത്രി മന്ത്രാലോചന നടന്നു. ചാരന്മാരിൽനിന്നു കിട്ടിയ ഒരു നല്ല വൃത്താന്തം. കൗരവപ്പട പെട്ടെന്നു വിജയം പ്രതീക്ഷിച്ചതാണ്. അതു കാണാഞ്ഞ് ദുര്യോധനൻ രോഷാകുലനാണ്. ആയുധമെടുക്കാതെ കർണ്ണൻ ഇപ്പോഴും സ്വന്തം മന്ദിരത്തിൽ ഉല്ലാസയാത്രക്കാരനെപ്പോലെ ഇരിക്കുന്നു. ആളുകൾ കേൾക്കെ, സേനാപതി ഭീഷ്മരുടെ കഴിവുകേടിനെപ്പറ്റി ദുര്യോധനൻ പറഞ്ഞിരിക്കുന്നു. ഭീഷ്മാചാര്യൻ സ്വയമൊഴിഞ്ഞാലല്ലാതെ മറ്റൊരാൾക്കു പട നയിക്കാനും വയ്യ.

ഭീഷ്മാചാര്യനെ ചുറ്റുതേരുകളും മുൻനിരയുമില്ലാതെ കണ്ടുകിട്ടിയ ഒരു സന്ദർഭത്തിൽ പ്രതിജ്ഞ മറന്ന് കൃഷ്ണൻ ആയുധത്തിനു നേരെ കൈനീട്ടിയത്, അർജ്ജുനനപ്പോൾ സൂചിപ്പിച്ചു.

കൃഷ്ണൻ പറഞ്ഞു: 'ഞാൻ തുടക്കത്തിലേ പറഞ്ഞില്ലേ? യുദ്ധത്തിൽ ഗുരു ശിഷ്യന്മാരില്ല. രക്തബന്ധങ്ങളില്ല. അർജ്ജുനൻ കടന്നാക്രമണം നടത്താതിരിക്കുന്നതു മനഃപൂർവമാണെന്നു തോന്നി.'

നാലാംനാളിൽ ദുര്യോധനനുമായി ശരിക്കൊന്നേറ്റുമുട്ടാൻ എനിക്കു പഴുതു കിട്ടി. അയാൾ വിശോകന്റെ നേരെ മനഃപൂർവ്വം അമ്പുകളയച്ചത് ഞാൻ ശ്രദ്ധിച്ചിരുന്നു. ആഴമില്ല മുറിവുകൾക്കെന്ന് ധൈര്യം വിടാതെ അമ്പുകൾ പറിച്ചെടുത്ത വിശോകൻ പറഞ്ഞു. ദുര്യോധനനെ ചുറ്റി തേരോടിക്കാൻ ഞാൻ നിർദ്ദേശിച്ചു. അയാളുടെ പരിച മറകളുടെ നീക്കം സാവധാനത്തിലായപ്പോൾ തുടരെത്തുടരെ മൂന്നമ്പുകൾ കൊള്ളിക്കാൻ കഴിഞ്ഞു. മാർച്ചട്ട പിളർന്നിരിക്കണം. അയാൾ തേർതിരിക്കുന്നതു കണ്ട് പിൻതുടരാൻ തുടങ്ങിയപ്പോൾ ഭഗദത്തന്റെ കൊമ്പനാന ഉന്നംമറച്ച് ഒരു നെടുങ്കോട്ടപോലെ എന്റെ മുമ്പിൽ.

തേർ തിരിച്ചുപോകുന്ന ദുര്യോധനനെ പാർശ്വയുദ്ധം നടത്തിയിരുന്ന സഹായികൾ അവജ്ഞയോടെ നോക്കുന്നതു ഞാൻ കണ്ടു.

മൂന്നു ദിവസത്തെ കണക്കു നോക്കിയാൽ ഇരുപക്ഷവും ഒന്നും നേടിയിട്ടില്ല എന്ന് ഓർമ്മിച്ചുകൊണ്ടു ഞാൻ കൂടാരത്തിലിരുന്നു. പരിചാരകർ ഭക്ഷണം വിളമ്പാൻ തുടങ്ങി. ചുമലിൽ മരുന്നു വച്ചുകെട്ടി വന്നു ചേർന്ന വിശോകൻ പറഞ്ഞു: 'കേട്ടില്ലേ? ആകെ ബഹളം. ഒരാൾകൂടി സൈന്യവുമായി വന്നിരിക്കുന്നു നമ്മുടെ സംഘത്തിൽ ചേരാൻ.

ദൂരെനിന്ന് എന്തോ ബഹളം കേട്ടുവെന്നു തോന്നി. 'കാളവണ്ടികളിലാണ് വരവ്. അതു കാണാൻതന്നെ സൈനികരെല്ലാം തിങ്ങിക്കൂടുന്നു. കാട്ടാളന്മാരുടെ സൈന്യം.'

ഞാൻ എഴുന്നേറ്റു പുറത്തു കടക്കാൻ ഭാവിക്കുമ്പോൾ ഇരുളിൽ നിന്നും ശബ്ദംകേട്ടു: 'ഞാൻ വന്നിരിക്കുന്നു, ഘടോൽക്കചൻ.'

കയറിവന്ന ഘടോൽക്കചനെ കണ്ട് ഞാനമ്പരന്നു. ഏതാനും കൊല്ലങ്ങൾക്കുമുമ്പ് മഴുവും കയറുമായി എന്റെ മുമ്പിൽ നിന്ന കുട്ടി പെട്ടെന്നു വളർന്നു പുരുഷനായിരിക്കുന്നു. കൂടാരത്തിന്റെ മേൽപ്പുരയിൽ തല മുട്ടുമോ എന്നു സംശയം തോന്നും, നിവർന്നുനില്ക്കുമ്പോൾ. അരയിലും മാറത്തും പുള്ളിപ്പുലിത്തോൽ. എന്റെ കാൽക്കൽ നമസ്ക്കരിച്ചു നിവർന്ന് അവൻ പറഞ്ഞു:

'കുറച്ചു വൈകി. ക്ഷമിക്കണം.! കാട്ടിൽ വിവരങ്ങളെത്താൻ വൈകും.'

അവന്റെ ശബ്ദം പുരുഷന്റേതായിരിക്കുന്നു എന്നതു മാത്രമല്ല ഞാൻ ശ്രദ്ധിച്ചത്. ഭാഷ കൂടുതൽ ശുദ്ധമായിരിക്കുന്നു. ആയുധങ്ങളും വേണ്ടത്ര അനുചരന്മാരുമായിട്ടാണ് വന്നിരിക്കുന്നത്. ഭക്ഷണത്തിനുള്ള പോത്തുകളും കാളകളുമടക്കം.

അവർക്ക് പാളയത്തിൽ കുടീരങ്ങൾ ഒരുക്കുന്ന കാര്യം പറഞ്ഞപ്പോൾ ഘടോൽക്കചൻ തടഞ്ഞു:

'മണ്ണിൽ കിടക്കുന്നതാണ് ഞങ്ങൾക്കു സുഖം. ആരും ഞങ്ങളുടെ സുഖസൗകര്യങ്ങൾ അന്വേഷിച്ചു സമയം കളയേണ്ടതില്ല.... .'

ഉദയത്തിനുമുമ്പേ എല്ലാവരും തയ്യാറായിരിക്കുമെന്ന് പറഞ്ഞ് ഘടോൽക്കചൻ ഇരുട്ടിലേക്കു മടങ്ങി.

അടുത്തദിവസം എന്റെ ക്ഷമയും ബലവും പരീക്ഷിച്ചത് വില്ലാളിയോ വീരനോ ആയിരുന്നില്ല. ഒരാനയായിരുന്നു, പ്രാഗ്ജ്യോതിഷക്കാരന്റെ കൊമ്പൻ.

ആനപ്പുറത്തിരുന്ന് ഭഗദത്തൻ ഞങ്ങളുടെ നേർക്കടുത്തപ്പോൾ ഞാൻ കണക്കാക്കിയതാണ്, ഈ ആനയെ ഭയപ്പെടണം. തലേന്ന് എത്ര ക്ഷണത്തിലാണ് അവൻ ദുര്യോധനനെ മറച്ചത് എന്നു ഞാനോർമ്മിച്ചു. ഭൂമി അവന്റെ കാൽക്കീഴിൽ വിറയ്ക്കുന്നു. ഞാൻ കണ്ട ആനകളിൽവച്ച് ഏറ്റവും വലുതായിരുന്നു ഈ കൊമ്പൻ.

രഥങ്ങൾ രക്ഷിക്കാൻവേണ്ടി ഞാൻ ചാടിയിറങ്ങി. വിശോകൻ എറിഞ്ഞുതന്ന മൂന്നു കുന്തങ്ങളും ചാട്ടിയപ്പോൾ മസ്തകത്തിലെ ഇരുമ്പുചട്ടത്തിൽ

തട്ടി തെറിച്ചുപോയി. തേർയുദ്ധക്കാരൻ പരിചകൊണ്ടു മറയ്ക്കുന്നതിനേക്കാൾ വിദഗ്ദ്ധമായി ആന തടുക്കുന്നു. ചെവിക്കുഴയായിരുന്നു എന്റെ ലക്ഷ്യം.

ആന ചവിട്ടിയരയ്ക്കാൻവേണ്ടി മുമ്പിലെത്തിയപ്പോൾ രക്ഷപ്പെടാൻ ഞാൻ ഊളിയിട്ടു. കാലുകൾക്കിടയിലൂടെ കടന്ന് അടിഭാഗത്തു സ്ഥാനം പിടിച്ചു. ആനപ്പന്തിയിൽ കഴിച്ച ബാല്യത്തിലെ പാഠങ്ങളാണ് എന്റെ തുണയ്ക്കെത്തിയത്. തിരിഞ്ഞുപിടിക്കാൻ നോക്കുന്ന ആനയോടൊപ്പം ഞാനും തിരിഞ്ഞു. ആയുധമില്ലാതെയാണ് ഞാൻ നില്ക്കുന്നത്. ഈ ഒളിച്ചു കളി അധികനേരം തുടരാനാവില്ലെന്നറിയാം. സഹായത്തിനടുക്കുന്നവരെ ഭഗദത്തന്റെ അമ്പുകൾ അടക്കിനിർത്തിയിരിക്കുന്നു. ആക്രോശിച്ചുകൊണ്ടു വന്ന അഞ്ചു ഭടന്മാരിൽ മൂന്നുപേർ വീണു. മുകളിലിരിക്കുന്ന ഭഗദത്തൻ എന്റെ അപകടസന്ധി കണ്ട് ആഹ്ലാദിക്കുന്നുണ്ട്. അപ്പോൾ കുരുക്ഷേത്രം മുഴുവൻ വിറപ്പിച്ചുകൊണ്ട് ഒരു ഗർജ്ജനം കേട്ടു. ആനപ്പുറത്തിരിക്കുന്ന മറ്റൊരു യോദ്ധാവ് എന്റെ സഹായത്തിന്. ഘടോൽക്കചൻ. ആനയും ഘടോൽക്കചനും ഒരുമിച്ചാണു ചിന്നംവിളിച്ചതെന്നു തോന്നി.

മലകൾ കൂട്ടിമുട്ടി. ഭഗദത്തന്റെ കൊമ്പൻ തെറിച്ചുപോയി. ഗുഹ വിട്ടിറങ്ങി, വെളിച്ചം കണ്ടവനെപ്പോലെ അന്തംവിട്ടുനില്ക്കുന്ന എന്നെ നോക്കി അവൻ പറഞ്ഞു: 'ഇവിടെ, ഇവിടെ!'

ആനപ്പുറത്തിരുന്നു നീട്ടിയ കുന്തമുനയിൽ പിടിച്ചു ഞാൻ അവന്റെ പിന്നിൽ കയറി. രണ്ടാനകളെയുംകൊണ്ട് അവന്റെ സഹായത്തിനെത്തിയ സഹായികളിലൊരുവന്റെ അടുത്തേക്ക്, സ്വന്തം ആനയെ എനിക്കു വിട്ടുതന്ന്, അവൻ ലാഘവത്തോടെ ചാടി.

ദഗദത്തന്റെ സൈന്യം അവന്റെ നേർക്ക് അമ്പുകളും കുന്തങ്ങളും വർഷിച്ചു. ഘടോൽക്കചൻ യുദ്ധം രസിക്കുന്നു. അകലത്തുനിന്നു മൂന്നു വൻ തേരുകൾ വരുന്നതു കണ്ട് ഞാൻ ചാടിയിറങ്ങി, വീണ്ടും തേർത്തട്ടിൽ കയറി. വന്നതു ഭീഷ്മാചാര്യരായിരുന്നു.

ഞങ്ങൾ നേർക്കുനേരെ ഏറ്റുമുട്ടുന്നത് ആദ്യമായിട്ടായിരുന്നു. എന്റെ കൊടിമരം ആദ്യത്തെ ശരവർഷത്തിൽത്തന്നെ തകർന്നു. തൊണ്ണൂറ്റഞ്ചായ ഭീഷ്മാചാര്യരുടെ കൈവേഗവും ലക്ഷ്യക്കാഴ്ചയും എന്നെ അത്ഭുതപ്പെടുത്തി. കടംവീട്ടാൻ പലതും ബാക്കിയിരിക്കെ ആചാര്യനായാലും പിതാമഹനായാലും ഭീമനു ജയിച്ചേ പറ്റൂ.

എന്റെ വില്ലുണർന്നപോലെ തോന്നി. അനുശ്രുതിക്കിടം കൊടുക്കാതെ വിരൽത്തുമ്പുകൾ ഞാണിന്റെ ഹൃദയം തുടുപ്പിച്ചു. എവിടെനിന്നോ കേൾക്കുന്ന ഘടോൽക്കചന്റേയും കാട്ടാളരുടേയും കൊലവിളികൾ മാഗധഗീതങ്ങളേക്കാൾ മധുരമായിത്തോന്നി.

പിതാമഹൻ തേർ തിരിച്ച് പിൻവാങ്ങിയപ്പോഴും എന്റെ കലിയടങ്ങിയിരുന്നില്ല. ഭഗദത്തന്റെ ആനയുടെ കാൽക്കീഴിൽ കഴിച്ച വിനാഴികയൊഴി

ച്ചാൽ ആകെപ്പാടെ ഞാൻ സംതൃപ്തനായ ദിവസം.

വലിയ വിജയങ്ങളൊന്നും നേടാനാവാത്ത ദിവസങ്ങൾ പിന്നെയും കഴിഞ്ഞപ്പോൾ തന്ത്രാലോചനാസദസ്സിൽ വീണ്ടും കുറ്റപ്പെടുത്തലുകൾ മാത്രമായി. ഭീഷ്മരെ വിട്ടുകളയുന്നതിൽ യുധിഷ്ഠിരൻ ശിഖണ്ഡിയെ കുറ്റപ്പെടുത്തി. സേനാപതി വീഴുന്നതാണ് തളർച്ചയുടെ ആദ്യഘട്ടം. ശിഖണ്ഡി, മരിച്ച കണ്ണുകളിൽ ഭാവഭേദമൊന്നുമില്ലാതെ കേട്ടു നിന്നു.

മക്കളുടെ കൂട്ടത്തിൽനിന്ന് അഭിമന്യു മാത്രമായിരുന്നു ആലോചനകളിൽ പങ്കുചേർന്നിരുന്നത്. അന്നും അയാൾ എന്റെകൂടെ കൂടാരം വരെ നടന്നു.

'കഴിഞ്ഞ ഏഴു ദിവസത്തിനിടയ്ക്ക് കുറെ നഷ്ടങ്ങൾ പറ്റി. വീഴ്ചകളും. ഒരു വലിയ നേട്ടവുമുണ്ടായി.' അഭിമന്യു പറഞ്ഞു 'നേട്ടമെന്നല്ല പറയേണ്ടത്. ഭാഗ്യം തന്നെ.'

കർണ്ണൻ തെറ്റിപ്പിരിഞ്ഞു നില്ക്കുന്നതിനെപ്പറ്റിയായിരിക്കും ഉദ്ദേശിച്ചതെന്നു തോന്നി.

'അല്ല കാട്ടാളന്മാരുടെ വരവ്. ഓ, ഘടോൽക്കചൻ! വൃത്രനെ കൊന്ന വജ്രായുധമെടുത്ത് ഇന്ദ്രൻതന്നെ മുമ്പിൽ നിന്നാലും വിറയ്ക്കാത്ത യോദ്ധാവ്. എല്ലാ ആയുധവും തുല്യം. കാട്ടുകുതിരകളാണ് രഥങ്ങളിൽ. എന്തൊരു വേഗം! അയാളുടെ മുമ്പിൽ ഞങ്ങളൊക്കെ നിസ്സാരരാണ്, വലിയച്ഛാ.'

എന്നിട്ട് മനോഹരമായ ഒരു മന്ദസ്മിതത്തോടെ പതുക്കെ പറഞ്ഞു: 'നിങ്ങളൊക്കെ എന്നു ഞാൻ പറയുന്നില്ല!'

എട്ടാം നാളിൽ ദുര്യോധനനെ എന്നിൽനിന്നു രക്ഷിച്ചത് ഭീഷ്മാചാര്യരായിരുന്നു. അർജ്ജുനന്റെ ധർമ്മഭീതിയല്ല, ആചാര്യനെ നേരിടുമ്പോൾ എന്നെ കുഴക്കിയിരുന്നത്. ഇളംപ്രായത്തിൽ കൃപാചാര്യരുടെ ശിക്ഷണം കണ്ടു നില്ക്കുമ്പോൾ ഇടയ്ക്കു ചെയ്തിരുന്നതുപോലെ ഏതു നിമിഷത്തിലാണ് ചിരിച്ച്, 'മന്ദാ അങ്ങനെയല്ല, ഇങ്ങനെ' എന്നു പറയുന്നത് എന്നു ഞാൻ ഭയപ്പെട്ടു. അസ്ത്രദൂരത്തിൽ, നരച്ച താടിക്കു നടുവിലെ മുഖത്തിന്റെ ഭാവം എനിക്കു വ്യക്തമായി കാണാൻ കഴിയില്ല.

പക്ഷേ, ഞാൻ ഉഗ്രമായി പൊരുതിയടുക്കുകതന്നെ ചെയ്തു. അതിനിടയ്ക്കാണ് ഇരുവശത്തുനിന്നും കൗരവസഹോദരന്മാരുടെ ആക്രമണമുണ്ടായത്. വൃകോദരനെ വധിച്ച് ഖ്യാതി നേടാൻ വരുന്ന ഇളയ സഹോദരന്മാർ.

അടുത്തവർക്ക് പിൻവാങ്ങുകയാണെന്ന ധാരണയുണ്ടാക്കി, വിദഗ്ദ്ധനായ വിശോകൻ തേർ കുറച്ചകലത്തേക്കു മാറ്റിയപ്പോഴേക്ക് വിജയം മണത്ത യുവാക്കൾ ഒന്നിച്ചുചേർന്ന് ആർത്തുവിളിച്ചടുത്തു. ഞാൻ കാത്തു നിന്നതും അതാണ്. ആദ്യത്തെ മൂന്നുപേരെ അമ്പുകൊണ്ടു വീഴ്ത്തി. വെറുംകൈയുദ്ധത്തിന് എന്നെ കൂട്ടമായി പൊതിഞ്ഞത് അവരുടെ അജ്ഞത. അരനാഴികനേരം വേണ്ടിവന്നില്ല പന്ത്രണ്ടുദേഹങ്ങൾ നിലം

പൊത്തി.

അമ്പുകൾ പുറത്തും മാറത്തുമുള്ള കാളത്തോലിൽനിന്നു പറിച്ചെടുത്തു. ഇടത്തെ ഭുജത്തിൽ ഒരു കീറലിൽനിന്നുമാത്രം ചോര പൊടിഞ്ഞു.

തിരിച്ചെത്തിയ ഞാൻ അന്ന് തന്ത്രാലോചനയ്ക്കു പോയില്ല.

എന്തെങ്കിലും സാരമായ മുറിവുകളുണ്ടോ എന്നറിയാൻ അഭിമന്യു വന്നു. ഒന്നുമില്ല. അപ്പോഴാണ് അറിഞ്ഞത്, യുവാക്കളുടെ സംഘത്തിലുള്ള ഇരാവാൻ, ഉലൂപിയിൽ അർജ്ജുനനുണ്ടായ നാഗയുവാവ് മരിച്ചു. ശകുനിയുടെ സഹോദരന്മാരെ വധിച്ചശേഷം വീണ ഇരാവാനെ അഭിമന്യു പ്രശംസിച്ചു.

അലംബുഷനെന്ന ഒരു കാട്ടാളനാണ് ഇരാവാനെ വധിച്ചത്. ദുര്യോധനപക്ഷത്തിലും കാട്ടാളപ്പടയുണ്ട്. അലംബുഷനെ പിന്നീട് ഘടോൽക്കചൻ വധിച്ചു. വെട്ടിയെടുത്ത അലംബുഷന്റെ തലയും തൂക്കിപ്പിടിച്ച് അർജ്ജുനനു കൊടുക്കാൻ പോയ ഘടോൽക്കചനെ അതിൽനിന്നു പിന്തിരിപ്പിച്ചത് അഭിമന്യുവാണത്രെ. അയാളത് പിന്നെ ദുര്യോധനന്റെ തേരിലേക്കെറിഞ്ഞു.

അടുത്തദിവസം പടയണികളിൽ മാറിമാറിക്കയറി ഈന്തൽക്കാട്ടിൽ കടന്ന മദഗജംപോലെ നാശംവിതച്ച ഘടോൽക്കചനാണ് നിറഞ്ഞുനിന്നത്. ഒരു ഘട്ടത്തിൽ അവനു പിന്തുണ നൽകാൻ ഞാനുമെത്തി.

'ഭീഷ്മപിതാമഹനു തൊണ്ണൂറോ തൊണ്ണൂറ്റഞ്ചോ ആയിരിക്കാം. പക്ഷേ, അദ്ദേഹത്തിന്റെ തന്ത്രങ്ങൾകൊണ്ടാണു പലരും രക്ഷപ്പെടുന്നത്. ഇന്നും അദ്ദേഹത്തെ ഒറ്റയ്ക്കു കിട്ടിയപ്പോൾ അർജ്ജുനൻ തളർന്നു. ചമ്മട്ടിയെടുത്തു ചാടി കടന്നാക്രമിച്ചാലോ എന്നുവരെ തോന്നിപ്പോയി. കൃഷ്ണൻ പറഞ്ഞു. 'അർജ്ജുനൻ സമ്മതിച്ചില്ല. ചമ്മട്ടി ഒരായുധമല്ല. ആയുധമെടുക്കില്ലെന്നേ ഞാൻ പറഞ്ഞിട്ടുള്ളു.'

അർജ്ജുനൻ ആക്രമണത്തിന്റെ രീതി മാറ്റി. ഇടത്തു യുധാമന്യു, വലത്ത് ഉത്തമൗജാവ്, മുന്നിൽ ശിഖണ്ഡി. ഭീഷ്മാചാര്യനെ കവചംപോലെ തടുക്കുന്നത് ഇതുവരെ ദുര്യോധനന്റെ മക്കളായിരുന്നു. ദുശ്ശാസനനെക്കൂടി അതിന് ഏല്പിച്ചിരിക്കുന്നുവെന്ന വാർത്ത ചാരന്മാർ പറഞ്ഞു.

അന്നു തിരിച്ചുനടക്കുമ്പോൾ അഭിമന്യു പറഞ്ഞു:

'നാളെ ഭീഷ്മാചാര്യൻ വീഴും.'

'എങ്ങനെ ഉറപ്പിച്ചു?'

'പുതിയ സംവിധാനം. പിന്നെ അച്ഛന്റെ കണ്ണുകളിൽ തീരുമാനം ഞാൻ കണ്ടു. ആചാര്യൻ വീഴുന്നത് അച്ഛന്റെ അമ്പുകൾ കൊണ്ടാവും. ശിഖണ്ഡിയാണ് വീഴ്ത്തിയതെന്നേ ആളുകൾക്കു തോന്നൂ.'

അഭിമന്യു വിശദീകരിച്ചു.

'അച്ഛനും ദുശ്ശാസനനും തമ്മിൽ— ശിഖണ്ഡിയും ഭീഷ്മാചാര്യരും തമ്മിൽ. അതിനിടയ്ക്കു പരസ്പരം ലക്ഷ്യം മാറും. കണ്ടോളൂ.'

അഭിമന്യുവിന്റെ ബുദ്ധിവൈഭവം എന്നെ അത്ഭുതപ്പെടുത്തി.

യുദ്ധം കൊടുമ്പിരികൊണ്ട പത്താംനാളിൽ യുധിഷ്ഠിരൻതന്നെ ഭീഷ്മാചാര്യരോടേറ്റു. ഒരിക്കലും അദ്ദേഹത്തിൽനിന്നു പ്രതീക്ഷിക്കാത്തത്ര ധീരതയോടെ പൊരുതി. പിന്നെ കുതിച്ചെത്തിയ ശിഖണ്ഡിക്കും അർജ്ജുനനും വേണ്ടി പിൻവാങ്ങി. ദുര്യോധനന്റെ തേർക്കുതിരകൾ അന്നു വിശ്രമിച്ചിട്ടില്ല. നിർദ്ദേശങ്ങളും ശകാരങ്ങളുംകൊണ്ട് വീര്യം കൂട്ടാൻ കൗരവപ്പടയിലെല്ലായിടത്തും അയാളുടെ തേരോടുന്നതു കണ്ടു.

എന്റെ കരബലവും ആയുധബലവും പൂർണ്ണമായി പരീക്ഷിക്കപ്പെട്ട ദിവസം. പാണ്ഡവപക്ഷം ഭീഷ്മരെ വീഴ്ത്താനാണ് തലേന്ന് ഉറപ്പിച്ചതെങ്കിൽ കൗരവർ എന്നെ വീഴ്ത്താനാണ് ശപഥം ചെയ്തിരിക്കുന്നതെന്നു തോന്നി. ഭഗദത്തൻ പോർവിളിയോടെ വന്നപ്പോൾ ഞാൻ നേരിട്ടു. കൃപാചാര്യരും ശല്യനും കൃതവർമ്മാവും. കൃഷ്ണന്റെ അകന്ന ബന്ധത്തിൽപ്പെട്ട കൃതവർമ്മാവ്. സുഭദ്രയെ വിവാഹംകഴിക്കാൻ മോഹിച്ചത് അയാളായിരുന്നുവത്രെ.

രക്ഷപ്പെടാനിടകൊടുക്കരുതെന്നു കരുതി പുതിയ സംഘങ്ങൾകൂടി കൗരവരുടെ വലയത്തിൽ ബലംകൂട്ടി. ജയദ്രഥനും സിന്ധുവിലേയും അവന്തിയിലേയും യോദ്ധാക്കളും.

മഹാരഥികളായി ഒന്നിലേറെ പ്രതിയോഗികളുണ്ടാവുമ്പോൾ ധർമ്മയുദ്ധനിയമങ്ങൾ പാലിക്കുന്നതിനർത്ഥമില്ല. നിയമം ലംഘിക്കാൻ ജയദ്രഥനും മടിക്കില്ല എന്നറിയാം. അയാളുടെ തേരാളിയേയും കുതിരകളേയും വീഴ്ത്തി. ഉടനെ അയാൾ ദുര്യോധനസഹോദരൻ ചന്ദ്രസേനന്റെ തേരിൽ കയറി.

എന്റെ ഇരുവശത്തും യുദ്ധംചെയ്ത വിരാടത്തിലെ യോദ്ധാക്കൾ മരണത്തെ വെല്ലുവിളിച്ചു. ജയദ്രഥൻ എന്റെ ശിരസ്സു ലാക്കാക്കി എറിഞ്ഞ ഒരു പീലിക്കുന്തത്തിൽനിന്ന് അവരിലൊരാളാണ് എന്നെ രക്ഷിച്ചത്.

അപ്പോൾ ഭഗദത്തനും സംഘവും കൂടുതൽ അടുക്കുകയായിരുന്നു. എന്റെ രക്ഷയ്ക്കായി ഒരു രഥവ്യൂഹം പറന്നടുത്തു. അഭിമന്യു.

പതിനാറും മുപ്പത്തഞ്ചും തമ്മിലുള്ള പ്രായവ്യത്യാസം ഞാൻ കണ്ടു. ഞങ്ങൾക്ക് യുദ്ധം തൊഴിലും ധർമ്മവുമാണെങ്കിൽ അഭിമന്യുവിന് അലങ്കാരവും വിനോദവുമാണ്. വൃദ്ധനായ കൃപാചാര്യരുടെ ലക്ഷ്യക്കുറവിനെ വാക്കുകളാലവൻ അപഹസിച്ചു. കൃതവർമ്മാവ് പിൻതിരിഞ്ഞോടി. ഭഗദത്തൻ പിൻനിരയിലേക്കൊതുങ്ങി.

ഒന്നാശ്വസിക്കാനിട കിട്ടിയപ്പോൾ അഭിമന്യു പറഞ്ഞു: 'ആളുകൾ അച്ഛന്റെ അസ്ത്രവിദ്യയെപ്പറ്റി മാത്രമേ പറയാറുള്ളു. കൈയും ഗദയും മാത്രമാണ് വലിയച്ഛനു സ്വാധീനം എന്നാണ് ഞാനിന്നോളം ധരിച്ചത്. സത്യത്തിൽ ഞാൻ വിസ്മയിച്ചുപോയി.'

വരുംതലമുറയുടെ അഭിനന്ദനം ഒരു സ്വകാര്യനിധിപോലെ സൂക്ഷിക്കാൻ ഞാൻ മനസ്സിൽ കരുതി.

'അവരേഴുപേരുണ്ടായിരുന്നു.'

'ഏഴല്ല, പത്ത്. വിന്ദാനുവിന്ദന്മാരും വികർണ്ണനുമടക്കം പത്ത്. പത്തും കെങ്കേമന്മാർ. പത്തുപേരോട് ഒറ്റയ്ക്കുപൊരുതാൻ ആരുണ്ടിവിടെ?'

അവന്റെ അഭിനന്ദനത്തിൽ അഭിമാനംകൊണ്ടു മനം കുളിർത്ത ഞാൻ പറഞ്ഞു: 'നിന്റെ അച്ഛൻ അർജ്ജുനനുണ്ട്. പിന്നെ— നീയും.'

അർജ്ജുനൻ യുദ്ധം ചെയ്യുന്നേടത്തേക്കു ഞാൻ കുതിച്ചു. പകുതിയിടം കടന്നപ്പോൾ കൗരവപ്പടയിൽനിന്ന് ഒരാരവമുയരുന്നതു കേട്ടു, അടുത്തെത്തി. പൊടിയടങ്ങി തെളിഞ്ഞപ്പോൾ കണ്ടു, അവിടെ യുദ്ധം നിന്നിരിക്കുന്നു. വീണു കിടക്കുന്ന യോദ്ധാവിനെ നോക്കി. മാർച്ചട്ട പിളർന്നു മേലാകെ അമ്പേറ്റു വീണുകിടക്കുന്നതു ഭീഷ്മാചാര്യനാണ്. അദ്ദേഹത്തിന്റെ മുമ്പിൽ കുറ്റബോധത്തോടെ അർജ്ജുനൻ നില്ക്കുന്നു.

യുദ്ധം നിർത്തുന്ന ഭേരീനാദം മുഴങ്ങി. വീണ സേനാപതിയുടെ നേർക്ക് കൗരവരുടെ തേരുകൾ വരുന്നതു കണ്ടു ഞാൻ തിരിച്ചു പോന്നു.

കഴുതകളെ കെട്ടിയ വണ്ടികളുമായി മൃതദേഹങ്ങൾ എടുത്തിടാൻ കാകന്മാരും ചണ്ഡാളന്മാരും പടക്കളത്തിലേക്കു നടന്നു.

മൂന്ന്

ഭീഷ്മപിതാമഹൻ വീണപ്പോൾ കർണ്ണൻ സർവ്വസൈന്യാധിപനായി വരുമെന്നാണ് ഞങ്ങൾ കരുതിയത്. ദ്രോണരെയാണ് തിരഞ്ഞെടുത്തിരിക്കുന്നതെന്നു ഞങ്ങൾ കേട്ടു.

ഭീഷ്മർ യുദ്ധക്കളത്തിൽ മരിച്ചില്ല. മരണം എപ്പോഴുമാകാം എന്ന നിലയിൽ കിടക്കുകയാണെന്നറിഞ്ഞു. ദ്രോണാചാര്യർ സ്ഥാനമേറ്റപ്പോൾ യുധിഷ്ഠിരനെ ജീവനോടെ തടവുകാരനായി ഏല്പിക്കാമെന്നു വാക്കുകൊടുത്തതായി ചാരന്മാർ പറഞ്ഞു. യുധിഷ്ഠിരനെ രക്ഷിച്ച് യുദ്ധം ചെയ്യാൻ എല്ലാവരും നിശ്ചയിച്ചു. അപരാഹ്നത്തിൽ മൂന്നു ഖണ്ഡങ്ങളിൽ മാറി മാറി യുദ്ധം ചെയ്ത ഞാൻ വീണ്ടും ഭഗദത്തനുമായി ഘോരമായി ഏറ്റുമുട്ടി. തേരിൽ ഞാൻ ദുർബ്ബലനാണെന്നു കണ്ട് അയാൾ വീണ്ടും യുദ്ധമദം കൊണ്ടു ചിന്നംവിളിക്കുന്ന കൊമ്പനാനയുടെ പുറത്തേറിയാണു വന്നത്. ചെറുകിടക്കാർ പലരും മരിച്ചുവീണു. എല്ലാ ഖണ്ഡങ്ങളിലും ഉഗ്രയുദ്ധം നടക്കുന്ന ദിവസം. കർണ്ണൻ പടക്കളത്തിലുണ്ട്; മുന്നണിയിൽ ദ്രോണാചാര്യർ തന്നെ.

യുധിഷ്ഠിരൻ ഒറ്റപ്പെട്ടിരിക്കുമെന്നു ഭയന്ന് അദ്ദേഹത്തിന്റെ രക്ഷയ്ക്കെത്താൻ ആവശ്യപ്പെട്ട് ഭഗദത്തനെ അർജ്ജുനൻ ഏറ്റെടുത്തു. എന്തു സംഭവിച്ചാലും യുധിഷ്ഠിരൻ തടവുകാരനാകാൻ ഇടവരുത്തരുത്. ധൃഷ്ടദ്യുമ്നൻ ദക്ഷിണ ഖണ്ഡത്തിലേക്കു നീങ്ങുന്നതു കണ്ടപ്പോഴാണ് യുധിഷ്ഠിരന്റെ സഹായത്തിന് ഞാൻ പോയേ പറ്റൂ എന്ന് അർജ്ജുനൻ നിർബ്ബന്ധിച്ചത്.

ഞാനെത്തിക്കഴിഞ്ഞപ്പോൾ ആപത്തു മനസ്സിലാക്കി ബുദ്ധിപൂർവ്വം യുധി

ഷ്ഠിരൻ കൈനിലയിലേക്കു മടങ്ങുകയായിരുന്നു.

കൂടാരത്തിനടുത്തെത്തിയപ്പോൾ വാദ്യഘോഷങ്ങൾ കേട്ടു. യുധിഷ്ഠിരൻ തിരിച്ചെത്തിയതിന്റെ സൂചനയാണ്. മറ്റു ഖണ്ഡങ്ങളിലെ വാർത്തകളറിയാൻ രാജശിബിരത്തിലേക്കു തിരിഞ്ഞപ്പോൾ വാദ്യഘോഷങ്ങളുടെ പിൻപേ തുടങ്ങിയ മൃദംഗശംഖവീണാനാദങ്ങൾ ദുശ്ശകുനം പോലെ പെട്ടെന്നു നിലച്ചു. ഞാൻ യുധിഷ്ഠിരന്റെ സമീപമെത്താൻ വേണ്ടി തേരിൽനിന്നിറങ്ങി നടന്നു.

യുധിഷ്ഠിരൻ സ്തബ്ധനായി നില്ക്കുന്നു. ഉത്തരഖണ്ഡത്തിൽ നിന്നു വന്ന ഭടന്മാർ വാർത്തയറിയിച്ച് ദുഃഖിതരായി കടന്നുപോയി.

അഭിമന്യു മരിച്ചു!

ഭടന്മാർക്കത്രയേ പറയാനുള്ളു. അഭിമന്യു മരിച്ചു. ധൃഷ്ടദ്യുമ്നനനും സാത്യകിയും വന്നപ്പോഴാണ് യുദ്ധത്തിന്റെ വിശദവിവരങ്ങളറിയുന്നത്. യുധിഷ്ഠിരനെ പിടിക്കാൻ ചക്രാകൃതിയിൽ വ്യൂഹം ചമച്ച് അടുപ്പിക്കുകയായിരുന്നു ദ്രോണാചാര്യർ. അവരുടെ വ്യൂഹം തകർക്കുന്നത് ഒരാവശ്യമായി വന്നപ്പോൾ അകത്തു കയറി യുദ്ധം ചെയ്യാൻ താൻ സന്നദ്ധനാണെന്നു പറഞ്ഞ് അഭിമന്യു കൂസലില്ലാതെ ഏറ്റെടുത്തു. അഭിമന്യു അകത്തുകയറിയയുടനെ പാർശ്വങ്ങളിൽ വന്നവർക്ക് ഇടകൊടുക്കാതെ ജയദ്രഥൻ ഒറ്റത്തേരിൽ വന്ന അഭിമന്യുവിനെ കുടുക്കി. ഇരുവശവും മുന്നിലും കടക്കാൻ യുദ്ധമുറയനുസരിച്ചുള്ള സഹായികളില്ലാത്ത നിലയിൽ അഭിമന്യുവിനെ ദ്രോണർ, കൃപർ, അശ്വത്ഥാമാവ്, കർണ്ണൻ, ശല്യർ എന്നിവർ വളഞ്ഞു. അവർക്കു പിന്തുണ നൽകാൻ ആളുകൾ നിരവധിയുണ്ടായിരുന്നു. തേരും കുതിരയും നഷ്ടപ്പെട്ട അഭിമന്യു, വെറും നിലത്തു നിന്നു പൊരുതി. അമ്പും വില്ലും നഷ്ടപ്പെട്ടപ്പോൾ വാളും ഗദയും, അവസാനം തേർച്ചക്രവുമെടുത്ത് യുദ്ധം ചെയ്തു. ഒടുവിൽ ബോധം കെട്ടു വീണപ്പോൾ ആരോ തലയ്ക്കടിച്ചു കൊന്നു.

തലയ്ക്കടിച്ചു കൊന്നത് ദുശ്ശാസനന്റെ മകൻ സമപ്രായക്കാരനായ ലക്ഷ്മണനായിരുന്നുവത്രെ. ധൃഷ്ടദ്യുമ്നൻ പറഞ്ഞു.

അവസാനം തലയ്ക്കടിച്ചുകൊന്നവനെപ്പറ്റിയല്ല ഞാനാലോചിച്ചത്. തേരും കുതിരയും നഷ്ടപ്പെട്ടു വെറും നിലത്തു നിന്നവനോട് ആറുപേർ. ദ്രോണരും കൃപരും അടക്കം ആറുപേർ!

അഭിമന്യുവിന്റെ യുദ്ധപരാക്രമങ്ങളായിരിക്കും ഇന്നു ശത്രുപാളയത്തിലും മാഗധർ പാടുന്നതെന്ന് സാത്യകിയുടെ സേനാപതി പറഞ്ഞു.

ധൃഷ്ടദ്യുമ്നൻ ഓർമ്മിപ്പിച്ചു: എല്ലാവരും എല്ലാ ധർമ്മയുദ്ധനിയമങ്ങളും ലംഘിച്ചു. ദ്രോണരും കൃപരും കൂടി.... അവരേക്കാൾ മ്ലേച്ഛനാണ് ആ ജയദ്രഥൻ. ഏതു കാട്ടാളനും അനുവദിക്കുന്ന പ്രാഥമികമുറ ആദ്യം തെറ്റിച്ചത് ജയദ്രഥനാണ്.

ഞാൻ നിശ്ശബ്ദനായിരിക്കുന്ന ജ്യേഷ്ഠനെ നോക്കി.

'അവൻ, ആ ജയദ്രഥൻ, എന്റെ മുമ്പിൽ തടവുകാരനായി നിന്നതാണ്, വധശിക്ഷ അർഹിക്കുന്ന കുറ്റത്തിന്. കുറ്റം എന്താണെന്നു പറഞ്ഞാൽ താങ്കളും ഈ ജ്യേഷ്ഠന് മാപ്പുകൊടുക്കില്ല. വിട്ടയച്ചു.... വിട്ടയയ്ക്കാൻ നിർബ്ബന്ധിച്ചതു ജ്യേഷ്ഠനാണ്; ധർമ്മനീതിയോ ഭൂതദയയോ പറഞ്ഞ്.'

യുധിഷ്ഠിരൻ മിണ്ടിയില്ല.

അപ്പോൾ കൃഷ്ണനും അർജ്ജുനനും പുറത്തു കടന്നുവന്നു. ഞാൻ കൃഷ്ണന്റെ കരുവാളിച്ച മുഖം കണ്ടു. സ്വന്തം ചോരയും കുടുംബവുമാവുമ്പോൾ ജീർണ്ണവസ്ത്രങ്ങളുടെ ഉപമ നാം മറക്കുന്നു.

വിവരമറിയാത്ത ഒരു പുതിയ മാഗധസംഘം സംഗീതോപകരണങ്ങൾ ശബ്ദിപ്പിക്കാൻ തുടങ്ങിയപ്പോൾ കൃഷ്ണൻ പറഞ്ഞു: 'നിറുത്താൻ പറയൂ.'

അർജ്ജുനന്റെ മുഖത്തു നോക്കാൻ എനിക്കു പ്രയാസം തോന്നി. തീക്കുണ്ഡത്തിനു സമീപം ഞങ്ങൾക്കു പുറം തിരിഞ്ഞുനിന്ന് അയാൾ എരിയുന്ന കനലുകളിലേക്കു നോക്കി. ഭഗദത്തന്റെ പതനമൊന്നും അഭിമന്യുവിന്റെ നഷ്ടം തീർക്കാൻപോന്ന സംഭവമല്ല.

ആർക്കും ഒന്നും പറയാനില്ല. അശരീരികൾ കണ്ടുനിന്നിരിക്കാവുന്ന യുദ്ധം എന്ന് ഇനി ആർക്കെങ്കിലും വർണ്ണിക്കാൻ തുടങ്ങാം. ആരും ധൈര്യപ്പെട്ടില്ല. അഭിമന്യുവിന്റെ ധീരതയെ പുകഴ്ത്തിയിട്ടും ശത്രുക്കളുടെ ക്രൂരതയെ ശപിച്ചിട്ടും കാര്യമില്ല.

അഭിമന്യു മരിച്ചു.

ഞാൻ പുറത്തു കടന്നു. ശിബിരത്തിൽനിന്നു പുറത്ത് നേർത്ത ഇരുട്ടിലെ നിശ്ശബ്ദതയിൽ തനിയെ നിന്നപ്പോൾ ആദ്യമായി മരിച്ച ഒരാളെ ഓർത്തുള്ള ദുഃഖം എന്റെ മനസ്സിൽ താങ്ങാനാവാത്ത ഭാരംപോലെ വളർന്നു. എന്നും കൂടാരത്തിലേക്ക് ഒരുമിച്ചുപോകാറുള്ള ആ വഴിയിൽ ഞാൻ തനിയെ നിന്നു. മന്ദഹസിക്കുന്ന അഭിമന്യുവിന്റെ കണ്ണുകൾ. 'വലിയച്ഛാ' എന്നുള്ള വിളി. ആ വിളി ഓർത്തപ്പോൾ എന്റെ കണ്ണുകൾ നനഞ്ഞു. മഹാബലനായ ഭീമൻ കരയാൻ പാടില്ല. ഞാൻ കൂടാരത്തിലേക്കു തിരിയുന്നതിനു പകരം ഒഴിഞ്ഞ യുദ്ധഭൂമിയിലേക്കു നടന്നു. നദീതീരത്തിലെ കുറ്റിക്കാടുകളിൽനിന്നും ഇറങ്ങിവന്ന കുറുനരികൾ ഓരിയിട്ടു. നീക്കംചെയ്യാൻ വിട്ടുപോയ മൃതദേഹം എവിടെയോ കണ്ടെത്തിയ ആഹ്ലാദം. അഴുകുന്ന മാംസത്തിന്റെയും കട്ടപിടിച്ച ചോരയുടെയും മണം. കഴുകന്മാരുടെ ചിറകടികൾ വായുവിൽ പുളഞ്ഞുനടന്നു.

മരണത്തെപ്പറ്റിയാണ് ഞാനാലോചിച്ചത്. ഉത്തരൻ മരിച്ചപ്പോൾ വിരാടനെ ഞാനോർത്തു സഹതപിച്ചു. എന്നിലെന്തോ മരിച്ചിരിക്കുകയാണിപ്പോൾ. ആത്മാവിന്റെ ഗൃഹമാറ്റമായി എനിക്കിതു കാണാൻ കഴിയുന്നില്ല. സത്യം.

എന്റെ ബാല്യത്തിൽ മരണം കാലനാണെന്നാണ് ഞാൻ കരുതിയിരുന്നത്. പിന്നീട് ആചാര്യന്മാരിലാരോ മൃത്യുവിനെപ്പറ്റി പറഞ്ഞു. ബ്രഹ്മാവ്

കോപംകൊണ്ടു സൃഷ്ടിച്ചവൾ. സുന്ദരിയായ കന്യകയുടെ രൂപത്തിലാണ് അവൾ പിറന്നത്. സംഹരിക്കാൻ തനിക്കു കഴിവില്ലെന്നു പറഞ്ഞു മടിച്ചു നിന്ന സുന്ദരിക്ക് ബ്രഹ്മാവ് ധൈര്യം കൊടുത്തു. കറുപ്പു കലർന്ന ചുവപ്പു നിറമുള്ളവൾ. ആഭരണങ്ങളണിഞ്ഞവൾ. ഇളംചുവപ്പു മിഴികളും കടുംചുവപ്പു ചുണ്ടുകളുമുള്ളവൾ. സർവ്വാഭരണങ്ങളുമണിഞ്ഞവൾ. സുന്ദരിയായ കന്യക. മൃത്യു.

കുരുക്ഷേത്രത്തിൽ അലഞ്ഞുനടക്കാൻ തുടങ്ങിയ സുന്ദരി ഇന്നെന്റെ ഒരംശം അപഹരിച്ചിരിക്കുന്നു.

രാത്രി പിന്നെയും ഇരുണ്ടു. കഴുകന്മാർ എന്നെയും വട്ടമിടാൻ തുടങ്ങിയപ്പോൾ ഞാൻ ചിന്തകളിൽനിന്നുണർന്നു.

മടക്കയാത്രയിൽ പാഞ്ചാലീപുത്രരും സർവ്വദനും പാർക്കുന്ന ശിബിരം കടന്ന് നദീതടത്തിന്റെ നേർക്കു നടന്നു. ഒറ്റപ്പെട്ടുകിടക്കുന്ന വലിയ രഥം കണ്ടു. കഴുകൻ കൊടിയടയാളമായുള്ള രഥം. തേർത്തട്ടിൽ നുകത്തണ്ടിലേക്കു കാൽ തൂക്കിയിട്ട് ആരോ ഇരിക്കുന്നു. ഘടോൽക്കചൻ തന്നെ.

എന്നെക്കണ്ടപ്പോൾ അയാൾ താഴത്തിറങ്ങി.

'അഭിമന്യു പോയി.'

മരണം അവന് പ്രതിക്രിയയ്ക്കുള്ള ഉത്സാഹം വളർത്തുന്ന ഒരു സംഭവം മാത്രമാണ്.

'അഭിമന്യുവിനോടായിരുന്നു എനിക്കു കൂടുതൽ അടുപ്പം. അയാൾക്കു വേണ്ടിയുംകൂടിയാണ് ഞാനിനി കൊല്ലുന്നത്. ആചാര്യന്മാർ, ഞങ്ങൾ കാട്ടാളരേക്കാൾ കഷ്ടം!'

ഞാൻ മറുപടി ഒന്നും പറഞ്ഞില്ല.

'രാത്രി യുദ്ധത്തിനൊരുങ്ങുന്നുവത്രെ. നാളെമുതൽ. അതാണ് എനിക്കു വേണ്ടതും. ഇരുട്ടുപോലെ പറ്റിയ ഒരു കവചം കിട്ടില്ല നിഷാദർക്ക്.'

ഘടോൽക്കചൻ ചിരിച്ചു.

ഞാൻ നദീതീരത്തിലേക്കു നടത്തം തുടരാതെ കൂടാരത്തിലേക്കുതന്നെ മടങ്ങി.

കാട്ടാളരേക്കാൾ കഷ്ടം! ഘടോൽക്കചൻ പറഞ്ഞ വാക്കുകൾ പോരുമ്പോഴും ഞാൻ ഓർത്തു. എൺപതു കഴിഞ്ഞ ദ്രോണന്റെ മേൽനോട്ടത്തിൽ പതിനേഴു തികയാത്ത, ഇരുപത്തൊന്നു ദിവസം മാത്രം മധുവിധു അനുഭവിച്ച യുവാവിന്റെ വധം നടന്നു. അദൃശ്യസുന്ദരി നോക്കിനിന്നു രസിച്ചു.

തിരിച്ചെത്തിയപ്പോൾ ധൃഷ്ടദ്യുമ്നൻ കാത്തുനില്ക്കുന്നു. മദ്യം കൊണ്ടു ചുവന്ന കണ്ണുകൾ! യുദ്ധത്തിന്റെ തളർച്ച അയാളെ ഇനിയും ബാധിച്ചിട്ടില്ല.

'ദ്രോണരെ ഞാൻ വധിക്കും. ദുര്യോധനൻ മുന്നണിയിലേക്കു വരില്ല. കഴിയുമെങ്കിൽ കർണ്ണനെ ഒരു ദ്വന്ദ്വയുദ്ധത്തിനു വിളിക്കണം. അയാൾ ഒഴിഞ്ഞു മാറില്ല.'

കർണ്ണനെ അർജ്ജുനൻ വധിക്കുമെന്നു ശപഥംചെയ്ത കാര്യം ഞാൻ ഓർമ്മിപ്പിച്ചു.

'ശപഥങ്ങൾ ഇവിടെ സുലഭമായിരിക്കുന്നു. സൈനികർ കേൾക്കെ നാളെ അസ്തമിക്കുംമുമ്പ് ജയദ്രഥനെ കൊന്നില്ലെങ്കിൽ ഞാൻ ജീവിച്ചിരിക്കില്ല എന്നൊക്കെ പടുവിഡ്ഢികളേ ശപഥം ചെയ്യൂ. അതു കേട്ടാണ് ഞാൻ വരുന്നത്.'

'ആരാണ്? ആരാണ്?'

അർജ്ജുനൻതന്നെ. ഒരാളെ പടനിലത്ത് ഒളിപ്പിക്കാൻ എത്ര എളുപ്പമാണ്! അതറിയാതെ ശപഥം. ഇപ്പോൾ കൗരവരിരുന്നു ചിരിക്കുകയാവും.'

അയാൾ പിന്നെയും കുറേസമയമിരുന്നു. ഒന്നും സംസാരിച്ചില്ല. പിന്നെ യാത്ര പറയാതെ എഴുന്നേറ്റു പുറത്തേക്കു നടന്നു. പ്രകടിപ്പിക്കുന്നില്ലെങ്കിലും ധൃഷ്ടദ്യുമ്നൻ അകമേ അത്യന്തം അസ്വസ്ഥനാണ്.

ഉറങ്ങുംവരെ വിശോകൻ വാതിലിനു പുറത്ത് എനിക്കു കാണാവുന്ന സ്ഥലത്തു വെറുതെ ഇരിക്കുക പതിവാക്കിയിരുന്നു. പാചകശാലയിൽ നിന്നുവരുന്ന ആഹാരത്തിനു പുറമെ എനിക്കു പ്രത്യേകമായി മാംസം കൊണ്ടുവരാൻ അയാൾ വേടന്മാരെ ഏല്പിച്ചിട്ടുണ്ട്. അയാൾതന്നെയാണ് പാചകം ചെയ്തിരുന്നത്.

അഭിമന്യുവിന്റെ മരണത്തിൽ പാചകശാലയിലുള്ളവർവരെ ദുഃഖിക്കുന്നു എന്നയാൾ പറഞ്ഞു. ഭടന്മാരുടെ പാളയങ്ങളിൽക്കൂടി ചിരിയും കളിയുമില്ല.

ഞാൻ എല്ലാം കേട്ടിരുന്നു. പക്ഷേ ഒരു മരണവും പാളയത്തെ തളർത്തരുത്. എന്റെ മൗഢ്യഭാവം മാറ്റാനായിരിക്കാം, അയാൾ ചോദിച്ചു: 'കർണ്ണന്റെ വേലിനെപ്പറ്റി എന്തെങ്കിലും അറിഞ്ഞിട്ടുണ്ടോ?'

ഞാൻ ഇല്ലെന്നു പറഞ്ഞു.

'പലരും പലതാണു പറയുന്നത്. ഇന്ദ്രൻ പ്രത്യക്ഷമായി കൊടുത്ത ദിവ്യായുധമാണ് എന്നൊരുപക്ഷം. അംഗരാജ്യത്തെ ഒരു യന്ത്രശില്പി ഉണ്ടാക്കിയതാണെന്നു വേറെ ചിലർ പറഞ്ഞു.'

അർജ്ജുനൻ നേടിയ വിശേഷപ്പെട്ട ആയുധങ്ങളും ഇന്ദ്രൻ കൊടുത്തതാണെന്നാണ് ഞങ്ങൾ പ്രചരിപ്പിക്കുന്നത്. അതാളുകൾ പൂർണ്ണമായും വിശ്വസിക്കും. ഇന്ദ്രപുത്രനാണ് അർജ്ജുനൻ.

കർണ്ണന്റെ വേലിനെപ്പറ്റി തുടക്കംമുതല്ക്കേ വിരാടത്തിൽനിന്നുതന്നെ കേട്ടുതുടങ്ങിയതാണ്. തിരിച്ചെടുക്കാനാവാത്തതാണെന്നു പറഞ്ഞിരുന്നു. കൃഷ്ണന്റെ ചക്രം തിരിച്ചെടുക്കാവുന്നതാണ്.

'മുക്തമോ അമുക്തമോ?'

കൈ വിട്ടും വിടാതെയും പ്രയോഗിക്കുന്ന വേലുകളുണ്ട്. വിശോകൻ പറഞ്ഞു: 'യന്ത്രമുക്തമാവാനാണ് സാദ്ധ്യത. രഥത്തിലുറപ്പിച്ചത്. സാധാരണ വേലുണ്ടാക്കാൻ കർമ്മാരൻ മതി. അംഗരാജ്യത്തിലെ യന്ത്രശില്പി

യെപ്പറ്റി വേറെയും പറഞ്ഞുകേട്ടു. രഥത്തിലുറപ്പിക്കുന്ന യന്ത്രത്തിൽ നിന്നാവും വിടുന്നത്.

വിശോകൻ ഊഹിക്കുന്നത് അങ്ങനെയാണ്. അത്തരമൊന്നിനെപ്പറ്റി മുമ്പ് മയൻ പറഞ്ഞിരുന്നത് ഞാനോർമ്മിച്ചു.

മുഖ്യശത്രുവിനുവേണ്ടി മാത്രം കരുതിവയ്ക്കുന്ന ചില ആയുധങ്ങളുണ്ട്. പിഴയ്ക്കാത്തവ. കൃഷ്ണനു ചക്രം, അശ്വത്ഥാമാവിന്റെ നാരായണാസ്ത്രം, അർജ്ജുനന്റെ കൈയിലെ സർപ്പവിഷം നിറയ്ക്കുന്ന പാശുപതാസ്ത്രം– അങ്ങനെ പലർക്കുമുണ്ട്.

വിഷം നിറച്ച, വജ്രത്തിന്റെ വായ്ത്തല പിടിപ്പിച്ച, വേലായിരിക്കുമെന്ന് വിശോകൻ സംശയിക്കുന്നു. ഒരാൾക്കുവേണ്ടി കരുതിവയ്ക്കുന്നുവെങ്കിൽ അതായിരിക്കണം. ദേഹത്തിൽ കയറുന്നതോടൊപ്പം വായ്ത്തല ഒടിയും. പറിച്ചെടുക്കാനാവില്ല. മുറിവിന് ആഴമില്ലെങ്കിൽക്കൂടി വിഷശക്തികൊണ്ട് എതിരാളി മരിക്കും. മാർച്ചട്ട ഭേദിച്ചു കയറുന്നുവെങ്കിൽ യന്ത്രമുക്തമാവാനാണ് സാദ്ധ്യത.

എല്ലാം വിശോകന്റെ ഊഹങ്ങളാണ്. അയാൾക്കൊരു ഗുണമുണ്ട്. വാദിക്കുന്നതും പ്രതിവാദം നടത്തുന്നതും അയാൾതന്നെ. എന്നിട്ടയാൾ ഒരു തീരുമാനത്തിലെത്തും. ഞാൻ പതുക്കെ പറഞ്ഞു:

'ചിലപ്പോൾ നാളെത്തന്നെ അതു പുറത്തെടുക്കേണ്ടിവരും.'

പരമശത്രുവായ അർജ്ജുനനു കരുതിവച്ചതാണ് ഈ പുതിയ ആയുധമെന്ന് എല്ലാവർക്കുമറിയാം. നാളെ കർണ്ണനെ നേരിടുന്നതു ഞാനായിരിക്കും. എനിക്കു ദിവ്യായുധങ്ങൾ വേണ്ട. വെറും കൈ മതി.

വിശോകൻ എന്നെ കുറച്ചിട ഇമവെട്ടാതെ നോക്കി. പിന്നെ നെടുവീർപ്പിട്ട് തല കുനിച്ചു.

ജയദ്രഥനെ മറച്ചുവച്ചുകൊണ്ട് കൗരവർ പിറ്റേന്നു യുദ്ധം ചെയ്തു. പ്രതീക്ഷിച്ചപോലെ സംഭവിച്ചു. ധൃഷ്ടദ്യുമ്നൻ ദ്രോണരോടേറ്റപ്പോൾ ദുര്യോധനന്റെ വ്യൂഹം ഭേദിച്ച് അകത്തേക്കു കയറാൻ ശ്രമിക്കുകയായിരുന്നു അർജ്ജുനൻ.

കർണ്ണൻ ദുര്യോധനന്റെ പിൻനിരയിൽനിന്നു ദ്രോണരുടെ യുദ്ധരംഗത്തേക്ക് കുറുകെ തേരോടിച്ചു പോകുന്നതു കണ്ടപ്പോൾ ഞങ്ങൾ മുമ്പോട്ടാഞ്ഞുകയറി എതിർവശത്ത് നിലയുറപ്പിച്ചു. അർജ്ജുനന്റെ സഹായത്തിനെത്തുകയാണ് ഞാനെന്ന് കർണ്ണൻ കരുതിയിരിക്കും. ഉറക്കെ അയാൾ വിളിച്ചു ചോദിച്ചു:

'ഓടിപ്പോവുന്നോ ഭീരു, വൃകോദരാ?' തുടർന്ന് അയാളുടെ പാർശ്വയുദ്ധക്കാരുടെ ചിരി കേട്ടു. മയിൽപ്പീലികൊണ്ടു ചിറകുവച്ച കർണ്ണന്റെ അമ്പുകൾ ശവംതീനിപ്പക്ഷികളെപ്പോലെ എന്റെ ചുറ്റും പാറിനടന്നു. അർദ്ധചന്ദ്രശിരസ്സും സർപ്പശിരസ്സുമുള്ള അസ്ത്രങ്ങൾ ചിലത് എന്റെ മാർച്ചട്ടയിൽ വീണു തറച്ചു. പരുന്തിൻ തൂവലുകൾ കെട്ടിയ അമ്പുകൾ കൊണ്ട് കർണ്ണനെ

വശംകെടുത്താൻ ഞാനും പൊരുതി. ഒഴിഞ്ഞ ആവനാഴി വിശോകൻ നിറച്ചു കൊണ്ടിരുന്നു. അസ്ത്രപ്പന്തയങ്ങൾക്കിറങ്ങാറില്ല എങ്കിലും, ധനുർവ്വേദം ക്ഷത്രിയന്റെ രക്തത്തിലുള്ളതാണെന്ന് ഇന്ന് ഈ സൂതപുത്രനറിയണം.

മൂന്നുതവണ വില്ലുമാറാൻ അയാളുടെ പാർശ്വവർത്തികൾ യുദ്ധമുറയനുസരിച്ച് സമയം ചോദിച്ചു. ക്ഷീണിക്കുന്നത് മഹാരഥി കർണ്ണനോ ഗദായുദ്ധക്കാരൻ ഭീമനോ എന്ന് ഇന്നെനിക്കറിയണം.

ക്ഷീണിതനായ കർണ്ണന്റെ സഹായത്തിന് ഓടിയെത്തിയ കൗരവർ അമ്പേറ്റു വീണതു കണ്ടപ്പോൾ കർണ്ണൻ അത്ഭുതപ്പെട്ടു എന്നു തോന്നി. ഞാൻ പരിഹസിച്ചില്ല. വാക്കുകൊണ്ടുള്ള യുദ്ധത്തിൽ എന്നേക്കാൾ വിദഗ്ദ്ധനാണ് കർണ്ണനെങ്കിൽ, അങ്ങനെത്തന്നെ നില്ക്കട്ടെ. ദ്യൂതസഭയിലും വാക്കുകളും വ്യാഖ്യാനങ്ങളുമായി ജയിച്ചുനിന്നത് കർണ്ണനായിരുന്നല്ലോ.

നാലാമത്തെ വില്ലുമായി നിന്ന കർണ്ണനോട് ഏറ്റുമുട്ടുമ്പോൾ ഞാൻ പറഞ്ഞു:

'ദ്വന്ദ്വയുദ്ധമാകാം. നമ്മൾ രണ്ടുപേർ മാത്രം. ആയുധം ഇഷ്ടമുള്ളത്.'

അതിന് മറുപടിയായി എയ്ത അമ്പുകളിലൊന്ന് എന്റെ കഴുത്തുരസിക്കൊണ്ട് പിന്നിൽ രഥത്തിൽ തറച്ച് വിറച്ചു കൊണ്ടു നിന്നു.

ഞങ്ങൾക്കിടയിലെ ദൂരം കുറയുന്നു. എനിക്കു കൂടുതൽ കൈകളുണ്ടായിരുന്നെങ്കിൽ എന്നു മോഹിച്ചുപോയി. ഇതായിരിക്കാം കുരുക്ഷേത്രത്തിലെ അവസാനത്തെ എന്റെ യുദ്ധം എന്നുറപ്പിച്ചു ഞാൻ അലറി. എട്ടു കൈകൾ നീട്ടുന്ന അമ്പുകൾ വിജൃംഭിച്ച ഞാണിൽനിന്നു തുടർച്ചയായി മൂളിപ്പറന്നു. ഒരുകൈകൊണ്ട് തേരിന്റെ തൂണിൽപ്പിടിച്ചു തളർന്നുനിൽക്കുന്ന കർണ്ണനെ കണ്ടപ്പോൾ ഞാൻ എന്നോടു പറഞ്ഞു: 'ഇപ്പോൾ? ഇപ്പോൾ?' ഇപ്പോൾ?'

പത്തു പദമിട മുമ്പിലേക്കു കിട്ടിയാൽ എന്റെ അസ്ത്രം കണ്ഠത്തിൽ വീഴ്ത്താം. എതിരാളി വീണ്ടും യുദ്ധസന്നദ്ധനായിരിക്കുന്നു. നിയമം ഞാൻ ലംഘിക്കുന്നില്ല. വധം അടുത്ത വിനാഴികയിൽ നടക്കും. എന്റെ വിരൽത്തുമ്പുകളിൽ കങ്കത്തൂവൽ കെട്ടിയ നീണ്ട നാരാചം വിറച്ചു. ഇപ്പോൾ—

വിശോകൻ പറഞ്ഞു: 'അരുത്..... കൊല്ലരുത്!'

അപ്രതീക്ഷിതമായ ഒരു വിലാപംപോലെ ഞാനതു കേട്ടു. അത്ഭുതത്തോടെ, ക്രോധത്തോടെ, ഞാൻ അയാളെ ഒന്നു നോക്കി വളരെ പതുക്കെ വിശോകൻ പറഞ്ഞു: 'കൊല്ലരുത്. മഹാപാപമാണ്. അതു സ്വന്തം ജ്യേഷ്ഠനാണ്. സൂതപുത്രനല്ല;: കുന്തീദേവി പെറ്റ ആദ്യത്തെ മകൻ.'

വിശ്വാസം വരാതെ ഞാൻ നോക്കി. വാക്കുകൾ ഇയാൾ ഉദ്ദേശിച്ച അർത്ഥത്തിൽത്തന്നെയാണോ ഉപയോഗിക്കുന്നത്?

'മൂത്ത പാണ്ഡവനാണ് കർണ്ണൻ!'

ഞാൻ പെട്ടെന്ന് വീര്യം നശിച്ച്, തേർത്തട്ടിൽ തളർന്നു നിന്നു. പിന്നെ ഇരുന്നു.

ആവേശം തിരിച്ചെടുത്ത കർണ്ണൻ ഞാൻ പരവശനായിരിക്കുന്നതു കണ്ട പ്പോൾ ആർത്തുവിളിച്ച്, തേരടുപ്പിച്ചു കൂർത്ത പരിഹാസമാണ് തൊടുത്തത്.

'എടോ വിഡ്ഢീ! ആണും പെണ്ണുമല്ലാത്തവനേ! നിനക്കു പറ്റിയ സ്ഥല മല്ല യുദ്ധക്കളം.'

വില്ലിൻതുമ്പുകൊണ്ട് എന്റെ ചുമലിൽ കുത്തി തേരിൽനിന്നു തല പുറ ത്തേക്കു നീട്ടി കർണ്ണൻ പറഞ്ഞു:

'ഒരാളെ മാത്രമേ കൊല്ലൂ എന്ന് ഞാൻ വാക്കുകൊടുത്തിട്ടുണ്ട്, നിന്റെ അമ്മയ്ക്ക്. അതു നീയല്ല. ഓടിയൊളിച്ചോ. നീയും നിന്റെ പെരുവയറും ഊശാന്താടിയും!'

കർണ്ണൻ അവജ്ഞയോടെ വാക്കുകൾ തുപ്പിയത്, ഞാൻ മുഴുവനും കേട്ടു. പരിഹാസംകൊണ്ടു വികൃതമായ ആ മുഖം ഞാൻ ഞൊടിയിടമാത്രം കണ്ടു.

വിശോകൻ തേർ തിരിച്ചു.

അർജ്ജുനന്റെ പിൻബലമായി ചെന്നുപറ്റുന്നതിനിടയ്ക്ക് വിശോകൻ പറഞ്ഞു, എന്റെ ചോദിക്കാത്ത സംശയത്തിനു മറുപടിയെന്നോണം:

'കന്യകയായിരിക്കുമ്പോൾ സൂര്യഭഗവാനിൽനിന്നു പിറന്ന മകൻ യുദ്ധ ത്തിനുമുമ്പ് പാണ്ഡവപക്ഷത്തിൽ ചേരാൻ അമ്മ ചെന്നു കെഞ്ചിപ്പറഞ്ഞു. ഞാനതു കേട്ടുനില്ക്കേണ്ടിവന്നു.'

'അമ്മ.... അമ്മ നേരിട്ടു കർണ്ണനോട് —'

വിശോകൻ തേർ നിർത്തി.

ദക്ഷിണകാശിയിൽനിന്നു വരുമ്പോൾ ഗംഗാതീരത്തിൽ താവളമുറപ്പി ച്ചതായിരുന്നു സേനേശനയച്ച രഥവ്യൂഹവും കുതിരകളും. പ്രഭാതത്തിനു മുമ്പ് കുന്തീദേവിയെ പുഴക്കരയിൽ കണ്ടപ്പോൾ നമസ്കരിക്കാൻ വേണ്ടി യാണ് അടുത്തേക്കു ചെന്നത്. വർഷങ്ങൾക്കുശേഷം ആദ്യമായി അവരെ വിശോകൻ കാണുകയാണ്. അടുത്തെത്തിയപ്പോൾ നിന്നു. അവർ തനിച്ചല്ല.

സൂര്യനമസ്ക്കാരം നടത്തുന്ന കർണ്ണന്റെ സമീപത്തായിരുന്നു കുന്തി.

'എനിക്കിനി ക്ഷത്രിയനാവണ്ട. സൂതരാണെന്നെ വളർത്തിയത്. സൂത കുലത്തിലാണ് ഭാര്യയും മക്കളും.'

കർണ്ണൻ പുച്ഛിച്ചു. അവർ പറഞ്ഞതൊക്കെ കേൾക്കേണ്ടിവന്നുവെന്ന് വിശോകൻ ദുഃഖിച്ചു.

'പാണ്ഡവരോടൊപ്പമാണ് നീ നില്ക്കേണ്ടതുണ്ണീ. ജനാപവാദം ഭയന്ന് ഞാനിന്നോളം ഇതു മറച്ചുവച്ചു.'

അമ്മ തേങ്ങിക്കൊണ്ടു നിന്നു.

അപ്പോൾ കർണ്ണൻ ചിരിച്ചുവത്രേ:

'വന്നപേക്ഷിച്ച സ്ഥിതിയ്ക്കു വെറുതെ തിരിച്ചയയ്ക്കുന്നില്ല. മക്കളിൽ ഒരുത്തനെ മാത്രമേ ഞാൻ കൊല്ലൂ, അർജ്ജുനനെ.'

പിന്നേ കുറേക്കൂടി ഉറക്കെ ചിരിച്ച്, പെട്ടെന്ന് സ്വയം നിയന്ത്രിച്ചു

പറഞ്ഞു:

'ഞാൻ മരിച്ചാലും അവൻ മരിച്ചാലും അമ്മയ്ക്ക് മക്കൾ അഞ്ചുപേർ തന്നെ ബാക്കി. അതുപോരെ?'

എല്ലാം കേട്ടിട്ടും ഞാൻ ഒന്നും മിണ്ടിയില്ല.

വിശോകൻ കടിഞ്ഞാണയച്ചപ്പോൾ കുതിരകൾ പതുക്കെ ഓടാൻ തുടങ്ങി. അർജ്ജുനന്റെ സമീപമെത്തിയപ്പോൾ യുധാമന്യു അന്വേഷിച്ചു. കർണ്ണനോടു തോറ്റു വന്നിരിക്കുകയാണെന്നു മാത്രം പറഞ്ഞു.

സന്ധ്യയ്ക്കുമുമ്പേ യുദ്ധം നിറുത്തിയതായി ഭാവിച്ച്, ശപഥം തെറ്റിച്ചു മ്ലാനഭാവത്തിൽ പിൻതിരിഞ്ഞു പോവുക എന്നത് കൃഷ്ണന്റെ നിർദ്ദേശമായിരുന്നു. അർജ്ജുനൻ അതുപോലെ ചെയ്തു. അപ്പോൾ പിൻനിരയിൽ നിന്ന് ആഘോഷത്തോടെ ജയദ്രഥൻ ദുര്യോധനന്റെ സമീപത്തേക്കടുത്തത് കൃഷ്ണൻ കണ്ടു. രഥവേഗം കൊണ്ടു കണ്ടുനിന്നവരെ അമ്പരപ്പിച്ച് കൃഷ്ണൻ അർജ്ജുനനെ ജയദ്രഥന്റെ മുമ്പിലെത്തിച്ചു. അർജ്ജുനൻ പ്രതിജ്ഞ പാലിച്ചു.

പലതും ഞാൻ അറിഞ്ഞില്ല. ഒന്നും വ്യക്തമായി ഞാൻ കാണുന്നില്ല. അടുത്തുനിന്നുള്ള ശബ്ദങ്ങൾകൂടി അകലെനിന്നാണ് കേൾക്കുന്നതെന്നു തോന്നി.

എന്നെ പരിഹസിച്ചു നിന്ന കർണ്ണന്റെ മുഖം മാത്രമേ എനിക്കിപ്പോഴും മുന്നിലുള്ളു. സൂതപുത്രൻ കർണ്ണൻ. നിനക്കു ചേരുന്നതു ചമ്മട്ടിയാണെന്നു ഞാൻ അഭ്യാസക്കാഴ്ചയിൽ നാണംകെടുത്തിയ കർണ്ണൻ. കുന്തിയുടെ മൂത്ത പുത്രൻ. ഹസ്തിനപുരത്തിന്റെ അവകാശിയായ സൂര്യപുത്രൻ!

ഇപ്പോൾ, വിദുരഗൃഹത്തിലിരിക്കുന്ന എന്റെ അമ്മയുടെ ഹൃദയത്തിൽ ഇനി എത്ര രഹസ്യങ്ങളുണ്ട്!

നാല്

അസ്തമനം കഴിഞ്ഞിട്ടും യുദ്ധം തുടർന്നു.

ശിഷ്യന്മാരോട് മുഴുവൻ തന്ത്രവും പ്രയോഗിക്കുന്നില്ലെന്നു ദുര്യോധനൻ കുറ്റപ്പെടുത്തിയപ്പോഴാണ് ദ്രോണർ രാത്രിയിലും യുദ്ധം തുടരാൻ നിശ്ചയിച്ചത്.

അശ്വത്ഥാമാവിനോടെതിരിടുന്ന യുധിഷ്ഠിരനു തുണ നൽകിക്കൊണ്ടാണ് ഞാൻ രാത്രി ആരംഭിക്കുന്നത്. ബ്രാഹ്മണൻ അർജ്ജുനനെ അതിശയിക്കുന്ന അസ്ത്രപ്രയോഗങ്ങൾകൊണ്ടു യുധിഷ്ഠിരനെ നിർവ്വീര്യനാക്കുന്നുണ്ടായിരുന്നു. അവസാനം ഞാനൊരുവിധം അയാളെ പിന്തിരിപ്പിച്ചു.

സാത്യകി സോമദത്തനെ കൊന്നതറിഞ്ഞ് ദ്രോണരുടെ നേർക്ക് യുധിഷ്ഠിരൻ പുറപ്പെട്ടപ്പോൾ കൃഷ്ണന്റെ ദൂതൻ വന്നു. കഴിയുന്നത്ര സുരക്ഷിതസ്ഥാനത്തു നില്ക്കണം യുധിഷ്ഠിരൻ. രാത്രിയുദ്ധത്തിന് ദ്രോണർ ഒരുങ്ങിയതുതന്നെ, ഒരു പക്ഷേ, വാഗ്ദാനമനുസരിച്ച് യുധിഷ്ഠിരനെ തടവുകാരനാക്കാൻ വേണ്ടിയായിരിക്കും.

മങ്ങിയ ഇരുട്ടിന്റെ മീതെ ഹിരണ്വതീതടത്തിൽനിന്നുയർന്ന മൂടൽമഞ്ഞു പരന്നപ്പോൾ ഒന്നും കാണാൻ വയ്യാത്ത നിലയായി. ഈ അന്ധകാരത്തിലും ഒരു കൊലവിളി ഇടയ്ക്കിടെ മുഴങ്ങിക്കേട്ടു; ഘടോൽക്കചന്റെ. അവനും കൂട്ടുകാരും ഇരുട്ടിലെ യുദ്ധം ആഘോഷംപോലെ എടുത്തിരിക്കുന്നു.

ധൃഷ്ടദ്യുമ്നൻ വിളിച്ചു പറഞ്ഞു: ‘പന്തങ്ങൾ! പന്തങ്ങൾ വരട്ടെ!’

ഭടന്മാർ അതേറ്റു പറഞ്ഞു: പാണ്ഡവസൈന്യം പന്തങ്ങൾ ജ്വലിപ്പിച്ചപ്പോൾ മറുവശത്തും പന്തങ്ങൾക്കു തീ കൊളുത്തി. പൊടുന്നനെ ആയിരക്കണക്കിനു പന്തങ്ങൾകൊണ്ടു പടക്കളമാകെ പ്രകാശം പരന്നു.

കൃതവർമ്മാവും ദ്രോണരും ചേർന്ന് യുധിഷ്ഠിരനെ വളഞ്ഞു പിടിക്കുമെന്നുവരെ തോന്നിയ ഒരു ഘട്ടത്തിൽ, പ്രായോഗികബുദ്ധി തിരിച്ചുപോക്കാണെന്നു കരുതി ജ്യേഷ്ഠൻ ശിബിരങ്ങൾക്കുനേരെ തേർ വിട്ടു.

നേർക്കുനേരെ കുറച്ചിടയ്ക്ക് ദുര്യോധനനെ കിട്ടി. പിന്നേക്കു ബാക്കിവയ്ക്കേണ്ടതില്ല എന്നയാളും തീരുമാനിച്ചുകാണും. ഗദയെടുത്ത് അയാൾ തേരിൽനിന്നു ചാടിയിറങ്ങി. എനിക്കും വേണ്ടത് അതുതന്നെ. ഇടയ്ക്കു വന്നവർ ചിലർ എന്റെ അടിയേറ്റു തല തകർന്നു വീണു. ലക്ഷ്യംവെച്ചുള്ള ഒരടി, വിരണ്ട് നടുവിൽ തലനീട്ടിയ കുതിരയ്ക്കു കൊണ്ടു. ദുര്യോധനൻ പിൻതിരിഞ്ഞു വീണ്ടും തേരിൽ കയറി.

അപ്പോൾ അശ്വത്ഥാമാവും ഘടോൽക്കചനും തമ്മിൽ യുദ്ധം നടക്കുകയായിരുന്നു. നൂറുപേർ മാത്രം വരുന്ന കാട്ടാളപ്പട ആയിരം പേരുടെ ഒരു സൈന്യത്തെ മുഴുവൻ ബഡവാഗ്നിപോലെ സംഹരിച്ചു.

സഹദേവൻ എന്റെ സമീപത്തേക്കു വന്നു. അയാളുടെ മാർച്ചട്ട കീറിയിരുന്നു. ശരീരത്തിൽ പലയിടത്തും അമ്പേറ്റു രക്തമൊഴുകുന്നുണ്ട്.

സഹദേവൻ നിരാശയോടെ, അമർഷത്തോടെ, പറഞ്ഞു: 'കർണ്ണൻ പരിഹസിച്ച് എന്റെ മാനം കെടുത്തി. സാത്യകി വന്നതുകൊണ്ട് ഞാൻ രക്ഷപ്പെട്ടു.'

അശ്വത്ഥാമാവും ഘടോൽക്കചനും തമ്മിലുള്ള യുദ്ധത്തേക്കാൾ ഉഗ്രമായ ഒരേറ്റുമുട്ടൽ പശ്ചിമപദത്തിൽ നടക്കുന്നുണ്ട്. ധൃഷ്ടദ്യുമ്നനും ദ്രോണരും തമ്മിൽ. അതിൽ ചേർന്നിരിക്കുകയാണിപ്പോൾ കർണ്ണനെന്നു സഹദേവൻ പറഞ്ഞു.

രാത്രിയുദ്ധത്തിൽ ദുര്യോധനന്റെ പിന്മാറ്റത്തോടെ ഉടനെ എനിക്കൊന്നും ചെയ്യാനില്ലെന്നുകണ്ട് കൈനിലയിലേക്ക് തേരു വിടാൻ കല്പിച്ചു.

അവിടെ, ജയദ്രഥവധത്തിനുശേഷം വീണ്ടും യുദ്ധത്തിനിറങ്ങാതെ വിശ്രമിക്കുകയായിരുന്നു അർജ്ജുനൻ.

ആവനാഴികൾ നിറയ്ക്കാൻ വന്ന ഒരു സൈനികൻ പറഞ്ഞു: കർണ്ണനോടേറ്റ ധൃഷ്ടദ്യുമ്നൻ തളരുകയാണ്.'

കൃഷ്ണൻ ചോദിച്ചു: 'ഏതു ഭാഗത്താണ് ഘടോൽക്കചൻ?'

'അറിഞ്ഞതനുസരിച്ച് അശ്വത്ഥാമാവിന്റെ പടയെ നശിപ്പിക്കുകയാണ്.' ഞാൻ പറഞ്ഞു.

കൃഷ്ണൻ എഴുന്നേറ്റു.

'ധൃഷ്ടദ്യുമ്നനു മുൻനിരയായി നിന്നു കർണ്ണനെ നേരിടട്ടെ ഘടോൽക്കചൻ. ഉടനെ സൈനികരെ അയച്ച് കല്പനകൊടുക്കൂ.'

കൃഷ്ണൻ യുധിഷ്ഠിരനോടു പറഞ്ഞു. എന്നിട്ട് എന്നോട് പറഞ്ഞു: 'രാത്രി യുദ്ധത്തിൽ ഘടോൽക്കചനെ വെല്ലാൻ ആരുമില്ല. കർണ്ണനെ തടയാൻ അവനേ കഴിയൂ.'

സൈനികരോടി. കൃഷ്ണനും പുറത്തേക്കു കടന്നു.

എന്റെ സ്വന്തം കൂടാരത്തിനു മുമ്പിൽ ഞാൻ നിന്നു. അകലെ പന്തങ്ങളുടെ വെളിച്ചം. കുതിരക്കുളമ്പടികളും തേരൊച്ചയും ഇടയ്ക്കുള്ള ആക്രോശങ്ങളും എനിക്കു കേൾക്കാം.

ഒറ്റത്തേരുമായി പോയി വിവരങ്ങളറിയാൻ വിശോകൻ ഒരുങ്ങിയപ്പോൾ ഞാൻ സമ്മതിച്ചു.

യുദ്ധരംഗം കൂടുതൽ ശബ്ദായമാനമാവുന്നു. കൂടുതൽ തേരുകൾ പങ്കെടുക്കുന്നുണ്ട്. മഴമേഘങ്ങളുടെ ഗർജ്ജനംപോലെ ചക്രങ്ങൾ ഉരുളുന്നു. അഗ്നിഗോളങ്ങൾ ചീറിപ്പായുന്നതു കണ്ടു. തീകൊണ്ടുള്ള യുദ്ധം കാട്ടാളന്മാരുടെ സവിശേഷവൈദഗ്ധ്യമാണ്.

അണഞ്ഞ പന്തങ്ങളുടെ പുക കൂടി പരന്നപ്പോൾ ഇരുട്ടിനു കൂടുതൽ കനം വച്ചിരിക്കുന്നു. തിരിച്ചെത്തിയ വിശോകനെ കണ്ട് ഞാൻ വിവരങ്ങളറിയാൻ തിരക്കുകൂട്ടി.

ചിരിച്ചുകൊണ്ടു വിശോകൻ പറഞ്ഞു:

'ഘടോൽക്കചന്റെ രാത്രിയാണിന്ന്. കൗരവസൈന്യം ഇന്നു മുടിയും. അഗ്നിപോലെ, കൊടുങ്കാറ്റുപോലെ, അയാൾ പടർന്നുകയറി യുദ്ധം ചെയ്യുന്നു.'

'ആരൊക്കെയുണ്ട് കൂടെ?'

'തനിയെ. അയാൾക്കൊരാളുടെ തുണയും വേണ്ട, ഞാൻ കണ്ടതുവച്ചു നോക്കുമ്പോൾ.'

'മറുപക്ഷത്ത്?'

'ഘടോൽക്കചനും രാക്ഷസർക്കും കിടനില്ക്കുമെന്നു കരുതിയ അലായുധൻ മരിച്ചു. ഇപ്പോൾ കർണ്ണനും കർണ്ണനെ ഭയന്ന് ഓടാതെ നില്ക്കുന്ന കൗരവസൈന്യവും.'

വിശോകൻ വീണ്ടും യുദ്ധരംഗത്തേക്കു പോയി.

ഘടോൽക്കചന്റെ സഹായത്തിനു പുറപ്പെടണോ എന്ന് ആലോചിച്ചു. കർണ്ണന്റെ പുതിയ പരിഹാസമൊഴികൾ എനിക്കിപ്പോഴേ ഊഹിക്കാം.

അപ്പോൾ പൊടുന്നനെ ഒരു ചോദ്യം മനസ്സിൽ ഇടിവാൾപോലെ മിന്നി. ആരുടെ സഹായത്തിനാണ് ഞാനെത്തേണ്ടത്? കാട്ടാളന്മാരുടെയോ കർണ്ണന്റെയോ?

ആരവങ്ങൾ ഇടയ്ക്കിടെ കേട്ടു.

ആകാശത്ത് അഗ്നിഗോളങ്ങൾ പൊട്ടിച്ചിതറി. ഒരു കൂട്ടനിലവിളി ഉയർന്നു. അതിൽനിന്നു വേറിട്ടുകൊണ്ട് ഘടോൽക്കചന്റെ കൊലവിളി വീണ്ടും മുഴങ്ങി.

പിന്നെ പെട്ടെന്നു നിശ്ശബ്ദതയായിരുന്നു.

ഭേരികളുടെ നാദം കൗരവപ്പാളയത്തിൽനിന്നു കാളരാത്രിയുടെ ഹൃദയത്തുടിപ്പുകൾപോലെ കേട്ടു. യുദ്ധം തൽക്കാലത്തേക്കു നിറുത്തുന്നു.....

കർണ്ണന്റെ മരണവാർത്ത കേൾക്കാൻ ഒരുങ്ങിക്കൊണ്ടാണ് ഞാൻ

പതുക്കെ യുധിഷ്ഠിരന്റെ പാളയത്തിനുനേർക്കു നടന്നത്. രഥങ്ങൾ തിരിച്ചു വരുന്നു.

വിശോകന്റെ തേർ എന്റെ മുമ്പിൽ വന്നുനിന്നു: 'അവസാനം കർണ്ണന് പുതിയ വേൽ വൈജയന്തിതന്നെ എടുക്കേണ്ടിവന്നു. യന്ത്രമുക്തംതന്നെ. ഘടോൽക്കചൻ മരിച്ചുവീണു.'

ഞാൻ നിന്നു.

വിശോകന്റെ സ്വരത്തിൽ നിഗൂഢമായ ആഹ്ലാദം ഒതുക്കിയത് ഞാൻ ശ്രദ്ധിച്ചു.

ചെമ്പഴുക്കനിറമുള്ളവൾ. വെട്ടിത്തിളങ്ങുന്ന കുണ്ഡലങ്ങളണിഞ്ഞവൾ. കടുംചുവപ്പുചുണ്ടുകളിൽ മന്ദസ്മിതമുള്ളവൾ- സുന്ദരിക്ക് ഇന്നത്തെ ആവശ്യം ഘടോൽക്കചനെയായിരുന്നു. യുദ്ധം കോരിത്തരിപ്പായി കാണുന്ന ഘടോൽക്കചൻ.

യുധിഷ്ഠിരന്റെ ശിബിരത്തിൽ വെളിച്ചമുണ്ടായിരുന്നു. കടന്നുചെന്നപ്പോൾ നകുലസഹദേവന്മാരും ധൃഷ്ടദ്യുമ്നനുമുണ്ട്. ദൂതന്മാർ അവിടെ വാർത്ത എത്തിച്ചിരിക്കുന്നു. യുധിഷ്ഠിരൻ എന്നെ കണ്ടു മുഖമുയർത്തി:

'എനിക്ക് ദുഃഖം പൊറുക്കാൻ വയ്യ. ഗന്ധമാദനത്തിൽ തുണയ്ക്കു വന്ന കുട്ടി, പാണ്ഡവർക്കാദ്യമുണ്ടായ സന്തതി.... ആദ്യം അഭിമന്യു പോയി. ഇപ്പോൾ ഘടോൽക്കചനും....'

എല്ലാവരുടെയും മുഖത്ത് ദുഃഖത്തിന്റെ നിഴൽപ്പാടുകൾ ഞാൻ കണ്ടു.

അപ്പോൾ ധൃതിയിൽ അർജ്ജുനന്റെ കൂടെ കൃഷ്ണൻ കടന്നു വന്നു. ദുഃഖിച്ചു തലതാഴ്ത്തിയിരിക്കുന്ന യുധിഷ്ഠിരനെയും പ്രസാദംകെട്ടു നില്ക്കുന്ന മറ്റുള്ളവരെയും കൃഷ്ണൻ നോക്കി.

'എന്തിനാണു ദുഃഖം?' കൃഷ്ണൻ ചോദിച്ചു. 'ഘടോൽക്കചനുവേണ്ടി? അർജ്ജുനന്റെ നേരെ അവസാനക്കൈയിനുവച്ച വേൽകൂടി എടുത്തു പ്രയോഗിച്ചു കർണ്ണൻ. അതാലോചിക്കാത്തതെന്താണ്? അർജ്ജുനൻ രക്ഷപ്പെട്ടു. വിലാപമല്ല, ആഘോഷമാണിപ്പോൾ വേണ്ടത് പാണ്ഡവപാളയത്തിൽ.'

തീക്കുണ്ഡത്തിൽനിന്നുള്ള വെളിച്ചം വീഴാത്ത നിഴൽപ്പാടിൽ നില്ക്കുന്ന എന്നെ കൃഷ്ണൻ കണ്ടുവോ എന്നറിയില്ല. ഞാൻ പതുക്കെ പുറത്തേക്കു നടന്നു.

പുറത്തു നിന്നപ്പോൾ വീണ്ടും കൃഷ്ണന്റെ ശബ്ദം കേട്ടു:

'ആഘോഷമാണിപ്പോൾ വേണ്ടത്. എവിടെ പാണിവാദരും മാഗധരുമൊക്കെ? എവിടെ വിവരംകെട്ട വന്ദികൾ?'

യുധിഷ്ഠിരൻ പറഞ്ഞതെന്താണെന്ന് എനിക്കു വ്യക്തമായില്ല.

കൃഷ്ണൻ പിന്നെയും പറഞ്ഞു: 'ഭീമപുത്രനാണെങ്കിലും കാട്ടാളനാണ്. രാക്ഷസപ്രകൃതി, യജ്ഞവിദ്വേഷി, ബ്രാഹ്മണശത്രു, അവനെ എന്നെങ്കിലും കൊല്ലേണ്ടിവരും. ചത്തതു രണ്ടുനിലയ്ക്കും സൗകര്യമായി.' പിന്നെ

കൃഷ്ണന്റെ ചിരി കേട്ടു: 'നീ മാത്രമാണ് ആശ്രയം എന്നു പറഞ്ഞ് അവനെ കർണ്ണന്റെ നേർക്കു വിട്ടത് ഞാൻ ഒന്നും കാണാതെയല്ല!'

ഞാൻ പതുക്കെ നടന്നു. അപ്പോൾ പിന്നിൽ പാളയത്തിൽനിന്നും മയങ്ങിക്കിടന്ന വാദ്യഘോഷങ്ങളുണർന്നു. ആഘോഷം തുടങ്ങി.

ഞാൻ ഇരുട്ടിൽ ഏകാകിയായി നിന്നു. രാത്രിയുദ്ധം നിറുത്തി ഇരുസൈന്യങ്ങളും ഉറങ്ങാൻപോകുന്നുവെന്നു ഭേരീവാദ്യക്കാർ അറിയിച്ചു. കൂടാരങ്ങളും പാളയങ്ങളും നിശ്ശബ്ദമായി. തേർത്തട്ടുകളിലും ഗജശീർഷങ്ങളിലും സൈനികർ തലചായ്ച്ചു.

ഞാൻ നടന്നുകൊണ്ടിരുന്നു.

അപ്പോൾ ഇരുട്ടുമൂടിയ കുരുക്ഷേത്രത്തിലേക്ക് ചന്ദ്രകിരണങ്ങൾ ഇറങ്ങിവന്നു. രാത്രിയുടെ കൊടുങ്കാട്ടിൽനിന്ന് ഇരുട്ടിന്റെ മദയാനക്കൂട്ടങ്ങൾ ഓടിയകന്നു. വരവധൂസ്മിതം പോലുള്ള നിലാവ്. ഹരവൃഷഭംപോലെ മേഞ്ഞു നടക്കുന്ന നിലാവ്.

ഓടിയകലാൻ ഇടകിട്ടാതെ കൂട്ടംകൂടിനിന്ന ഇരുട്ടുപോലെ അവന്റെ മൃതദേഹം ഞാൻ കണ്ടു. നെഞ്ചിൽ തറച്ചുകഴിഞ്ഞ വേലിന്റെ ആയസപ്പിടി ആളുയരത്തിൽ ആകാശത്തിലേക്കു തെറിച്ചുനില്ക്കുന്നു. അതിനു മുകളിൽ ഒരു കഴുകൻ പറന്നുവന്നിരുന്ന്, താഴത്തെ ശരീരത്തെ കൊതിയോടെ നോക്കി.

വീരസ്വർഗ്ഗമില്ലാത്ത കാട്ടാളന് ചിതയൊരുക്കണമെന്നില്ല. കഴുതവണ്ടികളും ചാണ്ഡാലരും വിശ്രമിക്കുകയാണ്. ആകാശത്തിൽ കൂടുതൽ ചിറകടികൾ കേട്ടു.

ഞാൻ തിരിച്ചു നടന്നു.

കൂടാരത്തിനടുത്തെത്തിയപ്പോൾ, ഉറങ്ങുന്ന സൈനികരുടെ ആയാസം തീർക്കാൻ, മരണഘോഷത്തിന്റെ വാദനമാരംഭിച്ച മാഗധർ ശ്രുതി മാറ്റുകയായിരുന്നു.

ഞാൻ ഉറങ്ങിയില്ല. വെളിച്ചം പരന്നു. വീണ്ടും മറ്റൊരു ദിവസത്തിന്റെ തുടക്കത്തിൽ, വിജയങ്ങൾക്കായി ഞങ്ങൾ ഹോമവേദിയിൽ നിന്നു പ്രാർത്ഥിച്ചു. യുധിഷ്ഠിരൻ പതിവുപോലെ ദാനങ്ങൾ നടത്തി.

പുറപ്പെടുമ്പോൾ ധൃഷ്ടദ്യുമ്നൻ പറഞ്ഞു:

'ദ്രോണർ.... ദ്രോണർ വീഴണം.'

ദ്രോണാചാര്യരുമായുള്ള യുദ്ധത്തിന് പാഞ്ചാലസൈന്യം നിരന്നപ്പോൾ ഞാൻ മറ്റു കൗരവരുമായി ഏറ്റുമുട്ടി. തേരുകൾ തകർക്കുന്നതിലായിരുന്നു എന്റെ ശ്രദ്ധ. കൂടുതൽ കാലാൾപ്പടയുമായി ആരംഭിച്ച കൗരവരുടെ നാലാം പാദം ഇപ്പോൾ ദുർബ്ബലമാണ്. അതിന് പാണ്ഡവർ നന്ദി പറയേണ്ടത് ഘടോൽക്കചനോടാണ്.

ദ്രോണരും ധൃഷ്ടദ്യുമ്നനും തമ്മിലുള്ള യുദ്ധം നിരീക്ഷിച്ചുകൊണ്ടു യുധിഷ്ഠിരൻ പിന്നണിയിൽ നിന്നു.

വൃത്താന്തങ്ങൾ ഞങ്ങളുടെ രംഗത്തേക്ക് അപ്പപ്പോൾ എത്തിക്കൊണ്ടി

രുന്നു. ദ്രോണാചാര്യർ സൈന്യങ്ങളെ നയിച്ചത് അത്ഭുതകരമായ പാടവ ത്തോടെയാണ്. പരമശത്രുവായി ധൃഷ്ടദ്യുമ്നൻ തുടക്കം മുതല്ക്കേ ദ്രോണരെ കണ്ടത് അർത്ഥവത്താണ്. ദ്രോണരുമായി താരതമ്യപ്പെടുത്തു മ്പോൾ ഭീഷ്മാചാര്യരുടെ നേതൃത്വം എത്ര നിസ്സാരം!

തുടരെത്തുടരെ രണ്ടു മരണവാർത്തകൾ വന്നു. ദ്രുപദരാജാവു വധി ക്കപ്പെട്ടു. പിന്നെ വിരാടനും. രണ്ടുപേരെയും കൊന്നുവീഴ്ത്തിയത് ദ്രോണാ ചാര്യർ തന്നെ. യുധിഷ്ഠിരൻ പാഞ്ചാലസൈന്യത്തിന്റെ പിന്നണിയിലും ഞങ്ങളുടെ പാർശ്വത്തിലുമായി തേരോടിച്ചുകൊണ്ട് അസ്വസ്ഥനായി നടന്നു.

അർജ്ജുനന്റെ തേർ അശ്വത്ഥാമാവിന്റെ ആക്രമണപഥത്തിൽ നിന്നു പിന്തിരിപ്പിച്ച് ഞങ്ങളുടെ സമീപമെത്തി. കൃഷ്ണൻ പറഞ്ഞു: 'അശ്വത്ഥാ മാവു മരിച്ചു എന്ന വാർത്ത പരത്തിയാൽ വൃദ്ധൻ തളരും. അസ്തവീര്യ നാവും.'

അർജ്ജുനൻ പറഞ്ഞു: 'സൈനികർ ഇവിടെനിന്ന് ആർത്തുവിളിച്ചു പാഞ്ചാലസൈന്യത്തിൽ കയറട്ടെ. അശ്വത്ഥാമാവു മരിച്ചെന്ന്.'

യുധിഷ്ഠിരൻ സംശയിച്ചു:

'ആചാര്യൻ വിശ്വസിക്കുമോ?'

'താങ്കൾ ഘോഷിച്ചുകൊണ്ടു ചെന്നാൽ വിശ്വസിക്കും.'

'അസത്യം?'

യുധിഷ്ഠിരൻ ചിന്താകുലനായി.

കൃഷ്ണൻ കോപമൊതുക്കി:

'ഇതു യുദ്ധമാണ്. ചൂതുകളിയല്ല. ദ്രുപദൻ, വിരാടൻ, വീരന്മാരോരോ രുത്തരായി വീഴുകയാണ്. വൃദ്ധനു മുമ്പിൽ, വ്യാഘ്രത്തെക്കണ്ട പശുക്കൂട്ടം പോലെയാണ് നമ്മൾ ചിതറുന്നത്.'

അകലെ, മർമ്മത്തിൽ എന്റെ ഗദയേറ്റു വീണുകിടക്കുന്ന ഒരാനയുടെ മൃതദേഹം ചൂണ്ടിക്കാണിച്ചുകൊണ്ട് കൃഷ്ണൻ രോഷത്തോടെ പറഞ്ഞു: 'ഭീമൻ കൊന്നിട്ട ആ ആനയ്ക്കു ഞാൻ അശ്വത്ഥാമാവെന്നു പേർ വിളി ക്കുന്നു. എന്നിട്ട് ഞാനിതാ പറയുന്നു, അശ്വത്ഥാമാവു മരിച്ചു. സത്യമാണ് ഞാനിപ്പോൾ പറയുന്നത്. അശ്വത്ഥാമാവു മരിച്ചു!'

യുധിഷ്ഠിരനോടൊപ്പം അർജ്ജുനന്റെയും എന്റെയും തേരുകൾ പാഞ്ചാ ലപ്പടയുടെ പാർശ്വത്തിലേക്കു പായുമ്പോൾ ഞങ്ങൾ ആക്രോശിച്ചു: 'അശ്വ ത്ഥാമാവു മരിച്ചു!'

പാർശ്വത്തിലെ ദുശ്ശാസനന് എന്തോ നിർദ്ദേശം നൽകി, തേരുനേരേ ഒതുക്കിയ ദ്രോണാചാര്യർ ഞങ്ങളുടെ ആക്രോശം അടുത്തെത്തുന്നതു കേട്ടു.

യുധിഷ്ഠിരനും വിളിച്ചുപറഞ്ഞു: 'അശ്വത്ഥാമാവു മരിച്ചു!' പിന്നെ സ്വന്തം മനസ്സിനെ തൃപ്തിപ്പെടുത്താൻ മുഴുവൻ സത്യം പതുക്കെ പറഞ്ഞു:

'അശ്വത്ഥാമാവെന്ന ആന!'

പാഞ്ചാലർ ആഘോഷിക്കാൻ കൂട്ടമായി അലറിക്കയറി. പിന്നെ ആകെ കലാപമായിരുന്നു. പോർവിളിയും കൂട്ടക്കരച്ചിലും. പൊടിയടങ്ങിയപ്പോൾ ഞാൻ കണ്ടു. തേർത്തട്ടിൽ ദ്രോണർ കിടക്കുന്നു, ശിരസ്സു വേർപെട്ട നിലയിൽ. ചോര ഇറ്റുവീഴുന്ന വാളുമായി നിൽക്കുന്ന ധൃഷ്ടദ്യുമ്നന്റെ മുഖം രൂക്ഷമായിരുന്നു.

സേനാപതി വീണപ്പോൾ യുദ്ധം നിലച്ചു. ചോരപുരണ്ട വാളുമായി തേരിൽക്കയറി ധൃഷ്ടദ്യുമ്നൻ കൂടാരത്തിലേക്കു തിരിച്ചു. ഞങ്ങൾ പിന്നിൽ.

കൂടാരത്തിന്റെ മുന്നിൽ, കൃഷ്ണന്റെ തോളിൽ കൈവച്ച് എടുത്തു ചാടിയ അർജ്ജുനൻ പറഞ്ഞു: 'ശരിയല്ല. തലവെട്ടിയത് ശരിയായില്ല.'

മറ്റൊരു തേരിൽ പറന്നുവന്നിറങ്ങിയ സാത്യകി ധൃഷ്ടദ്യുമ്നന്റെ നേരെ തിരിഞ്ഞു: നീചൻ! മറ്റൊന്നുമില്ലെങ്കിലും ബ്രാഹ്മണനല്ലേ ദ്രോണർ? യുദ്ധത്തിൽ വീഴ്ത്തുന്നതുചിതം. ആർക്കു തോന്നും തലവെട്ടാൻ?' പിന്നെ ഒരാത്മഗതമെന്നോണം പറഞ്ഞു. 'കഴിയും, പാഞ്ചാലർക്കു കഴിയും. ശിഖണ്ഡിയും നീയും ഒക്കെ കൊടുംപാപികളാണ്.'

സാത്യകിയിൽനിന്നു ഞാൻ പ്രതീക്ഷിക്കാത്തതായിരുന്നു ഈ ശകാരവും ക്ഷോഭവും.

ധൃഷ്ടദ്യുമ്നൻ ക്ഷോഭിക്കാതെ, പരിഹാസംകൊണ്ടു നേരിട്ടു: 'കൊല്ലുന്നത് എപ്പോഴും കൊല്ലലാണ്. ധർമ്മത്തോടെ കൊല്ലുന്നതിന്റെ പാഠങ്ങൾ പഠിക്കാൻ ഞാൻ ഇരുന്നുകൊടുത്തിട്ടില്ല.'

സാത്യകി പിറുപിറുത്തു:

'ശത്രുപക്ഷത്താണെങ്കിലും ആചാര്യനായിരുന്നു. ബ്രാഹ്മണനായിരുന്നു.'

'ഒരു കൈയറ്റു കിടന്ന ഭൂരിശ്രവാവിന്റെ തലവെട്ടുമ്പോൾ സാത്യകി, എവിടെയായിരുന്നു താങ്കളുടെ ധർമ്മം?'

സാത്യകി ആവർത്തിച്ചുകൊണ്ടിരുന്നു:

'ബ്രാഹ്മണനായിരുന്നു, ആചാര്യനായിരുന്നു.'

അപ്പോൾ ധൃഷ്ടദ്യുമ്നൻ പരിഹാസം നിർത്തി രോഷത്തോടെ സാത്യകിയുടെ നേരെ തിരിഞ്ഞു:

'പതിനാറു മാത്രം കഴിഞ്ഞ അഭിമന്യുവെ നിരായുധനാക്കിയിരിക്കെ, ആറു പേർ വളഞ്ഞു നിന്നു കൊല്ലുന്നതിന്റെ നായകത്വം വഹിക്കുമ്പോൾ എവിടെപ്പോയി കിഴവന്റെ ബ്രാഹ്മണ്യം?'

എന്നിട്ടു യുധിഷ്ഠിരന്റെ നേരെ തിരിഞ്ഞു ശാന്തത വരുത്താൻ ശ്രമിച്ചുകൊണ്ടു പറഞ്ഞു:

'താങ്കളോളം ജ്ഞാനം എനിക്കില്ല. യാജനം, അദ്ധ്യാപനം, യജ്ഞം, പ്രതിഗ്രഹം, പിന്നെ അദ്ധ്യായനം ഇതാണ് ബ്രാഹ്മണ വൃത്തികളെന്ന് ഞാനും പഠിച്ചിട്ടുണ്ട്. ഞാൻ കൊല്ലുമ്പോൾ ഇതിൽ ഏതിലായിരുന്നു ഈ

മഹാബ്രാഹ്മണൻ?'

പിന്നീട് അയാൾ എന്റെ പ്രതികരണമറിയാൻ അടുത്തേക്കു വന്നു. ഞാൻ പറഞ്ഞു:

'തോഴരേ, നിന്നെ ഞാൻ അഭിനന്ദനത്തോടെ പുണരുന്നു.'

സാത്യകി പിന്നെയും നിർത്താൻ ഭാവമില്ലായിരുന്നു:

'മുടി ചുറ്റിപ്പിടിച്ചു ബ്രാഹ്മണഗുരുവിന്റെ കഴുത്തു വെട്ടിയതിനോ? ഭീമാ, അവനെ വിടൂ. അവൻ ക്ഷത്രിയനല്ല, നീചൻ!'

സാത്യകി മുന്നോട്ടാഞ്ഞപ്പോൾ തർക്കം ആയുധംകൊണ്ടു തീർക്കാൻ തന്നെ ധൃഷ്ടദ്യുമ്നനും കുതിച്ചു. യുധിഷ്ഠിരൻ ധൃഷ്ടദ്യുമ്നന്റെ മുമ്പിൽ തടഞ്ഞുനിന്ന് അപേക്ഷിച്ചു:

'അരുത്! നിങ്ങൾ പാഞ്ചാലരും വൃഷ്ണികളുമേയുള്ളൂ തുണയ്ക്ക്. നിങ്ങൾ തമ്മിൽത്തമ്മിൽ പൊരുതാൻ തുടങ്ങിയാൽ ഞാനെന്തു ചെയ്യും?'

സാത്യകിയെ യുധിഷ്ഠിരൻ മാറ്റി നിറുത്തി, ധൃഷ്ടദ്യുമ്നനെ ഞാനും.

വീണ്ടും യുദ്ധരംഗത്തേക്കിറങ്ങിയപ്പോൾ പതറിയ മനസ്സുകളും രഞ്ജിപ്പില്ലാത്ത നീക്കങ്ങളും കൊണ്ട് ഞങ്ങൾ അശ്വത്ഥാമാവിന്റെ നേതൃത്വത്തിൽ വന്ന ആക്രമണത്തിനു മുമ്പിൽ നിഷ്പ്രഭരായി. ഭാഗ്യത്തിനു യുദ്ധം നിന്നു.

അടുത്ത സേനാപതി കൃപരായിരിക്കുമെന്നു ഞാൻ വിചാരിച്ചു. ഒരു പക്ഷേ, ദ്രോണവധത്തിൽ പ്രതികാരദാഹമടക്കാനാവാതെ നില്ക്കുന്ന അശ്വത്ഥാമാവിനെ നിശ്ചയിക്കാനും സാദ്ധ്യതയുണ്ട്. പക്ഷേ, ഇവരാരുമല്ല എന്നറിഞ്ഞു. കർണ്ണൻ തന്നെ.

ഹ്രസ്വമായ ആ ഇടവേളയിൽ ഞങ്ങൾ മരണങ്ങളുടെ കണക്കൊന്ന് വീണ്ടും മനസ്സിൽ കൂട്ടി. കൗരവപക്ഷത്ത് ഭീഷ്മർ, ദ്രോണർ, ജയദ്രഥൻ, ഭഗദത്തൻ, ഭൂരിശ്രവാവ്, ദുര്യോധനസഹോദരന്മാർ പലരും. അവരിൽ പ്രധാനികളായ വികർണ്ണനും ചിത്രസേനനും പെടുന്നു.

ഞങ്ങൾക്ക് നഷ്ടപ്പെട്ടവരെപ്പറ്റി ഞങ്ങളുടെ മാഗധർ ഗാഥകളുണ്ടാക്കിക്കഴിഞ്ഞു. ഉത്തരൻ, അഭിമന്യു, ഇരാവാൻ, ദ്രുപദൻ, വിരാടൻ. അവർ പേരുകൾ കൂട്ടിച്ചേർക്കുമ്പോൾ ഒരു സത്യം ശ്രദ്ധിച്ചുപോയി. ഒരു പേര് അവർ മറന്നിരിക്കുന്നു. കാട്ടാളന്റെ മരണം പാടിക്കേൾക്കേണ്ട ഒരു വീരചരിതമല്ല!

അന്നു രാത്രി കർണ്ണനെ എങ്ങനെ വധിക്കാമെന്നു യുധിഷ്ഠിരന്റെ മുമ്പാകെവച്ച് ആലോചന നടന്നു. അർജ്ജുനൻ വിരിച്ച മണലിൽ വിരലുകൾ കൊണ്ടു നിലപാടുകൾ വരച്ചു, മായ്ച്ചു വീണ്ടും വരച്ചു.

'കർണ്ണനെ വീഴ്ത്തുന്ന തിരക്കിൽ ഒരാളെ മറക്കരുത്, പ്രതികാര പ്രതിജ്ഞ ചെയ്ത ദ്രോണപുത്രൻ അശ്വത്ഥാമാവ്.' ഓർമ്മിപ്പിച്ചത് ഞാനായിരുന്നു.

'അയാളുടെ ശക്തിയും ദൗർബ്ബല്യവും എനിക്കറിയാം. ആദ്യം കർണ്ണൻ.'

കർണ്ണവധത്തെപ്പറ്റി ആലോചിച്ചിരിക്കുന്ന അർജ്ജുനനെയും യുധിഷ്ഠി

രനെയും ഞാൻ നോക്കി. പറയാനെനിക്കു വയ്യല്ലോ എന്നോർത്തു ഞാൻ നിശ്ശബ്ദനായി. അമ്മ ഇന്നോളം സൂക്ഷിച്ച രഹസ്യമാണ്. പറയരുത്.... പറഞ്ഞുപോകാൻ ഇടവരരുത്. ഞാൻ സ്വയം ശാസിച്ചു.

പതിനേഴാം ദിവസത്തെ യുദ്ധത്തിൽ അശ്വത്ഥാമാവിനെ ശത്രുവായി ഏറ്റെടുത്ത് ഞാൻ പോരിനു വിളിച്ചു.

പ്രതിയോഗിയെ നിർവീര്യനാക്കാൻപോന്നതാണ് അശ്വത്ഥാമാവിന്റെ പോർവിളി. കാട്ടുകുതിര അമറുകയാണെന്നു തോന്നും. ബാല്യത്തിൽ അയാളുടെ വികൃതസ്വരം കേട്ട് ആരോ വിളിച്ച പരിഹാസപ്പേരാണ് അശ്വത്ഥാമാവ്. ദ്രോണാചാര്യനേക്കാൾ വേഗം. കർണ്ണനേക്കാൾ കൗശലം. പക്ഷേ, വിശോകന്റെ വൈദഗ്ദ്ധ്യവും ഭാഗ്യവും എന്റെ ഭാഗത്തുണ്ട്. അയാൾ തളരാൻ തുടങ്ങിയപ്പോഴാണ് അർജ്ജുനൻ വന്നത്.

'ഇനി തനിക്കാവാം. അയാളുടെ അർദ്ധവീര്യവും ഞാൻ കെടുത്തിക്കഴിഞ്ഞു.'

സഹദേവനും ദുശ്ശാസനും തമ്മിൽ ഏറ്റുമുട്ടിക്കഴിഞ്ഞിരുന്നു. അശ്വത്ഥാമാവിന്റെ നേർക്ക് അർജ്ജുനൻ നീങ്ങിയപ്പോൾ മുന്നിലേക്കു വന്ന കർണ്ണൻ നകുലനെയും മാനംകെടുത്തി വിട്ടിരുന്നു. സുതസോമൻ ശകുനിയോടു കൂസലില്ലാതെ നേർക്കുനേരെ പൊരുതുന്നതു കണ്ടു. ശിഖണ്ഡി കൃതവർമ്മാവിനോടു തോറ്റു പിൻതിരിയുന്നു, അതിനും അപ്പുറത്ത്.

സർവ്വദൻ വന്നറിയിച്ചു, ദുര്യോധനനുമായി നേരിട്ടു യുദ്ധംചെയ്യുകയാണ് യുധിഷ്ഠിരൻ. ഞാനങ്ങോട്ടു തേർ പറപ്പിച്ചു. എന്നെക്കണ്ട് ആശ്വാസത്തോടെ നോക്കുന്ന യുധിഷ്ഠിരനോടു പറഞ്ഞു: 'അവനെനിക്കാണ്. പിന്മാറൂ, ഞാൻ വരുന്നു.'

ഞാൻ മുന്നിലേക്കു കയറിയപ്പോൾ ദുര്യോധനൻ വലംതിരിഞ്ഞു മധ്യഖണ്ഡത്തിലേക്കു നീങ്ങി. കർണ്ണന്റെകൂടെ ദുര്യോധനൻ ചേരുന്നതു കണ്ടപ്പോൾ അശ്വത്ഥാമാവിൽനിന്ന് അർജ്ജുനനെ മാറ്റാൻ സാത്യകി കുതിച്ചു!

അന്നു സന്ധ്യയ്ക്ക് ആർക്കും അധികമൊന്നും പറയാനുണ്ടായിരുന്നില്ല. അശ്വത്ഥാമാവുമായി ഞാൻ നടത്തിയ യുദ്ധത്തെപ്പറ്റി ആരോ പ്രശംസിച്ചു. നായകരിൽ പലരുടെയും മരണങ്ങൾ തളർത്തിയ മനസ്സുകളിൽ പ്രതികാരം പുകഞ്ഞുകൊണ്ടിരുന്നു.

പിറ്റേന്നു കർണ്ണൻ പാണ്ഡവപ്പടയിൽ കലാപത്തിന്റെ കൊടുങ്കാറ്റു തുറന്നുവിട്ടു. കർണ്ണന്റെ സാരഥിയായി വന്നു ശല്യർ. അതു ദുര്യോധനന്റെ ഒരു നല്ല തന്ത്രമായിരുന്നു. അർജ്ജുനസാരഥിയോട് കിടപിടിച്ചു വേഗവും നിയന്ത്രണവുംകൊണ്ടു കർണ്ണന്റെ കരുത്തുകൂട്ടി ശല്യർ. ധൃഷ്ടദ്യുമ്നനുമായി ഏറ്റുമുട്ടിയ അശ്വത്ഥാമാവ് അയാളുടെ മാർച്ചട്ട കൂരമ്പുകൾകൊണ്ടുകീറിപ്പറിച്ചു നിസ്സഹായനാക്കി. കർണ്ണന് ആ സമയത്തു യുധിഷ്ഠിരനെ തനിച്ചു കിട്ടി. ധൃഷ്ടദ്യുമ്നന്റെ സഹായത്തിനായി അർജ്ജുനൻ എത്തിച്ചേരുന്നതു കണ്ടുകൊണ്ട് അയാൾ കുതിച്ചു.

ദുര്യോധനന്റെ മുൻനിരയെ ആക്രമിക്കുകയായിരുന്നു ഞാനപ്പോൾ.

കർണ്ണൻ യുദ്ധഭൂമി മുഴുവൻ നിറഞ്ഞുനില്ക്കുകയാണെന്നു തോന്നി. കർണ്ണൻ യുധിഷ്ഠിരനെ അർദ്ധപ്രാണനാക്കിയത് പിന്നീടാണ് ഞാനറിഞ്ഞത്. അതുകൊണ്ടുണ്ടായ കലാപവും.

മേലാകെ മുറിവേറ്റു കൂടാരത്തിലെത്തിയ യുധിഷ്ഠിരനെ ദാസരും വൈദ്യന്മാരും പരിചരിക്കുമ്പോഴാണ് അർജ്ജുനൻ വന്നത്. കർണ്ണവധം കഴിഞ്ഞിരിക്കുമെന്നു കരുതി യുധിഷ്ഠിരൻ എഴുന്നേറ്റിരുന്നു.

'എനിക്കറിയാം, കർണ്ണനെ ജയിക്കാൻ നീയല്ലാതെ മറ്റാരുമില്ല.'

തിരിച്ചുപോയി കർണ്ണന്റെ പരാക്രമം അവസാനിപ്പിക്കുന്നുണ്ടെന്നു പറഞ്ഞപ്പോൾ യുധിഷ്ഠിരന്റെ മുഖം മങ്ങി.

'ഭീമനെ തനിച്ചാക്കി നീ ഇങ്ങോട്ടു പോന്നു? കർണ്ണനെ ഭയന്നോടി എന്നു പറഞ്ഞോളൂ. നോക്ക്, കർണ്ണന്റെ അമ്പുകൾകൊണ്ടു കീറിമുറിഞ്ഞ എന്റെ ശരീരം നോക്ക്. കൗരവപ്പട എന്നെ നോക്കി അപഹസിച്ചാർത്തു.'

കർണ്ണനെ നിഷ്പ്രയാസം താൻ തോല്പിക്കുമെന്ന അർജ്ജുനന്റെ വീരവാദത്തിൽ അധികം വിശ്വസിച്ചതിന് യുധിഷ്ഠിരൻ സ്വയം പഴിച്ചു. പിന്നെ രോഷത്തോടെ പറഞ്ഞു:

'എടോ! കർണ്ണനെ ഭയമെങ്കിൽ തന്റെ ഗാണ്ഡീവം ഈ കൃഷ്ണനെ ഏല്പിക്ക്. കൃഷ്ണൻ തോല്പിക്കുമെന്ന് എനിക്ക് ഉറപ്പുണ്ട്. താൻ തേരോടിച്ചാൽ മതി ഇനിയുള്ള യുദ്ധത്തിൽ. ഒരു സവ്യസാചി!'

എന്നിട്ടു കേട്ടുനിന്നവരോടു പറഞ്ഞു:

'പതിമ്മൂന്നു കൊല്ലം ഇവന്റെ വലിപ്പംപറച്ചിൽ കേട്ടു വിശ്വസിച്ചിരുന്ന ഞാനാണ് മൂഢൻ!'

അർജ്ജുനന്റെ കറുത്ത മുഖത്തു വിയർപ്പു പൊടിഞ്ഞു. അയാൾ ആവനാഴിയുടെ കെട്ടഴിച്ചു. അതു കലമ്പിക്കൊണ്ടു താഴെ വീണു. പൊൻപിടിയുള്ള വില്ലു ചുമലിൽനിന്നൂരി കൃഷ്ണന് എറിഞ്ഞുകൊടുത്തു. എന്നിട്ടു വാളൂരി.

'നിന്റെ തലവെട്ടുന്നതോടെ തീരുമല്ലോ ഈ യുദ്ധം.'

ജ്യേഷ്ഠന്റെ നേരെ ക്രുദ്ധനായി ചാടിയ അർജ്ജുനനെ കൃഷ്ണൻ തടഞ്ഞു. ജ്യേഷ്ഠൻ ക്ഷോഭിച്ച് എന്തു പറഞ്ഞാലും ജ്യേഷ്ഠനാണ്. രാജാവാണ്. അതു മറക്കരുതെന്ന് കൃഷ്ണൻ ഉപദേശിച്ചു.

അർജ്ജുനൻ ശകാരിച്ചു:

'എന്നും യുദ്ധം നടക്കുന്നതിന് അരക്കാതം അകലെ നില്ക്കുന്ന ഭീരു! ഇവനറിയാവുന്നത് ഒന്നേയുള്ളു, താണകുലത്തിന്റെ തൊഴിലായ ചൂതാട്ടം! രാജാവാകാൻ എന്തർഹത? ദ്രൗപദിയുടെ ശയ്യ പങ്കുപറ്റാൻകൂടി അവകാശമില്ലാത്ത ഭീരു!'

തടഞ്ഞുനിറുത്താൻ പാടുപെടുന്ന കൃഷ്ണനോട് അർജ്ജുനൻ പറഞ്ഞുവത്രെ:

'ഒറ്റയ്ക്ക് ആയിരംപേരെ നേരിടുന്ന ജ്യേഷ്ഠൻ ഭീമസേനൻ ഞാൻ ഭീരുവാണെന്നു പറഞ്ഞാൽ പൊറുക്കും. ഇയാൾക്കെന്തവകാശം? പാണ്ഡവസഹോദരന്മാരുടെ ഈ ശാപം ഇന്നോടെ തീരണം.'

കൃഷ്ണനനും പരിചാരകരും രണ്ടു വൃദ്ധബ്രാഹ്മണരും ചേർന്ന് ഒരുവിധം അർജ്ജുനനെ അടക്കി.

പരാജയഭീതികൊണ്ടു താനെന്തോ പറഞ്ഞുപോയതിൽ പൊറുക്കാൻ ജ്യേഷ്ഠൻ പിന്നെ അപേക്ഷിച്ചു. ശാന്തനായ അർജ്ജുനനും അപ്പോൾ മാപ്പു പറഞ്ഞു. കൃഷ്ണൻ നിർബന്ധിച്ച് വീണ്ടും അർജ്ജുനനെ യുദ്ധരംഗത്തേക്കയച്ചു.

പാളയത്തിൽ ഈ കലാപം നടക്കുമ്പോൾ കൗരവരുടെ സഹായത്തിനു വീണ്ടും കർണ്ണൻ വന്നതു ഞാൻ കണ്ടു. കർണ്ണന്റെ ഇടം ചക്രസ്ഥാനം കാത്തിരുന്ന ദുശ്ശാസനൻ ഒരു വൻതേരിലേക്കു മാറി സാത്യകിയുടെ നേർക്കു കുതിക്കുന്നതു കണ്ടപ്പോൾ വഴിമുടക്കി ഓടിക്കാൻ ഞാൻ വിശോകനോടു പറഞ്ഞു.

'ദുശ്ശാസനാ!' ഞാൻ അലറി. 'ഞാൻ വരുന്നുണ്ട്!'

അയാൾ നിർത്തി, തേർ എന്റെ നേർക്കു വിട്ടു. ഞങ്ങൾ തനിച്ച്. ആഹ്ളാദം ഞാൻ ഒതുക്കി. തേർത്തട്ടിൽ നിന്നുകൊണ്ടുള്ള യുദ്ധം അധികം നീട്ടികൊണ്ടുപോകാൻ ഞാൻ ഇഷ്ടപ്പെട്ടില്ല. എതിരാളിയുടെ പിഴവിനു വേണ്ടി കാത്തിരിക്കേണ്ടിവരുന്ന യുദ്ധം. ദുര്യോധനനോടൊപ്പം തന്നെ ഗദായുദ്ധത്തിൽ വീരനാണെന്ന് അഹങ്കരിച്ചിരുന്ന ദുശ്ശാസനൻ വില്ലു താഴെ വച്ച് ഗദയെടുക്കുന്നതാണ് ഞാനും കാത്തിരുന്നത്.

മൂന്നാമത്തെ പ്രഹരത്തിൽ അവന്റെ ഗദ തെറിച്ചുപോയി. ഞാനും ഗദ തേർത്തട്ടിലേക്ക് എറിഞ്ഞു.

'വെറുംകൈ. ദുശ്ശാസനാ വെറുംകൈ. ദ്രൗപദിക്കുവേണ്ടി. എനിക്കു വേണ്ടി..... നിന്റെ മാറു പിളർന്നു ചോരകുടിക്കുമെന്നു ഞാൻ പറഞ്ഞത് ഓർമ്മയുള്ളവരൊക്കെ കാണാൻ വന്നുകൊള്ളട്ടെ!'

അവന്റെ കണ്ണിൽ ഭീതി ഞാൻ കണ്ടു.

നിഷാദരോട് ബാഹുയുദ്ധം ചെയ്തു മുതിർന്ന ഭീമനെപ്പറ്റി അവൻ കേട്ടിട്ടേയുള്ളു. അവന്റെ ആദ്യത്തെ ആവേശത്തിൽ കാലും കൈയും ശിരസ്സും ഗദയാക്കി മാറ്റി അടിച്ചുകയറി. പിന്നെ ഞാൻ തുടങ്ങി.....

നെറ്റിക്കും ശിരസ്സിലും ഇടംചെവിയിലും തുടരെ ഞാൻ അടിച്ചപ്പോൾ ദുശ്ശാസനൻ ഉലഞ്ഞു. അവന്റെ മുഷ്ടികൾ ഇടംകൈയാൽ തടുത്തു, ഇടനെഞ്ചിലിടിച്ചു ഞാൻ വീഴ്ത്തി.

എടുത്തുചാടി കഴുത്തിനു കാൽ അമർത്തി നെഞ്ചിൻകൂടിനു താഴേക്കു, താഴേക്കു വിരലുകൾ ആഴ്ത്തിയപ്പോൾ ഉരുണ്ടുന്തിവന്ന കണ്ണുകളിൽ ദീനസ്വരം ഉറഞ്ഞൊതുങ്ങി.

എല്ലാ കരുത്തും പ്രയോഗിച്ചു വാരിയെല്ലുകൾ താഴ്ത്തിയകറ്റിയ

കൈകൾ വലിഞ്ഞമർന്നപ്പോൾ മരവുരി ചീന്തുന്നപോലെ ശബ്ദം കേട്ടു. മുഖത്തേക്കു ചൂടുറവ കുതിച്ചു ചാടി. പ്രതികാരത്തിന്റെ പൊന്നശോകപ്പൂമാല. ചോര. ആയിരം രാവുകളിൽ, രോഷം കടിച്ചുപൊട്ടിച്ച ചുണ്ടുകളിൽ രുചിയറിഞ്ഞ ചോര. അന്തകന്റെ മധുപർക്കം.

നിവർന്നുനിന്ന എന്റെ കൈകളിലും മുഖത്തും ചോരയുടെ ഇളം ചൂടറിഞ്ഞു. അവശേഷിച്ച കൗരവർ അടുത്തപ്പോൾ ഞാൻ പറഞ്ഞു:

'വരണം. മധുപർക്കം കഴിഞ്ഞേയുള്ളു കൂട്ട വധം. ഇന്നു ഭീമന് അമൃതേത്താണ്!'

അവർ നിന്നു. ആരൊക്കെയോ എന്നെ വിളിച്ചു. വീണുകിടക്കുന്ന നിശ്ചല ശരീരങ്ങൾക്കിടയിലൂടെ ഞാൻ നടന്നു. കാൽക്കീഴിൽ ആരുടെയോ ഒരു ശിരോഭൂഷണം ഞെരിഞ്ഞു. ചോരപുരണ്ട മുത്തുമണികൾ തെറിച്ചു.

ഞാൻ വിചാരിച്ചു: കരിഞ്ചുവപ്പുനിറമുള്ള സുന്ദരി മൃത്യു എവിടെയോ കണ്ടു നില്ക്കുന്നു.

ഖേദവും തോന്നി, യുദ്ധകഥകൾ കേട്ടാൽ കോരിത്തരിക്കുന്ന മറ്റൊരു സുന്ദരി അന്നു കാണാൻ ഇല്ലല്ലോ എന്നോർത്തപ്പോൾ.....

അഞ്ച്

ഏഴു തേരുകൾ ഒന്നിച്ചു കൈനിലയിലേക്കു കുതിക്കുന്നതു കണ്ട് ഞാൻ ആലോചിച്ചു: എന്തോ സംഭവിച്ചിരിക്കും.

വിശോകൻ എന്റെ ശരീരത്തിലെ ചോര തുടച്ചുനീക്കുകയായിരുന്നു.

ഞാൻ യുധിഷ്ഠിരന്റെ താവളത്തിലേക്കു നടന്നു. തേർത്തട്ടിൽ നിന്ന്, നില്ക്കും മുമ്പേ എടുത്തുചാടിയ അർജ്ജുനൻ എന്നെക്കണ്ട് ഓടിയടുത്തു.

'കർണ്ണനെ വധിച്ചു. ഞാൻ കർണ്ണനെ വധിച്ചു' ആഹ്ലാദത്തോടെ, എന്റെ ആശ്ലേഷത്തിനായി കൈ രണ്ടും നീട്ടിക്കൊണ്ട് അയാൾ വന്നു.

എന്റെ കൈകൾക്കുള്ളിൽ അവൻ ഒതുങ്ങിനിന്നപ്പോൾ ഞാൻ നെടുവീർപ്പിട്ടു, കണ്ണടച്ചു.

ആഹ്ലാദംകൊണ്ട് പരസ്പരം അഭിനന്ദിക്കുകയാണ് കൂടെ വന്നവർ.

അർജ്ജുനൻ വിളിച്ചു പറഞ്ഞു: 'എവിടെ സംഗീതം! എവിടെ സൂതരും മാഗധരും? കർണ്ണൻ മരിച്ചു!'

യുധിഷ്ഠിരൻ ആഘോഷത്തിൽ പങ്കെടുക്കാൻ ഓടി എത്തി.

ദൂരത്തെ കൗരവപ്പാളയത്തിൽ വിലാപഗീതങ്ങൾ ഉയരാൻ തുടങ്ങിയിരുന്നു. പാണ്ഡവരുടെ സ്തുതിപാഠകർ പെട്ടെന്നുയർത്തിയ വാദ്യഘോഷത്തിൽ അത് അലിഞ്ഞില്ലാതെയായി.

താളമേളങ്ങൾ നടത്തുന്നവരെ പ്രോത്സാഹിപ്പിച്ചുകൊണ്ട് യുധിഷ്ഠിരൻ ഓടിനടന്നു.

'കർണ്ണൻ മരിച്ചു മാഗധരേ പാടുവിൻ! സൂതപുത്രനെ വില്ലാളി വീരൻ, വിജയൻ, ഇന്ദ്രസമനായ അർജ്ജുനൻ വധിച്ചു. കണ്ഠമുണർന്നു പാടുവിൻ!'

തേർച്ചക്രം കുഴമണ്ണിൽ താഴ്ന്ന് കർണ്ണൻ നിസ്സഹായനായിത്തീർന്ന ഒരു സന്ദർഭം കിട്ടിയത് ഇന്ദ്രാദിദേവകളുടെ അനുഗ്രഹംകൊണ്ടു മാത്രമാണെന്ന് യുധിഷ്ഠിരൻ അർജ്ജുനനെ ഓർമ്മിപ്പിച്ചു.

അവർ അന്ത്യം വിവരിക്കുകയായിരുന്നു.

ചക്രം മാറ്റി യുദ്ധം ചെയ്യാനുള്ള ഇട ചോദിച്ചുവത്രെ കർണ്ണൻ; ധർമ്മ യുദ്ധമുറയുടെ പേരിൽ.

അർജ്ജുനൻ പറഞ്ഞു: 'ധർമ്മയുദ്ധം അത് ഭീഷ്മാചാര്യർ വീണതോടെ തീർന്നു. കുരുക്ഷേത്രത്തിൽ അഭിമന്യുവിനോട് എന്തു മുറയാണു കാണിച്ച തെന്നു ഞാൻ ചോദിച്ചു.'

യുധിഷ്ഠിരൻ തേരിലേക്കു നീങ്ങുമ്പോൾ പറഞ്ഞു: 'സൂതപുത്രന്റെ ജഡം തേരിൽക്കണ്ട് ഞാനൊന്നാശ്വസിക്കട്ടെ. തേരുവിടൂ!'

ഞാൻ തനിയെ കർണ്ണന്റെ ശവം കാണാൻ കുതിക്കുന്ന യുധിഷ്ഠിരന്റെ തേര് അകലുന്നതു നോക്കിക്കൊണ്ടു നിന്നു.

നീക്കം ചെയ്യാതെ കിടക്കുന്ന ശവങ്ങളുടെ രൂക്ഷഗന്ധം വായുവിൽ കന ത്തുനിന്നു. പകലും കുറുനരികളുടെ ഓരിവിളി നിർബാധം തുടർന്നു. കെടാത്ത ശ്മശാനത്തീയിലൂടെ ഹിരണ്വതിയിൽനിന്നുള്ള കാറ്റു കയറി വരുമ്പോൾ ചൂടിന്റെ അലകൾ പടർന്നു.

അവശേഷിച്ച സൈന്യവുംകൊണ്ട് ശല്യൻ യുദ്ധം തുടർന്നത് ക്ഷത്രിയ ധർമ്മം പാലിക്കാൻ മാത്രമായിരുന്നു. വിജയം പ്രതീക്ഷിച്ചിട്ടല്ല. ശകുനി യായിരുന്നു അയാൾക്കു പ്രധാന പിൻബലം. കർണ്ണന്റെ മരണത്തോടെ ഹതാശനായ അശ്വത്ഥാമാവ് മുൻനിരയിലേക്കു വന്നില്ല.

പാണ്ഡവപക്ഷത്തു മുമ്പില്ലാത്ത ആവേശം ഉണർന്നു. ആണയിട്ട പോലെ, സഹദേവന്റെ കൈകൊണ്ടുതന്നെ ശകുനി മരിച്ചു. സഹദേവന്റെ യുവത്വത്തിനും പൗരുഷത്തിനും മുമ്പിൽ ശകുനി നിസ്സാരനായ ഒരു ശത്രു വായിരുന്നു. കർണ്ണൻ മരിച്ചപ്പോൾ പെട്ടെന്ന് അതിശക്തനായി മാറിയ പോലെ തോന്നി യുധിഷ്ഠിരൻ. ഒരു മഹാരഥിയെ വധിക്കാനുള്ള ആഗ്ര ഹംകൊണ്ടാവണം, നകുലനെ മാറ്റി യുധിഷ്ഠിരൻതന്നെ ശല്യനെ നേരിട്ടു. വിജയഗാഥകൾക്കുവേണ്ടി ഒരു യുദ്ധവും യുധിഷ്ഠിരനുണ്ടായിട്ടില്ല. ഇടം തേരിൽനിന്നു ശല്യന്റെ സാരഥിയേയും കുതിരയേയും വീഴ്ത്തി, സഹാ യിച്ചുവെന്ന് യുധിഷ്ഠിരനു തോന്നാത്തവിധം, ഞാൻ പിന്നിലേക്കു മാറി ക്കൊടുത്തു.

എന്റെ പ്രധാനശത്രു അപ്പോഴും അകലെയാണ്. ഞാൻ അന്വേഷിച്ചിരു ന്നത് ദുര്യോധനനെയാണ്.

അവസാനശ്രമമായി, ഓടിപ്പോകുന്നവരെ കൂട്ടിച്ചേർത്ത് ഒരു സൈന്യ മൊരുക്കാൻ അയാൾ ശ്രമിക്കുകയാവും. വിശോകൻ ഊഹിക്കുന്നത് അതാ യിരുന്നു. അതുപോലെതന്നെ സംഭവിച്ചു. ശല്യൻ വീണ് അധികം കഴിയും മുമ്പ് അവശേഷിച്ച ചെറിയ സൈന്യവുംകൊണ്ടു ദുര്യോധനൻ വന്നു. ധൃത രാഷ്ട്രനെ യുദ്ധപുരോഗതി അറിയിച്ച് കൂടെനിന്നിരുന്ന സഞ്ജയൻ കൂടി അക്കൂട്ടത്തിലുണ്ടെന്ന് അറിഞ്ഞപ്പോൾ ആ സൈന്യത്തിന്റെ ശക്തി ഊഹി

ക്കാവുന്നതേയുള്ളു. കുറച്ചു സമയം മാത്രം ചെറുത്തുനിന്ന ദുര്യോധനൻ യുദ്ധം അവസാനിപ്പിച്ച് ഓടി രക്ഷപ്പെട്ടു. ഞങ്ങളുടെ സൈനികർ ആർത്തു വിളിച്ചു. അവസാനം പാണ്ഡവർ ജയിച്ചിരിക്കുന്നു!

നദിക്കപ്പുറത്ത് തൽക്കാലത്തേക്കൊരുക്കിയ അന്തഃപുരത്തിൽനിന്ന് സ്ത്രീകളെ തോണികളിൽ ഹസ്തിനപുരത്തിലേക്കെത്തിക്കാൻ യുയുത്സുവിനെയാണ് യുധിഷ്ഠിരൻ ഏല്പിച്ചത്. ധൃതരാഷ്ട്രർക്ക് പിറന്ന ഈ ദാസീപുത്രൻ യുദ്ധം തുടങ്ങുമെന്നായപ്പോൾ യുധിഷ്ഠിരന്റെ പരിജനത്തിലൊരാളായി വന്നു ചേർന്നതാണ്.

ആഘോഷത്തിൽ പങ്കെടുക്കണമെന്ന് എനിക്കു തോന്നിയില്ല. ഭീമന്റെ യുദ്ധം അവസാനിച്ചിട്ടില്ല. ധൃതരാഷ്ട്രരുടെ മക്കളിൽ ഒരാളിനിയും ശേഷിച്ചിട്ടുണ്ട്. ഹസ്തിനപുരത്തിലില്ല ദുര്യോധനൻ എന്ന് അയാളെ അന്വേഷിച്ചു പോയ സൈനികരും ചാരന്മാരും അറിയിച്ചു.

കൂടാരങ്ങളിലും പാളയങ്ങളിലും മദ്യകുംഭങ്ങൾ തുറന്നു. ആഘോഷം നുരഞ്ഞുപൊന്തി.

ഏകനായിരിക്കുന്ന എന്നെനോക്കി വിശോകൻ പറഞ്ഞു: 'അധികമൊന്നും ദൂരത്തു പോകാനിടയില്ല. തേരും കുതിരകളുമില്ലാതെ ഓടിപ്പോകുന്നതാണ് അവസാനം കണ്ടത്.'

എനിക്കു വിശേഷിച്ചൊന്നും വേണ്ടതില്ല. ആഘോഷത്തിൽ പങ്കുചേരാൻ അയാൾക്ക് ഞാനനുവാദം കൊടുത്തു.

വിശോകൻ പോയത് ആഘോഷത്തിനായിരുന്നില്ല. എന്നു തിരിച്ചു വന്നപ്പോൾ മനസ്സിലായി. കൂടെ രണ്ടു വേടന്മാർ. അതിലൊരാളെ എനിക്കു മുഖപരിചയമുണ്ട്. നദീതീരത്തിൽ വേട്ടയാടിക്കിട്ടിയ മാംസവുംകൊണ്ട് അയാൾ മുമ്പിവിടെ വന്നതു കണ്ടിട്ടുണ്ട്. ഒരു മദ്ധ്യവയസ്ക്കൻ. പിന്നെ മകനെന്നു തോന്നിയ ഒരു യുവാവും.

നദീതീരത്തു നായാടുമ്പോൾ അവർ കയത്തിനരികെ മൂന്നുപേർ നിന്നു സംസാരിക്കുന്നതു കണ്ടു. ഒരാൾ ആയുധധാരിയാണെങ്കിലും ബ്രാഹ്മണനാണ്. ആകൃതി വിവരിച്ചപ്പോൾ അശ്വത്ഥാമാവ്. മറ്റു രണ്ടുപേർ കൃപരും കൃതവർമ്മാവുമാണെന്നു വ്യക്തമായി.

വിശോകൻ അവരെ മാറ്റി നിർത്തി പിന്നെയും എന്തൊക്കെയോ ചോദ്യം ചെയ്തു. പിന്നീട് എന്റെ അനുവാദത്തോടെ നൂറു നിഷ്കങ്ങൾ സമ്മാനം കൊടുത്ത് അവരെ പറഞ്ഞയച്ചു.

മൂന്നുപേർ കയത്തിനു സമീപം നിന്ന് സംസാരിച്ചത് ഒരത്ഭുതമല്ല. കാണാത്ത ഒരാളോട് സംസാരിച്ചിരുന്നത് അത്ഭുതംതന്നെ. നാലാമൻ ഒളിച്ചിരിക്കുന്ന ദുര്യോധനനല്ലെങ്കിൽ മറ്റാര്? ശത്രുവിന്റെ മാളം വ്യക്തമായി എന്നു വിശോകൻ അറിയിച്ചു.

ആഘോഷങ്ങളിൽ എന്നെ കാണാതെ തിരഞ്ഞുവന്ന അർജ്ജുനനോട് ഞാൻ പറഞ്ഞു:

'ഒരാൾ ബാക്കിയുണ്ട്. അതു തീർന്നിട്ട് ഞാൻ ആഘോഷിക്കും.'

മദ്യലഹരിയും വിജയമദവുമായി കയറിനിന്ന ധൃഷ്ടദ്യുമ്നൻ എന്നെ സ്നേഹത്തോടെ വലിച്ചെഴുന്നേല്പിച്ചു.

'ദുര്യോധനൻ രാജ്യം വിട്ടിട്ടില്ല. അയാൾ നദീതടത്തിൽ ഒരു കയത്തിനടുത്ത് ഒളിച്ചിരിക്കുന്നു.'

അതു കേട്ട ഉടനെ ഭാവം മാറി ധൃഷ്ടദ്യുമ്നൻ പുറത്തേക്കോടി. എല്ലാവരും വന്നു. കൃഷ്ണനും യുധിഷ്ഠിരനും സാത്യകിയുംകൂടി കയറിയ തേര് അർജ്ജുനൻ ഓടിച്ചു. എന്റെ തേരിൽ നകുലസഹദേവന്മാർ കയറി. ഞാൻ തന്നെ കടിഞ്ഞാൺ പിടിച്ച്, വഴി കാണിക്കാൻ ചെറിയ തേരിൽ വിശോകനെ മുന്നിൽ വിട്ടു.

ദ്വൈപായനമെന്നു വിളിക്കാറുള്ള കയം ശാന്തമാണ്. അഗാധവുമാണ്. അവിടെയൊന്നും ആരെയും കണ്ടില്ല. താണുകിടക്കുന്ന ആറ്റുവഞ്ചികൾക്കിടയിൽ, നദീമുഖത്ത് ഗുഹയുണ്ട്. അതിലൊന്നിലായിരിക്കും ദുര്യോധനൻ എന്നു വിശോകൻ പറഞ്ഞു.

ശകാരവാക്കുകളെറിഞ്ഞ് മാനംകെടുത്തി പുറത്തിറക്കണമെന്ന് യുധിഷ്ഠിരൻ തന്ത്രം നിശ്ചയിച്ചു.

'യുധിഷ്ഠിരനും പാണ്ഡവരുമാണ്, ദുര്യോധനാ!'

മറുപടി ഒന്നുമില്ല.

'ഒളിച്ചിരിക്കുകയാണോ ഭീരു? കുലദ്രോഹി! പുറത്തുവന്ന് ക്ഷത്രിയരെപ്പോലെ യുദ്ധംചെയ്ത് ഒന്നുകിൽ ജയിച്ചു വീരനാവ്! അല്ലെങ്കിൽ അവസാനത്തെ ഉറക്കം ഉറങ്ങ്.'

ഗംഗയിൽനിന്നു തേട്ടിയൊഴുകി കയത്തിൽ വട്ടംചുറ്റുന്ന പ്രവാഹത്തിന്റെ അടക്കിയ സ്വരം പതുക്കെ കേട്ടു. പിന്നെ ദുര്യോധനന്റെ ശബ്ദം തന്നെ:

'എനിക്ക് രാജ്യം വേണ്ട. എല്ലാ ബന്ധുക്കളും സുഹൃത്തുക്കളും മരിച്ച ഈ വിധവകളുടെ രാജ്യം എനിക്കെന്തിന്? ഞാൻ മാന്തോലുടുത്ത് വനത്തിൽ പോയി തപസ്സ് ചെയ്ത് ഇനിയുള്ള കാലം കഴിക്കാൻ നിശ്ചയിച്ചു. എന്നെ വെറുതെ വിട്ടേക്കു!'

യുധിഷ്ഠിരൻ വിളിച്ചുപറഞ്ഞു:

'നിന്നെ തോല്പിക്കാതെ ഞാൻ രാജ്യം ഏറ്റെടുക്കുന്നില്ല. നീചാ, ആണുങ്ങളെപ്പോലെ പുറത്തു വന്നു യുദ്ധം ചെയ്യ്!

'യുദ്ധം ചെയ്തു ക്ഷീണിച്ച് ആയുധംകൂടിയില്ലാതിരിക്കുന്ന എന്നെ വെല്ലുവിളിക്കുന്നതായിരിക്കും ആണത്തം!'

ദുര്യോധനന്റെ വാക്കുകൾ കേട്ടപ്പോൾ യുധിഷ്ഠിരന് കോപാവേശം കൂടി. അദ്ദേഹം അട്ടഹസിച്ചു:

'പുറത്തു വാ ധൈര്യമുണ്ടെങ്കിൽ! പുരുഷനാണെങ്കിൽ! ഞങ്ങളിലാരോടു വേണമെങ്കിൽ ഒറ്റയ്ക്കു യുദ്ധംചെയ്യാം. നിശ്ചയിക്കുന്ന ആയുധം. ജയിച്ചാൽ നീതന്നെ രാജാവ്'

ആവേശംകൊണ്ടു പറഞ്ഞ ഈ വാക്കുകൾ കേട്ടപ്പോൾ കൃഷ്ണൻ

നടുങ്ങി. ഞാൻ അസ്വസ്ഥത പുറത്തു കാട്ടിയില്ല. അർജ്ജുനൻ എന്തോ യുധിഷ്ഠിരനെ ചൂണ്ടി പറയാൻ ആരംഭിച്ചിട്ട് പിന്നെ നിയന്ത്രിച്ചു.

ആറ്റുവഞ്ചികൾ ഇളകി. പൊന്തക്കാടിലൂടെ ദുര്യോധനൻ നുഴഞ്ഞു കയറിവന്നു. ചളിപുരണ്ട ശരീരത്തിൽ മുറിപ്പാടുകൾ. ആയുധമില്ലെന്നു പറഞ്ഞതു വെറുതെയായിരുന്നു. കൈപ്പിടിയിൽ, എപ്പോഴും അയാളെ വിട്ടു പിരിയാത്ത സ്വർണ്ണം കെട്ടിച്ച ഗദയുണ്ട്. ദുര്യോധനൻ പറഞ്ഞു: 'വ്യവസ്ഥ സ്വീകരിച്ചിരിക്കുന്നു.'

കൃഷ്ണന് ക്ഷോഭം അടക്കാൻ കഴിഞ്ഞില്ല.

'എന്തു വിഡ്ഢിത്തമാണു പറഞ്ഞത്! ഇഷ്ടമുള്ള ആളെ തോല്പിച്ചാൽ രാജ്യം! താങ്കളെ പോരിനു വിളിച്ചാലോ? നകുലസഹദേവന്മാരെയോ അർജ്ജുനനെയോ ഗദായുദ്ധത്തിനു വിളിച്ചാലോ?' എന്നിട്ടു നിരാശയോടെ പറഞ്ഞു: 'ഭീമൻകൂടി അയാൾക്ക് കിടനില്ക്കുമോ എന്നാണു സംശയം.'

താൻ ഒരു ദുർബ്ബലനിമിഷത്തിൽ അഹങ്കാരംകൊണ്ടു പറഞ്ഞ വാക്കുകൾ പിൻവലിക്കാനാവാതെ യുധിഷ്ഠിരൻ കുഴങ്ങി.

കൃഷ്ണൻ പിന്നെയും പിറുപിറുത്തു:

'എന്നും കാട്ടിൽ കഴിയണമെന്നായിരിക്കും കുന്തിയുടെ മക്കളുടെ വിധി.'

ഞാൻ ദുര്യോധനന്റെ മുമ്പിലേക്കു ചെന്നു.

'പ്രമാണകോടി മുതൽക്കുള്ള പല കടങ്ങളും നമ്മൾതമ്മിൽ വീട്ടാനുണ്ട്. ധൃതരാഷ്ട്രന്റെ മക്കളെ മുഴുവൻ കൊല്ലുമെന്ന ശപഥത്തിൽ നീ ഒരാളേ ബാക്കിയുള്ളു.'

ദുര്യോധനന്റെയും എന്റെയും കണ്ണുകൾ ഇടഞ്ഞുനിന്നു. മല്ലയുദ്ധത്തിൽ ആദ്യം കോർത്ത മുഷ്ടികൾ പിൻമാറാത്തപോലെ.

'നേരിട്ടുള്ള യുദ്ധത്തിൽ എന്നെ ജയിക്കാൻ ഒരു മനുഷ്യൻ ഇനി പിറക്കണം. ദുര്യോധനൻ അഹങ്കാരത്തോടെ പറഞ്ഞു. 'മഴയില്ലാത്ത മേഘം പോലെ വെറുതെ നിന്ന് അലറണ്ട വൃകോദരാ.'

ദ്വൈപായനഹ്രദത്തിലും കാഴ്ചക്കാരെത്തി. അവർ ഇരുചേരിയിലെന്നോണം സ്ഥലംപിടിച്ചു.

കേൾവിക്കാരുണ്ടെന്നു കണ്ടപ്പോൾ ദുര്യോധനന്റെ സ്വരമുയർന്നു: 'ശരിയാണ്, ചൂതിൽ തോല്പിച്ചു. കാട്ടിലും പരഗൃഹത്തിലും ദാസ്യത്തിനുമയച്ചു. കോമാളിവേഷവും കെട്ടിച്ചു. എനിക്ക് നിങ്ങളേക്കാൾ ശക്തി ഉണ്ടായിരുന്നതുകൊണ്ട് തന്നെ. നാശവും നഷ്ടവും ഇരുകൂട്ടർക്കും തുല്യം. എല്ലാ ശക്തിയുമെടുത്ത് യുദ്ധം ചെയ്യ്! ദേവകൾക്കുകൂടി കാണാൻ പറ്റിയ ദ്വന്ദ്വയുദ്ധം തരുന്നുണ്ട് ഞാൻ.'

അപ്പോൾത്തന്നെ ആരംഭിക്കേണ്ടതായിരുന്നു യുദ്ധം. നദീതടത്തിൽ കുതിച്ചെത്തി, തേരിൽനിന്നിറങ്ങിയ ആളെ നോക്കി ദുര്യോധനൻ സംശയിച്ചു. പിന്നെ അയാളുടെ മുഖത്ത് സ്വാഗതഭാവം തെളിഞ്ഞു. ബലരാമൻ നടന്നടുക്കുകയാണ്.

കൃഷ്ണൻ സ്വീകരിച്ചു.

'നല്ല സമയത്തുതന്നെ വന്നു. ശിഷ്യന്മാരല്ലേ രണ്ടുപേരും.'

അദ്ദേഹം മധ്യസ്ഥനായി. തീർത്ഥക്കരയിലേക്ക് അദ്ദേഹം യുദ്ധരംഗം മാറ്റാൻ നിർദ്ദേശിച്ചു. ബലരാമന്റെ ഇടപെടൽ എനിക്കിഷ്ടമായില്ല. ജീവനു വേണ്ടിയും രാജ്യത്തിനുവേണ്ടിയുമാണ് എനിക്കീയുദ്ധം. അവസാനത്തെ യുദ്ധം. ബലരാമൻ നിയമങ്ങൾ പറയുമ്പോഴും അതിരുകൾ നിർണ്ണയിക്കുമ്പോഴും എനിക്കു തോന്നി: രാജാവ് പൊൻപേടകം വച്ചതു നോക്കി, കാഴ്ചക്കാരുടെ വിനോദത്തിനായി ഇറങ്ങുകയാണ് ശിഷ്യന്മാർ എന്നദ്ദേഹം കരുതുകയാണോ?

ശരീരമാകെ ചുരുക്കി അകം വളഞ്ഞുനിന്ന് ദുര്യോധനൻ പിന്നെ നീണ്ടു നിവർന്നു. എനിക്കു മുമ്പാകെ ശത്രു അരക്കൈകൂടി ഉയർന്നു എന്നു തോന്നി.

ആദ്യത്തെ ഗദാഘാതം തടുത്തപ്പോൾ അയാളുടെ ഗദയ്ക്കു കനം കുറവാണെന്നു തോന്നി. അയാളുടെ വേഗം വർദ്ധിപ്പിച്ചേക്കും. പിൻവാങ്ങിയും ചാടിക്കയറിയും ചുറ്റിയും പഴുതുകൾ കാണാൻ ഞാൻ ശ്രമിച്ചുകൊണ്ടിരുന്നു. പിൻവാങ്ങുമ്പോൾ മുഖം തിരിക്കാതടിച്ച ഒരടി അയാളുടെ ചുമലിലേറ്റു. അയാൾ ഗർജ്ജിച്ചുകൊണ്ടുവന്ന് ഇടവും വലവും ചുവടുമാറി വീശിയടിച്ചതിനിടയ്ക്ക് പലപ്പോഴും ഞാൻ തലനാരിഴയ്ക്കാണു രക്ഷപ്പെട്ടത്. നിലകൾ അയാൾ പൊടുന്നനെ മാറ്റിക്കൊണ്ടിരുന്നു. അയാൾ വാമമണ്ഡലത്തിൽ സഞ്ചരിച്ചപ്പോൾ ഞാൻ ദക്ഷിണമണ്ഡലത്തിൽ നിന്നു തടുത്തു. ഇടം ചുമലിൽ എനിക്ക് ഒരടിയേറ്റു.

ഗദകൾ കൂട്ടിയടിക്കുമ്പോഴത്തെ തീപ്പൊരികൾ ചിതറി. അയാൾ കൗശലവും കരവേഗവുംകൊണ്ട് എന്നെ അമ്പരപ്പിച്ചു. ശിരസ്സിലടിച്ച ഒരടി ഞാൻ തടഞ്ഞെങ്കിലും സ്വന്തം ഗദ നെറ്റിയിലടിച്ചു. തളരുകയാണ് എന്ന് ഞാൻ ഭയന്നു. സ്വയം ശകാരിച്ചു. എവിടെ മഹാബലൻ? ബകനെ, ഹിഡിംബനെ, ജരാസന്ധനെ, കീചകനെ എല്ലാം കൊന്ന ഭീമൻ? ഇതാണ് ഞാൻ കാത്തിരുന്ന ശത്രു. എന്നെ കരുത്തനാക്കി വളർത്തിയ ശത്രു. ഓരോ അടിയിലും ശത്രുവിന്റെ പാതകം ഞാനോർമ്മിച്ചപ്പോൾ എന്റെ കൈത്തണ്ടയുടെ വേരുകളിൽ, അസ്ഥികളിൽ, ഞരമ്പുകളിൽ കാട്ടുകുതിരകളുടെ കരുത്ത് കുതിച്ചു ചാടി.

ഉയർന്ന കൈ താഴുംമുമ്പേ ഗതിമാറ്റി വലംതിരിഞ്ഞടിച്ചപ്പോൾ എന്റെ എല്ലാ ശക്തിയും അതിന്റെ പിന്നിലുണ്ടായിരുന്നു. വാരിയെല്ലിൽ, കക്ഷത്തിനു താഴെ വീണ അടിയേറ്റ് എല്ലുകൾ തകരുന്നത് എന്റെ കൈത്തണ്ടയിലറിഞ്ഞു. ദുര്യോധനൻ വീണു.

എഴുന്നേൽക്കാൻ പ്രയാസപ്പെടുന്ന ദുര്യോധനന്റെ മുന്നിൽനിന്നു ഞാൻ പറഞ്ഞു: 'ഒരിക്കൽക്കൂടി പരിഹസിക്കാം. ഒരു ചിരിക്കുകൂടി സമയമുണ്ട്.'

ഞാൻ കിതയ്ക്കുന്നുണ്ട്.

യുധിഷ്ഠിരൻ പറയുന്നതു കേട്ടു:

'ഭീമസേനാ നിർത്തൂ, നീ ജയിച്ചു.'

പുരുഷലക്ഷണമൊത്ത ദുര്യോധനന്റെ തുട, ദ്യൂതസദസ്സിൽ പുടവ നീക്കി, പാഞ്ചാലിയെ നോക്കി താളംപിടിച്ചു കാണിച്ച തുട.

ഗദ വീണ്ടും ഉയർന്നു താണു.

'അരുത്, അധർമ്മം!'

പല ശബ്ദങ്ങൾ. എന്തോ പറയാനാഞ്ഞ ദുര്യോധനന്റെ തല നിലം തൊട്ടു. മരിച്ചിട്ടില്ല. കണ്ണുകളിൽ ഒന്നുകൂടി നോക്കി. ഞാൻ കാത്തു നില്ക്കുന്നവരുടെ സമീപത്തേക്കു നടന്നു.

ക്ഷീണിതനായിരുന്നു. ഒരു ദ്വന്ദ്വയുദ്ധവും എന്നെ ഇത്ര തളർത്തിയിട്ടില്ല. എല്ലാ ശക്തിയും എന്നിൽനിന്നു പുറത്തേക്കൊഴുകിപ്പോയിരിക്കുന്നു എന്നു തോന്നി.

ബലരാമൻ പറയുന്നു: 'അധർമ്മം!'

യുധിഷ്ഠിരൻ പറയുന്നു: 'വീണശേഷം തുടയ്ക്കടിച്ചതു ശരിയായില്ല. അധർമ്മമായി.'

യുധിഷ്ഠിരനോടു ഞാൻ പറഞ്ഞു: 'കൊല്ലാനാണ് എന്റെ പ്രതിജ്ഞ. പ്രതിജ്ഞ നിറവേറ്റാത്ത ക്ഷത്രിയൻ അധാർമ്മികൻ. അവനു നരകം. എന്നെ പഠിപ്പിച്ചതു ജ്യേഷ്ഠനാണ്. തലതല്ലിയുടച്ചു തീർക്കാൻ പോകുന്നു. തടയാനാരെങ്കിലുമുണ്ടെങ്കിൽ തടയാം.'

ബലരാമനെ ഞാൻ നോക്കി. അദ്ദേഹം എഴുന്നേല്ക്കുമെന്നു തോന്നി. ധൃഷ്ടദ്യുമ്നനും സാത്യകിയും കൃഷ്ണനും ചേർന്ന് അദ്ദേഹത്തെ ആശ്വസിപ്പിക്കുന്നതു കണ്ടു.

ഗദ ഞാൻ വലിച്ചെറിഞ്ഞു. അതിന്റെ ആവശ്യം തീർന്നിരിക്കുന്നു എന്റെ യുദ്ധം കഴിഞ്ഞു.

വിശോകൻ കാത്തുനില്ക്കുകയായിരുന്നു.

ധർമ്മാധർമ്മങ്ങളെപ്പറ്റി എനിക്കിനിയും മനസ്സിലാകുന്നില്ല. ശത്രു ഞാനാണെന്ന ഭാവത്തിൽ ജയിച്ചെത്തിയ എന്റെ നേർക്കുവന്ന കീറുന്ന കണ്ണുകൾ. കുറച്ചു ദൂരം ചെന്നപ്പോൾ ഞാൻ തേർത്തട്ടിൽ വെറുതെ നോക്കി. ഞാൻ വലിച്ചെറിഞ്ഞ മയന്റെ സമ്മാനമായ ഗദ കിടക്കുന്നതു കണ്ട് വിശോകനെ നോക്കി.

വിശോകൻ പറഞ്ഞു:

'ഗദ നല്ലതാണ്. കളഞ്ഞില്ല. ഗദയ്ക്ക് ധർമ്മാധർമ്മങ്ങളറിയില്ല!'

അലകൾ ഉണർന്നു കഴിഞ്ഞിട്ടില്ലാത്ത മഹാപ്രവാഹത്തിൽ നോക്കിക്കൊണ്ട് ഞാൻ നിന്നു. കാറ്റുറങ്ങുന്ന രാത്രി.

വിജയം ആഘോഷിക്കാൻ കുരുക്ഷേത്രത്തിനു പുറത്തെങ്ങോ പോയിരിക്കുകയായിരുന്നു കൃഷ്ണനും സഹോദരന്മാരും. സാത്യകിയും അവരുടെ കൂടെയുണ്ട്. ഞാനൊഴിഞ്ഞുമാറി. നീണ്ട ഒരുറക്കം ആഘോഷിക്ക

ണമാദ്യം എന്നു കരുതി ധൃഷ്ടദ്യുമ്നനും അവരുടെ സംഘത്തിൽ ചേർന്നില്ല. ഞങ്ങൾ രണ്ടുവഴിക്ക് പിരിഞ്ഞു.

ഈ നദിയുടെ തീരത്തിൽ ഇരുണ്ട സന്ധ്യകളിൽ പ്രാർത്ഥിച്ചു നിന്ന ബാല്യം ഞാനോർത്തു. വായുദേവന്റെ സന്ദേശം കാത്തുനിന്ന പുഴക്കടവുകൾ. മഹാബലനാവാൻ പ്രാർത്ഥിച്ച ആ ബാലനെ ഞാനോർമ്മിച്ചു. കാലത്തിന്റെ അകലങ്ങളിൽ കളിച്ചുപുളച്ചു നടക്കുന്ന ആ വൃകോദരനെ എനിക്ക് ഇപ്പോഴും കാണാം.

അവൻ വളർന്നു മഹാബലനായി. അവനൊരു യുദ്ധം ജയിച്ചിരിക്കുന്നു.

എന്റെ അവസാനത്തെ ശത്രു അന്ത്യശ്വാസംവലിച്ച് സമന്തപഞ്ചകത്തിലെ മണ്ണിൽ കിടക്കുകയാണിപ്പോൾ. ശപഥങ്ങളെല്ലാം നിറവേറ്റിയ ക്ഷത്രിയനാണ് ഞാൻ.

മഹാബലനായ ഭീമൻ. കാട്ടിലും രാജാങ്കണങ്ങളിലും അവസാനം ഈ കുരുക്ഷേത്രത്തിലും ഞാൻ യുദ്ധം ചെയ്തു കീഴടക്കി. കൊന്നു. വെറും മനുഷ്യനായ എന്റെ മാത്രം കരുത്തല്ല എന്നെ മഹാബലനാക്കിയത്. എന്റെ ഗർജ്ജനത്തിൽ ആരോ ഇരമ്പം കൂട്ടിയിരുന്നു. എന്റെ കൈകൾ തളരുമ്പോൾ കരുത്ത് ഒഴുക്കിയിരുന്നു. ഞാൻ വിജയത്തിന്റെ ഈ വിനാഴികകളിൽ അഹങ്കരിക്കുന്നില്ല! ശിരസ്സു കുനിക്കട്ടെ.

കൊടുങ്കാറ്റുകളെ ചങ്ങലയ്ക്കിട്ട്, മേഘങ്ങൾക്കു മുകളിൽ വേട്ടയാടുന്ന ദേവാ, എന്റെ പിതൃദേവാ, ഞാനിന്നു നന്ദി പറയുന്നു. അവിടുത്തെ കാലടികളെന്നോർത്ത് ഈ പാറക്കെട്ടിൽ ശിരസ്സമർത്തുന്നു.

പ്രാർത്ഥനയ്ക്കുശേഷം മനസ്സു തെളിഞ്ഞപോലെ തോന്നി. ഒഴിഞ്ഞ പടപ്പാളയത്തിലേക്കു തിരിച്ചുപോകാൻ തോന്നിയില്ല. ഇരുട്ടിൽ ഉറങ്ങുന്ന കുടീരങ്ങൾ. സ്തുതിഗീതങ്ങളും പാണിവാദ്യങ്ങളും നിന്ന പാളയം. എവിടെയോ എന്റെ സഹോദരന്മാർ മാത്രം ഒരാഘോഷം നടത്തുന്നു.

ഞാൻ പുഴക്കടവിൽത്തന്നെ ഇരുന്നു.

മൈത്രമുഹൂർത്തം കഴിഞ്ഞു. പിന്നെ ശുക്രനുദിച്ചു. ഉദയഗിരിയുടെ മദകുംഭം തകർന്നൊഴുകിയ ചോരപ്പാടുകൾ തെളിഞ്ഞു. അപ്പോൾ ഞാൻ മടക്കയാത്ര തുടർന്നു.

ദൃഷദ്വതീനദി ചേരുന്നയിടത്തെത്തിയപ്പോൾ ശ്മശാനഖണ്ഡത്തിൽ നിന്ന് ഉയരുന്ന പുകപടലങ്ങൾ കണ്ടു.

ഒഴിഞ്ഞ കുരുക്ഷേത്രത്തിൽനിന്ന് അപ്രതീക്ഷിതമായാണ് വിലാപം കേട്ടത്. ഉദയമുഹൂർത്തത്തിൽ കൈശികരാഗത്തിനു പകരം കൂട്ടനിലവിളി! ഞാൻ നടുങ്ങി.

ഓടിയടുത്ത വിശോകൻ കരച്ചിലിന്നിടയിൽ പറഞ്ഞു: 'രാത്രിയിൽ അശ്വത്ഥാമാവും കൂട്ടരും പാളയത്തിനു തീ കൊളുത്തി.'

നകുലസഹദേവന്മാർ ഓടിയെത്തി.

'ഉറങ്ങിക്കിടന്നവരെ മുഴുവൻ വെട്ടിക്കൊന്നു. ഓടി രക്ഷപ്പെടാൻകൂടി

ആർക്കും കഴിഞ്ഞില്ല.'

ശ്മശാനഖണ്ഡത്തിലെ പുകയായി ദൂരെനിന്ന് എനിക്കുതോന്നിയത് ശിബിരങ്ങൾ കത്തിയമരുന്നതായിരുന്നു.

ഒരു ചോദ്യം നാവിൻതുമ്പിൽ തണുത്തുറഞ്ഞു ജീവൻ കിട്ടാതെ നിന്നു. ആരൊക്കെ? ആരൊക്കെ?

ഉറക്കം ആഘോഷിക്കാൻ കിടന്ന ധൃഷ്ടദ്യുമ്നൻ, പാഞ്ചാലീപുത്രരായ പ്രതിവിന്ധ്യൻ, സുതസോമൻ, ശ്രുതകീർത്തി, ശതാനികൻ, ശ്രുതകർമ്മാവ്, അവരുടെ കൂടെ ഉറങ്ങിയ സർവ്വദൻ.

അശ്വത്ഥാവ് വെട്ടിക്കൊന്നു.....

അവനു പിന്തുണയായി നിന്നു കൃപരും കൃതവർമ്മാവും. ഓടി രക്ഷപ്പെടാതിരിക്കാൻ കൃപരും കൃതവർമ്മാവും കാവൽനിന്നു. രക്ഷപ്പെടാൻ നോക്കിയ സൈനികരെയും ദാസരെയും വെട്ടിക്കൊല്ലാൻ അവർ സഹായിച്ചു.

പടപ്പാളയത്തിൽ ഇപ്പോഴും ചോര കട്ടപിടിക്കാതെ ഒഴുകിനടക്കുന്നു. ഭീകരതയെപ്പറ്റി വിവരിക്കുന്ന ഒരു സൂതൻ പറഞ്ഞു: 'കണ്ടാലേ ഈ നരാധമരുടെ കൊടുമ വിശ്വസിക്കൂ.'

എനിക്കു കാണണ്ട.

മരിക്കുംമുമ്പേ പടയില്ലാത്ത പടനായകനായി അശ്വത്ഥാമാവിനെ ദുര്യോധനൻ വാഴിച്ചതു കേട്ടപ്പോൾ ചിരിച്ചവരായിരുന്നു ഞങ്ങൾ. മരിച്ചവരുടെ കൂട്ടത്തിൽ—

കാളരാത്രിയുടെ വർണ്ണന പിന്നെയും ചുറ്റുംനിന്നു കേട്ടു. അശ്വത്ഥാമാവു വെട്ടിക്കൊന്നത് രുദ്രൻ പ്രസാദിച്ചു നൽകിയ വീരഖഡ്ഗം കൊണ്ടാണ്. ശിബിരത്തിനു മുമ്പിൽ രുദ്രൻ പ്രത്യക്ഷമായി!

ഞങ്ങളുടെ മക്കൾ അന്നു സന്ധ്യയ്ക്കും പ്രാർത്ഥിച്ചപ്പോൾ ശൈശവത്തിൽ കേട്ട ഉപദേശമനുസരിച്ചു നമിച്ച നാലു ദേവതകളിൽ രുദ്രനും ഉണ്ടായിരിക്കും. അവരുടെ കഴുത്തിൽ രുദ്രന്റെ വീരഖണ്ഡ്ഗംതന്നെ.

മതി, വിവരണങ്ങൾ കേട്ടതു മതി. എനിക്കു മനസ്സിലാവുന്നില്ല പലതും. പക്ഷേ, ഉദകക്രിയ ചെയ്യാൻ എന്റെ മക്കൾ, പാണ്ഡവരുടെ മക്കൾ, ജീവിച്ചിരിപ്പില്ല എന്നതുമാത്രം എനിക്കു മനസ്സിലാവുന്നു.... എനിക്കു മനസ്സിലാവുന്നു.

ശത്രു മരിച്ചിട്ടില്ല, എന്നും.

8

പൈതൃകം

ഒന്ന്

വെളുത്തവസ്ത്രം കൊണ്ടു ശിരസ്സുമൂടിയ ബാലവിധവകൾ മുമ്പേ നടന്നു. അവർക്കു പിന്നിൽ വൈധവ്യം സീമന്തരേഖ മറച്ച യുവതികൾ. പിന്നെ വലിയമ്മ ഗാന്ധാരി. വിദുരരുടെ പിന്നാലെ വരുന്നവരിൽ അമ്മയും ബലന്ധരയുമുണ്ടായിരുന്നു. ഉത്തരയുടെ ചുമലിൽ കൈവച്ചു കൊണ്ടു വന്ന സുഭദ്രയുടെ പിന്നിലായി, അവസാനം ഗംഗാതീരത്തെത്തിയത് ദ്രൗപദിയായിരുന്നു.

ഞങ്ങൾ സഹോദരന്മാർ ശിരോഭൂഷണങ്ങളും ഉത്തരീയങ്ങളുമഴിച്ച് ആലോലം മുങ്ങിനിന്നു.

മരിച്ചവർക്കുള്ള ജലാഞ്ജലി.

മകന്.

സഹോദരന്.

ഭർത്താവിന്.

ബന്ധുക്കൾക്ക്, സുഹൃത്തുക്കൾക്ക്.

നനഞ്ഞ വസ്ത്രവും തൊഴുകൈയുമായി ഞങ്ങൾ പുരോഹിതന്റെ മുമ്പിൽ നില്ക്കെ സ്ത്രീകളുടെ സംഘം വിട്ട് അമ്മ സമീപത്തേക്കുവന്നു. കണ്ണീരില്ല. ഉണങ്ങാത്ത കണ്ണീർ ഞാൻ കണ്ടത്, രാവറുതികഴിഞ്ഞു നില്ക്കുന്ന ചന്ദ്രക്കലപോലെ വിളറിയ ഉത്തരയുടെ മുഖത്താണ്. അവൾ ഗർഭിണിയാണത്രെ.

ശാന്തമായ സ്വരത്തിൽ അമ്മ യുധിഷ്ഠിരനോടു പറഞ്ഞു: ‘ജലാഞ്ജലി ചെയ്യുമ്പോൾ ഒരു നാമധേയം മറക്കരുത്. കൗരവപക്ഷത്തു മരിച്ച ഒരു മഹാവീരൻ. നിങ്ങളുടെയൊക്കെ ജ്യേഷ്ഠൻ.’

അർജ്ജുനൻ അർത്ഥമറിയാതെ പകച്ചുനിന്നു. യുധിഷ്ഠിരൻ കുറേക്കൂടി അമ്മയുടെ സമീപത്തേക്കു നീങ്ങി ശിരസ്സു കുനിച്ചു. അപ്പോൾ അമ്മ യുധിഷ്ഠിരനോടായി പറഞ്ഞു:

'നിന്റെയും ജ്യേഷ്ഠൻ. രാധേയനെന്നു നിങ്ങളറിഞ്ഞിരുന്ന കർണ്ണൻ.'

അർജ്ജുനന്റെ വിറയ്ക്കുന്ന ചുണ്ടുകളിൽ വാക്കുകൾ തടഞ്ഞു നില്ക്കുന്നു. പക്ഷേ, എനിക്കിതു കേൾക്കാം.

കർണ്ണൻ, ഞാൻ വധിച്ച കർണ്ണൻ?

'കർണ്ണൻ' അമ്മ സ്വരഭേദമില്ലാതെ പറഞ്ഞു: 'കന്യകയായിരിക്കെ ഞാൻ പെറ്റ്, മാനക്കേടോർത്ത് പുഴയിലുപേക്ഷിച്ച എന്റെ ആദ്യത്തെ പുത്രൻ.'

ഞാൻ മുഖമുയർത്താതെ നിന്നു. അമ്മ ഇനിയും അമ്പരപ്പിൽനിന്നുണരാത്ത മക്കളോടു പറഞ്ഞു: 'രാധയും അധിരഥനും വളർത്തിയ കർണ്ണൻ തന്നെ. ഒരു കൈക്കുടന്ന വെള്ളം ആ കർണ്ണനും.'

എന്നിട്ട് അമ്മ സ്ത്രീകളുടെ സംഘത്തിലേക്കു തിരിച്ചുപോയി.

യുധിഷ്ഠിരൻ ദീർഘനേരത്തെ മൗനത്തിനുശേഷം ഉറക്കെ നെടുവീർപ്പിട്ടു. എല്ലാമൊതുക്കി.

'കർണ്ണന്റെ പത്നിയും പുത്രവധുക്കളും നമ്മുടെ സ്ത്രീകളുടെ കൂട്ടത്തിൽ നില്ക്കട്ടെ.'

സഹദേവൻ അവരെ തിരഞ്ഞുപിടിക്കാൻ പോയി.

എവിടെയോ വച്ച് സഹോദരി ചർമ്മണ്വതിയിൽനിന്നു ചോരക്കുഞ്ഞിനെ സ്വീകരിച്ച ഗംഗ വർഷങ്ങൾക്കു ശേഷം ജലാഞ്ജലിയും അർത്ഥനിർഭരമായ മൗനത്തോടെ ഏറ്റുവാങ്ങി. എല്ലാം കണ്ട, എല്ലാമറിഞ്ഞ ഗംഗ.

വീണ്ടും ഹസ്തിനപുരത്തെത്തിയപ്പോൾ ഒഴിഞ്ഞ കൊട്ടാരത്തിന്റെ കോണുകളിൽ ഞങ്ങൾ ഉടമകളെങ്കിലും വഴിയമ്പലത്തിലെ പാന്ഥരെപ്പോലെ ഒറ്റപ്പെട്ടിരുന്നു. ഇരുണ്ട ഇടനാഴികളിൽ വിധവകളുടെ തേങ്ങലുകൾ ദിവസങ്ങൾക്കുശേഷവും അലഞ്ഞുനടന്നു.

തേർച്ചക്രം കുഴമണ്ണിൽ താഴ്ന്നപ്പോൾ ധർമ്മമനുസരിച്ച് യുദ്ധം നിർത്താൻ പറഞ്ഞ കർണ്ണന്റെ നേരെ അമ്പെയ്യുമ്പോൾ, തന്നെ നോക്കിയ കണ്ണുകൾ അർജ്ജുനന്റെ രാത്രികളെ നിദ്രാവിഹീനങ്ങളാക്കുന്നു.

ഞാനും ഉറങ്ങാറില്ല.

എന്റെ കൈയാൽ മരിച്ചുവീണവരെ ഓർത്തല്ല. രക്ഷപ്പെടുവാൻ കൃഷ്ണനും കൃഷ്ണദ്വൈപായനനും അനുവദിച്ച ഒരാൾ ജീവിക്കുന്നു എന്നതു കൊണ്ട്. ആ മുഖം ഞാൻ സങ്കല്പിക്കുന്നു. കത്തുന്ന പടകുടീരത്തിന്റെ വെളിച്ചത്തിൽ, രുദ്രന്റെ വാളിൽ ഉറങ്ങുന്നവരുടെയും ഉണർന്നവരുടെയും ചോരയുമായി നില്ക്കുന്ന അശ്വത്ഥാമാവ്.

ദുര്യോധനൻ വീണ രാത്രിയിൽ എല്ലാം കഴിഞ്ഞ ശൂന്യതയായിരുന്നു മനസ്സിൽ. ഇപ്പോൾ ഞാൻ വീണ്ടും ഒരിക്കൽക്കൂടി യുദ്ധത്തിന്റെ പൊടിയടങ്ങാൻ കാത്തുനില്ക്കുകയാണ്. ശത്രുവിന്റെ രൂപം ലക്ഷ്യത്തിനുനേരേ

കിട്ടാൻ. മുറിവേറ്റ ശിരസ്സുമായി കൃഷ്ണദ്വൈപായനൻ നേടിക്കൊടുത്ത അർദ്ധപ്രാണനും കൊണ്ടു കാട്ടിലേക്ക് ഓടിപ്പോയ അശ്വത്ഥാമാവ് എന്റെ രാത്രികളെ അസ്വസ്ഥമാക്കുന്നു.

ദിവസങ്ങൾ കഴിഞ്ഞിട്ടും ഞങ്ങൾ സഹോദരന്മാർ പരസ്പരം കണ്ടില്ല. ഒരിക്കൽ യുധിഷ്ഠിരൻ എന്നെ അന്വേഷിച്ചു വന്നു.

'കർണ്ണൻ! എനിക്കു വിശ്വസിക്കാനാവുന്നില്ല ഇനിയും. മരിച്ചുകിടക്കുന്നത് സ്വന്തം കണ്ണാലെ കണ്ടാലേ തൃപ്തിയാവൂ എന്നു കരുതി ഞാൻ ജഡത്തിൽ നോക്കി നിന്നതാണ്. എല്ലാ നാശങ്ങൾക്കും കാരണം ആ സ്ത്രീയാണ്!'

അമ്മയുടെ തെറ്റിനെപ്പറ്റി വിലപിച്ചുകൊണ്ട് അദ്ദേഹം കൊട്ടാരത്തിൽ അലഞ്ഞുനടന്നു.

അമ്മ അന്തഃപുരസ്ത്രീകളുടെ കൂട്ടത്തിൽനിന്ന് ഒരിക്കലും പുറത്തു വന്നില്ല. യുദ്ധം സന്ധിയിലെത്തുമെന്നു തോന്നിയ സമയത്തും, ഉറങ്ങിക്കിടന്ന പകയുണർത്തിയത് അമ്മയാണ്. അർജ്ജുനനും നകുലനും അമ്മയെ ശപിച്ചു. സഹദേവൻ ഒന്നും മിണ്ടാതെ നടന്നു.

ശപിക്കാൻ എനിക്കായില്ല; പൊറുക്കാനും മനസ്സുവന്നില്ല.

ശൂരസേനന്റെ മകളായി വസുദേവരുടെ അനുജത്തിയായി പിറന്ന അമ്മയുടെ ജീവിതം ഞാനോർമ്മിച്ചു. കുട്ടിക്കാലത്ത് അച്ഛൻ മക്കളില്ലാത്ത കുന്തീഭോജന് കടംകൊടുത്ത പെൺകുട്ടി. മഹർഷിമാരെ പ്രീതിപ്പെടുത്താൻ അവരുടെ ദാസ്യപ്പണിക്കയച്ച വളർത്തച്ഛൻ. വിവാഹിതയായി ഹസ്തിനപുരത്തിലെ കൊട്ടാരത്തിലെത്തിയപ്പോഴും കഷ്ടകാലം അവളെ പിന്തുടരുന്നു. അധികാരം പങ്കുപറ്റാൻ കൂടുതൽ കൂടുതൽ സുന്ദരിയായ സപത്നി വന്നു. ഭർത്താവ് ഷണ്ഢനാണെന്നറിയുമ്പോഴത്തെ നടുക്കം. കൊട്ടാരത്തിനു പകരം കാട്. ഭർത്താവിനുവേണ്ടി ദേവകളുടെ നിയോഗം സ്വീകരിച്ച് മൂന്നു മക്കളെ പെറ്റുകഴിയുമ്പോഴേക്ക് വിധവ.

മുതിർന്ന മക്കളുണ്ടായിട്ടും രാജാങ്കണത്തിനു പുറത്ത് വിദുരരുടെ ചെറിയ വീട്ടിൽ അദ്ദേഹത്തിന്റെ കുടുംബത്തിന്റെ ഔദാര്യംകൊണ്ടു കഴിയേണ്ടി വന്നു, പതിമ്മൂന്നു വർഷം.

ഇല്ല, ശപിക്കാൻ എനിക്കാവില്ല.

ഞാൻ കർണ്ണനെപ്പറ്റി ഓർത്തു. അഭ്യാസക്കാഴ്ചയിൽ ജനാവലിയുടെ മുമ്പാകെ ഏറ്റവും നാണംകെടുത്തിയവൻ ഞാനാണ്. കൊല്ലാൻ പ്രതിജ്ഞ ചെയ്ത്, വേലുണ്ടാക്കിക്കേണ്ടിയിരുന്നത് എനിക്കുവേണ്ടിയായിരുന്നു.

ഒഴിഞ്ഞുകിടക്കുന്ന ദുര്യോധനമണ്ഡപത്തിൽ എത്തിയപ്പോൾ ഞാൻ നിന്നു. മല്ലയുദ്ധത്തിനു വച്ച എന്റെ പ്രതിരൂപമെന്നു പറഞ്ഞുകേട്ട ലോഹപ്രതിമ വിഡ്ഢിച്ചിരിയുമായി നില്ക്കുന്നു. വലിയ വയർ, വലിയ കൈകൾ. ഗോളംപോലത്തെ ശിരസ്സിനുതാഴെ പിളർന്നു വായ ചിരിക്കുന്നു. ദുര്യോധനൻ മരിച്ച ദിവസം ഭ്രാന്തനെപ്പോലെ ധൃതരാഷ്ട്രർ അതിനോട് മല്ലയുദ്ധം

ചെയ്യാനൊരുങ്ങിയത്രെ.

തിരഞ്ഞുവന്ന പരിചാരകൻ എന്നെ കണ്ടെത്തി. ജ്യേഷ്ഠൻ വിളിക്കുന്നു.

വലിയ മണ്ഡപത്തിൽ അപ്പോഴും ധൃതരാഷ്ട്രരാണിരിക്കുന്നത്. അദ്ദേഹത്തിന്റെ സമീപത്തുകൂടി കടന്നുപോകുമ്പോൾ കാലൊച്ച കേട്ട് വലിയച്ഛൻ ചോദിച്ചു:

'ആരാണ്?'

'ഞാൻ, ഭീമസേനൻ.'

പിന്നെ സംസാരിച്ചില്ല.

വിധവകളുടെ രാജ്യമാക്കി ഹസ്തിനപുരത്തെ മാറ്റിയതിന് ആരെയെങ്കിലും കുറ്റപ്പെടുത്തണമെങ്കിൽ, ഇതാ ഈ അന്ധൻ! എല്ലാ ദുരന്തങ്ങൾക്കും കാരണം, മൃത്യു വഴിമാറി, കാണാതെ നടക്കുന്ന, ഈ അന്ധനാണെന്നു വിളിച്ചുപറയണമെന്നു തോന്നി. കള്ളച്ചൂതിൽ മകൻ നേടുമ്പോൾ കണക്കു കേട്ട് ആഹ്ലാദം ഒതുക്കാനാവാതെ ഇരുന്ന ഈ വൃദ്ധൻ.

പഴയ ദ്യൂതസഭയിലായിരുന്നു യുധിഷ്ഠിരൻ. അർജ്ജുനനും നകുലസഹദേവന്മാരും എത്തിയിരുന്നു. എന്റെ അഭിവാദ്യം സ്വീകരിച്ച് അദ്ദേഹം പറഞ്ഞു:

'ഞാൻ കഴിഞ്ഞ കുറെ ദിവസങ്ങളായി ആലോചിക്കുകയായിരുന്നു. അവസാനം ഒരു തീരുമാനത്തിലെത്തി.'

അദ്ദേഹം നിർത്തി, പിന്നെയും ചിന്തയിൽ മുഴുകി.

വിധവപ്പെണ്ണിന്റെ സ്ത്രീധനംപോലെയാണ് എനിക്കു കിട്ടിയ ഈ രാജ്യം. മക്കളില്ല. ബന്ധുക്കളില്ല. എവിടെ നോക്കിയാലും കണ്ണീരുണങ്ങാത്ത വിധവകൾ. ഭരിക്കാൻ എനിക്കു വയ്യ. എനിക്കാവില്ല.'

ഞങ്ങളെല്ലാം നിശ്ശബ്ദരായി നിന്നു.

'ചോരയുടെ ഗന്ധം വിട്ടുപോകുന്നില്ല. കങ്കാളങ്ങളെ സ്വപ്നം കണ്ട് രാത്രി ഉറങ്ങാൻ കഴിയുന്നില്ല. ഇനിയുള്ള കാലം വനത്തിൽപ്പോയി സന്ന്യസിക്കാൻ ഞാൻ ഉറച്ചുകഴിഞ്ഞു. ഹസ്തിനപുരം എനിക്കു വേണ്ട.'

കുറേസമയം വെൺകൽത്തറയിൽ നോക്കിയിരുന്ന് അഭിപ്രായമാരാഞ്ഞുകൊണ്ട് അദ്ദേഹം സഹദേവന്റെ നേരെ മിഴികളുയർത്തി.

സഹദേവൻ പറഞ്ഞു: 'ജ്യേഷ്ഠൻ ഭരിക്കണം. ജ്യേഷ്ഠൻ രാജാവാകുന്നതു കാണാൻവേണ്ടിയാണ് ഞങ്ങളൊക്കെ കാത്തിരിക്കുന്നത്. കഷ്ടപ്പെട്ടു യുദ്ധം ചെയ്തതും.'

നകുലൻ ഒന്നും പറഞ്ഞില്ല. തീരുമാനം ശരിയല്ല എന്ന ഭാവം കാട്ടി നിന്നു. അർജ്ജുനൻ അന്തരീക്ഷത്തിനു ലാഘവമുണ്ടാക്കാൻ ശ്രമിച്ചു.

'ക്ഷത്രിയന് യുദ്ധം കഴിയുമ്പോഴൊക്കെ വിരക്തി തോന്നും. പണ്ടും ഉണ്ടായിട്ടുണ്ട്. പ്രജകളോട് നമുക്കൊരുത്തരവാദിത്വമില്ലേ? കാലക്കേടിനെപ്പറ്റി പറഞ്ഞ് പലതും പൊറുത്തതാണല്ലോ ജ്യേഷ്ഠൻ.'

യുധിഷ്ഠിരൻ ഭാവവ്യത്യാസമില്ലാതെ ഇരുന്നു.

അർജ്ജുനൻ തുടർന്നു: 'ഏതായാലും ദ്വാരകയിൽ പോയ കൃഷ്ണൻ തിരിച്ചുവരട്ടെ. അദ്ദേഹത്തോടുകൂടി ഒന്നാലോചിച്ചിട്ടു മതി തീരുമാനം.'

'തീരുമാനിച്ചുകഴിഞ്ഞതാണ് ഞാൻ. വെറുംവാക്കുകൾ ഞാൻ പറയാറില്ല' പിന്നീട് എന്റെ നേരെ നോക്കി:

'ഭീമസേനൻ രാജ്യം ഭരിക്കട്ടെ.'

ഞാൻ വീർപ്പടക്കി.

'ഈ ഭീമന്റെ കൈകൾകൊണ്ടാണ് കൗരവർ മരിച്ചത്. ക്ഷത്രിയനിയമമനുസരിച്ച് യുദ്ധം ജയിച്ചവനുള്ളതാണ് സിംഹാസനം. ഭരിക്കാൻ സർവ്വഥാ അർഹനാണ് ഭീമസേനൻ.'

സംസാരിക്കാതിരുന്നാൽ ശരിയല്ല എന്നു തോന്നി ഞാൻ പറഞ്ഞു: 'ജയിക്കുന്നതു രാജാവാണ്. കാട്ടിൽ കഴിയുമ്പോഴും അങ്ങ് രാജാവായിരുന്നു. ജ്യേഷ്ഠന്റെ രാജ്യാവകാശം തിരിച്ചുകിട്ടാനായിരുന്നു ഇക്കഴിഞ്ഞ മഹായുദ്ധം. പാഞ്ചാലിയുടെ കെട്ടഴിഞ്ഞ മുടിക്കു വേണ്ടിയല്ല. അതും കേട്ടു; മാഗധരുടെ ഒരു ഫലിതം!'

എന്റെ അനുവാദം കിട്ടിയാൽ വിദുരരെ വിളിച്ച് അഭിഷേകത്തിന്റെ ഒരുക്കങ്ങൾ ചെയ്യാമെന്നു പറഞ്ഞ് അദ്ദേഹം എഴുന്നേറ്റു നടന്നു.

ഞങ്ങൾ പിന്നെയും അവിടെ നിന്നു.

അർജ്ജുനൻ പറഞ്ഞു: 'ധൃതരാഷ്ട്രൻ ഒഴിഞ്ഞുകൊടുത്ത സിംഹാസനത്തിലാണ് പാണ്ഡുമഹാരാജാവ് ഇരുന്നത്. പാരമ്പര്യത്തിനു ചേർന്നതുതന്നെയാണ് ജ്യേഷ്ഠൻ പറഞ്ഞത്. രാജാവാകണം.

സഹദേവൻ ആഹ്ലാദത്തോടെ പറഞ്ഞു: 'പറയൂ, സമ്മതമെന്നു പ്രഖ്യാപിക്കൂ!'

നകുലനും അതുതന്നെ പറയുന്നു.

'ഇതിലെന്താണിനിയും ഇത്ര ആലോചിക്കാൻ?' അർജ്ജുനൻ ചോദിച്ചു.

ഞാൻ പറഞ്ഞു: 'കുറച്ചു സമയം തരൂ. മനസ്സ് സ്വസ്ഥമാവട്ടെ.'

ഞാൻ തനിച്ചാവട്ടെ എന്നു കരുതി അവർ അകത്തേക്കു പോയി. മണ്ഡപത്തിൽനിന്നു ഞാൻ പുറത്തുകടന്ന് ഇടനാഴിയിലൂടെ അകത്തെ ചതുരാങ്കണത്തിലേക്കിറങ്ങി. ചെടികൾ കരിഞ്ഞുനില്ക്കുന്ന ഉദ്യാനം. അതിനപ്പുറത്ത് ബാല്യത്തിൽ ഞങ്ങൾ പാർത്ത ശയ്യാഗൃഹങ്ങൾ കടന്ന് ഇടവാതിലിലൂടെ ഒഴിഞ്ഞ ആനപ്പന്തിക്കടുത്തെത്തി. ഞാൻ നിന്നു.

വൃകോദരൻ ഹസ്തിനപുരത്തിലെ രാജാവ്? എനിക്കു ചിരിക്കണമെന്നു തോന്നി. ഫലിതം പറയേണ്ടവർ ആരും ഇന്നു ജീവിച്ചിരിക്കുന്നില്ല. വന്ന വഴികളിലൂടെ വീണ്ടും നടന്നു. വാടിക്കരിഞ്ഞ ചെടിപ്പടർപ്പുകൾ നോക്കി ആഘോഷത്തെപ്പറ്റി ഞാനാലോചിച്ചു. എന്റെ സ്വന്തം സുഹൃത്തുക്കളായി വളരെപ്പേർ വരാനില്ല. പ്രത്യേകദൂതന്മാരെ എവിടേയ്ക്കെല്ലാം നേരത്തെ അയയ്ക്കണമെന്ന് ഉടനെ തീരുമാനിക്കേണ്ടി വരും. സാത്യകി, സേനേശൻ....

അപ്പോൾ, അന്തഃപുരക്കെട്ടിന്റെ വാതില്ക്കൽ നിഴല്പാടിൽ ഒരു സ്ത്രീ രൂപം ഞാൻ അവ്യക്തമായി കണ്ടു. പെട്ടെന്ന് ഞാൻ നടുങ്ങി. ചെമ്പഴുക്ക നിറമുള്ള സുന്ദരി.... ഇറങ്ങിവന്നപ്പോൾ ആശ്വസിച്ചു. ലഘുവായി ചിരിച്ചു. അല്ല, ദ്രൗപദിയാണ്.

അടുത്തെത്തിയ ദ്രൗപദി പതിവിനു വിപരീതമായി വന്ദിച്ചു. യുധിഷ്ഠിരന്റെ മുമ്പിലെത്തുമ്പോൾ മാത്രമേ അവൾ ആചാരങ്ങളും ഉപചാരങ്ങളും പാലിക്കാറുള്ളു.

അസ്തമയം കണ്ട നീലത്താമരയുടെ നിശ്ശബ്ദത മുഖത്ത്.

'അഭിഷേകത്തിന്റെ ദിവസം നിശ്ചയിക്കുകയായി.' ഞാൻ പറഞ്ഞു.

'നിശ്ചയിച്ചോ?'

'ജ്യേഷ്ഠൻ ചില തീരുമാനങ്ങളെടുത്തിട്ടുണ്ട്. ഞാൻ വാക്കു കൊടുത്തിട്ടില്ല ഇനിയും.'

ആഹ്ലാദം പുറത്തുകാട്ടാതെ ഞാൻ നിസ്സാരഭാവത്തിൽ പറഞ്ഞു:

'അതറിഞ്ഞുതന്നെയാണ് ഞാൻ വന്നത്.'

അവളുടെ ഗൂഢസ്മിതവും അഭിനന്ദനവാക്കുകളും പ്രതീക്ഷിച്ചു നിന്ന ഞാൻ കലങ്ങിയ കണ്ണുകളാണ് കണ്ടത്.

'കാട്ടിലും ദാസ്യപ്പണിയിലുമൊക്കെ കഴിയുമ്പോൾ ഒരിക്കൽ ഇവിടെ വരാമെന്ന് മോഹമുണ്ടായിരുന്നു. അതും ദ്രൗപദിക്കു നിഷേധിക്കുകയാണോ?'

ഞാൻ സ്തബ്ധനായി.

'എനിക്കു വാനപ്രസ്ഥത്തിനു പ്രായമായിട്ടില്ല. മനസ്സും വന്നുകഴിഞ്ഞിട്ടില്ല.'

ജ്യേഷ്ഠൻ വാനവാസത്തിനും സന്ന്യാസത്തിനും പോകുമ്പോൾ—ദ്രൗപദി.... ആലോചിച്ചു. പക്ഷേ, ഞാനുണ്ടല്ലോ ഇവിടെ?

'പണ്ഡിതയല്ലെങ്കിലും നിയമങ്ങളറിയാം. ഒന്നുകിൽ ഞാനദ്ദേഹത്തെ അനുഗമിക്കണം, അല്ലെങ്കിൽ ബലന്ധരയുടെ ഔദാര്യത്തിൽ ഇവിടെ ഏതെങ്കിലും ഒരു കോണിൽ അന്തഃപുരത്തിൽ കഴിയണം.'

ബലന്ധരയുടെ പേർ പെട്ടെന്നു വന്നപ്പോൾ ഞാൻ വിസ്മയിച്ചു.

'ബലന്ധര?'

'ബലന്ധര. അങ്ങ് അഭിഷിക്തനാവുമ്പോൾ രാജ്ഞിയാവുന്നത് ആരാണ്? ബലന്ധരതന്നെ?'

പിന്നെ നിറഞ്ഞ കണ്ണുകൾ തുടച്ച് കാല്ക്കീഴിലെ ഭൂമിയോടു പറഞ്ഞു:

'എന്നും സൈരന്ധ്രിയാവാൻ പിറന്നവളായിരിക്കാം പാഞ്ചാലി!'

ദ്രൗപദി തിരിച്ചുപോയി.

നിഴല്പാടുകളിലെ വെളിച്ചക്കീറുകൾ സന്ധ്യ പെറുക്കിയെടുത്തു. പിന്നെയും ഞാൻ അങ്കണത്തിൽ തനിയെ നിന്നു.

എവിടെനിന്നോ സന്ധ്യാവന്ദനമന്ത്രങ്ങൾ കേട്ടപ്പോൾ ഞാൻ പിന്നീട്

എന്റെ മന്ദിരത്തിലേക്കു നടന്നു.

അവിടെ രണ്ടുപേർ എന്നെ കാത്തുനില്ക്കുന്നു. ശിരസ്സു മറച്ച സ്ത്രീയെ ഞാനാദ്യം കണ്ടില്ല. വിദുരരായിരുന്നു മുമ്പിൽ. അദ്ദേഹത്തിന്റെ പിന്നിൽ നില്ക്കുന്ന സ്ത്രീ അമ്മയായിരുന്നു.

അമ്മ പറഞ്ഞു: 'വാനപ്രസ്ഥത്തിന്റെ കഥ ഞാനും കേട്ടു. ഇളയച്ഛൻ ഉപദേശിച്ചിട്ടും വലിയ മനസ്സുമാറ്റമൊന്നും കണ്ടില്ല.'

ഞാൻ എന്തു ചെയ്യണമെന്നാണ് പറഞ്ഞുകൊണ്ടുവരുന്നത്? വിദുരരാണ് വ്യക്തമാക്കാൻ സഹായിച്ചത്:

'രാജ്യവാസികളാകെ കാത്തിരിക്കുകയാണ്, ധർമ്മജ്ഞനായ യുധിഷ്ഠിരൻ രാജാവാകുന്ന സുദിനം. ഹസ്തിനപുരം ഭരിക്കാൻ പിറന്ന കുമാരനാണദ്ദേഹമെന്ന് അവർക്കൊക്കെ അറിയുന്നതാണല്ലോ.'

അപ്പോൾ എന്റെ വാക്കുകൾ പുറത്തു കേട്ടു:

'ഞാനെന്തു വേണം? അമ്മ കല്പിക്കു.'

അമ്മ പറഞ്ഞു: 'ജ്യേഷ്ഠൻതന്നെ രാജാവാകണം. ധർമ്മശാസ്ത്രവും രാജനീതിയും അറിയാത്ത നീ യോഗ്യനല്ല. അതുകൊണ്ട് തയ്യാറല്ല എന്ന് ഉറപ്പിച്ചു പറയണം. ഇളയച്ഛന്റെ കൂടെ അഭിപ്രായമാണ് ഞാൻ പറയുന്നത്.'

ഞാൻ കുറച്ചിട അകത്തെ നിഗൂഢക്ഷോഭങ്ങളൊതുക്കാൻ വേണ്ടി മൗനം പൂണ്ടു നിന്നു. പിന്നെ ചിരിച്ചു. ആദ്യം ദ്രൗപദി. ഇപ്പോൾ വീണ്ടുമൊരു സ്ത്രീ, അമ്മ.

'ഞാൻ രാജാവോ? വൃകോദരൻ ഹസ്തിനപുരത്തിലെ രാജാവോ? വിഡ്ഢിത്തം!'

ഞാൻ കുറേക്കൂടി ഉച്ചത്തിൽ ചിരിച്ചു.

'ജ്യേഷ്ഠന്റെ ഫലിതം? എന്നും ജ്യേഷ്ഠൻ ഫലിതം പറഞ്ഞിരുന്നത് എന്നോടാണ്. മന്ദൻ രാജാവ്!'

എന്റെ ചിരി വിദുരരുടെ മുഖത്തേക്കും വ്യാപിച്ചു. അദ്ദേഹം ആശ്വാസത്തോടെ നെടുവീർപ്പിട്ടു.

അവർ പോയപ്പോൾ ഞാൻ ചിന്താഭാരംകൊണ്ടു ശയ്യയിൽ ഇരുന്നു. ചിരിക്കാൻ മറന്നു.

ഒരു വിനാഴിക, ഒരു വിനാഴിക മാത്രം, മനസ്സിൽ ഹസ്തിനപുരം ഭരിച്ചു സ്ഥാനത്യാഗംചെയ്ത രാജാവ്. പിന്നീട് ഇരുട്ടിലും ചിരിച്ചു. മഹാബലർ കരയാൻ പാടില്ലല്ലോ.

രണ്ട്

ആർഭാടങ്ങൾ വളരെ ചുരുക്കിയായിരുന്നു യുധിഷ്ഠിരന്റെ അഭിഷേകം നടന്നത്. ആചാരപ്രകാരമുള്ള ദാനങ്ങളെല്ലാം പേരിനുമാത്രം നടത്തി. ഹസ്തിനപുരത്തെ ധനധാന്യശേഖരങ്ങളെല്ലാം യുദ്ധംകൊണ്ടു ക്ഷയിച്ചു കഴിഞ്ഞിരുന്നു. വിദുരരും ബ്രാഹ്മണപുരോഹിതരും പരിവാരജനങ്ങളും ചേർന്നുള്ള രാജാവിന്റെ നഗരപ്രദക്ഷിണത്തിൽ ഞങ്ങൾക്കെല്ലാവർക്കും ചെറിയ ചുമതലകൾ നിർവ്വഹിക്കേണ്ടതുണ്ട്. സേനാപതിക്ക് സ്വർണ്ണം, പ്രധാന രാജപുരോഹിതന് പുറംവെളുത്ത കാള, രാജ്ഞിക്ക് കറവുള്ള പശു, കൊട്ടാരത്തിലെ പ്രധാന ചരിത്രകാരൻ സൂതന് കുതിര, കൊട്ടാരവളപ്പിന്റെ മേൽനോട്ടക്കാരനും സചിവന്മാർക്കും കാളകൾ, രാജാവിന്റെ സാരഥിക്ക്, ഇരട്ടക്കാള, ചതുരംഗക്കാരന് ദന്തനിർമ്മിതമായ കളവും കരുവും, നായാട്ടുമുഖ്യന് വളഞ്ഞ കത്തി, പ്രധാന സന്ദേശവാഹകന് അമ്പും വില്ലും ചുവന്ന തലപ്പാവും— എല്ലാം ശാസ്ത്രമനുസരിച്ച് ദാനം ചെയ്തു. (ഉപേക്ഷിച്ച ഭാര്യയുണ്ടായിരുന്നുവെങ്കിൽ കറുത്ത ഒരു ചാവാലിപ്പശുവിനെയും ദാനം ചെയ്യണം) രാജാവ് തനിക്കുതന്നെ ഒരു വെള്ളക്കാളയെ ദാനംചെയ്യുന്നതോടെ ഈ ചടങ്ങവസാനിക്കുന്നു.

അതു നോക്കിനില്ക്കുമ്പോൾ ഞാൻ ചിന്തിച്ചു: ക്ഷത്രിയനു പഠിക്കാനുള്ള പാഠങ്ങൾ ഒരിക്കലും അവസാനിക്കുന്നില്ല.

മണ്ഡപത്തിൽവച്ച് ഞങ്ങൾ നാലുപേർക്കും യുധിഷ്ഠിരൻ, പുരോഹിതർ മന്ത്രശുദ്ധിവരുത്തിയ വീരഖഡ്ഗങ്ങൾ ദാനം ചെയ്തു. പിന്നെ അഭിഷേകം ആദ്യം കുടുംബത്തിലെ മുതിർന്നവരാണ്. ഗാന്ധാരിയും ധൃതരാ

ഷ്ട്രനും, പിന്നീട് അമ്മയും വിദുരരും. ഋഷിബ്രാഹ്മണരുടെ അഭിഷേകം കഴിഞ്ഞാൽ ഞങ്ങൾ സഹോദരന്മാർ, പിന്നെ ബന്ധുക്കൾ, സേനാപതികൾ, സുഹൃത്തുക്കൾ.

രാജാവിന്റെ തൊട്ടടുത്തുള്ള പീഠത്തിൽ എന്നെയുമിരുത്തി. അതു രണ്ടാമനുള്ള സ്ഥാനമാണ്. യുവരാജാവിന്റേത്. ഒരു പുരോഹിതനും യുധിഷ്ഠിരനും മാത്രമേ എന്റെ ശിരസ്സിൽ അഭിഷേകം നടത്തേണ്ടതുള്ളു. അപ്പുറത്ത് ദ്രൗപദി രാജപത്നിയുടെ സ്ഥാനത്തിരുന്നു. കളഭക്കൂട്ടുകളുടെ സുഗന്ധവും പട്ടുടയാടയുടെ തിളക്കവും ഞാൻ ശ്രദ്ധിച്ചു. അവൾ സംതൃപ്തയാണ്. മരിച്ച മക്കളുടെ ഓർമ്മകൾ ഇപ്പോൾ ദ്രൗപദിയെ അസ്വസ്ഥയാക്കുന്നില്ല.

കൃഷ്ണനും സാത്യകിയും മാത്രമുണ്ട് അഭിഷേകം കാണാനെത്തിയ അതിഥികളിൽ മുഖ്യരെന്നു പറയാൻ. സേനേശനെ ഞങ്ങൾ പ്രതീക്ഷിച്ചിരുന്നു. എന്തുകൊണ്ടോ അദ്ദേഹം വന്നില്ല. സചിവൻവശം സമ്മാനങ്ങളയച്ചു.

രാജാങ്കണത്തിൽ നഗരപ്രമുഖരും അവർക്കു പിന്നിലായി ദാസീദാസന്മാരും അഭിഷേകം കാണാൻ നിന്നു.

അഭിഷേകം കഴിഞ്ഞ ഉടനെ രാജാവിന്റെ വിളംബരങ്ങളാണ്. മൃഗങ്ങളുടെ ഭാരം കുറയ്ക്കുവാൻ അദ്ദേഹം കല്പിച്ചു. തടവിൽ കിടക്കുന്നവരെ വിട്ടയയ്ക്കാനും മരണദണ്ഡനയിലുള്ളവർക്ക് ഇളവുകൾ ചെയ്യാനും ആചാരമനുസരിച്ച് അദ്ദേഹം പറഞ്ഞില്ല. ദുര്യോധനൻ കാരാഗൃഹങ്ങളിലെ ആളുകളെക്കൂടി അവസാനദിവസം ആയുധം കൊടുത്തു കുരുക്ഷേത്രത്തിലേക്കയച്ചിരുന്നു. ഞങ്ങൾ യുദ്ധം മറന്നുതുടങ്ങി. അവശേഷിച്ച ശത്രുവെപ്പറ്റിയും ഞാൻ അധികം ചിന്തിക്കാതായി.

യുധിഷ്ഠിരന്റെ വാഴ്ച തുടങ്ങിയപ്പോൾ ധൃതരാഷ്ട്രർ ഇരുപ്പ് ദ്യൂതസഭയിലേക്കു മാറ്റി.

ഒഴിഞ്ഞ കലവറകൾ നിറയ്ക്കുവാനുള്ള വഴികൾ ആലോചിക്കാൻ യുധിഷ്ഠിരൻ വിളിച്ച് ഞങ്ങൾ ഒത്തുകൂടിയപ്പോൾ സഹദേവൻ രാജ്യത്തിന്റെ സ്ഥിതി വിവരിച്ചു. മഴപെയ്യാതെ വരണ്ട പാടങ്ങൾ, വാണിഭം കുറഞ്ഞ കമ്പോളം, ഒഴിഞ്ഞ ഗോശാലകൾ. ചുങ്കം കൂട്ടാനും കലവറ നിറയ്ക്കാനും ചെയ്യേണ്ട കാര്യങ്ങളെപ്പറ്റി സഹദേവൻ പല നിർദ്ദേശങ്ങളും പറഞ്ഞു. എല്ലാംകേട്ടശേഷം യുധിഷ്ഠിരൻ കുറച്ചിട മിണ്ടാതിരുന്നു.

'വലിയച്ഛനും ഗാന്ധാരിവല്യമ്മയ്ക്കും മരിച്ചവരുടെ സദ്ഗതിക്കായി ദാനധർമ്മങ്ങളും ക്രിയകളും നടത്താനാഗ്രഹമുണ്ട്. അതിനു വഴി കാണണം.'

വലിയച്ഛൻ പറഞ്ഞതനുസരിച്ച്, ആയിരം ബ്രാഹ്മണർക്കു പശുക്കൾ, ധനം, ഹോമച്ചെലവുകൾ വേറെ. സഹദേവൻ കണക്കുകൂട്ടി.

പ്രതിഷേധം എല്ലാവരുടെ മനസ്സിലും തോന്നി. ഞാൻ മാത്രം തുറന്നു പറഞ്ഞു:

'യുദ്ധം കഴിഞ്ഞ ഹസ്തിനപുരം ഇപ്പോൾ ദരിദ്രമാണ്. അതറിയില്ലേ വലിയച്ഛന്?'

അതും കഴിഞ്ഞ് വനത്തിൽപ്പോയി തപം ചെയ്യാനാണ് വലിയച്ഛൻ ആഗ്രഹിക്കുന്നതത്രെ.

'ഇവിടെ ഇരുന്നാൽ ശാന്തി കിട്ടില്ലെന്ന് അദ്ദേഹം പറഞ്ഞു. പോരാത്തത് ആരൊക്കെയോ പരിഹസിക്കുന്നുമുണ്ടത്രെ.'

എല്ലാവരും എന്നെ നോക്കി. ഞാൻ വിശദീകരിക്കാനൊന്നും ഭാവിച്ചില്ല. ഞങ്ങൾ തമ്മിൽ ഒരിക്കലേ കുറച്ചു വാക്കുകൾ കൈമാറിയിട്ടുള്ളു.

'ഉണ്ണീ, യുദ്ധത്തിൽ കൊല്ലുന്നത് പതിവാണ്. ആരെങ്കിലും ചോരകുടിക്കാറുണ്ടോ?' എന്നദ്ദേഹം ഒരിക്കൽ ചോദിച്ചു.

'കേട്ടതു വിശ്വസിക്കാനാവുന്നില്ല.'

വലിയമ്മയും അപ്പോൾ അടുത്തുണ്ടായിരുന്നു.

'ചുണ്ടു നനഞ്ഞപ്പോൾ ദുശ്ശാസനന്റെ ചോരയുടെ രുചി ഇഷ്ടമായില്ല... അതുകൊണ്ട് കുടിച്ചില്ല വലിയച്ഛാ!'

വിനയത്തോടെ ഞാൻ ഉത്തരവും കൊടുത്തു. അത്രയേ നടന്നിട്ടുള്ളു. സത്യമാണ് പറഞ്ഞത്. ചുണ്ടു നനഞ്ഞതേയുള്ളു.

അദ്ദേഹം കൊട്ടാരത്തിലിരിക്കുന്ന കാലത്തോളം യുദ്ധത്തിന്റെ കെടുതികൾ ഞങ്ങൾ ഓർമ്മിച്ചുകൊണ്ടേയിരിക്കും.... അതുകൊണ്ട് 'വൃദ്ധജനങ്ങളുടെ അവസാനത്തെ അപേക്ഷ, സ്വീകരിക്കാൻതന്നെ ഞാനും അനുകൂലിച്ചു.

ദാനങ്ങളും പൂജകളും കഴിഞ്ഞ് വൃദ്ധദമ്പതികൾ വനയാത്രയ്ക്ക് ഒരുങ്ങുമ്പോൾ വിദുരരും അവരെ അനുഗമിക്കാൻ നിശ്ചയിച്ച വിവരമറിഞ്ഞു. ഞാൻ അത്ഭുതപ്പെട്ടില്ല. അദ്ദേഹം മുമ്പേ ഗാർഹസ്ഥ്യത്തിൽ നിന്നു വിരമിച്ചതാണ്. അഭിഷേകത്തിന്റെ മേൽനോട്ടംകൂടി കഴിഞ്ഞപ്പോൾ അദ്ദേഹത്തിനു കൊട്ടാരത്തിൽ ഒന്നും ചെയ്യാനുമില്ല.

ധൃതരാഷ്ട്രന്റെ അനുയാത്ര ആഘോഷമായിത്തന്നെ നടത്താൻ ഞങ്ങൾ നിശ്ചയിച്ചു. പഴയ ഭൃത്യന്മാരും കുറെ വൃദ്ധബ്രാഹ്മണരും കൊട്ടാരവാതില്ക്കൽ രാജാവിന്റെ യാത്ര കാണാൻ നിന്നു. അങ്കണത്തിൽ തേരുകൾ ഒരുങ്ങിയപ്പോൾ യുധിഷ്ഠിരൻ പരിഭ്രാന്തനായി വന്നു പറഞ്ഞു: 'അവരുടെ കൂടെ അമ്മയും കാട്ടിൽപ്പോകുന്നു! ഇതെന്തു കഥ?'

സഹദേവൻ ഉടനെ അമ്മയുടെ അടുത്തേക്കോടി. തിരിച്ചുവന്ന് അയാൾ പറഞ്ഞു: 'ഞാൻ പലതും പറഞ്ഞുനോക്കി. ഉറച്ച തീരുമാനത്തിലാണ് അമ്മ. രാജമാതാവായിരിക്കേണ്ട സമയത്ത് വനവാസം! അവരാണിനി അമ്മയും അച്ഛനും. അവരെ ശുശ്രൂഷിച്ചു കാട്ടിൽ കഴിയാൻ നിശ്ചയിച്ചുവത്രെ!'

'ഇടയ്ക്കിടയ്ക്കു നമ്മെ അദ്ഭുതപ്പെടുത്തുന്നതായിരിക്കും അമ്മയുടെ പ്രിയപ്പെട്ട വിനോദം!'

അർജ്ജുനൻ ക്രൂരമായി മന്ദഹസിച്ചു. അപേക്ഷിക്കാനോ നിർബന്ധി ക്കാനോ അയാൾ ഒരുക്കമില്ല.

സഹദേവനുശേഷം നകുലനും അമ്മയെ നിർബ്ബന്ധിച്ചു നോക്കി. ഫല മുണ്ടായില്ല. അവസാനമാണ് ഞാനെത്തിയത്. എല്ലാ സൗകര്യങ്ങളും സൗഭാ ഗ്യങ്ങളും അനുഭവിച്ചു കൊട്ടാരത്തിലിരിക്കേണ്ട സമയത്താണല്ലോ അമ്മ യ്ക്കിതു തോന്നുന്നത് എന്നു ഞാൻ പരിതപിച്ചു.

'ഞങ്ങൾ തളർന്നു തീരുമാനമെടുക്കാതെ നിന്നപ്പോൾ യുദ്ധം ചെയ്യാൻ പ്രേരിപ്പിച്ചത് അമ്മയല്ലേ? വനവാസം മതിയായിരുന്നെങ്കിൽ അന്നേ ഞങ്ങ ളുടെകൂടെ കാട്ടിൽ കഴിയാമായിരുന്നല്ലോ? എന്തിനു പിന്നെ ഞങ്ങൾ യുദ്ധം ചെയ്തു? ചോരപ്പുഴയൊഴുക്കി? വിധവകളുടെ എണ്ണം കൂട്ടി?

'നിങ്ങൾക്കു തേജസ്സുണ്ടാവണമെന്നു മാത്രമായിരുന്നു ആഗ്രഹം. സ്വധർമ്മത്തിൽ മരിച്ചാൽ ശ്രേയസ്സുണ്ടാവും. ഇനി ഭരണം നിങ്ങളുടെ ധർമ്മം. ഈ വൃദ്ധജനങ്ങളെ പരിചരിക്കലാണ് ഇപ്പോൾ എന്റെ ധർമ്മം. ആരും ദുഃഖിക്കേണ്ടതില്ല.'

പിന്നെ അമ്മയോടു വാദിച്ചിട്ടു കാര്യമില്ല.

ധൃതരാഷ്ട്രരെ വിദുരർ കൈപിടിച്ചു തേരിലേക്കു കയറ്റി. അദ്ദേഹത്തിന്റെ കൂടെ വിദുരരിരുന്നു. രണ്ടാമത്തെ തേരിൽ വലിയമ്മയോടൊപ്പം അമ്മയും കയറി. മുമ്പിലും പിമ്പിലുമായി ഞങ്ങൾ അവരോടൊപ്പം സഞ്ചരിച്ചു.

വനമദ്ധ്യത്തിൽ തേരുകൾ നിർത്തി എല്ലാവരും ഇറങ്ങിയപ്പോൾ അമ്മ ഞങ്ങളുടെ സമീപത്തേക്കു വന്നു.

'സ്വധർമ്മം പാലിക്കുക. നിങ്ങൾക്കു ശ്രേയസ്സുണ്ടാവട്ടെ!' അമ്മ അതു മാത്രം പറഞ്ഞ് ഗാന്ധാരിയുടെയും വലിയച്ഛന്റെയും ഒപ്പമെത്താൻ നടന്നു.

വിശ്വസിക്കാനാവാത്ത ഒരു മനോവിഭ്രമംപോലെ തോന്നി അമ്മയുടെ വനയാത്ര.

കൊട്ടാരത്തിൽ തിരിച്ചെത്തിയശേഷം ഞങ്ങളെല്ലാം യുദ്ധം കഴിഞ്ഞെ ത്തിയ രാത്രിയിലേക്കാൾ നിശ്ശബ്ദരായിരുന്നു. യുധിഷ്ഠിരനാണ് ഏറ്റവും കൂടുതൽ അസ്വസ്ഥത.

ദിവസങ്ങൾ കഴിഞ്ഞപ്പോൾ കാട്ടിൽനിന്ന് ഒരു സന്ന്യാസി വന്നു. ആകാം ക്ഷയോടെ ഞങ്ങൾ വനത്തിൽ കഴിയുന്നവരുടെ ക്ഷേമകാര്യങ്ങൾ അന്വേഷിച്ചു. അവർക്കു സുഖമാണ്. മുനിമാരുടെ ആതിഥ്യവും ധർമ്മോ പദേശങ്ങളും സ്വീകരിച്ച് അവർ ശാന്തരായിരിക്കുന്നു. വിദുരർ ഭക്ഷണം വെടിഞ്ഞ് തപം ചെയ്തു യോഗനിദ്രയിൽ ജീവത്യാഗം ചെയ്യാൻ പോവു കയാണ്. എല്ലാ ധർമ്മാത്മാക്കളും സ്വീകരിക്കാറുള്ള അന്ത്യം.

യുധിഷ്ഠിരൻ ആലോചിച്ചു:

'അമ്മയും മറ്റും എങ്ങനെ കഴിയുന്നു എന്നു നേരിട്ടു പോയി അന്വേഷി ച്ചാലോ?'

അമ്മയോട് തിരിച്ചുവരാൻ ഒരിക്കൽക്കൂടി അപേക്ഷിക്കാമെന്നു തോന്നുന്നുണ്ട് സഹദേവന്.

യുധിഷ്ഠിരൻ വിഷാദത്തോടെ പറഞ്ഞു:

'കുറ്റപ്പെടുത്തി ഞാനെന്തൊക്കെയോ പറഞ്ഞിട്ടുണ്ട്. വീണ്ടും മാപ്പു പറയാൻ ഒരുക്കമാണ്.'

അമ്മ തിരിച്ചുവരില്ല എന്ന് എനിക്കുറപ്പുണ്ടായിരുന്നു. എങ്കിലും ഞാനും ജ്യേഷ്ഠനെ അനുഗമിച്ചു.

ശതയൂപാശ്രമത്തിലായിരുന്നു അമ്മയും മറ്റും എന്നു വഴികാട്ടി പറഞ്ഞു. മധ്യാഹ്നത്തിനുശേഷമാണ് ഞങ്ങൾ അവിടെ എത്തുന്നത്. മഹർഷിമാരുടെ കൂട്ടത്തിൽ പിതാമഹൻ കൃഷ്ണദ്വൈപായനനുമുണ്ട്. അദ്ദേഹം ഒരു വേദപാഠം വിശദീകരിക്കുകയായിരുന്നു.

വീണ്ടും ക്ഷേമമന്വേഷിക്കാനെത്തിയ ഞങ്ങളോട് ധൃതരാഷ്ട്രർ സന്തോഷവും കൃതജ്ഞതയുമറിയിച്ചു. അമ്മ ഗാന്ധാരിയുടെ സമീപമിരുന്ന് ഞങ്ങളെ നോക്കി മന്ദഹസിച്ചു. ഒന്നും സംസാരിച്ചില്ല.

യുധിഷ്ഠിരൻ അന്വേഷിച്ചു: 'ഇളയച്ഛൻ വിദുരരെവിടെ?'

മേലാകെ ചാരം പൂശി അദ്ദേഹം വികൃതവേഷത്തിൽ കാട്ടിൽ ധ്യാനത്തോടെ അലയുകയാണെന്ന് ഋഷിമാർ പറഞ്ഞു.

അദ്ദേഹത്തെയും കണ്ടു വന്ദിച്ചു പോകാമെന്നു നിശ്ചയിച്ച് യുധിഷ്ഠിരൻ കാട്ടിലേക്കു പുറപ്പെട്ടു. അദ്ദേഹത്തിനു വഴിയൊരുക്കിക്കൊണ്ടു ഞാൻ മുമ്പിൽ നടന്നു.

വഴിക്കു കണ്ട ഒരു ഋഷികുമാരൻ പറഞ്ഞു:

'രണ്ടുദിവസം മുമ്പ് കണ്ടിരുന്നു, ആ അശ്വത്ഥത്തിന്റെ ചുവട്ടിൽ.'

ദൂരെ നില്ക്കുന്ന ഒരു വൃക്ഷത്തിന്റെ ശിഖരം അയാൾ ചൂണ്ടിക്കാണിച്ചു.

അശ്വത്ഥത്തിന്റെ ചുവട്ടിൽ അപ്പോഴും വിദുരർ കിടക്കുന്നുണ്ട്. ഭസ്മം പൂശിയ ശരീരം വെറും അസ്ഥികൂടംപോലെ ശോഷിച്ചിരിക്കുന്നു. നിശ്ചലനായി കിടക്കുന്ന അദ്ദേഹം ഇലകൾ ചവിട്ടുന്ന ശബ്ദം കേട്ടു പതുക്കെ കണ്ണു തുറന്നു. ഞങ്ങളെ കണ്ടു. അദ്ദേഹം യുധിഷ്ഠിരനെ നോക്കി ക്ഷീണത്തോടെ മന്ദഹസിച്ചു.

മരണം അടുത്തെത്തിയ അവസ്ഥയിലാണ് വിദുരരെന്നു വ്യക്തമായി.

വിദുരർ എന്തോ പറയാൻ ശ്രമിച്ചു. വാക്കുകൾ തെളിഞ്ഞില്ല.

യുധിഷ്ഠിരൻ പറഞ്ഞു: 'സമയമായെന്നു തോന്നുന്നു. ഉണ്ണി കുറച്ചു വെള്ളം കൊണ്ടുവരൂ.'

ഞാൻ ധൃതിയിൽ ഓടി. കുറച്ചു ചുറ്റിത്തിരിഞ്ഞശേഷം ഒരു ജലാശയം കണ്ടെത്തി. ഇലക്കുമ്പിളിൽ വെള്ളവുമായി കഴിയുന്നത്രവേഗം തിരിച്ചെത്തിയപ്പോൾ യുധിഷ്ഠിരൻ വിദുരരുടെ സമീപത്ത് എഴുന്നേറ്റുനില്ക്കുകയാണ്. വെള്ളം അദ്ദേഹം വാങ്ങിയില്ല. അതിനാവശ്യമുണ്ടായില്ല. ഞാൻ

നോക്കുമ്പോൾ വിദുരരുടെ ശ്വാസം നിലച്ചിരിക്കുന്നു.

നിശ്ശബ്ദനായി യുധിഷ്ഠിരൻ നടന്നു. ഞാൻ പിന്നിൽ. ആശ്രമപരിസരം കാണാവുന്നിടത്തെത്തിയപ്പോൾ യുധിഷ്ഠിരൻ നിന്നു നെടുവീർപ്പിട്ടു.

'അദ്ദേഹം പരമപദത്തിൽത്തന്നെ എത്തിയിരിക്കും, ഇപ്പോൾ..... ഒരു സത്യം നിനക്കറിയുമോ ഭീമസേനാ?'

നോക്കിയപ്പോൾ യുധിഷ്ഠിരന്റെ വലിഞ്ഞുമുറുകിയ മുഖത്തെ സംഘർഷം ഞാൻ കണ്ടു.

ജ്യേഷ്ഠൻ പറഞ്ഞു: 'അദ്ദേഹമായിരുന്നു എന്റെ ശരിയായ പിതാവ്!'

അമ്മയുടെ മറ്റൊരു ജീവിതരഹസ്യം കേട്ട് ഞാൻ മൂർച്ഛിച്ചു നിന്നു. എന്റെ അമ്പരപ്പു കണ്ട യുധിഷ്ഠിരൻ പറഞ്ഞു: 'ഇതിനമ്മയെ കുറ്റപ്പെടുത്തേണ്ട കാര്യമില്ല. സന്താനലബ്ധിക്കു ഭ്രാതൃക്ഷേത്രങ്ങളിൽ നിയോഗം നടത്തുന്നത് മുമ്പും ക്ഷത്രിയർക്കു പതിവായിരുന്നുവല്ലോ. ധർമ്മരാജന്റെ അംശമായിരുന്നു വിദുരർ.

ഞാൻ നിശ്ശബ്ദനായി കേട്ടുനിന്നു.

ആശ്രമത്തിലേക്കു പ്രവേശിച്ചപ്പോൾ യുധിഷ്ഠിരൻ കൃഷ്ണദ്വൈപായനനോടു പറഞ്ഞു: 'വിദുരമഹാശയൻ യോഗനിദ്രയിൽ ലയിച്ചു.'

ആചാരമനുസരിച്ച് വിലപിക്കാൻ ധൃതരാഷ്ട്രർ അപ്പോഴും മറന്നില്ല.

ഞാൻ അധൈര്യത്തോടെ, ആശങ്കയോടെ, അമ്മയെ നോക്കി. ആ മുഖത്ത് ഭാവഭേദങ്ങളൊന്നുംതന്നെ കണ്ടില്ല.

സംസ്കാരക്രിയകളെപ്പറ്റി സംശയം ചോദിക്കാൻ യുധിഷ്ഠിരൻ തുനിഞ്ഞപ്പോൾ പിതാമഹൻ പറഞ്ഞു:

'ആവശ്യമില്ല. വിദുരന് വിഷ്ണുപദംതന്നെ. സംസ്കാരക്രിയകൾ മഹായോഗികൾക്ക് ആവശ്യമില്ല. വിദുരൻ എന്റെ പുത്രനായി പിറന്നുവെങ്കിലും ധർമ്മന്റെ അംശമായിരുന്നു. ചൈതന്യം മുഴുവൻ നിനക്കു നൽകിയാണ് അദ്ദേഹം പരലോകം പൂകിയത്.'

വിലപിക്കുന്ന ധൃതരാഷ്ട്രനെ നോക്കി കൃഷ്ണദ്വൈപായനൻ പറഞ്ഞു: 'ധർമ്മൻതന്നെ വിദുരൻ. ആ വിദുരൻതന്നെയാണ് ഈ നില്ക്കുന്ന പാണ്ഡവൻ, യുധിഷ്ഠിരൻ. ദാസനെപ്പോലെ യുധിഷ്ഠിരൻതന്നെ മുമ്പിൽ നില്ക്കേ, ദുഃഖിക്കാനെന്തുണ്ട്?'

യുധിഷ്ഠിരൻ മടങ്ങിപ്പോകുമ്പോൾ തേരേറുന്നതുവരെ ഞാൻ കൂടെ നടന്നു. പിന്നെ വീണ്ടും കാട്ടിലേക്കു തിരിച്ചു. അപ്പോൾ കൃഷ്ണദ്വൈപായനനും ഋഷിമാരും വരുന്നതു കണ്ടു. അവരെ കാണാതിരിക്കാൻ ഞാൻ വഴി മാറിവച്ചു.

അശ്വത്ഥാമാവിനെ കൊല്ലാതെ വിട്ടയയ്ക്കാൻ അർജ്ജുനനെ നിർബ്ബന്ധിച്ചത് അദ്ദേഹമാണ്. തന്റെ വംശത്തിന്റെ അവസാനത്തെ കുരുന്നുമൊട്ടുകളെ കൊലചെയ്തവനോടു ദയകാട്ടാൻ പറഞ്ഞത് എനിക്കു മഹത്ത്വ

മായി കാണാൻ കഴിഞ്ഞില്ല. അദ്ദേഹത്തെ കാണുമ്പോഴൊക്കെ അതാണെനിക്ക് ഓർമ്മ വരുന്നത്.

കുരുവംശത്തിന്റെ നീതിബോധങ്ങൾ എനിക്കു മനസ്സിലാവുന്നതിലും അപ്പുറത്തെവിടെയോ ആണ്.

ആശ്രമപരിസരത്തുനിന്നകന്ന് കാട്ടിൽ ഞാൻ അലഞ്ഞുനടന്നു. ധർമ്മൻ തന്നെ വിദുരൻ, വിദുരൻതന്നെ പാണ്ഡവൻ— പിതാമഹന്റെ വാക്കുകൾ.

അപ്പോൾ ഞാനാരാണ്?

എന്റെ കാലടികളിൽ വരണ്ട കുശപ്പുല്ലുകൾ ഞെരിഞ്ഞു. കാറ്റിൽ ഇലകൊഴിഞ്ഞ വൃക്ഷക്കൊമ്പുകൾ വിറച്ചു. കാറ്റിന് എന്നോടെന്തെങ്കിലും പറയാനുണ്ടോ?

ഞാനാരാണ്?

വറ്റിത്തീരാറായ ജലാശയത്തിന്റെ വക്കിൽ ഞാൻ ഇരുന്നു. പിന്നെ ഇലകൊഴിഞ്ഞ ചില്ലകൾക്കിടയിലൂടെ ശരത്കാലമേഘങ്ങൾ ഒഴുകുന്ന ആകാശത്തിൽ നോക്കിക്കിടന്നു. ആരുമില്ലെന്നു കരുതി വെള്ളം കുടിക്കാനെത്തിയ ഒരു കൃഷ്ണമൃഗം ചുറ്റിനടന്ന് എന്റെ സമീപമെത്തി. പിന്നെ കുളമ്പടിച്ച് കാട്ടിൽ ഓടിമറഞ്ഞു. വീണ്ടും നിശ്ശബ്ദത ചുറ്റും.

കരിയിലകളിലെ കാലൊച്ചകൾ കേട്ടു. കൈയിൽ ഒരു ചമതക്കെട്ടുമായി വന്നു അമ്മ.

അസ്വസ്ഥമായ എന്റെ മുഖത്തു നോക്കി അമ്മ പറഞ്ഞു: 'തിരിച്ചു പോകൂ.'

ഞാൻ മുന്നിൽ നിന്നു. എന്തുകൊണ്ടോ എന്റെ ശബ്ദം കർക്കശമായി:

'ഞാനാരാണ്? ഇപ്പോഴെങ്കിലും ഒന്നു പറഞ്ഞുതരൂ. ഇനിയും തെറ്റുകൾ പറ്റാതിരിക്കാൻ. സൂതപുത്രനെന്ന് സ്വന്തം ജ്യേഷ്ഠനെ അപഹസിക്കേണ്ടിവന്ന ദുഃഖം ഇപ്പോഴും എന്റെ മനസ്സിലുണ്ട്.'

അമ്മ എന്റെ മുഖത്തു തീക്ഷ്ണമായി നോക്കി. എന്നിട്ട് പതുക്കെ പറഞ്ഞു:

'സൂതപുത്രൻതന്നെ കർണ്ണൻ. കുന്തീഭോജന്റെ സൂതൻ സുന്ദരനായിരുന്നു. വീരനായിരുന്നു. മഹർഷിമാരുടെ ദാസ്യപ്പണിക്കിടയിൽ അല്പം കനിവു കാട്ടിയത് ആ സൂതൻ മാത്രമായിരുന്നു.'

അമ്മയുടെ മുഖം ഇരുണ്ടിരുണ്ടുവന്നു. നെറ്റിയിൽ വിയർപ്പുപൊടിയുന്നത് എനിക്കു കാണാം.

ഞാൻ വീണ്ടും ചോദിച്ചു:

'ഞാനാരാണ്?'

പിന്നെ ആ മുഖത്ത് തളർച്ചയും ദൈന്യവും ഞാൻ കണ്ടു. എന്റെ കണ്ണുകളെ നേരിടാനുള്ള കരുത്തിനു കാത്തു നിന്നു.

'ജ്ഞാനിയാവാനുള്ള മകനെ കിട്ടാൻ ഞാൻ വിദുരനെ സ്വീകരിച്ചു.

പത്നിമാർ ബീജം ഏറ്റുവാങ്ങേണ്ട വെറും ഗർഭപാത്രങ്ങളാണല്ലോ ക്ഷത്രിയർക്ക്. ജ്ഞാനിക്കായി വിദുരർ.'

അമ്മ മന്ദഹസിക്കാൻ തുടങ്ങുന്നു എന്നുകൂടി അപ്പോൾ എനിക്കു തോന്നി. എന്റെ ചോദ്യത്തിന് ഉത്തരമായില്ല. അതമ്മയ്ക്കറിയാം.

'പിന്നെ രാജാവിനു വേണ്ടതു ശക്തനെയായിരുന്നു. വായുദേവനെപ്പോലെ ശക്തൻ! കൈയൂക്കുള്ളവൻ. ഞാൻ അനുസരണയോടെ പ്രാർത്ഥിച്ചു.'

'എന്നിട്ട്.....?'

അമ്മ വരണ്ട പുല്ക്കൊടികളിൽ നോക്കി മുഖം താഴ്ത്തി.

'അതാരായിരുന്നു?'

അപ്പോൾ അമ്മ എന്റെ ശബ്ദം കേട്ടു ഞെട്ടിത്തെറിച്ചപോലെ മുഖമുയർത്തി. അവിടെ രോഷത്തിന്റെ ചെന്തീനാളങ്ങൾ പടർന്നുകയറുന്നത് ഞാൻ കണ്ടു.

അമ്മ പിറുപിറുത്തു:

'കൊടുംകാട്ടിൽനിന്നദ്ദേഹം കയറിവന്നു. ചങ്ങലയഴിഞ്ഞ ചണ്ഡമാരുതനെപ്പോലെ. പേരറിയാത്ത ഒരു കാട്ടാളൻ.'

അമ്മ തിരിച്ചുനടന്നതും ഇരുട്ടു താഴെയിറങ്ങി കാടിന്റെ ശൂന്യതയിൽ മേയാൻ തുടങ്ങിയതും ഞാനറിഞ്ഞില്ല.

ഇരുണ്ട വൃക്ഷത്തലപ്പുകളെ വിറപ്പിച്ചു ദേവൻ കയറൂരിവിട്ട ഒരു കാറ്റു കടന്നുപോകുമ്പോൾ ഞാൻ സന്ദേശത്തിനായി വെമ്പലോടെ ചെവിയോർത്തു. കാറ്റു പൊട്ടിച്ചിരിച്ചു.

കാടിന്റെ അതിർത്തിയിലെ വെളിച്ചം നോക്കിക്കൊണ്ടു പിന്നെ ഞാൻ നടന്നു.

തോഴരേ, മഹാപ്രസ്ഥാനത്തിനുള്ള സമയമായിരിക്കുന്നു. കാട്ടുതീയിൽപ്പെട്ട് വൃദ്ധജനങ്ങൾ മരിച്ചത് നിങ്ങൾക്കറിവുള്ളതാണല്ലോ.

സുഭദ്രയും ഉത്തരയിൽ അഭിമന്യുവിനു പിറന്ന മകൻ പരീക്ഷിത്തും മാത്രമുള്ള ഒരു കൊട്ടാരത്തിന്റെ മേൽനോട്ടം യുയുത്സുവിന് ഏല്പിച്ചു കഴിഞ്ഞു. കത്തിയ ഖാണ്ഡവം വീണ്ടും വളർന്ന് ഇന്ദ്രപ്രസ്ഥത്തെ മൂടിത്തുടങ്ങി. ഉലൂപിയും ചിത്രാംഗദയും പിതൃഗൃഹങ്ങളിലേക്കു പോയിക്കഴിഞ്ഞു. അവസാനം യാത്രപറഞ്ഞ ബലന്ധരയെ കയറ്റിയ രഥം കാശിയിലേക്കു പുറപ്പെട്ട ശബ്ദമാണിപ്പോൾ കേട്ടത്.

വിശോകനോടും ഞാൻ യാത്ര പറഞ്ഞുകഴിഞ്ഞു. തോഴരേ, നിങ്ങളുടെ പൗത്രരും പിന്നെ അവരുടെ പൗത്രരും കുരുക്ഷേത്രത്തിന്റെ ഗാഥകൾ, പരീക്ഷിത്തിന്റെ പിന്മുറക്കാർക്കുവേണ്ടി അഗ്നികുണ്ഡങ്ങൾക്കു ചുറ്റുമിരുന്നു പാടും. അപ്പോൾ അവരുടെ വശ്യവചസ്സുകളിൽ ഞാനാരാവുമെന്ന് എനിക്കറിയില്ല. വലിയ വയറും വലിയ വായുമുള്ള ദുര്യോധനമണ്ഡപ

ത്തിലെ പ്രതിമയുടെ രൂപത്തിൽ, ശ്രോതാക്കളുടെ മുമ്പിൽ എന്റെ ചിത്രം തെളിഞ്ഞ് അവർ ചിലപ്പോൾ ചിരിച്ചേക്കാം. അല്ലെങ്കിൽ പതിനായിരം മദ ഗജങ്ങളുടെ ശക്തിയോടെ, ആകാശത്തു ശിരസ്സു, ഭൂമിയിൽ പാദങ്ങളുമായി നില്ക്കുന്ന ഘോരരൂപം കണ്ട് അവർ നടുങ്ങിയേക്കാം. എന്തായാലും അവർ ഗാഥകൾ തുടരട്ടെ.

മഹാപ്രസ്ഥാനത്തിനൊരുങ്ങിയ നാൽവരും ഉറങ്ങിക്കഴിഞ്ഞു. ദ്രൗപ ദിയും. ഭീമസേനന്റെ കഥ ഇവിടെ അവസാനിക്കുന്നില്ല.

കഥകൾ ഒരിക്കലും അവസാനിക്കുന്നില്ലെന്ന്, സൂതരേ, നിങ്ങൾ പറ യാറുള്ളതുപോലെ.

യാത്രാമംഗളം, തോഴരേ, നിങ്ങൾക്കും എനിക്കും!

മൂന്ന്

ഭീമൻ മന്ദഹസിച്ചു. പിന്നെ ദ്രൗപദിയുടെ നെറ്റിത്തടം തഴുകി. ദ്രൗപദി ഒരിക്കൽക്കൂടി കണ്ണുകൾ തുറന്നടച്ചു. ശരീരം നിശ്ചലമായി. വിയർപ്പിൽ മുങ്ങിയ ശിരസ്സ് അയാൾ താഴെ വച്ചു. ഇപ്പോൾ താമരപ്പൂവിന്റെ സുഗന്ധമില്ല. മനുഷ്യവിയർപ്പിന്റെ മണം.

ഭീമൻ എഴുന്നേറ്റു.

മുമ്പേ നടന്നുപോയവർ അകലെയെത്തിക്കഴിഞ്ഞു. മഹാമേരുവിൽ എവിടെയോ, വീഴാത്തവരെ സ്വീകരിക്കാൻ ദേവരഥം ഒരുങ്ങിനില്ക്കുകയാവും.

ഗിരിനിരകൾ നോക്കിക്കൊണ്ടു പിന്നെയും ഭീമൻ സംശയിച്ചു. താഴെ മലയിടുക്കിൽ കാടിന്റെ പച്ചത്തലപ്പുകൾ കണ്ടു.

വീണവരുടെ ആത്മാവുകളും വീരസ്വർഗ്ഗത്തിൽ എത്തിച്ചേരുന്നു. വിശപ്പില്ലാത്ത, വിയർപ്പില്ലാത്ത, പൂക്കൾ വാടാത്ത, സ്വർഗ്ഗം. കാമക്രോധാദികളില്ലാത്തവർക്കുള്ള ലോകം.

ഒഴിഞ്ഞുകിടക്കുകയാണിപ്പോൾ രണ്ടാംപീഠം.

അവിടെ ഇരിക്കാൻ താനാഗ്രഹിക്കുന്നുണ്ടോ?

അല്ല, ഞാൻ ജിതേന്ദ്രിയനല്ല.

വിജനതയിൽനിന്നു വിജനതയിലേക്കു കടക്കുമ്പോഴൊക്കെ തന്റെ കണ്ണുകൾ തേടുന്നുണ്ടായിരുന്നു. അജ്ഞാതവനങ്ങളിൽ അലഞ്ഞു തിരിയുന്ന ശത്രു. അശ്വത്ഥാമാവിന്റെ രൂപം.

ഇല്ല. ഞാൻ ജിതേന്ദ്രിയനായിട്ടില്ല.

വീണുകിടക്കുന്ന ദ്രൗപദി മദ്ധ്യവയസ്സിലും സുന്ദരിയാണെന്നു തോന്നിയ

ഭീമൻ ജിതേന്ദ്രിയനല്ല.

സ്ത്രീയെ പങ്കിടുന്നതിൽ സ്വാർത്ഥതയുടെ രോഷം പുകഞ്ഞുകൊണ്ടിരുന്നതിൽ എന്നും ക്ഷത്രിയനുണ്ടായിരുന്നില്ല. അലറി കാടു കുലുക്കിയ കാട്ടാളനായിരുന്നു മനസ്സിൽ.

അകലത്തെ കാടുകളുടെ പച്ചപ്പിലേക്കു നോക്കിനിന്നപ്പോൾ, നഷ്ടപ്പെട്ട ശക്തി ഒഴുകി തിരിച്ചെത്തുന്നതുപോലെ തോന്നി.

കാട്, ആന മേയുന്ന ഈന്തൽപ്പടർപ്പുകൾ, കാട്ടാടുകളുടെ കൊമ്പുരഞ്ഞു തീപാറുന്ന ശിലാശൃംഗങ്ങൾ. വേട്ടക്കാരുടെ കൊലവിളികൾ. കാട്ടാളരുടെ കളിത്തട്ടായ കാട്.

അവിടെയെങ്ങോ, കാമത്തിന്റെ തീപ്പൊരികൾ കെടാതെ കാത്ത് ഒരു കറുത്ത സുന്ദരി അലയുന്നുണ്ട്.

അവിടെയെങ്ങോ, വ്രണം പൊട്ടിയ ശിരസ്സുമായി ഒരു ശത്രുവും അലയുന്നുണ്ട്.

അതു രണ്ടുമുള്ളപ്പോൾ ഒഴിഞ്ഞുകിടക്കുന്ന രണ്ടാമത്തെ പീഠത്തിന് താനർഹനല്ല.

ചെങ്കുത്തായ വഴിയിലൂടെ ഇടറാത്ത കാലുകൾ അമർത്തിച്ചവിട്ടി, വീണു കിടക്കുന്ന ശ്യാമമേഘംപോലെ താഴത്തു കാണുന്ന വനഭൂമിയിലെത്താൻ വേണ്ടി ഭീമസേനൻ നടന്നു.

അപ്പോൾ വഴികാട്ടാൻവേണ്ടി, വെള്ളപ്പറവകൾ മേഘങ്ങളിൽനിന്ന് ഇറങ്ങി വ്യൂഹം ചമച്ച് മുമ്പേ, താഴ്വരയിലേക്കു പറന്നു.

ഫലശ്രുതി

അവർ കഥകൾ പാടി നടന്നു. ആളുകൾ കൂടുന്ന ഇടങ്ങളിലെല്ലാം, പ്രത്യേകിച്ച് തീർത്ഥാടനകേന്ദ്രങ്ങളിലും യാഗവേദികളിലും, പഴയ ചരിത്രങ്ങളും സമീപകാലസംഭവങ്ങളും അവർ കഥകളാക്കി പാടി. ചാതുർവർണ്ണ്യത്തിൽ വൈശ്യർക്കുള്ള ഇടത്തിനു തൊട്ടാണ് അവർക്കു സ്ഥാനം കല്പിച്ചുകൊടുത്തിരുന്നത്. സൂതന്മാർ. വശ്യവചസ്സുകളായ കാഥികർ.

അവർ ചെറിയ വിഭാഗമായിരുന്നിരിക്കണം. അവരെപ്പറ്റി ഒരു സമൂഹമെന്ന നിലയ്ക്കു നടത്താൻ വേണ്ടത്ര വിവരണങ്ങൾ പുരാണേതിഹാസങ്ങളിൽ കണ്ടെന്നുവരില്ല; വ്യക്തികളെന്നനിലയ്ക്ക് പല പ്രശസ്ത സൂതന്മാരും അവിടവിടെ പ്രത്യക്ഷപ്പെടുന്നുണ്ടെങ്കിലും.

മികച്ച തേർതെളിക്കാരെന്നപോലെ അവർ മികച്ച കാഥികരുമായിരുന്നു. ബ്രാഹ്മണർക്കും ക്ഷത്രിയർക്കും ദാസ്യവൃത്തി ചെയ്യേണ്ട സൂതരിൽപ്പെട്ട ഒരുവന്റെ തേരാളിയാവുന്നതിലുള്ള അപ്രിയം ശല്യർ ദുര്യോധനനോടു പ്രകടിപ്പിക്കുന്നുണ്ട്, കർണ്ണപർവ്വത്തിൽ. വൈശ്യർക്കും ശൂദ്രർക്കും ഇടയ്ക്കോ, വൈശ്യർക്കൊപ്പമോ ജീവിച്ചുപോന്ന ഒരു വിഭാഗമായിരിക്കണം സൂതർ.

പക്ഷേ, കഥ പാടാൻ കഴിവുള്ള സൂതനെ ഉന്നതന്മാരും മാനിച്ചിരുന്നു. പലപ്പോഴും സൂതനു ശകാരമാണ്. പക്ഷേ, കഥ പറയാൻ തയ്യാറെടുക്കുന്ന സൂതനു പീഠം കിട്ടുന്നു. ആദരവു കിട്ടുന്നു. അങ്ങനെയുള്ള ഒരു സൂതനെക്കൊണ്ട് നൈമിഷാരണ്യത്തിൽ ശൗനകനാരംഭിച്ച യജ്ഞത്തിൽ വിരസത തീർക്കാൻ പാടിച്ചുകേട്ടതെന്ന നിലയ്ക്കാണല്ലോ മഹാഭാരതത്തിന്റെ രൂപഘടന. കൃഷ്ണദ്വൈപായനന്റെ വാക്കുകളിൽ വൈശമ്പായനൻ ആവർത്തിച്ച കഥ. ജനമേജയന്റെ സർപ്പസത്രത്തിൽ കേട്ടു ഹൃദിസ്ഥമാ

ക്കിയതാണ് സൂതൻ. മൂന്നു തലമുറയ്ക്ക് മുമ്പുള്ള കഥ. കഥാകാരൻതന്നെ കഥാപാത്രമായ കഥ. സ്വയം അപ്രധാനവേഷത്തിൽ വരുന്നതുകൊണ്ട്, അരികെയാണെങ്കിലും അകന്നു നിന്നു കാണുന്ന രൂപത്തിൽ സംവിധാനം ചെയ്യപ്പെട്ട ഘടനാശില്പം.

മഹാഭാരതത്തിന്റെ ആദ്യരൂപമായ 'ജയം' ഒരു വീരഗാഥയായിരുന്നു. അതു മാത്രമായിരുന്നുവെന്നു ഗവേഷകർ പറയുന്നു. തത്ത്വദർശനങ്ങളും ഉപകഥകളും പില്ക്കാലങ്ങളിൽ പലരും കൂട്ടിച്ചേർത്ത് ഇന്നു കാണുന്ന രൂപത്തിലായതാണെന്ന് ചില പണ്ഡിതന്മാർ ഉറപ്പിച്ചു പറയുന്നു. പല വ്യാസന്മാർ (വ്യാസൻ= സമ്പാദകൻ. സംശോധകൻ, പ്രസാധകൻ) ചേർന്നു രൂപപ്പെടുത്തിയതാണ് എന്ന നിഗമനം മഹാഭാരതത്തിന്റെ ദിവ്യപരിവേഷത്തെ ആരാധിക്കുന്നവരെ ക്ഷോഭിപ്പിക്കാറുണ്ട്. പക്ഷേ, ഒരു പ്രധാനകൃതിയുണ്ടായിരുന്നു. അതിൽ പില്ക്കാലത്തു കുറെ കൂട്ടിച്ചേർക്കലുകൾ നടന്നിട്ടുണ്ട് എന്ന് എല്ലാവരും സാമാന്യമായി സമ്മതിക്കുന്നു.

ഒരു മഹാപ്രതിഭ ഈ അപൂർവ്വഗ്രന്ഥത്തിന്റെ പിന്നിൽ ഉണ്ടാവാതെ തരമില്ല. വേദങ്ങളെ വ്യാസംചെയ്ത കൃഷ്ണദ്വൈപായനൻ 'ഉണ്ടാക്കി'യ കാവ്യത്തെപ്പറ്റി— കാലം, കർത്തൃത്വം എന്നീ കാര്യങ്ങളിൽ എന്തഭിപ്രായ ഭേദങ്ങളുണ്ടായാലും— അത്യാദരങ്ങളുള്ളവരാണ് പില്ക്കാല ചരിത്രകാരന്മാരും ഗവേഷകന്മാരുമെല്ലാം.

വ്യാസഭാരതത്തിൽ എല്ലാമുണ്ട് എന്ന പഴമൊഴി വെറുംവാക്കല്ല. ചരിത്രവും ഭൂമിശാസ്ത്രവും സസ്യശാസ്ത്രവും ജന്തുശാസ്ത്രവും എല്ലാം ഉണ്ടതിൽ. കാറ്റിന്റെ ഗതിവിഗതികളെപ്പറ്റി അറിയണോ? അതാ ഒരദ്ധ്യായം. ശരീരശാസ്ത്രവും രോഗലക്ഷണങ്ങളുമറിയണോ? അതിലുണ്ട്. അതിമഹത്തായ ഒരപൂർവ്വകൃതി. അതിതീക്ഷണമായ മനുഷ്യകഥ. അതിനോടു താരതമ്യപ്പെടുത്തുമ്പോൾ ഗ്രീക്കുകാരുടെ 'ഇലിയഡ്' നിഷ്പ്രഭമാവും. പേഴ്സ്യക്കാരുടെ 'ഷാനാമ' അഗണ്യമേഖലയിലേക്കു മാറും.

എഴുത്തച്ഛന്റെ കിളിപ്പാട്ടും രാജാജിയുടെ ഭാരതസംഗ്രഹവും വായിച്ച്, ഞാനും വായിച്ചിട്ടുണ്ട് ഭാരതം എന്ന നാട്യത്തിൽ നടന്ന കാലത്ത്, കുറെ കൊല്ലങ്ങൾക്കുമുമ്പ്, തമ്പുരാന്റെ സമ്പൂർണ്ണവിവർത്തനം വായിക്കാൻ എന്നെ ഉപദേശിച്ചത് ആദ്യം മഹാകവി അക്കിത്തമായിരുന്നു. പിന്നീട് പി. സി. കുട്ടികൃഷ്ണനും, ഉപദേശിക്കയാണ് എന്നു തോന്നാത്തവിധം നിർബ്ബന്ധമായി പറഞ്ഞു: 'ഭാരതം ഒരാവർത്തി വായിച്ചു നോക്കൂ. ഉപകാരമുണ്ടാവും. ഭാരതം വായിച്ചതുകൊണ്ടാണ് ഞാൻ 'ഉമ്മാച്ചു' എഴുതിയത്!'

പിന്നെയും കുറച്ചുകാലം കഴിഞ്ഞപ്പോഴാണ് ഞാൻ കുഞ്ഞിക്കുട്ടൻ തമ്പുരാന്റെ തർജ്ജമയിലേക്കു കടന്നുചെന്നത്. ആദ്യം ചുമതല തീർക്കുന്നതു പോലെയായിരുന്നു. നഷ്ടപ്പെട്ടത് എന്താണെന്നു മനസ്സിലായി. ചുമതല ആവേശമായി മാറി. ഒരാവൃത്തി വായിച്ച് മാറ്റിവെയ്ക്കാവുന്നതായിരുന്നില്ല ആ മഹാഗ്രന്ഥം. തർജ്ജമ പലേടത്തും ക്ലിഷ്ടമാണ്. ചിലപ്പോൾ വിരസമാണ്. എങ്കിലും മഹാനായ ഒരു കവിയെ, കാഥികന്മാരുടെ കാഥികനെ,

കണ്ടെത്താൻ അതുപകരിച്ചു. തമ്പുരാനെ ഞാൻ മനസ്സാ നമിച്ചു. വ്യാസപ്രതിഭയോട് ഏറ്റവും നീതിപുലർത്താൻ ശ്രമിച്ച്, കിസരി മോഹൻ ഗാംഗുലി നിർവ്വഹിച്ച ഇംഗ്ലീഷ് ഗദ്യ വിവർത്തനം കൂടി പിന്നെ സഹായത്തിനു വന്നു. മഹത്തായ മറ്റൊരു മനുഷ്യപ്രയത്നത്തിന്റെ ഫലമായുണ്ടായ കൃതിയാണ് ഗാംഗുലിയുടെ ഭാരതം.

പത്തൊമ്പതാം നൂറ്റാണ്ടിന്റെ അവസാനത്തിൽ ഇന്ത്യാ ഓഫീസ് ലൈബ്രറിയിലെ ഡോക്ടർ റെയ്നാൾഡ് റോസ്റ്റ് മഹാഭാരതത്തിന്റെ ഒരു ആധികാരിക ഗദ്യ വിവർത്തനം ഇംഗ്ലീഷിലുണ്ടാവേണ്ടതിന്റെ ആവശ്യം കാണിച്ചു കല്ക്കത്തയിലെ ഒരു പ്രമുഖപ്രസാധകനായ പ്രതാപ് ചന്ദ്രറോയിക്കെഴുതി. ആലോചിച്ചപ്പോൾ റോയിക്കും അതു വേണ്ടതാണെന്നു തോന്നി. പക്ഷേ, ചുമതല ഏറ്റെടുക്കാൻ ആരുണ്ടാവും? ചിലർ അത് ഹിന്ദുമതത്തിന് എതിരായിരിക്കുമെന്ന് പറഞ്ഞ് അദ്ദേഹത്തെ നിരുത്സാഹപ്പെടുത്തി. റോയി ഈശ്വര ചന്ദ്രവിദ്യാസാഗറുമായി പ്രശ്നം ചർച്ച ചെയ്തു. ഒരാൾ തന്നെ മുഴുവനും തർജ്ജമ ചെയ്താലേ ഐക്യരൂപ്യം വരൂ എന്നു വിദ്യാസാഗർ നിർദ്ദേശിച്ചു. ആദ്യം പണമുണ്ടാക്കാനും പിന്നെ പറ്റിയ ആളെ തിരയാനുമാണ് അദ്ദേഹം ഉപദേശിച്ചത്.

ഒരാൾ തയ്യാറായി. കിസരി മോഹൻ ഗാംഗുലി. 1883 മുതൽ 1896 വരെ പതിമ്മൂന്നു വർഷം പ്രയത്നിച്ച് അദ്ദേഹം വിവർത്തനം പൂർത്തിയാക്കി. തന്റെ പേരു പുറത്തുപറയരുതെന്നായിരുന്നു ഗാംഗുലിയുടെ നിർബ്ബന്ധം. 1904-ൽ ഖണ്ഡങ്ങളായി പുസ്തകം പ്രസിദ്ധീകരിക്കാൻ തുടങ്ങിയപ്പോൾ വിവർത്തകന്റെ പേരു പറഞ്ഞില്ല. പ്രതാപ്ചന്ദ്രറോയി ആരംഭിച്ച പ്രസിദ്ധീകരണം അദ്ദേഹത്തിന്റെ മരണശേഷം പത്നി സുന്ദരി ബാലാറോയി പൂർത്തിയാക്കി. പ്രതാപ് ചന്ദ്രറോയിയുടെ വിവർത്തനം എന്ന പേരിലാണ് കേരളീയരും ഈ ഗ്രന്ഥത്തെ അറിയുന്നത്. ഭാരതവിവർത്തനത്തിന്റെ പേരിൽ ബ്രിട്ടീഷ് ഗവൺമെന്റ് റോയിക്ക് ബഹുമതികൾ നൽകി. പക്ഷേ, വിവർത്തനം ഒന്നാം പതിപ്പ് ഗാംഗുലിയുടെ കാലത്തുതന്നെ വിറ്റുതീർന്നു. അദ്ദേഹത്തിന്റെ മരണാനന്തരം വന്ന പതിപ്പിലും വിവർത്തകന്റെ പേരുണ്ടായിരുന്നില്ല. അച്ചടിത്തെറ്റുകൾകൊണ്ടു വികലമായ ഈ പതിപ്പ് ശുദ്ധമാക്കി 1974-ൽ പ്രസിദ്ധീകരിച്ചപ്പോഴാണ് ഗാംഗുലിയുടെ മഹാപ്രയത്നത്തെപ്പറ്റി നാമറിയുന്നത്.

ഗാംഗുലിയുടെ ഭാരതം കാവ്യാത്മചൈതന്യം നിലനിർത്തുന്ന വിവർത്തനമാണ്. പാഠഭേദങ്ങളെപ്പറ്റിയുള്ള പ്രധാനസംശയങ്ങൾ വരുമ്പോഴൊക്കെ അദ്ദേഹം പുനപ്പതിപ്പിലും കല്ക്കത്ത പതിപ്പിലുമുള്ള വ്യത്യാസങ്ങൾ ചൂണ്ടിക്കാട്ടുന്നു.

ഭാരതത്തിന് ഒരു കുംഭകോണം പതിപ്പുകൂടിയുണ്ട്. ഈ മൂന്നു പതിപ്പുകളെയും ആധാരമാക്കി പണ്ഡിതന്മാർ നടത്തിയ പല പഠനങ്ങളും എന്നെ സഹായിച്ചിട്ടുണ്ട്.

മഹാഭാരതകാലഘട്ടം നോവലിന്റെ പശ്ചാത്തലമാവുമ്പോൾ എഴുത്തു

കാരനെ കുഴക്കുന്ന സംശയങ്ങൾ പലതുമുണ്ട്. അന്നത്തെ ഭൂപ്രകൃതി, കൃഷികൾ, ജീവിതരീതികൾ, ഗൃഹനിർമ്മാണകല, വസ്ത്രധാരണം, ആഭരണങ്ങൾ, ഭക്ഷണരീതികൾ, ഗൃഹോപയോഗവസ്തുക്കൾ തുടങ്ങിയ പലതും അറിയണം. യുദ്ധമുറകളെപ്പറ്റിയും ആയുധങ്ങളെപ്പറ്റിയുമറിയണം. സംസ്കൃത പണ്ഡിതന്മാർ എഴുതിയ ഗ്രന്ഥങ്ങളുടെ ഇംഗ്ലീഷ് വിവർത്തനങ്ങൾ സഹായത്തിനെത്തി. മെക്ഡോണാൾഡിന്റെ 'വേദിക് ഇന്ത്യ', മെക്ഡോണാൾഡും കീത്തും ചേർന്ന് തയ്യാറാക്കിയ 'വേദിക് ഇൻഡെക്സ്, റാൽഫ് ഗ്രിഫിത്തിന്റെ 'യജുർവേദപഠനം', ജോർജ്ജ് ബൂവലരുടെ 'സേക്രഡ് ലോസ് ഓഫ് ദി ഈസ്റ്റ്', ജൂലിയസ് എഗ്ഗർലിംഗിന്റെ 'ശതപഥബ്രാഹ്മണം', പണ്ഡിറ്റ് രാജാറാമിന്റെ 'ധനുർവ്വേദസങ്കലനം', പണ്ഡിറ്റ് അജയമിത്രശാസ്ത്രിയുടെ 'ബൃഹത്സംഹിതയിലെ ഇന്ത്യ', കുട്ടനീമതവിവർത്തകനായ യോഹാൻ ജെ. മേയറുടെ 'പ്രാചീനഭാരതത്തിലെ ലൈംഗികജീവിതം' എന്നീ കൃതികൾ പ്രത്യേകമായി ഉപകരിച്ചു. ആ കാലഘട്ടത്തിന്റെ സംസ്കാരം മൊത്തത്തിൽ പഠിക്കാൻ സഹായിച്ച ഗ്രന്ഥങ്ങൾ നിരവധിയാണ്. പട്ടിക നിരത്തുന്നില്ല.

ഇന്ത്യയിലെ എല്ലാ കുട്ടികൾക്കും എന്നും ആരാധ്യരായ രണ്ടു പുരാണകഥാപാത്രങ്ങളുണ്ട്. രാമായണത്തിലെ ഹനുമാനും ഭാരതത്തിലെ ഭീമനും. രണ്ടുപേരും ശക്തിയുടെ മൂർത്തിമദ്ഭാവങ്ങളാണ്. കേരളത്തിലെ ഗ്രാമങ്ങളിൽ കുട്ടികൾക്കു പല വിലക്കുകളും ഭീമന്റെ പേരിലാണ്. 'കാല് പുറത്തിട്ടു കിടക്കരുത്, ശക്തി കുറയും. പണ്ട് ദുര്യോധനൻ ഭീമന്റെ ശക്തി കുറയ്ക്കാൻ ചെറിയ പായയാണ് കിടക്കാൻ കൊടുത്തത്.'

'എന്നിട്ടോ?'

'ഭീമൻ കാലു പായിൽത്തന്നെ വെച്ച് തല പുറത്തേക്കിട്ടു കിടന്നു. അതു തന്നെ!'

കുട്ടി ചിരിക്കുന്നു. ഭീമനെ ഓർത്ത് അത്ഭുതപ്പെടുന്നു.

അത്തരം കഥകൾ നിരവധിയുണ്ട്.

ഭാരതം ശ്രദ്ധാപൂർവ്വം വായിക്കുന്നവർക്കെല്ലാം ബോദ്ധ്യമാവും ബാലസാഹിത്യകൃതികളും ചിത്രകഥകളും ഇളംമനസ്സുകളുടെ മുമ്പിൽ അവതരിപ്പിച്ച ഭീമനല്ല, ശരിയായ ഭീമൻ എന്ന്. ഭീമന് പെരുത്ത ശരീരം മാത്രമല്ല മനസ്സുമുണ്ട്. മഹാഭാരതഭീമൻ മനുഷ്യനാണ്. മാനുഷികമായ ദൗർബ്ബല്യങ്ങളും ശക്തികളുമെല്ലാമുള്ള ഒരാദിമപ്രതിരൂപം. മനുഷ്യകഥയായ ഭാരതത്തിൽ, പൗരോഹിത്യത്തിന്റെ ആവശ്യങ്ങൾക്കനുസരിച്ചു ബാലിശകഥകളും പൂർവ്വാപരവൈരുദ്ധ്യങ്ങളും കൂട്ടിച്ചേർത്തവരെ മുഴുവൻ ശപിക്കുന്നവരാണ് ഭാരതപഠനങ്ങൾ രചിച്ച പണ്ഡിതന്മാർ പലരും.

ആദ്യത്തെ വ്യാസൻ കൃഷ്ണദ്വൈപായനൻ ക്രോഡീകരിച്ച കഥയുടെ ചട്ടക്കൂട്ടിൽ വ്യത്യാസങ്ങളൊന്നും ഞാൻ വരുത്തിയിട്ടില്ല. സ്വാതന്ത്ര്യമെടുത്ത ഭാഗങ്ങൾക്ക് ആധാരം അദ്ദേഹത്തിന്റെ നിശ്ശബ്ദങ്ങളാണ്. പിന്നീട് വരുന്നവർക്കായി വിട്ടുവെച്ച അർത്ഥപൂർണ്ണമായ നിശ്ശബ്ദതകൾ. വരികൾക്കിടയിൽത്തന്നെ അദ്ദേഹം നല്കുന്ന സൂചനകളുണ്ട്. ഉദാഹരണത്തിന് വിദു

രരുടെ പുത്രൻതന്നെയാണ്, യുധിഷ്ഠിരൻ എന്നു വ്യാസൻതന്നെ വ്യക്തമായി സൂചിപ്പിക്കുന്നതാണ്. ആശ്രമവാസപർവ്വത്തിൽ വിദുരൻ ഭക്ഷണമുപേക്ഷിച്ച് ധ്യാനനിരതനായി ജീവത്യാഗം ചെയ്ത് കഴിഞ്ഞപ്പോൾ ദുഃഖിക്കുന്ന ധൃതരാഷ്ട്രരോട്, യുധിഷ്ഠിരനെ ചൂണ്ടി കൃഷ്ണദ്വൈപായനൻ പറയുന്നു:

'ധർമ്മൻതാനാ വിദുരനാ വിദുരൻതന്നെ പാണ്ഡവൻ
അപ്പാണ്ഡവൻ നിൻ പ്രത്യക്ഷദാസനെപ്പോലെ നില്ക്കയാം.'
(തമ്പുരാന്റെ തർജ്ജമ)

മരണത്തിന്റെ മുഹൂർത്തത്തിൽ വിദുരന്റെ ചൈതന്യം മുഴുവൻ യുധിഷ്ഠിരനിലേക്കു പ്രവേശിച്ചതും ശ്രദ്ധേയമാണ്.

ചില നിശ്ശബ്ദനിമിഷങ്ങൾക്കുശേഷം കവി വിഷയം മാറ്റുന്ന സന്ദർഭങ്ങളുണ്ട്. 'ഭീമനാവട്ടെ രാജാവ്' എന്നു കുരുക്ഷേത്രയുദ്ധത്തിനുശേഷം യുധിഷ്ഠിരൻ വ്യക്തമായി പറഞ്ഞതാണ്. പിന്നെ അദ്ദേഹംതന്നെ അഭിഷേകത്തിനു തയ്യാറെടുക്കുംമുമ്പുള്ള ഇടവേളയിൽ എന്തു സംഭവിച്ചു? സംഭവങ്ങളുടെ സ്വാഭാവികരീതിയിലുള്ള പശ്ചാത്തലത്തെപ്പറ്റി അന്വേഷിക്കാൻ കഥാകാരൻ ബാദ്ധ്യസ്ഥനാണ്. യുദ്ധത്തെ ഓർത്തു വിരക്തിവന്ന യുധിഷ്ഠിരൻ വനവാസം എന്ന ആശയം മാറ്റിവച്ചു കിരീടധാരണത്തിനൊരുങ്ങിയതിനു കാരണമുണ്ടായിരിക്കണം. പല നിർണ്ണായകഘട്ടങ്ങളിലും പ്രത്യക്ഷമായും പരോക്ഷമായും നിയന്ത്രണം നടത്തിയ അമ്മ കുന്തീദേവി ആ ദിവസങ്ങളിൽ വെറുതെ ഇരിക്കാനിടയില്ല. ദാസീപുത്രനായ തനിക്കോ നാടുവാഴാനൊത്തില്ല. തന്റെ മകനെങ്കിലും രാജാവാകണമെന്നു വിദുരരും ആഗ്രഹിച്ചിരിക്കണം. ആ ഘട്ടത്തിൽ സ്വന്തം നിലപാടിന്റെ ഭദ്രതയോർത്ത് ദ്രൗപദിയും- ന്യായവാദങ്ങൾ കണ്ടുപിടിക്കാൻ എന്നും വിദഗ്ദ്ധയായിരുന്ന ദ്രൗപദി-നിശ്ശബ്ദത പാലിച്ചിരിക്കില്ല.

മറ്റൊരു രംഗം: അഭിമന്യുവിന്റെ വധം കഴിഞ്ഞു പടപ്പാളയം ദുഃഖത്തിലാണ്ടു. തൊട്ടു പിന്നാലെ നടന്ന ഘടോൽക്കചവധത്തിൽ,

'ഞാൻ കൊല്ലേണ്ടവനായേനേ ഭീമപുത്രൻ ഘടോൽക്കചൻ
നിങ്ങൾക്കിഷ്ടംപാർത്തിവനെ മുമ്പു കൊല്ലാഞ്ഞതാണു ഞാൻ.' അന്നു കൃഷ്ണൻ പറഞ്ഞത് ഭീമനും കേട്ടിരിക്കില്ലേ?

പുതിയ കഥാപാത്രങ്ങളെയൊന്നും ഞാൻ കൂട്ടിച്ചേർത്തിട്ടില്ല. വിശോകനും ബലന്ധരയുമൊക്കെ ഭാരതത്തിലുള്ളവർതന്നെ. വിദൂരവീക്ഷണത്തിൽ അവ്യക്തമായി കണ്ട ചിലരെ അടുത്തുനിന്നു തിരിച്ചറിയാൻ ഞാൻ ശ്രമിക്കുന്നുണ്ട് എന്നു മാത്രം.

തളർച്ചയറിയാത്ത യോദ്ധാവായിരുന്നു ഭീമൻ. അന്നത്തെ യുദ്ധവീരന്മാർ പെട്ടെന്ന് 'ഫോം' നഷ്ടപ്പെടുകയും വീണ്ടുകിട്ടുകയും ചെയ്യുന്ന കളിക്കാരല്ല. കർണ്ണനെ നഖശിഖാന്തം ആക്രമിച്ചു വിറപ്പിച്ചുവിടാൻ കഴിഞ്ഞവനാണ് ഭീമൻ. ആ ഭീമൻ കർണ്ണൻ തൊട്ടടുത്തുവന്നു വില്ലു കഴുത്തിലിട്ടു വലിച്ച് ഊശാംതാടിയേയും പെരുവയറിനേയും പരിഹസിച്ചു തേജോവധം ചെയ്യുന്നതു കേട്ടു തളർന്നിരിക്കുന്നു. നടുക്കുന്ന വാർത്തകൾ കേട്ടു യോദ്ധാക്കൾ

തളരുന്നത് പതിവാണ്. ദ്രോണരുടെ അന്ത്യം അങ്ങനെയായിരുന്നല്ലോ. മഹാ പരാക്രമിയായ ഭീമൻ തേർത്തട്ടിൽ വീര്യവും ശൗര്യവും കെട്ടു മൃതപ്രായ നായി തന്റെ പൗരുഷത്തെക്കൂടി പരിഹസിക്കുന്ന വാക്കുകൾ കേട്ടിരിക്കേ ണ്ടിവന്ന ദയനീയമായ തളർച്ചയ്ക്കു കാരണം അത്രയ്ക്ക് ആഘാതമേല്പിച്ച ഒരു വാർത്ത മുമ്പു കേട്ടതായിരിക്കണം. കർണ്ണൻ ശരിക്ക് ആരാണെന്ന സത്യ ത്തേക്കാൾ നടുക്കുന്ന വാർത്ത മറ്റേതുണ്ട്?

മാനുഷികമെന്നനിലയിൽ നമുക്ക് അംഗീകരിക്കുകയോ മനസ്സിലാവു കയോ ചെയ്യാവുന്ന പല സംഭവങ്ങൾക്കും ദൈവികമായ മുൻനിശ്ചയ ത്തിന്റെ പരിവേഷം കൊടുക്കാൻ പൂർവ്വ ജന്മകഥകൾ സുലഭമായി ഭാരത ത്തിൽ നിരത്തിയിട്ടുണ്ട്. ഇതെല്ലാം പില്ക്കാലത്തെ കൂട്ടിച്ചേർക്കലുകളാണ്. കർണ്ണൻ മികച്ച യോദ്ധാവായിരുന്നു. വില്ലാളിയായിരുന്നു. പക്ഷേ, അജയ്യ നല്ല. ദ്രൗപദീസ്വയംവരത്തിൽ വിരാടന്റെ ഗോഗ്രഹണത്തിൽ, ദുര്യോധനന്റെ ഘോഷയാത്രയിൽ– എല്ലാം കർണ്ണൻ ശരിക്കും പരാജയപ്പെട്ടിട്ടുണ്ട്. പലാ യനം ചെയ്തിട്ടുമുണ്ട്. കർണ്ണനും അമാനുഷനാവാൻ വേണ്ടി ഒരു പൂർവ്വ കഥ: മടിയിൽ കിടന്ന ഗുരുവിനെ ഉണർത്താതിരിക്കാൻ കർണ്ണൻ കീട ത്തിന്റെ തുളയ്ക്കുന്ന കടി സഹിച്ചു. അതുകൊണ്ട് ആൾ ബ്രാഹ്മണനല്ല എന്ന് ഊഹിച്ച ഗുരു, പരശുരാമൻ, ആയുധം ഉപകരിക്കാതെ പോകട്ടെ എന്നു ശാപം കൊടുത്തു എന്നൊരു കഥ. അതേപോലെയാണ് പാഞ്ചാലീ പരിണയത്തിന്റെ പശ്ചാത്തലകഥയും.

ബഹുഭർത്തൃത്വം അന്നത്തെ ഗോത്രവർഗ്ഗങ്ങളിലും അല്പം മോശമാ യിത്തന്നെയാണ് കണക്കാക്കപ്പെട്ടിരുന്നത്. ദ്രുപദൻ എതിരായിരുന്നു. അഞ്ചു ഭർത്താക്കന്മാർ ഉള്ളതിന്റെ പേരിൽ ദ്രൗപദിയുടെ പാതിവ്രത്യത്തെ പ്പറ്റിയുള്ള പരിഹാസവചനങ്ങൾ പിന്നീട് ദ്യൂതസഭയിലും കേട്ടതാണല്ലോ. അതു നാട്ടുനടപ്പിൽ നിരക്കാത്ത ഒരു വിവാഹമായിരുന്നു. മക്കൾ ഒരു സുന്ദരി കാരണം തമ്മിൽത്തല്ലി പിരിയാതിരിക്കാൻ അമ്മ കണ്ട ഉപായം തന്നെയായിരിക്കണം ആ വിവാഹം. മൂത്തവൻ എന്ന നിലയ്ക്ക് യുധി ഷ്ഠിരന്റെ അവകാശവാദത്തെപ്പറ്റിയും അമ്മയ്ക്ക് അറിയാം. പറയുന്നവർ എന്തു വേണമെങ്കിലും പറയട്ടെ, മക്കൾ ഒരുമിച്ച് നില്ക്കലാണ് പ്രധാനം എന്ന ദൃഢനിശ്ചയം കുന്തിയുടെ മനസ്സിൽ ഉണ്ടായിരിക്കണം. അരക്കില്ല ത്തിൽ പകരം കിടക്കാൻ പറ്റിയ അസ്ഥികൂടങ്ങളായി ഭിക്ഷയ്ക്കു വന്ന കാട്ടാളത്തിയേയും മക്കളേയും കണ്ട കുന്തിയുടെ മനക്കരുത്ത് ചെറുതല്ല. പക്ഷേ, ആ വിവാഹത്തിന്റെ കാരണം ഈശ്വരനിശ്ചയമാക്കുന്ന ഒരു കഥ കാണാം. പാഞ്ചാലി പൂർവ്വജന്മത്തിൽ മുനികന്യകയായിരുന്നു. തപസ്സു ചെയ്തു മഹേശ്വരനെ പ്രത്യക്ഷമാക്കിയപ്പോൾ 'ഗുണവാനായ ഭർത്താ വിനെ തരൂ' എന്ന് അഞ്ചുവട്ടം അറിയാതെ പറഞ്ഞുപോയി! അതിന്റെ ഫലമായി അഞ്ചു ഭർത്താക്കന്മാരുണ്ടാവണമെന്നതാണ് യോഗം! ഈ ന്യായം പറയിപ്പിക്കുന്നത് സാക്ഷാൽ കൃഷ്ണദ്വൈപായനനെക്കൊണ്ടാണ്. ആ മഹാപ്രതിഭയുടെ വായിൽനിന്ന് അത്തരമൊരു വിഡ്ഢിക്കഥ വരുമെന്നു

സങ്കല്പിക്കാൻ കഴിയുമോ? ആവശ്യമില്ലാത്ത ദിവ്യപരിവേഷങ്ങൾ വച്ചുകെട്ടാൻപാകത്തിൽ കൂട്ടിച്ചേർക്കലുകൾ നടത്തി അതിമനോഹരമായ ഈ കാവ്യത്തിന്റെ ശക്തിയും സൗന്ദര്യവും അലങ്കോലപ്പെടുത്തിയവരെ മാരാർ അടക്കമുള്ള മഹാപണ്ഡിതന്മാർ കുറ്റപ്പെടുത്തുന്നതിൽ അത്ഭുതമില്ല.

പ്രക്ഷിപ്തങ്ങളെപ്പറ്റിയുള്ള പഠനങ്ങളും ഗവേഷണങ്ങളും ഇപ്പോഴും തുടരുകയാണ്. ശരശയ്യയിൽ കിടക്കുന്ന നീണ്ട കാലയളവിൽ ഭീഷ്മാചാര്യൻ പറഞ്ഞതായി ഉൾക്കൊള്ളിച്ച പലതും പിന്നീട് കൂട്ടിച്ചേർത്തതാണെന്നു കരുതപ്പെടുന്നു. ഗീതയും പിന്നീട് ചേർത്തതാണെന്നു വാദിക്കുന്നവരുണ്ട്. ഇപ്പോഴത്തെ ഗീത 800 എ. ഡി. യിൽ രൂപപ്പെട്ടതാണെന്നും അതിന് അറുനൂറു വർഷം മുമ്പ് ഉണ്ടായ യഥാർത്ഥ ഗീത– വ്യാസന്റെ ഗീത– വേറെയാണെന്നും അതു കണ്ടെത്താൻവേണ്ടിയാണ് തന്റെ ശേഷിച്ച ജീവിതകാലം മുഴുവൻ നീക്കിവയ്ക്കുന്നതെന്നും ഡോക്ടർ ഫുൽഗേന്ദുസിൻഹ എന്ന വേദാന്തപണ്ഡിതൻ ഈയിടെ എഴുതിയതു കണ്ടു.

അതെന്തോ ആകട്ടെ. അതിമഹത്തായ ഒരു കുടുംബകഥയും യുദ്ധഗാഥയും ഗോത്ര സംസ്കാരചരിത്രവുമാണ് മഹാഭാരതം. വാമൊഴിയിൽ പിറന്നു തലമുറകളിലൂടെ പകർന്നപ്പോൾ വന്നു ചേർന്ന മാറ്റങ്ങൾ ഊഹിക്കാവുന്നതേയുള്ളു. നാടോടിസാഹിത്യത്തിൽ എവിടെയും കാണുന്നതുപോലെ എല്ലാ യുദ്ധവർണ്ണനകളും മിക്കവാറും ഒരുപോലെ തോന്നും. എല്ലാ സുന്ദരന്മാരും സുന്ദരിമാരും ഒരേപോലെ വർണ്ണിക്കപ്പെടും. 'കുറെ' എന്നു പറയുന്ന സ്ഥാനത്ത് എണ്ണം നൂറാവും. നൂറു മക്കൾ 'കുറേ ഏറെ' ആയിരങ്ങളാവും. ആയിരം അമ്പയച്ചപ്പോൾ പതിനായിരം തിരിച്ചയയ്ക്കുന്നു. വലിയ സൈന്യം അക്ഷൗഹിണിയാവും. കണക്കുപ്രകാരം ഒരു അക്ഷൗഹിണിയിൽ 21,870 ആനകൾ, അത്രതന്നെ തേരുകൾ അതിന്റെ മൂന്നിരട്ടി കുതിരകൾ, അഞ്ചിരട്ടി കാലാൾ ഇവ വേണം. ഇങ്ങനെ പതിനെട്ട് അക്ഷൗഹിണികൾ യുദ്ധംചെയ്തു എന്നു പറയുമ്പോൾ അന്നോളം കാണാത്ത ഒരു മഹായുദ്ധത്തെപ്പറ്റിയുള്ള കാവ്യസങ്കല്പം എന്നേ നാം ധരിക്കേണ്ടതുള്ളു.

വടക്കു പടിഞ്ഞാറായി ഗാന്ധാരം; സിന്ധുതടത്തിൽ കേകയം, മാദ്രം, വാഹ്ലീകം, സിന്ധു- ഗംഗാതടത്തിൽപ്പെട്ട പ്രദേശത്ത് ഇന്ദ്രപ്രസ്ഥം, ഹസ്തിനപുരം, അഹിച്ഛത്രം, മഥുര, കാമ്പില്യം, ചേദി; വടക്കുകിഴക്കായി മാഗധം; അപ്പുറത്ത് അംഗം; മുകളിൽ കാമരൂപം. ഇതൊക്കെയായിരുന്നു മഹാഭാരത കാലത്തെ ഉത്തരേന്ത്യയിലെ പ്രമുഖ രാജ്യങ്ങൾ. ഇവയെല്ലാം ചെറിയ രാജ്യങ്ങളായിരുന്നു. കാലികളായിരുന്നു പ്രധാനസമ്പത്ത്. അവയ്ക്കുവേണ്ടിയുള്ള യുദ്ധങ്ങൾ പതിവായിരുന്നു. എല്ലാ നാടുകളുടെയും പുരാതനചരിത്രങ്ങളിൽ ഗോഗ്രഹണയുദ്ധങ്ങൾ (Cattle wars) നടന്നതായി കാണാം. വൈദികകാലത്തെ ഗോത്രങ്ങളിൽ കുരുക്കൾ, ഗാന്ധാരികൾ, ചേദികൾ, നിഷാദർ, മാഗധർ, മാദ്രർ, വംഗർ, വിദർഭർ, പാഞ്ചാലർ, സാല്വർ എന്നിവരെപ്പറ്റി സവിസ്തരം പറയുന്നുണ്ട്. വലിയ ഗോത്രങ്ങളായിരുന്നു ഭാരതയു

ദ്ധത്തിൽ പറയുന്ന രാജ്യങ്ങൾ.

രഥങ്ങൾ യാത്രാവാഹനങ്ങളായിരുന്നു. കുതിരകളുണ്ടായിരുന്നുവെങ്കിലും കുതിരസ്സവാരി പതിവായിരുന്നില്ല. രഥങ്ങളിൽ പൂട്ടാനാണു കുതിരകളെ ഉപയോഗിച്ചിരുന്നത്. മുഖ്യമായ കൃഷി നെല്ലും യവവും. കൈത്തൊഴിലുകളുമുണ്ടായിരുന്നു. ഹിമാലയപാർശ്വങ്ങളിൽ വലിയ ഫലത്തോട്ടങ്ങളും ഔഷധത്തോട്ടങ്ങളും ഉണ്ടായിരുന്നു. (ഇന്നും വൻകിട ഔഷധസ്ഥാപനങ്ങളുടെ തോട്ടങ്ങൾ കുമയൂൺ ഗഢ്വാൾ ഭാഗങ്ങളിലുണ്ട്. അപൂർവ്വസൗന്ദര്യമുള്ള പുഷ്പങ്ങളുടെ താഴ്വര (Valley of Flowers) ഇന്നും ഹിമഗിരിവിഹാരികളെ ആകർഷിക്കുന്നുണ്ട്.)

എഴുത്തും വായനയും ഇല്ലാത്തതുകൊണ്ട് ദൂതന്മാർ അതേപടി കേട്ട സന്ദേശങ്ങൾ ആവർത്തിക്കുകയായിരുന്നു പതിവ്.

അവർ അഗ്നിയേയും വരുണനേയും ഇന്ദ്രനേയും രുദ്രനേയും ആരാധിച്ചു. വിഷ്ണു പിന്നീടാണ് ദൈവമാകുന്നത്.

ഇതാണ് പശ്ചാത്തലം.

ഭാരതയുദ്ധത്തിൽ കേന്ദ്രസ്ഥാനം വഹിച്ചതു ഭീമനായിരുന്നു. നേതൃത്വത്തിന് വേറെ ആളുണ്ടെങ്കിലും ശത്രുവിന്റെ ആക്രമണത്തിന്റെ മുഴുവൻ കരുത്തും ഏല്ക്കുന്ന സ്ഥാനത്തു വർത്തിക്കുന്ന യോദ്ധാവിന്റെ മിടുക്കിലാണ് വിജയാപജയങ്ങൾ. അതിന് ഐകകണ്ഠ്യേന തിരഞ്ഞെടുക്കപ്പെട്ടതു ഭീമനാണ്. മറുപക്ഷത്തു ഭീമനുണ്ട് എന്ന ഒറ്റക്കാരണത്താൽ ഉറക്കം നഷ്ടപ്പെട്ടിട്ടുണ്ട് ധൃതരാഷ്ട്രർക്ക്. യുദ്ധം ജയിച്ചെങ്കിലും ഒന്നും നേടാത്ത നായകൻ. അതുകൊണ്ടുതന്നെ ഭീമന്റെ കാഴ്ചപ്പാട് ഞാൻ സ്വീകരിച്ചിരിക്കുന്നു. ഭീമന്റെ ജീവിതത്തിലെ ഗതിവിഗതികളെ നിയന്ത്രിക്കുന്ന കഥാപാത്രങ്ങൾ കുന്തിയും ദ്രൗപദിയുമാണ്. വളരെ പരോക്ഷമായി വിദുരർക്കും അതിൽ പങ്കുണ്ടായിരുന്നു. പരലോകത്തിലെ പുണ്യങ്ങളെപ്പറ്റി വലിയ പ്രതീക്ഷകളൊന്നുമില്ലാത്ത മനുഷ്യനായിരുന്നു ഭീമൻ. അതിന്റെ പേരിലാണ് ഭീമൻ ദ്യൂതസഭയിൽ ആണയിടുന്നത്. യുദ്ധത്തിൽ ഏറ്റവും വർദ്ധിച്ച വീരസാഹസികത പ്രദർശിപ്പിച്ചത് അർജ്ജുനനോ കർണ്ണനോ അല്ല, ഭീമൻ തന്നെ. നേർക്കു നേരെയുള്ള യുദ്ധത്തിൽ കൗരവരെ മുഴുവൻ കൊന്നതു ഭീമനാണ്. ശത്രുവെ കൊന്നവനാണ് നേതാവ്. അയാൾക്ക് അവകാശപ്പെട്ടതാണ് അന്നത്തെ നിയമമനുസരിച്ചു രാജ്യം.

ശക്തി ശാപവും ഭാരവുമായ ഭീമനെ പിന്തുടർന്നു മഹാഭാരതത്തിന്റെ പ്രപഞ്ചത്തിലൂടെ സഞ്ചരിക്കുമ്പോൾ ഊശാന്താടിയും പെരുവയറും വലിയ ഗദയും മാത്രം ചേർന്നതല്ല ഈ കഥാപാത്രമെന്നു വ്യക്തമാവും. കാമമോഹ വൈരാഗ്യങ്ങൾ മറച്ചുപിടിക്കേണ്ട ബാദ്ധ്യതയില്ലാത്ത പ്രാകൃതനായ യോദ്ധാവ്. തത്ത്വചിന്തകളുടെയും ആര്യനിയമങ്ങളുടെയും കെട്ടുപാടുകളില്ലാത്ത വെറും മനുഷ്യൻ. ആ കിരാതന്റെ നിഷ്കളങ്കത ദ്രൗപദിയുമായുള്ള ബന്ധത്തിൽ പലേടത്തും പ്രകടമാണ്. കഥകളിലൂടെ നമ്മുടെ നാട്ടിൽ പ്രചരിപ്പിച്ച സൗഗന്ധികഹരണം ഓർമ്മിക്കുക: പൂവിൽ കമ്പം തോന്നിയ

ദ്രൗപദിയുടെ വാക്കുകൾ കേട്ടു ഭീമൻ പുറപ്പെടുന്നു. അനേകം സാഹസ ങ്ങൾക്കു ശേഷം കുബേരന്റെ പൊയ്കയിലെ പൂവറുക്കുന്നു. കഥകളിൽ കാണാറുള്ളപോലെ, മഹാഭാരതത്തിൽ പാഞ്ചാലിയെ പൂചൂടിക്കലും പ്രണ യപാരവശ്യവുമില്ല. തിരഞ്ഞു വന്ന സഹോദരന്മാരോടൊപ്പം ദ്രൗപദിയും പൊയ്കയുടെ തീരത്തെത്തുമ്പോൾ, സുന്ദരി പുഷ്പങ്ങളുടെ കഥ മറന്ന പോലെ തോന്നും. സാഹസം കാട്ടിയതിന്റെ പേരിൽ ഭീമനു ശകാരം കിട്ടു ന്നുമുണ്ട്, ജ്യേഷ്ഠനിൽ നിന്ന്.

> "ഇനിയേവം ചെയ്തിടൊല്ലേയെന്നിഷ്ടം നീ നിനയ്ക്കുകിൽ
> കൗന്തേയനോടിതുപദേശിച്ചു പത്മങ്ങളേറ്റുമേ"
>
> (തമ്പുരാന്റെ തർജ്ജമ)

എന്നേ ഭാരതത്തിലുള്ളൂ.

അതു കഴിഞ്ഞശേഷമാണല്ലോ ദ്രൗപദിയ്ക്ക് മറ്റൊരു ഭ്രാന്തൻ സ്വപ്നം. ശൈലാഞ്ചലം കാണാനുള്ള ആഗ്രഹം. ഭീമൻ മലമുകളിലെത്തി, രാക്ഷ സന്മാരെ ഓടിച്ചു. ചിലരെ തല്ലിക്കൊന്നു. പക്ഷേ, ദ്രൗപദി നേരത്തെ ആഗ്രഹം പറഞ്ഞപോലെ ശൈലാഞ്ചലത്തിൽനിന്ന് ലോകം കണ്ടു രസിച്ചോ? വ്യാസൻ പറയുന്നില്ല. "നിൻ ബാഹുരക്ഷയിൽ ശൈലാഞ്ചലം മേ കണ്ടിടേണമേ" എന്നു പറഞ്ഞ ദ്രൗപദിയുടെ മനസ്സു മാറിയതെന്തേ?

ഈ നോവൽ 'കലാകൗമുദി' യിൽ പ്രസിദ്ധീകരിച്ചുവരുമ്പോൾ കൃഷ്ണന്റെ പങ്കിനെപ്പറ്റി സംശയിച്ചുകൊണ്ട് പലരും നേരിട്ട് എനിക്കെഴു തുകയുണ്ടായി. പ്രത്യേകിച്ച് സ്ത്രീകളായ വായനക്കാർ. അമ്പാടിക്കണ്ണനും രാധാകാമുകനുമൊക്കെയായ കൃഷ്ണൻ, ഓടക്കുഴലും പീലിത്തിരുമുടി യുമുള്ള നിത്യകാമുകൻ, മറ്റൊരു കവിയുടെ മനോഹരസങ്കല്പത്തിലുള്ള താണ്. എല്ലാ അമ്മമാരും സ്വന്തം കുഞ്ഞിൽ കാണാൻ ശ്രമിക്കു കണ്ണനെ, എല്ലാ പെൺകൊടിമാരും കാമുകനിൽ കാണാൻ കൊതിക്കുന്ന രാധാമാ ധവനെ, ഭാരതത്തിൽ കണ്ടെന്നുവരില്ല. ദ്രൗപദിയുടെ വസ്ത്രാപഹരണ സമയത്തു സാരികൾ നിരന്തരമായി അയച്ചുകൊടുത്ത കഥയും ഭാരതത്തി ലുള്ളതല്ല.

ഭാരതത്തിലെ കൃഷ്ണൻ അത്രയൊന്നും ശക്തമല്ലാത്ത ഒരു ചെറിയ രാജ്യത്തിലെ യുവരാജാവായിരുന്നു. പല യുദ്ധങ്ങളിലും യാദവർ തോറ്റു. ജരാസന്ധനെ ഭയന്ന് മഥുര വിട്ടു ദ്വാരകയിലേക്കു മാറേണ്ടിവന്നു യാദ വർക്ക്. മികച്ച തേരാളി, ചക്രയുദ്ധത്തിൽ അതുല്യൻ, മറുനാടുകളുമായുള്ള നയതന്ത്രബന്ധങ്ങളിൽ അതിവിദഗ്ദൻ (ചേരിചേരാനയം അവിടെനിന്നു തുടങ്ങുന്നു), നിപുണനായ യുദ്ധമർമ്മജ്ഞൻ— ഇതൊക്കെയാണ് ഭാരത ത്തിലെ കൃഷ്ണൻ. വിദേശങ്ങളുമായി നല്ല ബന്ധം സ്ഥാപിച്ച് യാദവരുടെ നഷ്ടപ്പെട്ട പ്രതാപം വീണ്ടെടുക്കാൻ കൃഷ്ണൻ ശ്രമിച്ചതാണ്. അച്ഛൻപെങ്ങളുടെ ബന്ധം മാത്രമല്ല, ജരാസന്ധനുമായി ഏറ്റുമുട്ടാൻ പറ്റിയ ഒരു കരുത്തൻ കൂട്ടത്തിലുള്ളതും പാണ്ഡവരോടു കൂടുതലടുക്കാൻ കൃഷ് ണനെ പ്രേരിപ്പിച്ചിരിക്കണം. ബ്രാഹ്മണർക്കും ക്ഷത്രിയർക്കും ഒരു പോലെ

പ്രിയപ്പെട്ട ആളായിരുന്നു കൃഷ്ണൻ. അദ്ദേഹത്തിന്റെ നയതന്ത്രബന്ധങ്ങളുടെ ഏറ്റവും നല്ല തെളിവാണല്ലോ അർജ്ജുനന്റെ സുഭദ്രാ പരിണയം.

ഭാരതത്തിലെ കൃഷ്ണൻ പലർക്കും വിവാദപുരുഷനാണ്. 'കൊള്ളരുതാത്തവൻ', 'ധൂർത്തൻ', 'പാരമ്പര്യമില്ലാത്തവൻ' എന്നൊക്കെ നിശിതമായി വിമർശിച്ചവരുണ്ട്. പ്രൊഫസ്സർ മേയർ അതിൽപ്പെടുന്നു. ഇവിടെ ഭീമന്റെ കാഴ്ചപ്പാടിൽ, ഭീമനുമായി ബന്ധപ്പെടുന്ന കൃഷ്ണനെ മാത്രമേ ഞാൻ അവതരിപ്പിക്കുന്നുള്ളു. അധികം അടുപ്പം സ്ഥാപിക്കാൻ ഭീമൻ ഒരിക്കലും ശ്രമിച്ചിട്ടില്ല. ഇഷ്ടമാണ്, എങ്കിലും അനുജന്റെ ഏറ്റവും അടുത്ത കൂട്ടുകാരനായതുകൊണ്ടാവും, അല്പം അകന്നു, നില്ക്കുകയാണ് ഭീമന്റെ പതിവ്. അർഹിക്കുന്ന ബഹുമാനം കൃഷ്ണൻ എപ്പോഴും ഭീമനു നൽകുന്നുമുണ്ട്.

മഹാഭാരതത്തിലെ ചില മാനുഷികപ്രതിസന്ധികളാണ് എന്റെ പ്രമേയം. ആ വഴിക്കു ചിന്തിക്കാൻ അർത്ഥഗർഭമായ നിശ്ശബ്ദതകൾ കഥ പറയുന്നതിനിടയ്ക്കു കരുതിവെച്ച കൃഷ്ണദ്വൈപായനന് പ്രണാമങ്ങൾ.

ശിഥിലമായ കുടുംബബന്ധങ്ങളും അവയ്ക്കിടയിൽപ്പെട്ട മനുഷ്യരും, എന്റെ ഗ്രാമത്തിന്റെ പശ്ചാത്തലത്തിൽ, മുമ്പ് എനിക്കു വിഷയമായിട്ടുണ്ട്. കുറേക്കൂടി പഴയ ഒരു കാലഘട്ടത്തിലെ കുടുംബകഥയാണ് ഞാൻ ഇവിടെ പറയുന്നത് എന്ന വ്യത്യാസമേയുള്ളു.

1977 നവംബറിൽ മരണം വളരെ സമീപമെത്തി പിന്മാറിയ എന്റെ ജീവിതഘട്ടത്തിൽ അവശേഷിച്ച കാലംകൊണ്ട് ഇതെങ്കിലും തീർക്കണമെന്ന വെമ്പലോടെ മനസ്സിൽ എഴുതാനും വായിച്ചു വിഭവങ്ങൾ നേടാനും ഒരുക്കം തുടങ്ങി. പക്ഷേ, എഴുതിത്തീരാൻ 1983 ആകേണ്ടി വന്നു. സമയമനുവദിച്ചു തന്ന കാലത്തിന്റെ ദയയ്ക്കു നന്ദി.

ഇതിനു വേണ്ട തയ്യാറെടുപ്പിന്റെ ഭാഗമായി ചെയ്ത വായനയും പഠനവും വലിയൊരു നേട്ടമായി ഞാൻ കരുതുന്നു. അതു സാദ്ധ്യമാക്കിയ, പുസ്തകങ്ങൾ, തേടിപ്പിടിച്ചുതരാൻ എന്നെ സഹായിച്ച നാഗ്പൂർ, കോഴിക്കോട്, ബോംബെ സർവ്വകലാശാലകളിലെയും മറ്റു സ്ഥാപനങ്ങളിലെയും സുഹൃത്തുക്കളോട് ഞാൻ കടപ്പെട്ടിരിക്കുന്നു. തോഴരേ, നിങ്ങൾക്കു നന്ദി.

ഈ വായനയേക്കാളേറെ ഇന്ത്യയിലെ ഒരു ഗ്രാമത്തിൽ ജനിച്ച്, പുരാണേതിഹാസകഥകൾ കേട്ടു വളർന്ന്, ഇവിടെ ജീവിച്ചു എന്നതാണ് ഈ പുസ്തകമെഴുതാൻ എനിക്കു പ്രേരണനൽകിയ ആന്തരശക്തി എന്ന് ഞാൻ വിശ്വസിക്കുന്നു.

കൃഷ്ണദ്വൈപായനനെ നമുക്കു വീണ്ടും വാഴ്ത്താം.

☐

കറന്റ് ബുക്സ്
CURRENT BOOKS THRISSUR
ESTD:1952